கசார்களின் அகராதி

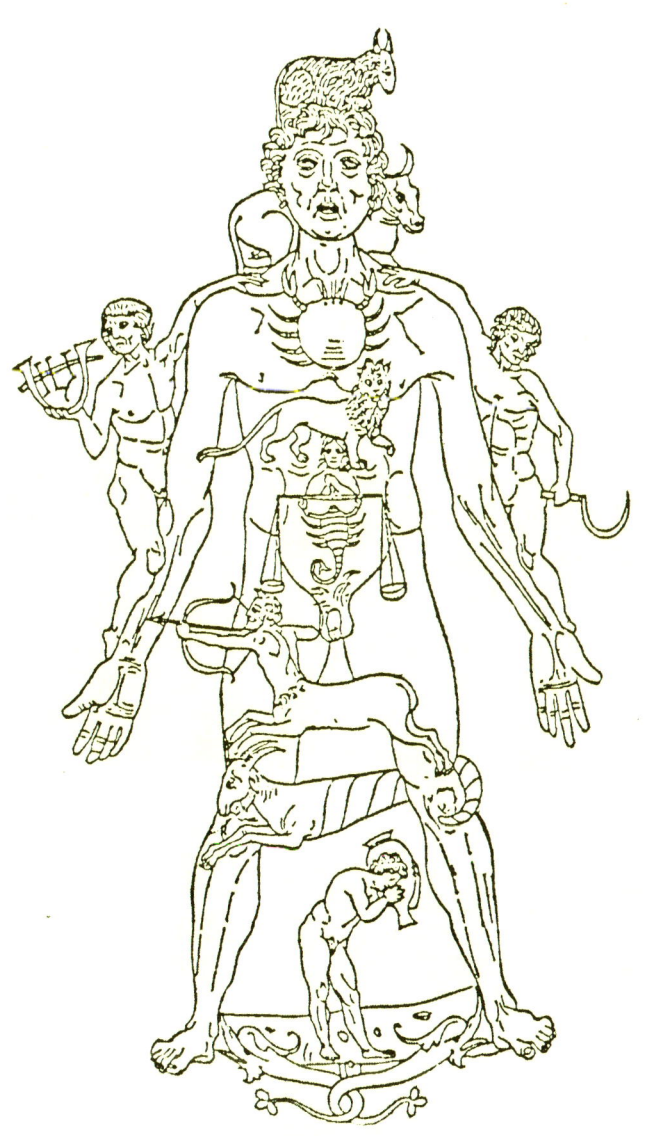

கசார்களின் அகராதி

100,000 வார்த்தைகளில் ஒரு
சொற்களஞ்சியப் புதினம்

மிலோராத் பாவிச்

செர்பிய க்ரவோஷிய மொழியிலிருந்து
ஆங்கிலத்தில்

க்றிஸ்டினா ப்ரிபிசெவிக் ஸோரிச்

ஆங்கிலத்திலிருந்து தமிழில்

ஸ்ரீதர் ரங்கராஜ்

அகராதியுடைய **ஆண்பிரதி** இது.
இவ்வகராதியின் **பெண்பிரதி** அநேகமாக
இதையொத்தது. ஆனால் முழுவதுமாக
அல்ல. அதில் **ஒரேயொரு பத்தி** மட்டும்
வேறுபட்டிருக்கும் என்பதை அறிவீராக.
தேர்வு உம்முடையது.

எதிர் வெளியீடு

கசார்களின் அகராதி
ஆண் பிரதி
மிலோராத் பாவிச்
தமிழில்: ஸ்ரீதர் ரங்கராஜ்

முதல் பதிப்பு: டிசம்பர் 2018

எதிர் வெளியீடு,
96, நியூ ஸ்கீம் ரோடு, பொள்ளாச்சி - 642 002
தொலைபேசி: 04259 -226012, 99425 11302

விலை: ரூ. 600

Dictionary of the Khazars
Male Edition
Milarod Pavic
Original title: HAZARSKI REČNIK

© 1988 Milorad Pavic.
© 2011 Jasmina Mihajlović; www.khazars.com

This edition is published by arrangement with Tempi Irregolari, Italy
www.tempirregolari.it

Translated by: Sridhar Rangaraj
Tamil Edition Copyright © with Ethir Veliyeedu.

First Edition: December 2018

Published by
Ethir Veliyeedu, 96, New Scheme Road, Pollachi - 2
email: ethirveliyedu@gmail.com
www.ethirveliyeedu.com

ISBN : 978-93-87333-36-9
Cover Design: Santhosh Narayanan
Printed at Jothy Enterprises, Chennai.

All rights reserved. No part of this book may be reprinted or reproduced or utilised in any form or by any electronic, mechanical or other means, now known or hereafter invented, including photocopying and recording, or in any information storage or retrieval system, without permission in writing from the Publisher.

இப்புத்தகத்தை ஒருபோதும் திறக்காத வாசகன் இங்குதான் உறங்குகிறான்.
என்றென்றைக்குமாக அவன் இங்கே மரணித்துள்ளான்.

கோஸ்ரி
அகராதி

(கசார் கேள்வி குறித்த
அகராதிகளின் அகராதி)

1691ஆம் வருட தாவுப்மன்னூஸ் பதிப்பின்
மறுகட்டமைக்கப்பட்ட பிரதி
(1692இல் அழிக்கப்பட்டது),
மிகச் சமீபத்தைய திருத்தங்களுடன்

உள்ளடக்கம்

முன்மொழி

1. *கசார் அகராதியின் வரலாறு*
   17

2. *அகராதியின் கட்டமைப்பு*
   25

3. *அகராதியை உபயோகிக்கும் முறை*
   29

4. *அழிக்கப்பட்டுவிட்ட 1691ஆம் வருடப் பதிப்பினுடைய முன்னுரையின் பாதுகாக்கப்பட்ட பகுதிகள் (இலத்தீனிலிருந்து மொழிபெயர்க்கப்பட்டது)*
   32

அகராதிகள்

சிவப்புப் புத்தகம்
(கசார் கேள்வி குறித்த கிறிஸ்தவ ஆதாரங்கள்)
37

பச்சைப் புத்தகம்
(கசார் கேள்வி குறித்த இஸ்லாமிய ஆதாரங்கள்)
161

மஞ்சள் புத்தகம்
(கசார் கேள்வி குறித்த எபிரேய ஆதாரங்கள்)
257

பின்னிணைப்பு I

*கசார் அகராதியினுடைய முதல் பதிப்பின் தொகுப்பாளராக
பாதிரியார் தெயோஸ்டிஸ் நிகோல்ஸ்கி*

375

பின்னிணைப்பு II

முனைவர். அபு கபீர் முவேவியா கொலைவழக்கில்
சாட்சிகளுடைய வாக்குமூலங்களுடன்
நீதிமன்ற நடவடிக்கைக் குறிப்புகளிலிருந்து எடுக்கப்பட்ட பகுதி

401

முடிவுரை

அகராதியின் பயன்கள் குறித்து

411

பதிவுகளின் பட்டியல்

414

மொழிபெயர்ப்பாளர் உரை

கசார்கள் மத்திய ஆசியப்பகுதியில் காகசஸ் மலைப்பகுதியில் தோன்றிய துருக்கிய நிலப்பழங்குடிகள், நாடோடி வாழ்க்கை வாழ்ந்தவர்கள் அல்லது பகுதியளவிலான நாடோடிகள். தொடக்ககால துருக்கியப் பழங்குடிகள் பல்வேறுபட்ட வகையினர். கசார்கள், துருக்கிய மொழி பேசிய பழங்குடிகளுடன் கூட்டமைப்பாக வாழ்ந்தவர்கள். லிங்கவழிபாடு *(phallic)* மற்றும் சிலை வழிபாட்டின் மற்ற வடிவங்கள் இருந்தன. கசார்களுக்கு 5ஆம் நூற்றாண்டிலிருந்து 13 ஆம் நூற்றாண்டு வரையிலான 800 வருட தனித்த இனவரலாறு உண்டு. 6ஆம் நூற்றாண்டின் மத்தியகாலத்துக்கு முன்பான, தெற்கு ரஷ்யாவிலிருந்த கசார்கள் பற்றிய வரலாறு தெளிவற்றே இருக்கிறது. 550 முதல் 630 வரை, 'நீலத் துருக்கியர்கள்' அல்லது கோக் துருக்கியர்களின் ஆளுகையின்கீழ் மேற்குத் துருக்கியப் பேரரசின் பகுதியாக இருந்துள்ளனர். 7ஆம் நூற்றாண்டில் நடைபெற்ற உள்நாட்டுப் போரின் விளைவாக மேற்குத் துருக்கியப் பேரரசு வீழ்ச்சியுற்றதும் சுதந்திரம் பெற்றனர். இருப்பினும் அவர்கள் வாழ்ந்த கோக் காகனது பேரரசின் பாதிப்பிலேயே அவர்களுடைய நிர்வாக அரசியலமைப்பு இருந்தது.

கஸாரியா எனப்பட்ட கசார்களது நிலம் அதன் அதிகபட்ச அளவில், தெற்கு ரஷ்யா, வடக்கு காகசஸ், கிழக்கு உக்ரைன், கிரீமியா, மேற்கு கசகிஸ்தான் மற்றும் உஸ்பெகிஸ்தானின் வடமேற்கு வரை பரவியிருந்தாகக் கூறுவர். 7ஆம் நூற்றாண்டில் மற்ற துருக்கியக் குழுக்களான சாபிர்கள் மற்றும் பல்கர்கள் கசார்களின் ஆளுகையின் கீழ் இருந்தனர். கிழக்குப்பகுதி ஸ்லாவியர்கள், மேக்யார்கள், பெசினெக், புர்தா, வடக்கு காகசஸ்சின் ஹன் மற்றும் பிற இனக்குழுக்கள்மீது அவர்களது ஆதிக்கம் இருந்ததாகக் கூறப்படுகிறது. அவர்களது ஆளுகைக்கு உட்பட்ட பகுதி என்பதால் காஸ்பியன் கடல் "கசார் கடல்" எனக் குறிக்கப்பட்டது, இன்றும்கூட அஸேரி, துருக்கிய, பெர்சிய மற்றும் அரேபிய மொழிகளில் காஸ்பியன் கடல் அவ்வாறே அழைக்கப்படுகிறது (துருக்கியில் "ஹஸார் தெனிஸி"; அரபியில் "பார்-உல்-ஹஸார்"; பெர்சிய மொழியில், "தர்யாயே ஹஸார்").

காலப்போக்கில், இப்பழங்குடியினர் பெருமதங்களான கிறிஸ்துவம், யூதம், மற்றும் இஸ்லாம் ஆகியவற்றுக்கு மாறி எபிரேயம் மற்றும் ஸ்லாவிய மொழிகளைக் கற்று வடக்கு காகசஸ் பகுதிகள் மற்றும் உக்ரைனிலுள்ள நகரங்களில், சிற்றூர்களில் குடியேறிவிட்டனர் என்று கருதப்படுகிறது.

கசார்கள் தங்களுடைய மதத்திற்கே வந்தனர் என்று யூதர்கள் பல்வேறுவகையிலான ஆதாரங்களைக் குறிப்பிடுவதுண்டு, 8ஆம் நூற்றாண்டு வாக்கில் பழமைவாத பைசாந்திய (கிறிஸ்தவ) மற்றும் பெர்சிய (இஸ்லாமிய) பேரரசுகளின் அழுத்தத்தால் கசார்கள் யூதத்தைத் தேர்ந்தெடுத்தனர் என்றும் அக்காலகட்டத்தில் இரண்டு பேரரசுகளிலிருந்தும் வெளியேற்றப்பட்ட யூதர்களுக்குப் புகலிடமாக கஸாரியா இருந்தது என்ற கருத்தும் உண்டு. இவ்வகையில், ஒவ்வொரு மதத்தினரும் தமக்கென வலுவான, மறுக்கவியலாத ஆதாரங்களைச் சுட்டுகின்றனர். பாவிச் இந்த வரலாற்றுப் புதிரை அடிப்படையாகக் கொண்டு அவர்கள் மூன்று மதத்தினுள் எந்த மதத்திற்கு மாறியிருக்கக்கூடும் என்றொரு புனைவைக் கட்டமைக்கிறார். மூன்று மதங்களிலுமுள்ள ஆதாரங்கள் ஒன்றுக்கொன்று முரண்படுகின்றன, ஒன்றையொன்று முழுமையாக்குகின்றன.

○ ○ ○

இம்மொழிபெயர்ப்பில் ஒருசில விஷயங்கள் குறிப்பிட்டுச் சொல்ல வேண்டியுள்ளது. ‘அகராதியின் கட்டமைப்பு’ எனும் பகுதியில் பாவிச் கூறுகிறார்:

... ஒருமொழியிலிருந்து இன்னொரு மொழிக்கு மாறும்போது, ஒரே பெயர் மூன்று அகராதியிலும் (எபிரேயம், அரபி மற்றும் கிரேக்கம்) வெவ்வேறு இடங்களில் அமைந்திருக்கும், எவ்வாறு புத்தகத்தின் பக்கங்கள் ஒரேதிசையில் திருப்பப்படுவதில்லையோ, எவ்வாறு அரங்கில் நடிகர்கள் எப்போதும் மேடையின் ஒரே பக்கத்திலிருந்து தோன்றுவதில்லையோ, அதுபோல, சொற்கள் அனைத்து மொழிகளிலும் ஒரேமாதிரியான வரியமைப்பைப் பின்பற்றுவதில்லை. இது அனைத்து மொழியிலும் உருவாகப்போகும் புதிய மொழிபெயர்ப்புகளுக்கும் பொருந்தும். ஏனெனில் இந்தக் கசார் அகராதிக்கான விஷயங்களை, ஒவ்வொரு புதிய மொழியிலும் புதிய எழுத்துகளிலும் வெவ்வேறுவகையில் வரிசைப்படுத்துவது தவிர்க்கவியலாதது, எனவே, தரவுகள் எப்போதும் வேறோரிடத்திலும், பெயர்கள் எப்போதும் மாறிக்கொண்டிருக்கும் வரிசைக்கிரமத்தையும் கொண்டிருக்கும்.

மொழிபெயர்ப்பாளர் உரை

அவர் கூறுவதுபோலவே ஆங்கிலத்திலுள்ள அகரவரிசை இதில் பாதுகாக்கப்படவில்லை. எனவே, பதிவுகள் ஆங்கிலப் பதிப்பில் இருந்த இடத்தில், அந்த வரிசையில் இருக்காது. தமிழுக்கென அதன் அகரவரிசையில் பதிவுகள் வைக்கப்பட்டுள்ளன.

மேலும் இப்புத்தகத்தை வாசிக்கும் முறை குறித்து பாவிச் பேசும்போது:

... வாசகன் இப்புத்தகத்தை தனக்குப் பிடித்தமான வகையில் பயன்படுத்தலாம். மற்ற அனைத்து அகராதிகளையும்போலவே – சிலர் குறிப்பிட்ட நேரத்தில் அவர்கள் விரும்பும் சொல் அல்லது பெயரைத் தேடலாம், சிலர், கசார் கேள்வி மற்றும் அம்மக்கள், பிரச்சினைகள், அவற்றோடு தொடர்புடைய நிகழ்வுகள் பற்றிய முழுச்சித்திரத்தை அறிய இதை ஒரு புத்தகமாக மட்டுமே கருதி ஒரேமூச்சில் தொடக்கம் முதல் இறுதிவரை முழுவதுமாகப் படிக்கலாம். புத்தகத்தின் பக்கங்களை இடமிருந்து வலமாகவோ அல்லது ப்ரஷ்யப் பதிப்பைப்போல (எபிரேயம் மற்றும் அரபி ஆதாரங்கள்) வலமிருந்து இடமாகவோ திருப்ப முடியும். இதிலுள்ள மூன்று அகராதிகள் – மஞ்சள், சிவப்பு மற்றும் பச்சை – ஆகியவற்றை வாசகன் தன் விருப்பத்திற்கேற்ப எந்த வரிசையிலும் படிக்கலாம்; அகராதியைத் திறந்தவுடன் எந்தப்பக்கம் வருகிறதோ அதிலிருந்து தொடங்கலாம், என்கிறார்.

படைப்பை உருவாக்கியவரைக் காட்டிலும் அதுகுறித்து அதிகமாகத் தெரிந்து வைத்திருப்பவர்கள் வேறு யாரும் இருக்கமுடியாது என்பது என் நம்பிக்கை. எனவே, இதை குறிப்பிட்டதொரு முறையில்தான் வாசிக்கவேண்டும் என்ற கருத்துகளை ஏற்க வேண்டியதில்லை. அது ஒற்றைத்தன்மைக்குள் படைப்பைக் குறுக்கித் தட்டையாக்கிவிடும். ஆசிரியர் கூறுவதுபோல, ஒவ்வொருவரும் அவரவர் விரும்பும் வகையில் இதை வாசிக்கலாம். ஒவ்வொரு முறை வாசிக்கும்போதும் வெவ்வேறு வகையில் கூட வாசிக்கலாம். நீங்கள் எவ்வகையில் அணுகினாலும் இப்படைப்பை புரிந்துகொள்ள முடியும்.

೦ ೦ ೦

அதே' (Ateh) எனும் பெயரை அடுத்துள்ள ஒற்றை மேற்கோள் குறி (') அதே எனும் சொல்லிலிருந்து வேறுபடுத்தும் பொருட்டு இடப்பட்டுள்ளது, உச்சரிப்பு காரணமாகவும். பெயர்கள் ஆங்கிலத்தின் வழி உச்சரிப்பதாக இல்லாமல் அந்தந்த மொழிவழி உச்சரிப்பைக் கொண்டுள்ளன. இருப்பினும் 'ஹஸார்கள்' என்பதை கசார்கள் என்றதன் காரணம், சூழலில் தொடர்ந்து அப்படிப் பயன்படுத்தப்பட்டுவிட்டது, அதை மாற்ற விரும்பவில்லை. ஒரு

மொழிபெயர்ப்பாளர் உரை

மொழியிலிருந்து இன்னொரு மொழிக்கு மாற்றும்போது இயல்பாக வரக்கூடிய பொதுவான சிக்கல்கள் இப்படைப்பிலும் உருவானது. இருப்பினும் மூலப்படைப்புக்கு நெருக்கமாக மொழிபெயர்க்க முயற்சி செய்துள்ளேன். ஏதேனும் ஒரு படைப்பின் ஒற்றைவரிக்கு தூண்டுதலாக இம்மொழிபெயர்ப்பு அமைந்தாலும் போதும்.

இம்மொழிபெயர்ப்பை ஆங்கிலத்தோடு ஒப்பிட்டுப் பார்த்து விடுபட்டிருந்த, மாறுபட்டிருந்த இடங்கள் மற்றும் எளிமைப்படுத்தவேண்டிய இடங்களைச் சுட்டிய கார்த்திகைப் பாண்டியனுக்கு முதலில் என் நன்றி. அதை நான் செய்திருந்தால் இன்னும் சில மாதங்கள் தேவைப்பட்டிருக்கும். இப்புத்தகத்தை தெளிவாகப் புரிந்துகொள்ளும்பொருட்டு, இப்படைப்பில் வரும் மூன்று மதங்கள்குறித்து அவ்வப்போது நான் எழுப்பிய கேள்விகள் அனைத்திற்கும் பொறுமையாக விளக்கமளித்து உதவியதற்கு தருமி என்கிற சாம் ஜார்ஜ் அவர்களுக்கு நன்றி. மெய்ப்புத் திருத்தி, இதன் மொழிகுறித்து யோசனைகள் தந்த கவிஞர் ஸ்ரீஷங்கருக்கு எனதன்பு. மிகுந்த சிரமத்துக்கிடையே இந்நூலுக்கான உரிமையைப் பெற்று சிறப்பாக வெளியிடும் அனுஷுக்கும், வடிவமைத்த சீனி மற்றும் சந்தோஷ் நாராயணனுக்கும் என் நன்றிகள்.

●

மறுகட்டமைக்கப்பட்டு, திருத்தப்பட்ட இரண்டாம் பதிப்பிற்கான ஆசிரியரின் முன்மொழி

இப்புத்தகத்தின் ஆசிரியர் வாசகனுக்கு உறுதியளிக்கிறார், இதைப்படித்தால் அவன் கசார் அகராதியுடைய முதற்பிரதியாளர் இருந்தபோது வெளிவந்த 1691ஆம் வருடப் பதிப்பைப் படித்தவன்போல் மரணிக்க வேண்டியதில்லை. அப்பதிப்பைக் குறித்த சிலவிளக்கங்கள் இங்கே கிரமமாகத் தரப்பட்டுள்ளன, இருப்பினும் சுருங்கச்சொல்வது கருதி அகராதியின் தொகுப்பாளர் வாசகனுடன் ஓர் ஒப்பந்தத்தில் ஈடுபட நினைக்கிறார். அதன்படி, இதைத்தன் இரவு உணவுக்கு முன்பாக அவர் எழுதுவார், வாசகன் இரவு உணவுக்குப்பிறகு இதை வாசிக்க எடுத்துச்செல்லலாம். அதனால் பசி ஆசிரியரை சுருங்கக் கூறவைக்கும், நிறைவு வாசகனை ஒய்வாக முன்னுரையை கவனத்துடன் வாசிக்கவைக்கும்.

1. கசார் அகராதியின் வரலாறு

இந்த அகராதியில் பேசப்படும் நிகழ்வுகள் கி.பி 8 அல்லது 9ஆம் நூற்றாண்டுவாக்கில் நடந்தவை (அல்லது அதுபோன்ற நிறைய நிகழ்வுகள் இருக்கின்றன), இவை கற்றோரால் "கசார் விவாதம்"▽ என்றே குறிக்கப்படுகின்றன. கசார்கள்▽ தனிப்பட்ட, பலம்வாய்ந்த ஒரு பழங்குடியினர், போர் மரபினர், மற்றும் நாடோடி வாழ்க்கை வாழ்ந்தவர்கள், தெளிவாகக் குறிப்பிடமுடியாத ஒருகாலத்தில் வாட்டுகின்ற அமைதியினால் உந்தப்பட்டுக் கிழக்கிலிருந்து வந்தவர்கள், அவர்கள் 7ஆம்

ஆசிரியரின் முன்மொழி

நூற்றாண்டிலிருந்து 10ஆம் நூற்றாண்டுவரை காஸ்பியன் மற்றும் கருங்கடல் என இரண்டுகடல்களுக்கு மத்தியிலிருந்த நிலப்பகுதியில் குடியேறினர்.* அவர்களை அழைத்துவந்தது ஆண் காற்றுகளெனவும் அவை ஒருபோதும் மழையைக் கொண்டுவரவில்லையெனவும் அறியப்படுகிறது - அக்காற்று புற்களின் கருக்களைக் கொண்டது, சுணையைப்போலும் அதை வானில் பின்தொடர்ந்தே அவர்கள் வந்திருந்தனர். பின்னாளில் வந்த ஸ்லாவியத் தொன்ம ஆதார மூலமொன்று கோஸியே கடல்பற்றிக் குறிப்பிடுகிறது, எனவே "கசார் கடல்" என்ற ஒன்று இருந்திருக்க வேண்டும் என்று தோன்றுகிறது, ஏனெனில் ஸ்லாவியர்கள் கசார்களை "கோஸர்கள்" என்றே குறிப்பிடுகின்றனர். மேலும் கசார்கள் நமக்குத்தெரியாத மதநம்பிக்கையைப் போதிக்கும் வகையில் வலுவான ஒரு பேரரசையும் இரண்டு கடல்களுக்கிடையில் நிறுவியிருந்தனர், தம் கணவன்மார் போரில் இறந்தபின் கசார் இனப்பெண்களிடம், தம் போராளிகளை நினைத்து அழும் கண்ணீரைத்தாங்க ஒரு தலையணை கொடுக்கப்பட்டது. கசார்கள் வரலாற்றின் பக்கங்களில் நுழைந்தது, கி.பி.672இல் அரேபியர்கள் மேல் போர்தொடுத்து, பிறகு பைசாந்தியப் பேரரசர் ஹிராக்ளியசுடன் நட்புறவிலிருக்க முடிவெடுத்தமையால், என்றாலும் அவர்களுடைய பூர்வீகம் இன்னமும் தெரியாமலேயே இருக்கிறது, அவர்களைப்பற்றிய தடயங்கள் அனைத்தும் மறைந்துவிட்ட நிலையில், இன்று ஒருவர் அவர்களைப்பற்றி அறியவிரும்பினால் எப்பெயரை அல்லது யாரைக்குறித்து தேடுவது என்ற குறிப்புகளற்ற நிலையுள்ளது. கசார்களுடையது என்று உறுதிபடக் கூறமுடியாவிட்டாலும், தன்யூப் நதிக்கரையில் அவர்கள் நினைவாகவுள்ள கல்லறை, மற்றும் ஒரு சாவிக்கொத்தின் மேலிருந்த தங்கம் மற்றும் வெள்ளியால் ஆன முக்கோணவடிவக் காசுக்குவியல் ஆகியவை கிடைத்துள்ளன, தாவுப்மன்னூஸ் இது கசார்களால் முத்திரையிடப்பட்டது என்று நம்புகிறார்.

★கசார்கள் குறித்த இலக்கியத்திற்கான விமர்சனம் ஒன்று நியூயார்க்கில் பிரசுரமானது (கசார்கள், அகரவரிசை, 1939); M.I.அர்டமோனோவ் எனும் ருஷியர் கசார்களின் வரலாறு குறித்து இரு பதிப்புகளில் எழுதினார் (லெனின்கிராட் 1936 மற்றும் 1962), 1954இல் ப்ரின்ஸ்டனில் D.M.டன்லப் யூத கசார்களின் வரலாறு குறித்து பிரசுரித்தார்.

கசார்கள் மற்றும் கசார்களின் நிலம் வரலாற்று மேடையிலிருந்து மறைந்துபோனதற்குக் காரணமான நிகழ்வே இப்புத்தகத்தின் முதற்குறிக்கோள்-இன்னமும் நமக்குத் தெரியாத தங்கள் மதநம்பிக்கையினின்றும் அவர்கள் வேறுவொரு, (மீண்டும், அது எந்த மதநம்பிக்கைக்கு என்று தெரியவில்லை) கடந்த மற்றும் நிகழ்காலத்தில் இருக்கும் மதங்களான யூதம், இஸ்லாம் மற்றும் கிறிஸ்தவம் ஆகிய மூன்றில் ஒன்றிற்கு மாறியதுதான் அது. கசார்களின் பேரரசு அம்மாறுதலுக்குப்பின் வீழ்ச்சியடைந்தது.

10ஆம் நூற்றாண்டில் வாழ்ந்த இளவரசன் ஸ்வெயதஸ்லாவ் என்ற ருஷ்யப்படைத்தலைவன் தனது குதிரையினின்றும் கீழிறங்காமலேயே கசார்களின் பேரரசை ஓர் ஆப்பிளைப்போல விழுங்கிமுடித்தான். கி.பி. 943இல் ருஷ்யப்படை எட்டு இரவுகள் உறங்காமல் வோல்கா நதியின் முகத்துவாரத்திலிருந்த கசார்களின் தலைநகரைக் காஸ்பியன் கடலுக்குள் கரைத்தது, மேலும் கி.பி. 965இலிருந்து 970க்குள் அவர்கள் கசார்களின் நிலத்தை முற்றிலுமாக அழித்தனர். தலைநகரிலிருந்த வீடுகள் அழித்துத் தரைமட்டமாக்கப்பட்ட பின்னும் அவற்றின் நிழல் பலவருடங்களுக்கு முழுமையுடன் இருந்ததாக கண்ணால்கண்ட சாட்சியங்கள் கூறும். அவை பலமான காற்றிலிருந்தும், வோல்காவின் நீரிலிருந்தும் தப்பித்து நின்றன. 12ஆம் நூற்றாண்டைச் சேர்ந்த ஒரு ருஷிய வரலாற்றுப் புத்தகத்தின்படி, 1083களில் ஓலெக்[1] கசார் நிலத்தின் ஆளுநர் என்றே அழைக்கப்பட்டார். ஆனால் அந்நேரத்தில் (12ஆம் நூற்றாண்டில்), மற்றொரு இனத்தவரும் -- கமன்கள் -- கசார்களின் நிலமாக முன்பு இருந்த நிலப்பகுதியில் காணப்பட்டிருக்கின்றனர். கசார் நாகரீகத்தின் வெகுசில எச்சங்களே இப்போது காணக்கிடைக்கின்றன. பொதுமக்கள் அல்லது தனிநபர் சார்ந்த எந்தவொரு கல்வெட்டும் கண்டுபிடிக்கப்படவில்லை, ஹலேவி✡யால் குறிப்பிடப்பட்ட கசார்களின் புத்தகமோ அல்லது சிரில்† 'அவர்கள் கசார் மொழியில் பிரார்த்தித்ததாகக்' குறிப்பிட்டிருந்தாலும் அவர்களது மொழிபற்றிய தடயங்களோ கிடைக்கவில்லை. பண்டைய கசார்களின் எல்லையிலிருந்த ஸுவாரில் அகழ்ந்தெடுக்கப்பட்ட ஒரேயொரு பொதுக்கட்டுமானமும் அநேகமாக கசார்களுடையதல்ல,

1. தீர்க்கதரிசி ஓலெக் எனப்பட்ட நவ்கோராத்தின் ஓலெக்.

பல்கர்களுடையது. அகழாய்வு நடந்த மற்றொரு இடமான சர்கேலிலும் குறிப்பிட்டுச் சொல்லும்படியாக ஏதுமில்லை, கசார்களின் உபயோகத்துக்காக பைசாந்தியர்கள் கட்டிக்கொடுத்ததாக அறியப்படும் கோட்டையின் சுவடுகூடக் கிடைக்கவில்லை. கசார்களின் பேரரசு வீழ்ந்தபின் அவர்கள் மிக அரிதாகவே வரலாற்றில் சுட்டப்பட்டனர். 10ஆம் நூற்றாண்டில் ஹங்கேரியைச் சேர்ந்த ஓர் இனக்குழுத்தலைவன் தங்கள் எல்லையில் குடியேறும்படி அவர்களை அழைத்தான். 1117இல் குழுவாகச் சில கசார்கள் இளவரசர் விளாதிமிர் மொனோமாக்கைச் சந்திக்க 'கீவ்'வுக்குச் சென்றனர். ப்ரெஸ்பர்க்கில், 1309இல் கத்தோலிக்கர்கள் கசார்களுடன் மணவுறவுகொள்ளத் தடையுத்தரவு பிறப்பிக்கப்பட்டிருந்தது, 1346இல் போப் அவர்களால் இம்முடிவு மீண்டும் உறுதி செய்யப்பட்டது. இந்த விஷயத்தில் இவ்வளவுதான் உள்ளது.

கசார்களின் விதியை மூடிவிட்ட செயலான அம்மதமாற்றம் நடந்தது இப்படித்தான். பண்டைய வரலாற்றுப் புத்தகங்களின்படி கசார்களின் ஆட்சியாளனான காகன்▽ தான் கண்ட கனவை விளக்கும்படி மூன்று மதகுருக்களைச் சந்தித்தான். இது கசார்களுக்கு முக்கியமான விஷயம், ஏனெனில் காகன் தன் கனவைச் சிறப்பான முறையில் விளக்கும் ஞானியின் மதத்திற்கு, தன் மக்களுடன் சேர்ந்து மாறுவதாக முடிவு செய்திருந்தான். சில தகவல்களின்படி, காகன் தன் முடிவையெடுத்த அந்நாளில் அவன் தலைமுடி இறந்து போனதாகவும், அவனதை உணர்ந்தாலும் ஏதோவொன்று அவனைச் செலுத்தியது என்றும் உறுதிப்படுத்துகின்றன. பிறகு மொஸ்லம், யூதம் மற்றும் கிறிஸ்தவம் - தர்விஷ், ரப்பி மற்றும் ஒரு பாதிரி ஆகிய மூவரும் காகனின் கோடைகால இல்லத்தில் அவனைச் சந்தித்தனர். ஒவ்வொருவருக்கும் உப்பினால் செய்யப்பட்ட ஒரு கத்தியை காகன் பரிசாக வழங்கினான், அவர்கள் தங்கள் வாதத்தைத் தொடங்கினர். மதகுருக்களின் பார்வை, அவர்களுடைய மத நம்பிக்கைகளுக்குள் ஏற்பட்ட போட்டி, அதில் ஈடுபட்டவர்கள் யார், "கசார் விவாதம்" எனும் நிகழ்வினால் ஏற்பட்ட விளைவுகள் ஆகியவை, கவனத்தை அதிகம் ஈர்ப்பவையாக, அந்நிகழ்வு மற்றும் விளைவுகள் குறித்து ஒன்றுக்கொன்று கடுமையாக முரண்பட்ட விவாதங்களைத் தோற்றுவிப்பதாக, அதில் யார் வென்றார்கள், யார் தோற்றார்கள் என்பது உள்பட,

நூற்றாண்டுகளாகத் தொடர்ந்து விவாதப்பொருளாகவே எபிரேய, கிறிஸ்தவ மற்றும் இஸ்லாமிய வட்டங்களில் இருந்துவருகின்றன; இவை அனைத்தும் இன்னமும் தொடர்கின்றன, ஆனால் கசார்கள் அழிந்து வெகுகாலமாகிறது. 17ஆம் நூற்றாண்டுவாக்கில் ஆச்சரியப்படும் விதமாக கசார்கள் தொடர்பான ஆர்வம் மீண்டும் புத்துயிர்ப்படைந்தது, கசார்களைப்பற்றிய பல ஆராய்ச்சிகள் ஒழுங்குபடுத்தப்பட்டு 1691இல் பொரூசியாவில் (ப்ரஷ்யா) வெளியிடப்பட்டன. அதில் முக்கோணக் காசுகள், பழைய மோதிரங்களில் பொறிக்கப்பட்டிருந்த பெயர்கள், உப்புப் பாத்திரத்தில் வரையப்பட்டிருந்த சித்திரங்கள், அரசாங்கக்கடிதங்கள், பின்னணியில் புத்தகங்களின் பெயர்கள் பொறிக்கப்பட்டிருந்த எழுத்தாளர்களின் ஓவியங்கள், ஒற்றர்களின் அறிக்கைகள், வாக்குமூலங்கள், மறைந்த கசார் மொழியைப்பேசுவதாக நம்பப்படும் கருங்கடல் பகுதியைச் சேர்ந்த கிளிகளின் குரல்கள், இசை உருவாக்கத்தை விளக்கும் ஓவியங்கள் (அதிலிருந்த புத்தகத்தில் காண்பிக்கப்பட்டபடி இசைக்குறிப்புகள் உருவாக்கப்பட்டன), இவ்வளவு ஏன்? பச்சை குத்தப்பட்ட மனிதத்தோல், இவற்றோடு பைசாந்திய, எபிரேய மற்றும் அரேபிய அகழ்வுப்பொருட்களும் என்பதை தனியாகக் குறிப்பிடவேண்டியதில்லை, ஆகியவை ஆராய்ச்சிக்கு எடுத்துக்கொள்ளப்பட்டன. சுருங்கச்சொன்னால், 17ஆம் நூற்றாண்டைச் சேர்ந்த ஒருமனிதன் தன் கற்பனைக்கு ஏற்ப எதையெல்லாம் மாற்றமுடியுமோ அத்தனையும் எடுத்தாளப்பட்டது. இவை அனைத்தும் ஓர் அகராதியின் இரண்டு அட்டைகளுக்கு நடுவே சேகரிக்கப்பட்டன. ஆயிரமாண்டுகள் கழித்து 17ஆம் நூற்றாண்டில் ஏற்பட்ட இந்த திடீர் ஆர்வத்துக்கான காரணம் குறித்து ஒரு வரலாற்றாசிரியரின் தெளிவற்ற கூற்று இது: “நாம் ஒவ்வொருவரும் கயிற்றில் கட்டப்பட்ட குரங்கைப்போல அவரவர் சிந்தனையின்படியே நடக்கிறோம். நீங்கள் படிக்கும்போது எப்போதும் உங்களிடம் இதுபோல இரண்டு குரங்குகள் இருக்கும்: ஒன்று உங்களுடையது மற்றொன்று இன்னொருவருடையது. அல்லது இன்னும் மோசமாக, ஒரு குரங்கு மற்றும் கழுதைப்புலி. இப்போது அவற்றுக்கு என்ன உணவளிப்பீர்கள் என்று சிந்தியுங்கள், ஏனெனில் குரங்கு உண்பதைக் கழுதைப்புலி உண்ணாது...”

எப்படியிருப்பினும், முன்பே குறிப்பிடப்பட்ட 1691ஆம் வருடத்தில், போலந்தின் அகராதிப் பதிப்பாளரான யோன்னஸ் தாவுப்மன்னூஸ்✡, (அல்லது அவர் பெயரில் அவரது வழித்தோன்றல்), கசார் கேள்வி குறித்த ஆதாரங்களின் வரிசையொன்றைப் பதிப்பித்தார், இது பலநூற்றாண்டுகளாக இறகுகளைக் காதிலும், மைப்புட்டியை வாயிலும் வைத்திருந்தவர்களால் சேகரிக்கப்பட்டுப் பின் மறைந்த பல்வேறு தகவல்களை ஓரிடத்தில் சேர்த்தது. இத்தகவல்கள் கசார்களைப் பற்றிய அகராதி வடிவில் தொகுக்கப்பட்டு கோஸ்ரி அகராதி என்று பெயரிடப்பட்டது. மற்றொரு வடிவத்தின்படி (கிறிஸ்தவம்) இந்நூலானது தெயோஸ்டிஸ் நிக்கோல்ஸ்கி[A] என்ற பாதிரியாரால் வாய்மொழியாக பதிப்பாளருக்குக் கூறப்பட்டதாகும், அவர் கசார்களைப் பற்றிய பல்வேறு தகவல்களை ஆஸ்திரிய - துருக்கிப் போர்க்களத்தில் கண்டெடுத்து அவற்றை மனனம் செய்துவைத்திருந்தார். தாவுப்மன்னூஸின் பதிப்பு மூன்று அகராதிகளாகப் பிரிக்கப்பட்டிருந்தது; கசார் கேள்வி குறித்த இஸ்லாமிய ஆதாரத்துக்கான தனி அகரவரிசைப் பட்டியல், எபிரேய எழுத்துகள் மற்றும் கதைகளிலிருந்து எடுக்கப்பட்டு வரிசைப்படுத்தப்பட்ட தகவல்கள், மூன்றாவது அகராதி, கசார் கேள்வி குறித்த கிறிஸ்தவத் தகவல்களின்படி தொகுக்கப்பட்டது. இந்த தாவுப்மன்னூஸின் பதிப்பு - கசார்களின் பேரரசு குறித்த அகராதிகளின் அகராதி - வித்தியாசமான ஒருவிதிக்கு உள்ளானது.

முதலில் பதிப்பிக்கப்பட்ட ஐநூறு பிரதிகளில் ஒரு பிரதியைமட்டும் தாவுப்மன்னூஸ், மையில் நஞ்சைக்கலந்து அச்சிட்டிருந்தார். தங்கப்பூட்டை உடைய அந்த நச்சுப்பிரதிக்கு, வெள்ளிப்பூட்டை உடைய துணைப்பிரதியொன்றும் இருந்தது. 1692இல் திருச்சபை தாவுப்மன்னூஸின் அத்தனை பிரதிகளையும் அழித்தது, ஆனால் நச்சுப்பிரதி மற்றும் அதனோடிருந்த வெள்ளியால் பூட்டப்பட்ட துணைப்பிரதி தணிக்கையாளர்களிடமிருந்து தப்பிவிட்டது. அடிபணிய மறுத்தவர்கள், நாத்திகர்கள் என, விலக்கப்பட்ட அவ்வகராதியை வாசித்தவர்கள் அனைவரும் மரணத்தால் அச்சுறுத்தப்பட்டனர். யார் அப்புத்தகத்தைத் திறந்தாலும் சீக்கிரத்தில் தங்கள் இதயத்தில் ஆணியறைந்தது போல உணர்வற்றவர்களாகிப் போனார்கள். உண்மையில், வாசிப்பவர் குறிப்பாக ஒன்பதாம் பக்கத்திலுள்ள *Verbum caro factum est* (சொல்லே தசையானது) என்ற வார்த்தை வரும்போது

இறந்துபோனார். நச்சுப்பிரதியுடன் துணைப்பிரதியையும் வாசித்தவர்களுக்கு இறப்பு சரியாக எப்போது வரும் என்று தெரிந்தது. துணைப்பிரதியில் காணப்படும் வாசகம்: "எப்போது நீ விழித்திருந்தும் வலியை உணரவில்லையோ, அப்போது நீ உயிருள்ளவர்களுடன் இல்லை என்று அறிந்துகொள்."

18ஆம் நூற்றாண்டில் ப்ரூசியாவைச் சேர்ந்த டார்ஃப்மரின் குடும்பத்தில் நடந்த வாரிசுரிமை வழக்கில், அகராதியின் "தங்கப்" (நச்சுப்) பிரதி ஒருதலைமுறையிலிருந்து மற்றோர் தலைமுறைக்கு வழங்கப்பட்டதைப் பார்க்கிறோம்: மூத்தமகனுக்கு பாதிப்புத்தகமும், மற்றவர்களுக்கு கால்பங்கு அல்லது அதிகமானோர் இருந்தால் அதற்கும் குறைவாகப் பிரித்துத்தரப்பட்டுள்ளது. டார்ஃப்மரின் மற்ற பரம்பரைச் சொத்துகள் - தோட்டம், புல்வெளி, வயல்வெளி, வீடுகள், நீர்நிலைகள், விலங்குகள் - புத்தகத்தின் ஒவ்வொரு பகுதியோடும் பிரித்துத்தரப்பட்டன, வெகுகாலத்திற்கு இப்புத்தகம், நிகழ்கின்ற மரணங்களோடு தொடர்புபடுத்திப் பார்க்கப்படவில்லை. ஒருமுறை, கொள்ளைநோயால் கால்நடைகள் அழிந்து, தொடர்ந்து வறட்சி ஏற்பட, யாரோ ஒருவர் அக்குடும்பத்தினரிடம், 'ஒவ்வொரு பெண்ணும் எப்படி எப்போது வேண்டுமானாலும் சூனியக்காரி மோராவைப்போல மாறி, ஆன்மா உடலிலிருந்து வெளியேறி இவ்வுலகில் தன்னைச் சுற்றியுள்ளவர்களைத் தொற்றி துன்பத்தில் ஆழ்த்தவல்லரோ அது போலவே ஒவ்வொரு புத்தகமும்; எனவே இந்தப் புத்தகத்தினுடைய பூட்டின் மீது மரச்சிலுவை ஒன்று வைக்கப்பட வேண்டும், எப்படி சூனியக்காரியாய் மாறிய பெண்ணின் உடலிலிருந்து துர்ஆவி வெளியேறி கொள்ளைநோயால் உலகை, பொருட்களைப் பாதிக்காதவாறு அவள் வாயில் வைக்கப்படுமோ அதுபோல' என்றார். எனவே அவர்கள் கசார் அகராதிக்கும் அவ்வாறே செய்தனர் - வாயில் வைக்கப்படுவது போல ஒரு சிலுவை பூட்டின்மீது வைக்கப்பட்டது - ஆனால் நிலைமை இன்னமும் மோசமாகத்தான் ஆனது, குடும்பநபர்கள் உறக்கத்தில் மூச்சடைத்து இறந்து போயினர். குடும்பத்தார் தங்கள் மதகுருவிடம் சென்று நடந்தவற்றை முறையிட, அவர் வந்து புத்தகத்திலிருந்த சிலுவையை அகற்றினார்; அதேநாளில் அந்தக் கொள்ளைநோயும் காணாமலானது. அவர் குடும்பத்தினரிடம் கூறினார்: "கவனம், வருங்காலத்தில் ஆவிகள் புத்தகத்திற்கு வெளியிலிருக்கும்போது

இதுபோலச் சிலுவையை வைக்காதீர்கள், அவை சிலுவையைக் கண்டு அஞ்சி மீண்டும் புத்தகத்துக்குள் செல்லாதிருக்கும், அது அனைத்து இடங்களிலும் தேவையில்லாத பிரச்சினைகளைத்தான் கொண்டுவரும்.” பிறகு அந்தச்சிறிய தங்கப்பூட்டு மீண்டும் பூட்டப்பட்டு கசார் அகராதி பல பத்தாண்டுகளாக பயன்படுத்தப்படாமல் அலமாரியில் வைக்கப்பட்டது. இரவு நேரங்களில் விநோதமான சப்தங்கள் தாவுப்மன்னூஸின் அகராதியிலிருந்து வெளிப்படுவதைக் கேட்கமுடியும், மேலும் ல்வாஃப் நகரத்தில் அந்தக் காலகட்டத்தில் எழுதப்பட்ட சில நாட்குறிப்புகள் கூறுவது, தாவுப்மன்னூஸ் அகராதி என்பது ஒரு மணற்கடிகாரம், அதைத் தயாரித்தவர் நிஹாமா, இவர் ஸோஹர்[2] குறித்து நன்கறிந்தவர், ஒரேசமயத்தில் எழுதிக்கொண்டே பேசவும் வல்லவர். நிஹாமா, தன் எபிரேய மொழியிலுள்ள “ஹே” எனும் உயிர்மெய்யிலும், “வாவ்” எனும் எழுத்திலும் தன்னுடைய சொந்த ஆண்-ஆன்மாவை அறிந்துகொண்டதாக அறிவித்தார். புத்தகத்திற்குள் அவரமைத்த மணற்கடிகாரம் கண்களுக்குப் புலப்படாதது, ஆனால் அமைதியான நேரத்தில் புத்தகத்தை படிக்கையில் மணல் விழும் ஓசையை உங்களால் கேட்கமுடியும். அது நின்றதும் நீங்கள் புத்தகத்தைத் திருப்பி, பின்னிருந்து முன்னாகப் படிக்கவேண்டும், அப்போது அப்புத்தகத்தின் ரகசியப்பொருள் உங்களுக்கு விளங்கும். வேறு பதிவுகளின்படி, ரப்பிகள் தங்கள் நாட்டைச்சேர்ந்த நிஹாமா, கசார் அகராதிக்குக் கொடுத்த முக்கியத்துவத்தை மறுத்தனர். அப்புத்தகம் பலமுறை யூத சமுதாயத்தைச் சேர்ந்த கற்றோரால் கண்டனத்துக்கு ஆளானது. ரப்பிகளைப் பொறுத்தவரையில், அகராதி குறிப்பிடும் எபிரேய ஆதாரங்களது தொன்மைகுறித்து எந்தக் கருத்து வேறுபாடுமில்லை, ஆனால் மற்ற ஆதாரங்களின் முக்கியத்துவத்தை அவர்களால் ஏற்கமுடியவில்லை. இறுதியாக, கோஸ்ரி அகராதிக்கு ஸ்பெயினிலும் நல்ல வரவேற்பு இல்லை, மொஸ்லம் [மூரிஷ்] இனத்தில், “வெள்ளிப் பிரதி”யைப் படிப்பதற்கு எண்ணூறு ஆண்டுத்தடை விதிக்கப்பட்டது; குறிப்பிட்டகாலம் முடியவில்லை என்பதால் இன்னமும் தடை

2. தோராவின் விளக்கம், யூதர்களின் கபாலா பிரிவைச் சேர்ந்தது.

நீடிக்கிறது. இச்சட்டத்தை மற்றொரு உண்மையால் விளக்கமுடியும், ஸ்பெயினில் கசார் பேரரசைச் சேர்ந்த குடும்பத்தின் வழிவந்தவர்கள் அக்காலகட்டத்தில் இருந்தனர். இந்தக் "கடைசி கசார்கள்" தற்போதெங்கும் வழக்கத்திலில்லாத ஒரு சடங்கை கடைப்பிடித்ததாக எழுதப்பட்டுள்ளது. யாரிடமேனும் விரோதம் ஏற்பட்டால், அந்நபர் உறங்கும்போது உறக்கத்திலிருந்து எழுப்பிவிடாத வகையில் அவரைத் திட்டவும் சாபமிடவும் செய்வர். ஏனெனில் சாபங்கள் எதிராளிக்கு கேடுவிளைவிக்கும் என்றும் உறங்கும்போது அவை வேகமாக வேலை செய்வதாகவும் அவர்கள் நம்பினர்.

2. அகராதியின் கட்டமைப்பு

1691இல் வெளியிடப்பட்ட தாவுப்மன்னுஸின் கசார் அகராதி பார்வைக்கு எப்படியிருந்தது என்று கூறுவது கடினம். ஏனெனில் மிச்சமிருந்த பிரதியான நச்சுப்பிரதி மற்றும் வெள்ளிப் (துணை) பிரதி ஆகியவை, உலகில் எங்கிருந்ததோ அந்தப் பகுதிகளிலேயே அழிக்கப்பட்டுவிட்டன. மற்றொரு தகவலின்படி, தங்கப்பிரதி மிகவும் அவமானகரமான முறையில் அழிக்கப்பட்டது. அதைக் கடைசியாக வைத்திருந்தவர் டார்ஃப்மர் குடும்பத்தைச் சேர்ந்த ஒரு கிழவர், வாளின் தரத்தை மணியைப்போல அதன் ஒலியை வைத்து நிர்ணயிப்பதில் பெயர் பெற்றிருந்தார். புத்தகங்கள் படிக்கும் வழக்கமில்லாதவர், "பூச்சிகள் புண்களில் புழுக்களையிடுவதுபோல வெளிச்சம் என்கண்களில் முட்டையிடுகிறது. அதிலிருந்து என்ன முளைக்கும் என்று நமக்குத் தெரியும்..." என்பார், எண்ணெய் மிகுந்த உணவுகள் அவருக்கு ஒத்துக்கொள்ளாது, வீட்டினர் யாரும் பார்க்காதபோது தினமும், கசார் அகராதியின் ஒரு பக்கத்தை தன்னுடைய கறிச்சாற்றுக் கிண்ணத்தில் நுழைத்து அதில் மிதக்கும் கொழுப்பை எடுத்துவிட்டு வீசுவார். இவ்வாறு, வீட்டினர் கவனத்துக்கு வராமலேயே கோஸ்ரி அகராதியை முடித்துவிட்டார். மேலும் அத்தகவலின்படி அப்புத்தகத்தில் நிறைய ஓவியங்களும் இருந்தன, அதை அந்தக் கிழவர் உபயோகப்படுத்தவில்லை, ஏனென்றால் அவை சாற்றின் சுவையைக் கெடுத்துவிடும்.

ஆசிரியரின் முன்மொழி

இவ்வாறாக, ஓவியம் வரையப்பட்ட பக்கங்கள் மட்டுமே இன்று பாதுகாக்கப்படவேண்டியதாக உள்ளன, இன்றைக்கும் அவற்றைத் தேடிக் கண்டடைய முடியும், ஒருவேளை அதை யாரேனும் அடையாளம் காட்டமுடிந்தால், தடயங்களுக்கு இடையில் பாதையைத் தொடரலாம், முதல் தடயம் கிடைத்தால் போதும், அதிலிருந்து மற்றவற்றைக் கண்டுகொள்ளலாம். ஆசியக்கண்டம் சார்ந்த மற்றும் இடைக்கால அகழ்வாராய்ச்சியில் பேராசிரியராக இருந்த முனைவர். இசைலோ சூக்[†] என்பவரிடம் கசார் அகராதியுடைய ஒரு பிரதி அல்லது படியெடுக்கப்பட்ட பிரதி இருப்பதாகக் கூறப்பட்டது, ஆனால் அவர் இறப்புக்குப்பின் அவரிடமிருந்த பொருட்களை ஆராய்ந்ததில் அப்படியெதுவும் கிடைக்கவில்லை. எனவே, கண்களில் பீழை ஒதுங்குவதுபோல தாவுப்மன்னூஸ் பிரதியின் சிலபகுதிகளே நம்மை வந்தடைந்துள்ளன.

கசார் அகராதியை எழுதிய ஆசிரியர் அல்லது ஆசிரியர்களை மறுக்கும் எழுத்துகளில் மேற்கோள் காட்டப்படும் இப்பகுதிகளை அடிப்படையாகக்கொண்டு, தாவுப்மன்னூஸின் பதிப்பு என்பது கசார்களின் தகவல் களஞ்சியம், ஓர் அறையைக்கடந்து செல்லும் சிட்டுக்குருவி போல கசார் பேரரசின் பால்வீதியைக் கடந்துசென்ற ஒவ்வொரு தனிப்பட்ட நபர்களின் சுயசரிதை அல்லது ஒருவரைப்பற்றி மற்றவரால் எழுதப்பட்ட குறிப்புகளின் தொகுப்பு என்பது (மேலே குறிப்பிட்டபடி) உறுதியாக நிறுவப்பட்டுள்ளது. துறவிகள் மற்றும் கசார் விவாதத்தில் தொடர்புடைய மற்ற மனிதர்களின் வாழ்க்கை, நூற்றாண்டுகளாக அதைப் பதிவுசெய்து அதில் நடத்தப்பட்ட ஆய்வுகள், இவையே இப்புத்தகத்தின் அடிப்படை, இவையனைத்தும் மூன்று பிரிவுகளாகப் பிரிக்கப்பட்டுள்ளன.

கசார்களின் மாற்றம் குறித்த எபிரேய, இஸ்லாம் மற்றும் கிறிஸ்தவ ஆதாரங்களடங்கிய தாவுப்மன்னூஸ் அகராதியின் கட்டமைப்பு, இந்த இரண்டாம் பதிப்புக்கான அடிப்படையாகவும் உள்ளது, ஆதாரமான தகவல்கள் கிடைக்காதிருப்பினும், கடக்கமுடியாத சிரமங்களுக்கு உள்ளாக்கப்பட்டாலும், இந்த அகராதியின் தொகுப்பாளர் கசார் அகராதியில் பின்வரும் வரிகளைப் படித்தபின்னரே இந்த முடிவை எடுத்திருக்கிறார்: "கனவென்பது சைத்தான்களின் தோட்டம், அனைத்துக் கனவுகளும் இவ்வுலகத்தில் ஏற்கெனவே காணப்பட்ட

ஆசிரியரின் முன்மொழி

கனவுகள்தான். இப்போது அவை ஏற்கெனவே பயன்பட்ட மற்றும் தேய்ந்துபோன உண்மைகளுடன் வெறுமனே மாற்றிக் கொள்ளப்படுகின்றன, ஒரு கையிலிருந்து இன்னொரு கைக்கு, காசைக் கொடுத்துப் பத்திரமும், பத்திரம் கொடுத்துக் காசும் பெறுவதுபோல..." இப்படிப்பட்ட உலகில், இப்படியான நிலையுள்ள உலகில், இதுபோன்றதொரு பொறுப்பை ஒருவர் ஏற்றுக்கொள்ள வேண்டியதுதான்.

இங்கு பின்வரும் விஷயத்தையும் கவனத்தில் கொள்ளவேண்டியிருக்கிறது. கசார் அகராதியுடைய இவ்விரண்டாம் பதிப்பின், பதிப்பாளர், தாவுப்மன்னுஸின் 17ஆம் நூற்றாண்டுப் பதிப்பு முற்றிலும் நம்பகத்தன்மை வாய்ந்ததல்ல என்பதை நன்கு உணர்ந்திருக்கிறார், அது பெரும்பாலும் தொன்மக்கதைகளை அடிப்படையாகக் கொண்டது, கனவில் உண்ணப்பட்ட ஒரு விருந்தைப் போன்றது, மேலுமது பல புராதனமான, தவறான புரிதல்களின் வலையில் மாட்டிக்கொண்டுள்ளது. இருப்பினும் இந்த விஷயங்கள் வாசகரின் பரிசீலனைக்கு வைக்கப்படுகின்றன, இன்றைக்கு கசார்களை நாம் எப்படிப் பார்க்கிறோம் என்பதுபற்றி இவ்வகராதி முனைப்பாக இல்லை, மாறாக, தொலைந்துபோன தாவுப்மன்னுஸின் அகராதியை மறுகட்டமைப்பு செய்யவே முயன்றிருக்கிறது. தவிர்க்கமுடியாத இடங்களில் மட்டுமே பாதுகாக்கப்படாத அசல்பிரதியின் பகுதியிலிருந்து மாறுபட்டு, கசார்களைப் பற்றிய சமகால கண்டுபிடிப்புகள் பயன்படுத்தப்பட்டிருக்கின்றன.

மற்றொன்றைக் குறிப்பிடுவதும் முக்கியமாகிறது, தாவுப்மன்னுஸ் அகராதியில் பயன்படுத்தப்பட்ட அகரவரிசையை இதில் பாதுகாக்க முடியவில்லை, காரணங்கள் புரிந்துகொள்ளக்கூடியதே, அதில் மூன்றுவிதமான மொழிகள் உபயோகிக்கப்பட்டிருந்தன - கிரேக்கம், எபிரேயம் மற்றும் அரபி - அதில் குறிப்பிடப்பட்டிருந்த தேதிகளும் மேற்சொன்ன குழுக்களின் மூன்றுவிதமான நாள்காட்டிகளை அடிப்படையாகக் கொண்டது. இங்கே ஒரேவிதமான நாள்காட்டி மட்டுமே பயன்படுத்தப்பட்டுள்ளது, மூன்று மொழிகளிலிருந்த தாவுப்மன்னுஸின் மூலத்தகவல்கள் மற்றும் பதிவுகள் ஒரே மொழியில் தரப்பட்டுள்ளன. 17-ஆம் நூற்றாண்டு அசலில் அனைத்துச் சொற்களும் வேறுவிதமாக வரிசைப்படுத்தப்பட்டிருந்தன, ஒரு மொழியிலிருந்து இன்னொரு மொழிக்கு மாறும்போது, ஒரே பெயர் மூன்று

அகராதியிலும் (எபிரேயம், அரபி மற்றும் கிரேக்கம்) வெவ்வேறு இடங்களில் அமைந்திருக்கும், எவ்வாறு புத்தகத்தின் பக்கங்கள் ஒரேதிசையில் திருப்பப்படுவதில்லையோ, எவ்வாறு அரங்கில் நடிகர்கள் எப்போதும் மேடையின் ஒரே பக்கத்திலிருந்து தோன்றுவதில்லையோ, அதுபோல, சொற்கள் அனைத்து மொழிகளிலும் ஒரேமாதிரியான வரியமைப்பைப் பின்பற்றுவதில்லை. இது அனைத்து மொழியிலும் உருவாகப்போகும் புதிய மொழிபெயர்ப்புகளுக்கும் பொருந்தும். ஏனெனில் இந்தக் கசார் அகராதிக்கான விஷயங்களை, ஒவ்வொரு புதிய மொழியிலும் புதிய எழுத்துகளிலும் வெவ்வேறு வகையில் வரிசைப்படுத்துவது தவிர்க்க இயலாதது, எனவே தரவுகள் எப்போதும் வேறோரிடத்திலும், பெயர்கள் எப்போதும் மாறிக்கொண்டிருக்கும் வரிசைக்கிரமத்தையும் கொண்டிருக்கும். எனவே தாவுப்மன்னூஸ் அகராதியின் முக்கியத் தரவுகள், உதாரணமாக புனித சிரில்[†], யூதா ஹலேவி[✡], யூசுஃப் மசூதி[☪] மற்றும் பிறர் கசார் அகராதியின் முதல்பதிப்பில் இருந்த அதே இடத்தில் இப்பிரதியில் இல்லை. தாவுப்மன்னூஸ் பதிப்போடு ஒப்பிடுகையில் இப்பதிப்பில் இதுவொரு குறைதான், ஏனெனில் ஒரு புத்தகத்தில் சரியான வரிசையில் அதன் பகுதிகளைப் படிப்பவரால் மட்டுமே புதிய உலகைத் தோற்றுவிக்கமுடியும். இருப்பினும் இவ்வணுகுமுறை இங்கு ஏற்றுக்கொள்ளப்பட்டுள்ளது, ஏனெனில் தாவுப்மன்னூஸின் அகரவரிசையை மீளுருவாக்கம் செய்வதென்பது இயலாத ஒன்று.

இக்குறைகளைப் பெரியதொரு பின்னடைவாகக் கருதவேண்டியதில்லை: ஒரு புத்தகத்தின் மறைபொருளை அதன் வரிசையை வைத்தறியும் வாசகன் பூமிப்பரப்பிலிருந்து எப்பொழுதோ மறைந்துவிட்டான், இன்றைய வாசிப்பைப் பொறுத்தவரை, கற்பனை என்னும் விஷயம் உறுதியாக ஆசிரியரின் ஆளுகைக்குட்பட்டது என்று வாசகன் நம்புகிறான், குறைந்தபட்சம் அதன் முக்கியத்துவம் குறித்து அவன் கவலைப்படுவதில்லை, குறிப்பாக ஒரு அகராதியைப் பொறுத்தவரையிலேனும். இப்படிப்பட்ட வாசகனுக்கு வாசிப்புமுறையை எப்போது மாற்றுவது என்பதை நினைவூட்ட புத்தகத்துள் மணற்கடிகாரம் எதுவும் தேவையில்லை: அவன் எச்சூழலிலும் தன் வாசிப்பு முறையை மாற்றுவதில்லை.

3. அகராதியை உபயோகிக்கும் முறை

இப்புத்தகம் அனைத்து சிரமங்களுக்கிடையில் தாவுப்மன்னூஸ் முதற்பதிப்பின் சில ஒழுங்குகளைப் பாதுகாத்திருக்கிறது. அந்தவகையில், இப்புத்தகத்தை எண்ணற்ற முறைகளில் வாசிக்கமுடியும். உண்மையில் இதுவொரு திறந்த புத்தகம், இது மூடப்படும்போது: முன்னம் ஒருவர் இதைத் தொகுத்தது போலவே இப்போது ஒரு அகராதித் தொகுப்பாளர் உருவாகலாம். இதற்கு புதிய எழுத்தாளர்கள், தொகுப்பாளர்கள், தொடர்பவர்கள் கிடைக்கலாம். புனிதப் புத்தகம் அல்லது குறுக்கெழுத்துப்புதிர் போல இதில் பதிவேடு, சொற்தொகுப்புகள் மற்றும் தரவுகள் உள்ளன, அனைத்துப் பெயர்களும் சிலுவை, பிறை, தாவீதின் நட்சத்திரம் அல்லது வேறு சிறிய சின்னங்களுடன் இருக்கும், இதன்மூலம் அதிகப்படியான விளக்கங்களுக்காக இவ்வகராதியின் குறிப்பிட்ட புத்தகத்தைப் பார்த்துக்கொள்ளலாம்.

† குறியிடப்பட்ட வார்த்தைகள் இந்த அகராதியின் "சிவப்புப் புத்தகம்" எனும் பகுதியிலிருக்கும் (கசார் கேள்வி குறித்த கிறிஸ்தவ ஆதாரங்கள்).

☪ குறியிடப்பட்ட வார்த்தைகள் "பச்சைப் புத்தகம்" எனும் பகுதியிலும் (கசார் கேள்வி குறித்த இஸ்லாமிய ஆதாரங்கள்).

✡ குறியிடப்பட்ட வார்த்தைகள் "மஞ்சள் புத்தகம்" (கசார் கேள்வி குறித்த எபிரேய ஆதாரங்கள்) எனும் பகுதியிலும் இருக்கும்.

∇ குறியிடப்பட்ட வார்த்தைகள் மூன்று அகராதியிலும் இருக்கும், A எனும் குறியிடப்பட்டவை புத்தகத்தின் பிற்பகுதியில் பின்னிணைப்பு I-இல் இருக்கும்.

எனவே, வாசகன் இப்புத்தகத்தை தனக்குப் பிடித்தமான வகையில் பயன்படுத்தலாம். மற்ற அனைத்து அகராதிகளையும் போலவே - சிலர் குறிப்பிட்ட நேரத்தில் அவர்கள் விரும்பும் சொல் அல்லது பெயரைத் தேடலாம். சிலர், கசார் கேள்வி மற்றும் அம்மக்கள், பிரச்சினைகள், அவற்றோடு தொடர்புடைய நிகழ்வுகள் பற்றிய

முழுச்சித்திரத்தை அறிய இதை ஒரு புத்தகமாக மட்டுமே கருதி ஒரேமூச்சில் தொடக்கம் முதல் இறுதிவரை முழுவதுமாகப் படிக்கலாம். புத்தகத்தின் பக்கங்களை இடமிருந்து வலமாகவோ அல்லது ப்ரஷ்யப் பதிப்பைப்போல (எபிரேயம் மற்றும் அரபி ஆதாரங்கள்) வலமிருந்து இடமாகவோ திருப்ப முடியும். இதிலுள்ள மூன்று அகராதிகள் - மஞ்சள், சிவப்பு மற்றும் பச்சை - ஆகியவற்றை வாசகன் தன் விருப்பத்திற்கேற்ப எந்த வரிசையிலும் படிக்கலாம்; அகராதியைத் திறந்தவுடன் எந்தப்பக்கம் வருகிறதோ அதிலிருந்து தொடங்கலாம். அதற்காகத்தான் 17ஆம் நூற்றாண்டுப் பதிப்பு மூன்று தனித்தனி தொகுதிகளாக பதிப்பிக்கப்பட்டிருக்க வேண்டும். ஆனால் சில குறிப்பிட்ட காரணங்களுக்காக இங்கே அப்படிச் செய்யவில்லை. கசார் அகராதியை, மூன்று அகராதிகளின் - அதாவது இஸ்லாம், கிறிஸ்தவம் மற்றும் எபிரேயம் - குறுக்குவெட்டுத் தோற்றம் வருமாறு குறுக்காகவும் படிக்கலாம். இம்முறையை உபயோகிக்க மும்மூன்றாகத் தேர்வு செய்வது சிறந்த வழி, ▽ குறியிடப்பட்ட (மூன்று அகராதிகளிலும் காணப்படுபவை) "அதே'," "காகன்," "கசார் விவாதம்," அல்லது "கசார்கள்" பதிவுகளைத் தேர்ந்தெடுக்கலாம், அல்லது கசார் கேள்வி குறித்த வரலாற்றில் ஒரு நிகழ்வுக்குத் தொடர்புடைய மூன்று வெவ்வேறு நபர்களைத் தேர்ந்தெடுக்கலாம். இது மூன்று அகராதிகளிலுமுள்ள பதிவுகளின், அதாவது கசார்களின் மாற்றத்தில் பங்குபெற்றவர்கள் (சங்காரி, சிரில், இப்னு கோரா), அகராதியை உருவாக்கியவர்கள் (அல்-பக்ரி, மெதோடியஸ், ஹலேவி) அல்லது 12ஆம் நூற்றாண்டில் இருந்த கசார் கேள்வியின் மாணவர்கள் (கோஹென், மசூதி, ப்ராங்கோவிச்) மற்றும் 20ஆம் நூற்றாண்டைச் சேர்ந்தவர்கள் (சூக், முவேவியா, ஷூல்ட்ஸ்), முழுமையான சித்திரத்தை வாசகனுக்கு வழங்கும். நிச்சயமாக, இந்த மும்மைகளுக்கிடையில் இஸ்லாம், எபிரேயம் மற்றும் கிறிஸ்தவமாகிய மூன்று நரகங்களிலிருந்து வந்த மூவரை (இஃப்ராசினியா லுகரேவிச், செவாஸ்ட், அக்ஷானி) நாம் மறந்துவிடக்கூடாது, இவர்கள் மிகநீண்ட பயணத்தின்மூலம் இப்புத்தகத்தை அடைந்திருக்கிறார்கள்.

ஆனால் வாசகன் இந்நீண்ட விளக்கங்களால் சலிப்படைய வேண்டாம். தெளிவானதொரு மனநிலையில் இவ்விளக்கங்களைத் தாண்டி அவன் விரும்பும்வகையில் இதைச் சுவைக்கலாம்: வலக்கண்ணை முள்கரண்டியாகவும், இடக்கண்ணை கத்தியாகவும்

உபயோகித்து, எலும்புகளைத் தன் தோளுக்குப்பின் எறியலாம். அதில் பிரச்சினை ஏதுமில்லை. அல்லது இந்த அகராதியை எழுதியவர்களில் ஒருவரான, மற்றவர்களின் கனவுகளுக்குள் அலைந்தபடி தன்வழியைத் தொலைத்துவிட்ட மசூதியைப்போல இப்புத்தகத்தின் வார்த்தைகளுக்கிடையே அலையலாம். அச்செயலில் வாசகனுக்கு ஏதேனும் குறிப்பிட்ட ஒரு பக்கத்தில் தொடங்கி தன்வழியைத் தானே தேடிக்கொள்வதைத் தவிர வேறு சாத்தியங்களில்லை. அவன் இப்புத்தகத்தில் கானகமொன்றில் பயணிப்பதுபோல, ஓர் அடையாளத்திலிருந்து மற்றதற்கு என தன்னைத்தானே நட்சத்திரங்கள், நிலவு மற்றும் சிலுவைக் குறிகள்மூலம் வழிநடத்திக்கொள்ள வேண்டும். மறுசமயம் வியாழக்கிழமைகளில் மட்டுமே பறக்கும் கழுகைப்போல இதை வாசிக்கவேண்டும், இம்முறையிலும் அவன் ரூபிக்கின் கனசதுரம் போல் எண்ணற்ற வழிகளில் புத்தகத்தை மறுசீரமைக்க முடியும். அப்போது இதில் எந்த வரிசைக்கிரமமும் இருக்காது, அதற்கு அவசியமுமில்லை. எனவே, ஒவ்வொரு வாசகனும் டோமினோ அல்லது சீட்டுக்கட்டு விளையாட்டைப்போலத் தனக்கான வழியில் புத்தகத்தை கட்டமைத்துக்கொள்வான், மேலும் ஒரு கண்ணாடியைப்போல இதில் எவ்வளவு இடுகிறானோ அவ்வளவு பெறவும் செய்வான், ஏனெனில் இந்த அகராதியின் பக்கமொன்றில் குறிப்பிட்டுள்ளபடி, ‘உண்மையிலிருந்து நீங்கள் இட்டதை விடவும் அதிகமாகப் பெறவியலாது’. அனைத்திற்கும் மேலாக இப்புத்தகத்தை முழுமையாகப் படிக்க வேண்டியதில்லை; மற்ற அகராதிகளைப் போலவே ஒருவன் பாதியை எடுத்துக்கொள்ளலாம் அல்லது குறிப்பிட்ட ஒரு பகுதியோடு நின்றுவிடலாம். எவ்வளவு தேடுகிறானோ அவ்வளவு கண்டடைவான், மேலும் அதிர்ஷ்டமுள்ள கண்டுபிடிப்பாளன் இவ்வகராதியிலுள்ள பெயர்களை இணைக்கும் அனைத்துக் கண்ணிகளையும் தன்வசமாக்குவான். மற்றவை மற்றவர்களுக்காக.

4. அழிக்கப்பட்டுவிட்ட 1691ஆம் வருடப் பதிப்பினுடைய முன்னுரையின் பாதுகாக்கப்பட்ட பகுதிகள் (இலத்தீனிலிருந்து மொழிபெயர்க்கப்பட்டது)

1. வாசகன் இப்புத்தகத்தை எதிர்கொள்ளவேண்டிய கட்டாயம் வந்தால் மட்டுமே அதைச் செய்யவேண்டும் என ஆசிரியர் அறிவுறுத்துகிறார், மேலும் அந்நிகழ்வு வாசகன் தன் மனம் மற்றும் எச்சரிக்கை உணர்வு வழக்கத்தைவிட அதிகமாயிருக்கும் நாளில் மட்டுமே இருக்கட்டும், இதை ஒருநாள் விட்டு ஒருநாள் பெண்கிழமைகளில் மட்டுமே தாக்கும் "தாவும் காய்ச்சல்" வந்தவன்போல் அவன் வாசிக்கட்டும்.

2. இருவர் சிறைப்பிடிக்கப்பட்ட கருஞ்சிறுத்தையைக் கயிற்றில் கட்டிக் கையில் பிடித்திருப்பதாகக் கற்பனை செய்துகொள்ளுங்கள். இருவரும் ஒருவரையொருவர் நெருங்க விரும்பினால், சிறுத்தைகள் தாக்கும், ஏனெனில் கயிறு நெகிழ்வடையும்; ஒரேசமயத்தில் இருவரும் கயிறை இழுத்து இருவருக்கும் சமமான தூரத்தில் வைத்துக்கொண்டால் மட்டுமே ஒருவரையொருவர் நெருங்க முடியும். போலவே எவன் எழுதுகிறானோ அவனுக்கும் எவன் வாசிக்கிறானோ அவனுக்கும் நெருங்குதல் கடினமாகிறது: இருவரும் கயிறால் கட்டப்பட்ட சிந்தனையை தங்களுக்கு எதிர்திசையில் இழுக்கின்றனர். இப்போது நாம் அச்சிறுத்தையிடம் -- வேறு வார்த்தைகளில் சொல்வதானால் அச்சிந்தனையிடம் - இவ்விருவரையும் அது எவ்வாறு விளங்கிக்கொள்கிறது என்று கேட்போமானால், அவை இப்படிக் கூறலாம், கயிறின் முனைகளில் தம்மால் உண்ணமுடியாத ஒன்றை உண்ணப்படவேண்டியது பிடித்திருக்கிறது...

8. கவனமாயிரு, என் நண்பனே, மோதிரத்தில் அதிகாரத்தையும் வாள்வீச்சில் பலத்தையும் வைத்திருப்பவர்முன் அதிகமான முகத்துதியோ, புகழுரைகளோ வேண்டாம். இவர்களைச் சுற்றிலுமிருப்பவர்கள் அதிகாரத்திற்குப் பணிவது விருப்பத்தினாலோ அல்லது நம்பிக்கையின்பாற்பட்டோ அல்ல,

ஆசிரியரின் முன்மொழி

அவர்கள் அதைச் செய்தே ஆகவேண்டுமென்பதால். அவர்கள் அதை ஏன் செய்தே ஆகவேண்டுமென்றால், தங்கள் தொப்பியில் அதிகாரச்சின்னம் இருக்கவேண்டும் என்பதால் அல்லது அவர்தம் அக்குளில் கொழுப்பு மறைந்திருப்பதால், அவர்கள் தவறு செய்கையில் பிடிபட்டவர்கள். எனவே, இப்போது அதற்கான பிணையை செலுத்திக் கொண்டிருக்கிறார்கள்; அவர்களுடைய சுதந்திரம் பிணைக்கப்பட்டுவிட்டது, இப்போது அவர்கள் எதையும் செய்ய சித்தமாக இருப்பார்கள். உயரத்திலே இருப்பவர்கள், அனைவரையும் ஆளுகை செய்பவர்கள், இதையறிந்தவர்களே, அவர்களுக்கு இதை எப்படிப் பயன்படுத்த வேண்டுமென்று தெரியும். எனவே, கவனமாயிருப்பாயாக, நீ வெகுளியாயிருப்பினும் உன்னை அப்படியொருவனாக நினைக்கமாட்டார்கள். முகத்துதி செய்து பழகிய அக்கூட்டத்தை எப்போதாவது அதிகம் போற்றினாலும் அதிகம் பணிவு காட்டினாலும் நிச்சயமாய் இதுதான் நடக்கும்: அவர்களது மனம் உன்னை சட்டத்தை மீறுபவர்களோடும் குற்றவாளிகளோடும்தான் இணைத்துப் பார்க்கும், மேலும் கண்ணில் துரும்புள்ள மற்றுமொரு மனிதன் நீயென்றும் மனசாட்சிப்படியோ அல்லது நம்பிக்கையின்பாலோ எதையும் செய்யாதவனென்றும், உன் பாவங்களுக்கான பிராயச்சித்தமாக நீ இதைச் செய்கிறாயென்றும் நினைக்கும். அப்படிப்பட்டவர்கள் சரியான முறையில் வெறுக்கப்பட்டு, நாய்களைப்போல் எங்கும் உதைபட்டு அல்லது தாம் முன்னம்செய்த செயல்களை மீண்டும் செய்யும்படி கட்டாயப்படுத்தப்படுவர்...

9. உன்னைப் பொறுத்தவரையில், ஆசிரியன் பின்வருவதை மறப்பதேயில்லை: வாசகனென்பவன் கேளிக்கைக்குப் பழக்கப்படும் குதிரையைப்போல, சொன்னதை சரியாகச் செய்தால் ஒவ்வொருமுறையும் சர்க்கரைக்கட்டிகளைப் பரிசாகப் பெறலாம் என்று கற்பிக்கப்பட வேண்டியவன். சர்க்கரை நிறுத்தப்பட்டால் அது சரியாக வேலை செய்யாது. கட்டுரையாளர்கள் மற்றும் விமர்சகர்களைப் பொறுத்தவரையில் அவர்கள் துரோகமிழைக்கும் கணவன்மார்கள் போல: எப்போதும் இறுதியாகக் கண்டுபிடிக்கப்படுபவர்கள்...

LEXICON
COSRI

Continens

COLLOQUIUM
SEU DISPUTATIONEM
DE RELIGIONE

Regiemonti Borussiae
excudebat
typographus
Ioannes
Daubmannus

Anno
1691

1691இல் வெளிவந்த தாவுப்மன்னூஸ் பதிப்பான
கசார் அகராதிப் பிரதியின்
அசல் (அழிக்கப்பட்ட) முகப்புப்பக்கம்
(மறுகட்டமைக்கப்பட்டது)

சிவப்புப் புத்தகம்

கசார்
கேள்வி குறித்த
கிறிஸ்தவ ஆதாரங்கள்

அதே'▽ (9ஆம் நூற்றாண்டு) - கசார்களின் இளவரசி, கசார்களின்▽ மதமாற்றம் குறித்த விவாதத்தில் இவளது பங்கு சந்தேகத்திற்கிடமற்றது. இளவரசியின் பெயர் கசார்களின் நான்குவித மனோநிலைகளுக்கான சொல்லாகவும் குறிக்கப்படுகிறது. இரவு நேரங்களில் பந்தயத்திற்குமுன் குதிரைக்கு அணிவிக்கப்படும் பட்டையைப்போலத் தன் ஒவ்வொரு கண்ணிமை மீதும் ஓர் எழுத்தை அணிந்துகொண்டு உறங்குவாள். அவ்வெழுத்துகள் தடை செய்யப்பட்ட கசார் வரியெழுத்துகளிலிருந்து வந்தவை, அதில் ஒவ்வொரு எழுத்தும் படித்த மாத்திரத்தில் உயிரைப் பறிக்கவல்லது. அவை அந்தகர்களால் எழுதப்படும், காலையில் இளவரசி நீராடும்முன் அவளுக்குப் பணிவிடை செய்யும் பணிப்பெண்கள் தம் கண்களை மூடிக்கொள்வர். இதன்மூலம் அவள் உறங்கும்போதும் தன் எதிரிகளிடமிருந்து பாதுகாக்கப்பட்டாள். கசார்களைப் பொறுத்தமட்டில் ஒரு மனிதன் மிகவும் ஊறுபடத்தக்க நிலையில் இருக்கும் நேரம் அதுதான். அதே' மிகஅழகான பக்திநிறைந்த பெண், அவ்வெழுத்துகள் அவளுக்கு மிகவும் பொருத்தமானவை. அவள் மேசையில் எப்போதும் ஏழுவிதமான உப்புகள் வைக்கப்பட்டிருக்கும், ஒவ்வொரு துண்டுமீனையும் எடுக்குமுன் தன் கைவிரல்களை ஒவ்வொரு உப்பினுள் நனைப்பாள், இப்படியாகத்தான் அவள் பிரார்த்தித்து வந்தாள். அவளுடைய ஏழுவித உப்புகள்போல் அவளுக்கு ஏழுமுகங்கள் இருந்ததாகச் சொல்பவர்களுண்டு. மற்றொரு தொன்மத்தின்படி அவள் ஒவ்வொருநாளும் காலையில் ஒரு கண்ணாடியை எடுத்துக்கொண்டு வரைவதற்காக அமர்வாள்; தினமும் வெவ்வேறு ஆண் அல்லது பெண் அடிமை அவளால் வரையப்படுவதற்காக வந்து நிற்பார்கள். ஒவ்வொருநாளும்

காலையில் புதிய, இதுவரை யாரும் கண்டிராத ஓவியமாக தன்முகத்தையே வரைவாள். மற்ற கதைகளின்படி, அதே' அழகனாவளே அல்ல, ஆனால் கண்ணாடியைப் பார்த்தவாறு தன் முகத்தை அழகாக வெளிப்படுத்தும் விதமான உணர்ச்சிகளை முகத்தில் பிரதிபலித்து பயிற்சி எடுப்பாள். இந்த அழகுப் பயிற்சிகளுக்கு மிகுந்த முயற்சி தேவை, மேலும் தனிமையில் ஓய்வாக இருக்கும்போது அவள் அழகு அவளது உப்பைப் போலவே கரைந்து போகும். எப்படியிருப்பினும், 9ஆம் நூற்றாண்டில் பைசாந்தியப் பேரரசரொருவர், தத்துவவாதியும் தலைமைக் குருவுமான போஷியஸ்சைக் குறிக்கையில் "கசார் முகம்" எனும் சொல்லைப் பயன்படுத்தினார், அதன் பொருள், அத்தலைமைக்குரு கசார்களோடு தொடர்புடையவர் அல்லது அவர் ஒரு பாசாங்குக்காரர்.

தாவுப்மன்னூஸ்*சின் கருத்துப்படி இரண்டு கூற்றுகளுமே தவறு. "கசார் முகம்" எனும் சொல் இளவரசி அதே'வையும் சேர்த்து, அனைத்து கசார்களின் பண்பைக் குறிப்பது, அதாவது ஒவ்வொருநாளும் ஒவ்வொருவராக முற்றிலும் புதிய பரிச்சயமற்ற முகத்துடன் நாளைத் தொடங்குவது, எனவே ரத்தஉறவுகள் கூட ஒருவரையொருவர் அடையாளம் கண்டுகொள்வது சிரமமானதாகும். பயணிகள் முற்றிலும் எதிர்மறையாகப் பதிவு செய்திருக்கிறார்கள்: அதாவது அனைத்து கசார்களின் முகமும் ஒன்றுபோலவே இருக்கும், அவர்கள் முகத்தை மாற்றிக் கொள்வதில்லை, இதுவே அனைத்து சிக்கல்களுக்கும் குழப்பங்களுக்கும் காரணம். எது எப்படியிருப்பினும், விளைவு ஒன்றுதான், கசார்களின் முகம் நினைவிலிருத்த முடியாத வகையைச் சேர்ந்தது. இது மற்றொரு தொன்மமான, இளவரசி அதே', காகன்▽ நீதிச்சபையில் கசார்களின் மாற்றத்தில் பங்குபெற்ற ஒவ்வொருவருக்கும் ஒவ்வொரு முகம் காட்டினாள் என்பதையும், அல்லது மொத்தம் மூன்று இளவரசி அதே'க்கள் இருந்தனர் -- மொஸ்லம்களுக்கு ஒன்று, மற்றொன்று கிறிஸ்தவர்களுக்கு, மூன்றாவது கனவுகளுக்கு விளக்கமளிப்பவர்களான எபிரேய அறிஞர்களுக்கு என்பதையும் விளக்கும். ஆனால் உண்மை என்னவென்றால் கிரேக்க மொழியில் எழுதப்பட்டு, பழைய ஸ்லவோனிய மொழியில் மொழிபெயர்க்கப்பட்ட (தெஸ்ஸலோனிகாவின் கான்ஸ்தந்தின், புனித சிரிலின் வாழ்க்கை) அக்காலகட்டத்தைச் சேர்ந்த கிறிஸ்தவ

ஆதாரத்தில் கசார் அரண்மனையில் அவளது இருப்புக்கான சான்றெதுவும் இல்லை, ஆனால், கசார் அகராதியின்படி இளவரசி அதே'வுக்கான இனக்குழு போன்ற ஒன்று கிரேக்கம் மற்றும் ஸ்லாவிய மதக்குழுப் பகுதிகளில் குறிப்பிட்டதொரு காலத்தில் இருந்ததாகக் கூறப்பட்டுள்ளது. இக்குழு கசார் மாற்றத்தின்போது அதே' எபிரேயத் தத்துவவாதியை வென்று காகனுடன் சேர்ந்து கிறிஸ்தவத்தை ஏற்றுக்கொண்டாள் என்ற நம்பிக்கையின்மீது உருவானது, ஆனால் காகன் என்பவன் அவள் தந்தையா, கணவனா, அல்லது அவள் சகோதரனா என்பது குறித்து அக்குழு தெளிவாக இல்லை. இளவரசி அதே'யின் பிரார்த்தனையின் இரண்டு பகுதிகள் கிரேக்க மொழியில் மொழிபெயர்க்கப்பட்டு பாதுகாக்கப்பட்டுள்ளன, உறுதிப்படுத்தப்படாவிட்டாலும், தாவுப்மன்னுரஸ் அவற்றை அவளின் "எம் தந்தை" மற்றும் "மரியே வாழ்க!" என்று குறிப்பிடுகிறார். அவ்விரு பிரார்த்தனைகளின் முதற்பகுதி இவ்வாறுள்ளது:

எம் தந்தையே, எம் கப்பலில் எறும்புகள் குழுக்களாக இருக்கின்றன: இன்று காலை நான் என் கூந்தலால் அவற்றைச் சுத்தம் செய்தேன், அவை கப்பலின் தூண்கள் மீது ஊர்கின்றன, பச்சைப் பாய்மரங்களை இனிப்பான ஒயின் இலைகளைப்போலக் கிழித்துத் தம் கூட்டுக்குள் இழுத்துச் செல்கின்றன: படகைச் செலுத்துபவன் சுக்கானை அதன்போக்கில் விட்டு பிறகு திடீரென கொள்ளைப்பொருள்களைக் கொண்டு ஒருவாரம் முழுக்க உண்டு உயிர்க்க வேண்டியிருப்பது போல் அதை வலிந்திழுக்கிறான்; அவர்களில் மிக இளைத்தவர்கள் உப்புப் பரிந்த கயிற்றை இழுத்து அதனொடு எம் மிதக்கும் இல்லத்தின் உந்திக்குள் மறைகிறார். நீவிர் மட்டும், எம் தந்தையே, அவர்களைப் போன்று பசிக்காளாகும் விதியற்றவர். உம்மைநோக்கி அவர்தம் வேகத்தை மாற்றும்போது, என் இதயமே, என் ஒரே தந்தையாகிய நீவிரே, துரிதமாய் அடையும் வழிக்குடையவர். ஆர்ப்பரிக்கும் காற்றே உமது உணவு.

இளவரசி அதே'வின் இரண்டாவது பிரார்த்தனை அவளின் கசார் முகம் பற்றி விளக்கமளிப்பது போலுள்ளது:

என் தாயின் வாழ்வினை மனனம் செய்திருக்கிறேன், நாடகத்தில் உள்ளது போலும், ஒவ்வொரு நாளும் காலையில் கண்ணாடியின் முன் ஒருமணிநேரம் நடித்துப் பார்க்கிறேன். இது நாள்கள் கடந்து வருடங்களாகத் தொடர்கிறது. என் தாயின் உடையை அணிந்து, அவள் கைவிசிறியை வைத்துக் கொண்டு, என் தலைமுடியும் அவள் போலவே அலங்கரிக்கப்பட்டு கம்பளித் தொப்பியின் வடிவிலுள்ளது. மற்றவர் முன்

அவள் போலவே நன்கு நடிக்கிறேன், என் காதலனோடு படுக்கையிலும் அவ்வாறே. விருப்பமேறிய கணங்களில் என்னிருப்பு இல்லாமலாகிறது, நான் நானல்ல, அவளே. மிகத்தேர்ந்து அவள்போல் நடிப்பதால் என் விருப்பம் மறைந்து அவளுடையதே எஞ்சுகிறது. வேறுவார்த்தைகளில் சொன்னால், அவள் ஏற்கெனவே என் அனைத்து அன்பின் தீண்டல்களையும் களவாடிக்கொண்டாள், இருப்பினும் நான் அவள்மேல் பொறாமை கொள்ளவில்லை, ஏனெனில் அவளும் முன்பு அவளின் தாயால் களவாடப்பட்டவள் என்றெனக்குத் தெரியும். இப்போது யாரேனும் ஏன் இவ்வளவு நடிக்கிறாய் என்றால் நான் சொல்வேன்: நான் என்னை மீண்டும் புதிதாகப் பிரசவிக்க முயல்கிறேன், ஆனால் இன்னும் சிறப்பான முறையில்...

இளவரசி அதே' இறப்பினால் தீண்டப்படவேயில்லை என்று கூறப்படுகிறது. இருப்பினும் அவள் இறப்பிற்கான சான்று சிறுதுளைகளிடப்பட்ட குறுவாளொன்றில் பொறிக்கப்பட்டுள்ளது. புறக்கணிக்கப்பட்ட மற்றும் குறிப்பிடும்படி நம்பிக்கைக்கு உகந்ததல்லாத இக்கதை தாவுப்மன்னுஸ்சால் குறிப்பிடப்பட்டுள்ளது, இருப்பினும் இளவரசி அதே' எப்படி இறந்தாள் என்றல்லாமல், அவளால் இறப்பைச் சந்திப்பதென்பது எவ்வாறு சாத்தியப்பட்டிருக்கக் கூடும் என்ற வகையிலுள்ளது. திராட்சைமது எவ்வாறு கூந்தலை நரைக்கச் செய்வதில்லையோ அதுபோல இக்கதை யாரையும் கெடுவிக்காது. அது சொல்வது:

விரைவான மற்றும் மந்தமான கண்ணாடி

ஓர் வசந்தகாலத்தில் இளவரசி அதே' சொன்னது: "என் ஆடைகளைப்போலவே என் சிந்தனைகளுக்கும் ஏதுகொள்ளப் பழகியிருக்கிறேன். அவை எப்போதும் ஒரே இடுப்பளவைக் கொண்டிருக்கின்றன, அவற்றை எங்கும் காணமுடிகிறது, குறுக்குச்சாலைகளிலும்கூட. அதில் மோசமான விஷயம் என்னவென்றால் அவை குறுக்குச்சாலைகளை இனி நான் காணமுடியாதவாறு செய்துவிட்டன."

ஒருநாள், இளவரசியை ஆச்சரியப்படுத்தும் விதமாக அவளின் பணியாட்கள் இரு கண்ணாடிகளைக் கொண்டுவந்தனர். அவை பார்வைக்கு கசார்களின் மற்ற கண்ணாடிகளைப் போலவே இருந்தன. இரண்டுமே மிளிரும் உப்பினாலானவை, ஆனால் ஒன்று விரைவானது மற்றொன்று மெதுவானது. விரைவான

கண்ணாடி எதிர்காலத்திலிருந்து முன்தொகைபோலப் பெற்று இவ்வுலகத்தில் எதையெல்லாம் பிரதிபலித்ததோ, மெதுவான கண்ணாடி முன்னதன் கடனைத் திருப்பியளிப்பது போல அதைப் பிரதிபலித்தது, ஏனெனில் நிகழ்காலத்தோடு ஒப்பிடுகையில் அது மெதுவானது மற்றொன்று வேகமானது. அக்கண்ணாடிகளை இளவரசியிடம் கொண்டுவந்தபோது, அவள் இன்னமும் படுக்கையில்தான் இருந்தாள், அவளது இமைகளின் மீது எழுதப்பட்டிருந்த கசார் எழுத்துகள் இன்னமும் அழிக்கப்படவில்லை. கண்களை மூடியபடி தன்னுருவத்தை அக்கண்ணாடிகளில் பார்த்த மாத்திரத்தில் இறந்துபோனாள். இரண்டு கண்ணிமைப்புகளுக்கிடையில் அவள் காணாமல் போனாள் அல்லது தெளிவாகச் கூறவேண்டுமெனில் முதல்முறையாக அவள் தன் இமைகள் மீது எழுதப்பட்டிருந்த கொல்லும் எழுத்துகளைப் படித்தாள், ஏனெனில் அந்தக் கணத்திற்கு முன்னும் பின்னும் அவள் இமைத்தாள், அக்கண்ணாடிகள் அதைப் பிரதிபலித்தன. எனவே ஒரேநேரத்தில், கடந்தகால மற்றும் எதிர்கால எழுத்துகளால் இறந்தாள், கொல்லப்பட்டாள்.

அவெர்கி ஸ்கீலா,

(17-ஆம் நூற்றாண்டு மற்றும் 18ஆம் நூற்றாண்டின் தொடக்கம்) - எகிப்தியக் கோப்துக்களின் வம்சாவளியில் வந்தவர், வாள்வீச்சுப் பயிற்றுநர், 17-ஆம் நூற்றாண்டின் இறுதியில் கான்ஸ்டான்டிநோபிளின் புகழ்பெற்ற கொடுவாள்வீச்சு நிபுணர்களில் ஒருவராக அறியப்பட்டவர். கான்ஸ்டான்டிநோபிளின் தூதரான அவ்ரம் ப்ராங்கோவிச்[†] ஸ்கீலாவைத் தனது பணியாளாக வைத்திருந்தார். தன்னுடைய வாள்வீச்சினை தனது முதலாளியுடன் முழுமையான இருட்டில் நீளமான தோல்வாரினால் பிணைக்கப்பட்ட நிலையில் பயிற்சிசெய்வார். காயங்களை ஆற்றிக்கொள்வது எப்படியென்று அவருக்குத் தெரியும், தன்னுடன் எப்போதும் சீனதேசத்து வெள்ளி ஊசிகளையும் அவரது தலையின் வெளிவரையை சிவப்புப் புள்ளிகளால் குறிக்கும், முகத்திற்குள் பச்சைநிறப் புள்ளிகளாலான கோடுகளைக் கொண்ட கண்ணாடியொன்றை வைத்திருப்பார். காயம்பட்டாலோ அல்லது வலியிலிருக்கும்போதோ ஸ்கீலா அக்கண்ணாடியின் முன்நின்று தன் முகத்தில் பச்சைப்புள்ளிகள் தோன்றுமிடத்தில் ஊசிகளால் குத்திக்கொள்வார். அவரது

வலி மறைந்துவிடும், காயங்கள் ஆறிவிடும், என்றாலும் அவரது தோலில் விநோதமான சீன எழுத்துகள் மட்டும் தங்கியிருக்கும். அக்கண்ணாடி அவரைத்தவிர வேறெவரையும் குணப்படுத்தியதில்லை. அவரைச்சுற்றிலும் மகிழ்வூட்டுகின்ற மனிதர்கள் இருப்பதை எப்போதும் விரும்புவார், எங்கு அவர் புகைத்து மற்றும் மது அருந்திக்கொண்டிருப்பினும் அவரைச் சிரிக்க வைப்பதன் பொருட்டு அவர்களுக்கு நிறையப் பொருள் கொடுப்பார். ஆனால் ஒவ்வொரு நகைச்சுவையின் விலையையும் வெவ்வேறாக நிர்ணயிப்பார். ஒரேயொரு விஷயத்தின் பொருட்டு - அவர் நம்பியது - மனிதன் நகைப்பானாயேனால் அந்நகைப்பு சாதாரணமானது. மிகமலிவான விலையுள்ள வகையைச் சேர்ந்தது. ஒரேநேரத்தில் இரண்டு அல்லது மூன்று விஷயங்களுக்கு மனிதனை நகைக்கவைப்பது எதுவோ அதுவே விலையுயர்ந்தது. ஆனால் மற்ற அரிதான பொருள்களைப் போலவே அப்படியான நகைச்சுவையும் அரிதானது.

அவெர்கி ஸ்கீலா மிகுந்த சிரத்தையோடு பலபத்தாண்டுகள் செலவழித்து சிறந்த கொடுவாள் வீச்சுகளை போர்க்களங்களிலிருந்து, ஆசியாமைனரின் புறக்காவல் அரண்களிலிருந்து சேகரித்தார்; அவற்றை ஆராய்ந்து, உயிருள்ள தசைகளில் சோதித்து, பின் இறுதியாக இப்புராதனக் கலையின் பல்வேறு வீச்சுகளை விளக்கும் மாதிரி ஓவியங்கள் மற்றும் வரைபடங்கள் நிறைந்த ஒரு புத்தகத்தில் சேர்த்து குறித்துக்கொள்வார். அவரால் தனது கொடுவாளின் மூலம் நீரிலுள்ள மீனைக்கொல்ல முடியும், அல்லது இரவில் நிலத்தைத் துளைத்து ஊன்றப்பட்ட வாளில் ஒரு விளக்கைத் தொங்கவிட்டு, எதிரி அதன் வெளிச்சத்தைப் பார்த்துக் கொண்டிருக்கையில் இருளிலிருந்து கத்தியால் அவனைத் தாக்கமுடியும். இவ்வசைவுகளை அவர் வெவ்வேறு ராசிமண்டலங்களால் குறித்தார், மேலும் இந்நட்சத்திர மண்டலங்களின் ஒவ்வொரு நட்சத்திரமும் ஒரு மரணத்தைப் பிரதிநிதித்தது. 1689-ஆம் வருடத்தில் ஸ்கீலா கும்பம், தனுசு மற்றும் ரிஷப ராசிகளில் தேர்ச்சிபெற்று முடித்து மேஷ ராசியின் நட்சத்திர மண்டலங்களில் இருந்தார் என்றும் தெரியவருகிறது. அவருக்குத் தேவைப்பட்டதெல்லாம் இந்தக் கடைசி வீச்சின் நடைமுறை உறுதிப்படுத்துதல் மட்டுமே, பிறகு இந்நட்சத்திரத் தொகுதியும் அவர் வசமாகிவிடும். அவ்வீச்சு பாம்பை ஒத்த,

அவெர்கி ஸ்கீலா

மோசமான, வளைந்து-வாய்பிளந்த வெட்டொன்றினை ஏற்படுத்தும்; வாயைப்போலவே, விடுதலையாக்கப்பட்ட ரத்தம் காயத்திலிருந்து அழுவதுபோன்ற ஒலிகளை உண்டாக்கும். 1689-இல் வாலாசியாவில் எங்கோவுள்ள ஆஸ்திரிய-துருக்கியப் போர்க்களமொன்றில் அவரே குறிப்பிட்டுள்ளபடி, இந்தக் கடைசி வீச்சைச் சோதித்துப் பார்த்தபின், அதைத் தொடர்ந்து வெனிஸ்சுக்குத் திரும்பினார், அங்கே 1702-இல் இந்த வாள் மற்றும் கொடுவாள் வீச்சு நிபுணரின் அனுபவங்கள் ஒரு புத்தகமாக மிகநேர்த்தியான கொடுவாள் முத்திரைகள் என்ற பெயரில் வெளியிடப்பட்டது. அப்புத்தகத்தின் பக்கங்களில் வாள்வீச்சின் ஓவியங்கள், அவெர்கி ஸ்கீலா நட்சத்திரங்களுக்கு நடுவே அல்லது இன்னமும் சரியாகக் கூறினால் அவரது கொடுவாள் வீச்சினால் உருவான கூண்டு அல்லது வலைக்குள் நின்று கொண்டிருப்பது போன்ற ஓவியங்கள் இடம்பெற்றிருந்தன. விபரமறியாத ஒருவர்க்கு அவர் தன்னைச்சுற்றியுள்ள காற்றினில் சீழ்க்கையொலியுடன் வாள்முனையின் கூர்மையால் வரைந்து உருவாக்கிய ஒளியூடுருவும் அழகிய கூடாரத்தினுள் இருப்பதுபோல் தோன்றும். ஆனால் இந்தக் கூண்டு ஆடம்பரமான தோற்றத்தோடு எடையற்று காற்றைப்போல, பெரும் திருப்பங்களோடு, மிதக்கும் மாடங்கள், பாலங்கள், வளைவுகள், மற்றும் ஒவ்வொரு மூலையிலும் மெல்லிய தூண்கள் கொண்டிருக்கும், ஒரு வண்டின் பறத்தலினால் காற்றில் உருவான, திடீரென தெளிவாகத் தெரியும் முடிவற்ற கோடுகளால் அவெர்கி ஸ்கீலா சூழப்பட்டிருப்பது போல. அவெர்கி ஸ்கீலாவின் முகம் அந்த முழுமைபெற்ற அசைவுகளுக்கு அல்லது சிறைக்கம்பிகளுக்குப் பின்னால் அமைதியாக இருக்கும், ஆனால் அவ்வுருவம் எப்போதும் இரட்டை உதடுகளுடன் இருக்கும், யாரோ இன்னொருவர் அவர் உள்ளிருந்து அவருக்குப் பதிலாகப் பேசவிரும்புவது போலிருக்கும். ஒவ்வொரு காயமும் தன்னிச்சையாகத் துடிக்கும் புதிய இதயம் என்பார்; காயங்கள் மீது தன்னுடைய கொடுவாளினால் சிலுவைக்குறியிடுவார்; அவருக்கு ரோமங்களடர்ந்த நாசி, இதன்மூலம் மக்கள் அவரை அடையாளம் கண்டு தவிர்ப்பதுண்டு.

அவெர்கி ஸ்கீலாவைப் பற்றிய சுவாரசியமான குறிப்பொன்றை இசைக்கலைஞரும் கனவை வாசிப்பவருமான யூசுஃப் மசூதி[C] விட்டுச்சென்றுள்ளார். அவரும் அவெர்கி ஸ்கீலாவும் முன்கூறிய

கான்ஸ்டான்டிநோபிள் உயர்சபையின் தூதரிடம் பணியாளாக இருந்தனர், அவர் மனிதர்களின் கனவுகளுக்குள் அலையும் மாயவுருக்களைத் தேடிக்கொண்டிருந்தார். இரண்டு மனிதர்கள் ஒருவரையொருவர் கனவில் காணும்போது, ஒருவரின் கனவே மற்றவரின் யதார்த்தமாகும் நிலையில் எப்போதும் கனவின் சிறுபகுதி எஞ்சும் என்று குறிப்பிடுவார். இவை "கனவின் குழந்தைகள்". மேலும் கனவென்பது கனவு காண்பவரின் யதார்த்தத்தைக் காட்டிலும் குறுகியது என்றாலும் கனவென்பது எந்த யதார்த்தத்தைக் காட்டிலும் ஒப்பிடமுடியாத அளவுக்கு ஆழமானது என்பதாலேயே எப்போதும் சிறிது கசடு தங்குகிறது, கனவில் காணப்படுபவரின் யதார்த்தத்திற்குள் முழுவதுமாகப் பொருந்திக்கொள்ள முடியாத "உபரிப் பொருள்", ஆனால் மாறாக, அங்கிருந்து கசிந்து மூன்றாம் நபர் ஒருவரின் யதார்த்தத்திற்குள் பொருந்திக்கொள்ளக் கூடியது, இதன்விளைவாக அம்மூன்றாம் நபர் குறிப்பிடத்தகுந்த சிரமங்களை, மாற்றங்களை அனுபவிக்க வேண்டிவரும். ஒரு விதிமுறைபோல, இம்மூன்றாம் நபர் முதல் இருவரைக் காட்டிலும் சிக்கலான சூழ்நிலையில் இருக்கிறார்; அவரது சுயவிருப்பம் என்பது நனவிலியினால் மற்ற இருவரைக்காட்டிலும் இருமடங்கு கட்டுப்படுத்தப்படுகிறது, ஏனெனில் ஒரு கனவிலிருந்து மற்ற கனவுக்குப் பாயும் ஆற்றல் மற்றும் பருப்பொருளின் உபரியானது மூன்றாம் நபரின் ஆன்மீக வாழ்வுக்குள் மாறிமாறிப் பாய்கிறது, எனவே இம்மூன்றாம் நபர் ஒருவகையில் இருபாலுயிரியைப்போல ஒருகணம் ஒரு கனவுகாண்பவரின் பக்கம் சாய்கிறான் என்றால் மறுகணம் மற்றொரு கனவுகாண்பவரின் பக்கம்.

அவெர்கி ஸ்கீலா இப்படியானதொரு விருப்பத் தடையினால் சிரமப்பட்டு வந்தார் என்பது மசூதியின் உறுதியான கூற்று, மேலும் அது மற்ற இருவரோடு ஒப்பிடும் அளவுக்கே இருந்தது, அவர்களது பெயரையும் மசூதி குறிப்பிட்டுள்ளார். அது, அவெர்கியின் முதலாளியும் பிரபுவுமான அவ்ரம் ப்ராங்கோவிச் மற்றும் கோஹென்✡ எனும் பெயர்கொண்ட ஒரு மனிதன், அவன் யாரென்று கூட அவெர்கி ஸ்கீலாவுக்குத் தெரியாது. எது எப்படியோ, ஆழ்ந்த தொனி மற்றும் தடிப்பான கம்பிகளுடைய இசைக்கருவிபோல ஸ்கீலா இருந்தாலும் அவரால் இன்னிசையின் ஆதாரக் கட்டமைப்பை மட்டுமே உருவாக்க இயலும், தன்னுடைய வாழ்விலிருந்து உருவாகும்

அடிப்படையான, பண்படாத ஒலிகள். மற்றவை அனைத்தும் அவரிடமிருந்து நழுவிச்சென்றன, அவை மற்றவர்களுக்காக மற்றவர்களால் வடிவமைக்கப்பட்டவை. அவருடைய பெரும் முயற்சிகள் ஆகச்சிறந்த சாதனைகளும் கூட மற்றவர்கள் வலியின்றி தங்களுக்கு அமைந்த சாத்தியமான எல்லைக்குள் அடைந்த உயரத்தைவிடக் கூடுதலான உயரத்திற்கு அவரை எடுத்துச் செல்லவில்லை.

மசூதியின் கருத்துப்படி அமைந்த சம்பவக் கோர்வைகளில் அவெர்கி ஸ்கீலா கொடுவாள் வீச்சுகளைச் சேகரிக்கத் தொடங்கியது அவரது தொழில்முறை சார்ந்ததோ அல்லது ராணுவப் பயன்பாட்டிற்கோ, அக்கலையைக் கற்றுத்தேர்வதில் முன்னேறுவதற்கோ அல்ல, மாறாக அவர் புழங்கிக் கொண்டிருந்த தீய சூழலில் கொடூரர்கள் அவரது கொடுவாளின் வீச்சு எல்லைக்குள் வருகையில் அவரைக் காக்கக்கூடிய வீச்சினை வெறிகொண்டு தேடிக் கொண்டிருந்ததன் பகுதிதான் அது. தனது இறுதி வருடங்களில் இக்கட்டான சூழ்நிலையிலிருந்து தன்னை விடுவிக்கக் கூடியது குறிப்பிட்டதொரு கொடுவாள் வீச்சு மட்டுமேயென காரணங்களற்று ஆழ்ந்த நம்பிக்கை கொண்டிருந்தார், அது மேஷராசியில் அமைந்த வீச்சு எனக் கூறிக்கொள்வார். சில தருணங்களில் உறக்கத்திலிருந்து அவர் விழிக்கும்போது அவரது கண்கள் காய்ந்த நிலையிலுள்ள கண்ணீரால் நிறைந்திருக்கும்; ஆனால் அதைத் தேய்க்கும்போது அது அவரது விரல்களுக்குக் கீழே கண்ணாடித் துண்டுகள் போல் அல்லது மணற்துகள்கள் போலப் பொடியும், இத்துகள்களின் மூலம் கோப்துவால் அது தன்னுடையதன்றி வேறொருவருடையது என்று கூற இயலும்.

அது அவ்வாறே கூட இருக்கலாம், அவெர்கியின் புத்தகமான, மிகநேர்த்தியான கொடுவாள் முத்திரைகள் புத்தகத்தின் வெனீஷியப் பதிப்பின் இறுதிச் சித்திரம் அவெர்கி ஸ்கீலா துண்டுபட்ட கோடுகளாலான கூண்டுக்குள் இருப்பதாகக் காட்டும்; ஆனால் மேஷ ராசியின் குறுக்குமறுக்கான வீச்சுகளின் கூண்டு அல்லது வலைக்குள்ளிருந்து வெளியேறும்படியான ஒருபாதை இருப்பதை அது குறித்தது. அவரது புத்தகத்தின் இக்கடைசிச் சித்திரம் தன்னுடைய போர்த்திறமுடைய வளைந்த வீச்சுகளின் கூண்டிலிருந்து ஒரு கதவு வழியாக விடுதலை நோக்கி அவர் வெளியேறுவது போல அமைந்திருக்கும், ஒரு

வெட்டுக்காயத்தின் வழியே வெளியேறுவதைப் போல அவர் அவ்வழியே வெளியேறுவார், தன்னுடைய நட்சத்திரமண்டலச் சிறையிலிருந்து பிறந்து புதிய வாழ்வோடு உலகினுக்குள் வருவது போல. அவரது மௌனமான வெளியுதடுகளுக்கு உள்ளேயிருக்கும் உதடுகள் மகிழ்ச்சியில் சிரித்திருக்கும்.

அவ்ரம் ப்ராங்கோவிச், *(1651-1689)* - இப்புத்தகத்தின் ஆசிரியர்களில் ஒருவர். எடீர்னேவிலும் கான்ஸ்டான்டிநோபிளின் அரச சபையிலும் பணியமர்த்தப்பட்ட கல்வியாளர், ஆஸ்திரிய - துருக்கியப் போரின்போது ராணுவத் தளபதியாக இருந்தவர், பல்கலை வல்லுநர் மற்றும் கல்விமான். ப்ராங்கோவிச்சின் கொடையாளர் சித்திரம் குபினிக்கில் அவரது குடும்பத்திற்குச் சொந்தமான பண்ணையில் அமைந்துள்ள புனித பராஸ்கேவா தேவாலயத்தின் சுவர்களில் தீட்டப்பட்டுள்ளது. அந்த ஓவியத்தில், கட்டி முடிக்கப்பட்ட புனித பெட்காவின் தேவாலயத்தினைத் தம் ரத்தவுறவுகளுடன் சேர்ந்து அவர் தன் மூதம்மையும் வல்லாட்சி செய்த புனிதரும் தெய்வத்தாயுமான ஏஞ்சலினாவிடம் வாள்மூலம் ஒப்படைப்பதாக தீட்டப்பட்டுள்ளது.

ஆதாரங்கள்: அவ்ரம் ப்ராங்கோவிச் குறித்த தகவல்கள் ஆஸ்திரிய உளவுத்துறையின் அறிக்கைகளில் விரவிக்கிடக்கின்றன, குறிப்பாக இளவரசர் பாதென்ஸ்கி மற்றும் படைத்தலைவர் வெட்டெரெனிக்காக ப்ராங்கோவிச்சின் படியெடுக்கும் பணியாளர்களிருவரில் ஒருவரான நிகான் செவாஸ்ட்† என்பவரால் தொகுக்கப்பட்ட குறிப்புகளில் கிடைக்கிறது. ப்ராங்கோவிச்சின் உறவினரான கௌன்ட் ஜார்ஜ் ப்ராங்கோவிச் (1645–1711) என்பவர் எழுதிய வாலாசியன் வரலாறு மற்றும் விரிவான செர்பிய வரலாற்றில் அவ்ரம் ப்ராங்கோவிச்சுக்குத் தனிக்கவனம் அளித்திருந்தார், அக்குறிப்பிட்ட பகுதிகள், துரதிர்ஷ்டவசமாகத் தொலைந்துவிட்டன. ப்ராங்கோவிச்சின் இறுதிநாள்கள் அவரது பணியாளும் வாள்வீச்சில் வல்லவருமான அவெர்கி ஸ்கீலா† என்பவரால் விவரிக்கப்பட்டுள்ளது. ப்ராங்கோவிச்சின் வாழ்க்கை மற்றும் பணிகள் குறித்த காலவரிசைப்படுத்தப்பட்ட சிறப்பான தொகுப்பிற்கு, ப்ராங்கோவிச்சின் மற்றுமொரு படியெடுப்பாளரான தெயோஸ்டிஸ் *நிகோல்ஸ்கி*^A^ போலந்தைச் சேர்ந்த பெக் அமைப்பின் பேராயருக்கு எழுத்துபூர்வமாக அளித்த வாக்குமூலமும் தீர்க்கதரிசியும் புனிதருமான இலியாஸ்சின் அற்புதங்களைக் குறிக்கும் உருவச்சிலை ஓவியங்களும் உதவும், ஏனெனில், புனிதரான அவரது வாழ்க்கையின் நிகழ்வுகள் ஒவ்வொன்றையும் ப்ராங்கோவிச் தன் வாழ்வோடு

தொடர்புபடுத்தி அனைத்தையும் அவ்வோவியங்களின் பின்புறம் பதிவுசெய்து வைத்துள்ளார்.

''அவ்ரம் ப்ராங்கோவிச், செர்பியப் பேரரசு துருக்கியர்களின் ஆளுகைக்குள் வீழ்ந்தபிறகு தெற்கிலிருந்து தன்யூப் நதிக்கரைக்குக் குடியேறியவர்களின் வழித்தோன்றல்,'' என்று நிகான் செவாஸ்ட் வியன்னிய சபைக்கு அளித்த தன் ரகசிய அறிக்கையில் குறிப்பிட்டுள்ளார். ''16 ஆம் நூற்றாண்டில், அவரது குடும்பத்தினர் துருக்கியர்களின் பிடிக்குள் வந்துவிட்ட பகுதிகளைக் கைவிட்டு வெளியேறி லிபோவா மற்றும் யெனோபோல்ஜே மாகாணத்திற்குக் குடியேறினர். அன்றிலிருந்து ட்ஸின்ட்ஸாரைச் சேர்ந்த எர்தேய் கனவான்கள், பொய்யுரைக்கும்போது வாலாசியன் மொழியையும், மௌனத்தின்போது கிரேக்கத்தையும், துதிப்பாடல்களுக்கு ருஷியத்தையும், திறனோடிருக்கையில் துருக்கிய மொழியிலும், மற்றவர்களைக் கொல்லும் நோக்கத்தின்போது மட்டும் தாய்மொழியான செர்பியமொழியைப் பயன்படுத்துவார்கள் என்றும் கூறப்படுகிறது. அவர்கள் ட்ரெபின்யே பகுதியைச்சேர்ந்த, மேற்கு ஹெர்ஸெகோவினாலில் கோர்ஞே காவல்பகுதிக்குட்பட்ட லாஸ்ட்வாவுக்கு அருகிலுள்ள கோரெனிஸி என்ற நகரத்திலிருந்து வந்தவர்களாதலால் தங்களுடைய இரண்டாவது குடும்பப்பெயரை கோரெனிஸி என்று வைத்துக்கொண்டனர். எர்தேய்க்கு வந்ததிலிருந்து ப்ராங்கோவிச்சுகள் மதிப்புக்குரிய நிலையில் இருந்துள்ளனர், கிட்டத்தட்ட இருநூறு வருடங்களாக வாலாசியனில் உள்ள சிறந்த ஒயின் அவர்கள் தயாரிப்புதான்; 'அவர்கள் கண்ணீரின் மூலம்கூட உங்களைப் போதையாக்கி விடுவார்கள்' என்ற பழமொழியும் அதனால் உருவானதே. இரண்டு நூற்றாண்டுகளாக இரு தேச எல்லைகளுக்கிடையில் - ஹங்கேரி மற்றும் துருக்கி - நடந்த ராணுவப்போரில் தங்களைத் தனித்து அடையாளப்படுத்திக் கொண்ட ப்ராங்கோவிச் குடும்பத்தினர், புதிய எல்லையாய் அமைந்த முரேசுல் நதியின் போக்கிலுள்ள யெனோபோல்ஜே, லிபோவா, மற்றும் பங்கோட்டா ஆகிய பகுதிகளில் பல்வேறுபட்ட பதவிகளிலும் தம்மை அமைத்துக்கொண்டனர். மோசஸ் ப்ராங்கோவிச், ஆயர் மாத்யூவாகி யெனொபால்ஜே நகரில் தலைமை மதகுருவாக இருந்தார், தன்யூப் நதியில் அவர் எறிந்த வாதுமைக் கொட்டைகளே எப்போதும் முதலில் கருங்கடலை

அடைவனவாக இருந்தன. அவருடைய மகனும் ஜார்ஜ் ப்ராங்கோவிச்சின் மாமாவும் ஆன, சாலமன் (யெனபால்ஜேவின் மதகுருவானபோது முதலாம் சவா என்றழைக்கப்பட்டவர்), யெனோவா மற்றும் லிபோவா மத எல்லைகளைத் தன் குதிரை மீதிருந்து இறங்காமலே நிர்வகித்து, லிபோவா துருக்கியர்களிடம் 1607இல் அகப்படும்வரை சேணத்தின் மீதிருந்து அதன் பலனை தனித்துப்பருகியவர். ப்ராங்கோவிச்சுகள் தங்களை செர்பிய வல்லாட்சியாளர்களின் வழித்தோன்றல் என்று கூறிக்கொள்வர், என்றாலும் அவர்களுடைய கொடிவழிச் சொத்துகளை உறுதிப்படுத்துவது கடினமாகவே உள்ளது. கவாலா மற்றும் ஸீமனில் உள்ள ட்ஸின்ட்ஸார்களின் கனவில் உருவான பலன்கள் அனைத்தும் பறிக்கப்பட்டு ப்ராங்கோவிச்சுகளின் பைகளில் போய்ச்சேர்ந்தன என்ற வழக்கும் உள்ளது. அவர்களுடைய அணிகலன்கள் விரியன் போலக் குளிர்ந்தவை, அவர்தம் நிலங்களுக்கு மேல் பறவைகள் கூடப் பறக்கமுடியாது, மேலும் நாட்டுப்புறப் பாடல்கள் ஏற்கெனவே அவர்களை ஆட்சி புரியும் குடும்பத்தாரோடு குழப்பிக் கொண்டுவிட்டன. வாலாசியா மற்றும் கிரீஸ்சின் அதோஸ் மலைகளிலுள்ள மடாலயங்களுக்கு ப்ராங்கோவிச்சுகளே புரவலர்கள்; குபினிக்கிலுள்ள அல்பா ரியலே அல்லது ட்யூயஸ் என்றழைக்கப்படும் இடத்திலுள்ளதுபோல, கோட்டைகளையும் தேவாலயங்களையும் நிர்மாணித்தது அவர்கள்தாம். இளவரசர் சிக்மண்ட் ரகோக்ஸி, ப்ராங்கோவிச் இனப்பெண்களுக்கு குடியிருப்புகளையும் விளைச்சலற்ற நிலங்களையும் பெருமைக்குகந்த பட்டங்களையும் அளித்தார், அவ்வினப் பெண்களின் வழியாக ப்ராங்கோவிச்சுகள் எர்தேயின் செகல்களுக்கு உறவினர்களானார்கள், எனவே அவர்களுடைய ஒருபகுதிச் சொத்து செகல்களிடமிருந்து வரதட்சிணையாகப் பெறப்பட்டது. ப்ராங்கோவிச்சுகளின் கொடிவழியினர் அவர்தம் தாடியின் நிறத்தைக்கொண்டு வகைப்படுத்தப்பட்டனர் என்பதைக் குறிப்பிடுவதும் முக்கியம். சிவப்புநிறத் தாடியுடைய வாரிசுகள் (பெண்கள் வழியாக வந்தது, ஏனெனில் ப்ரங்கோவிச்சுகள் சிவப்புநிறக் கூந்தலுடைய பெண்களையே மனைவியாகத் தேர்ந்தெடுத்தனர்) தங்கள் முக்கியத்துவத்தை கருப்புநிறத் தாடியுடைய வாரிசுகளுக்கு விட்டுக்கொடுத்தனர், அது ஆண்கள் வழி வந்தது. ப்ராங்கோவிச்சுகளின் தற்போதைய சொத்து மதிப்பு இருபத்தி ஏழாயிரம் ஃபோரின்ட்டுகளுக்கு

அருகிலாக மதிப்பிடப்படுகிறது, அவற்றிலிருந்து பெறப்படும் வருடாந்திர வருமானம் ஆயிரத்து ஐந்நூறுக்கும் அதிகமாக கணக்கிடப்பட்டுள்ளது. ப்ராங்கோவிச்சுகளின் குலமரபென்பது நம்பிக்கையானதாக இல்லாமலிருக்கலாம், ஆனால் அவர்களுடைய செல்வமானது சந்தேகமற்றதும் அவர்கள் பயணிக்கும் நிலத்தைப் போன்று உறுதியானதுமாகும், இருநூறு வருடங்களாக இதுவரை அவர்களது கருவூலத்திலிருந்து ஒரு செப்புக்காசு கூடத் தப்பித்ததில்லை.

“அவ்ரம் ப்ராங்கோவிச் கான்ஸ்டான்டிநோபிளுக்கு வரும்போது, குதிகால் உயர்ந்த நிலையில் ஊனத்துடன் வந்தார், அவர் ஊனமானதைப்பற்றிய கதையொன்றும் கூறப்பட்டது. அவ்ரம் ப்ராங்கோவிச் ஏழுவயதுச் சிறுவனாக இருந்தபோது - என்று அக்கதை தொடங்கியது -அவர் தந்தையின் சொத்துகள் இருந்த இடத்தைத் துருக்கியர்கள் கடந்தபோது, சிறு படையொன்று இச்சிறுவனின் பாதுகாப்பிற்காகத் தொடர்ந்து வந்ததைக் கவனித்தார்கள். துருக்கியர்களைக் கண்டதும் அப்படையினர், அவ்ரமையும் வயதான மனிதர் ஒருவரையும் தனியேவிட்டுப் பறந்தோடினர். அம்முதியவர் வெகுதிறமையாக குதிரைமீது அமர்ந்திருந்தவர்களின் தாக்குதலை தன் நீண்ட கழியினால், துருக்கியர்களின் தலைவன் தன் பற்களுக்கிடையே கோரைப்புல் தண்டுக்குள் ஒளித்துவைத்திருந்த அம்பை வேகமாகப் பிரயோகிக்கும்வரை எதிர்கொண்டார். முதியவர் காயமுற்று வீழ்ந்ததும், அவ்ரம் தன் கையிலிருந்த கழியை பலங்கொண்ட மட்டும் சுழற்றி துருக்கியர்களின் கால்களைத் தாக்கினான். இருப்பினும், நம்பிக்கையின்மையோடும் வெறுப்போடும் வெளிப்பட்ட அவன் தாக்குதல் போதுமானதாக இல்லை. துருக்கியர்கள் அவனைப் பார்த்துச் சிரித்துவிட்டு, கிராமத்தை எரித்துவிடும்படி ஆணை பிறப்பித்து அங்கிருந்து அகன்றனர். வருடங்கள் ஆமை போல் நகர்ந்தன, அவ்ரம் ப்ராங்கோவிச் வளர்ந்தான், ஏனெனில் வெவ்வேறு போர்களில் போரிட வேண்டியிருந்ததால் இந்தச் சம்பவம் மறக்கப்பட்டது, இப்போது ப்ராங்கோவிச் தனக்கென ஒரு படை வைத்திருக்கிறார், கொடியைத் தன் சட்டைக் கைப்பகுதியிலும், விஷம் தோய்த்த அம்புள்ள தண்டினைத் தன் வாயிலும் வைத்திருக்கிறார். ஒருமுறை வழியில் அவர்களது எதிரியான ஒற்றன் ஒருவனை

தன் மகனோடு இருந்தபோது சந்திக்க நேர்ந்தது, சிறுவன் தான், கையில் ஒரு தடியை வைத்துக்கொண்டு அப்பாவியாகத் தோற்றமளித்தான். படைவீரர்களில் ஒருவன் அவ்வயதான ஒற்றனை அடையாளம் கண்டுகொண்டு, தன் குதிரையை அவனை நோக்கிச் செலுத்தி, அவனைக் கட்டிப்போட முயன்றான். ஆனால் அக்கிழவன் தடியோடு தன்னைப் பாதுகாக்கப் போராடிய விதத்தைப் பார்த்ததும் எல்லோருக்கும் அதனுள் ஏதோ ரகசியச் செய்தி இருக்கிறது என்று தோன்றியது. பிறகு ப்ராங்கோவிச் விஷம் தோய்த்த ஓர் அம்பைப் பிரயோகித்து அவ்வயோதிகனைக் கொன்ற அதே நேரத்தில் அச்சிறுவன் தன் கைத்தடியால் அவரைத் தாக்கினான். அவனுக்கு ஏழு வயதுதான், இருந்தாலும் உண்மையைக் கூறவேண்டும், அச்சிறுவனின் அத்தனை வெறுப்பு மற்றும் அன்பின் வேகத்தால்கூட ப்ராங்கோவிச்சை அவனால் காயப்படுத்தியிருக்க முடியாது. அனைத்தும் ஒன்று போலவே நடந்தன, ப்ராங்கோவிச் சிரித்தார் பிறகு வெட்டுப்பட்டு இறந்தது போலக் கீழே விழுந்தார்.

"அந்தஅடி அவரது ஒருகாலை முடமாக்கியது, எனவே ராணுவத்தை விட்டு விலகியதும் அவரது உறவினரான கௌன்ட் ஜார்ஜ் ப்ராங்கோவிச்சால் எடிர்னே, வார்சா மற்றும் வியன்னாவின் தூதர்களுக்கான பாதுகாப்புப்படையில் சேர்த்துக் கொள்ளப்பட்டார். இங்கு, கான்ஸ்டான்டிநோபிளில் அவர் ஆங்கிலேயருக்கான தூதரிடம் வேலை செய்கிறார், யோரோஸ் கலேஷி மற்றும் கரதாஷ் கோட்டைகளுக்கு நடுவிலமைந்த பாஸ்போரஸ்சின் விசாலமான கோட்டையில் அவருக்கென்று ஒரு குடியிருப்புப் பகுதி, கோட்டையின் முதல் தளத்தில் ப்ராங்கோவிச் தன் மூதம்மையும் கிழக்கு தேவாலயத்தினால் புனிதர் என்று அறிவிக்கப்பட்டவருமான ஏஞ்சலீனாவிற்கு சமர்ப்பிக்கும் விதமாய் மிகச்சரியாக ஒரு பாதி தேவாலயத்தினைக் கட்டியமைத்தார், அதன் மற்றொரு பாதி ப்ராங்கோவிச்சின் தந்தையாரது ஊரான எர்தேயிலுள்ளது.

"அவ்ரம் ப்ராங்கோவிச்சுக்கு உறுதியான உடல்வாகு. அளவில் பெரிய பறவைகளை அல்லது சிறு விலங்குகளை அடைத்து வைக்கும் கூண்டளவிற்கு மார்புக்கூடு, எப்போதும் கொலைகாரர்கள் அவரைக் குறிவைத்துக்கொண்டே

இருக்கின்றனர், ஏனெனில் பிரபலமான ஒரு கவிதை அவர் எலும்புகள் தங்கத்தாலானது என்கிறது.

“அவர் கான்ஸ்டான்டிநோபிளுக்கு வந்ததும் எப்போதும் பயணிப்பது மீனைத் தீவனமாகக் கொடுத்து வளர்க்கப்பட்ட உயரமான ஒட்டகமொன்றில். அவ்விலங்கு அவருக்குக்கீழே எவ்வளவு சொகுசாகப் பயணிக்குமென்றால் அதன் சேணத்தில் வைக்கப்படும் கோப்பையிலிருந்து ஒயின் கீழேசிந்தாது. ப்ராங்கோவிச் தன் பாலியத்தின்போது, உலகில் விழித்திருக்கும் கண்ணுடைய மற்றவர்களைப் போல இரவில் உறங்கியதில்லை என்பதால், பகலில் மட்டுமே உறங்குவார்; துல்லியமாக அவர் எப்போது தன் கூந்தலை ஆடைக்குள் செருகிக்கொண்டார், எப்போது இரவுக்காக பகலைக் கைவிட்டாரென்பது யாருக்கும் தெரியாது. ஆனால் இரவில் விழித்திருக்கும்போதும், அடுத்தவர்களின் கண்ணீர் ஊட்டப்பட்டு வளர்ந்தவர்களைப் போல் ஓரிடத்தில் அதிகநேரம் இருந்தாரில்லை. எனவே உணவு மேசையில், இரண்டு தட்டுகள், இரண்டு நாற்காலிகள் மற்றும் இரண்டு குவளைகள் வைக்கப்பட்டன, பாதி உணவின்போது திடீரென எழுந்து தன் இடத்தை மாற்றிக்கொள்வார். அதுபோலவே அவரால் வெகுநாள்கள் ஒரே மொழியிலும் தங்கியிருக்க முடியாது; பெண்களை மாற்றுவது போலவே, ஒரு நிமிடம் வாலாசிய மொழியிலும் மறுநிமிடம் ஹங்கேரிய அல்லது துருக்கிய மொழியிலும் பேசுவார், மேலும் தற்போது ஒரு கிளியிடமிருந்து கசார்களின் மொழியைக் கற்கத் தொடங்கியிருக்கிறார். உறக்கத்தில் அவரால் ஸ்பானிய மொழி பேசமுடியுமென்றும், ஆனால் அவ்வறிவு கண்விழித்த கணத்தில் மறைந்துபோகுமென்றும் சொல்வார்கள். சமீபத்தில் அவரது கனவுகளொன்றில் யாரோவொருவர் விளங்கிக் கொள்ளமுடியாத மொழியில் ஒரு செய்யுளைக் கூறினார். அச்செய்யுள் அவர் ஞாபகத்தில் இருந்தது, அதை விளக்கிச்சொல்ல, ப்ராங்கோவிச்சுக்குத் தெரியாத மொழிகளில் திறம்பெற்ற ஒருவரை நாங்கள் தேடவேண்டியதாயிற்று. இத்தேடல் எங்களை ஒரு ரப்பியினிடத்தில் கொண்டு சேர்த்தது, ப்ராங்கோவிச் தான் மனனம் செய்துவைத்திருந்த அவ்வரிகளை அவரிடம் ஒப்பித்தார். அதிகமான வரிகளில்லை, அவை இவ்வாறு இருந்தன:

לִבִּי בְמִזְרָח וְאָנֹכִי בְּסוֹף מַעֲרָב
אֵיךְ אֶטְעֲמָה אֵת אֲשֶׁר־אֹכַל וְאֵיךְ יֶעֱרָב
אֵיכָה אֲשַׁלֵּם נְדָרַי וֶאֱסָרַי בְּעוֹד
צִיּוֹן בְּחֶבֶל אֱדוֹם וַאֲנִי בְּכֶבֶל עֲרָב
יֵקַל בְּעֵינַי עֲזֹב כָּל־טוּב סְפָרַד כְּמוֹ
יֵקַר בְּעֵינַי רְאוֹת עַפְרוֹת דְּבִיר נֶחֱרָב:

துவக்கத்தைக் கேட்டவுடன் ரப்பி ப்ராங்கோவிச்சை இடைமறித்து, செய்யுளின் மீதிப்பகுதியைத் தம் நினைவிலிருந்து ஒப்பித்தபிறகு அதன் ஆசிரியரின் பெயரை எழுதினார். அச்செய்யுள் 12ஆம் நூற்றாண்டில் எழுதப்பட்டு, யூதா ஹலேவி✡ என்பவரால் தொகுக்கப்பட்டது. அதன்பிறகு ப்ராங்கோவிச் எபிரேயத்தையும் கற்றுக்கொள்ளத் துவங்கினார். அவருடைய தினசரி வேலையென்பது முழுவதும் நடைமுறை சார்ந்தது, பல்திறம் அமைந்த மனிதர், மற்ற அறிவுத்திறன்களோடு அவரது புன்னகைக்கும் முகத்தில் ஒரு ரசவாதம் உண்டு.

“தினமும் மாலையில் எழுந்தவுடன் தன்னைப் போருக்குத் தயார் செய்துகொள்வார். கைர் அவ்ரமினால் பணியாளாக சேர்க்கப்பட்ட கோப்து இனத்தைச் சேர்ந்தவனும் உள்ளூரில் புகழ்பெற்ற நிபுணனுமான அவெர்கி ஸ்கீலா எனும் பெயருடையவனோடுதான் அவர் கொடுவாள் மூலம் தனது வேகத்தைப் பயிற்சி செய்துகொள்வார். இந்த அவெர்கியின் கண்களில் ஒன்று பசியின் மூர்க்கமும், இன்னொன்று தவக்கால அமைதியும் கொண்டது, முகத்தின் சுருக்கங்கள் அனைத்தும் புருவமத்தியில் முடிச்சாகத் திரண்டிருக்கும். அவனிடத்தில், இதுவரை கொடுவாளில் உபயோகிக்கப்பட்ட அனைத்து வீச்சுகளின் விளக்கம் அடங்கிய புத்தகம் ஒன்று உண்டு, கையால் எழுதப்பட்ட அப்புத்தகத்தில் புதிய வீச்சுமுறையொன்றைச் சேர்க்கும் முன்பு தனிப்பட்ட முறையில் மனிதத்தசை மீது தானே அதை சோதித்துப்பார்க்கும் வழக்கம் அவனிடம் இருந்தது. சிறு புல்வெளி அளவுக்கு விசாலமான, தரைவிரிப்புடைய கூடமொன்று உண்டு, அங்கே ப்ராங்கோவிச் பிரபுவும் முன்னம் குறிப்பிட்ட எகிப்தியனும் தங்களை உள்ளே வைத்துத் தாளிட்டுக்கொண்டு,

கொடுவாளோடு மையிருட்டில் பயிற்சி செய்வர். வழக்கமாக, ஒட்டகக் கடிவாளத்தின் ஒருமுனை அவெர்கி ஸ்கீலாவின் இடது கையிலிருக்கும்; கைர் அவ்ரம் மறுமுனையைப் பிடித்திருப்பார், வலக்கையில் கொடுவாள், அது அதேயிருட்டில் அவெர்கி ஸ்கீலா கையில் வைத்துள்ள கொடுவாளின் எடையை ஒத்தது. மெதுவாக இருவரும் தங்கள் முன்னங்கைகளில் கடிவாளத்தைச் சுற்றியபடி இருப்பர், மற்றவரின் அருகாமையை இருவரும் உணர்ந்ததும் அந்தக்கண்மண் தெரியாத இருட்டில் ஒருவரையொருவர் இரக்கமின்றித் தாக்கிக் கொள்வர். ப்ராங்கோவிச்சின் வேகம் கஸ்லேவின் தந்தியோடு ஒப்பிட்டுப் பாடப்பட்டுள்ளது. சென்ற இலையுதிர்காலத்தில் ஒரு மரத்தின்கீழ், தன் வாளுருவி, காற்று வீசுவதற்காகக் காத்திருந்தபடி நின்றிருந்த அவரைப் பார்த்தேன்; முதற்கனி கீழே விழுந்ததும், காற்றிலேயே அதை இருபாதியாகத் துண்டாடினார். அவரது உதடுகள் பிளவுபட்டவை, எனவே அதை மறைப்பதற்காக மீசை வளர்த்திருப்பார், இருந்தாலும் வாய்மூடி இருக்கும்போதும் பற்கள் தெரியும். பார்ப்பதற்கு உதடுகளே இல்லாது பற்களிலிருந்து மீசை வளர்ந்தது போல இருக்கும்.

“அவர், தான் பிறந்த நிலத்தின்மீது கொண்டிருந்த அன்பே மக்களுக்கு ஒளியும் உப்புமாக இருந்தது என்பார்கள் செர்பியர்கள், ஆனால் அவரிடத்திலிருந்த விநோதமான பழக்கங்கள் அவரது பெருமைக்குப் பொருந்தாதவை. ஒரு உரையாடலை எப்போது எப்படி முடிப்பது என்று அவருக்குத் தெரியாது, எழுந்துசெல்ல வேண்டிய நேரம் எது என்பதைப் புரிந்து கொண்டதில்லை. எப்போதுமே நீட்டிமுழக்கி, சுற்றிச்சுற்றிப் பேசிக்கொண்டிருப்பதால் அவரை முதன்முதலாக சந்திப்பவர்கள் முடிவில் குழம்பிப் போவார்கள். கவாலாவைச் சேர்ந்த நபும்சகன் ஒருவனால் அவருக்காகப் பிரத்தியேகமாகத் தயாரிக்கப்பட்ட ஹஷிஷ் மட்டுமே அவர் புகைப்பது, வேறு யாருடையதும் அல்ல, ஆனால் விநோதம் என்னவென்றால் அவருக்குத் தொடர்ந்து அபின் தேவையில்லை, அப்படித் தன்னை வைத்திருக்க வேண்டும் என்பதற்காக, அவ்வப்போது செய்தியாள் ஒருவனை ஹஷிஷ் நிரப்பி மூடி முத்திரையிடப்பட்ட பெட்டியுடன் பெஸ்ட் வரை அனுப்புவார், இரண்டு மாதங்கள் கழித்து அப்பெட்டி முத்திரையுடன் திரும்பி வரும்போது தனக்கு மீண்டும் அபின் தேவை என்பதைப் புரிந்துகொள்வார். அவர் பயணிக்காதபோது அவருடைய சிறு மணிகளை உடைய ஒட்டகச் சேணம்

விசாலமான நூலகத்தில் செங்குத்தாக வீற்றிருந்து நின்றநிலையில் பயன்படுத்தும் மேசையாகப் பணிபுரியும், எழுதவோ, படிக்கவோ உதவும். அவரைச் சுற்றியிருந்த அறைகளில் திகைக்கவைக்கும்படி குவித்து வைக்கப்பட்டிருந்த வீட்டுச்சாமான்களில், அவர் பார்வைக்கு உட்பட்ட வரை, இல்லாமலும் கூட, ஒரேமாதிரியான இரண்டு பொருட்களைப் பார்க்கவே முடியாது. ஒவ்வொரு பொருளும், விலங்கும், மனிதரும் வெவ்வேறு இடத்திலிருந்து வந்தவை. அவரது பணியாட்களில் செர்பியர்கள், ரோமானியர்கள், கிரேக்கர்கள் மற்றும் எகிப்தியர்கள் இருந்தனர், சமீபமாகத் தன் உதவிக்கு அனடோலியாவிலிருந்து ஒரு துருக்கியனை வேலைக்குச் சேர்த்தார். கைர் அவ்ரமிடம் பெரிய மற்றும் சிறிய படுக்கைகள் உண்டு, படுத்துக் கிடக்கும்போது (அவர் பகலில் மட்டுமே உறங்குவார்) ஒன்றிலிருந்து மற்றொன்றிற்கு நகருவார். அவர் உறங்கும்போது, அவரது உதவியாளான யூசுஃப் மசூதி[C] என்ற அனடோலியன் பறவைகளை வீழ்த்தக்கூடிய கூர்மையான பார்வையோடு அவரைக் கவனித்துக்கொள்வான். உறக்கத்திலிருந்து விழித்தவுடன் கைர் அவ்ரம் படுக்கையில் அமர்ந்தபடி, அச்சத்திலிருந்து வெளியேறியது போல, செர்பிய தேவாலயத்தால் புனிதர்கள் என்று அறிவிக்கப்பட்ட தன் மூதாதையர்களை கௌரவிக்கும் விதமாக திரோபேரிய மற்றும் கான்டகிய சுரங்களைப் பாடுவார்.

“பெண்களின்பால் அவருக்கிருந்த ஆர்வத்தை அறுதியிட்டுச் சொல்வதற்கில்லை. இயல்புருவ அளவில் மிகப்பெரிய ஆண்குறியுடன் குனிந்தபடி உள்ள மரத்தாலான ஒரு குரங்கு அவர் மேசைமீது வைக்கப்பட்டிருக்கும். சிலசமயங்களில் கைர் அவ்ரமிடம், ‘பின்புறம் இல்லாத பெண்ணும் தேவாலயம் இல்லாத ஊரும் ஒன்று!’ என்று சொல்லும் வழக்கம் இருந்தது, அவ்வளவுதான். மாதம் ஒருமுறை என் எஜமானர் ப்ராங்கோவிச் கேலட்டாவில், தொடர்ந்து ஒரே குறிசொல்பவளிடத்தில் செல்வார், அவள் சோதிட அட்டையைப் படிக்கும்முறை மிகப்பழமையானது, மிக மெதுவானது. குறிசொல்பவள் ப்ராங்கோவிச்சுக்கென தனி மேசையை ஒதுக்கியிருந்தாள். வெளியில் காற்றின் தன்மை மாறும்போதெல்லாம் ஒரு புதுஅட்டையை அம்மேசை மீது எறிவாள். எத்தன்மையான காற்று வீசுகிறது என்பதே ப்ராங்கோவிச்சின் மேசையில் எந்த அட்டை விழும் என்பதை முடிவு செய்யும், அப்படித்தான்

பலவருடங்களாக நடந்துவருகிறது. சென்ற உயிர்த்தெழுதல் நாளில் நாங்கள் உள்ளே நுழைந்ததும் தெற்குக்காற்று வீசியது, அப்போது அவள் புதிய விஷயமொன்றை முன்னுரைத்தாள்:

" 'நீ ஒருபாதி வெளுத்தமீசை கொண்ட ஒருவனைப்பற்றிக் கனவு காண்கிறாய். இளைஞன், சிவப்புநிறக் கண்கள், பருத்து வீங்கிய நகங்கள், அவன் கான்ஸ்டான்டிநோபிளை நோக்கி வந்து கொண்டிருக்கிறான், நீங்கள் இருவரும் விரைவில் சந்திப்பீர்கள்...'

"இந்தச்செய்தி என் எஜமானருக்கு மிகுந்த மகிழ்ச்சியை அளித்தது என்பதால் உடனே அவர் என்மூக்கில் மாட்டிக்கொள்ள தங்க வளையமொன்றைச் செய்யும்படி கூறினார், அவரது அக்கருணையைத் தடுப்பது எனக்கு மிகக்கடினமானதாக இருந்தது...

"என் எஜமானர் ப்ராங்கோவிச்சின் திட்டங்களில் வியன்னாவின் அரசவைக்கு உள்ள ஆர்வத்தை அறிந்தபின், அவர் தனிக்கவனத்துடனும் விருப்பார்வத்தோடும் தனது எதிர்காலத்தை ஒரு நந்தவனம் போல அமைக்க விரும்பும் ஒருவர் என என்னால் கூறமுடியும், வாழ்க்கை போகிறபோக்கில் வாழ்பவர்களுள் ஒருவரல்ல அவர். தன் எதிர்காலத்தை ஆழ்ந்த கவனம் மற்றும் முயற்சியோடு நிதானமாக செப்பனிட்டுக் கொண்டிருக்கிறார். முன்னறியாத ஒரு நீர்க்கரையைக் கையாள்வது போல அங்குலம் அங்குலமாக அதை அறிகிறார்; முதலில் அதைத் தூய்மையாக்குகிறார், பிறகு அற்புதமான இடமொன்றில் கட்டமைக்கிறார், பிறகு அதனுள்ளே உள்ள விஷயங்களை கவனமாக அமைக்கிறார். தன் எதிர்காலத்தின் வளர்ச்சியோ வேகமோ குறைவதை அவர் அனுமதிப்பதில்லை, அதேசமயம் அவசரமாகத் தாண்டிச் செல்வதையும் அனுமதிப்பதில்லை. அதுவொரு பந்தயம் போலத்தான்; வேகமாகச் சென்றுவிட்டவனே தோற்றவன். இப்போது கைர் அவ்ரமின் எதிர்காலம் என்பது ஒரு நந்தவனம் போல, அங்கு ஏற்கெனவே ஒரு விதை விதைக்கப்பட்டுவிட்டது, ஆனால் முளைக்கப்போவது என்ன என்று அவருக்கு மட்டுமே தெரியும். இருப்பினும் இப்போது ப்ராங்கோவிச் சென்றுகொண்டிருக்கும் திசை ஒருவேளை

அவரைப்பற்றி கிசுகிசுக்கப்படும் கதையொன்றால் முடிவு செய்யப்படலாம். அது:

பெத்குதின் மற்றும் கலினாவின் கதை

“கைர் அவ்ரம் ப்ராங்கோவிச்சின் மூத்த வாரிசான க்ரகோர் ப்ராங்கோவிச்[†], இளமையிலேயே அங்கவடியில் கால்நுழைக்கவும் ஒட்டகச் சாணம்பட்ட கொடுவாளினை உருவவும் வேண்டியதாயிற்று. அவருடைய மடிப்புகளும் ரத்தக்கறையும் கொண்ட ஆடைகள், தன்தாயுடன் அவர் வசித்த கியூலாவிலிருந்து, அவர் தந்தையின் மேற்பார்வையில் கான்ஸ்டான்டிநோபிளில் துவைத்து இஸ்திரி போடப்பட்டு, பாஸ்போரஸ்சிலிருந்து வீசும் மணமிகுந்த காற்றில் காயவைத்து, கிரேக்கச் சூரியனில் வெளுக்கப்பட்டு, முதல் கவிகைவண்டியில் கியூலாவுக்கு அனுப்பி வைக்கப்பட்டது.

“அவ்ரம் ப்ராங்கோவிச்சின் இரண்டாவது மகன், இளையவன் அந்நேரத்தில் பாக்காவில் எங்கோ ஒருமூலையில் தேவாலயம் போல அமைக்கப்பட்டிருந்த பல்வர்ண அடுப்பின் பின்னால், வேதனையுற்று இருந்தான். சாத்தான் அவன்மீது கோபமாக இருந்ததாகவும், அதனால் குழந்தை இரவில் எழுந்து, வீட்டை விட்டு வெளியேறி, தெருக்களைச் சுத்தம் செய்வான் என்று புரளி ஒன்று உண்டு. ஏனெனில் இரவுகளில் மோரா அவனை உறிஞ்சுவாள், அவன் பாதங்களை சிறிது சிறிதாக மெல்லுவாள், அவன் மார்பிலிருந்து ஆணுடைய பால் வெளிப்பட்டுக் கொண்டிருந்தது. வீணில் அவர்கள் முள்கரண்டியொன்றைக் கதவில் செருகிவைப்பர், கட்டைவிரலை எச்சில்படுத்தி அவன் நெஞ்சுக்கு நேரே சிலுவைக்குறி இடுவர். இறுதியாக ஒரு பெண்மணி, காடியில் நனைந்த கத்தி ஒன்றை வைத்துக்கொண்டு இரவைக்கழிக்கும்படியும் மோரா அவன்மீது படர்ந்ததும் காலையில் அவளுக்கு உப்பைக் கடன்தருவதாக சத்தியம்செய்து அந்தக்கத்தியால் அவளைக் குத்தும்படியும் அறிவுறுத்தினாள். அவன் அவ்வாறே செய்தான்; மோரா அவன் மார்புக் காம்பை உறிஞ்சத் தொடங்கியதும், அவளுக்கு உப்பைக் கடன் தருவதாக சத்தியம் செய்து, அவளைக் குத்தினான், அப்போது எழுந்த அழுகைக்குரல் அவனுக்கு வெகுநாள்களாகப் பரிச்சயம் ஆனகுரல். மூன்றாவது காலை, அவன் தாய் கியூலாவிலிருந்து பாக்காவுக்கு வந்தாள், வாசலில் நின்றபடி உப்பைக் கேட்டுவிட்டு, இறந்து

வீழ்ந்தாள். அவள் உடலில் கத்திக்குத்தின் அடையாளம் இருந்தது, அவன் அதை நக்கிப்பார்த்தபோது புளிப்பாக இருந்தது... அன்றிலிருந்து அச்சிறுவன் பயத்திலேயே உடல் இளைத்தான், தலைமுடி உதிரத் தொடங்கியது, மேலும் (மருத்துவர்கள் ப்ராங்கோவிச்சுக்குச் சொன்னபடி) ஒவ்வொரு முடியும் அவன் ஆயுளில் ஒருவருடத்தை எடுத்துக்கொண்டு விழுந்தன. அவர்கள் அவன் முடிக்கற்றையை சணலில் சுற்றி ப்ராங்கோவிச்சுக்கு அனுப்பி வைத்தனர். அவர் அதை மென்கண்ணாடியில் வரையப்பட்ட மகனின் உருவத்தில் ஒட்டி வைத்தார், இதனால் இன்னும் எத்தனை வருடங்கள் மகன் உயிரோடு இருப்பான் என்று தெரிந்தது.

"ஆயினும், யாருக்குமே தெரியாது என்று சொல்லுமளவில், அந்த இருமகன்களைத் தவிரவும் ப்ராங்கோவிச்சுக்கு, இந்த வார்த்தை அவனுக்குப் பொருந்தும் எனில், வளர்ப்புமகன் ஒருவனும் இருந்தான், இந்த மூன்றாவது வளர்ப்பு மகனுக்குத் தாயில்லை. ப்ராங்கோவிச் அவனை மண்ணிலிருந்து உருவாக்கி உயிரெழுப்புதலுக்கான சங்கீதம்:40ஆம் அதிகாரத்தை அவனிடத்தில் படித்து அவனுக்கு மூச்சைக்கொடுத்து உயிர்த்தெழுப்பினார். அவர், 'இறைவனுக்காகப் பொறுமையுடன் காத்திருந்தேன்; அவர் என்னிடமாய்ச் சாய்ந்து, என் கூப்பிடுதலைக் கேட்டார். பயங்கரமான குழியிலும், உளையான சேற்றிலுமிருந்து என்னைத் தூக்கியெடுத்து, என் கால்களைக் கன்மலையின்மேல் நிறுத்தி, என் அடிகளை உறுதிப்படுத்தி,' என்ற வரிகளுக்கு வரும்போது, டாயின் தேவாலய மணி மும்முறை ஒலித்தது, அவ்விளைஞன் அசைந்து பேசத் தொடங்கினான்:

" 'முதல் மணியோசையின் போது இந்தியாவில் இருந்தேன், இரண்டாவதில் லேப்சிக் நகரத்தில், மூன்றாவது மணியோசையில் என் சொந்த உடலுக்குள் நுழைந்தேன்...'

பிறகு, ப்ராங்கோவிச் அவன் தலைமுடியில் சாலமனின் முடிச்சை இட்டார், தலைமுடிநுனியில் மரரோஜாவினாலான சிறுகரண்டியைத் தொங்கவிட்டு, அவனுக்கு பெத்குதின் என்று பெயர்வைத்து உலகிற்குள் அனுப்பிவைத்தார். சிறு கல்லொன்றைத் தன் கழுத்தில் கட்டிக்கொண்டு, புனித நோன்பின் நான்காவது வார ஆராதனையில் அந்தக்கல் தன் கழுத்திலிருக்கப் பங்கெடுத்துக்கொண்டார்.

"இயல்பாக, அத்தந்தை பெத்குதினின் நெஞ்சுக்குள் மரணத்தையும் அமைக்க வேண்டியிருந்தது (மற்ற உயிர்களைப்போல அனைத்தையும் அனுபவிக்க). தொடக்கத்தில், இவன் முடிவுக்கான அக்கருமுளை, சிறியதாக இன்னமும் சிறகுமுளைக்காது பெத்குதினுக்குள் இருந்த அம்மரணம், மருட்சியுடையதும் கூறப்போனால் முட்டாள்தனமானதும் ஆகும்; அதற்கு சிறிதளவே உணவு தேவை, சிறிய அங்கங்கள். ஆனால் அப்போதே அது பெத்குதின் வளர்கிறான் என்பதில் அளவில்லா மகிழ்ச்சியோடிருந்தது, சீக்கிரமே அவனது வேலைப்பாடமைந்த மேற்சட்டைக் கைகளில் ஒருபறவை நுழையுமளவு வளர்ந்துவிட்டான். இருப்பினும் அவனுக்குள் இருந்த மரணம் அவனைவிட வேகமாகவும் புத்திக்கூர்மையுடனும் வளர்ந்தது, ஆபத்தை முதலில் உணர்வது அதுதான். பிறகு அது தனக்கொரு எதிரியை உண்டாக்கிக் கொண்டது, அது யார் என்பது பற்றிப் பிறகு பேசலாம். அது பொறுமையிழந்தும் பொறாமை பீடித்தும் தன்னை நோக்கி பெத்குதினின் கவனத்தைத் திருப்ப முட்டியில் அரிப்பை ஏற்படுத்தும். அவன் தன் முட்டியைச் சொறியும்போது அவன் தோலில் சில எழுத்துகளை உண்டாக்கும், அதைப் படித்துக்கொள்ளலாம். இப்படித்தான் அவர்கள் தொடர்பில் இருந்தார்கள். இவனது நோயுறும் தன்மை மரணத்திற்கு பொறுத்துக்கொள்ள இயலாததாக இருந்தது. ஆனால் பெத்குதினின் தந்தை அவனுக்கு நோயுறும் தன்மையை அளித்திருந்தார், அப்போதுதான் அவன் அதிகமாக ஒரு உயிர்வாழி போலத் தெரிவான், ஏனெனில் நோய் உயிர்வாழ்வனவற்றிற்கு இரு கண்களைப் போல இருக்கிறது. அதேசமயம் ப்ராங்கோவிச் பெத்குதினின் நோய்மையை முடிந்த அளவு தீங்கற்றதாகப் படைத்தார், அவனுக்கு மலர்-காய்ச்சல் மட்டும் வரும்படி செய்தார், அது காட்டுப்புறக்கள் வளரக்கூடிய வசந்தகாலத்தில் பூக்களின் மகரந்தம் காற்றிலும் நீரிலும் பரவும் பருவத்தில் வரும்.

"ப்ராங்கோவிச், பெத்குதினை டாயிலுள்ள தனது பண்ணையில் அமர்த்தியிருந்தார், அந்த அறை முழுதும் சாம்பல்நிற வேட்டைநாய்களால் நிறைந்திருந்தது, உண்பதை விடவும் கொல்வதில் குறியாக இருப்பவை அவை. மாதம் ஒருமுறை பணியாட்கள் தரைவிரிப்புகளைச் சுத்தம் செய்யும்போது நாய்களின் வாலில் இருப்பதுபோன்று நீளமான பலவண்ணங்களை உடைய முடிப்பந்துகளைக் கண்டனர். நாள்கள் செல்லச்

அவ்ரம் ப்ராங்கோவிச்

செல்ல பெத்குதின் எந்த அறையில் இருந்தானோ அந்த அறை இதுபோல பலவர்ணமுடையதாகியது, இதன்மூலம் ஆயிரம் வீடுகளுக்கிடையிலும் பெத்குதினின் வீட்டை உடனடியாக அடையாளங் காணமுடியும். கண்ணாடிக் கதவுக்குமிழ், தலையணை, இருக்கைகள், மற்றும் குழாய், கத்தி, கண்ணாடித் தண்டுகள் ஆகியவற்றின் தாங்கிகளில், அவனும் அவன் வியர்வையும் விட்டுச்செல்லும் அடையாளங்களும் அழுக்குத் தடங்களும் உருவாக்கிய வானவில் போன்ற வண்ணச்சாயல்கள் அவனுக்கு மட்டுமே உரியன. அது ஒருவிதமான ஓவியம், சின்னம் அல்லது கையெழுத்து. சிலசமயம் ப்ராங்கோவிச் அமைதிசூழ்ந்த பச்சைகளுக்கு நடுவில் கட்டப்பட்ட விசாலமான அவ்வீட்டில் கண்ணாடிகளுக்குள் அவனைப் பார்த்திருக்கிறார். இலையுதிர் காலம், குளிர் காலம், வசந்த காலம் மற்றும் கோடை காலத்தில், மனிதன் தன் வயிற்றினுள் சுமக்கும் நீர், நிலம், நெருப்பு மற்றும் காற்று ஆகியவற்றோடு உள்ளார்ந்து ஒத்திசைவோடு இருக்க அவனுக்குக் கற்றுக்கொடுத்தார். மிகப்பெரிய இவ்வேலைகளைச் செய்து முடிக்கப் பல காலங்களானது; பெத்குதினின் சிந்தனைகள் காய்ப்புத் தட்டி, நினைவாற்றலுக்கான தசைகள் முறுக்கேறின, ப்ராங்கோவிச் அவனுக்கு புத்தகத்தின் ஒருபக்கத்தை வலக்கண்ணாலும் மற்றொரு பக்கத்தை இடக்கண்ணால் படிக்கவும், வலக்கையால் செர்பிய மொழியும் இடக்கையால் துருக்கியும் எழுதக் கற்றுக்கொடுத்த பின்பு அவனுக்கு இலக்கியத்தைப் போதித்தார், பிறகு பெத்குதின், பித்தகோரசின் எழுத்துகளில் பைபிளின் சுவடுகளைக் கண்டுகொண்டான், ஒரு ஈயைப்பிடிக்கும் வேகத்தில் தன் கையெழுத்தை இடக்கற்றுக்கொண்டான்.

"மொத்தத்தில் அழகான, கல்விகற்ற வாலிபனாகி விட்டான், மிக அரிதாகவே அவன் மற்றவர்கள் போலல்ல என்பதற்கான, கவனிக்கக் கூடிய சில விஷயங்கள் அவனிடமிருந்து வெளிப்படும். உதாரணமாக, திங்கட்கிழமை மாலைகளில் தன் எதிர்காலத்திலிருந்து வேறு ஒரு நாளை எடுத்துக்கொண்டு அடுத்தநாள் காலையில், செவ்வாய்க்கிழமைக்குப் பதிலாகப் பயன்படுத்துவான். பிறகு மீண்டும் அவன் எடுத்துக்கொண்ட நாள் வந்ததும் அந்த இடத்தில் தாண்டிவந்த செவ்வாய்க்கிழமையைப் பயன்படுத்துவான், கணக்கு நேராகிவிடும். இந்தச் சூழ்நிலையில், நாள்கள் ஒன்றோடொன்று சரியானபடி ஒட்டவில்லை என்பதும்

உண்மைதான், காலத்தில் விரிசல்கள் உண்டாயின, ஆனால் பெத்குதின் அதற்கும் உற்சாகமடைந்தான்.

“எனினும் இது அவன் தந்தைக்குப் பொருந்தாது. ப்ராங்கோவிச்சுக்குத் தன் படைப்பின் முழுமைமீது எப்போதும் சந்தேகம் இருந்துகொண்டே இருந்தது, பெத்குதினுக்கு இருபத்தியோரு வயதானபோது அவன் தந்தை, ஒவ்வொரு விஷயத்திலும் உண்மையான மனிதர்களோடு ஒப்பிடுகையில் அவன் எவ்வாறு மேம்படுகிறான் எனச் சோதித்துப் பார்ப்பதெனத் தீர்மானித்து, யோசித்தார்: ‘மனிதர்கள் அவனைச் சோதித்தாயிற்று; இப்போது அவன் இறந்தவர்களால் சோதிக்கப்பட வேண்டும், இறந்தவர்கள் பெத்குதினைப் பார்த்து ஏமாந்தால்தான், அதாவது தம்முன் நிற்பது உப்பிட்டு உணவு உண்கிற, ரத்தமும் சதையுமான மனிதன் என்று நினைக்கவேண்டும், அப்போதுதான் இந்தச் சோதனை வெற்றி என்று எண்ணலாம்.’ இம்முடிவுக்கு வந்ததும், அவர் பெத்குதினுக்கு ஏற்ற ஒரு பெண்ணைத் தேடத் துவங்கினார்.

“வாலாசியாவின் நிலவுடமைக்காரர்கள் எப்போதும் தம்முடன் ஒரு மெய்க்காப்பாளனையும் ஒரு ஆன்மக்காப்பாளனையும் அழைத்துக்கொள்வது வழக்கம் என்பதால், ப்ராங்கோவிச்சும் அவ்வப்போது அப்படிச் செய்வார். அவரது ஆன்மக்காப்பாளர்களுள் ஒருவன் ட்ஸின்ட்ஸாரைச் சேர்ந்தவன், பூமியில் உள்ள அத்தனையுமே உண்மையாகிவிட்டது என்பான், அழகான ஒருபெண் அவனுக்கு. அவள் தன்னிடமுள்ள அனைத்து நல்ல விஷயங்களையும் தன் தாயிடமிருந்து பெற்றுக்கொண்டு பிறந்தவள், அவள் பிறந்தபின் அவளது தாய் நிரந்தரமாக அழகற்றவளாகிப் போனாள். அவள் பத்து வயதை அடைந்தபோது முன்பொருகாலத்தில் அழகானதாய் இருந்த கைகளால் அவள் தாய், எவ்வாறு ரொட்டி செய்வது என்று கற்றுக்கொடுத்த வேளையில் தந்தை அவளை அழைத்து எதிர்காலம் என்பது தண்ணீரல்ல என்று கூறிவிட்டு இறந்தார். அந்தச்சிறுமி தன் தந்தைக்காக நீரோட்டம் போலக் கண்ணீர் வடித்தாள், எறும்புகளால் கண்ணீரில் ஏறி அவளது முகத்துக்கு வரமுடிந்தது. அவள் இப்போது அனாதையாக இருக்கிறாள், ப்ராங்கோவிச் அவள் பெத்குதினைச் சந்திக்க ஏற்பாடு செய்தார். அவள் பெயர் கலினா. அவளது நிழல் இலவங்கத்தின் வாசனை உடையது, மார்ச் மாதத்தில் கார்னீலிய சேலாப்பழங்களை உண்பவன் எவனாகினும் அவன்மீது காதல் கொள்வாள்

என்பதை பெத்குதின் கண்டுகொண்டான். மார்ச் மாதம் வரை காத்திருந்தான், வயிறு நிரம்ப கார்னீலிய சேலாப்பழங்களை உண்டுவிட்டு தன்யூப் ஓரத்தில் தன்னோடு நடைபயில அவளை அழைத்தான். இருவரும் பிரியும்போது அவள் தன்விரலில் இருந்த மோதிரத்தைக் கழற்றி நதிக்குள் வீசினாள்.

"யாருக்காவது ஏதேனும் நல்லது நடந்தால் - அதை பெத்குதினுக்கு விளக்கினாள் - அது எப்போதும் கொஞ்சம் துக்கத்தோடு கலந்திருக்கவேண்டும், அப்போதுதான் அக்கணம் நன்றாக நினைவில் இருக்கும். ஒருவர் மகிழ்ச்சியான தருணங்களைவிட மகிழ்ச்சியற்ற தருணங்களையே எப்போதும் அதிகநாள்கள் நினைவில் வைத்திருக்கிறார்...

"சுருங்கக்கூறின், அவளுக்கு பெத்குதினைப் பிடித்திருந்தது, பெத்குதினுக்கு அவளைப் பிடித்திருந்தது, அந்த யோனிர்ப்பருவத்திலேயே கோலாகலமாகத் திருமணமும் நடந்தது. மணமகனின் வீட்டார் திருமணவீட்டில் விடைபெற்று முத்தமிட்டனர், ஏனெனில் அவர்கள் இன்னும் சிலமாதங்களுக்கு ஒருவரையொருவர் சந்தித்துக்கொள்ள முடியாது; பிறகு ஒருவர் தோளை மற்றவர் அணைத்தபடி சிலசுற்றுகள் பிராந்தி அருந்தச்சென்றனர். இளவேனிற்பருவம் வந்தபோது, சற்று போதை குறைந்து, சுற்றுப்புறத்தில் என்ன இருக்கிறதெனக் கவனித்தனர், தொடர்ந்து வந்த தெளிவற்ற பனிக்காலத்தில், மீண்டும் ஒருவரையொருவர் அடையாளம் தெரிந்தது. பிறகு மீண்டும் டாயுக்குத் திரும்பி புதுமணத்தம்பதிகளை பாரம்பரியமான வசந்தகாலச் சுற்றுலாவுக்கு, தங்கள் துப்பாக்கிகளால் வானத்தை நோக்கி வெடித்து வழியனுப்பி வைத்தனர். இந்த வசந்தகாலச் சுற்றுலா அல்லது வெளியே சுற்றுதல் பற்றி நீங்கள் தெரிந்துகொள்ள வேண்டும், டாயில் வழக்கமாக மணம் முடித்த புதுமணத் தம்பதியர் புராதன இடிபாடுகள் வரை செல்வர், அழகான கல் இருக்கைகள் கொண்ட இடம், மேலும் மற்ற இருள்களைக்காட்டிலும் கனமான கிரேக்க இருள் உடையது, எப்படி கிரேக்க நெருப்பு மற்ற நெருப்புகளைவிடப் பிரகாசமானதோ அதுபோல. இங்கேதான் பெத்குதினும் கலினாவும் இப்போது பயணப்பட்டிருக்கிறார்கள். தூரத்திலிருந்து பார்க்க, பெத்குதின் கருப்புக்குதிரைகளின் குழுவைச் செலுத்திக்கொண்டிருப்பது போலத்தெரியும், ஆனால் ஒருபூவின் மணத்தால் அவன் தும்மினாலோ அல்லது சாட்டையைச்

சொடுக்கினாலோ, குதிரையிலிருந்து கருமேகம்போலப் பூச்சிகள் எழும், அப்போது அவை வெண்மையானவை என்பதைப் பார்க்கமுடியும். ஆனால் இது, பெத்குதினுக்கும் கலினாவுக்கும் ஒரு பொருட்டாகவே இல்லை.

“அக்குளிர்காலத்தில் அவர்கள் காதலில் விழுந்திருந்தனர். ஒரே முள்கரண்டியால் இருவரும் முறைவைத்து உண்டனர், அவள் ஒயினை அவன் வாயிலிருந்து சுவைத்தாள். அவளது உடலுக்குள் ஆன்மா முனகும்வரை அவன் தழுவியணைத்தான், அவள் அவனைத் தொழுது, தன்னுள் சிறுநீர் கழிக்கச்சொல்லி இரந்தாள். காதல் செய்யும் ஆணின் மூன்றுநாள் தாடியைப்போல நன்கு உரசக்கூடியது வேறெதுவுமில்லை என மற்ற பெண்களிடம் சிரித்தபடி கூறுவாள். ஆனால் தனக்குள் யோசித்தாள்: ‘மீனால் விழுங்கப்படும் பூச்சி போல என் வாழ்வின் கணங்கள் இறந்து கொண்டிருக்கின்றன. இதை நான் எவ்வாறு அவன் பசிக்கு ஊட்டமாக்குவது?’ தன் காதைக் கடித்து உண்டுவிடும்படி அவனைக் கெஞ்சுவாள், தன் அதிர்ஷ்டத்தை இழந்துவிடக்கூடாது என்பதற்காக, தனக்குப் பின்னால் எப்போதும் இழுப்பறைகளையோ, அலமாரிக் கதவுகளையோ மூடமாட்டாள். அவள் அமைதியான பெண், ஏனெனில், அவள் தந்தை முடிவின்றிப் படித்துக்கொண்டேயிருந்த ஒரே பிரார்த்தனையின் அமைதியில் வளர்ந்தவள் அவள், அது எப்போதும் தன்னைச்சுற்றி ஒரேமாதிரியான அமைதியையே கொண்டுவரும். இப்போது அவர்கள் சுற்றுலா கிளம்பியதிலிருந்து அதே போலிருந்தது அவளுக்கு மகிழ்ச்சியை அளித்தது. பெத்குதின் கடிவாளத்தைத் தன் கழுத்தில் சுற்றிவிட்டு ஒரு புத்தகத்தைப் படித்துக்கொண்டிருந்தான், கலினா அவனோடு பேசிக்கொண்டே இருந்தாள். வழியில் அவர்கள் ஒரு விளையாட்டைத் துவக்கினர். அப்போது அவன் படித்துக்கொண்டிருப்பதில் உள்ள வார்த்தையை அவள் கூறிவிட்டால் இருவரும் இடம் மாறிக்கொள்ளலாம், பிறகு அவள் படிப்பாள், அவன் யூகிப்பான். அப்படி அவள் புல்வெளியில் மேய்ந்து கொண்டிருந்த ஆடு ஒன்றைக் காட்ட அவன் தற்போதுதான் அப்புத்தகத்தில் ஆடுகுறித்த வரிக்குத் தான் வந்ததாகச்சொன்னான், அவள் அவனைச் சிறிதளவே நம்பியதால், புத்தகத்தை வாங்கிப்பார்த்தாள். உண்மைதான், அப்புத்தகத்தில் இருந்த வரிகள்:

> பிரார்த்தனைகளாலும் ஆராதனைகளாலும் அவர்களை
>
> பூசித்து முடிந்தபின், இறந்தவர்களின் உலகு நோக்கி

ஒரு ஆட்டின் கழுத்தை கரும்பள்ளத்தின் மேல்
அறுத்துப் பலியிடுகிறேன், கருப்பு ரத்தம் பீறிடுகிறது,
எரிபஸ்சிலிருந்து இறந்துபட்டவர்களின் ஆன்மாக்கள்
குழுமுகின்றன, மணம் புரியாத இளையோர்,
மணமகன்கள், துன்பத்தில் மிகவுழன்ற முதியோர்...

"சரியாக யூகித்ததால், கலினா தொடர்ந்து படித்தாள்:

வெண்கல நுனிகொண்ட வேலினால் காயம்பட்டோர்
கவசம் இருக்கும்போதும் போரில் கொல்லப்பட்டோர்
அனைத்துத் திக்கிலிருந்தும் கரும்பள்ளத்தினருகே
நடுங்கவைக்கும் அழுகையுடன் குவிகின்றனர்,
வெளுக்கவைக்கும் பயம் கவிகிறது என்மேல்
எனக்காக, என் கூர்மையான வாளை உருவி
அங்கே அமர்ந்திருக்கிறேன்,
பலமுற்ற நிழலினால் வேதனையற்று,
குருதியை நெருங்குவர் மரணமுற்றோர்
நான் திரேசியஸ்சின் கேள்வியைக் கேட்கிறேன்.

"அவள் 'நிழல்' என்ற வார்த்தையை உச்சரிக்கையில், பெத்குதின் சாலையில் அமைந்திருந்த ரோமானிய அரங்கத்தினால் உருவான நிழலைப்பார்த்தான். அவர்கள் வரவேண்டிய இடம் இதுதான்.

"நடிகர்கள் நுழையும் வழியில் உள்ளே நுழைந்தனர், தம்மோடு எடுத்து வந்திருந்த ஒயின் குடுவை, காளான்கள் மற்றும் ரத்தம் சேர்த்த கொத்திறைச்சி ஆகியவற்றை மேடை நடுவிலிருந்த பெரிய பாறையில் வைத்துவிட்டு, ஒதுக்கத்தில் ஓய்வெடுத்தனர். பெத்குதின் எருமைகளின் கழிவு மற்றும் மண் அப்பியிருந்த மரக்கிளைகள் ஆகியவற்றைச் சேகரித்து, மேடைக்குக் கொண்டுவந்து நெருப்பு மூட்டினான். சுள்ளி முறியும் ஒலி தொலைதூரத்தில் அரங்கின் மேல்வரிசையில் இருந்த இருக்கைகளுக்கும் தெளிவாகக் கொண்டுசெல்லப்பட்டது. ஆனால் அரங்கத்துக்கு வெளியே குருதிநெல்லி மற்றும் புன்னை வாசனையோடு அடர்ந்திருந்த காட்டுப்புறக்கள் இருந்த வெளியில் அரங்கத்தின் ஓசைகள் கேட்கவில்லை. பெத்குதின் நெருப்பில்

சாணம் மற்றும் மண்வாசனை வெளிப்படாதிருக்க உப்பை இட்டு, ஒயினில் கழுவிய காளான்களையும், கொத்திறைச்சிகளையும் கனன்ற கங்குகளில் எறிந்தான். கலினா, இருக்கைகள் மாறிமாறி வாசலை நோக்கிச் சென்றுகொண்டிருக்கும் அந்திச்சூரியனைப் பார்த்தபடி அமர்ந்திருந்தாள். பெத்குதின் மேடையில் சற்றுநடந்து முன்பு ஒருகாலத்தில் அவ்விருக்கைகளில் அமர்ந்திருந்தவர்களின் பெயர்கள் ஒவ்வொரு வரிசையிலும் பொறிக்கப்பட்டிருப்பதைப் பார்த்து அப்புராதன முன்னறிந்திராத மொழி வார்த்தைகளைப் படித்தான்:

" 'காயஸ் வெரோனியூஸ் ஆஸ்த்... செஸ்தூரஸ் காலியூஸ் சாய் ஃபிலியஸ், ப்யூபிலியா த்ரீபு... சோர்த்தோ செர்வீலியோ... வெதூரியா ஏயா...'

" 'வேண்டாம், இறந்தவர்களை அழைக்காதே!' கலினா அவனை எச்சரித்தாள். 'அவர்களை அழைக்காதே - வந்துவிடுவார்கள்!'

"அரங்கத்திலிருந்து சூரியன் மறைந்ததும் காளான்களையும் கொத்திறைச்சியையும் நெருப்பிலிருந்து எடுத்தாள், அவர்கள் உண்ணத் தொடங்கினர். ஒலி அதனளவில் துல்லியமாக இருந்தது, இவர்கள் ஒவ்வொருமுறை உணவைக் கடிக்கும்போதும் அதன் ஒலி சமமான துல்லியத்தோடு ஒவ்வொரு இருக்கைக்கும் சென்றது, முதல் வரிசையிலிருந்து எட்டாவது வரிசை வரை, ஆனால் அனைத்து இடத்திற்கும் வெவ்வேறு வழியில் சென்று மீண்டு அவ்வொலி மேடையில் எதிரொலித்தது. அக்கல்லிருக்கைகளில் பொறிக்கப்பட்டிருந்த பெயர் உடையவர்களும் அத்தம்பதிகளோடு சேர்ந்து உண்பது போல இருந்தது, அல்லது குறைந்தபட்சம் அவர்கள் பொறாமையோடு ஒவ்வொரு வாய்க்கும் சப்புக்கொட்டிக் கொண்டிருந்தனர். கூர்த்த கவனத்தோடு நூற்றியிருபது காதுகள் ஒட்டுக்கேட்டுக் கொண்டிருந்தன, பசியோடு, ரத்தம் சேர்த்த கொத்திறைச்சியின் மணத்தை முகர்ந்தபடி, மொத்த அரங்கமே அத்திருமணத் தம்பதியரோடு சேர்ந்து மென்றுகொண்டிருந்தது. அவர்கள் உண்பதை நிறுத்தினால், தொண்டையில் உணவுத்துணுக்கு மாட்டிக்கொண்டது போல, இறந்தவர்களும் நிறுத்தினர், அடுத்து அந்த இளைஞனும் பெண்ணும் என்ன செய்யப்போகிறார்கள் என்று பார்க்க பதட்டத்தோடு காத்திருந்தனர். இந்த சமயத்தில் பெத்குதின், உணவை அரியும்போது கையை அறுத்துக்கொள்ளக்

கூடாது என்பதில் மிகக்கவனமாக இருந்தான், ஏனெனில் மனித ரத்தத்தின் வாசனை அந்தப் பார்வையாளர்களின் சமநிலையைக் குலைத்துவிடலாம், இரண்டாயிரம் வருடத் தாகத்தால் தூண்டப்பட்டு தோட்டாவின் வேகத்தில், அவனையும் கலினாவையும் தாக்கிக் கிழித்தெறிந்துவிடலாம். தன்னுடல் நடுங்கியதை உணர்ந்ததும் கலினாவை அருகே இழுத்து முத்தமிட்டான். அவளும் அவனை முத்தமிட்டாள், அங்கே இருக்கைகளில் அமர்ந்திருக்கும் மற்றவர்களும் முத்தமிடுவது போல அவர்களால் நூற்றியிருபது வாய்கள் முத்தமிடும் ஒலியைக் கேட்கமுடிந்தது.

“உணவுக்குப் பின், பெத்குதின் எஞ்சியிருந்த கொத்திறைச்சியை எரியும்படி நெருப்பில் எறிந்துவிட்டு, பின் ஒயினை ஊற்றி நெருப்பை அணைத்தான்; மடியும் நெருப்பின் ஓசை அந்த அரங்கில் ‘ப்ஸ்ஸ்ஸ்ஸ்!’ என எதிரொலித்தது. கத்தியை உறைக்குள் வைக்க அவன் எத்தனிக்கும்போது எதிர்பாராத விதமாகக் காற்று வீசியது, மேடையில் மகரந்தத் தூள்கள் பரவின. பெத்குதின் தும்மியதும் தன் விரலை அறுத்துக்கொண்டான். வெதுவெதுப்பான மேடையில் ரத்தம்சொட்டி மணம் பரப்பியது...

“அடுத்தநொடி கிறீச்சிடலோடும் ஊளையிட்டுக்கொண்டும் நூற்றியிருபது இறந்த ஆன்மாக்கள் அவர்கள் மீது கவிந்தன. பெத்குதின் தன் வாளை உருவிக்கொண்டான், ஆனால் அவை கலினாவை இழுத்துச்சென்றன, அவளது அலறல் அவ்வான்மாக்களின் கூச்சலோடு ஒன்றிப்போகும் வரை, இன்னும் தின்று முடிக்கப்படாத தன்னுடலைத் தின்னப் பேராவலோடு அவளும் அவற்றோடு சேர்ந்து கொள்ளும்வரை, அவள் தசைகளைத் துண்டுதுண்டாகப் பிய்த்தெடுத்தன.

“அரங்கத்தின் வாயில் எங்கே இருக்கிறது என்று பெத்குதின் உணர்ந்துகொள்ள எத்தனை நாளானது என்று தெரியவில்லை. உருவற்ற ஒன்று அவன் மேலாடையைத் தரையிலிருந்து எடுத்துத் தன்தோள்களின்மேல் போர்த்திக் கொள்ளும்வரை, மேடையிலேயே அணைந்த நெருப்பின் அருகிலும் உணவுப்பொருட்களின் மிச்சத்தைப் பார்த்தபடியும் அலைந்துகொண்டே இருந்தான். அந்த ஒன்றுமற்ற ஒன்று அவனைக் கலினாவின் குரலில் அழைத்தது.

“பயந்தபடி, அவளை அணைத்துக்கொண்டான், ஆனால் அவள் குரலின் ஆழத்தில் மற்றும் உரோமத்தாலான அவ்வாடையின் அடியில் அவனால் பார்க்க முடிந்ததெல்லாம் அதன் ஊதாநிற அடித்துணி மட்டுமே.

“ ‘சொல்.’ என்றான் பெத்குதின் கலினாவை இறுக அணைத்தபடி, ‘ஆயிரம் ஆண்டுகளுக்கு முன்னே இங்கு கொடூரமாக எனக்கு ஏதோ நடந்திருப்பது போல் தோன்றுகிறது. யாரோ வெறியோடு கிழித்துத் தின்னப்பட்டார்கள், அந்த ரத்தம் இன்னமும் தரையில் இருக்கிறது. அது உண்மையிலேயே நடந்ததா அல்லது எப்போது நடந்தது என்று எனக்குத் தெரியவில்லை. யாரைத் தின்றார்கள்? உன்னையா அல்லது என்னையா?.

“உனக்கு ஏதும் நடக்கவில்லை; அவர்கள் கிழித்தெறிந்தது உன்னையல்ல’ என்றாள் கலினா, ‘மேலும் அது இப்போதுதான் நடந்தது, ஆயிரம் வருடங்களுக்கு முன்னால் அல்ல’.

“ஆனால், என்னால் உன்னைப் பார்க்க முடியவில்லையே. நம்மில் இறந்தது யார்?’

“உன்னால் என்னைப் பார்க்கமுடியவில்லைதான், இளைஞனே, ஏனென்றால் உயிரோடிருப்பவர்கள் இறந்தவர்களைப் பார்க்க முடியாது. என் குரலை மட்டுமே உன்னால் கேட்கமுடியும். என்னைப் பொறுத்தவரையில் நீ யாரென்று எனக்குத் தெரியாது, உன் ரத்தத்தினைச் சுவைக்கும் வரை அதைத் தெரிந்துகொள்ளவும் முடியாது. ஆனால் அமைதியடை - என்னால் உன்னைப் பார்க்க முடிகிறது, நன்றாகவே பார்க்க முடிகிறது. மேலும் நீ உயிரோடு இருக்கிறாய் என்பதும் எனக்குத் தெரியும்.’

“ஆனால் கலினா!’ அவன் அழுதான், ‘நான்தான் பெத்குதின், உன்னுடைய பெத்குதின். என்னைத் தெரியவில்லையா உனக்கு? சிலகணங்கள் முன்புதான், ஒருவேளை அது சிலகணங்கள்தான் என்றால், நீ என்னை முத்தமிட்டாய்.’

“இப்போதிருக்கும் நிலையில், சென்ற கணத்திற்கும் ஓராயிரம் வருடத்திற்கும் என்ன வேறுபாடு?’

“அந்த வார்த்தைகளைக் கேட்டதும் பெத்குதின் வாளை உறையிருந்து உருவி, மனைவியின் உதடுகள்

எவ்விடத்தில் இருக்குமென்று யூகித்துத் தன்விரலை நீட்டி, அறுத்துக்கொண்டான்.

“கலினா ஆவலுடன் தன் உதட்டில் அது விழக்காத்திருந்ததால், மணம் பரப்பிய ரத்தத்துளி கீழே விழவில்லை.

அவள் பெத்குதினை உணர்ந்த உடனேயே, கிறீச்சிட்டு அழுகிய இறைச்சியைப் போல அவனைப் பிய்த்தெறிந்து, பேராசையுடன் அவன் ரத்தத்தைக் குடித்தாள், எங்கிருந்து மற்றவர்கள் திரளாக வந்தனரோ அவ்வரங்கத்தில் அவனது எலும்புகளை வீசி எறிந்தாள்.

“பெத்குதினுக்கு இதுநடந்த அதேநாளில், கைர் அவ்ரம் ப்ராங்கோவிச் பின்வரும் வரிகளை எழுதினார்: 'பெத்குதினை வைத்து நடத்திய சோதனை வெற்றிகரமாக முடிந்தது. தன்னுடைய பாத்திரத்தை சிறப்பாகச்செய்து உயிருள்ளவர்கள் மற்றும் இறந்தவர்கள் இருவரையுமே ஏமாற்றிவிட்டான். இனிநான் இன்னமும் கடினமான பணிக்கு நகரலாம். சிறியதிலிருந்து பெரிய முயற்சிக்கு. மனிதனிலிருந்து ஆதமுக்கு.'

“ஆக, இவைதான் கைர் அவ்ரம் ப்ராங்கோவிச்சின் திட்டங்கள். அவர் தன் எதிர்காலத்தைப் பணயம் வைக்கும் திட்டங்கள் இரண்டு முக்கிய நபர்களோடு தொடர்புடையது. ஒருவர் ப்ராங்கோவிச்சின் மேன்மைதாங்கிய உறவினரான, கௌன்ட் ஜார்ஜ் ப்ராங்கோவிச், இவரைப்பற்றி இங்கே கொடுத்திருப்பதைவிட அதிக விபரங்கள் வியன்னிய சபைக்குத் தெரியும். இன்னொருவர் கைர் அவ்ரமால் குரோஸ் என்றழைக்கப்படுபவர் (குரோஸ்-கிரேக்கமொழியில் ‘சிறுவன்’), இவரது வருகைக்காகத்தான் இங்கே கான்ஸ்டான்டிநோபிளில், மீட்பரின் வருகைக்குக் காத்திருக்கும் யூதன்போலக் காத்திருக்கிறார். கேள்விப்பட்டவரையில், ப்ராங்கோவிச்சுக்கு இவரைத் தனிப்பட்ட முறையில் அறிமுகமில்லை, பெயரும் தெரியாது (அதனால்தான் குரோஸ் என்கிற கிரேக்கப்பெயர்), இவரைக் கனவில் மட்டுமே பார்த்திருக்கிறார். ஆனால் இந்நபர் தொடர்ந்து கனவில் வருவார், ப்ராங்கோவிச் கனவு கண்டாரெனில்

அது இவரைப்பற்றித்தான். எஜமானர் ப்ராங்கோவிச்சின் சொற்படி குரோஸ், இளைஞன், ஒருபாதி நரைத்த மீசை, பருத்து வீங்கிய நகங்கள் மற்றும் சிகப்புநிறக் கண்கள் உடையவன். அவனை ஒருநாள் சந்திப்போமென ப்ராங்கோவிச் எதிர்பார்த்துக்கொண்டு இருக்கிறார், அவனுடைய உதவியால், அவர் விரும்பும் ஏதோ ஒன்றைக் கண்டுபிடிக்கவோ அல்லது அடையவோ போகிறார். கனவுகளில் அவர் குரோஸ்சிடமிருந்து, யூதர்கள் முறைப்படி வலமிருந்து இடமாகப் படிக்கவும், கனவுகளை இறுதியிலிருந்து தொடக்கம்வரை காணவும் கற்றுக்கொண்டுள்ளார். இவ்விநோதமான கனவுகளில் கைர் அவ்ரம் ப்ராங்கோவிச் குரோஸ்சாக, அல்லது நீங்கள் விரும்புவீர்கள் என்றால் ஒரு யூதராக மாறுவது, பலவருடங்களுக்கு முன்பே துவங்கிவிட்டது. அக்கனவு முதலில் ஓர் ஒய்வற்ற தன்மையாகத்தான் தொடங்கியது என்பார் ப்ராங்கோவிச், ஆன்மாவுக்குள் கல்லை எறிந்தது போல, நெடுநாள்களுக்கு அக்கல் விழுந்துகொண்டிருப்பது போல நீடிக்கும், அந்தக்கல்லோடு சேர்ந்து ஆன்மாவும் விழுகிற இரவில் மட்டுமே அக்கனவு இருக்காது. எப்படியிருப்பினும் அக்கனவு அவர் வாழ்க்கையை முழுவதுமாகத் தன் ஆளுகையில் வைத்துக்கொண்டது; கனவுகளில் அவர் இருமடங்கு இளமையாக இருந்தார். முதலில் பறவைகள், பிறகு அவரது சகோதரர்கள், இறுதியாக அவர் தாய் தந்தை என ஒவ்வொருவராக விடைபெற்றுக்கொண்டு கனவிலிருந்து எப்போதைக்குமாக மறைந்துபோனார்கள். அதைத்தொடர்ந்து அவர் நினைவிலிருந்த மற்றும் அவரைச்சுற்றி இருந்த அனைத்து மக்களும் நகரங்களும் கனவில் சுவடின்றி மறைந்து போயின, இறுதியாக இந்த முற்றிலும் அந்நியமான கனவுலகில் அவரும் மறைந்துபோனார், இருப்பினும், இரவுகளில் கனவு காணும்போது அவர் முற்றிலும் வேறொருவராக மாறினார், அந்த முகத்தைக் கண்ணாடியில் பார்க்கும்போது, அவருக்குப் பயமாக இருந்தது, அவரது தாயோ அல்லது சகோதரியோ தாடி வைத்துக்கொண்டிருப்பது போல இருக்கும். கனவில் வரும் அந்நபருக்கு சிவப்புநிறக் கண்கள், ஒருபாதி நரைத்த மீசை, பருத்து வீங்கிய நகங்கள்.

"மற்றவர்கள் மறைந்துபோகும் இந்தக் கனவுகளில், ப்ராங்கோவிச் தனது இறந்துவிட்ட சகோதரியைத்தான் அதிகமாகக் கண்டிருக்கிறார், ஆனால் ஒவ்வொருமுறையும் நன்கு அறியப்பட்ட ஒரு தோற்றத்தை அவள் இழந்து, புதிய

அவ்ரம் ப்ராங்கோவிச்

ஒன்றைப் பெற்றிருப்பாள், அது அறிமுகமில்லாதது, வேறு யாரோ ஒருவரின் உடல். முதலில் அவள் தன் குரலை அந்த அறிமுகமற்ற, தான் மாறிக்கொண்டிருக்கிற ஒருவருடன் மாற்றிக்கொண்டாள், பிறகு அவளின் கூந்தல்நிறம் மற்றும் பற்கள், அதிகரித்துக் கொண்டேயிருக்கும் ஆசையுடன் ப்ராங்கோவிச்சை அணைத்திருந்த அவள் கைகள் மட்டுமே மிச்சம் - மற்ற எதுவுமே அவளாக இல்லை. பிறகு ஓர் இரவு, மிக நொய்மையான இரவு, இரண்டு மனிதர்கள், அதாவது செவ்வாய்க்கிழமையில் நிற்கும் ஒருவரும் புதன்கிழமையில் நிற்கும் ஒருவரும் கைகுலுக்கிக் கொள்ளலாம், அந்த இரவில் முழுமையாக மாற்றமடைந்து வந்தாள், அவ்வளவு அழகு, பார்த்தவர்கள் மிரண்டு ஒதுங்கினர். வந்ததும் இரண்டு கட்டைவிரல்கள் கொண்ட கைகளால் அவர் கழுத்தைக் கட்டிக்கொண்டாள். முதலில் அவளிடமிருந்து விலகியோட நினைத்தாலும் பிறகு சுதாரித்துக்கொண்டு குழிப்பேரிப் பழங்களைத் தேர்ந்தெடுப்பது போல அவளது முலைகளிலொன்றைத் தேர்ந்தெடுத்துக் கொண்டார். ஒவ்வொரு நாளையும் மரத்திலிருந்து பறிப்பதுபோல அவளிடமிருந்து தேர்ந்து பெற்றார், ஒவ்வொரு முறையும் ஒவ்வொரு விதமான கனியைக் கொடுத்தாள், அது சென்றமுறையை விடச் சுவைகூடியதாக இருந்தது. இரவுகளில் காமக்கிழத்திகளுடன் வாடகை இடங்களில் கூடுவது போல அவளோடு பகல் நேரங்களில் கூடினார். அவள் தழுவும்போது அவளின் இரு கட்டைவிரல்கள் கொண்ட கைகள் அவ்வப்போது வந்துபோவதால், எந்தக்கையைத் தழுவப் பயன்படுத்துகிறாள் என்று அவரால் முடிவுக்கு வரமுடியவில்லை, ஏனென்றால் அவற்றுள் எந்த வித்தியாசமும் இல்லை. ஆனால் அவரது கனவுக்காதல் உண்மையாகவும் முழுமையாகவும் அவரைச் சோர்வடைய வைத்தது, படுக்கையில் தன் கனவுகளை முற்றிலுமாக வடியவிட்டிருந்தார். பிறகு ஒருநாள் கடைசிமுறையாக அவள் கனவில் வந்து கூறினாள்:

" 'தன் கசப்புற்ற ஆன்மாவால் சபிக்கிறவனின் விருப்பமே நிறைவேறுகிறது. ஒருவேளை இன்னொரு வாழ்வில் வேறெங்கேனும் நாம் சந்திக்கலாம்.'

"ஆனால் அதை யாரிடம் கூறினாள், கைர் அவ்ரம் ப்ராங்கோவிச்சான தன்னிடமா அல்லது தான் உறங்கும்போது உருமாற்றமடைந்திருந்த பாதிநரைத்த மீசையுடைய குரோஸ்சிடமா என்று ப்ராங்கோவிச்சால் கண்டறிய

முடியவில்லை. ஏனென்றால் கனவில் தன்னை அவ்ரம் ப்ராங்கோவிச்சாக நினைப்பதையே நிறுத்திவிட்டிருந்தார், தன்னை பருத்து வீங்கிய நகங்கள் கொண்டவனாகத்தான் உணர்ந்தார். உண்மையான வாழ்வைப்போல பல வருடங்களாக அவர் கனவில் விந்தி நடந்ததே இல்லை. மாலைநேரங்களில் யாருடைய அயர்ச்சியினாலோ தான் விழித்தெழுவதாக உணர்வார்; காலைகளில் உறக்கம் வந்தாலும், எங்கோ யாரோ ஓய்வெடுத்து விட்டதாக, சுறுசுறுப்பாக விழிப்புடன் இருப்பதாகத் தோன்றும். வேறு யாரோ ஒருவருடைய இமைகள் திறந்ததும் இவருடைய இமைகள் மூடுவதாக இருந்தன. எப்படி ஒயின் புளித்துப்போகாமலிருக்க ஒரு குடுவையிலிருந்து மற்றதற்கு மாற்றப்படுமோ அதுபோல அவருக்கும் அந்த அடையாளம் தெரியாத அவரது இரட்டைக்குமிடையே ஆற்றலும் ரத்தமும் கடத்தும் நாளங்கள் இருந்தன, அதன் மூலம் வலிமை ஒருவரிடமிருந்து இன்னொருவருக்குப் பாய்ந்தது. ஒருவர் இரவில் கனவு காண்கையில் இன்னுமின்னும் ஓய்வாக, வலிமையோடு மாறும்போது, அவ்வலிமை மற்றவரை அதிலிருந்து விலக்கி சோர்வை, உறக்கத்தை நோக்கித்தள்ளும். அனைத்தையும் விட அச்சமூட்டுவது என்னவென்றால், இருவரில் ஒருவர் திடீரென நடுத்தெருவில் அல்லது எங்கிருந்தாலும் உறங்கிவிடுவதுதான், அது உறக்கம் போலல்ல மற்றவரின் கணப்பொழுது விழிப்புநிலையின் எதிரொலி அது. அண்மையில் சந்திரகிரகணத்தைப் பார்த்துக் கொண்டிருந்தபோது, கைர் அவ்ரம் திடீரெனத் உறக்கத்தில் விழுந்து தான் கசையாலடிபடுவதாகக் கனவு கண்டார், தான் கீழே விழுந்தது அவருக்குப் பிரக்ஞையில் இல்லை, கனவில் கசையால் நெற்றியின் எவ்விடத்தில் அடிக்கப்பட்டாரோ அதே இடத்தில் வெட்டுப்பட்டுக்கொண்டார்.

“இந்த மொத்த விஷயமும் - குரோஸ் மற்றும் யூதா ஹலேவி எனப்படும் அந்நபர்கள் தொடர்புடையது - நேரடியாக என் எஜமானர் ப்ராங்கோவிச்சும் அவரது பணியாட்களாகிய நாங்களும் பலவருடங்களாகச் செய்துவரும் ஒரு திட்டத்தோடு சம்பந்தப்பட்டது என்பது என் கருத்து. இதுவொரு திரட்டு, அல்லது அகரமுதலி, இதை கசார் அகராதி என்றழைக்கலாம். அவர் இதற்காக சற்றும் சோர்வடையாமல் நிலையான ஒரு நோக்கோடு உழைத்துக் கொண்டிருக்கிறார். எட்டு ஒட்டகங்களில் புத்தகங்களை நிரப்பி வியன்னாவின் ஸரான்ட் மாநிலத்திலிருந்து

கான்ஸ்டான்டிநோபிளுக்கு வரவழைத்தார், மேலும் நிறைய புத்தகங்கள் வந்து கொண்டிருக்கின்றன. அகராதிகள் மற்றும் பழைய கையெழுத்துப்பிரதிகளின் சுவர்களுக்கு மத்தியில் தம்மைச் சிறைவைத்துக் கொண்டுள்ளார், நிறங்கள், மை மற்றும் எழுத்துகளில் அனுபவம் உள்ளவன் நான் என்பதால், ஈரமான இந்த இரவில் ஒவ்வொரு எழுத்தையும் அதன் வாசனையை வைத்தே அறிந்துகொள்கிறேன், மேலும் எனக்கான ஒரு மூலையில் அமர்ந்து, கோட்டையின் ஏதோவொரு அலமாரியில் கிடக்கும், மூடி முத்திரையிட்ட கடிதச்சுருள்களை அவற்றின் வாசனையை வைத்தே முழுப்பக்கத்தையும் படிக்கிறேன். கைர் அவ்ரம், குளிர்ந்த இரவில் வெறும் சட்டைமட்டும் அணிந்து, தன் உடலை நடுக்கத்திற்கு உள்ளாக்கியபடி வாசிப்பதையே விரும்புவார், நடுக்கத்தையும் மீறி வாசிப்பதில் எது அவரது கவனத்தை ஈர்க்கிறதோ அதுவே நினைவில் நிறுத்தத் தகுதியானது. ப்ராங்கோவிச்சின் குறிப்புக் கோப்புகள், நூலகம் அமைக்கப்பட்ட காலத்தில் உருவாக்கப்பட்டது, ஆயிரம் பக்கங்கள் கொண்டது, பல்வேறு துறைகளை உள்ளடக்கியது: பழைய தேவாலய ஸ்லவோனியப் பிரார்த்தனையில் உள்ள நெட்டுயிர்ப்பு மற்றும் கூவிளியின் பட்டியலிலிருந்து உப்பு மற்றும் தேயிலைக்கான பதிவேடு வரை, பெரும் சேகரிப்பில் அனைத்து இனத்தவர்களின், உயிருடன் உள்ளவர்கள் மற்றும் இறந்தவர்களின் வெவ்வேறு விதமான நிறம் மற்றும் பாணியில் உள்ள தலைமுடிகள், தாடிகள், மீசைகள், இதை என் எஜமானர் கண்ணாடிப் புட்டிகளில் பசைபோட்டு ஒட்டவைத்து, பழைய தலைமுடி அலங்காரங்களுக்கான அருங்காட்சியகம் போல வைத்துள்ளார். அவருடைய சொந்தத்தலைமுடி இதில் சேர்க்கப்படவில்லை என்றாலும் அதன் இழைகளை அவருக்கான மரபுச்சின்னங்கள் பொருந்திய, ஒருகண்ணுடைய கழுகின் படமும் 'ஒவ்வொரு தலைவனும் தன் சொந்த இறப்பைத் தழுவிக்கொள்வான்' என்ற வாசகமும் அடங்கிய மேலங்கியின் தயாரிப்பில் பயன்படுத்தக் கூறியிருக்கிறார்.

"ப்ராங்கோவிச் ஒவ்வொரு இரவிலும் தன் புத்தகங்கள், சேகரிப்புகள், மற்றும் கோப்புகளுடன் வேலைசெய்வார், ஆனால் மிக ரகசியமாகவும் தனிக்கவனத்துடனும் அவர் தன்னை ஒப்புக்கொடுத்துள்ளது ஓர் அகரவரிசைப் பட்டியலைத் தொகுப்பதில், கசார்கள்[V] மாற்றம் குறித்த அகராதி - வெகுகாலம்

முன்பு கருங்கடல் கரைகளில் வாழ்ந்து தம் இறந்தோரைப் படகுகளில் புதைத்த பழங்குடியினம். அது ஒரு சந்ததி வரைபடம் போல, ஒரு பெயர்ப்பட்டியல் அல்லது சிலநூறு வருடங்களுக்கு முன் கசார்களின் கிறிஸ்தவ மதமாற்றத்தில் பங்குகொண்டவர்கள் அனைவரின் அல்லது பின்நாள்களில் அதுகுறித்து எழுத்துப்பதிவுகளை விட்டுச்சென்றவர்களின் வாழ்க்கை வரலாறு. அவ்ரம் ப்ராங்கோவிச்சின் படியெடுப்பாளர்களான, நான் மற்றும் தெயோஸ்டிஸ் நிக்கோல்ஸ்கி, ஆகியோர் மட்டுமே கசார் அகராதியைக் கையாள முடியும். ப்ராங்கோவிச்சின் இம்முன்னெச்சரிக்கைக்குக் காரணம் இதில் இருக்கும் பல்வேறு முரண்பட்ட தகவல்களாகத்தான் இருக்கும், கிறிஸ்தவம் பற்றி மட்டுமல்ல, யூதம் மற்றும் மகம்மதியம் பற்றியும்: கைர் அவ்ரம் எதற்காக இதெல்லாம் செய்கிறார் என்பது மட்டும் பெக்கைச்சேர்ந்த எங்கள் தலைமை மதகுருவுக்குத் தெரிந்தால், ஆகஸ்ட் மாதத்தில் வரும் புனித ஆன்னியின் விண்ணேற்ற நாளில், தன் சாபங்களில் ஒன்றை இவருக்கென்று தனியாக ஒதுக்கிவைப்பார். ப்ராங்கோவிச்சிடம், கசார்களின் மாற்றத்தில் கிரேக்கர்களின் பக்கமிருந்து செயல்பட்ட கிறிஸ்தவ ஞானியரும் சேவகர்களுமான சிரில்† மற்றும் மெதோடியஸ்† குறித்த அனைத்துத் தகவல்களும் உண்டு. முக்கியமான இடர்பாடு ஒன்று உண்டென்றால் அது, கசார்களின் மாற்றம் மற்றும் அதைத் தொடர்ந்த கசார் காகன்▽ சபையில் நடந்த விவாதத்தில் பங்கேற்றிருந்தாலும் யூதர்கள் மற்றும் அரேபியர்களைப் பிரதிநிதித்தவர்கள் பற்றிய தகவல்களை அவரால் சேகரித்து வரிசைப்படுத்த முடியவில்லை. அதுமட்டுமல்ல, அவர்கள் இருந்தார்கள் என்பதைத் தவிர, அவரோ அல்லது மற்ற கசார்கள் பற்றிய கிரேக்கத் தகவல் ஆதாரங்களோ அவர்களது பெயரைக்கூட அறிந்திருக்கவில்லை. அவருடைய ஆட்கள் வாலாசியன் மடாலயங்களையும் கான்ஸ்டான்டிநோபிளின் பாதாள அறைகளையும் சுற்றிவந்து, கசார்களின் மாற்றம் குறித்த எபிரேய மற்றும் அரேபிய ஆவணங்களைத் தேடினர், இதுகுறித்த கையெழுத்துப் பிரதிகளையும் இந்நிகழ்வில் ஆர்வமுடையவர்களையும் கண்டறிய, கசார்களின் தலைநகருக்கு அவர்களை மதம் மாற்றுவதற்கென பிரசாரகர்கள் சிரில் மற்றும் மெதோடியஸ் அனுப்பி வைக்கப்பட்ட கான்ஸ்டான்டிநோபிளுக்கு அவரே நேரில் வந்தார். எப்படியிருப்பினும் கலங்கியுள்ள கிணற்றுநீரில் அலச முடியாதே, அவருக்கு எதுவும்

கிடைக்கவில்லை. கசார்கள் குறித்த ஆர்வத்துடன் இருப்பது தான் மட்டுமே, அல்லது இறந்தகாலத்தில் கிறிஸ்தவ சேவை நிறுவனத்தின் வட்டத்திலுள்ளவர்கள் தவிர வேறுயாரும் கசார்கள் குறித்த தகவல்களை விட்டுச்செல்லவில்லை, புனித சிரிலில் இருந்து இன்றுவரை வேறுயாரும் அவர்களை ஆராயவில்லை என்பதையெல்லாம் அவர் நம்பவில்லை. நிச்சயமாக ஏதோவொரு தர்விஷ் அல்லது யூத ரப்பிக்கு ஏதேனும் தகவல், அவ்விவாதத்தில் பங்குபெற்ற யூதர் மற்றும் அரேபியரின் வாழ்க்கை மற்றும் அவரது வேலைகள் குறித்துத் தெரிந்திருக்கும், ஆனால் அப்படிப்பட்டவர்கள் கான்ஸ்டான்டிநோபிளில் இல்லை, அல்லது அவர்கள் தங்களுக்குத் தெரியும் என்பதை வெளிக்காட்டிக் கொள்ள விரும்பவில்லை என்றே நம்பினார். மேலும் கசார்கள் பற்றிய கிறிஸ்தவ ஆதாரங்களைத் தவிரவும், விரிவான அரேபிய மற்றும் யூத ஆதாரங்கள் உள்ளன, ஆனால் இந்த விஷயத்தில் ஈடுபட்டுள்ளவர்கள் ஒருவரையொருவர் சந்தித்து, தகவல்களை ஒப்பிட்டுப் பரிமாறிக்கொள்வதை ஏதோவொன்று தடுக்கிறது, அத்தகவல்கள் ஓரிடத்தில் சேகரிக்கப்பட்டால் மட்டுமே, இது குறித்த முழுமையான தெளிவான சித்திரம் உருவாகும் என்றும் நினைக்கிறார்.

"அடிக்கடி 'எனக்குப் புரியவில்லை,' என்பார். 'அநேகமாக எப்போதும் எதைப் பற்றியும் சிந்திப்பதை மிக விரைவிலேயே நிறுத்திவிடுகிறேன் என நினைக்கிறேன், எனவே விஷயங்கள் எனக்குள் பாதி உருவானதோடு நின்று தம் இடுப்புவரை மட்டுமே காட்டுகின்றன...' என் கருத்துப்படி, இதுபோன்ற முக்கியமற்ற ஒரு விஷயத்தில் கைர் அவ்ரமுக்கு உள்ள அதீதமான விருப்பம் என்பது விளக்குவதற்குக் கடினமானதல்ல. என் எஜமானரான ப்ராங்கோவிச் கசார்கள் விஷயத்தில் அக்கறை காட்டுவது மிகச்சுயநலமான காரணங்களுக்காகத்தான். தன்னைப் பீடித்திருக்கும் அத்துர்கனவிலிருந்து தன்னை விடுவித்துக் கொள்ளவே அவர் முயற்சி செய்கிறார். அவர் கனவில் வரும் குரோஸ்சுக்கும் கசார்கள் பற்றிய கேள்வியில் விருப்பமிருக்கிறது, இது நம்மைவிட கைர் அவ்ரமுக்கு நன்கு தெரியும். இந்த அந்நியனைக் கண்டுபிடிப்பது மட்டுமே கைர் அவ்ரம் கனவிலிருந்து விடுபடுவதற்கான ஒரே வழி, கசார்களின் ஆவணங்கள் மூலமாக மட்டுமே அவனை அடைய முடியும், ஏனென்றால் அவனை நோக்கிச் செல்லும் ஒரே தடயம் இதுதான்.

அந்த அந்நியன் மனதிலும் இதே விஷயம்தான் இருக்கிறது என்று நினைக்கிறேன். எனவே அவர்களுடைய சந்திப்பு என்பது சிறையதிகாரி மற்றும் கைதியின் சந்திப்புபோலத் தவிர்க்கமுடியாதது. ஆக, கைர் அவ்ரம் சமீபமாகத் தன் கொடுவாள் பயிற்சியில் தீவிரமாக இருப்பதில் அதிசயம் ஒன்றுமில்லை. அவர் குரோஸ்சை எந்தளவு வெறுக்கிறார் என்றால் அவனைப் பார்த்ததுமே பறவைமுட்டை போல அவன் கண்ணைப்பிடுங்கி விழுங்கிவிடுவார். அவன் கையில் கிடைத்தால் போதும்... ஆனால் இது அனுமானம்தான். ஒருவேளை, இது சரியானதல்ல என்றாலும், அவ்ரம் ப்ராங்கோவிச்சின் ஆதம் குறித்த வார்த்தைகளையும் பெத்குதினை வைத்து அவர் செய்த வெற்றிகரமான சோதனையையும் நாம் நினைவுபடுத்திக்கொள்ள வேண்டும். அதன்படி, அவர் ஆபத்தானவர், அவரது நோக்கங்கள் முன் அனுமானிக்க முடியாத விளைவுகளைக் கொண்டவை, அவருடைய கசார் அகராதி என்பது மூர்க்கமான ஒரு செயலுக்கு, புத்தகவடிவிலான தயாரிப்பே..."

இவ்வார்த்தைகளோடு நிகான் செவாஸ்ட்டின் அவ்ரம் ப்ராங்கோவிச் பற்றிய அறிக்கை நிறைவுக்கு வருகிறது. இருப்பினும் செவாஸ்ட்டால் தன் எஜமானரின் இறுதிநாள்களைப் பற்றிய அறிக்கையை யாருக்கும் அளிக்க முடியவில்லை, ஏனென்றால் வாலாசியாவின் ஏதோவொரு பகுதியில் பனிமூட்டத்தால் சூழப்பட்ட ஒரு புதன்கிழமையின்போது எஜமானரும் பணியாளனும் கொல்லப்பட்டு விட்டனர். இதுபற்றிய பதிவு ப்ராங்கோவிச்சின் மற்றொரு பணியாளனால் விட்டுச் செல்லப்பட்டது, அது முன்பே குறிப்பிடப்பட்ட கொடுவாள் வீச்சில் நிபுணனான அவெர்கி ஸ்கீலா. இந்தக்குறிப்பைப் பார்க்கும்போது ஸ்கீலா, தன் ஆயுதத்தின் முனையை மையில் நனைத்து, தன் காலணிகளால் காகிதத்தைப் பிடித்துக்கொண்டு எழுதியது போல் உள்ளது.

"அவெர்கி ஸ்கீலா எழுதியிருப்பது - கான்ஸ்டான்டிநோபிளில் அவர் கிளம்புவதற்கு முன்பான அந்தக் கடைசிமாலை, மேதகு அவ்ரம் எங்கள் எல்லோரையும், மூன்று கடல்களைப்

பார்த்தபடியிருக்கும் கூடத்திற்கு வரும்படி கூறினார். கருங்கடலிலிருந்து பச்சைக்காற்றும், ஏஜியனிலிருந்து ஒளியூடுருவக்கூடிய நீலநிறக்காற்றும், காய்ந்து கசந்த காற்று அயோனியன் கடலிலிருந்தும் வீசும். உள்ளே நுழையும்போது எங்கள் எஜமானர் ஒட்டகச்சேணத்தினருகில் நின்று வாசித்துக்கொண்டிருந்தார். அனடோலியாவைச் சேர்ந்த பூச்சிகள் மழைக்கு முன்பே தங்கள் விருந்தைத் தொடங்கியிருந்தன, ஒரு சவுக்கினால் அவற்றிடமிருந்து தன்னைப் பாதுகாத்துக்கொண்டிருந்தார், அதன் நுனியை குறிதப்பாது தன் முதுகில் கடிபடும் இடங்களை நோக்கி வீசிக்கொண்டிருந்தார். ஏற்கெனவே, தினமும் மாலையில் செய்யும் கொடுவாள் பயிற்சியை முடித்திருந்தோம், அவரது குட்டையான காலை மட்டும் நான் கணக்கில் எடுக்காமல் இருந்திருந்தால், அவ்விருட்டில் என்னைப் பிளந்திருப்பார். அவர் எப்போதும் பகல்நேரத்தைவிட இரவில் வேகமானவர். தற்போது, வெதுவெதுப்பாக இருக்கிறதென்று காலுறைகளுக்குப் பதிலாக பறவைக்கூடு ஒன்றின்மீது தன் உயரம் குறைந்த காலை வைத்திருந்தார்.

“அழைக்கப்பட்டிருந்த நால்வரும் அமர்ந்தோம் - நான், அவரது மற்ற இரு படியெழுத்தர்கள், மற்றும் உதவியாளான மசூதி, அவன் ஏற்கெனவே அவர்களுடைய பயணத்துக்கான பொருட்களை பச்சைநிறத் தீவனப்பையில் எடுத்துவைத்திருந்தான். எல்லோரும் காரமான மிளகுதூவி பதப்படுத்தப்பட்ட சேலாப்பழம் ஒருகரண்டியும், அந்த அறையில் இருந்தாலும் அரண்மனையின் பாதாள அறைகளில் எங்கள் குரலை எங்கோ எதிரொலித்துப் புதைக்கும் கிணற்றிலிருந்து ஒரு குவளைத் தண்ணீரும் பருகினோம். பிறகு மேதகு அவ்ரம் எங்கள் எல்லோருக்கும் பணம் கொடுத்து, விரும்புபவர்கள் அங்கேயே இருக்கலாம் என்றார். மற்றவர்கள் அவருடன் தன்யூபுக்குப் போரில் கலந்துகொள்ளச் செல்வார்கள்.

“எங்களிடம் அவர் தெரிவிக்கவேண்டியது அவ்வளவுதான், இதற்குமேல் எங்களை நிறுத்திவைக்க மாட்டார் என்று நினைத்தோம். ஆனால் ப்ராங்கோவிச்சுக்கு ஒரு விநோதகுணம்: எப்போதும் தன்னோடு பேசிக்கொண்டிருப்பவரைப் பிரியும் நேரத்தில் மட்டும் மிகுந்த விவேகத்தோடு இருப்பார். இதுபோன்ற சந்தர்ப்பங்களில் பொருத்தமற்ற முறையில்

பேசுவதுபோல் நடித்து எதிரிலிருப்பவரை பண்பட்ட மற்றும் இயல்பான முறையில் அனுப்புவதைவிடவும் மாறுபட்டே நடப்பார். தனியாக இருக்கும்போது ஒரு மனிதனின் முகமூடிகள் கழன்று அவன் தன்னை வெளிப்படுத்தும் வரை, அனைத்தும் கூறி முடித்திருந்தாலும் சந்திப்பை நீட்டிப்பது அவர் வழக்கம். ஆகவே இந்தச் சந்திப்பிலும் நேரத்தை வீணடித்துக் கொண்டிருந்தார். அனடோலியனின் கையை அழுத்தமாகப் பிடித்தபடி மற்றவர்களை கவனித்தார். பிறகு திடீரென மசூதிக்கும் நிகான் செவாஸ்ட்டுக்கும் இடையில் வெறுப்பின் சாயை ஓடி மறைந்தது, அதுவரையில் கவனிக்கப்படாத, இருவருமே மறைத்து வந்த வெறுப்பு. இது வெளிப்பட்டது மசூதி கைர் அவ்ரமிடம் இதைச் சொன்னபோது:

" 'ஐயா, நாம் பிரிவதற்குள் கைம்மாறு ஒன்றைச்செய்ய அனுமதிக்கவேண்டும். உங்களுக்கு மிகவும் மகிழ்ச்சியை அளிக்கக்கூடிய ஒன்றைக் கூறுவேன், வெகுநாள்களாக நீங்கள் அதைக்கேட்கவேண்டுமென்று விரும்பியிருக்கிறீர்கள். நீங்கள் கனவில் காண்பவனின் பெயர் சாமுயேல் கோஹென்✡.'

" 'பொய் சொல்கிறான்!' செவாஸ்ட் எதிர்பாராத விதமாகக் கூச்சலிட்டு, மசூதியின் பச்சைநிறப்பையை எடுத்து அடுப்பில் வீசினான். ஆச்சரியப்படும் விதத்தில் மசூதி மிக அமைதியாக, மேதகு அவ்ரமை நோக்கித் திரும்பி நிகான் செவாஸ்ட்டைச் சுட்டிக்காட்டிக் கூறினான்:

"அவனைப் பாருங்கள் பிரபுவே. அவனுக்கு ஒரேயொரு நாசித்துளை மட்டுமே உண்டு. மற்ற சாத்தான்களைப் போலவே தன் வாலால் சிறுநீர் கழிப்பவன் அவன்.'

"மேதகு அவ்ரம், விளக்கைத் தன் கால்களால் பற்றியிருந்த கிளியை எடுத்துத் தரையில் வைத்தார். அந்த வெளிச்சத்தில் சைத்தான்களுக்கு இருப்பது போலவே நிகான் செவாஸ்ட்டின் கருத்த, பிரிவற்ற நாசித்துளை தெரிந்தது. பிறகு மேதகு அவ்ரம் அவனிடம் கூறினார்:

" 'ஆக நீ தரப்பை மாற்றிக் கொள்வதற்கு அச்சப்படாதவர்களில் ஒருவன்?'

“ ‘ஆம் பிரபுவே, ஆனால் மலத்தில் அச்சத்தின் நாற்றமடிப்பவர்களில் ஒருவனல்ல. நான் சாத்தான் என்பதை மறுக்கவில்லை,’ என்று தயக்கமின்றி ஒப்புக்கொண்டான். ‘நான் கூறவிரும்புவது, நான் கிரேக்க நிலத்தின் துர்ஆன்மாக்களுக்கான, கிறிஸ்தவப்பேருலகம் மற்றும் வானத்தை உடைய பாதாள உலகை, கிழக்கத்திய நம்பிக்கையான ஹேடஸ்சைச் சேர்ந்தவன். நம் தலைமேல் இருக்கும் ஆகாயம் எவ்வாறு ஜெஹாவு, அல்லா, மற்றும் தந்தையாகிய கடவுள் எனப்பிரிந்து இருக்கிறதோ அப்படியே பாதாள உலகும் அஸ்மோடியஸ், இப்லிஸ், மற்றும் சாத்தான் எனப் பிரிந்திருக்கிறது. இப்போதைய துருக்கியப் பேரரசில் நான் அடைபட்டு இருக்கிறேன், ஆனால் அதனாலேயே இந்த மகூதியோ அல்லது மற்ற மொஸ்லம் உலகின் பிரதிநிதிகளோ என்னை எடைபோடுதற்கு உரிமை பெற்றவர்களல்ல. அது கிறிஸ்தவ நம்பிக்கையைப் பிரதிநிதிக்கும் ஒருவராலேயே முடியும், என் வழக்கு அவருடைய எல்லைக்குள்தான் வருகிறது. அப்படியில்லையென்றால், கிறிஸ்தவ அல்லது யூத நீதிபதிகள் மொஸ்லம் பாதாளத்திலிருந்து வந்தவர்கள் அவர்கள் கையில் கிடைத்தால் தீர்ப்பிடத் தொடங்குவார்கள். இந்த எச்சரிக்கை பற்றி மகூதி யோசித்துக்கொள்ளட்டும்…’

“இதற்கு மேதகு அவ்ரமின் பதில்:

“ ‘என் தந்தையான யோயானிக்கி ப்ராங்கோவிச்சுக்கு உன் இனத்தவர்களுடன் சில அனுபவம் உண்டு. வாலாசியாவில் இருந்த எங்கள் ஒவ்வொரு வீட்டிலும் அதற்கேயான சிறிய சூனியக்காரிகள், குறுஞ்சாத்தான்கள், மற்றும் ரத்தக்காட்டேரிகள் உண்டு, அவர்களோடுதான் நாங்கள் உண்ணவும் பருகவும் செய்தோம். காட்டேரிகளைக் கொல்பவர்களை அவற்றின் பின்னால் அனுப்புவோம், சபாத்திலிருக்கும் குழந்தைகள் துளைகளை எண்ணுவதற்காக அவற்றிடம் சல்லடை கொடுப்பர், அவற்றின் துண்டிக்கப்பட்ட வால்கள் வீட்டைச்சுற்றிக் கிடப்பதைக் காண்பர், அவற்றோடு கரும்பெர்ரிப் பழங்கள் பறிப்பர், கதவோடு, கோடாரிக்காம்போடு பிணைத்துத் தண்டனையாகச் சவுக்கால் அடிப்பார்கள், கிணற்றில் போட்டு மூடுவார்கள். கியூலாவில் ஒருநாள் இரவு, என் தந்தை மிகப்பெரிய பனிமனிதன் ஒருவனை கழிவறைத்துளையில் அமர்ந்திருக்கப் பார்த்தார். விளக்கால் அடித்து அவனைக்கொன்று விட்டு, இரவுணவுக்குச் சென்றார். இரவுணவு முட்டைக்கோஸ்

கறிச்சாறு மற்றும் பன்றிக்கறி. சாற்றைச் சுவைத்தார், திடீரென்று - க்ளக்! - அவர் தலை கிண்ணத்தில் விழுந்தது, கிண்ணத்திலிருந்து வெளியே துருத்திக்கொண்டிருந்த தன் உருவத்தைத் தானே முத்தமிட்டபடி, முட்டைக்கோஸ் சாற்றில் மூழ்கிப்போனார். எங்கள் கண்ணுக்கு முன்னாலேயே, என்ன நடக்கிறது என்று நாங்கள் உணரும் முன்னமே. இன்றுவரை எனக்கு நினைவிருக்கிறது, சாற்றில் மூழ்கும்போது அவர் ஒருபெண்ணைத் தழுவியிருப்பது போல நடந்துகொண்டார், ஓர் ஆண் காட்டுபன்றியை அணைப்பது போலல்லாமல் வேறு ஏதோவொன்றின் தலையை அணைத்திருப்பதுபோல இரண்டு கைகளும் மரக்கிண்ணத்தைச் சுற்றி அணைத்திருந்தன. சுருக்கமாக யாருடைய இறுக்கமான அணைப்பிலிருந்தோ அவரைப் பிரித்தெடுப்பது போலத்தான் அவரைப் புதைத்தோம்... அவர் காட்டேரியாக மாறிவிடக்கூடாது என்பதற்காக அவருடைய மூடுகாலணிகளை முரேசுலுக்குள் எறிந்தோம். நீ சாத்தானாக இருந்தால், நிச்சயமாக நீ அதுதான், என் தந்தை யோயானிக்கி ப்ராங்கோவிச்சின் மரணத்தின் அர்த்தம் என்ன என்று சொல்.'

" 'என் உதவியின்றியே அதை நீங்கள் கண்டறிவீர்கள்,' என்றான் செவாஸ்ட், 'ஆனால் உங்களுக்கு வேறொன்றைச் சொல்வேன். உம் தந்தை இறந்தபோது அவர் காதில் ஒலித்த வார்த்தைகள் என்னவென்று எனக்குத் தெரியும். அது: "என் கையைக் கழுவச் சிறிது ஒயின் வேண்டும்!" இவைதான் அவர் இறக்கும்போது காதில் ஒலித்த வார்த்தைகள். இன்னும் ஒரு விஷயம், இதெல்லாம் என் கற்பனை என்று நீங்கள் கூறக்கூடாது என்பதற்காக.

"நீங்கள் கசார் அகரவரிசையில் பலபத்தாண்டுகளாகப் பணிசெய்து கொண்டிருக்கிறீர்கள், உங்கள் கசார் அகராதியில் சிலவற்றைச் சேர்க்க என்னை அனுமதியுங்கள்.

"எனில், நீங்கள் அறியாதவற்றைக் கேளுங்கள். புராதனமான இறந்தவர்களின் நகரத்தின் மூன்று ஆறுகளான அகிரோன், பிளேகதோன் மற்றும் கோசிதுஸ் - இன்று இஸ்லாம், யூதம், மற்றும் கிறிஸ்தவ பாதாள உலகங்களுக்கானது; அவற்றின் ஓட்டம் மூன்று நரகங்களையும் பிரிக்கிறது - அவை ஜிஹென்னா, ஹேடிஸ், மற்றும் முகம்மதியர்களின் குளிர் நரகமாகும் - இவை முன்பு ஒருகாலத்தில் இருந்த கசார் நிலங்களின் கீழே அமைந்துள்ளன. அங்கே, இம்மூன்று

எல்லைகளும் இணையுமிடத்தில், இறந்தவர்களின் மூன்று உலகங்களையும் எதிர்கொள்ளலாம்: சாத்தானுடைய எரியும் நரகம், ஒன்பது வளையங்களைக் கொண்ட கிறிஸ்தவர்களின் ஹேடஸ், லூசிஃபரின் அரியாசனம், இருள் இளவரசனுடைய கொடிகளுடன்; மொஸ்லம்களின் பாதாளம், இப்லிஸ்சின் வருத்தும் குளிரின் அரசாட்சி; மற்றும் ஜிஹென்னாவில் அஸ்மோடியஸ் ஆட்சி செய்யும் கெபுராவின் ஆளுகைக்குட்பட்ட, கோவிலின் இடப்புறமுள்ள, பொறாமை, பசி மற்றும் இரக்கமற்ற தன்மைக்கான எபிரேய கடவுள்கள் அமருமிடம். இம்மூன்று உலகங்களும் ஒன்றோடொன்று இடைப்படுவதில்லை; அவற்றிற்குப் பொதுவான எல்லைகள் இரும்பு ஏரினால் உழப்பட்டவை, யாருக்கும் அதைத்தாண்டிச் செல்ல அனுமதியில்லை. உங்கள் அனுபவமின்மையின் விளைவாக இம்மூன்று உலகங்கள் குறித்துத் தவறான புரிதல் உங்களுக்கு இருக்கிறது. யூதர்களின் நரகத்தில், இருள் மற்றும் பாவத்துக்கான கடவுளான பெலியலின் ஆளுகையில், நீங்கள் நினைப்பதுபோல் எரிக்கப்படுவது யூதர்களல்ல. உங்களைப் போன்றவர்கள், அனைத்து அரேபியர்கள் அல்லது கிறிஸ்தவர்கள்தான் அங்கே எரிக்கப்படுவது. போலவே கிறிஸ்தவ நரகத்தில் கிறிஸ்தவர்கள் யாருமில்லை - நெருப்பை அணுகுவோர் முகம்மதியர் அல்லது தாவீதின் நம்பிக்கை கொண்டவர்களே, இப்லிஸ்சின் மொஸ்லம் சித்திரவதைக்கூடத்தில் எல்லோரும் கிறிஸ்தவர்கள் மற்றும் யூதர்கள், ஒரு துருக்கியனோ அரேபியனோ அங்கு இல்லை. மசூதியைப் பற்றிக் கற்பனை செய்து பாருங்கள், தனக்கு நன்கு தெரிந்த, கொடூரமான நரகம் குறித்து பயந்துகொண்டிருக்கிறான், ஆனால் எபிரேயத்தின் ஷியோல் அல்லது கிறிஸ்தவர்களின் ஹேடஸ்சில் இருப்பதை உணர்வான், அங்கே நான் அவனுக்காகக் காத்துக்கொண்டிருப்பேன்! இப்லிஸ்சுக்குப் பதிலாக அவன் லூசிஃபரிடம் வருவான். கிறிஸ்தவ வானத்துடனுள்ள நரகத்தில் யூதனொருவன் கழுவாய் நிறைவேற்றுவதை சற்றே யோசித்துப் பாருங்கள்.

“ ‘இதை வலுவான, இறுதியானதொரு எச்சரிக்கையாக எடுத்துக்கொள்ளுங்கள், என்பிரபுவே, மெய்யறிவின் உச்சமான வார்த்தைகளிவை! எப்படி இஸ்லாம், கிறிஸ்தவம், மற்றும் யூதமார்க்கமாகிய மூன்று உலகம் சம்பந்தப்பட்ட விஷயங்களில் இங்கே பூமியில் செய்வதற்கு எதுவுமில்லையோ, போலவே

அதனதன் பாதாள உலகிலும் செய்வதற்கு எதுவுமில்லை. இவ்வுலகில் ஒருவரையொருவர் வெறுத்துக் கொள்பவர்கள் உண்மையில் பிரச்சினையில்லை, அவர்கள் எப்போதுமே ஒருவரையொருவர் பிரதிபலிப்பவர்தாம். அவர்களது பகைவர்கள் என்பவர்கள் எப்போதுமே ஒருவர்தான், அல்லது காலத்தில் அப்படி ஆகிவிடுகிறது, வேறு எப்படியும் அவர்கள் பகைவர்களாக முடியாது. அதிகம் ஆபத்தானவர்கள் தங்களுக்குள் வேறுபட்டுக் கொள்பவர்களே. அவர்கள் ஒருவரையொருவர் சந்திக்க விழைகின்றனர், ஏனெனில் அந்த வேறுபாடு அவர்களுக்கு ஒரு பொருட்டில்லை. அவர்கள்தான் எப்போதும் மோசமானவர்கள். நாங்களும் எங்கள் எதிரிகளும், தங்களிலிருந்து எங்களை வேறுபட அனுமதிக்கும் மற்றும் இந்த வேறுபாடு தங்கள் உறக்கத்தைக் கெடுத்துவிடாமல் பார்த்துக்கொள்ளும் இவர்களை எதிர்க்கவே ஒன்றாவோம்; அவர்களை மூன்று பக்கமிருந்தும் ஒரே வீச்சில் அழிப்போம்...'

"இதற்கு கைர் அவ்ரம் ப்ராங்கோவிச் பதிலளிக்கையில் இன்னமும் அவருக்குத் தெளிவாகாத விஷயங்கள் இருக்கிறதென்றார். அவர் கேட்டது:

"நீ இன்னமும் ஏன் இதைச் செய்யவில்லை - உன் வால்கூட இன்னமும் முதிர்ந்து விழவில்லைதான், நீ இல்லையென்றாலும் உன்னைவிட வயதுகூடியவர்கள் அனுபவசாலிகள் இருப்பார்களே? நாங்கள் எம் தந்தைக்கான வீட்டைக் கட்டியபோது நீங்கள் எதற்காகக் காத்திருந்தீர்கள்?'

"தகுந்த காலத்திற்காகக் காத்திருந்தோம், பிரபுவே. மேலும், மனிதர்களாகிய நீங்கள் உங்களது காலடியை எடுத்துவைக்கும்வரை சாத்தான்களாகிய எங்களால் ஒரு அடிகூட எடுத்துவைக்க முடியாது. எங்களின் ஒவ்வொரு பாதச்சுவடும் உங்களோடு பொருந்த வேண்டும். நாங்கள் எப்போதும் உங்களுக்கு ஒரு அடி பின்னால் இருக்கிறோம், உங்கள் இரவுணவுக்குப் பின்னால்தான் எங்கள் உணவு, மேலும், உங்களைப்போல எங்களாலும் எதிர்காலத்தைப் பார்க்க முடியாது. எனவே நீங்கள் எப்போதுமே முன்னால்தான், நாங்கள் உங்களைத் தொடர்கிறோம். ஆனால் இன்னொன்றையும் சொல்கிறேன்: உங்களைத் தொடரும்படி எங்களை கட்டாயப்படுத்த நீங்கள் இன்னமும் ஒரு அடிகூட எடுத்து வைக்கவில்லை. இருந்தாலும்

அவ்ரம் ப்ராங்கோவிச்

நீங்களோ, அல்லது உங்கள் வழித்தோன்றலோ எப்போதாவது அதைச்செய்தால் வாரத்தின் ஏதோ ஒரு கிழமைக்குள் உங்களைப் பின்தொடர்ந்து அடைவோம், அதன் பெயர் கூறப்படாது மறையும். இருப்பினும் இப்போது நிகழ்காலத்தில், அனைத்தும் சரியாகத்தான் இருக்கிறது, ஏனென்றால் நீங்களும் அந்தச் சிவப்புத் தலைமுடிகொண்ட குரோஸ்சும் ஒருபோதும் சந்தித்துக்கொள்ளப் போவதில்லை, அவன் இங்கே கான்ஸ்டான்டிநோபிளுக்கு வந்தாலும் கூட. நீங்கள் அவனைப்பற்றிக் கனவு காண்பதுபோல உங்களைப்பற்றி அவனும் கனவு காண்கிறான் என்றால், அவன் தன் உறக்கத்தில் உங்களின் யதார்த்தத்தைக் கட்டமைக்கையில் நீங்கள் அவனுடைய யதார்த்தத்தைக் கட்டமைக்கிறீர்கள் என்றால், எப்போதும் உங்களில் ஒருவர் மற்றவரின் கண்களுக்குள் பார்க்கப் போவதேயில்லை, ஏனென்றால் இருவரும் ஒரே சமயத்தில் விழித்திருக்கவே முடியாது. இருப்பினும், எங்கள் பொறுமையைச் சோதிக்க வேண்டாம். என்னை நம்புங்கள், என் பிரபுவே, தன்யூப்பில் ஆஸ்திரியர்களும் துருக்கியரும் ஏற்கெனவே மோதிக்கொண்டிருக்கும் போருக்குச் செல்வதைவிட, இந்த அமைதியான கோட்டைக்குள் இருந்தபடி, சிதறிக்கிடக்கும் சொற்கள் கொண்டு கசார் அகராதியைத் தொகுப்பது ஆபத்தானது; இங்கே கான்ஸ்டான்டிநோபிளில் இருந்தபடி உங்கள் கனவில் தோன்றும் சாயைக்காகக் காத்திருப்பதென்பது ஆபத்தானதே, உங்கள் உறையிலிருந்து வாளையுருவி எதிரியைத் தாக்குவதைக் காட்டிலும் - என் பிரபுவே, நீங்கள் அதைச் சிறப்பாகச் செய்யக் கூடியவர். சிந்தித்துப் பாருங்கள். எங்கே செல்லப்போகிறீர்களோ அங்கே கவலையின்றிச் செல்லுங்கள், தன் ஆரஞ்சுப்பழங்களை உப்பில் நனைத்தெடுக்கும் இந்த அனடோலியன் சொல்வதைக் கேட்காதீர்கள்...'

" 'மற்றபடி, என் பிரபுவே, நீங்கள் என்னைக் கிறிஸ்தவ ஆன்மீக உறுப்பினர்கள் முன் நிறுத்தலாம், சைத்தான்கள் மற்றும் சூனியக்காரர்களுக்கான நீதிமன்றம் இந்த விஷயத்தில் முடிவெடுக்கட்டும். ஆனால், அதற்கு முன் உங்களை ஒன்று கேட்கிறேன். இன்று செய்வதுபோல, இன்னும் முந்நூறு ஆண்டுகள் கழித்தும் உங்கள் தேவாலயம் இன்று போலவே இருந்து தீர்ப்பிடும் என்று நம்புகிறீர்களா?' என்றான் செவாஸ்ட்.

"நிச்சயமாக நம்புகிறேன்,' என்று மேதகு அவ்ரம் பதிலளித்தார்.

“அப்படியென்றால் அதை நிரூபியுங்கள்: சரியாக இன்றிலிருந்து இருநூற்றுத் தொண்ணூற்று மூன்று ஆண்டுகள் கழித்து இதே கான்ஸ்டான்டிநோபிளில், வருடத்தின் இதேநாளில், காலையுணவின்போது சந்திப்போம், அப்போது நீங்கள் என்னை இன்றுபோலவே தீர்ப்பிடலாம்...’

“மேதகு அவ்ரம் சிரித்தபடி தன் ஒப்புதலைத் தந்துவிட்டு, சவுக்கின் நுனியால் இன்னொரு பூச்சியைக் கொன்றார்.

“அதிகாலையில் கோதுமைக்கஞ்சியைச் சமைத்து மூடி, ஒரு தலையணையில் அப்பானையைச் வைத்து, அதை மேதகு அவ்ரம் ஓய்வெடுக்கும்போது கதகதப்பாக இருக்க பயண வலையிலிட்டு வைத்தோம். கருங்கடலைக் கப்பலில் கடந்து எங்கள் பயணத்தைத் துவக்கி, பிறகு தன்யூபின் நீரை எதிர்த்துப் பயணம் செய்தோம். தகைவிலான் குருவிகளின் இறுதிக்கூட்டமொன்று தலைகீழாகப் பறந்து சென்றது, தன்யூப் அவற்றின் வெள்ளைநிற வயிற்றுக்குப் பதிலாக கருநிற முதுகினைப் பிரதிபலித்தது. பனிமூட்டங்களுக்குள் நுழைந்தோம், ஆனால் அவை விலகிச் சென்றன, தியர்தாவின் காடுகளினூடாக இறுக்கமான செவிடாக்கும் அமைதி, அதனுள் அனைத்து அமைதியும் வழிந்தோடின. ஐந்தாம்நாள், க்ளாடவோவுக்கு அருகில், நீரின் மறுகரையிலிருந்து வந்த, கசப்பான ரோமானியப் புழுதியப்பிய எர்தேயின் பீரங்கிப்படை எங்களை வரவேற்றது. இளவரசர் பாதென்ஸ்கியின் முகாமிற்குச் சென்றதும்தான் தெரிந்தது, கௌன்ட் ஜார்ஜ் அவர்களும் நேரடியாகப் போர்முனைக்கு வந்திருக்கிறார், படைத்தலைவர் ஹைதர்ஷைம், வெட்ரனி, மற்றும் ஹெய்சல் ஆகியோர் ஏற்கெனவே துருக்கிப்படைகளைத் தாக்கத் தயாராக இருந்தனர், இரண்டு நாள்களாகி விட்டதால் நாவிதர்கள் அவர்களைச்சுற்றி ஓடிவந்து சவரம் மற்றும் தலைசீவுதல் ஆகிய வேலைகளைச் செய்து கொண்டிருந்தனர். அன்றைய இரவு நாங்கள் எஜமானரின் அற்புதமான நிபுணத்துவத்தைப் பார்த்தோம்.

"வருடத்தின் பருவநிலையைக் கணிக்கமுடியவில்லை, காலை குளிராகவும், இரவு மிதவெப்பத்தோடும் இருந்தது - இரவுவரை கோடைகாலம், விடிந்தால் வசந்தகாலம். மேதகு அவ்ரம் ஒரு வாளைத் தேர்ந்தெடுத்துக் கொண்டார். அவர்கள் அவரது குதிரைக்குச் சேணம் பூட்டினர், புறாக்களை சட்டைக்கைக்குள் வைத்திருந்த பீரங்கிப் படையின் சிறுகுழுவொன்று செர்பிய முகாமிலிருந்து அவருடன் பயணிக்க வந்திருந்தது. அவர்கள் நீளமான புகைக்குழாய்களைப் புகைத்தபடி, வட்டமான புகை வளையங்களை தங்கள் குதிரைகளின் காதுகளில் ஊதியபடி பயணித்தனர். ப்ராங்கோவிச் குதிரையில் ஏறியதும் அவருக்கும் ஒரு நீளமான குழாய் பற்றவைத்துத் தரப்பட்டது; தங்களுக்கான ஆணையை படைத்தலைவர் வெட்ரனியிடமிருந்து பெற்றுக்கொள்ள அவர்கள் புகைமூட்டத்தினூடே கிளம்பியபோது, ஆஸ்திரிய முகாமிலிருந்து அந்தச் சத்தம் கேட்டது:

" 'நிர்வாணச் செர்பியர்கள் வருகிறார்கள்!' உண்மையிலேயே, பீரங்கிப்படை வீரர்களின் பின்னால், சிறிய தரைப்படை ஒன்று தோன்றியது, தலையில் தொப்பியைத் தவிர தம்மீதிருந்த அனைத்தையும் கழற்றி எறிந்திருந்தனர். நிர்வாணமாக, முகாம் நெருப்பின் ஒளியிடையே ஒரு வாயிலுக்குள் நுழைவதுபோல நுழைந்தனர், அவர்களின் பின்னால் இருளில், அவர்களை விட இருமடங்கு வயதான அவர்களுடைய நிர்வாண நிழல்கள் வேகமாக நகர்ந்து கொண்டிருந்தன.

" 'உண்மையிலேயே இருளில் தாக்கப்போகிறாயா?' என்று கேட்டார் வெட்ரனி, அவரது கைகள் தன் வாலால் மனிதனின் வாயில் அடிக்கக்கூடிய அளவு மிக உயரமான நாயொன்றைத் தடவிக்கொடுத்துக் கொண்டிருந்தது.

" 'ஆமாம்,' என்றார் கைர் அவ்ரம், 'பறவைகள் நமக்கு வழிகாட்டும்.'

"ஆஸ்திரிய மற்றும் செர்பிய படையமைப்புகளுக்கு மேல் ஆர்ஸ் என்ற எப்போதும் மழை பொழியாத குன்று; அங்கே பீரங்கிகளுடன் துருக்கியர்களின் கோட்டையொன்று அமைக்கப்பட்டிருந்தது. மூன்றுநாள்களாக எந்தப்பக்கமிருந்தும்

அதை அணுகவே முடியவில்லை. ப்ராங்கோவிச்சிடம் கோட்டையைத் தாக்கும்படி படைத்தலைவர் கூறினார்.

" 'ஒருவேளை நீ கோட்டையைக் கைப்பற்றினால் பச்சைநிற மேப்பிள் கட்டையை எரித்துக்காட்டு', என்றார் படைத்தலைவர் 'அப்போதுதான் நாங்கள் எங்களைத் தயார் செய்துகொள்ள முடியும்.'

"குதிரைப்படை வீரர்கள் ஆணை கிடைத்ததும் புகைத்தபடி கிளம்பினர். சிறிது நேரத்தில் துருக்கியர்களின் கோட்டைக்கு மேல் தீப்பந்தம் சுமந்த புறாக்கள் பறந்தன - ஒன்று, பிறகு இரண்டு, பின் மூன்றாவது - துப்பாக்கி வெடிக்கும் ஓசைகளைக் கேட்டோம், பிறகு மேதகு அவ்ரமும் குதிரைப்படை வீரர்களும் முன்புபோலவே நீண்ட புகைக்குழாயைப் புகைத்தபடி முகாமுக்கு வந்து சேர்ந்தனர். படைத்தலைவர் ஆச்சரியமாக ஏன் பீரங்கிகள் தாக்கவில்லை என்று கேட்டார். மேதகு அவ்ரம் அமைதியாகத் தன் புகைக்குழாயினால் குன்றைச் சுட்டிக்காட்டினார். பச்சைநிற ஒளி மிளிர்ந்துகொண்டிருந்தது, அதன்பின் துருக்கியர்களின் பீரங்கி ஓசை கேட்கவேயில்லை. கோட்டை கைப்பற்றப்பட்டது.

"அடுத்தநாள் காலை, மேதகு அவ்ரம், இரவு நடத்திய போரில் களைத்து, தன் கூடாரத்தின் முன்பு ஓய்வெடுத்துக்கொண்டிருந்தார், மசூதியும் நிகான் செவாஸ்ட்டும் தாயம் விளையாட அமர்ந்தனர். மூன்றாவது நாளாக நிகான் பெரும்பணத்தை இழந்துகொண்டிருந்தான், ஆனால் மசூதி விளையாட்டை நிறுத்த விரும்பவில்லை. தோட்டாக்கள் மழையாகப் பொழியத் துவங்கியபோதும் அவர்கள் அதே இடத்தில் இருந்ததற்கு வலுவான காரணம் ஏதேனும் இருக்கவேண்டும், ப்ராங்கோவிச் உறங்கிக் கொண்டிருந்தார், அவர்கள் விளையாட்டில் இருந்தனர். எப்படியாயினும் அவர்களுடைய காரணம் என்னுடையதைவிட வலுவானதுதான்: நான் பாதுகாப்பான இடத்தில் தஞ்சமடைந்தேன். அப்போது துருக்கியப் படை எங்களைத் தாக்கத் தொடங்கியது, அசைகின்ற அனைத்தையும் வெட்டிச்சாய்த்தனர், அவர்களுக்கு நேர்பின்னால் வந்து கொண்டிருந்தது ட்ரெபின்யே பகுதியைச் சேர்ந்த படைத்தளபதி சபியாக் பாஷா^{c}, அவன் பார்வை இறந்தவர்களின்மேல் மட்டுமே இருந்தது, உயிருள்ளவர்களின்மேல் இல்லை. யுத்தகளத்தில் விரைந்து நுழைந்து கொண்டிருந்தவனின் பின்னால் வெளுப்பான

ஒரு இளைஞன், பாதி மனிதன் மட்டுமே வயதானது போல பாதி நரைத்த மீசையுடன் வந்து கொண்டிருந்தான். மேதகு அவ்ரமின் பட்டு மேலங்கியில் ப்ராங்கோவிச்சுகளின் குலச்சின்னமான ஒரு கண்ணுள்ள கழுகு பின்னப்பட்டிருக்கும். துருக்கிய வீரன் ஒருவன் தன் ஈட்டியை உயர்த்தி எவ்வளவு வேகமாக அந்தப் பறவைமீது இறக்கினான் என்றால், ஈட்டியானது உறங்கிகொண்டிருந்த அம்மனிதனின் நெஞ்சைத் துளைத்து பின்னால் இருந்த பாறையில் மோதிய ஒலி கேட்டது. மரணத்தின்போது விழித்த ப்ராங்கோவிச் தன் ஆயுதத்தில் ஒருகையை ஊன்றி எழுந்தார், அவர் தன் வாழ்வில் இறுதியாகப் பார்த்தது சிவப்புக் கண்கள், பருத்து வீங்கிய நகங்கள், மற்றும் பாதி நரைத்த மீசையுடைய இளைஞன். பிறகு ப்ராங்கோவிச்சின் உடல் வியர்வை முத்துக்களால் நிறைந்தது, இரண்டு வியர்வை முத்துகள் கழுத்தினடியில் முடிச்சாக ஒன்று சேர்ந்தன. ஊன்றியிருந்த கை வெகுவாக நடுங்கியது, அவ்வளவு காயத்திலும், அவர் அதைக்கவனித்து தன் உடல் எடையை அழுத்துவதன் மூலம் நடுக்கத்தை நிறுத்த முயன்றார். நடுக்கம் சிறிதுநேரத்திற்குத் தொடர்ந்து பின் மீட்டிய நரம்பு போல மெதுவாக குறையத் தொடங்கியது; முற்றிலுமாக அசைவற்று ஆனவுடன், எந்த ஒலியும் எழுப்பாமல் அவர் அதன் மேல் விழுந்தார். அதேகணத்தில் அந்த வெளுத்த இளைஞனும் ப்ராங்கோவிச்சின் பார்வையால் பாதிக்கப்பட்டவன் போல தன் நிழலின்மீது விழுந்தான், அவன் தோளில் சுமந்திருந்த தீவனப்பை உருண்டோடியது.

"'கொல்லப்பட்டது கோஹெனா?' என்று தளபதி சத்தமிட்டதும் வீரர்கள் சூதாடிக் கொண்டிருந்தவர்கள்தான் அவ்விளைஞனைச் சுட்டுவிட்டனர் என நினைத்து உடனடியாக உருட்டாத தாயக்கட்டைகள் கையிலிருந்த நிலையில், நிகான் செவாஸ்ட்டைக் கூறுபோட்டனர். பிறகு மசூதியின் பக்கம் அவர்கள் திரும்பியபோது அவன் தளபதியிடம் அரபியில் ஏதோ கூறினான், வெளுப்பான அவ்விளைஞன் இறக்கவில்லை, உறங்கிக் கொண்டிருக்கிறான் என்று எச்சரித்தான். அதனால் மசூதி தன் வாழ்வில் ஒருநாளை நீட்டித்துக்கொண்டான்: தளபதி, அன்றில்லாமல் மறுநாள் அவனை வாளால் வெட்டிக்கொல்ல ஆணையிட்டான், அது அப்படியே நடந்தது.

அவெர்கி ஸ்கீலா அவ்ரம் ப்ராங்கோவிச்சைப் பற்றிய தன் அறிக்கையைப் பின்வருமாறு முடிக்கிறார்: "நான் வாள்வீச்சில்

நிபுணன் என்பதால் எனக்குத் தெரியும்: நீங்கள் கொலை செய்தால், அது ஒவ்வொரு முறையும் வெவ்வேறு வகைதான், நீங்கள் படுக்கைக்கு அழைத்துச் செல்லும் விதவிதமான புதியபெண் போல. சிலரை நீங்கள் மறந்து விடுவீர்கள், சிலரை அப்படியில்லை; அதுபோல, நீங்கள் கொலை செய்த சிலர், உங்களுடன் படுக்கையைப் பகிர்ந்த பெண்களைப்போல உங்களை மறப்பதே இல்லை. கைர் அவ்ரம் ப்ராங்கோவிச்சின் இறப்பு எப்போதும் நினைவிலிருக்கும். அது இப்படித்தான் நிகழ்ந்தது. தளபதியின் ஆட்கள் எங்கிருந்தோ தண்ணீருடன் ஓடிவந்து குற்றுயிராக இருந்த கைர் அவ்ரமின் உடலைக் கழுவி, வாசனைத்திரவியங்கள், குங்கிலியம், மற்றும் கஞ்சா நிரம்பிய மூன்றாவது மூடுகாலணியைக் கழுத்தில் அணிந்திருந்த கிழவனிடம் அவரை விட்டுச்சென்றனர். அவன் மேதகு அவ்ரம் அவர்களைக் குணப்படுத்தப் போகிறான் என்று நினைத்தேன், ஆனால் அவர் உடலில் வெள்ளை மற்றும் சிவப்புச் சாயம் பூசி, சவரம் செய்து பல்லைச் சுத்தப்படுத்தி, அழகுபடுத்திய நிலையில் தளபதி சபியாக்கின் கூடாரத்துக்குள் தூக்கிச் சென்றனர்.

" 'இன்னொரு நிர்வாணச் செர்பியன்' என்று நினைத்துக் கொண்டேன். அடுத்தநாள் காலை அந்தக்கூடாரத்தில் அவர் இறந்தார். கிழக்கத்திய தேவாலய நாட்காட்டியின்படி அது 1698, புனிதத்தியாகி யூடிகியஸ்சின் நாள். அவ்ரம் ப்ராங்கோவிச் தன் இறுதி மூச்சை விடும்போது, தளபதி சபியாக் கூடாரத்தை விட்டு வெளியே வந்து தன் கையைக் கழுவச் சிறிது ஒயின் கேட்டான்."

கசார் விவாதம்[V] - கிறிஸ்தவ ஆதாரங்கள் இந்நிகழ்வு கி.பி.861ஐச் சேர்ந்ததாகக் கருதுகின்றன, 9ஆம் நூற்றாண்டில் எழுதப்பட்டு, மாஸ்கோ ஆன்ம நிலையத்தின் கைப்பிரதி என்று குறிப்பிடப்படுவதில் பாதுகாக்கப்பட்டு வரும் தெஸ்ஸலோனிகாவின் கான்ஸ்தந்தின் புனித சிரிலின்[†] வாழ்க்கை, எனும் பிரதி மற்றும் இலக்கணமேதை வ்லாடிஸ்லாவின் 1469ஆம் பிரதியின் அடிப்படையிலும் இது கூறப்படுகிறது. கி.பி.861இல் கசார் தூதுவர்கள் பைசாந்திய அரசரின் சபையில் கூறியது, "நாங்கள் எப்போதும் ஒரேயொரு இறைவனையே உணர்ந்திருக்கிறோம், எங்களனைவரையும் ஆள்பவர் அவரே, அவரை கிழக்கு நோக்கி வணங்குவோம், எங்களது

மற்ற சடங்குகளையும் அவ்வாறே செய்கிறோம். யூதர்கள் அவர்களுடைய சடங்குகளையும் நம்பிக்கையையும் எங்களை ஏற்கவைக்க முயல்கின்றனர், சராசென்கள் தங்கள் நம்பிக்கைக்கு வரும்படி எங்களுக்கு அமைதியையும் வெகுமதிகளையும் அளித்து 'எங்கள் நம்பிக்கையே மற்றவர்களைவிட உயர்ந்தது என்கின்றனர்'; எனவே வெகுகாலமாக நட்பும் அன்பும் நிலவி வரும் உங்களை நோக்கிக் கேட்கிறோம், கிரேக்கர்களாகிய நீங்கள், ஆண்டவரால் அரசாளும் சக்தி அளிக்கப்பட்டவர்கள்; உங்களின் அறிவுரையையும் கேட்கவிரும்பும் பொருட்டு உங்களில் கற்றோர் ஒருவரை எங்களிடத்தில் அனுப்பி வையுங்கள் என்று கேட்டுக்கொள்கிறோம், அவர் சராசென் மற்றும் யூதர்களிடம் இவ்விவாதத்தில் வெற்றி பெறுவாரேயானால், நாங்கள் உங்கள் நம்பிக்கையைத் தேர்ந்துகொள்வோம்."

சிரிலிடம் கிரேக்கப் பேரரசர், அவர் கசார்[▽]களிடம் செல்வாரா என்று கேட்டபோது, பின்னவர் அப்படிப்பட்ட பயணத்தைத் தான் வெறுங்காலில் நடந்தே மேற்கொள்வேன் என்றார். சிரில் சொன்னதன் பொருள், அப்படிப்பட்ட பயணத்துக்குத் தயார்செய்ய கான்ஸ்டான்டிநோபிளிலிருந்து கிரீமியாவுக்கு நடந்து செல்லும் அளவுள்ள கால அவகாசம் தனக்குத் தேவை என்பதே, என்று தாவுப்மன்னூஸ்[✡] கருதுகிறார், ஏனெனில் அச்சமயம் சிரில் தம் கனவுக்குள் படிப்பறிவற்றவராக, அதை உள்ளிருந்து எப்படித் திறப்பது என்று அறியாதவராக இருந்தார்; வேறு வார்த்தைகளில் சொல்வதானால் தேவைப்படும்போது எப்படி விழிப்பது என்று அவருக்குத் தெரியவில்லை. இருப்பினும் அவர் அதற்குச் சம்மதித்தார், மேலும் அவர் செல்லும் வழியில் கெர்சனில் தங்கும்போது, கசார் காகனின் சபையில் நடக்கவிருக்கும் விவாதத்திற்குத் தன்னைத் தயார் செய்துகொள்ளும் பொருட்டு எபிரேய மொழியைக்கற்று அதன் இலக்கணத்தை கிரேக்கத்தில் மொழிபெயர்த்தார். அவர் தனது சகோதரர் மெதோடியஸ்[†] உடன் மியாட் ஏரி மற்றும் காகசஸ் மலையின் காஸ்பியக் கதவுகளைக் கடந்தபின், காகனின் தூதுவரைச் சந்தித்தனர். அத்தூதுவர், தத்துவவாதி கான்ஸ்தந்தினிடம் கசார்கள் தங்கள் அனைத்து அறிவையும் ஏற்கெனவே விழுங்கியிருப்பது போல தம் நெஞ்சிலிருந்தே பேசுகின்றனர், ஆனால் நீங்கள் பேசும்போது எப்போதும் ஒரு புத்தகத்தை உங்கள் முன் வைத்திருப்பது ஏன் என்று கேட்டார். கான்ஸ்தந்தின், புத்தகம் இல்லாவிட்டால்

நிர்வாணமாக இருப்பதாகத் தோன்றும் என்றார், நிர்வாணமாக இருப்பவனிடம் நிறைய ஆடைகள் இருக்கும் என்று யார்தான் நம்புவார்கள்? கான்ஸ்தந்தின் மற்றும் மெதோடியஸ்சைச் சந்திப்பதற்காக, அந்தக் கசார் அதிகாரி தலைநகரான இத்திலில் இருந்து டான் நதிக்கரையிலுள்ள சர்கேலுக்கு வந்து, பிறகு கெர்சனுக்கு வந்திருந்தார். பின்பு அவர் பைசாந்திய அதிகாரிகளை, காஸ்பியன் கடலருகில் அமைந்த, விவாதம் நடக்கவிருக்கும் இடமும், காகனின் கோடைகாலத் தங்குமில்லமுமான சமாண்டருக்கு வழிநடத்தி அழைத்துச்சென்றார். சபையில் யூத மற்றும் சராசென் பிரதிநிதிகள் வந்துவிட்ட நிலையில், உணவுமேசையில் கான்ஸ்தந்தினுக்கு எந்த இடத்தை அளிப்பது என்ற கேள்வி எழுந்ததும் அவர் சொன்னது: "எனக்கு மிகச்சிறந்த, புகழ்வாய்ந்த பாட்டனார் இருந்தார், அவர் தன் அரசருக்கும் நெருக்கமானவர், ஆனால் தனக்கு வழங்கப்பட்ட மரியாதைகளை அவர் ஏற்க மறுத்ததால் வெளியேற்றப்பட்டார், அதன்பின் ஒரு விநோதமான நிலத்துக்கு வந்து சேர்ந்ததும் ஏழையானார், அதன்பிறகு நான் பிறந்தேன். நான் என் பாட்டனாருக்கு ஒருகாலத்தில் இருந்த மரியாதையைத் தேடிக்கொண்டிருக்கிறேன், இன்னமும் அதை அடைவதில் வெற்றி பெறவில்லை; நான், ஆதமின் பெயரன், அவ்வளவுதான்."

"நீங்கள் மும்மையை வழிபடுபவர்," உணவுமேசையில் காகன் கேட்டார், "நாங்களோ புத்தகங்களில் கூறியிருப்பதுபோல ஒரே கடவுளை வணங்குபவர்கள். ஏன் அப்படி?"

தத்துவவாதி பதிலுரைத்தார்:

"புத்தகங்கள் சொல் மற்றும் ஆன்மாவைப் போதிக்கின்றன. ஒருவேளை, ஒருவர் உங்களை மதிக்கிறார் ஆனால் உங்கள் சொற்களையும் ஆன்மாவையும் மதிக்கவில்லை, மற்றொருவர் மூன்றையும் மதிக்கிறார், என்றால் இருவரில் உங்களுக்கு அதிக மரியாதை செய்பவர் யார்?"

யூதப் பிரதிநிதி கேள்வியெழுப்பினார்:

"அப்படியென்றால் இதைக் கூறுங்கள், ஒரு பெண் எப்படித் தன் வயிற்றில் கடவுளைச் சுமக்க முடியும், அவளால் அவரைப் பார்க்க முடியாது, ஆனால் பிரசவிக்க மட்டும் முடியுமா?"

கசார் விவாதம்

தத்துவவாதி, காகனையும் அவரது முதல் அமைச்சரையும் சுட்டிக்காட்டிக் கூறினார்: "யாரேனும் ஒருவர், முதலமைச்சர் காகனை வரவேற்க முடியாது, ஆனால் கடைநிலைப் பணியாளன் அவரை வரவேற்கவும் மரியாதை செலுத்தவும் முடியும் என்றால், கூறுங்கள், அவரை என்னவென்று அழைக்கவேண்டும்: பைத்தியமா அல்லது உணர்வுவயப்படுபவரா?"

இப்போது சராசென்கள் தாங்களும் விவாதத்தில் இறங்கினர், கான்ஸ்தந்தினிடம், அவர் சமாராவில் சராசென் காலிஃபின் இடத்தில் முதன்முதலில் பார்த்த ஒரு வழக்கம் பற்றிய கேள்வி எழுப்பப்பட்டது. ஒரு சாத்தானின் படத்தை கிறிஸ்தவர்களின் வீட்டு வாசலில் வைக்கும் பழக்கம் சராசென்களுக்கு உண்டு; ஒவ்வொரு வீட்டு வாசலிலும் ஒரு துர்தேவதையின் படத்தைப் பார்க்கலாம். வெகுகாலமாக கான்ஸ்தந்தினுக்கு நஞ்சூட்டக் காத்திருந்த சராசென்கள் கேட்டனர்:

"தத்துவவாதியே இதன் முக்கியத்துவத்தை விளக்கமுடியுமா?"

அவர் கூறியது: "சாத்தான்களின் உருவங்களைப் பார்க்கிறேன், கிறிஸ்தவர்கள் உள்ளே வசிக்கிறார்கள் என்று நினைக்கிறேன், ஏனெனில் சாத்தான்கள் அவர்களோடு வசிக்க முடியாது என்பதால் வெளியே ஓடுகின்றன. ஆனால் வெளியே சாத்தான்களின் உருவம் இல்லையென்றால் அவை உள்ளே இருப்பவர்களோடு வசிக்கின்றன என்று அர்த்தம்..."

கசார் விவாதம் பற்றிய மற்றொரு மோசமாகச் சிதைபட்ட வடிவம் பழங்கதை வடிவில் நம்மை அடைந்துள்ளது, 10ஆம் நூற்றாண்டில் கீவ் நகரத்தினர் கிறிஸ்தவத்துக்கு மாறிய சம்பவம் பற்றிய கதை. மூன்று மதத்தினருக்கு இடையே கீவ் நகரத்தில் நடந்த விவாதத்தில் தத்துவவாதி கான்ஸ்தந்தின் (சிறில்) இடம்பெற்றிருந்தார் என்கிறது (அவர் ஒரு நூற்றாண்டுக்கு முன் வாழ்ந்தவர் என்றாலும்), இது உண்மையில் கசார் விவாதம் பற்றியதே என்பதை ஒருவர் புரிந்துகொள்ள முடியும். 10ஆம் நூற்றாண்டு மற்றும் அதற்குப் பிறகு, சேர்க்கப்பட்டவை, மாற்றப்பட்டவை ஆகியவற்றை ஆராய்ந்து பார்த்தோமெனில் கசார் விவாதம் கிட்டத்தட்ட பின்வருமாறு இருக்கும்.

ஒரு கசார் காகனின் நல்லூழ், பெசினெக்குகள் மற்றும் கிரேக்கர்களுக்கு எதிரான போரில் வெற்றிபெற்று கெர்சனை

(கிரீமியாவின் கெர்ச்) கைப்பற்றுகிறான், தன்னுடைய போர் வெற்றிகளுக்குப் பிறகு ஓய்வான வாழ்க்கையைத் தேர்ந்தெடுக்க முடிவு செய்து, போரில் எத்தனை வீரர்களை இழந்தானோ அத்தனை பெண்கள் தனக்கு வேண்டும் என்று நினைக்கிறான். "அவனிடத்தில் நிறையப் பெண்கள் இருந்தனர், அனைத்து நம்பிக்கைகளிலிருந்தும் பெண்கள் வேண்டுமென்று நினைத்தான், வெவ்வேறு வடிவங்களை வணங்கியதோடு மட்டுமல்லாமல், தன் பெண்கள் மீது கொண்ட காதலால் வெவ்வேறு நம்பிக்கைகளில் நிபுணத்துவம் பெறவும் விரும்பினான்" என்று 1772இல் வெனிஸ்சில் பதிப்பிக்கப்பட்ட, இப்பழங்கதை கூறும் செர்பிய மொழிப் புத்தகமொன்று குறிப்பிடுகிறது. இது பல்வேறு வெளிநாட்டவர்களை (கிரேக்கர்கள், அரேபியர்கள், யூதர்கள்) ஈர்த்து, காகனைத் தங்கள் நம்பிக்கைக்கு மாற்றமுடியும் என்ற எண்ணத்தில், தங்கள் தூதுவர்களுடன் காகனை நோக்கி விரைய வைத்தது. இந்த ஆதாரம், கிரேக்கப் பேரரசர்களால் அனுப்பிவைக்கப்பட்ட தத்துவவாதி கான்ஸ்ஸ்டன்டைன் கசார் காகனின் சபையில் நடந்த விவாதத்தில் யூதர்களையும் சராசென்களையும் விட அதிகமாக முன்னிலை வகித்தார் என்கிறது. ஆனாலும் இறுதி முடிவை எடுக்கமுடியாது காகன் குழம்புகிறான், இறுதியாக அவன் உறவினர் ஒருவர், அது மற்றொரு ஆதாரம் மூலம் நமக்கு அறிமுகமான இளவரசி அதே'▽ என்று அறிந்துகொள்ள முடிகிறது, இதற்குள் நுழைகிறாள். அவளது ஆட்கள் காகனை, கிரேக்கர், யூதர் மற்றும் சராசென்களிடம் தங்களை அனுப்பி அவர்களுடைய திறமையைப் பற்றி அறிந்துவரச் செய்ய அவனைச் சம்மதிக்க வைக்கின்றனர். அப்பெண்ணுடைய ஆட்கள் திரும்பி வந்து கிறிஸ்தவமே பின்பற்றச் சிறந்த நம்பிக்கை என்கிறார்கள், மேலும் அத்தூதுவர்கள் காகனிடம் தாங்கள் பணிபுரியும் அவனது உறவினரானவர் வெகுகாலம் முன்பே கிறிஸ்தவத்தை ஏற்றிருப்பதையும் கூறுகின்றனர்.

கசார் விவாதம் குறித்த மூன்றாவது கிறிஸ்தவ ஆதாரம் - தாவுப்மன்னூஸ் - காகன் இச்செய்தியை அறிந்ததும் பயந்துவிட்டான் என நம்புகிறது. அதனால், கிறிஸ்தவர்களும் யூதர்கள் போல பழைய ஏற்பாட்டினையே பின்பற்றுகின்றனர் என்று காகனுக்குத் தெரியவந்ததும், அதிர்ஷ்டம் யூதப் பிரதிநிதியின் கையில் விழுந்தது, இது உண்மைதான் என்று

கசார் விவாதம்

கான்ஸ்தந்தின் ஒப்புக்கொண்டதும் காகன், கிரேக்கத்திலிருந்து யூதமதத்தை வலியுறுத்துவதற்காகவே வந்த யூதரின் பக்கம் திரும்பினான்.

"கனவு வேட்டையர்களான எம்மூவரில்," அந்த ரோமானியர் காகனிடம் கூறினார், "நீ அஞ்சத்தேவையில்லாதது ரப்பியாகிய என்னிடம் மட்டுமே; பச்சை அங்கி கால்களில் அலைவுறும் காலிஃபோ, அல்லது கிரேக்கப் பேரரசரின் சிலுவையேந்திய படையோ யூதர்களின் பின்னால் இல்லை. தெஸ்ஸலோனிகாவின் கான்ஸ்தந்தினுக்குப் பின்னால் ஈட்டியும் பீரங்கிகளும் வரலாம், ஆனால் ஒரு யூத ரப்பியாகிய என் பின்னேயோ, பிரார்த்தனைகள் மேலங்கியாய் தொடர்கின்றன..." என்று ரப்பி மொழிந்ததும், காகன் அவருக்கும் அவரது வாதங்களுக்கும் சாதகமானான், ஆனால் இளவரசி அதே வாதத்தில் தலையிட்டு வாதத்தின் விளைவை மாற்றினாள். அதே யூதப் பிரதிநிதியிடம் கூறிய, கசார் விவாதத்தின் முடிவைத் தீர்மானித்த வார்த்தைகள்:

நீர் கூறுவது: செல்வம் வேண்டுவோர் வடக்கிற்கும், ஞானம் வேண்டுவோர் கிழக்கிற்கும் செல்லட்டும் என்கிறீர்! எனில் நீர் இங்கு வடதிசையில் என்னிடம் ஏன் இனிமையான மற்றும் அறிவார்ந்த வார்த்தைகளைப் பேசுகிறீர், ஏன் உம் மூதாதையரின் நிலத்தில் காத்திருக்கும் ஞானத்தை வேண்டிச் செல்லவில்லை? நீர் ஏன், எங்கே ஒளி தன் முட்டைகளை இடுகிறதோ, எங்கே நூற்றாண்டுகள் மற்ற நூற்றாண்டுகளுடன் உரசிக்கொள்கின்றனவோ, அங்கு, சாக்கடலின் உப்பு மழையை அருந்தவும், ஜெருசலேமின் கிணறுகளிலிருந்து நீரினிடத்தில் முறுக்கிவிடப்பட்ட தங்கக் கயிறுபோல் ஒழுங்கற்று அலைந்து நீளும் மணலை முத்தமிடவும் செல்லவில்லை? அதைவிடுத்து, நான் மையிரவினைக் கனவு காண்கிறேனென்றும் உம் நிதர்சனத்தில் மட்டுமே நிலவொளி உண்டென்றும் சொல்கிறீர். ஏன் என்னிடம் இதைக் கூறவேண்டும்?

மற்றுமொரு வாரம் மெலிந்து செழிப்பின்றி வளர்ந்திருக்கிறது. மிகுந்த பொறாமையுடன் காக்கப்பட்ட அதன் மிகப்புனிதமான நாளை அது கழித்துவிட்டது, அது பாலஸ்தீனத்தில் துவங்கியது என்கிறீர், ஆனால் அதன் நேரம் நெருங்கி வந்திருக்கிறது. அது தன்னை விருப்பின்றித் துண்டு துண்டாகக் கொடுக்கிறது. உமக்கான துண்டை எடுத்துக்கொள்ளும்; நீர் உன்னுடைய சபாத் என்னும் ஓய்வுநாளுக்குப்பின் இங்கிருந்து புறப்படும். ஞானத்திடம் சென்று எம்மிடம் உரைத்த அத்தனையும் சொல்லும். நீர் மகிழ்ச்சியாக

இருப்பீர். ஆனால் கவனம்: ஒரு கோட்டையை வெற்றிகொள்ளும்முன் ஒருவன் தன் ஆன்மாவை வெற்றி கொள்ளவேண்டும்...

ஆனால் இதையெல்லாம் உமக்கு வீணே கூறிக்கொண்டிருக்கிறேன், ஏனெனில் நீர் உன் வாயில் கண்களை வைத்திருக்கிறீர், பேசும்வரை நீர் பார்ப்பதேயில்லை. என் தீர்மானம் இதுவே: ஒன்று நீர் கூறுவது தவறு அல்லது தெற்கில் எதிர்பார்க்கப்படுபவர் நீரல்ல, வேறு யாரோ. நீர் இங்கே என்னுடன் மற்றும் வடக்கில் ஏன் இருக்கிறீர் என்பதை நான் வேறு எப்படிப் புரிந்து கொள்வது?

இளவரசி அதே'யின் வார்த்தைகள் கசார் காகனை நிலைகுலையச் செய்தன, அவன் ரப்பியைப் பார்த்து யூதர்கள் தங்கள் கடவுள் தங்களைக் கைவிட்டு உலகெங்கும் சிதறச் செய்திருப்பதைத் தாங்களே ஒப்புக்கொண்டதாகக் கேள்விப்பட்டிருக்கிறேன் என்றான். "உங்களுடைய துன்பத்தில் துணையிருப்பதற்காக உங்கள் நம்பிக்கைக்கு எங்களை அழைக்கிறீர்களா, கசார்களாகிய நாங்களும் கடவுளால் தண்டிக்கப்பட்டு உலகெங்கும் சிதறிப்போக வேண்டுமா?"

பிறகு காகன் யூதர்களை விலக்கி மீண்டும் தத்துவவாதி கான்ஸ்தந்தினின் வாதங்கள் பெரிதும் ஏற்றுக்கொள்ளக் கூடியவை என்று புரிந்துகொண்டான். அவனும் அவன் முதன்மை உதவியாளர்களும் கிறிஸ்தவத்தை ஏற்று, கிரேக்கப் பேரரசருக்கு ஒரு கடிதத்தை அனுப்பினர், அது சிரில்லின் வாழ்க்கை வரலாற்றில் இவ்வாறாகக் கூறப்பட்டுள்ளது:

"புனிதமான பேரரசருக்கு, நீங்கள் அனுப்பிவைத்த மனிதர் கிறிஸ்தவ நம்பிக்கையின் பெருமைகளை சொல்லாலும் செயலாலும் விளக்கினார், எனவே அது உண்மையான நம்பிக்கை என்பதை ஒப்புக்கொள்கிறோம், மக்களையும் அவர்கள் விருப்பம்போல ஞானஸ்னானம் செய்துகொள்ளக் கட்டளையிடுகிறோம்..."

மற்றுமொரு ஆதாரத்தின்படி, காகன் கான்ஸ்தந்தின் கூறிய காரணங்களை ஒப்புக்கொண்டவுடன், அவர்களது நம்பிக்கையை ஏற்றுக்கொள்வதற்குப் பதிலாக, சற்றும் எதிர்பாராதவிதமாக, கிரேக்கர்கள் மீது போர்தொடுக்க முடிவெடுத்தான். "நம்பிக்கையை இரந்து பெறமுடியாது, அதை வாளினால் அடையவேண்டும்!"

என்றான். கெர்சானிலிருந்து அவர்களைத் தாக்கி வெற்றிகரமாகத் தன் திட்டத்தை நிறைவேற்றியபின், கிரேக்கப் பேரரசரிடம் கிரேக்க இளவரசி ஒருத்தியை தனக்கு மனைவியாகக் கேட்டான். பேரரசர் ஒரேயொரு நிபந்தனை மட்டுமே விதித்தார் - கசார் காகன் கிறிஸ்தவத்திற்கு மாறவேண்டும். கான்ஸ்டான்டிநோபிளே வியந்து போகுமளவு, காகன் அந்நிபந்தனையை உடனே ஒப்புக்கொண்டான், இப்படித்தான் கசார்களின் மாற்றம் நிகழ்ந்தது.

கசார்கள் - தியோபெனஸ், கசார்களின் தோற்றம் குறித்துப் பின்வருமாறு குறிப்பிடுகிறார்: "சிறப்புமிக்க கசார் இனமக்கள் பெர்சீலியாவின் நெடுந்தொலைவு உள்ளேயுள்ள முதல் சர்மாஷியா பகுதியிலிருந்து தோன்றி, கருங்கடலிலிருந்து துவங்கும் பெரும்பரப்பை ஆட்சி செய்தவர்கள்..." பிரிஸ்கஸ்சின் கூற்றுப்படி ஐந்தாம் நூற்றாண்டில், கசார்கள் ஹான் பேரரசில் வாழ்ந்து அகாசிர் என்ற பெயரில் அழைக்கப்பட்டவர்கள். அவர்கள் தங்கள் கடவுளை கிரேக்கம், எபிரேயம் அல்லது லத்தீனைக் காட்டிலும் அவர்களது மொழியான கசார் மொழியிலேயே வணங்கினர் என்று புனிதசிரில்† உறுதியாகக் கூறினார். கிரேக்க ஆதாரங்கள் கசார்களை Xaєapoı (Harcy-oroi-ஹேறைரரா) என்று மட்டுமல்லாது, Xoξτιpoτ (Hoxirot - ஹாக்சிராட்) என்றும் குறிக்கின்றன, கசார்களின் நிலப்பரப்பு, குறிப்பிடத்தகுந்த அளவு, வடக்கே க்ரீமியா, காகசஸ், மற்றும் வோல்கா உருவாக்கும் எல்லைவரை பரவியிருந்தது. ஜுன் மாதத்தில் கசார் மலைகளின் நிழல் பன்னிரண்டு நாள்கள் தொலைவுக்கு சர்மாஷியாவுக்குள்ளும், டிசம்பர் மாதத்தின்போது வடக்குப்பகுதியில் ஒருமாதம் நடந்து கடக்கும் தொலைவிலும் விழும். கி.பி.700இல் கசார் அரசதிகாரிகள் பாஸ்போரஸ் மற்றும் பானகோனாவில் வசித்துவந்தனர். நெஸ்டரின் வரலாற்றுப் பதிவுகள் போன்ற கிறிஸ்தவ (ருஷிய) ஆதாரங்கள், 9ஆம் நூற்றாண்டில் மத்திய நீப்பர் - (ஆற்று)க்குக் கிழக்கே உள்ள பழங்குடியினர், தலைக்கு ஒரு வெள்ளை அணில் தோல் அல்லது வாளினை கசார்களுக்குக் கப்பமாகச் செலுத்தியதை உறுதிபடத் தெரிவிக்கின்றன. பத்தாம் நூற்றாண்டில் இக்கப்பம் ரொக்கமாகச் செலுத்தப்பட்டது.

கசார் கேள்வி குறித்த கிரேக்க ஆதாரங்களுக்குத் துணைசெய்வதாய் இருந்த ஒரு முக்கியமான ஆவணத்தை தாவுப்மன்னூஸ் பதிப்பு "பெரு வரைதோல்" என்று குறிப்பிடுகிறது. இவ்வாதாரத்தின்படி, பைசாந்தியப் பேரரசர் தியோபிலஸ்சைச் சந்திக்கத் தூதர்குழுவொன்று அனுப்பப்பட்டது, அவர்களில் ஒரு தூதுவரின் உடலில் கசார்களின் மொழியில், ஆனால் எபிரேய எழுத்துகளை உபயோகித்து வரலாறும் நிலவுருவப்படமும் பச்சை குத்தப்பட்டிருந்தன. அத்தூதுவரின் உடலில் அப்பச்சை குத்தப்பட்டபோது, கசார்கள் ஏற்கெனவே கிரேக்கம், யூதம், அல்லது அராபிய எழுத்துகளை பரிமாற்ற முறையில் அவர்களது மொழிக்கு உபயோகித்து வந்தனர், ஆனால் ஒரு கசார் வேறொரு நம்பிக்கைக்கு மாறியபின் மூன்றில் ஒன்றை மட்டுமே, அதாவது தான் ஏற்றுக்கொண்ட நம்பிக்கையின் எழுத்தை மட்டுமே உபயோகிப்பார். கிரேக்க நம்பிக்கைக்கு, இஸ்லாமுக்கு, அல்லது யூதத்துக்கு மாறிவிட்ட கசார்கள் தங்கள் மொழியை, தங்களது உண்மையான நம்பிக்கையைத் தக்கவைத்துக் கொண்டவர்களின் கசார் மொழியைப்போல மிகச்சிறிதளவே தெரியவேண்டும் என்று சிறிது சிறிதாகத் தம் கசார் மொழியை மாற்றத் துவங்கினர். சில ஆதாரங்களில் தாவுப்மன்னூஸ்சால் குறிப்பிடப்பட்டுள்ள இந்தப் பச்சைகுத்தப்பட்ட தூதர் இடம்பெறவில்லை. அதற்குப் பதிலாக அவர்கள் நன்கு அலங்கரிக்கப்பட்ட உப்புப்பாண்டத்தைப் பற்றிப் பேசுகின்றனர், பைசாந்தியப் பேரரசருக்கு அனுப்பப்பட்ட அப்பரிசின் மூலம் அவர் கசார்களின் வரலாற்றை தெரிந்துகொள்ள முடியும், மேலும் "பெரு வரைதோல்" என்ற கதை மொத்தமும் தவறாகப் புரிந்துகொள்ளப்பட்ட வரலாற்று ஆதாரம் என்கின்றனர். என்றாலும் தர்க்கரீதியான இவ்விளக்கத்தில் ஒரு பிரச்சினை உண்டு. இந்த உப்புப்பாண்ட வடிவத்தை ஏற்றுக்கொண்டால் "பெரு வரைதோல்" பற்றிய கதையைப் புரிந்துகொள்ள முடியாது. அக்கதை பின்வருமாறு.

அந்தப் "பெரு வரைதோல்" என்பதில் வருடங்கள், பெரிய கசார் வருடங்களின்படி கணக்கிடப்பட்டிருந்தன, அவை போர்க்காலங்களை மட்டும் கணக்கிலெடுத்துக் கொள்பவை, எனவே அவற்றை சிறிய கிரேக்க வருடங்களாக மாற்றிக்கொள்ளவேண்டும். வரைதோலின் தொடக்கப்பகுதி கிடைக்கவில்லை, ஏனெனில் முதல் மற்றும் இரண்டாம் கசார் பெருவருடங்கள் எழுதப்பட்டிருந்த தூதரின்

உடற்பகுதி குறிப்பிட்ட ஒரு காலத்தில் தண்டனைக்காக வெட்டுப்பட்டுவிட்டது. எனவே, கசார்களின் கதை, மூன்றாம் பெருவருடத்திலிருந்து, அதாவது 7ஆம் நூற்றாண்டிலிருந்து (நவீன காலக்கணக்கின்படி) தொடங்குகிறது, கி.பி.627இல் தங்கள் அரசர் சீபெல்லின் தலைமையில் திஃப்லிஸ் முற்றுகையில் பங்கேற்று, பின் கிரேக்கப் படையினரிடமே எதிரியைச் சமாளிக்கும்படி விட்டுவிட்டுப் பின்வாங்கிக்கொண்ட கசார்களின் உதவியுடன் பைசாந்திய மன்னர் ஹெராக்ளியஸ் பெர்சியாவுக்குள் நுழைந்த தருணத்தில் தொடங்குகிறது. உலகில் அனைத்தும் ஒருவிதியைப் பின்பற்றியே நடக்கின்றன, எழுச்சியின்போது ஒருவிதி என்றால் வீழ்ச்சியின்போது வேறுவிதி, புறப்படுவதும் திரும்பி வருவதும் ஒரேவிதிக்குள் வராது, போலவே ஒரு வெற்றிக்கு முன்னும் பின்னும் ஒப்பந்தங்கள் ஒரேமாதிரியான பயன்பாட்டில் இருப்பதில்லை என்று அவர்கள் நம்பினார்கள். நிலநடுக்கத்திற்குப் பின் தாவரங்கள்கூடத் தாங்கள் வளரும் விதத்தைப் புதிதாக வேறுவகையில் மாற்றிக்கொள்கின்றன. நான்காம் பெருவருடம் பல்கேரியர்களின் கூட்டணியை வெற்றி கொண்டதைக் குறிப்பிடுகிறது, ஒனோகுர் ஹன் பழங்குடியினரின் ஒருபகுதி கசார்களிடத்தில் வீழ, மற்றவை அஸ்பாருவின் கீழ் தன்யூப் நதிக்கு மேற்குப்பக்கம் காற்றைக் கலங்கவைக்கும், தலையில் முடிக்கு பதிலாகப் புற்களை வளர்த்துள்ள, இணக்கமற்ற எண்ணங்களைக்கொண்ட பழங்குடியினரோடு பின்வாங்கின. ஐந்து மற்றும் ஆறாம் பெருவருடங்கள் (தூதரின் மார்பில் எழுதப்பட்டுள்ளது) பைசாந்தியப் பேரரசர் இரண்டாம் ஜஸ்டீனியனின் காலத்தைய கசார் பேரரசின் போர்களைப் பற்றியதாகும். பதவி பறிக்கப்பட்டபின், ஜஸ்டீனியன் நாட்டிலிருந்து வெளியேற்றப்பட்டு கெர்சானில் சிறைவைக்கப்பட்டு முடக்கப்பட்டார், பிறகு அவர் நிர்வாணமாக அங்கிருந்து தப்பி, வழியில் குளிரில் உறையாமலிருக்கக் கனமான பாறைகளுக்கு அடியில் படுத்துறங்கிக் கசார்களிடம் வந்துசேர்ந்தார். கசார் காகன்▽ சபையில் அவர் மகிழ்ச்சியோடு வரவேற்கப்பட்டு, காகனுடைய சகோதரியை, அவள் கிரேக்க நம்பிக்கையை ஏற்றுக்கொண்டு தியடோரா (முதலாம் ஜஸ்டீனியனுடைய பேரரசியின் பெயர்) என்ற பெயரேற்றவள் என்றாலும் கசார்களின் மரபுப்படி அவளைத் திருமணம் செய்துகொண்டார், அவள் அதற்குப்பின்னரும் கடவுளானவர் கன்னிமேரியின் கனவில் வந்து கனவுலகின்மூலம் அவளைக்

கர்ப்பமுறச் செய்தார் என்ற நம்பிக்கையைத் தொடர்ந்தாள். இவ்வாறாக இரண்டாம் ஜஸ்டீனியன், முதல்முறை கசார்கள் மூலம் தன்னைக் காப்பாற்றிக் கொண்டார். இரண்டாம்முறை அவர்கள் மூலம் தன் முடிவைத் தேடிக்கொண்டார்; ஒருவர் அவர்களிடம் வந்து சேரலாம், ஆனால் அவர்களிடமிருந்து விலகக்கூடாது. பேரரசர் டைபீரியஸ்சிடமிருந்து கசார்களின் சபைக்கு வந்த தூதுக்குழு ஜஸ்டீனியனைக் கிரேக்கர்கள் வசம் ஒப்படைக்கும்படி வேண்டியதும், அவர் தலைநகருக்குப் பறந்தார். மீண்டும் அரசபதவிக்கு வந்ததும் இரண்டாம் ஜஸ்டீனியனுக்குக் கசார்கள் தனக்குச்செய்த உதவி மறந்துபோனது, கி.பி.711இல் தான் ஏற்கெனவே சிறைபட்டிருந்த, தற்போது கசார்கள் வசமுள்ள கெர்சானைத் தண்டிக்கும் விதமாக படைக்குழுவொன்றை அனுப்பி வைத்தார். இம்முறை கசார் பேரரசை நோக்கி எடுத்தவைத்த அடிக்கு விலையாக அவர் தன் தலையைக்கொடுக்க வேண்டியிருந்தது. கசார்கள் அரசருக்கு எதிரான புரட்சியாளர்களை ஆதரித்தனர் (அச்சமயம் கிரீமியா ஏற்கெனவே இவர்கள் வசம் வந்திருந்தது), இப்புரட்சியில் இரண்டாம் ஜஸ்டீனியன் மற்றும் கசார் இளவரசியின் குழந்தையும் பைசாந்தியாவில் ஹெராக்ளியஸ் அரசகுடும்பத்தின் இறுதி வாரிசும் அவரது சிறுமகனுமான டைபீரியஸ் ஆகிய இருவரும் கொல்லப்பட்டனர். சுருக்கமாக, கசார்கள் தங்களிடம் வந்தவரை ஆதரித்தனர், சென்றவரை அழித்தனர், இருவரும் ஒரே நபர்தான். தூதுவரின் வயிற்றின்மீது எழுதப்பட்டுள்ள "பெரு வரைதோல்" என்பதிலுள்ள ஏழாம் மற்றும் கடைசிக் கசார் பெருவருடத்தில், அதே பெயருடன் இருந்த மற்றொரு இனக்குழு பற்றி எழுதப்பட்டுள்ளது, இம்மற்றொரு கசார்கள், உண்மையான கசார் இனக்குழுவிடமிருந்து வெகுதொலைவில் வசித்து வந்தனர்; அனைவரும் உண்மையான கசார்களோடு இவர்களைக் குழப்பிக் கொள்வதுண்டு, இரண்டு குழுவிலிருந்தும் பயணிப்பவர்கள் அரிதாக எப்போதாவது சந்தித்துக்கொள்வர்.

இந்த மற்றொரு கசார்கள் பெயரிலுள்ள ஒற்றுமையைப் பயன்படுத்திக்கொள்ள நினைத்ததுண்டு, உண்மையான தூதுவரின் தொடைப்பகுதியில் கசார்களின் வரலாறு அல்லாமல் வேறு வரலாற்றுடன் ஆனால் தன்னைப்போன்றே பச்சைகுத்திய, அதே இனப்பெயர் கொண்ட மற்றவர்கள் காலிஃப் மற்றும் பேரரசர்களின் சபையில் தோன்றியது பற்றிய எச்சரிக்கை

குறிக்கப்பட்டுள்ளது. இக்கசார்கள் எவ்வாறு கசார் மொழியைப் பேசுவது என்றுகூடத் தெரிந்து வைத்திருந்தனர், ஆனால் அவ்வறிவு ஒரு மயிரிழையின் ஆயுளான மூன்று அல்லது நான்கு வருடங்களுக்கு மேல் நீடிப்பதில்லை. சிலசமயங்களில் அவ்வறிவு ஒரு வாக்கியத்தின் பாதியில் நின்றுவிடும், அவர்களால் அடுத்து ஒருவார்த்தைகூடப் பேசமுடியாது. தூதர், தன் நம்பிக்கையளிக்கும் பேச்சுகளின் சக்திமூலமாகவும் தன் பச்சைகளைச் சுட்டிக்காட்டியும் தானே உண்மையான கசார் காகன் மற்றும் கசார்களின் பிரதிநிதி என்பதை நிரூபித்தார். மேலும் அவர், கிரேக்கர்கள் ஒருமுறை ஏழாவது கசார் பெருவருடத்தின் போது, இம்மற்றொரு கசார்களுடன் இணைந்த தருணத்தையும் குறிப்பிட்டார். கி.பி.733இல் (நவீன காலக் கணக்கீட்டின்படி) முன்பு குறிப்பிட்ட கசார் பெருவருடத்தின்போது, பேரரசர் இசௌரியன் மூன்றாம் லியோ, உருவ வழிபாட்டு எதிர்ப்பாளர், தன் மகன் கான்ஸ்தந்தினை கசார் காகனின் மகள் ஐரீனுக்கு மணம் செய்வித்தார். இத்திருமணம் பின்நாளில் கிரேக்கப் பேரரசர், (கி.பி.775-780 வரை அரசாண்ட) கசார் நான்காம் லியோவைத் தந்தது. இம்மூன்றாம் லியோவின் ஆட்சியின் போதுதான் கசார் சபைக்கு கிறிஸ்தவ நம்பிக்கையை விளக்கும் நிமித்தமாக ஒருவரை அனுப்பும்படி தூது வந்தது. பின் அக்கோரிக்கை ஏறத்தாழ நூறாண்டுகள் கழித்து மீண்டும், ருஷிய நோர்மன்கள் மற்றும் மேக்யார்கள், கிரேக்கப் பேரரசின் கிரீமியாவையும் கசார் நிலங்களையும் தாக்கியபோது, அதாவது கிரேக்கப் பேரரசர் தியோபிலஸ்சின் காலத்தில் (கி.பி.829-842 வரை அரசாண்டவர்) புதுப்பிக்கப்பட்டது. கசார் காகனின் வேண்டுகோளுக்கிணங்கவே, கிரேக்கப் பொறியாளர்கள் சர்கெல் கோட்டையை எழுப்பினர்; தூதரின் இடது காதுக்குள் பார்ப்போமேயானால் டான் நதித்துவாரத்தில் ஒரு கோட்டை எழுப்பப்பட்டுக் கொண்டிருப்பதைக் காணலாம். அவர் கட்டைவிரல்களுள் ஒன்று கீவ் நகரத்தின்மீது கி.பி.862இல் கசார்கள் நிகழ்த்திய தாக்குதலைக் காண்பிக்கிறது, ஆனால் அதே தாக்குதலின்போது ஏற்பட்ட சீழ்வடியும் காயத்தை அவ்விரல் தாங்கியிருப்பதால், அச்சித்திரமானது மறைக்கப்பட்டு தீராத மர்மமாகிவிட்டது. அத்தூதுவர் கான்ஸ்டான்டிநோபிளுக்கு அனுப்பப்பட்டபோது அத்தாக்குதல் நிகழ்ந்திருக்கவில்லை; அப்போது அதற்கு இன்னமும் இரண்டு முழுப்பத்தாண்டுகள் இருந்தன.

இந்த இடத்தில் "பெரு வரைதோல்" குறிப்புகள் முடிவுக்கு வருகின்றன, கசார் அசலில் இருந்து இப்"பத்தி"களைத் தயாரித்த நபர், கிரேக்க-கசார் உறவுக்கு முக்கியத்துவமளிக்கும் விஷயங்களை மட்டுமே தொகுத்து, கசார் அரசத்தூதுவர் உடலில் பச்சை குத்தப்பட்டிருந்த மற்ற அனைத்தையும் விலக்கியிருப்பதன் மூலம், அந்த "நடமாடும் கடிதம்" தன் குறிக்கோளை வேறொரு நிலத்தில் தொடரும்படி செய்திருக்கிறார் என்று கூற முடியும். கசார் தூதுவர் ஒரு காலிஃபின் சபையில் தன் உயிரினை உள்ளிருந்து வெளியாகத் திருப்பி தலைகீழாக்கப்பட்ட ஒரு கையுறைபோல நழுவவிட்டுத் தன் வாழ்வினை முடித்துக்கொண்டார், எனும் தகவல் இதற்குத் துணை செய்வதுபோல் இருக்கிறது. அவருடைய உரித்தெடுக்கப்பட்ட தோல், பதப்படுத்தியபின் பெரிய வரைபடமாகத் தைக்கப்பட்டு, சமாராவிலுள்ள காலிஃபின் அரண்மனையில் மரியாதையுடன் வைக்கப்பட்டுள்ளது. இரண்டாவதாக உள்ள இன்னொரு ஆதாரத்தின்படி, அத்தூதுவருக்கு நிறைய சங்கடங்கள் நிகழ்ந்தன. முதலில், அவர் கான்ஸ்டான்டிநோபிளில் இருந்தபோதே அவருடைய கைகள் வெட்டப்பட அவர் சம்மதிக்க வேண்டியதாயிற்று, ஏனெனில் கிரேக்க சபையிலுள்ள ஒரு சக்திவாய்ந்த மனிதர் தூதுவரின் இடக்கையில் வரையப்பட்டுள்ள இரண்டாம் கசார் பெருவருடத்திற்கான விலையைத் தங்கப்பாளமாகக் கொடுத்தார் என்கிறது. மூன்றாவதாக மற்றொரு ஆதாரத்தின்படி, இரண்டு அல்லது மூன்று சந்தர்ப்பங்களில் அத்தூதுவர் கசார்களின் தலைநகருக்கு வரும்படி நிர்பந்திக்கப்பட்டு, அவர் தாங்கியிருந்த வரலாறு மற்றும் மற்ற விஷயங்களில் திருத்தங்கள் மேற்கொள்ளப்பட்டன, அல்லது அவருக்குப் பதிலாக சரிசெய்யப்பட்டு மாற்றி எழுதப்பட்ட வரலாற்று விஷயங்களைத் தன் தோலில் பொறித்திருக்கும் மற்றொருவர் தூதுவராக்கப்பட்டார். நீண்ட இரவுகளில் அமைதியாக நின்றுகொண்டு சம்பாதித்த பணத்தின்மூலம், கசார்களின் நடமாடும் கலைக்களஞ்சியமாக அவர் வாழ்ந்தார் - இதுவே கசார் அகராதி நமக்குச் சொல்வது. புகைப்பொதியை ஒத்திருக்கும் பாஸ்போரஸ்சின் வெள்ளிநிற மர உச்சிகளில் பார்வை நிலைத்திருக்க உறக்கமின்றி அவர் இருந்தார். அவர் நின்றுகொண்டிருக்கும்போது கிரேக்கர்கள் மற்றும் இதர படியெடுப்பவர்கள் அவர் முதுகிலிருந்தும் தொடையிலிருந்தும் தங்கள் புத்தகத்தில் கசார்களின் வரலாற்றைப் படியெடுத்துக்

கொள்வார்கள். கசார்களின் மரபைப் பின்பற்றும் வண்ணம், கண்ணாடியாலான வாளொன்றை வைத்திருந்தார் என்றும் கசார் எழுத்துகள் தங்கள் பெயரை உணவிலிருந்தும் எண்கள் தங்கள் பெயரை கசார்கள் வேறுபடுத்தி வைத்திருக்கும் ஏழுவிதமான உப்பின் பெயரிலிருந்தும் பெற்றன என்று அவர் கூறுவதுண்டு எனவும் கூறப்படுகிறது. அவரால் சொல்லப்பட்ட வாக்கியமொன்று பாதுகாக்கப்பட்டு வருகிறது, அது: "கசார்களால் இத்திலில் (கசார்களின் தலைநகரம்) சாதிக்கமுடியும் என்றால் கான்ஸ்டான்டிநோபிளிலும் முடியும்." தன் தோலில் எழுதப்பட்டிருந்தவற்றுக்கு முரணாகப் பலவற்றை அவர் கூறுவார் எனவும் பொதுவாகக் குறிப்பிடப்படுகிறது.

அவர் அல்லது அவர் வழித்தோன்றல்களில் ஒருவர் கசார் காகனின் ரபையில் நடத்தப்பட்ட கசார் விவாதம் பற்றி பின்வருமாறு விவரிக்கிறார். ஒரு தேவதை காகனின் கனவில் கூறியது, "படைத்தவர் உன் எண்ணங்களினால் மகிழ்வுற்றிருந்தாலும் உன் செயல்கள் குறித்து மகிழ்வுற்றிருக்கவில்லை." காகன் உடனே கனவு வேட்டையர்களின் இனத்தைச் சேர்ந்த கசார் பூசாரிகளுள் பெயர்பெற்ற ஒருவரை வரவழைத்து அக்கனவை விளக்கும்படி கேட்டார். அந்த வேட்டைக்காரர் சிரித்தபடி காகனிடம் சொன்னது: "கடவுளுக்கு உங்களைப்பற்றி எதுவும் தெரியாது; அவர் உங்கள் விருப்பங்களை அறிவதுமில்லை, உங்கள் சிந்தனைகளை அல்லது செயல்களையும் கூடத்தான். ஒரு தேவதை உங்கள் கனவில் வந்து அலைந்து கொண்டிருக்கிறதென்றால் அதற்கு இரவில் செல்வதற்கு வேறு இடமில்லை என்றே அர்த்தம், அநேகமாக மழை பெய்திருக்கலாம். ஏன் அது அதிகநேரம் உங்கள் கனவில் தங்கவில்லை என்றால் உங்கள் கனவு அநேகமாக துர்நாற்றத்தைக் கொண்டிருக்கலாம். அடுத்தமுறை உங்கள் கனவுகளைத் துவைத்துப்போடுங்கள்..." இவ்வார்த்தைகளைக் கேட்டதும் காகன் மிகுந்த ஆத்திரங்கொண்டு, தன் கனவை விளக்க வெளிநாட்டவர்களை வரவழைத்தான். "ஆமாம், மனிதர்களின் கனவுகள் துர்நாற்றம் கொண்டவை." என்பதே தூதுவரின் கருத்து. அவர் இறந்தது, அவர் தோலில் பொறிக்கப்பட்டிருந்த கசார்களின் வரலாறு கொடூரமாக அரிப்பெடுக்கத் துவங்கியதால்தான். அந்த அரிப்பு பொறுக்க முடியாததாக இருந்தது, எனவே இறப்பென்பது அவருக்கு விடுதலை, வரலாற்றைக் கைகழுவ முடிந்ததில் அவருக்கு மிகுந்த மகிழ்ச்சி.

கந்துமுனி *(க்ரகோர் ப்ராங்கோவிச்,) (1676 - 1701)* - கீழ்த்திசைக் கிறிஸ்தவமரபில் "கந்துமுனி" எனும் சொல் கடுநோன்பேற்று தூணொன்றின் உச்சியில் அமர்ந்தபடி பிரார்த்தனையில் தன் வாழ்நாளைக் கழிக்கும் துறவியைக் குறிக்கும். இருப்பினும், க்ரகோர் ப்ராங்கோவிச்சின் விஷயத்தில் அதுவொரு மாற்றுப்பெயராக இருந்தது, அது அவருக்கு அளிக்கப்பட்டதும் மிக விசித்திரமான வகையில். க்ரகோர் ப்ராங்கோவிச் உண்மையில் ஒரு படைப்பிரிவுத் தளபதி, எர்தேய் ப்ராங்கோவிச் குடும்பத்தின் வழித்தோன்றல் மற்றும் 17-ஆம் நூற்றாண்டைச் சேர்ந்த பிரபுவும் ராணுவத்தலைவருமான அவ்ரம் ப்ராங்கோவிச்† உடைய மூத்த மகன். இவரது பன்னிரண்டு வயதுவரையிலேயே இவரது தந்தை உயிரோடிருந்தார். சிறுத்தைப்புலியைப் போல் புள்ளிகளோடும் இரவுநேரத் தாக்குதல்களில் செயற்றிறம் மிக்கவராகவும் இருந்தாரெனக் குறிக்கப்பட்டுள்ளது. எழுபது உலோக இலைகள் பதிக்கப்பட்ட, விலைமதிப்பு மிக்க வாளினை அணிந்திருப்பார், அது உருக்கியடிக்கப்படுகையில் கருமான்கள் தொடர்ச்சியாக ஒன்பது முறை "எம் தந்தை"யைச் செபித்தனர். கந்துமுனி எனப்படும் தன்னுடைய பெயரை அவர் கேட்டதில்லை, ஏனெனில் துருக்கியில் சிறைப்பட்ட நிலையில் இருந்தபோது அவருக்கு நிகழ்ந்த விநோதமான மரணத்திற்குப் பிறகே இப்பெயர் உண்டானது. இளைய ஹசான் அக்ரிபிர்தி எனும் பீரங்கி வார்ப்பவர், நாட்டுப்புறக் கதைப்பாடல்களுக்குள் நுழைந்துவிட்ட அவரது மரணம் பற்றிய குறிப்பை எழுதியுள்ளார், அதன்வழி ப்ராங்கோவிச் அவரது மாற்றுப்பெயருக்கு ஏற்ப கிறிஸ்தவ தேவாலயங்களின் புனிதமான சந்நியாசமேற்ற துறவிகளுக்கு நிகரானார் என்று அறியமுடிகிறது.

இக்குறிப்பின்படி, ப்ராங்கோவிச்சும் சிலகுதிரைப்படை வீரர்களும் தன்யூப்பிற்கு அருகே துருக்கியப் படையொன்றை எதிர்பாராவிதமாக நேர்கொள்ள வேண்டிவந்தது. துருக்கியர்கள் அப்போதுதான் அங்கே வந்துசேர்ந்து தங்களின் குதிரைச் சேணத்தில் அமர்ந்தவாறு ஆற்றில் சிறுநீர் கழித்துக் கொண்டிருந்தனர். அவர்களைக் கண்டவுடனேயே ப்ராங்கோவிச் குதிரையைத் திருப்பிக்கொண்டு பறந்தோடினார். துருக்கியப் படைத்தலைவன் அவரைப் பார்த்தும் சிறுநீர் கழிப்பதைத் தொடர்ந்தான். தனது உள்ளுறுப்பின் சேமிப்புகளை முழுவதுமாக

கந்துமுனி (க்ரகோர் ப்ராங்கோவிச்)

வெளியேற்றிவிட்டுத் தன்னைக் குலுக்கிக் கொண்டபிறகே ப்ராங்கோவிச்சைத் தொடர்ந்து சென்று அவரைக் கைது செய்தான். அவர்கள் அவரைப் பிணைத்து, ஈட்டியினால் மத்தளத்தைத் தட்டி ஓசை எழுப்பியவாறு தாங்கள் முகாமிட்டிருந்த இடத்திற்குக் கொண்டுவந்தனர். பிடிபட்ட ப்ராங்கோவிச்சை துருக்கியர்கள் ஒரு கிரேக்கத் தூணுக்குமேல் அமரச்செய்தபின், மூன்று வில்லாளர்கள் அவரைக் குறிவைத்தனர். இருப்பினும் அவர்கள் தொடங்கும் முன், ப்ராங்கோவிச் ஐந்து அம்புகளுக்குத் தாக்குப் பிடித்தால் அவரை உயிரோடு விட்டுவிடுவதாகவும் ஒரு வில்லும் சில அம்புகளும் அவரிடம் தரப்படும் என்றும் அவர் பதிலுக்கு இம்மூன்று வில்லாளர்கள் மீதும் அம்பெய்யலாம் என்றனர். இரண்டு அம்புகளை ஒரேநேரத்தில் எய்யவேண்டாமென அவர் இரைஞ்சினார், ஏனெனில் அவரால் "வலியை எண்ண முடியாது, அம்புகளைத்தான் எண்ணமுடியும்". எனவே இவர்கள் அம்பெய்ய அவர் எண்ணத் தொடங்கினார். முதல் அம்பு அவரது இடைவாரைத் துளைத்து குடலுக்குள் நுழைந்து அவரது வாழ்நாளில் அனுபவித்த மொத்த வலியையும் எழுப்பிக் கொண்டுவந்தது. இரண்டாவது அம்பைத் தனது கையால் பிடித்தார், ஆனால் மூன்றாவது அம்பு காதைத் துளைத்து தோடுபோலத் தொங்கியது, அவர் எண்ணுவதைத் தொடர்ந்தார். நான்காம் அம்பு குறிதவறிவிட்டது, ஐந்தாவது அம்பு அவரது ஒருகால் முட்டியைத் தாக்கித் திசைமாறி மற்றொரு காலைத் துளைத்தது, ஆனாலும் அவர் எண்ணுவதைத் தொடர்ந்தார்; ஆறாம் அம்பு மீண்டும் குறி தவறிவிட்டது, ஒன்பதாம் அம்பு அவரது கையத் தொடையோடு சேர்த்துத் தைத்தது, அவர் தொடர்ந்து எண்ணினார்; பதினோராவது அம்பு அவரது முழங்கையைச் சிதைத்தது, பன்னிரண்டாம் அம்பு அவரது இடுப்பின் கீழ்ப்பகுதியைத் தாக்கியது, ஆனாலும் அவர் எண்ணிக் கொண்டிருந்தார். பதினேழு அம்புகள் வரையிலும் எண்ணிவிட்டு தூண்மீதிருந்து சடலமாகக் கீழே விழுந்தார். அந்த இடத்தில் காட்டுத் திராட்சைக் கொடிகள் - வைடிஸ் சில்வெஸ்ட்ரிஸ் - முளைத்தன, அவை ஒருபோதும் விற்கப்படுவதோ வாங்கப்படுவதோ இல்லை, ஏனெனில் அப்படிச் செய்வது புனிதக்கேடென்று கருதப்படுகிறது.

கனவு வேட்டையர் - கசார் பூசாரிகளில் ஒரு குழுவினர், இவர்களைப் பாதுகாத்து வந்தது இளவரசி அதே'[▽]. இவர்களால் மற்றவர்களின் கனவுகளை வாசிக்கமுடியும், அதில் தம் சொந்தவீட்டில் இருப்பதுபோல வாழமுடியும், கனவுகளின் மூலமாகத் தம் இரையை - மனிதன், பொருள், அல்லது ஒரு விலங்கு - வேட்டையாட முடியும். கனவுவேட்டையர் ஒருவர் விட்டுச்சென்ற குறிப்பு, இவ்வாறு கூறுகிறது: "கனவுகளில் நாங்கள் நீரில் மீனைப்போல் உணர்ந்தோம். அரிதாக, கனவுகளிலிருந்து மேல்மட்டத்துக்கு வந்து கரையிலிருக்கும் உலகில் என்ன நடக்கிறது என்று ஒற்றைக்கண்ணால் பார்ப்பதுண்டு. ஆனால் ஏக்கத்துடன் விரைந்து மீண்டும் ஆழத்துக்குச் செல்வோம், ஏனெனில் ஆழத்தில்தான் நாங்கள் நன்றாக உணர்கிறோம். இந்தக் குறுகிய வருகைகளில் நிலத்தில் வித்தியாசமான ஒரு உயிரியைப் பார்த்தோம், எங்களைவிட மெதுவாக நகரக்கூடியது, எங்களைப் போலல்லாமல் வேறுவகையில் சுவாசிக்கும் தகவமைப்புடன் தன் மொத்த எடையோடு நிலத்தில் ஒட்டிக்கொண்டு, எங்கள் சொந்த உடல் போல் நாங்கள் வசிக்கும் அதீதவிருப்பிலிருந்து விலகியுள்ளது. இங்கே ஆழத்தில் அதிவிருப்பும் உடலும் வேறுபடுத்த முடியாதவை, அவை இரண்டுமே ஒன்றுதான். அங்கே வெளியிலிருக்கும் உயிரி, அதுவும் நாங்களே, ஆனால் இன்றிலிருந்து பத்து லட்சம் ஆண்டுகள் கழித்து, அதற்கும் எங்களுக்குமிடையில், வருடங்களைத் தவிரவும் மிகமோசமான ஒரு பேரிடர் வந்துள்ளது, ஏனெனில் அவ்வுயிரி தன்னுடலிலிருந்து விருப்பத்தைப் பிரித்துவிட்டது..."

கனவு வாசிப்பாளர்களில் புகழ்பெற்ற ஒருவரின் பெயராகக் கூறப்படுவது மொகத்தசா அல்-சாஃபிர்.[C✡] அவரால் ரகசியங்களின் மிக ஆழமான இடைவெளிகளுக்குள் நுழைய முடியும், பிறர் கனவுகளில் மீன்களை வசப்படுத்தவும், பார்வையின் கதவுகளைத் திறக்கவும், முன்னிருந்த மற்றெல்லோரையும் விட கனவுகளுக்குள் ஆழ்ந்து மூழ்கிக் கடவுளை அடையவும் முடியும், ஏனெனில் கனவுகளின் அடித்தளத்திலிருப்பது கடவுள்தான். ஆனால் என்னவோ நடந்து, அவரால் பின் எப்போதும் கனவுகளை வாசிக்க முடியாது போயிற்று. வெகுகாலத்திற்கு அவர் தான் சிகரத்தின் உச்சியை அடைந்துவிட்டதாகவும் உண்மையில், இதற்குமேல் இவ்விநோதமான கலையை எங்கும்

உயர்த்திச்செல்ல முடியாதெனவும் நம்பினார். சாலையின் முடிவுக்கு வந்துவிட்டவனுக்கு அதற்குமேல் அதன் தேவை இல்லை, மேலும் அவனுக்கு அடுத்துச் செல்வதற்கு சாலைகளும் கொடுக்கப்படவில்லை. ஆனால் அவரைச் சுற்றியுள்ளவர்கள் வேறொன்றாக நினைத்தனர். பின் ஒருமுறை தனிப்பட்ட முறையில் இவ்விஷயம் இளவரசி அதே' விடம் கூறப்பட்டது. பிறகு அவள் மொகத்தசா அல்-சாஃபிரின் நிலையை அவர்களுக்கு விளக்கினாள்:

மாதமொருமுறை, உப்பு விடுமுறைநாளில் நம் மூன்று தலைநகரங்களுக்கு வெளியில் கசார் காகனின் ஆட்கள் என் ஆட்களாகிய உங்களோடு வாழ்வா சாவா எனுமளவில் சண்டையிடுகின்றனர். இரவு கவிந்ததும் நாம் அவர்களுடைய சடலங்களை யூத, அரேபிய, அல்லது கிரேக்கக் கல்லறையிலும் எனது ஆட்களைக் கசார் கல்லறைகளிலும் புதைத்துக் கொண்டிருக்கையில், காகன் அவனின் அதீத விருப்பத்தினால் அலைவுற்று வாசனையை வெளியிடும் மெழுகுவர்த்தியைக் கையில் ஏந்தியபடி ஓசையின்றி என்னறையின் தாமிரக் கதவுகளைத் திறக்கிறான். நான் அவனைப் பார்ப்பதில்லை, ஏனெனில் அவன் மகிழ்ச்சியில் சிக்கிக் கிடக்கும் உலகத்தின் அனைத்து காதலர்களையும் பிரதிபலிக்கிறான். இருவரும் ஒன்றாக இரவினைக் கழிக்கிறோம், விடியலில் அவன் என்னை நீங்கிச்செல்கையில் மின்னும் தாமிரக்கதவில் அவன் பிரதிபலிப்பைப் பார்க்கும்போது, அவனது அயர்ச்சியில் எதைச்செய்யும் எண்ணம் கொண்டிருக்கிறான், எங்கிருந்து போய்க்கொண்டிருக்கிறான், அவன் யார் என்பதை அறிந்து கொள்கிறேன்.

அதுவேதான் கனவு வேட்டையரான உமக்கும். அவன், தன் கலையின் உச்சங்களில் ஒன்றை அடைந்துவிட்டான், அடுத்தவர்களின் கனவிலுள்ள கோவில்களில் பிரார்த்தனை செய்திருக்கிறான், கணக்கிலாமுறை கனவு காண்பவர்களின் ஆன்மாவில் நிறைந்திருக்கிறான், என்பதில் சந்தேகமில்லை. அவன் தனக்கென்று விதிக்கப்பட்டதை வெற்றிகரமாகச் செய்திருப்பதால், இருப்பிலேயே சிறந்த பொருட்கூறு - கனவிற்கான பொருட்கூறு - அவனுக்குப் பணியத் தொடங்கிவிட்டது. அவன் கடவுளை நோக்கிய ஏற்றத்தில் ஒரு தவறும் செய்யாதிருப்பதால்தான் அவன் வாசிக்கும்

கனவின் அடித்தளத்தில் கடவுளைக் காண்பது அவனுக்கு அளிக்கப்பட்டுள்ளது, ஆனால் அவன் அடைந்த உயரத்திலிருந்து இவ்வுலகிறகு அவன் திரும்பும்போது நிச்சயமாக ஏதோ தவறிழைத்திருக்கிறான். அத்தவறுக்கான விலையே அவன் கொடுத்தது. திரும்புதல் குறித்து கவனமாக இருங்கள்! என்று முடித்தாள் இளவரசி அதே'. ஒரு மோசமான இறக்கம், வெற்றிகரமான மலையேற்றத்தை துடைத்தழித்துவிடும்.

காகன்▽- கசார் ஆட்சியாளரது சிறப்புப்பெயர். அவரது தலைநகரம் இத்தில், காஸ்பியன் கடலில் அமைந்திருக்கும் அவரது கோடைகாலத் தங்குமில்லத்திற்குப் பெயர் சமாண்டர். கிரேக்க சமயப் பரப்பாளர்களை கசார் சபைக்குள் அனுமதித்த முடிவு அரசியல்ரீதியானது என்று தோன்றுகிறது. கி.பி.740-களின்போது கசார் காகன்களில் ஒருவர் கான்ஸ்டான்டிநோபிளுக்கு கிறிஸ்தவச் சட்டங்கள் குறித்து அறிவதற்காக வந்துள்ளார். ஒன்பதாம் நூற்றாண்டில், கசார்களிடமிருந்து கீவ் நகரத்தை வென்றபின், ருஷியர்கள் கான்ஸ்டான்டிநோபிளின் கதவுகளில் தங்கள் இலச்சினையைப் பதித்ததால், பொதுவான ஆபத்தின் பேரில் கிரேக்க - கசார்களின் உறவினை வலுப்படுத்த வேண்டிவந்தது. மற்றொரு ஆபத்தும் இருந்தது. காகனுக்கு அரசாள வாரிசு இல்லை. ஒருநாள் சில கிரேக்க வணிகர்கள் வந்தபோது அவர்களை வரவேற்று மகிழ்வித்தார். அவர்கள் அனைவருமே குட்டையாகவும், கருத்த உடலோடும், உடலெங்கும் ரோமங்களோடும் இருந்ததால், அவர்களுடைய நெஞ்சிலிருந்த முடியும் தலைமுடியும் ஒன்றுபோலக் காட்சியளித்தன. காகன் அவர்களுக்கிடையில் ஓர் அரக்கன் போலமர்ந்து உண்டுகளித்தான். புயலொன்று நெருங்கிக் கொண்டிருந்தது; பறவைகள் கண்மூடித்தனமாக சன்னல்களில் மோதின, பூச்சிகள் கண்ணாடிகளில் மோதிக்கொண்டன. வணிகர்களை, ஏராளமான பரிசுகளோடு வழியனுப்பி வைத்தபின், காகன் தன் அறைக்கு வந்து உண்டுமுடித்த மிச்சங்களைப் பார்வையிட்டான். கிரேக்கர்கள் அரக்கரைப் போல் உண்டிருப்பதையும், ஒப்பிடுகையில் கசார்கள் சிறுகுழந்தைபோல் உண்டிருப்பதையும் கண்டு, அவசரமாகத் தன் சபையை அழைத்து, அந்த அந்நியர்கள் தன்னிடத்தில் சொன்னது என்ன என்று கேட்டான். ஆனால் யாராலும் ஒரு சொல்லைக்கூட நினைவுக்குக் கொண்டுவர

முடியவில்லை. மொத்தத்தில் அவர்கள் அமைதியாக இருந்தனர் -- இதை அனைவரும் ஒப்புக்கொண்டனர். பிறகு அரண்மனைப் பரிவாரங்களிலிருக்கும் யூதனொருவன் காகன்முன் வந்து, தன்னால் காகனின் பிரச்சினைகளைத் தீர்க்க முடியுமென்றான்.

புனித உப்பை ஒருமுறை நக்கியபடி "காட்டு," என்றார் காகன். அந்த யூதன் ஒரு அடிமையை அழைத்து அவனை கையைக்காட்டும்படி பணித்தான். அது காகனின் வலது கையைப்போலவே அச்சுஅசலாக இருந்தது. "ஆமாம்," என்றார் காகன், "இவனை வைத்துக்கொள். இவனை வைத்துக்கொண்டு உன் வேலையைத் தொடர். நீ சரியான பாதையில் சென்று கொண்டிருக்கிறாய்." என்றார்.

பேரரசு முழுதும் காகனின் தூதுவர்கள் அனுப்பப்பட்டனர், மூன்று மாதங்கள் கழித்து அந்த யூதன் ஒரு இளைஞனை அழைத்து வந்தான், அவன் பாதங்கள் காகனை ஒத்திருந்தன. அவனும் அரண்மனையில் இருத்திவைக்கப்பட்டான். தொடர்ந்து அவர்கள் இரண்டு கால் முட்டிகள், காது, தோள் என அத்தனையும் காகனைப் போலவே கண்டடைந்தனர். மெதுமெதுவாக இளைஞர்களின் கூட்டம் அரண்மனையில் சேகரிக்கப்பட்டது; அவர்களில் படைவீரர்கள், அடிமைகள், கயிறு தயாரிப்பவர்கள், யூதர்கள், கிரேக்கர்கள், கசார்கள், மற்றும் அரேபியர்கள் இருந்தனர், யாரேனும் அவர்கள் ஒவ்வொருவரிடமிருந்தும் ஒரு அவயம் அல்லது அங்கத்தை எடுத்துச் சேர்த்தால் - இத்திலை ஆண்டுகொண்டிருப்பவரைப் போலவே ஒரு இளைய காகனை உருவாக்க முடியும். ஆனால் தலைமட்டும் இல்லை. அது கிடைக்காமல் இருந்துவந்தது. ஒருநாள் காகன் யூதனை வரும்படி பணித்து காகனுடைய தலையா அல்லது யூதனின் தலையா என்று கேட்டான். யூதன் அச்சத்தின் எந்த அறிகுறியையும் காட்டவில்லை, வியந்த காகன் அதற்கான காரணத்தைக் கேட்டான்.

"காரணம், ஒருவருடத்திற்கு முன்னமேயே அச்சம் என்னை ஆட்கொண்டுவிட்டது, இன்றல்ல. ஒருவருடம் முன்பே நான் தலையைக் கண்டுபிடித்துவிட்டேன். இத்தனை மாதங்களாக அதை அரண்மனையிலேயே வைத்திருந்தேன், அதைக் காண்பிக்கும் தைரியம் எனக்கில்லை."

காகன் தலையைக் காட்டும்படி உத்தரவிட்டதும், யூதன் அவர்முன் ஒரு பெண்ணை அழைத்துவந்தான். இளமையாகவும், அழகோடும் இருந்தவளின் தலை காகனின் தலையை ஒத்திருந்தது, கண்ணாடியில் காண்பது போல: அவளின் உருவத்தைக் கண்ணாடியில் பார்க்கும் எவரும் காகனைப் பார்ப்பதாகவே நினைப்பார்கள், சற்று இளமையாக. பிறகு, காகன் அரண்மனையில் சேகரித்து வைக்கப்பட்டிருக்கும் மற்றவர்களையும் அழைத்து வரச்சொல்லி, அவர்களுடைய உறுப்புகளிலிருந்து இன்னொரு காகனை உருவாக்கும்படி உத்தரவிட்டான். உயிருடனிருக்கும் முடவர்கள் அங்கிருந்து சென்றபின் அவ்வுறுப்புகளைக் கொண்டு இரண்டாவது காகன் உருவாக்கப்பட்டார், பின்னர் அந்த யூதன் புதிதாக உண்டாக்கப்பட்ட உடலின் புருவத்தில் சில வார்த்தைகளை எழுதியதும், இளைய காகன், காகனின் வாரிசு, காகனின் படுக்கையில் எழுந்து அமர்ந்தான். பிறகு சோதிக்கப்படுவதற்காக யூதன் அவனை காகனின் மனைவியான இளவரசி அதே'வின் படுக்கையறைக்கு அனுப்பி வைத்தான். காலையில் இளவரசி அதே' உண்மையான காகனுக்கு பின்வரும் செய்தியை அனுப்பியிருந்தாள்:

"நேற்று என் படுக்கைக்கு அனுப்பப்பட்ட ஆண் விருத்தசேதனம் செய்யப்பட்டவன், நீங்கள் அப்படியல்ல. எனவே அவன் வேறு யாரோ ஒருவன், காகனல்ல, அல்லது காகன் யூதத்திற்கு மாறித் தன் முன்தோலை நீக்கிக்கொண்டு, வேறொருவராக மாறியிருக்க வேண்டும். என்ன நடந்தது என்பதை நீங்களே முடிவு செய்யுங்கள்."

காகன் யூதனிடம் இந்த வித்தியாசத்திற்கு என்ன சொல்வது என்று கேட்க. அதற்குப் பின்னவன்:

"இந்த வித்தியாசம் தாங்கள் விருத்தசேதனம் செய்துகொண்டால் மறைந்துவிடாதா என்ன?" என்றான்.

காகனால் முடிவெடுக்க முடியவில்லையென்பதால் இம்முறை இளவரசி அதே'விடம் சென்றார். அவள் அவரை அரண்மனையின் சிறைச்சாலைக்கு அழைத்துச்சென்று காகனைப் போன்றிருந்தவனைக் காண்பித்தாள். அவனைச் சங்கிலியால் பிணைத்துக் கம்பிச்சிறைக்குள் வைத்திருந்தாலும், அவன்

சிறில்(தெஸ்ஸலோனிகாவின் கான்ஸ்தந்தின்)

ஏற்கெனவே சங்கிலிகளிலிருந்து தன்னை விடுவித்துக்கொண்டு கம்பிகளை மிகுந்த வேகத்தோடு அசைத்துக் கொண்டிருந்தான். ஒரே இரவில் அவன் மிகப்பெரிய உருவத்தை அடைந்திருந்ததால், காகன் அவனோடு ஒப்பிடுகையில் சிறுகுழந்தை போலிருந்தார்.

"அவனை விடுவிக்க வேண்டுமா?" என்றாள் அதே'. காகன் பயத்தினால் ஆட்கொள்ளப்பட்டு விருத்தசேதனம் செய்யப்பட்ட காகனைக் கொல்லும்படி ஆணையிட்டார். இளவரசி அதே' அவன் புருவத்தில் ஓங்கித் தட்டியதும் அவன் இறந்து வீழ்ந்தான்.

பிறகு, காகன் கிரேக்கர்களோடு சேரமுடிவெடுத்து, அவர்களுடன் ஒரு புதிய உறவினை ஏற்படுத்திக்கொண்டு, அவர்களது மதத்தைத் தன் மதமாக ஏற்றுக்கொண்டார்.

க்ரகோர் ப்ராங்கோவிச் - *(பார்க்க "கந்துமுனி")*

சிறில் *(தெஸ்ஸலோனிகாவின் கான்ஸ்தந்தின் அல்லது தத்துவவாதி கான்ஸ்தந்தின்) (கி.பி. 826 அல்லது 827-869)* - கிழக்கத்திய கிறிஸ்தவத்துக்குப் புத்தொளி அளித்தவர், கசார் விவாதம்▽ நடைபெற்றபோது கிரேக்கத்தைப் பிரதிநித்தவர், ஸ்லாவிய வழக்குப்படி அப்போஸ்தலர்களில் ஒருவர். தெஸ்ஸலோனிகாவின் பைசாந்தியச் சபையில் ராணுவம் மற்றும் நிர்வாகத்துறைகளைக் கவனித்து வந்த லியோ-தெ-ட்ரங்கர்-இன் ஏழாவது குழந்தை, கான்ஸ்தந்தின் பல்வேறு கௌரவமான மற்றும் உயர்பதவிகளை வகித்தவர் என்பதோடு கான்ஸ்டான்டிநோபிளில் அதிகாரத்தில் இருந்த உருவவழிபாட்டினை எதிர்த்தவர்களால் உருவாக்கப்பட்ட எவ்விதச் சின்னங்களுமற்ற தேவாலயங்களுக்கு நடுவே வளர்ந்தவர். அவர்களில் நிறைய தெஸ்ஸலோனிகர்களும் அடங்குவர், கான்ஸ்தந்தின் முக்கியமான உருவவழிபாட்டு எதிர்ப்பாளர்களிடம் பாடம் கற்று வளர்ந்தார். அவருக்கு ஹோமர், வடிவயியல், எண்கணிதம், வானவியல், மற்றும் இசை கற்றுத்தந்த கணிதவியலாளர் லியோ, உருவவழிபாட்டை எதிர்ப்பவர் மற்றும் கான்ஸ்டான்டிநோபிள் மதகுருவான, உருவவழிபாட்டு எதிர்ப்பாளரும் இலக்கணமேதையுமான ஜான் (837 - 843 கி.பி) என்பவரின் உறவினர்; சராசென்கள்

(சிலுவைப்போரில் ஈடுபட்ட முகம்மதியர்கள்) மற்றும் அவர்களுடைய காலிஃப் (மதகுரு) மாமூனுடன் தொடர்பில் இருந்தார். கான்ஸ்தந்தினின் மற்றொரு ஆசிரியர், புகழ்பெற்ற தத்துவவாதியும் பின்நாளைய மதகுருவுமான போஷியஸ் அவருக்கு இலக்கணம், சொல்லணிக்கலை, வாதமுறை மற்றும் தத்துவம் ஆகியவற்றைக் கற்பித்தார், இவருக்கு கிறிஸ்தவ அரிஸ்டாட்டில் என்ற பெயர் உண்டு, இவர் கணிதவியலாளர் லியோவுடன் சேர்ந்து பைசாந்திய உலகு மீண்டுமொருமுறை தம்மை புராதனமான ஹெல்லெனியக் கொடிவழியினரின் வழித்தோன்றல்கள் எனக்கருதவைத்த மனிதநேய மறுமலர்ச்சியை உண்டாக்க உதவியவர். போஷியஸ், தடைசெய்யப்பட்ட மற்றும் வழக்கத்திலில்லாத அறிவியல்களான ஜோதிடம் மற்றும் மந்திரக்கலையை பயிற்சிசெய்வார்; பைசாந்தியப் பேரரசர் அவரை "கசார் முகம்" என்று அழைப்பார், மேலும் போஷியஸ் இளமையில் தனது ஆன்மாவை, எபிரேய சூனியக்காரன் ஒருவனிடம் விற்றுவிட்டதாக சபையில் ஒரு பழங்கதை சுற்றிவருகிறது. கான்ஸ்தந்தின் மொழிகளை மிகவும் நேசித்தார்; அவரைப் பொறுத்தவரையில் மொழியென்பது காற்றைப்போல நிரந்தரமானது, கிரேக்கம் தவிர, ஸ்லவோனியம், எபிரேயம், கசார், அரபி, சமாரியன், அல்லது கோதிக் அல்லது "ருஷிய" மொழியில் எழுதப்படும் மொழிகள் என, கசார் காகன் விதவிதமான மதநம்பிக்கை கொண்ட பெண்களை மாற்றிக் கொண்டிருந்தது போல இவர் மொழிகளை மாற்றிக் கொண்டேயிருந்தார். பிறகு வளர்ந்ததும் தணியாத பயணத்தாகம் கொண்டவராக வாழ்ந்தார். கையில் எப்போதும் ஒரு கம்பளவிரிப்பு இருக்கும், "இக்கம்பளம் இருக்குமிடம்தான் என்வீடு" என்று சொல்வார். தன் வாழ்க்கையின் சுகமான பகுதிகளை, கைகுலுக்கிய பின் தன் கைவிரல்களை அவர் எண்ணிப்பார்க்க வேண்டியிருந்த அளவுக்குக் கொடூரமான பல்வேறு பழங்குடி இனத்தவர்களிடையே கழித்தார். நோய் மட்டுமே அவர் வாழ்க்கையில் அவ்வப்போது ஒருவகை அமைதி எனும் தீவை உண்டாக்கியது. ஒருமுறை நோயுற்றாரென்றால் தன்மொழி தவிர மற்ற மொழிகளை மறந்துவிடுவார். எப்போதுமே அவர் நோய்க்கு குறைந்தபட்சம் இரண்டு காரணங்களிருந்தன. பேரரசர் தியோபிலஸ்சின் இறப்பிற்குப்பிறகு, கி.பி.843இல் தெஸ்ஸலோனிக உருவவழிபாட்டு எதிர்ப்பாளர்களின் அதிகாரங்கள் பறிக்கப்பட்டு, உருவவழிபாட்டுமுறை மீண்டும்

சிரில் (தெஸ்ஸலோனிகாவின் கான்ஸ்தந்தின்)

ஏற்படத்தொடங்கிய பிறகு, கான்ஸ்தந்தின் ஆசியா மைனரின் கடற்கரையோரத்திலுள்ள ஒரு மடாலயத்தில் தஞ்சம்புக வேண்டியதாயிற்று. அப்போது அவர் நினைத்தது, "இறைவன் இவ்வுலகிற்கு இடம்தந்து நகர்ந்துவிட்டார். கண்முன்னே உள்ள பொருட்களுக்கு நம் கண்ணே குறி. அனைத்தும் அதையே குறிபார்க்கின்றன, அதற்கு எதிர்மறையாக இல்லை." பிறகு அவர் தலைநகருக்குத் திரும்பும்படியும், தன்னுடைய ஆசிரியர்களுக்கும் நாட்டவருக்கும் எதிராகவும் உருவங்களுக்கு ஆதரவாகவும் பேசும்படி நிர்பந்திக்கப்பட்டார். அதன்பிறகு அவர் முடிவுரைத்தது, "எண்ணங்கள் தலைக்குள் இருக்கின்றன என்பது மாயையே. நம் தலையும் நாமென்ற முழுமையும் நம் சிந்தனைக்குள்ளே இருக்கின்றன. நாமும் நம் சிந்தனைகளும் கடலும் அதனுள் பாய்கின்ற நீரோட்டமும் போல - நம் உடலே அதனுள் பாய்கின்ற நீரோட்டம், நம் சிந்தனைகளே கடல். எனவே உடலானது இவ்வுலகில் தனக்கான இடத்தைச் சிந்தனையின் வழி துருத்தி ஏற்படுத்திக் கொள்கிறது. மேலும் ஆன்மா என்பது அதன் மற்றும் மற்றதன் கடற்படுகை..."

தெஸ்ஸலோனியாவின் கான்ஸ்தந்தின்
9 ஆம் நூற்றாண்டுச் சுவரோவியம்

பிறகு அவர் தன்னுடைய மற்றுமொரு முன்னாள் ஆசிரியரையும் கைவிட்டார் - அவரது மூத்த சகோதரரான மெதோடியஸ்[†] இவர் தன்னையொத்த சிந்தனை உடையவர்களை ஒருபோதும்

தாக்கியதில்லை. முன்னாளில் தனக்கு ஆன்மத்தந்தையாக இருந்தவரும் சகோதரருமான அவரைப் பின்னுக்குத் தள்ளி தான் முன் செல்வதை சிரில் அறிந்திருந்தார்.

அவருடைய கான்ஸ்டான்டிநோபிள் சபைப் பணிக்காலத்தின்போது முதலில் ஸ்லாவிக் மாகாணத்தின் ஆளுநராக இருந்தார், பின் தலைநகரத்திலுள்ள பேரரசுக்குரிய பள்ளியில் சேர்ந்து படித்தார், பாதிரியாரான அவர் அதற்குப்பின் கான்ஸ்டான்டிநோபிளின் புனித சோஃபியா தேவாலயத்தில் தலைமை மதகுருவின் நூலகராக, கான்ஸ்டான்டிநோபிள் பல்கலைக்கழகத்தில் தத்துவப் பேராசிரியராகப் பணிசெய்தார், அங்கு அவருடைய அசாதாரணமான புலமைக்காக, “தத்துவவாதி” எனும் கௌரவப்பட்டம் வழங்கப்பட்டு அவரது இறப்புவரை உடனிருந்தது. ஆனால் சீக்கிரமே, வேறொரு பார்வையான, முட்டாள் மீனின் கறியைவிட புத்திசாலி மீனின் கறி கெடுதலானது மற்றும் கடினமானது. முட்டாள்கள் இருவகை மீன்களான முட்டாள் மற்றும் புத்திசாலி மீனை உண்கின்றனர், புத்திசாலி என்போர் பொறுக்கியெடுத்து முட்டாளையே தேர்வு செய்வர் என்ற கடலோடிகளின் திடநம்பிக்கைக்கு வந்துவிட்டார்.

வாழ்வின் முதல் பாதியை சின்னங்களிலிருந்து விலகியோடியதில் கழித்தவர், இரண்டாம் பாதியில் அவற்றையே கேடயமாக்கிக் கொண்டார். இருப்பினும், புனிதத் தாயின் சின்னத்தை ஏற்றுக்கொள்ள முடிந்த அவரால், புனிதத் தாயை ஏற்றுக்கொள்ள முடியவில்லை என்று தெரியவந்தது. பல ஆண்டுகள் கழித்து, கசார் விவாதம்▽ நடைபெற்றபோது, காகனின் பரிவாரங்களோடு அவளை ஒப்பிட்டுப் பேசுகையில், அவளை ஒரு பெண்ணாக அன்றி ஆணாகவே ஒப்பிட்டுப் பேசினார்.

பிறகு அவருடைய நூற்றாண்டில் பாதி கழிந்தது, அவரது பாதி வாழ்க்கை முடிந்தது.

மூன்று பொற்காசுகளைத் தன் பையில் எடுத்து வைத்துக்கொண்டார், “முதலாவதை கொம்பு இசைப்பவனுக்குக் கொடுப்பேன், இரண்டாவது தேவாலயப் பாடகர்களுக்கு, மூன்றாவது மேலேயுள்ள பாடும் தேவதைகளுக்கு.” பிறகு தன் முடிவற்ற பயணங்களைத் தொடங்கினார். அதன்பிறகு அவரால் தன் மதிய உணவின் துகள்களை இரவுணவோடு

கலக்க முடிந்ததில்லை. தொடர்ந்து பயணப்பட்டுக்கொண்டே இருந்தார். கி.பி.851இல் பாக்தாத் அருகிலுள்ள சமாராவில் அரேபியர்களின் காலிஃப்பைச் சந்தித்தார், பிறகு தன் அரசாங்கப் பயணங்களிலிருந்து திரும்பியபோது, தன் நெற்றியில் முதல் சுருக்கத்தைக் கண்டபின் அதை "சராசென் சுருக்கம்" என்றழைத்தார். கி.பி.859ஆம் வருடம் நிறைவை நெருங்கிக் கொண்டிருந்தபோது, முப்பத்துமூன்று வயதில் இறந்த அலெக்சாண்டரின் சமகாலத்தவரானார், அது கான்ஸ்தந்தினின் அப்போதைய வயது.

"மூன்றாம் ரமேசஸ்சின் காலம், கிரீட்டின் அரும்புதிர்கள், கான்ஸ்டான்டிநோபிளின் முதல் தாக்குதல் என அனைத்து காலகட்டங்களிலிருந்தும் என் சமவயதுடையவர்கள் மேலே இருப்பதைவிட தரைக்குக் கீழேதான் அதிக எண்ணிக்கையில் உள்ளனர்," என்று இப்போது யோசிக்கிறார். "ஒருநாள், நான் தரைக்குக் கீழே உள்ளபோது உயிரோடு உள்ள பலரின் வயதிலிருப்பேன். ஆனால், தரைக்கு மேலே வயதாவதென்பது, என்னைவிடக் குறைந்த வயதில் இறந்தவர்களுக்குத் துரோகம் இழைப்பது போலத்தான்."

பிறகு, அவர் எந்நகரத்தின் பெயரைத் தாங்கியிருக்கிறாரோ அந்நகரம் முற்றுகையிடப்பட்டது. கி.பி.860இல் ஸ்லாவியர்கள் கான்ஸ்டான்டிநோபிளை முற்றுகையிட்டபோது கான்ஸ்தந்தின் ஆசியா மைனரிலுள்ள ஒலிம்பஸ்சில் அமைதியாக, துறவிகளுக்குரிய சிறையிலிருந்துகொண்டு அவர்களுக்கான பொறியை ஏற்பாடு செய்துகொண்டிருந்தார் - ஸ்லாவிய மொழிக்கான முதல் எழுத்துருக்களை உருவாக்கிக் கொண்டிருந்தார். முதலில் வட்டமான எழுத்துகளிலிருந்து தொடங்கினார், ஆனால் ஸ்லவோனிய எழுத்துகள் கட்டுப்பாடற்றதாக இருந்ததால் மையினால் அவற்றைத்தாங்க முடியவில்லை, எனவே இரண்டாவது நெடுங்கணக்கினை கம்பித்தடுப்பு உள்ள எழுத்துகளாக உருவாக்கி பறவைகளைப்போல் அக்கட்டுக்கடங்காத எழுத்துகளைச் சிறை வைத்தார். பிறகு அவை நாகரீகமடைந்ததும் கிரேக்கத்தைப் போதித்த (மற்ற மொழிகளைக் கற்கும் மொழிகளுக்காக) பிறகுதான் ஸ்லவோனிய மொழி உண்மையான க்ளாகோலிதிக் வட்டெழுத்துகளில் அடங்கியது..."

தாவுப்மன்னூஸ் ஸ்லாவிய எழுத்துகளின் தோற்றத்தைப் பின்வரும் கதைமூலம் விவரிக்கிறார்.

ஒரு வனவாசியின் மொழியை நாகரீகப்படுத்துவதென்பது அவ்வளவு எளிதான வேலையல்ல. மூன்றுவாரமாகிவிட்ட சுறுசுறுப்பான ஒரு இலையுதிர்காலத்தில் சகோதரர்கள் தங்கள் சிறைக்குள் அமர்ந்தபடி, பின்நாள்களில் எல்லோரும் சிரிலிக் என்று அழைக்கப்போகிற எழுத்துகளை எழுதிமுடிக்க முயற்சி செய்துகொண்டிருக்கின்றனர். அவர்களால் எதையும் முடிக்க முடியவில்லை. சிறைக்குள்ளிருந்து ஒருவரால் பாதி அக்டோபர் மாதத்தைத் தெளிவாகப் பார்க்கமுடியும், அங்கிருக்கும் அமைதி ஒருமணிநேர நடைநீளமும், இரண்டுமணிநேர நடைஅகலமும் கொண்டது. பிறகு மெதோடியஸ், அவர்களுடைய அறை சன்னலில் வைக்கப்பட்டிருந்த நான்கு ஜாடிகளுக்காகத் தன் சகோதரனை அழைத்தார், அது வெளியில் கம்பிகளின் மறுபக்கம் வைக்கப்பட்டிருந்தது. “கதவுகள் பூட்டப்பட்டிருந்தால் அந்த ஜாடிகளை நான் எவ்வாறு எடுப்பது?” என்று கேட்டார். கான்ஸ்தந்தின் ஒரு ஜாடியை உடைத்து, சில்லுகளை ஒவ்வொன்றாக சிறைக்கம்பிகள் வழியாக எடுத்து, மீண்டும் அதைத் தன் எச்சில் மற்றும் காலடியின்கீழ் தரையில் இருந்த களிமண்ணால் ஒட்டினார். பிறகு அவர்கள் அதையே ஸ்லவோனிய மொழிக்கும் செய்தனர்: அதைத்துண்டுகளாக உடைத்து, சிறில் எழுத்துகளின் கம்பிகள் வழியே தம் வாய்க்கு இழுத்துக் கொண்டுவந்து, துண்டுகளைத் தம் எச்சிலாலும் காலடியின் கீழிருந்த கிரேக்கக் களிமண்ணாலும் ஒட்டிச்சேர்த்தனர்.

அதேவருடம், பைசாந்தியப் பேரரசருக்கு கசார் காகன்▽ தூது அனுப்பியிருந்தார், கிறிஸ்தவ நம்பிக்கையின் அடிப்படைகளை விளக்கக்கூடிய யாரையேனும் கான்ஸ்டான்டிநோபிளில் இருந்து அனுப்பிவைக்கும்படி கேட்டிருந்தார். பேரரசர், தான் “கசார் முகம்” என்று அழைக்கும் போஷியஸ்சிடம் இதுபற்றிக் கேட்டார். பேரரசருக்கு அது அவ்வளவு முக்கியமாகப்படவில்லை என்றாலும் போஷியஸ் அவ்வழைப்பை முக்கியமாகக் கருதி, அவர் பொறுப்பிலிருந்தவரும் சீடருமான தத்துவவாதி கான்ஸ்தந்தினை அவருடைய சகோதரர் மெதோடியஸ்சுடன் அவரது இரண்டாவது அரசியல் நோக்குப் பயணத்திற்கு அனுப்பி வைத்தார், அப்பயணத்தை “கசார் திட்டப்பணி” என்றே அழைத்தார். வழியில் அவர்கள் கிரீமியாவிலுள்ள

கெர்சனில் தங்கியபோது, தனக்காகக் காத்திருக்கும் அரசுமுறைப் பணிக்கான ஆயத்தமாக கான்ஸ்தந்தின் எபிரேயம் மற்றும் கசார் மொழிகளைப் பயின்றார். அப்போது "ஒவ்வொரு மனிதனும் தன்னால் பாதிக்கப்பட்டவனுக்குச் சிலுவையாகிறான், ஆனால் ஆணி சிலுவையிலும் ஊடுருவிச்செல்கிறது," என்று நினைத்துக் கொண்டார். கசார் காகனின் சபைக்கு வந்தபோது மொஸ்லம் மற்றும் யூதப் பிரதிநிதிகளைச் சந்தித்து - காகன் அவர்களுக்கும் அழைப்பு விடுத்திருந்தார் - கான்ஸ்தந்தின், பின்நாளில் மெதோடியஸ் ஸ்லவோனியத்துக்கு மொழிபெயர்த்த "கசார் பேருரைகள்"- என்பதைக் கொண்டு அவர்களுடன் விவாதத்தில் ஈடுபட்டார். யூதம் மற்றும் இஸ்லாமை பிரதிநிதித்த ரப்பி மற்றும் தர்விஷ் இருவரின் வாதங்களையும் வென்ற கான்ஸ்தந்தின் கசார் காகனை கிறிஸ்தவத்தை ஏற்றுக்கொள்ளச் செய்தார், மேலும் உடைந்த சிலுவையிடம் பிரார்த்திப்பது எந்த நல்லதையும் கொண்டுவராது என்று போதித்து, அங்கிருந்து தன் முகத்தில் இரண்டாவது கசார் சுருக்கத்துடன் கிளம்பினார்.

கி.பி.863-ஐ நெருங்கிக் கொண்டிருந்தபோது, கான்ஸ்தந்தின், முப்பத்தியேழு வயதில் இயற்கை எய்திய அலெக்ஸாண்ட்ரியாவின் ஃபிலோவுக்கு - இப்போது அதுதான் அவருடைய வயது - சமகாலத்தவரானார். ஸ்லாவிய எழுத்துவரிசையை முடித்தபின் தன்னுடைய சகோதரனுடன் மொராவியாவுக்கு தன்னுடைய சொந்தநிலத்திலிருந்து வந்த ஸ்லாவியர்களுடன் இருப்பதற்காகச் சென்றார்.

அவர் தேவாலய எழுத்துகளை கிரேக்கத்திலிருந்து ஸ்லாவியத்துக்கு மொழிபெயர்த்தார், அவரைச்சுற்றி மக்கள் ஒரு கூட்டமாகத் திரண்டனர். அவர்களுக்கு முன்பு கொம்புகள் இருந்த இடத்தில் இப்போது கண்கள் இருந்தன, இடுப்பில் பாம்பை அணிந்து, கிழக்குமுகமாகத் தலைவைத்துப் படுத்து, தம் உடைந்த பற்களை வீட்டின் மீது எறிந்தனர். அவர்கள் தங்கள் மூக்கை விரல்களால் நோண்டி, பின் அதைச் செபித்தபடி வாயில் போட்டுக்கொள்வதை அவர் கண்டார். காலணிகளைக் கழற்றாமல் பாதங்களைக் கழுவினர், உணவிற்கு முன்பு அதற்காகச் சச்சரவுகளில் ஈடுபட்டனர். "எம் தந்தை"யின் ஒவ்வொரு வார்த்தையோடும் அவர்களுடைய நாகரீகமற்ற ஒவ்வொரு ஆண் மற்றும் பெண் பெயரைச் சேர்த்து உச்சரித்தனர், எனவே "எம் தந்தை" என்பது ஒரு ரொட்டியைப்போலத் தோன்றியதும் உடன்

மறைந்தது. போலவே மூன்று நாள்களுக்கொருமுறை அதிலுள்ள செத்தைகளைச் சுத்தம் செய்யவேண்டியிருந்தது, மேலும் அதன்பின் அதைக்கேட்கவோ பார்க்கவோ முடியாது போனது, ஏனென்றால் அந்தப்பெயர்கள் அவற்றை விழுங்கியிருந்தன. அழுகிய இறைச்சியின் வாசனை அவர்களை மிகவும் ஈர்த்தது; கூர்மதி படைத்தவர்களாக இருந்தனர்; மிக அழகாகப் பாடினர், அதைக் கேட்கும்போது அவர் கண்ணீர் உகுத்தபடி, தன் நெற்றியில் மழைத்துளி போல மூன்றாவதாக, ஸ்லாவியச் சுருக்கம் உருவானதைக் கண்டார்... மொராவியாவுக்குப் பிறகு, கி.பி.867இல் பானோனிய இளவரசர் கோட்செல் என்பவரைச் சந்தித்தார், பின் அங்கிருந்து வெனிஸ் சென்று, கிரேக்கம், எபிரேயம், மற்றும் லத்தீன் ஆகியவை மட்டுமே ஆராதனைக்கான மொழிகள் எனும் கொள்கையுடைய மும்மொழியாளர்களுடன் வாதிட்டார். அப்போது வெனிஸ்சைச் சேர்ந்த ஒருவர் அவரிடம், "யூதாஸ்சிடமிருந்த அனைத்தும் கிறிஸ்துவைக் கொன்றதா, அல்லது அனைத்தும் என்று கூறமுடியாதா?" என்று கேட்டதும் கான்ஸ்தந்தின் தன் கன்னத்தில் நான்காவதாக வெனிசியச் சுருக்கம் உண்டானதை உணர்ந்தார், பழைய சராசென், கசார், மற்றும் ஸ்லாவியச் சுருக்கங்களை ஊடறுத்து முகத்தின் குறுக்காக, ஒரே மீன்மீது வீசப்பட்ட நான்கு வலைகள் போல அவையிருந்தன. தன்னுடைய முதலாவது பொற்காசினைப் பையிலிருந்து எடுத்து காளம் பிடிக்கும் ஒருவனிடம் கொடுத்து கொம்பிசைக்கக் கூறி, மும்மொழியாளர்களிடம் கொம்பிசையின் அர்த்தம் புரியாவிட்டால் படை எவ்வாறு செயல்படும் என்று கேட்டார். தற்போது கி.பி.869, கான்ஸ்தந்தினின் சிந்தனை ரவென்னாவின் பௌதியஸ் குறித்துத் திரும்பியது, அவர் தனது நாற்பத்துமூன்றாம் வயதில் இறந்தவர். இவருக்கும் இப்போது அதே வயது. போப் அவரை ரோமிற்கு அழைத்தார், அங்கு அவர் தன் கொள்கைகளையும் ஸ்லவோனிய ஆராதனையையும் தற்காத்துக் கொள்வதில் வெற்றிபெற்றார். அப்போது அவருடன் இருந்த மெதோடியஸ் மற்றும் அவரது சீடர்களுக்கு ரோமில் ஞானஸ்நானம் செய்விக்கப்பட்டது.

தேவாலயத்தின் இசையைக் கேட்டுக்கொண்டு தன் வாழ்க்கையை நினைவுகூர்ந்தவராய், அவர் நினைத்தார்: "ஒரு வேலையைச் செய்யும் திறமையுள்ளவன் நோயுற்றுள்ளபோது அதை விருப்பமின்றியும் தெளிவற்றும் செய்வதுபோல,

அவ்வேலையைச் செய்யத் தெரியாதவன் ஆரோக்கியத்துடன் செய்தாலும் அதேபோல் விருப்பமின்றியும் தெளிவின்றியும் தான் இருக்கும்..." இச்சந்தர்ப்பத்தில் ஸ்லவோனிய ஆராதனை ரோமில் இசைக்கப்பட்டது, கான்ஸ்தந்தின் தனது இரண்டாவது பொற்காசினை அங்கே பாடிக்கொண்டிருந்தவர்களுக்கு அளித்தார். பின் மரபுப்படி மூன்றாவது பொற்காசினைத் தனது நாவுக்கடியில் வைத்துக்கொண்டு, ரோமில் உள்ள ஒரு கிரேக்க மடாலயத்தினுள் நுழைந்து, தனது புதிய துறவுப்பெயரான சிரில் என்பதோடு கி.பி.869இல் இறந்தார்.

முதன்மை ஆதாரம்: சிரில் மற்றும் மெதோடியஸ் குறித்த புத்தகங்களின் நூற்பட்டியல் G.A. இலியான்ஸ்கி எழுதிய *Opit sistematicheskoi kirilome-fod'evskoi bibliografii* - யில் பல்வேறு புதிய சேர்க்கைகளுடன் *(Popruzhenko, Romanski, Ivanka Petrovich, et al.)* காணக்கிடைக்கிறது. தற்போதைய ஆராய்ச்சிகள் குறித்த பார்வைக்கு F.த்வோர்னிக்கின் கட்டுரையான *Les Légendes de Constantin et Méthode vue de Byzance* (1969) உதவும். கசார்கள் மற்றும் கசார் விவாதம் குறித்த சில தகவல்கள் தாவுப்மன்னுஸின் *கசார் அகராதியான*, *The Khazar Dictionary, Lexicon Cosri, Regiemonti Borrusiae, excudebat Ioannes Daubmannus* 1691 – லிருந்து தரப்பட்டுள்ளது. ஆனால் அப்பதிப்பு அழிக்கப்பட்டுவிட்டது.

தெஸ்ஸலோனிகாவின் மெதோடியஸ் *(c.815-885 கி.பி)* கசார் விவாதம்▽ குறித்த வரலாற்றை கிரேக்க மொழியில் எழுதியவர், ஸ்லாவிய அப்போஸ்தலர்களில் ஒருவர், கிழக்கில் கிறிஸ்தவத்திற்கு ஒளியூட்டியவர், சிரில்† எனப்பட்ட தெஸ்ஸலோனிகாவின் கான்ஸ்தந்தினுடைய மூத்த சகோதரர். தெஸ்ஸலோனிகாவின் பைசாந்தியப் படைத்தளபதி குடும்பத்தில் வந்த ட்ரங்கர் லியோவின் வழித்தோன்றல் என்பதால், மெதோடியஸ் ஸ்லாவியப் பகுதிகளான, ஸ்ட்ரூமிகா (ஸ்ட்ரைமோன்) ஆற்றுப்பகுதிகளில் நிர்வாகியாக இருந்து, தன் திறமையைச் சந்தேகத்திற்கிடமின்றிச் சோதித்துப் பார்த்திருக்கிறார். எத்தனையோ ஆன்மாக்களைச் சுற்றியிருந்து பாதுகாத்த, குளிர்காலங்களில் தங்களின் மேலாடைகளுக்குள் பறவைகளை வெதுவெதுப்பாக வைத்திருந்த தன் ஸ்லாவியக் குடிமக்களின் மொழி அவருக்குத் தெரியும். சிறிது காலத்திற்குப்பிறகு,

கி.பி.840இல் ப்ரபோன்டிஸ் கடலருகே உள்ள பிதினியாவுக்குப் புறப்பட்டார், ஆனாலும் அவர் வாழ்வின் மிச்ச காலங்களில் தன் ஸ்லாவியக் குடிகளைப் பற்றிய நினைவுகளைத் தன்முன் ஒரு பந்தைப்போல உருட்டிக் கொண்டிருந்தார். தாவுப்மன்னூஸ்✡ குறிப்பிடும் புத்தகங்களில் அவர் ஒரு துறவியிடம் படித்ததாகக் குறிப்பு உள்ளது, ஒருமுறை அத்துறவி சொன்னது: “நாம் படிக்கும்போது, எழுதப்பட்டுள்ள அத்தனையும் நம்மை வந்தடைவதில்லை. நம் சிந்தனைகள் பொறாமை மிக்கவை, அவை தொடர்ந்து மற்றவரின் சிந்தனைகளைத் தடுத்துக்கொண்டே இருக்கும், ஏனெனில் ஒரேசமயத்தில் இரண்டு வாசனைகளுக்கு நம்மில் இடமில்லை. ஆண்தன்மையுடைய மும்மைச் சின்னத்தின் கீழ் இருப்பவற்றை அவர்கள் வாசிக்கும்போது புத்தகத்திலுள்ள ஒற்றைப்படை வரிகளை மட்டுமே எடுத்துக்கொள்வர், அதேசமயம், நான்கு என்ற பெண்தன்மை உடைய சின்னத்தின் கீழ் உள்ள நாம் நம் புத்தகங்களின் இரட்டைப்படை வரிகளை மட்டும் எடுத்துக் கொள்கிறோம். நீயும் உன் தம்பியும் ஒரே புத்தகத்திலுள்ள ஒரே வரிகளை வாசிக்கப் போவதில்லை, ஏனெனில் எங்களுடைய புத்தகங்கள் ஆண் மற்றும் பெண் தன்மைச் சின்னங்களை உடையவை...” உண்மையில், இன்னொருவரிடமிருந்தும் மெதோடியஸ் பயின்று கொண்டிருந்தார் - அவரது இளம் சகோதரர், கான்ஸ்தந்தின். சமயத்தில், தான் படித்துக்கொண்டிருக்கும் புத்தகத்தின் ஆசிரியரைவிடத் தன் சகோதரன் புத்திசாலி என்று அவர் புரிந்து கொள்வார். அப்போது மெதோடியஸ் தான் காலத்தை விரயம் செய்துகொண்டிருப்பதை உணர்ந்து, புத்தகத்தை மூடிவிட்டுத் தன் சகோதரனுடன் பேசத்தொடங்கி விடுவார். மெதோடியஸ், ஆசியா மைனரின் கடற்கரையிலுள்ள ஒலிம்பஸ் எனுமொரு துறவிகளின் குழுவில் துறவறம் ஏற்றுக்கொண்டார், பிறகு அவரது சகோதரரும் பின்நாள்களில் அங்கேயே இணைந்தார். ஒவ்வொரு விடுமுறை நாளிலும் கிழக்கிலிருந்து வீசும் காற்று மணலை அகற்றி மற்றுமொரு புது இடத்தில் வெளிப்படுத்தும் புராதன பாலைவனக் கோவிலைப் பார்ப்பார்கள், அது என்றென்றைக்குமாக மறுபடி மணலில் புதைந்து மறையும் முன்பு, அதன்மீது சிலுவையிட்டு “எம் தந்தை”யை சத்தமாகச் சொல்லுமளவே நேரமிருக்கும். அக்காலகட்டத்தில்தான் அவர் இரண்டு கனவுகளை இணையாக

ஒரேநேரத்தில் காணத் தொடங்கினார், இதுவே அவர் தனக்கென இரண்டு கல்லறைகள் கொண்டிருப்பார் என்ற தொல்கதை உருவாகக் காரணமாயிற்று. கி.பி.861இல் தன் சகோதரருடன் கசார்களைச் சந்திக்கப் புறப்பட்டார். தெஸ்ஸலோனிகாவின் இரு சகோதரர்களுக்கும் இதில் புதிதாக ஒன்றுமில்லை. அந்த அதிகாரம்மிக்க இனத்தவர் பற்றி அவர்கள் தம் ஆசிரியர் மூலமும் கசார்களோடு தொடர்பிலிருந்த இவர்களது நண்பரான போஷியஸ் மூலமும் கேள்விப்பட்டிருந்தனர், மேலும், கசார்கள் தங்கள் நம்பிக்கைக்கான பிரார்த்தனையைத் தங்கள் மொழியிலேயே செய்தனர் என்பதும் இவர்களுக்குத் தெரியும். தலைநகரிலிருந்து வந்த ஆணைப்படி, மெதோடியஸ்சும் கசார் சபையில் நடந்த விவாதத்தில் சாட்சியாகவும் கான்ஸ்தந்தினின் உதவியாளராகவும் பங்கேற்றார். 1691ஆம் வருடத்தைய கசார் அகராதி இந்தச் சந்திப்பின்போது கசார் காகன்▽ தன் விருந்தினர்களிடம் கனவு வேட்டையர் என்ற இனக்குழு குறித்து கூறியதாகக் குறிப்பிடுகிறது. காகன், கசார் இளவரசி அதே'▽வுக்கு விசுவாசமாக இருந்த அக்குழுவைப் பழித்துப் பேசி, அவர்களது பயனற்ற வேலைகளை, கிரேக்கக்கதையான இளைத்த எலி மாவுமூட்டையின் ஓட்டைக்குள் நுழைந்து தின்று வயிறு பெருத்து அதே ஓட்டைவழியாக வெளிவரமுடியாமல் மாட்டிக்கொண்டதோடு ஒப்பிட்டுக் கூறினான்: "உன் வயிறு நிறைந்திருந்தால் உன்னால் கூடையிலிருந்து வெளிவர முடியாது. நீ உள்ளே நுழையும்போது இருந்தது போல பசியோடு இருக்கும்போதே அவ்வாறு செய்ய முடியும். கனவை விழுங்குபவர்களுக்கும் இதேதான்; அவன் பசியோடு இருக்கையில் உண்மைக்கும் கனவுக்குமான குறுகிய பிளவுக்குள் சுலபமாக நுழைந்து விடுகிறான், ஆனால் தன் இரையைப் பிடித்ததும் அல்லது தனக்கான பழத்தைப் பறித்ததும், கனவுகள் நிறைந்த பையோடு அவனால் ஒருபோதும் வெளிவர முடியாது, ஏனென்றால் வெளியேவர நீ உள்ளே நுழைந்ததுபோல் இருக்கவேண்டும். எனவே அவன், தான் பறித்ததை விட்டுவிடவேண்டும் அல்லது என்றென்றைக்குமாகக் கனவிலேயே தங்கியிருக்க வேண்டும். இரண்டு வழிகளிலும், அவன் நமக்கு உபயோகமில்லாதவன்..."

9 ஆம் நூற்றாண்டு சுவரோவியம் ஒன்றில்
தெஸ்ஸலோனிகாவின் மெதோடியஸ்

கசார் பயணம் முடிந்ததும், மெதோடியஸ் மீண்டும் ஆசியா மைனரில் உள்ள ஒலிம்பஸ்சுக்குத் திரும்பினார்; அங்கிருந்த சின்னங்களை இரண்டாம் முறையாகப் பார்க்கும்போது அவை களைப்புற்றிருப்பதாகத் தெரிந்தன. அதன்பிறகு அவர் பாலிக்ரோன் மடாலயத்தின் தலைமைப் பொறுப்பை ஏற்றுக்கொண்டார், பிறகும் பல நூற்றாண்டுகளுக்கு எந்த முக்கியத்துவமும் இல்லாமல் அம்மடாலயம் இருந்தது, அரேபிய, கிரேக்க, மற்றும் எபிரேயம் என மூன்று கால அளவீடுகளின் சந்திப்பில் அது கட்டப்பட்டிருந்தது என்பதைத் தவிர - அதன் பெயரும் அதனால்தான் ஏற்பட்டது.

கி.பி.863இல் மெதோடியஸ் ஸ்லாவியர்களிடத்துக்குத் திரும்பினார். கிரேக்கத்தின் பாதிப்பில் ஒரு ஸ்லாவியப்பள்ளியை அதற்கென உள்ள மாணவர்கள், ஸ்லாவிய வரியெழுத்துகள், கிரேக்கத்திலிருந்து ஸ்லாவோனியத்துக்கு மொழிபெயர்க்கப்பட்ட புத்தகங்கள் ஆகியவற்றோடு நிறுவ விரும்பினார். அவரும் அவரது சகோதரரும் சிறு வயதிலிருந்தே, தெஸ்ஸலோனிகாவின் பறவைகள் மற்றும் ஆப்பிரிக்கப் பறவைகள் ஒரே மொழி பேசுவதில்லை, ஸ்ட்ருமிகாவிலிருந்து நீர் அருந்துபவையும் நைல் நதியிலிருந்து நீரருந்துபவையும் ஒன்றையொன்று புரிந்து கொள்ளாது என்று அறிந்திருந்தனர், அண்டரண்டப்பறவைகள் மட்டுமே உலகெங்கும் ஒரே மொழி பேசுபவை. இச்சிந்தனைகளை மனதில் வைத்துக்கொண்டே அவர்கள்

மொராவியா, ஸ்லொவாகியா மற்றும் கீழ் ஆஸ்திரியாவுக்குப் பயணப்பட்டு, தாங்கள் கூறுவதை, கேட்பதைக்காட்டிலும் தாங்கள் பேசும் மொழியைக் கூர்ந்து கவனித்த இளைஞர்களைத் தேர்ந்து தங்களைச்சுற்றி வைத்துக்கொண்டனர். மெதோடியஸ், தானும் தன் சகோதரரும் கற்றுக்கொடுக்கும் மாணவர்களில் ஒருவனுக்கு அழகிய வேலைப்பாடுள்ள தடியொன்றைப் பரிசளிக்க முடிவு செய்திருந்தார். எல்லோரும் அது சிறந்த ஒருவனுக்கே கிடைக்கும் என்று நினைத்து அது யாரென்று காத்திருந்தனர். ஆனால் மெதோடியஸ் தன்னுடைய கடைநிலை மாணவனுக்கு அதைப் பரிசளித்துவிட்டுக் கூறினார்: "ஆசிரியர் தன் ஆகச்சிறந்த மாணவனோடு சிறிதுநேரமே செலவிடுகிறார், மோசமான மாணவனோடுதான் அதிகம் இருக்கிறார், ஏனெனில் வேகமாகக் கற்பவர்கள் வேகமாக நகர்ந்து சென்றுவிடுவார்கள்..."

வெறுங்கால்களைக் கடிக்கும்படியான, சிதைந்து கொண்டிருக்கும் தரைகொண்ட அறையில்தான் மெதோடியஸ், தானும் தனது சகோதரரும் கண்டனத்திற்காளான விஷயத்தை முதலில் கேள்விப்பட்டார். பிரார்த்தனை என்பது மூன்று மொழிகளில் மட்டுமே இருக்க முடியும் (கிரேக்கம், லத்தீன், மற்றும் எபிரேயம்) என்ற கொள்கையைக் காக்கும் ஜெர்மானிய மும்மொழியாளர்களுடனான அவர்களது முரண்பாடு அப்போதுதான் உருவானது. பன்னோனியாவிலுள்ள பாலட்டன் ஏரியில், எங்கே குளிர்காலத்தில் ஒருவருடைய மயிர் உறைந்து விடுமோ கண்கள் காற்றினால் மேசைக்கரண்டி அல்லது தேக்கரண்டி போலாகுமோ அங்கே மெதோடியஸ்சும் அவர் சகோதரரும் ஸ்லாவியப் பகுதி இளவரசர் கோட்செல்லின் தலைநகரில் சிறிது காலத்தைக் கழித்தனர். போர்க்களத்தில் இளவரசரின் வீரர்கள் குதிரைகள் மற்றும் ஒட்டகங்களைப் போலக் கடிக்கக் கூடியவர்கள்; கழியால் அடித்து பாம்புகளைத் தங்கள் தோலிலிருந்து வெளிப்படுத்த வல்லவர்கள்; அவர்களுடைய பெண்களோ ஒரு புனித மரத்தில் தொங்கியபடி காற்றில் பிரசவிப்பவர்கள். அவர்கள் மீன்களை பன்னோனியாவின் சதுப்புநில மணலில் வாழப் பழக்கியிருந்தனர், புதியவர்கள் வரும்போது ஒரு பிரார்த்திக்கும் கிழவனைக் காண்பிப்பார்கள், அவன் மண்ணிலிருந்து ஒரு மீனை எடுத்துப் பிரார்த்தித்து அதைத் தன் உள்ளங்கையிலிருந்து ஒரு ஃபால்கன் பறவையைப் போலப்

பறக்கவிடுவான். அது உண்மையில் காற்றில் எழும்பி உடலிலுள்ள மண்ணை உதறித் தன் துடுப்பை சிறகு போலசைத்துப் பறக்கும்.

கி.பி.867இல் இரு சகோதரர்களும் தம் சீடர்களுடன் கிளம்பிய ஒரு பயணம், அதன் ஒவ்வொரு அடியும் ஓரெழுத்து, ஒவ்வொரு பாதையும் ஒரு வாக்கியம், ஒவ்வொரு தங்கலும் ஒரு பெரிய புத்தகத்தின் எண்ணானது. கி.பி.867-இல், வெனிஸ் நகரத்தில் மும்மொழியாளர்களுடன் மற்றுமொரு விவாதத்தில் ஈடுபட்டனர், பிறகு ரோமுக்கு வந்து சேர்ந்தனர், அங்கே போப் இரண்டாம் ஏட்ரியன், தெஸ்சலோனிகா சகோதர்களின் போதனைகளின் சட்டபூர்வமான தன்மையை அங்கீகரித்து, ஸ்லாவியச் சீடர்களை புனிதப் பேதுருவின் பேராலயத்தில் நியமித்தார். இத்தருணத்தில் புதிதாகப் பழக்கப்பட்ட ஸ்லாவோனிய ஆராதனைப்பாடல் பாடப்பட்டது; அது ஒரு சிறுவிலங்கு போல க்ளாகோலிதிக் மொழியினுடைய எழுத்துகளின் கூண்டில் வைக்கப்பட்டு பால்கன் நிலப்பரப்பிலிருந்து உலகின் தலைநகருக்குக் கொண்டுவரப்பட்டது. கி.பி.869இல் ரோம் நகரத்தில் ஒரு மாலைநேரத்தில் அவருடைய மாணவர்கள் ஒருவர் வாயில் இன்னொருவர் இகழ்ந்து துப்பிக்கொண்டிருக்கையில், மெதோடியஸ்சின் சகோதரரான கான்ஸ்தந்தின், புனித சிரிலாக மரித்தார்; மெதோடியஸ் பன்னோனியாவுக்குத் திரும்பினார். அவர் மீண்டும் ரோமுக்கு வந்தது கி.பி.870இல் போப் அவருக்கு பன்னோனியா மற்றும் சிர்மியத்துக்கான பேராயராகப் பட்டமளித்தபோது, இதனால் சால்ஸ்பர்க்கின் பேராயர் பாலட்டன் ஏரியைவிட்டுக் கட்டாயமாக விலக வேண்டியதாயிற்று. அவர் மீண்டும் மொராவியாவுக்கு, கி.பி.870-இன் கோடைகாலத்தில் திரும்பிவந்தபோது, மெதோடியஸ் ஜெர்மானியத் தலைமை குருவினால் சிறைபிடிக்கப்பட்டு இரண்டுவருடச் சிறைத்தண்டனை பெற்றிருந்தார், தண்டனையின்போது தன்யூபின் சத்தத்தைத் தவிர அவர் வேறெதையும் கேட்க முடியவில்லை. பிறகு அவர் ரிகென்ஸ்பர்க்கில் உள்ள சமயக்குருமார்களின் மன்றத்துக்கு விசாரணைக்காக கொண்டுவரப்பட்டு, பின் சித்ரவதைக்கு உள்ளாகி உறையவைக்கும் பனியில் நிர்வாணமாக நிறுத்தப்பட்டார். அவர்கள் அவரைச் சாட்டையால் அடித்தபோது அவரது தாடி பனியைத் தொடுமளவு அவருடல் வளைந்தது, அப்போது மெதோடியஸ், ஹோமரும் புனிதத்தூதர் எலியாவும் எவ்வாறு சமகாலத்தவர்களாக இருந்தார்கள், எவ்வாறு

ஹோமரின் கவித்துவ நிலை மாசிடோனியாவின் அலெக்சாண்டர் நிலையைவிடப் பெரிதாக இருந்து வந்துள்ளது என்று நினைத்துக்கொண்டார், ஏனெனில் அது போன்டஸ்சிலிருந்து ஜிப்ரால்டர் தாண்டியும் விரிந்திருப்பது. மேலும், அலெக்சாண்டர் எவ்வாறு தன் சொந்த மாநிலத்திலுள்ள அனைத்தையும் அறிந்திருக்க முடியாதோ, அவ்வாறே ஹோமர் தன்னைக் கடந்து செல்லும் அனைத்தையும் மற்றும் தன் மாநிலத்திலுள்ள கடலிலும் நகரத்திலுமுள்ளதை அறிந்திருக்க முடியாது என்று நினைத்தார். அதோடு ஹோமர் ஒரு கட்டத்தில் தன் படைப்பில் சிடோனின் பெயரைக் குறிப்பிட்டுவிட்டு, அதனோடே தன்னையறியாது, தூதர் எலியா கடவுளின் விருப்பத்தால் பறவைகளால் உண்பிக்கப்பட்டதைப் பற்றியும் குறிப்பிடுவதை நினைத்துக்கொண்டார். ஹோமரின் கவித்துவமான நிலையில் உள்ள பரந்துபட்ட கடல்கள் மற்றும் நகரங்களை நினைத்துக் கொண்டார், அவற்றில் ஒன்றான சிடோனில்தான் ஹோமரின் கவித்துவ நிலையைப்போலவே பரந்துபட்ட, எப்போதும் நிலைத்திருக்கக்கூடிய, அதிகாரமிக்க, கவித்துவமான மற்றுமொரு நிலையில் -- புனித எழுத்துகளின் வாசியாகவிருக்கும் புனிதத்தூதர் எலியா அமர்ந்திருந்தார் என்பதை அவர் அறியாமல் இருந்ததை நினைத்துக்கொண்டார். இறுதியாக, ஹோமர் மற்றும் கலாட்டை வசிப்பிடமாக்கிக்கொண்ட புனிதர் எலியா - இரு சமகாலத்தவர்களும் எப்போதேனும் சந்தித்திருப்பார்களா - இருவருமே இறப்பைக் கடந்தவர்கள், இருவருமே சொற்களைத் தம் ஆயுதமாகியவர்கள், ஒருவர் பார்வையற்றவர் மற்றும் இறந்தகாலத்தைப் பார்த்துக்கொண்டிருப்பவர், மற்றொருவரோ வருங்காலத்தை முன்னுரைத்து, வருங்காலத்தால் பீடிக்கப்பட்டவர், ஒருவர் நீரையும் நெருப்பையும் வேறெந்தக் கவிஞனையும்விடச் சிறப்பாகப் பாடிய கிரேக்கர், மற்றொருவர் தம் ஆடையைப் பாலமாக்கி நீரால் பரிசளித்து நெருப்பால் தண்டித்த யூதர். பூமியில் நெருக்கமாகக் கடக்கும் பாதைகள் உண்டு -- மெதோடியஸ் இறுதியில் நினைத்துக்கொண்டார் -- இரண்டு மனிதர்களில் ஒருவர் மற்றொருவர் நினைவாகவே இருந்து கொண்டிருந்தால் ஒருவன் பத்து ஒட்டகங்களின் இறப்பைக் காட்டிலும் தொலைவிலில்லை. அவர்களுடைய இரண்டு காலடிகளுக்கு இடையேயான இந்த வெளி உலகத்தின் எந்த மலையிடுக்கின் இடைவெளியை விடவும் குறைந்துவிட்டது. எப்போதும் இரண்டு சிறப்பான விஷயங்கள் ஒன்றுக்கொன்று

இவ்வளவு அருகே இருந்ததில்லை. அல்லது பார்வை என்பது கீழேயுள்ள நிலத்தைப் பார்ப்பதைக் காட்டிலும் நினைவுகளுக்குச் சேவகம் செய்வதே அதிகம் என்றுள்ள மனிதர்களைப் போல நாம்தான் தவறாக நினைக்கிறோமா?...

கி.பி.880இல் போப் தலையிட்ட பிறகு, மெதோடியஸ் விடுதலை செய்யப்பட்டார், மூன்றாம் முறையாக ரோமில், தன் செயல் மற்றும் ஸ்லாவோனிய ஆராதனைக்கான அங்கீகாரம் குறித்து வாதிட்டார்; மீண்டுமொருமுறை போப் ஸ்லாவோனிய ஆராதனை முறையின் சரிநிலையை உறுதிப்படுத்தி எழுத்துபூர்வமான அங்கீகாரத்தை வழங்கினார். மெதோடியஸ்சின் வெற்றி குறித்த கதையோடு தாவுப்மன்னுஸ், எவ்வாறு மெதோடியஸ் ரோமின் திபெர் ஆற்றில் மும்முறை, பிறப்பு, திருமணம், மற்றும் இறப்பைக் குறிப்பதாகக் குளித்தார் என்பதையும் எவ்வாறு அங்குள்ள பிரார்த்தனையின்போது மூன்று ஜெபிக்கப்பட்ட அப்பங்களை எடுத்துக்கொண்டார் என்பதையும் குறிப்பிடுகிறார். கி.பி.882இல் மெதோடியஸ்சுக்கு உயர்ந்தபட்ச மரியாதைகள் கான்ஸ்டான்டிநோபிள் மற்றும் மதகுருவின் திருச்சபையில் அளிக்கப்பட்டது, தலைமை மதகுருவாகப் பீடத்தில் அப்போது இருந்தது அவரது இளவயது நண்பரான தத்துவவாதி போஷியஸ். மெதோடியஸ், ஸ்லாவிய மொழியில் மொழிபெயர்க்கப்பட்ட புனிதப் புத்தகம், புனிதச்சட்டங்கள், மற்றும் புனிதத் தந்தையானவர்களின் போதனைகளை அளித்துவிட்டு மொராவியாவில் கி.பி.885இல் இறந்தார்.

மெதோடியஸ், கசார் விவாதத்தின்போது, தன்னளவில் கண்ணால் கண்ட சாட்சியாகவும் மற்றும் கசார் சமயக்குழுவில் தத்துவவாதி கான்ஸ்தந்தினின் உதவியாளராகவும், இரண்டு சந்தர்ப்பங்களில் வரலாற்றுப்பதிவராகவும் அறியப்படுகிறார். அவர் சிரில் எழுதிய “கசார் பேருரைகள்” என்ற நூலை ஸ்லவோனிய மொழியில் மொழிபெயர்த்ததோடு, சிரில்லின் வாழ்க்கை வரலாற்றில் குறிப்பிடப்படும் வரிகளைக் கொண்டு முடிவுக்கு வருவோமானால், அதைச் சீரமைக்கவும் செய்தார் (எட்டு புத்தகங்களாகப் பிரித்தார்). சிரில்லின் “கசார் பேருரைகள்” கிரேக்க மூலத்திலோ அல்லது மெதோடியஸ்சின் ஸ்லவோனிய மொழிபெயர்ப்பிலோ பாதுகாக்கப்படாததால், மெதோடியஸ்சின் மேற்பார்வையில் எழுதி முடிக்கப்பட்ட, மிகமுக்கியமான கசார் விவாதம் பற்றிய கிறிஸ்தவ மூலமே, ஸ்லவோனிய

மொழியிலுள்ள தத்துவவாதி கான்ஸ்தந்தினின் (சிரில்) தொண்டர் புராணமாகக் கொள்ளப்படுகிறது. இதில் விவாதம் நடைபெற்ற காலம் (கி.பி.861), கான்ஸ்தந்தினின் விரிவான வாதத்துடன் கசார் சபையில் அவருக்கு எதிரணியிலிருந்த பெயர் குறிப்பிடப்படாத எபிரேய மற்றும் மொஸ்லம் பிரதிநிதிகள் மற்றும் நெறியாளர்கள் ஆகியவர்களைப் பற்றிய தகவல்கள் பாதுகாக்கப்பட்டுள்ளன. தாவுப்மன்னூஸ், மெதோடியஸ்சைப் பற்றிப் பின்வரும் கருத்தை வெளியிடுகிறார்: "மற்றொருவனது நிலத்தையும் ஒருவனது சொந்த மனைவியையும் பண்படுத்துவது கடினமானது" - என்று குறிப்பிடுகிறார் - "ஒவ்வொரு மனிதனும் தன் மனைவி என்கிற சிலுவையில் அறையப்பட்டிருக்கிறான் என்பதால் தன் பாரத்தைவிட அடுத்தவர் பாரத்தைச் சுமப்பது இன்னமும் கடினமாகும். அது மெதோடியஸ்சுக்கும் பொருந்தும், அவர் தன் சகோதரனின் சிலுவையை ஒருபோதும் சுமந்ததில்லை... ஏனெனில் அவருடைய இளைய சகோதரன் அவருக்கு ஆன்மத்தந்தையாக இருந்தார்."

நிகான் செவாஸ்ட், *(17ஆம் நூற்றாண்டு) - ஒருகாலத்தில் சாத்தான் இந்தப்பெயரில் பால்கன்ஸ், மொராவா ஆற்றங்கரையிலுள்ள ஒவ்கர் பள்ளத்தாக்கில் வாழ்ந்ததாக நம்பப்படுகிறது. வழக்கத்திற்கு மாறான கனிவான குணம், எல்லோரையும் தன் பெயராலேயே அழைப்பார்: செவாஸ்ட், புனித நிக்கோலஸ் மடாலயத்தின் தலைமைப் படியெழுத்தாளராக இருந்தார். எங்கு அமர்ந்து எழுந்தாலும் இரண்டு முகங்களின் அச்சுப் பதிந்திருக்கும், வாலிருக்கும் இடத்தில் அவருக்கு மூக்கு இருந்தது. தன்னுடைய முற்பிறவியில் தான் சாத்தானாக இருந்து யூதர்களின் நரகத்தில் பெலியல் மற்றும் கெபுராவுக்குச் சேவகம் செய்ததாக, கோலெம்களை யூதக்கோவில்களின் பரண்களில் புதைத்திருப்பதாகக் கூறுவார், ஓர் இலையுதிர்காலத்தில் பறவைகளின் நச்சுடைய எச்சங்களால் இலைகளும் தரைப்புற்களும் பொசுங்கியபோது தன்னைக் கொல்வதற்காக ஒருவனை ஏற்பாடு செய்தார். இதன்மூலம் யூத நரகத்திலிருந்து கிறிஸ்தவ நரகத்துக்கு அவரால் கடக்கமுடிந்தது, இப்போது புதிய பிறவியில் தான் லூசிஃபருக்குச் சேவகம் செய்வதாகக் கூறுவார் சொல்வார்.*

மற்றொரு கதையின்படி, அவர் இறக்கவே இல்லை, ஒரு நாயை தன் ரத்தத்தை சிறிது சுவைக்கும்படி செய்து, அதன்பின் ஏதோவொரு துருக்கியனின் கல்லறைக்குள் நுழைந்து அவனைக் காதைப்பிடித்துத் தூக்கி, அவன் தோலை உரித்தெடுத்து அதை அணிந்து கொண்டார். அதனால்தான் அவருடைய அழகான துருக்கியக் கண்களுக்குப் பின்னால் ஆட்டுக்கண்கள் துருத்தியபடியிருக்கும். சிக்கிமுக்கிக் கற்களிடமிருந்து விலகியிருக்கும் அவர், தன் இரவுணவை அனைவரும் உண்டபின் உண்பார், வருடமொருமுறை உப்புக்கல்லொன்றைத் திருடி வைத்துக்கொள்ளும் வழக்கம். அந்தக் கதையின்படி அவர் இரவுநேரத்தில் மடாலயம் மற்றும் கிராமத்தின் குதிரைகளில் ஏறிச் சவாரி செய்வதுண்டு: காலையில் பார்க்கும்போது அவற்றின் பிடரி மயிர் பின்னிக்கிடக்க முதுகுகளில் நுரையும் தூசும் படிந்திருக்கும். தனது இதயத்தின் சூட்டைத் தணிக்கவேண்டி அவர் இதைச்செய்தார் என்று கூறப்படுகிறது, ஏனெனில் அவரது இதயம் கொதிக்கும் ஒயினில் வேகவைக்கப்பட்டிருந்தது. எனவே அவர்கள் அவர் சவாரி செய்யும் குதிரைகளின் பிடரி மயிருக்குள் சாலமோனின் முத்திரையை செருகிவைத்தனர், இது அவரிடமிருந்தும் நாய்களின் கடிதடங்களைக் கொண்ட அவரது காலணிகளிடமிருந்தும் அக்குதிரைகளைப் பாதுகாக்கும். மிகவும் பகட்டான ஆடைகளை அணிவார், மிக அற்புதமான சுவரோவியங்களைத் தீட்டுவார் - அந்தத்திறன் அவருக்கு தேவதூதர் கேப்ரியலால் வழங்கப்பட்டது என்று கூறப்படுகிறது. ஓவ்கர் பள்ளத்தாக்கில் உள்ள தேவாலயத்தின் சுவர்களில் அவர் தீட்டிய இவ்வோவியங்கள் உண்மையில் பொறித்துவைக்கப்பட்ட எழுத்துப்பொறிப்புகள் போலத்தான், குறிப்பிட்டதொரு முறையில் ஒவ்வொரு மடாலயத்திலும் உள்ள ஒவ்வொரு ஓவியமாக படிக்கப்பட்டால் ஒரு செய்தியைத் தரும் எனப்படுகிறது. அது அவ்வோவியங்கள் உள்ளமட்டும் திரட்டத்தக்கது. நிகான் இந்தச்செய்தியை தனக்காகத்தான் விட்டுவைத்துள்ளார், முந்நூறு வருடங்களுக்குப் பிறகு இறந்தவர்களின் உலகிலிருந்து உயிர் வாழ்பவர்களிடத்தில் அவர் திரும்பும்போது அவருக்கு இச்செய்தி தேவைப்படும்; ஏனெனில் துர்த்தேவதைகளுக்கு தங்கள் முந்தைய பிறவி குறித்த எந்த நினைவும் இருப்பதில்லை என்பார். முதலில் அவர் வரையத் துவங்கியபோது ஓர் ஓவியராக குறிப்பிடத்தகுந்த அளவு வெற்றிபெற முடியவில்லை. அவர் தனது இடக்கரத்தினால் தீட்டிக்கொண்டிருந்தார்; அவரது ஓவியங்கள்

ஓரளவுக்கு நன்றாக இருந்தன, ஆனால் அவை நினைவில் வைத்துக்கொள்ளும்படியாக இல்லை; அவை யாராலும் கவனிக்கப்படாமலேயே அந்தச் சுவரிலிருந்து மறைந்துவிடுவது போலிருந்தன. ஒருநாள் காலையில் மனத்தளர்வுற்ற செவாஸ்ட் அவருடைய வர்ணங்களுக்கு முன்னால் அமர்ந்திருந்தபோது ஒரு விநோதமான அமைதி உள்ளுக்குள் நிரம்பி தனது மௌனத்தைக் கலைப்பதை உணர்ந்தார். வேறு யாரோ அங்கு உடனிருந்தார்கள், மௌனமாக இருந்தார்கள், ஆனால் அது நிகானுடைய மொழியின் மௌனமல்ல. பிறகுதான் நிகான் வர்ணங்களின் கருணையைத் தனக்குத் தந்தருளுமாறு தேவதூதர் கேப்ரியலைப் பிரார்த்திக்கத் தொடங்கினார். இக்காலகட்டத்தில் பள்ளத்தாக்கு முழுவதிலும், புனித யோவான், திருப்பிறப்பு உணர்த்தியவர், புனித நிக்கோலஸ், தேவலோகத்திற்குக் கன்னி எழுந்தருளியது போன்ற மடாலயங்களில் இளம் துறவிகள் நிறையப்பேர் இருந்தனர் - உருவச்சிலை செய்பவர்கள் மற்றும் சுவரோவியம் தீட்டுபவர்கள் - சுவர்களை தங்கள் திறமையால் அலங்கரிப்பவர்கள், மௌனமாக கூட்டுப் பிரார்த்தனையில் ஈடுபடுகிறவர்கள், அவர்களுக்குள் யார் புனிதரின் ஓவியத்தைச் சிறப்பாகத் தீட்டப்போகிறவர் என்ற போட்டி நிலவியது. எனவே அவர்கள் யாருக்குமே நிகான் செவாஸ்ட்டின் பிரார்த்தனை செவிசாய்க்கப்படும் என்று நம்பிக்கையில்லை. ஆனால் துல்லியமாக அதுதான் நடந்தது.

ஆகஸ்ட் 1670-இல், எபேசஸ்சின் ஏழு புனிதத் தியாகிகள் நாளுக்கு முதல்நாள், ஒருவர் மான்கறியைச் சுவைக்கத் தொடங்கியபோது நிகான் செவாஸ்ட் கூறினார்:

"உண்மையான எதிர்காலத்திற்கு (ஏனெனில் பொய்யான எதிர்காலம் ஒன்றும் உண்டு) செல்லும் திண்ணமான வழி உன்னுடைய அச்சத்தைப் பின்தொடர்வதே."

எனவே அவர் வேட்டைக்குக் கிளம்பினார். தன்னோடு, துறவியும் மடாலயத்தின் புத்தகங்களைப் படியெடுப்பதில் உதவுபவருமான தெயோஸ்டிஸ் நிக்கோல்ஸ்கி[A]-யையும் உடன் அழைத்துச் சென்றார். இந்தக்கதைக்குள் அந்த வேட்டைச்சம்பவம் இடம்பெற்றமைக்கு அந்தத் துறவியின் குறிப்புகளுக்குதான் நன்றி செலுத்தவேண்டும். கதை இப்படிப்போகிறது, செவாஸ்ட் வேட்டைநாயை தனக்குப்பின்னால் சேணத்தில் ஏற்றிக்கொண்டார்,

அவர்கள் ஒரு மானை வேட்டையாடக்கிளம்பினர். திடீரென வேட்டைநாய் குதிரையின் முதுகிலிருந்து தாக்குவதுபோல் பாய்ந்தது; இருந்தாலும் தனக்கு முன்னால் எந்தமானும் இருப்பதாகத் தெயோஸ்டிஸ்சுக்குத் தெரியவில்லை, வேட்டைநாயோ ஒரு இரையைத் துரத்துவதுபோலக் குரைத்துக் கொண்டிருந்தது, அப்போது கண்ணுக்குத்தெரியாத கனமான ஏதோவொன்று வேட்டைக்காரர்களை நோக்கி நகர்ந்துவந்தது. மரங்களுக்குக் கீழுள்ள புதர்களில் சுள்ளிகள் முறியும் சத்தம். செவாஸ்ட் நாயைப்போலவே நடந்துகொண்டார். தனக்கு முன்னால் ஒரு மான் இருப்பதுபோல ஆயத்தநிலையில் இருந்தார்; ஒரு மானின் உக்காரம், சொல்லப்போனால் மிக அருகிலிருந்து கேட்டது, இதிலிருந்து தெயோஸ்டிஸ் தேவதூதர் கேப்ரியல்தான் மானின் உருவத்தில் நிகானின் முன்பு வந்துள்ளார் என்று முடிவு செய்தார், நிகான் செவாஸ்ட்டின் ஆன்மாவைக் கொண்டுள்ள ஒரு மான். வேறு வார்த்தைகளில் கூறவேண்டுமெனில் தேவதூதர், நிகானுக்கு ஒரு ஆன்மாவைப் பரிசாகக் கொண்டுவந்திருந்தார். இவ்வாறாக நிகான் அன்று காலையில் வேட்டையாடித் தன் ஆன்மாவைப் பெற்றார், பிறகு அதனோடு ஒரு உரையாடலைத் தொடங்கினார்.

"உம் பேச்சரவத்தின் பெரும்பரப்பில் ஆழம் என்பது ஆழத்தை நோக்கிய அழைப்பாக உள்ளது; உம்மைப் போற்றிப் படைக்கும் முகமாக எனக்கு வண்ணத்தை அருள்வீராக!" செவாஸ்ட் தேவதூதரிடம் அல்லது மானிடம், அல்லது தன்னுடைய ஆன்மாவிடம், அல்லது அது என்னவோ அதனிடம் தொழுது வேண்டினார். "சனிக்கிழமையிலிருந்து ஞாயிறுவரை நீளும் இரவில் வரைய விரும்புகிறேன், அதைப் பாராது வேறிடத்தில் இருந்தாலும் மக்கள் உம்மையே தொழும் வண்ணம் உம்முடைய மிகச்சிறந்த ஓவியமொன்றைத் தீட்ட விரும்புகிறேன்!"

முடிவில் தேவதூதர் கேப்ரியல் பேசினார், அவர் கூறியது:

"Preobidev potasta se ozlobiti..."

தேவதூதர் தன்னுடைய பேச்சில் பெயர்ச்சொற்களை நீக்கிப் பேசுகிறார் என்பதை துறவி உணர்ந்துகொண்டார், ஏனெனில் பெயர்ச்சொற்கள் இறைவனுக்கானவை வினைச்சொற்களோ மனிதனுக்கானவை. உருவங்களை வரைபவர் பதிலளித்தார்:

நிகான் செவாஸ்ட்

"நான் இடக்கை வழக்கமுள்ளவன் எனும்போது என்னால் எப்படி வலக்கையால் வரைய முடியும்?" ஆனால் அந்த மான் மறைந்துவிட்டது, துறவி நிகானிடத்தில் கேட்டார்:

"என்ன நடந்தது?"

பின்னவர் மிகுந்த அமைதியோடு பதிலளித்தார்:

"குறிப்பிடும்படியாக ஒன்றுமில்லை, இவை அனைத்தும் தற்காலிகமானவைதான்; நான் கான்ஸ்டான்டிநோபிளுக்குச் செல்லும் வழியில் இதைக் கடந்துசெல்கிறேன் அவ்வளவே..."

பிறகு மேலும் கூறினார்:

"ஒரு மனிதனை அவனது ஓய்விடத்திலிருந்து நகர்த்திப் பார்த்தால், அந்த ஓய்விடத்தில் புழுக்கள் மற்றும் விலையுயர்ந்த கற்களைப் போல ஒளிபொருந்திய பூச்சிகள் மற்றும் பூஞ்சைக்காளான்கள்..."

மகிழ்ச்சி அவரை ஒரு நோயெனப்பற்றிக்கொண்டது. தூரிகையை தன் இடக்கரத்திலிருந்து வலக்கரத்திற்கு மாற்றிக்கொண்டு வரையத் துவங்கினார். அவரிடமிருந்து வண்ணங்கள் பாலைப்போல ஊறின, அவற்றைப் பரப்பவே அவருக்கு நேரம் போதவில்லை. திடீரென அவருக்கு அனைத்தும் தெரிந்து விட்டது: இந்திய மையை கஸ்தூரியோடு எவ்வாறு கலக்கவேண்டும், மஞ்சள் நிறம் துரிதமாகவும் கருப்பு மந்தமாகவும் காய்ந்து தங்கள் குணத்தை வெளிப்படுத்தக் கூடியன. "புனித ஜானின் வெண்மை" மற்றும் "ட்ராகனின் ரத்தம்" ஆகியவை அவருடைய சிறந்த நிறங்களாக இருந்தன, அவர் தன்னுடைய ஓவியங்களில் மேல்பூச்சாக அரக்கினைப் பூசாமல் அவை மின்னும்படியாக காடியை சிறிய தூரிகையில் தோய்த்துப் பூசுவார். தன்னைச்சுற்றியுள்ள அனைத்திற்கும் தன் நிறங்களால் உணவளித்தும் சுகமளித்தும் வரைந்தார் - நிலைக்கால்கள் மற்றும் கண்ணாடிகளில், தேன்கூடுகள் மற்றும் பரங்கிக் காய்களில், தங்கக் காசுகள் மற்றும் குடியானவர்களின் பாதுகைகளில். தன் குதிரையின் குளம்புகளில் நான்கு நற்செய்தியாளர்களான மாத்யூ, மார்க், லூக் மற்றும் ஜான் ஆகியோரை வரைந்தார், தன் விரல்நகங்களில் பத்துக் கட்டளைகளையும்; கிணற்று வாளியில் எகிப்தின் மரியாளையும்; சன்னல் கதவுகளில் இரண்டு ஏவாள்களான, முதலாம் ஏவாள் (லிலித்) மற்றும் இரண்டாம் ஏவாள் (ஆதாம்) ஆகியோரை

வரைந்தார். கடித்து மெல்லப்பட்ட எலும்புகளில் வரைந்தார், தனது பற்களிலும் மற்றவர்களின் பற்களிலும், சட்டையின் பைகளைத் திருப்பியும் தொப்பிகள் மற்றும் மேற்கூரைகளிலும் வரைந்தார். பன்னிரு அப்போஸ்தலர்களையும் உயிருள்ள ஆமைகளின் ஓடுகளில் வரைந்து காட்டில் உலவவிட்டார். அறைகளைப்போலவே இரவுகளும் அமைதியாக இருந்தன; அதில் அவருக்குப் பிரியமான ஒன்றைத் தேர்ந்தெடுத்து உள்ளே நுழைந்து, ஒரு விளக்கை திரையின் பின்னால் வைத்துக்கொண்டு மடிப்புப்பலகை ஓவியமொன்றை வரைந்தார். அதில் தேவதூதர்களான கேப்ரியல் மற்றும் மைக்கேல் இருவரும் இரண்டு நாள்கள் சந்திக்கும் இரவினில் பாவப்பட்ட ஒரு பெண்ணின் ஆன்மாவினை தங்களுக்குள் கடத்திக்கொள்ளும் ஓவியத்தை வரைந்தார், அதில் மைக்கேல் செவ்வாய்க்கிழமையிலும் கேப்ரியல் புதன்கிழமையிலும் இருந்தனர். அவர்கள் கிழமைகளின் பெயர்கள் எழுதப்பட்ட எழுத்தின்மீது நடந்துகொண்டிருந்தனர், அந்தக்கூர்மையான எழுத்துகள் தேவதூதர்களது பாதங்களினின்றும் ரத்தத்தைக் கசியவைத்துக் கொண்டிருந்தன. நிகான் செவாஸ்ட்டின் ஓவியங்களை கோடையின் சூரிய வெளிச்சத்தில் பார்ப்பதைக் காட்டிலும் பனிக்காலத்தில் பனித்துகள்கள் எதிரொளிக்கும் ஒளியில் பார்ப்பது அழகாக இருக்கும். கோடையில், கிரகணத்தின்போது வரையப்பட்டவை போல அவற்றுக்கு தம்மைக்குறித்த ஒருவகையான கசப்புத்தன்மை உருவாகிவிடும், ஏப்ரல் மாதத்தில் அம்முகங்களில் உள்ள புன்னகை மறைவது முதல் பனி வரையிலும் தொடரும். அப்போது அவர் மீண்டும் அமர்ந்து ஓவியங்களை வரையத்துவங்குவார், அரிதான தருணங்களில் முழங்கையினால் தனது ராட்சத ஆண்குறியை வேலை செய்யும்போது தொந்தரவாக இல்லாதிருக்கும் பொருட்டு தொடைகளுக்குள் சொருகிக் கொள்வார்.

மக்கள் அவரது புதிய ஓவியங்களை தங்கள் வாழ்நாள் முழுவதுமாக நினைவில் வைத்திருந்தனர்; பள்ளத்தாக்குகளிலிருந்த துறவிகள் மற்றும் அதன் மடாலயங்களின் உருவச்சிலை வரைபவர்களும் சீழ்க்கையடித்து அழைக்கப்பட்டவர்கள் போல நிகானின் வண்ணங்களைப் பார்ப்பதற்காக புனித நிக்கோலஸ் மடாலயத்தில் குவிந்தனர். அவருக்காக மடாலயங்கள் தங்களுக்குள் போட்டிபோட்டுக் கொண்டன, அவர் வரைந்த ஒவ்வொரு

உருவமும் ஒரு திராட்சைத்தோட்டம் போலப் பணத்தைக் கொண்டுவந்தது, அவரும் மிகவேகமான ஒரு குதிரை எவ்வளவு வேகமாக ஓடுமோ அந்த வேகத்தில் வரைந்து கொண்டிருந்தார். நிகான் எனப்படும் உருவ ஓவியர் எவ்வாறு வேலை செய்தார் என்பதை 1674இல் எழுதப்பட்ட ஓர் எண்குரல் பாசுர ஏடு பதிவு செய்து வைத்துள்ளது, அது இவ்வாறு விவரிக்கிறது:

"இரண்டு வருடங்களுக்கு முன்பு புனித ஆண்ட்ரே ஸ்ட்ராடிலாத் நாளில் நாங்கள் கௌதாரியைச் சுவைக்கத் தொடங்கியபோது, புனித நிக்கோலஸ் மடாலயத்தில் எனக்களிக்கப்பட்ட அறையில் அமர்ந்திருந்தேன்," என்று தொடங்குகிறது பெயர் குறிப்பிடப்படாத ஒரு துறவியின் பதிவு, "கீவ் நகரத்தைச் சேர்ந்த புதிய - ஜெருசலேமின் கவிதைகள் அடங்கிய புத்தகத்தை வாசித்துக் கொண்டிருக்கும்போது, பக்கத்து அறையில் மூன்று துறவிகளும் ஒரு நாயும் உணவருந்திக் கொண்டிருந்தனர்: சுயவொழுங்குள்ள இரு துறவிகளும் தங்கள் உணவை உண்டு முடித்திருக்க, ஓவியர் செவாஸ்ட் நிகான் தன் வழக்கப்படி இறுதியாக உணவருந்திக் கொண்டிருந்தார். நான் வாசித்துக் கொண்டிருந்த கவிதைகளால் உருவான அமைதியின்வழி, ஆல்பக்கோடா மரத்தின் கட்டையில் வைத்து அடிக்கப்பட்டு மிருதுவாக்கப்பட்ட மாட்டின் நாக்கினை நிகான் மென்று கொண்டிருக்கிறார் என்று உணரமுடிந்தது. நிகான் தனது உணவை உண்டு முடித்ததும் வரைவதற்காக அமர்ந்தார். நிறங்களைத் தயார்செய்து கொண்டிருந்தவரிடம் என்ன செய்து கொண்டிருக்கிறீர்கள் என்று வினவினேன்.

"'நிறங்களைக் குழைப்பது நானல்ல, உங்களின் பார்வைதான்,' என்றார். 'நான் இச்சுவரில் அவற்றின் இயல்புத்தன்மையோடு அவற்றை அருகருகே வைக்கிறேன் அவ்வளவே; பார்ப்பவர்கள் அதைத் தம் கண்களால் கஞ்சியைக் கலப்பதுபோல் ஒன்றோடொன்று கலந்து கொள்கிறார்கள். அதுவே இதன் ரகசியம். கஞ்சி எவ்வளவு நன்றாக இருக்கிறதோ, ஓவியமும் அத்தனை நன்றாக இருக்கும், ஆனால் மோசமான மரக்கோதுமையைக் கொண்டு நல்ல கஞ்சியைத் தயாரிக்க முடியாது. எனவே பார்ப்பதில், கேட்பதில், மற்றும் வாசிப்பதில் உள்ள நம்பிக்கை என்பது வரைவது, பாடுவது அல்லது எழுதுவதன் மீதான நம்பிக்கையைக் காட்டிலும் முக்கியமானது.'

"ஒரு தேவதூதனின் கண்களை வரையவேண்டி அவர் நீலம் மற்றும் சிவப்பு நிறங்களை அருகருகே வைத்தார். தேவதூதனின் கண்கள் ஊதா நிறமானதை நான் பார்த்தேன்.

" 'நிறங்களின் அகராதி போன்ற ஒன்றுடன் செயல்பட்டுக் கொண்டிருக்கிறேன்' என்றார் நிகான். 'பார்ப்பவர்கள் அதிலிருந்து வாக்கியங்களை மற்றும் புத்தகங்களை உருவாக்கிக் கொள்கின்றனர், வேறு வார்த்தைகளில் கூறுவதென்றால் உருவங்களை. நீங்கள் எழுத்திலும்கூட இதைச்செய்ய முடியும். ஏன் யாரேனும் வார்த்தைகள் குறித்த அகராதி ஒன்றினை உருவாக்கக்கூடாது, அதிலிருந்து வாசகனே வார்த்தைகளைக் கோர்த்து முழுமையாக்கிக் கொள்ளலாமே?'

"பிறகு நிகான் செவாஸ்ட் சன்னல் பக்கம் திரும்பி தனது தூரிகையினால் வெளியிலுள்ள நிலத்தைச் சுட்டிக்காட்டிக் கூறினார்: " 'அந்த உழுசால் தெரிகிறதா? ஏர் உழுது அதை உண்டாக்கவில்லை. அந்த உழுசால் ஒருநாயின் குரைப்பினால் உருவானது...'

"பிறகு சற்று சிந்தித்து தனக்குத்தானே கூறிக்கொண்டார்:

" 'நான் இடக்கைப்பழக்கம் கொண்டவனாக இருந்தும் வலக்கையினால் இவ்வளவு நன்றாக வரைகிறேன் என்றால், சற்றே சிந்தித்துப்பாருங்கள், நான் இடக்கையினால் எப்படியெல்லாம் வரைவேன்!' அவர் தனது தூரிகையை வலக்கரத்தினிருந்தும் இடக்கரத்திற்கு மாற்றினார்...

"இந்தச் செய்தி உடனே அனைத்து மடாலயங்களுக்கும் பரவியது, அனைவரும் அச்சத்திலாழ்ந்தனர், நிகான் செவாஸ்ட் மீண்டும் சாத்தானிடத்தில் திரும்பிவிட்டார் அதற்காகத் தண்டிக்கப்படுவார் என்று எல்லோரும் நம்பினர். உண்மையில், அவரது செவிமடல்கள் மீண்டும் கத்தியைப்போலும் கூர்மைமிக்கனவாக மாறின, அவரது செவியின் நுனியால் அவரால் ஒரு ரொட்டியைக் கிழிக்க இயலும் என்று பேசிக்கொண்டனர். ஆனால் அவரது திறமை மங்காது அப்படியே இருந்தது; இடதுகரத்தினால் எப்படி வரைந்தாரோ அதுபோலவே சிறப்பாக வலதுகரத்தினாலும் வரைந்தார், எதுவும் மாறவில்லை; தேவதூதர்களின் சாபம் பலிக்கவில்லை.

நிகான் செவாஸ்ட்

ஒருநாள் காலையில் நிகான் செவாஸ்ட் சாற்றறிவிப்பு மடாலயத்தின் முதல்வருக்காகக் காத்திருந்தார், தேவாலயத்தின் கதவுகளில் நிகானைக்கொண்டு சில ஓவியங்களை வரையச்செய்ய அவர் வருகிறார். ஆனால் சாற்றறிவிப்பு மடாலயத்திலிருந்து அன்றும் அதற்கடுத்த நாளும் யாரும் வரவில்லை. செவாஸ்ட் ஏதோ நினைத்துக் கொண்டவராக, அவருடைய ஐந்தாம் 'எம் தந்தை'யை வாசித்தார், அது தற்கொலை செய்துகொண்ட ஆன்மாக்களைச் சாந்தப்படுத்தக்கூடியது, அதை ஓதிமுடித்து அவரே அந்த மடாலயத்திற்குக் கிளம்பிச்சென்றார். அங்கே அம்மடாலயத்தின் முதல்வர் தேவாலயத்தின் முன்பு நின்றிருக்க, மற்றவர்களையும் தன் பெயராலேயே அழைக்கும் வழக்கம் கொண்ட செவாஸ்ட் வினவினார்:

" 'செவாஸ்ட், செவாஸ்ட், என்ன நடந்தது?' ஒருவார்த்தை கூடப்பேசாமல் அம்முதியவர் இவரை அறைக்குள் அழைத்துச்சென்று உருவச்சிலை வரைபவன் ஒருவனைக் காட்டினார், பசியைப்போன்று அவ்வளவு இளமையானவன், ஏற்கெனவே கதவுகளில் வரைந்து கொண்டிருந்தான். நிகான் அவ்வோவியங்களைக் கண்டு திடுக்கிட்டார். தன் இமைகளை ஒரு பறவையின் சிறகுபோல அசைத்துக்கொண்டிருந்த அவ்விளைஞன் நிகான் அளவுக்கே திறமையாக வரைந்து கொண்டிருந்தான். அவன் அவரைக்காட்டிலும் கூடுதலாகவோ குறைவாகவோ வரையவில்லை. நிகான் தனக்களிக்கப்பட்ட தண்டனை என்ன என்பதை உணர்ந்துகொண்டார். ப்ரிஞ்சாவோர் தேவாலயத்திலும் நிகான் அளவுக்கே திறம் வாய்ந்த மற்றொரு இளைஞன் இருக்கிறான் என்றொரு வதந்தி பரவியது, பிறகு அதுவும் உண்மை என்றே ஆனது. சீக்கிரமே மற்ற சுவரோவியம் மற்றும் உருவச்சிலை ஓவியர்கள், சிலர் அந்தளவு இளமையானவர்கள் கூடக் கிடையாது, ஒவ்வொருவராக இன்னுமின்னும் திறமிக்கதாக வரையத் துவங்கினர்; ஒரே துறையிலிருந்து கிளம்பி திரைகடலோடப் புறப்பட்டவர்கள் போலப் புறப்பட்டு வந்தனர், அதுவரையிலும் அவரை ஓர் அடையமுடியாத உயரத்திலுள்ள பிம்பமாக வைத்து மதித்தவர்கள் வெகுசீக்கிரமே நிகான் செவாஸ்ட்டின் திறனை அடைந்துவிட்டனர். பள்ளத்தாக்கின் அனைத்து மடாலயத்தினுடைய சுவர்களும் ஒளியூட்டப்பட்டு புத்தாக்கம் பெற்றன, நிகான் செவாஸ்ட் மீண்டும் பழைய

நிலைக்கே திரும்பினார், இடக்கரத்தினின்றும் வலக்கரத்திற்கு மாறினார். பொறுக்க முடியாமல் அவர் கூறியது:

" 'மற்றவர்களைப் போன்ற ஒரு ஓவியனாக இருப்பதில் என்ன இருக்கிறது? இப்போது அனைவராலும் என்னைப்போல வரைய முடிகிறது...'

"அவர் தனது தூரிகையைக் கைவிட்டார், அதன்பின் ஒரு ஓவியத்தைக்கூட அவர் வரையவேயில்லை. ஒரு முட்டையில் கூட வரையவில்லை. மடாலயத்தின் கல்வத்தில் தனது கண்களிலிருந்த நிறங்களை அழுது வெளியேற்றியபின் அவர் புனித நிக்கோலஸ் மடாலயத்தினிருந்து தனக்குப்பின்னால் ஐந்தாம் குளம்புச்சுவடாகப் பதியும் தனது உதவியாளனான தெயோஸ்டிஸ் உடன் புறப்பட்டார். கிளம்பும்போது அவர் கூறியது:

" 'கான்ஸ்டான்டிநோபிளில் இருக்கும் ஒரு பிரபுவை எனக்குத்தெரியும், அவரது பன்றியின் வால் குதிரையின் வால்போலக் கனமுடையது, அவர் நம்மை படியெடுக்கும் எழுத்தர்களாகச் சேர்த்துக் கொள்வார்.'

"அவரது பெயரையும் குறிப்பிட்டார். அந்தப்பெயர்: கைர் அவ்ரம் ப்ராங்கோவிச்†.

முனைவர். இசைலோ சூக், *(மார்ச் 15, 1930 - அக்டோபர் 2, 1982)* - தொல்பொருள் ஆய்வாளர், அரேபிய மொழி வல்லுநர், நோவி சாட் நகரப் பல்கலைக்கழகத்தின் பேராசிரியர், 1982ஆம் வருடத்தைய ஏப்ரல் மாதத்தின் காலையொன்றில் தலையணைக்கடியில் தனது தலைமயிர்கள் கிடக்க, வாயில் மெல்லிய வலியுடன் கண்விழித்தார். கடினமான, கரடுமுரடான ஏதோவொன்று அழுந்திக் கொண்டிருந்தது. தனது பைக்குள் சீப்பை வைப்பது போல இரண்டு விரல்களை வாய்க்குள் செலுத்தி ஒரு சாவியை வெளியே எடுத்தார். தங்கக் கைப்பிடி கொண்ட சிறியதொரு சாவி. மனிதர்களின் நினைவுகளும் கனவுகளும் தமக்கேயுரிய கொம்புகள், துளைக்க முடியாத வெளிப்புறங்கள் கொண்டவை, அவையே ஓர் ஓட்டினைப் போலிருந்து மிருதுவான மையப்பகுதியைக் காக்கின்றன; இதனால் முனைவர்.சூக் அங்கே

முனைவர். இசைலோ சூக்

படுக்கையிலிருந்து கொண்டு அச்சாவியை கண்களுக்கெதிரே உயர்த்திப் பிடித்தபடி அதிசயித்துக் கொண்டிருந்தார். ஆனால் இச்சிந்தனைகள் வார்த்தைகளைத் தொட்டதும் மறைந்துவிடக் கூடியவை, சிந்தனையைத் தொடும் வார்த்தைகள் எவ்வளவு வேகமாகக் முடிவுற்றுப் போகுமோ அதேபோல. இதில் நமது பங்கென்பது இந்தப் பரஸ்பர அழிவின்பின் மிஞ்சுவது மாத்திரமே. சுருக்கமாகக் கூறினால், முனைவர். சூக் ஒன்றும் புரியாமல் விதைப்பை அளவுக்கு மயிரடர்ந்த கண்களை இமைத்துக் கொண்டிருந்தார். அவரை அதிகம் வியக்க வைத்தது அவரது வாய்க்குள் இருந்த சாவியல்ல. தனக்கிருக்கும் ஒரே வாய்க்குள் ஒரு மனிதன் தன் வாழ்நாளில் திணிக்கும் விஷயங்களைச் சற்று யோசித்துப் பாருங்கள் (அவனிடம் அதற்கு அதிகமாக இருந்தால் அவன் ஏதேனும் ஒன்றைத் தேர்ந்தெடுக்கக் கூடும்)! ஒருமுறை மிதமிஞ்சிய குடிக்குப்பிறகு தன்னுடைய உணவுக்குழலிலிருந்து முகவாய்க்கட்டுடன் கூடிய பன்றித்தலையொன்றை வெளியிலெடுத்தார். இல்லை, அவரை வியக்க வைத்த விஷயம் வேறு. அவரது கணிப்பில் அந்தச்சாவி குறைந்தது ஆயிரம் வருடங்களுக்கு முந்தையது, தொல்லியல் துறையைப் பொறுத்தமட்டில் பேராசிரியர் சூக்கின் மதிப்பீடுகள் வெகு அரிதாகவே கேள்வியெழுப்பப்படும்: துறைரீதியிலான அவருடைய நற்பெயர் போட்டியற்றது. அவர் அந்தச் சாவியைத் தனது கால்சராயின் பைக்குள் போட்டுக்கொண்டு தனது மீசையைக் கடித்தார். காலையில் அவர் தனது மீசை மயிர்களைக் கடிக்கும்போது முந்தையநாள் இரவுணவாக எதை உண்டார் என்று நினைவுகூர்வது வழக்கம். உடனே அது அவர் நினைவுக்கு வந்துவிடும், உதாரணமாக, அஜ்வர் மற்றும் பூண்டுடன் புகையிடப்பட்ட ஈரல். இருப்பினும் சிலநேரங்களில் எதிர்பாராவிதமாக அவரது மீசை சிப்பி மற்றும் எலுமிச்சையின் வாசனையை அல்லது முனைவர்.சூக் ஒருபோதும் வாயில் வைத்திராத உணவின் மணத்தைக் கொண்டிருக்கும். பிறகு அவர் வழக்கம்போல படுக்கையிலிருந்தபடி முந்தைய நாள் இரவுணவின்போது யாருடன் உரையாடிக்கொன்டிருந்தார் என்று சிந்திப்பார். அவ்வகையில் இன்று காலை அவர் கெல்சோம்னியா மொஹோரரோவிகிச்சை நினைவு கூர்ந்தார். அவள் எப்போதும் இரவுணவு வரை தனக்கு மூன்று வெள்ளிக்கிழமைகள் இருப்பதாக எண்ணிக்கொள்வாள். அவளது புன்னகை நன்கு பக்குவம்பெற்றது மற்றும் அவளது கண்கள் சற்றே சரிந்தவை என்பதால் அவள்

ஒவ்வொரு முறை இமைக்கும்போதும் மூக்கினில் சுருக்கம் விழும். அவளது சிறிய கைகள் மந்தமானவை மற்றும் ஒரு முட்டையை வேகவைக்கும் அளவுக்கு வெப்பம் நிறைந்தவை. முனைவர்.சூக் தனது புத்தாண்டுப் பரிசுகளை அவளது பட்டுப்போன்ற கூந்தலால் கட்டுவார், வெட்டுப்பட்டபோதும் மற்ற பெண்களால் அது அடையாளம் காணப்படும்.

இந்தச் சிந்தனைகளுடன், அப்போதுதான் மழிக்கப்பட்ட காதுகளோடும் தீட்டப்பட்ட கண்களோடும் முனைவர்.சூக் வெளியே செல்ல ஆயத்தமானார். தற்போது அவர் தலைநகரில் இருந்தார், அங்கேயுள்ள தனது குடும்ப வீட்டிற்கு அவர் இன்னமும் செல்வதுண்டு. முப்பது வருடங்களுக்கு முன்னால் இந்த வீட்டில் இருந்தபடிதான் முனைவர்.சூக் தனது ஆராய்ச்சிகளைத் துவங்கினார். அப்போதிருந்து அவரது ஆராய்ச்சி அவரை இன்னுமின்னும் தொலை தூரங்களுக்கு எடுத்துச்சென்றது, எங்கேனும் தொலைதூர நிலத்தில் கருப்புநிற ரொட்டியை வெட்டிவைத்தது போன்று, விநோதமான தேவதாரு மரங்கள் முளைத்த மலைகள் இருக்குமிடத்தில் தன்னுடைய பயணம் நிறைவுக்கு வரக்கூடும் என்ற சிந்தனையை அவரால் தவிர்க்க முடிந்ததில்லை. இருப்பினும் அவரது தொல்லியல் ஆராய்ச்சிகள் மற்றும் அரேபிய இனம் சார்ந்த அவரது கண்டுபிடிப்புகள், குறிப்பாக கசார்கள் குறித்த அவரது ஆராய்ச்சி - இப்புராதனமான மக்கள் கூட்டம் வெகுகாலத்திற்கு முன்பே உலகத்தின் நிகழ்வுகளிலிருந்து மறைந்துவிட்டாலும் ஆன்மாவுக்கு அதற்கேயுரிய நினைவுகளினாலான எலும்புக்கூடு உண்டு என்ற பழமொழியை விட்டுச்சென்றுள்ளது - என அனைத்தும் இந்த வீட்டோடு தொடர்புடையது. இவ்வீடு ஒருகாலத்தில் அவரது இடக்கால்-வழக்கமுடைய பாட்டிக்குச் சொந்தமானது, அவரிடமிருந்தே இவர் தனது இடக்கை-வழக்கத்தைப் பெற்றார். அவருடைய தாயான திருமதி. அனஸ்டாசியா சூக்கின் வீடாக இருக்கும் இங்கே, முனைவர்.சூக்கின் புத்தகங்கள் நூலக அலமாரியில் இடம்பிடிக்கும் பெருமையைப் பெற்றுள்ளன, திராட்சை வற்றலின் நெடியுடைய பழைய மென்மயிர் மேலங்கிகளின் பதப்படுத்தாத தோல்களில் சுற்றி வைக்கப்பட்டு, திருமதி. அனஸ்டாசியா சூக் சம்பிரதாயமான நிகழ்வுகளில் மட்டுமே அணியும் மூக்குக் கண்ணாடியோடு அவை படிக்கப்படும். நன்னீர் மீனைப் போலப் புள்ளியிட்ட

முகத்தோடு இருக்கும் திருமதி. அனஸ்டாசியா உறுத்தும் நாணயத்தைப் போலத் தன்னுடைய பெயரை நாவில் சுமந்திருந்தாள்; ஒருமுறையேனும் அப்பெயருக்கு பதில் கொடுத்ததில்லை, தன் இறுதி நாள்கள் வரையில் அப்பெயரை உச்சரிக்கவும் இல்லை. அவளுக்கு வாத்தினைப்போலும் அழகான நீலநிறக் கண்கள், அவளது மகன் எப்போதும் தன்னுடைய ஏதேனும் ஒரு புத்தகத்தை மடியில் வைத்தவாறே அவளைப் பார்த்திருக்கிறார், உடன் வாயில் ரத்தத் துளிகளோடு யாரேனும் ஒருவரது பெயரின் பகுதி (அநேகமாக அவரது தந்தையினுடையது) மாட்டிக்கொண்டிருக்கும்.

கடந்த தசாப்தத்தில் முனைவர்.சூக் கூழைப்போல கெட்டியானதும் துளைக்க முடியாததுமான வருடங்களைக் கடந்துள்ளார், தொல்லியல் பொருள்கள், பழைய நாணயங்களின் புகைப்படங்கள் மற்றும் உப்புச்சாடிகளின் பகுதிகள் ஆகியவற்றைச் சேகரித்து உண்மையின் தூணைக் கட்டியெழுப்புவது போன்றவை அவரது தாய் மீண்டும் வாழ்வுக்காக வெகுதூரத்திலிருந்து அவரை வந்தடைகிறாள் என்பதை இன்னும் அதிகமாகத் தெளிவுபடுத்தின. கடந்துசெல்லும் அவருடைய வருடங்களின் மூலமாக, அவரது தோல் சுருக்கங்களின் மூலமாகத் திரும்பி அவரிடத்தில் வருகிறாள், அவர் வயது அதிகரிக்கும்போது இறந்துவிட்ட அவரது தந்தையின் பண்புகள் மற்றும் அம்சங்களை அகற்றி, இன்னுமின்னும் அதிகமாக அவரது முகத்திலும் உடலிலும் தங்குகிறாள். அவர் வெளிப்படையாகவே அவரினின்று வளர்ந்து அவளாகிக் கொண்டிருக்கிறார்; இப்போது அவர் தனியாக வாழ்ந்தாக வேண்டிய சூழலில் பெண்கள் செய்யும் வேலைகளையும் செய்வதால் அவரது தந்தையின் லாவகங்கள் அவரது கைகளில் மிகக்குறைவாகவே மீதமிருக்கின்றது, மேலும் தனது பொதுவான, செயல்நயமற்ற விரல்களில் இன்னுமின்னும் அதிகமாக தனது தாயின் அசைவுகளைப் பார்க்கிறார். குடும்ப வீட்டிற்கு அவரது வருகையென்பது, மிகவும் அரிதானது மற்றும் பிறந்தநாள்களை ஒட்டியமைந்து கொண்டிருந்ததும் (இம்முறையும் அப்படித்தான்), தற்போது அதுவும் மாறத்தொடங்கிவிட்டது. இப்போது அவரது தாய் அவரை வாயிலில் சந்தித்து, அவரது மூக்கில் முத்தமிட்டு, ஒருகாலத்தில் அவர் குழந்தையாக இருக்கும்போது உபயோகித்த நடைவண்டி வைக்கப்பட்டிருந்த, தற்போது ஒரு சாய்வு நாற்காலி

பன்றியைப்போல கதவின் கைப்பிடியில் கட்டிவைக்கப்பட்டுள்ள மூலைக்கு அழைத்துச் செல்கிறாள்.

சஷெங்கா, நீ இப்படித்தான் எப்போதும் என்னைப் புறக்கணித்து வந்திருக்கிறாய்" என்று தன் மகனிடம் கூறுகிறாள். "என் வாழ்நாளின் சிறந்த மணிநேரங்கள் மற்றும் மகிழ்ச்சியான தருணங்கள் அதீதமான துன்புறுத்தும் முயற்சிகளோடு தொடர்புடையன என்பதால் அவற்றை இன்னமும் நினைவில் வைத்திருக்கிறேன். நான் அவற்றை நினைவில் வைத்திருக்கிறேன் என்றால் உன்னையும் நினைவில் வைத்திருக்கிறேன் என்றே பொருள், மகிழ்ச்சியாக அல்ல, ஆனால் உவகை தரக்கூடிய, கிட்டத்தட்ட பொறுத்துக்கொள்ள முடியாத முயற்சியாக. மகிழ்ச்சியாக இருப்பதென்பது ஏன் இவ்வளவு துன்பந்தரக்கூடிய முயற்சியாக இருக்கிறது? பரவாயில்லை, அவையனைத்தும் வெகுகாலம் முன்பே வில்லோ மரத்தினூடே காற்றினைப்போல் கடந்துவிட்டன. இப்போது நான் மகிழ்ச்சியாக இருப்பதில்லையென்றாலும், இதற்குப் பழகிவிட்டேன். இருப்பினும் - பார் - என்னை இன்னமும் நேசிக்கும், நினைவில் வைத்திருக்கும் யாரோ இருக்கிறார்கள்!"

அவர் அவளுக்கு எழுதிய கடிதங்களின் கட்டினை எடுத்துவருகிறாள்.

"தெரியுமா சஷா, இவையனைத்தும் பேராசிரியர் சூக்கிடமிருந்து வந்தவை!"

அவரது அம்மா அக்கடிதங்களை கெல்சோம்னியா மொஹோரோவிகிச்சின் கூந்தலினால் கட்டிவைத்திருக்கிறாள்; அவள் அவற்றை முத்தமிட்டு பெருமிதத்தோடு அவருக்காகப் படித்துக் காட்டுகிறாள், ஒரு போர்ப்பாடலைப் போல, உறங்குவதற்காக மீண்டும் அவர் தனது விடுதியறைக்குச் செல்லும்போது அவரை வாசல்வரை வந்து வழியனுப்ப மறந்தவளாக. அல்லது அவசரமாக முத்தமிட்டு அவரை வழியனுப்புவாள், அப்போது தற்செயலாக ஆடைக்குள் இருக்கும் பதப்படுத்தப்பட்ட பேரிக்காய்கள் போல அவளது முலைகளை அவர் உணர்வார்.

இப்போது முனைவர்.சூக் தனது ஆராய்ச்சியின் மூன்றாவது தசாப்தத்தில் நுழைந்து கொண்டிருக்கும் வேளை, அவரது

கண்கள் வேகமாகவும் காதுகளைக் காட்டிலும் நிதானமானதாக மாறிவிட்டன, அவரது புத்தகங்கள் தொல்லியல் துறையைச் சேர்ந்தவர்கள் மற்றும் அரேபிய இனவியலாளர்களிடையே ஏற்றுக்கொள்ளப்பட்டுவிட்ட இச்சூழலில், அவர் தலைநகரத்திற்கு வருகை தந்தமைக்கு மற்றொரு காரணமும் உண்டு. அங்கே காலைநேரத்தில், மிகப்பெரிய முடிச்சு வடிவிலிருந்த கட்டடமொன்றில் முதன்முறையாக முனைவர்.சூக்கின் பெயர் ஒரு தொப்பியினுள் இடப்பட்டிருந்தது. அவருடைய பெயர் அப்போதும் அதற்கடுத்த இருமுறைகளும் தேர்ந்தெடுக்கப்படவில்லை என்றாலும் இப்போது முனைவர்.சூக் அந்தக் கட்டடத்தில் கூட்டங்களுக்காகத் தொடர்ந்து அழைக்கப்படுகிறார். அத்தகைய கூட்டங்களுக்கு உதடுகளில் நேற்றைய புன்னகை சிலந்தி வலையெனப் படர்ந்திருக்கச் செல்வார். அக்கட்டடத்தின் நடைகூடங்களில் தன்னுடைய வழியைத் தவறவிட்டுவிடுவார், சுழல் வடிவில் அமைந்த நடைகூடங்கள், எனவே நீங்கள் எங்கிருந்து புறப்பட்டீர்கள் என்பதைக் கண்டுகொள்ள முடியாது. இந்தக் கட்டடம் எவ்வாறு அவர் இன்னமும் அறிந்துகொள்ளாத ஒரு மொழியில் எழுதப்பட்ட புத்தகம்போல இருக்கிறது என்று நினைத்தார், இந்நடைபாதைகள் விநோதமான மொழியின் வரிகளைப்போல, அறைகள் அவர் ஒருபோதும் கேட்டிராத அந்நியச்சொற்கள். ஒருநாள் சாதாரண தேர்வு ஒன்றிற்காக அவர் முதல்மாடியில் உள்ள, முடைநாற்றம் கொண்ட திறவுகோல் துளை போல நாறும் அறைகளில் ஒன்றிற்குச் செல்லும்படி கூறப்பட்டபோது அவர் குறைந்தபட்ச ஆச்சரியம்கூட அடையவில்லை. பெயர்கள் தெரிவு செய்யப்படும் இரண்டாவது மாடியில் அவரது புத்தகங்கள் மறுக்கமுடியாத அளவுக்கு மதிப்புடன் வைக்கப்பட்டிருந்தன, ஆனால் ஒரு தளத்திற்குக் கீழே அவர் தன்னைச் சிறிய உருவாக உணர்ந்துகொண்டிருந்தார், அவருடைய கால்சராய் இன்னுமின்னும் நீளமாகிக் கொண்டே போவதாக. இரண்டாவது தளத்தில் இருப்பவர்களின் கீழ்நிலை ஊழியர்களே இங்கிருப்பவர்கள், ஆனால் இங்கே அவரது புத்தகங்கள் கணக்கில் எடுத்துக் கொள்ளப்படமாட்டாது, மேலும் ஒவ்வொரு வருடமும் அவரது அடையாளம் கவனமாகச் சோதிக்கப்பட்டு அவர் ஆய்வுக்கு உட்படுத்தப்பட்டார். முதல்முறை அவர் தனது தேர்வினை எழுதச்சென்றபோது இசைலோ சூக், தேர்வுக்குழுவின் தலைவராக இருப்பது தனது துறையைச் சேர்ந்த, சமீபத்தில் தான்

தலைவராக இருந்த குழுவின் முன் முனைவர் பட்டத்திற்காக வாய்மொழித்தேர்வுக்கு வந்த ஒரு பேராசிரியர் என்பதைக் கண்டு ஆசுவாசமடைந்தார், அவரை அவ்வப்போது தனது அறையின் கண்ணாடி வழியாக மூன்றாம் எண்ணுடைய அருந்தகத்தில் பார்த்திருக்கிறார். தேர்வுக்குப் பிறகு முனைவர்.சூக் பெற்ற புள்ளிகள் எத்தனை என்பது தெரிவிக்கப்படவில்லை, ஆனால் தேர்வுக்குழுவின் தலைவர் தேர்வுக்கு உட்பட்டவரின் திறமை குறித்து வானளாவப் புகழ்ந்தார். ஆக அந்தவகையில் நிறைவான உணர்வுடன் முனைவர்.சூக் அன்றைய தனது தேர்வினை முடித்து தன்னுடைய தாயைக் காணச்சென்றார். வழக்கம்போல அவள் அவரை உணவறைக்கு அழைத்துச் சென்று, முனைவர். இசைலோ சூக்கின் புதிய முயற்சியை, அதன் ஆசிரியரே கையெழுத்திட்டுச் சமர்ப்பித்ததை மார்போடு அணைத்தபடி கண்களை மூடிக்கொள்வாள், பிறகு அதைத் திறந்து அவருக்குக் காண்பிப்பாள். அவர் தனது கையெழுத்தையும் தனது புத்தகத்தையும் அமைதியாகப் பார்த்துக் கொண்டிருந்த பிறகு, அறையின் மூலையில் இருக்கும் முக்காலியில் அமரும்படி கூறுவாள், முனைவர்.சூக் அவரது சிறுவயதிலிருந்து கேட்டுக் கொண்டிருக்கும் வார்த்தைகள் - “சிறிதுநேரம் அங்கே உட்கார்!” - பிறகு புத்தகத்தில் விவரிக்கப்பட்டுள்ள விஞ்ஞான பூர்வமான விவாதங்களின் சாரத்தை விளக்குவாள். அவள் பேசும்போது உள்ள உற்சாகம் ஒரு கோமாளியின் துயரத்தைப் போலச் சற்று குறைவாகவும் அதிக அளவில் சோகத்தில் இருக்கும் ஓர் உருவின் உற்சாகத்தைப் போலவும் இருக்கும். குறிப்பிடத்தகுந்த துல்லியத்தோடு தனது மகனுக்கு எவ்வாறு பேராசிரியர் சூக் க்ரீமியாவில் கிடைத்த ஒரு ஜாடியில் இருந்த சாவிகள் வெள்ளி, செம்பு அல்லது தங்க நாணயங்களைப் போன்ற கைப்பிடிகளைக் கொண்டுள்ளன என்பதை நிறுவியிருக்கிறார் என்று விளக்கினாள். மொத்தமாக 135 சாவிகள் கிடைத்தன (முனைவர்.சூக் ஜாடிக்குள் முன்பு பத்தாயிரம் சாவிகள் இருந்திருக்கலாம் என்று நம்புகிறார்), ஒவ்வொன்றிலும் ஒரு சிறிய முத்திரை அல்லது எழுத்து பொறிக்கப்பட்டிருந்தது. முதலில் அது சாவியைச் செய்த கொல்லனின் முத்திரை என்று நினைத்தார், ஆனால் அதே நாணயங்களின் மற்ற மாதிரிகளில் சற்றே அதிக பணமதிப்புக் கொண்டவற்றில் இரண்டாவது எழுத்து இருந்தது, வெள்ளிக்காசுகளில் மூன்றாவது எழுத்தும் இருந்தது, தங்க நாணயத்தில் நான்காவது எழுத்து இருக்கக்கூடும் என்று அவர்

முனைவர். இசைலோ சூக்

அனுமானித்தார், ஆனால் ஒரு தங்கக் கைப்பிடி கொண்ட சாவிகூடக் கண்டுபிடிக்கப்படவில்லை. பிறகுதான் அவருக்கு அந்த அற்புதமான யோசனை தோன்றியது (இந்த முக்கியமான கட்டத்தில் அவர் அங்குமிங்கும் அலைவதை, தன்னுடைய கேள்விகளால் குறுக்கீடு செய்வதை நிறுத்தும்படி கூறினாள்): அதில் பொறிக்கப்பட்ட ரகசியமான எழுத்துகள் அல்லது எழுத்துகள் ஒன்றாக அமைக்கப்படும்போது கிடைக்கப்பெறும் தகவலைப் பெறவேண்டி அந்நாணயங்களை அவற்றின் மதிப்பிற்கு ஏற்றபடி வரிசையாக அடுக்கினார் - "Ate"; இன்னமும் ஒரு எழுத்து குறைவாக இருந்தது (கண்டுபிடிக்கப்படாத தங்க நாணயத்தில் உள்ள எழுத்து). முனைவர்.சூக் அந்தக் கிடைக்காத எழுத்து யூத நெடுங்கணக்கில் உள்ள ஒரு புனித எழுத்தாக இருக்கலாம் என்று கருதினார், அநேகமாக "he," கடவுளின் பெயரில் உள்ள நான்காம் எழுத்துஞ் நிமித்தக்காரனது மரணத்தைச் சுமந்திருக்கும் சாவி.

"அந்தப் பெருந்திறமையை நினைத்துப்பார்!" என்று கூவினாள், பிறகு அவரது கோப்பை வெறுமையாக இருப்பதைப் பார்த்து, "ஒரு கோப்பை போதுமானது, இரண்டு எப்போதும் போதாது!" என்றாள்.

இதற்கிடையே, ஒவ்வொரு இரண்டாவது வசந்த காலத்திலும் முடைநாற்றம் உடைய திறவுகோல் துளை கொண்ட கதவுகளுக்குப் பின்னால் முனைவர்.சூக்கின் பெயர் தொப்பிக்குள் இடப்பட்டது. அது ஏன் என்றோ அதன் விளைபயன் என்னவென்றோ அவருக்கு ஒருபோதும் தெரிவிக்கப்படவில்லை. அந்நேரத்தில் அவர் தசைநாண்களின் கொத்து தனது வேர்களிலிருந்து கிளைத்து அவரது தோள்கள் மற்றும் கழுத்தின் ஆழத்தினை அறுப்பது போல சிலகணங்கள் கூட இடைவெளியின்றி இருமிக்கொண்டிருந்தார். இப்போது இந்தத் தேர்வு அடிக்கடி வரத் தொடங்கியுள்ளது, மேலும் ஒவ்வொருமுறையும் ஒரு புதிய நபர் அதற்குத் தலைமை தாங்குகிறார். முனைவர். சூக்கிற்கு ஒரு மாணவி உண்டு, சிறுவயதிலேயே வழுக்கை விழுந்தவள், ஆனால் இரவில் ஒரு நாய் அவளது உச்சந்தலையை நக்கியதன் காரணமாக கனத்த பல்நிறமுடைய விலங்கின் மயிர் வளரத் துவங்கியது. அவள் கனமான உடல்வாகு கொண்டவள், தன்னுடைய விரல்களிலிருந்து மோதிரங்களை நீக்க முடியாதவள்; சிறிய மீன்முட்கள் போன்ற புருவங்கள் கொண்டவள்,

கம்பளிக் காலுறையொன்றை தொப்பிபோல அணிந்திருப்பாள். தன்னுடைய கண்ணாடிகள் மற்றும் சீப்புகள் மீது உறங்கும் அவள், கனவில் தன்னுடைய சிறுவயது மகனுக்காகச் சீழ்க்கையொலி எழுப்புவாள், அவன் அவளுக்கு அருகே அந்தச் சீழ்க்கையொலிகளால் விழித்தபடி படுத்திருப்பான். இப்போது அவள்தான் முனைவர்.சூக்கின் தேர்வை தனது வழுக்கைத்தலையுடைய, உறக்கமற்ற மகன் அருகிலமர்ந்திருக்க நடத்திக் கொண்டிருந்தாள். இந்த ஆய்வுத்தேர்வினை சீக்கிரமே கடந்துசெல்ல விரும்பிய முனைவர்.சூக் அச்சிறுவனின் இடையறாத கேள்விகளுக்குப் பதிலளித்தார். இறுதியாக அனைத்தும் முடிந்தபிறகு அவர் தனது தாயின் வீட்டிற்குச் சென்று உண்பதற்காக அமர்ந்தார், ஆனால் அவர் தனது எண்ணங்களில் மூழ்கிக் கிடந்ததால் அவரது தாய் வருத்தத்தோடு கூறியது: "கவனமாக இரு சாஷா, உன் எதிர்காலம் உன்னுடைய கடந்தகாலத்தைப் பாழடித்துவிடலாம்! நீ மகிழ்ச்சியாகத் தெரியவில்லை, உனக்குப் பின்னால் நடக்கவென்று நீ ஒரு குழந்தையைத் தேடிக்கொள்ள வேண்டும்."

சமீபமாக அவருக்குள் பசியானது பல அறியப்படாத வகைகளில் முகிழ்க்கிறது மற்றும் வளர்ந்து கொண்டிருக்கிறது, பாகுபோன்ற, வரையறுக்கவியலாத நம்பிக்கை அவருக்குள் வெகுசீக்கிரமாக ஒரு பழத்தைப்போலக் கனியும், ஆனால் முதல் கடியிலேயே அந்தப்பசி தணிந்ததும் மடிந்துபோகும்.

"யூதர்களுக்கு எத்தனை வாய்களுண்டு என்று உனக்குத் தெரியுமா?" அன்று அவர் உணவருந்திக் கொண்டிருந்தபோது அவரது தாய் கேட்டாள். "நிச்சயமாக உனக்குத் தெரியாது. சமீபத்தில்தான் அதைப்பற்றி எங்கோ படித்தேன், அநேகமாக முனைவர்.சூக்கின் புத்தகத்தில்; அச்சமயம் அவர் யூரேசியாவின் ஸ்டெப்பிகளில் கிறிஸ்தவ நம்பிக்கைகளின் பரவலாக்கம் குறித்த ஆராய்ச்சியில் இருந்தார். 1959இல் அவரது கண்டுபிடிப்புகளின் அடிப்படையில், தன்யூபுக்கு அருகிலுள்ள ஷெலரேவோ அகழ்விடம் இருந்த பகுதி நாம் அறிந்திராதவொரு மக்கள் வசித்த பகுதியாக இருந்தது என்பதை நிறுவியிருக்கிறார், குறிப்பிடத்தகுந்த அளவு பழமையானவர்கள் மற்றும் மானிடவியல் ரீதியில் ஆவார்களுக்கு முந்தியவர்கள். இது கசார்களின் இடுகாடு என்று அவர் நம்புகிறார், கி.பி 8ஆம் நூற்றாண்டில் கருங்கடல் பகுதியிலிருந்து தன்யூபுக்கு இறங்கி வந்தவர்கள். இப்போது நேரமாகிவிட்டது, ஆனால்

முனைவர். இசைலோ சூக்

நாளை கெல்ஸோம்னியாவின் பிறந்தநாளுக்கு வரும்போது, அவர் இவற்றையெல்லாம் விவரிக்கும் அந்த அற்புதமான பக்கங்களைப் படித்துக் காட்டும்படி எனக்கு ஞாபகப்படுத்து; அது மிகவும் சுவாரசியமானது..."

இந்த வாக்குறுதிக்குப் பிறகுதான் முனைவர்.இசைலோ சூக் கண்விழித்ததும் தனது வாய்க்குள் அந்தச் சாவியைக் கண்டெடுத்தார்.

மதியவேளை நலிவுற்றுக்கொண்டிருந்தபோது அவர் தெருவில் இறங்கினார்; தொல்லைதரும் விதமான ஒளி சூரியனின் அழகைக் கெடுத்துக் கொண்டிருந்தது; கொப்புளங்கள் மற்றும் சொறிகள் வானெங்கும் தொற்றிப் பரவிப் படர்ந்து, அவை மேகங்களுக்கும் பரவியிருந்தன, அது அவற்றின் மெதுவான முன்னேற்றத்தில் தளர்ச்சியையும் தொய்வையும் ஏற்படுத்தியிருந்தது.

வாரம் தனது மாதாந்திர சுத்திகரிப்பை அடைந்திருக்க ஞாயிற்றுக்கிழமை ஏற்கெனவே காற்றில் புகைந்து, மீட்பின் சாலையில் உள்ள காற்றை ஒடித்து முடமாக்கிக் கொண்டிருந்தது. அங்கே தூரத்தில் பொருக்குப் படிந்த அடிவானத்தில், சூக் கழித்த நாள்கள் நீலநிறத்தில் சிறியதாக அதேசமயம் ஆரோக்கியமாக மின்னின, நாள்காட்டியின் பெயர்களற்ற மகிழ்ச்சியில் மறையும் கூட்டம், அவரற்று மற்றும் அவரது கவலைகளற்று, அவற்றின் விழிப்பில் தூசுகளை மட்டும் விட்டுசென்றபடி...

தன்னுடைய கால்சராயை மற்ற சிறுவர்களோடு மாற்றியபடி தெருவில் விளையாடிக்கொண்டிருந்த சிறுவர்களில் ஒருவன், முனைவர் சூக் செய்தித்தாள் வாங்கிகொண்டிருந்த விற்பனையகத்திற்கு எதிரே வந்ததும் நின்று அவரது கால்சராயின் மீது சிறுநீர் கழித்தான். முனைவர்.சூக், காலையிலிருந்து கால்சராயின் பற்பிணையைப் போட்டுக்கொள்ளாமல் அனைத்து இடங்களுக்கும் சென்றுவிட்டு மாலையில் அதைக் கவனிப்பவனின் முகபாவத்தோடு அதைத் திரும்பிப்பார்த்தார்.

இருப்பினும், அப்போதுதான் முற்றிலும் அறிமுகமில்லாத ஒரு நபர் அவனால் எவ்வளவு பலமாக அறையமுடியுமோ அவ்வளவு பலமாக அவரது முகத்தில் அறைந்தான். அப்போது வெளியில் சற்றுக் குளிராக இருந்தது, எனவே முனைவர்.சூக் தாக்குபவனின் கரத்தில் இருந்த வெதுவெதுப்பை அந்த அறையின்வழி உணர்ந்தார்; அவ்வளவு வலியிலும் சற்று இனிமையாக இருந்த விஷயம் அது. தாக்குபவனிடம் விவாதிக்க நினைக்கும்போது அவரது கால்சராயின் ஈரமான கால்பகுதி ஆடுதசையில் ஒட்டிக்கொள்வதை உணர்ந்தார். பிறகு இன்னொருவனால் மீண்டும் அவர் தாக்கப்பட்டார், இப்போது அடித்தவன் முதலில் அடித்தவனுக்குப் பின்னாலேயே தன்னுடைய முறைக்காக நின்றபடி காத்துக்கொண்டிருந்தான். முனைவர்.சூக் தான் அங்கிருந்து நகர்ந்து சென்று விடுவதே நல்லது என்று உணர்ந்தார், அவர் அதைச் செய்ய முனையும்போது, இரண்டாவதாக அறைந்த கையில் வெங்காயத்தின் வாசனை இருந்தது என்பதைத் தவிர வேறொன்றும் புலப்படாதவராக இருந்தார். ஆனால் இழப்பதற்கு அதிகம் சமயமில்லை, ஏனெனில் மற்ற பாதசாரிகளும் அவரை நோக்கிக் குவியத் தொடங்கினர். அவர் மீது மழையென இறங்கிய அடிகளில் ஒரு முழுமையான இயல்புத்தன்மை இருந்தது; முனைவர்.சூக் தனக்குப் பின்னால் உள்ள கைகளில் சில குளிர்ச்சியாக இருப்பதை உணர்ந்தார், இந்த ஒப்புக்கொள்ளவியலாத சம்பவத்தில், விசித்திரமான வகையில் ஒப்புக்கொள்ளக்கூடிய விஷயமாக இதைக் கண்டார். மேலும் இப்போது அவர் தயாராக உணர்ந்தார். இச்சம்பவத்தில் இன்னொரு அதிர்ஷ்டவசமான சூழலும் இருந்தது. அவருக்குச் சிந்திக்க நேரம் இல்லாத காரணத்தினால், ஏனெனில் ஒருவரால் ஒரு அடிக்கும் இன்னொரு அடிக்கும் இடையே உள்ள சிறு இடைவெளியில் மிகக் குறைவாகவே சிந்திக்க இயலும், அந்த அறைகள் சிலசமயம் வியர்வையின் ஈரத்துடன் இருந்ததை அவர் கவனித்திருக்கவில்லை, அவர்கள் அவரை புனிதமார்க்கின் தேவாலயத்திலிருந்து சதுக்கத்தை நோக்கி ஓட்டிச்சென்றனர், அவர் ஏற்கெனவே செல்லவேண்டும் என்று அனுமானித்திருந்த சாலை வழியாகவே, அந்தச்சாலை அவர் பொருள்கள் வாங்க விரும்பிய கடையிருந்த சாலைக்குத்தான் நேராகச் செல்கிறது. எனவே, தனது இலக்கினை நோக்கித் தன்னைக் கொண்டுசெல்லும் அடிகளுக்குத் தன்னை ஒப்புவித்தார்.

பிறகு அவர் ஒரு வேலியை வந்தடைந்தார், அதற்கடுத்துள்ள பகுதியில் இதுவரை எதுவுமே காணப்பட்டதில்லை அல்லது கேட்கப்பட்டதில்லை. இப்போது இடைவெளியில்லாமல் மழையென இறங்கிக் கொண்டிருக்கும் அடிகளால் ஓடும்படி நிர்பந்திக்கப்பட்டிருப்பதால் அவ்வேலியின் இடைவெளிகள் அவரது கண்களுக்குமுன் இணைந்தன, முதல்முறையாக (இதற்குமுன் பலமுறை அவ்வழியே கடந்து சென்றிருக்கிறார்) வேலியின் மறுபக்கம் ஒரு வீடு இருப்பதைக் கவனித்தார், அங்கே ஓர் இளைஞன் சன்னலுருகே நின்றபடி வயலின் வாசித்துக்கொண்டிருந்தான். அங்கிருந்த இருத்தியைப் பார்த்ததும் அவர் உடனடியாக அது ப்ரூக்குடைய வயலின் மற்றும் இசைக்குழுவிற்கான ஜி மைனர் இசைக்கோவை எனப்புரிந்து கொண்டார், ஆனால் அவருக்கு எந்தச் சத்தமும் கேட்கவில்லை, இத்தனைக்கும் சன்னல் கதவு திறந்துதான் இருந்தது, அந்த இளைஞனும் கனன்றெழும் ஆவலோடு வாசித்துக் கொண்டிருந்தான். ஆச்சரியத்தோடு, இன்னமும் சரமாரியான அடிகள் விழுந்துகொண்டிருக்க, முனைவர்.சூக் ஒருவழியாகத் தனது அன்றைய காலை இலக்கான ஒரு கடைக்குள் ஓடி பெருமூச்சுடன் அதன் கதவுகளை அடைத்தார். உள்ளே வெள்ளரிச்சாடிக்குள் இருப்பது போல அசைவற்றதன்மை; சோளத்தின் வாசனை மட்டும். மூலையில் ஒரு தொப்பிக்குள் வசதியாக அமர்ந்திருந்த பெட்டைக்கோழியைத் தவிர அந்தக்கடை வெறுமையாக இருந்தது. அவள் ஒரு கண்ணைச் சாய்த்து முனைவர். சூக்கிடமிருந்த உண்ணக்கூடிய விஷயங்களைக் கவனித்தாள். பிறகு மற்றொரு கண்ணுக்குப் பார்வையை மாற்றி அவரிடத்தில் உள்ள சீரணிக்க முடியாத பாகங்களைப் பார்த்தாள். சில கணங்களுக்குச் சிந்தித்தாள், பிறகு முடிவாக அவளது மனத்தின் கண்ணுக்குள் முனைவர்.சூக், மீண்டும் சீரணிக்க முடிந்த மற்றும் முடியாத பொருட்களினாலான ஒன்றாகத் தெரிந்தார், இறுதியில் அவள் யாரை எதிர்கொள்ள வேண்டியுள்ளது என்று தெளிந்தாள். அடுத்து என்ன நடந்தது என்கிறமட்டில் உள்ள கதையை அவரே கூறட்டும்.

முட்டை மற்றும் வயலின் வில்லின் கதை

நான் அங்கே மனதிற்குகந்த குளிர்ச்சியில் நின்றுகொண்டிருந்தபோது மெருகேற்றும் மெழுகின் வாசனையை நுகர்ந்தேன். வயலின்கள் ஒன்றுக்கொன்று பதிலளித்துக்

கொண்டிருந்தன; அவற்றின் மெல்லிய மூச்சின் மூலம் ஒரு மென்நடை ஊர்வலத்திற்கான இசையை நீங்கள் அமைத்துவிட முடியும், ஒரு சதுரங்க விளையாட்டை அமைப்பது போல. நீங்கள் செய்ய வேண்டியதெல்லாம் வரிசையை, ஒலிகளைச் சற்று மாற்றியமைப்பது மட்டுமே. இறுதியாக, அந்த இசைக்கருவிகள் விற்பனை செய்யும் கடையை வைத்திருந்த ஹங்கேரிக்காரன் வெளியே வந்தான். திரிந்த பாலின் மேலுள்ள நீரின் நிறத்தில் கண்கள். முட்டையிடப்போகிறவன் போலச் சிவப்புநிறம், தொப்புளோடு இருக்கும் சிறுதொந்தி போல உள்ள முகவாயைக் காட்டினான்.

சாம்பல் பையொன்றை எடுத்துச் சாம்பலை அதிலே தட்டினான், கவனமாக அதை இறுக மூடிவிட்டு நான் தவறுதலாக அங்கே வந்துவிடவில்லையே என்று கேட்டான்: “உரோம வணிகர் அடுத்த வாசலில். மக்கள் எப்போதும் தவறுதலாக இந்த வாசலுக்கு வந்து விடுகின்றனர்.” கடந்த ஏழுநாட்களாக அவனது கடைக்கு யாருமே வரவில்லை, தவறுதலாக நுழைந்ததைத் தவிர. உண்மையில் அவனது கடைக்குக் கதவுகளே இல்லை; கதவிற்குரிய கிரீச்சிடும் ஒலி மட்டுமே உண்டு ஆனால் கதவுகள் இல்லை ஒருவர் கூறமுடியும், கைப்பிடியோடு ஒருசிறிய காட்சிச் சாளரத்தின் கதவு மட்டுமே, அது வருபவர்களை ஒடுக்கமான அறைக்குள் நுழைய வைக்கும். நான் அவனிடம் சிறுமிகள் வாசிக்கும்படியான சிறிய வயலின் உண்டா அல்லது சிறியரக செல்லோ ஒன்று, அதிகமான விலை இல்லாதிருக்கும் பட்சத்தில் என்று கேட்டேன்.

அந்த ஹங்கேரிக்காரன் எங்கிருந்து வந்தானோ அங்கேயே செல்லத் திரும்பினான், அங்கிருந்து பாப்ரிகாஷ்[3] வாசனை மிதந்து வந்தது. அப்போது அந்தப் பெட்டைக்கோழி தன்னை அந்தத் தொப்பியிலிருந்து தூக்கிக்கொண்டு புதிதாக இடப்பட்ட முட்டையை நோக்கிக் கொக்கரித்தது. ஹங்கேரிக்காரன் கவனமாக அம்முட்டையை எடுத்து இழுப்பறைக்குள் வைத்தான், அதற்கு முன்னதாக கரிக்கோலினால் அதில் ஒரு தேதியை எழுதினான் - அக்டோபர் 2, 1982 - இன்னும் பலமாதங்கள் கழித்து வரவிருக்கும் அத்தேதியை நான் வியப்புடன் கவனித்தேன்.

---

3. கோழி சூப் போன்ற ஹங்கேரிய வகை உணவு.

"ஒரு வயலின் அல்லது செல்லோவில் நீங்கள் எதை எதிர்பார்க்கிறீர்கள்?" அவனது சிறிய பின்புற அறைக்குச் செல்லும் நுழைவாயிலில் நின்றபடி கேட்டான். "இசைத்தட்டுகள் உள்ளன, ரேடியோ, தொலைக்காட்சி உள்ளது. ஒரு வயலின் - ஒரு வயலின் என்றால் என்னவென்றாவது உங்களுக்குத் தெரியுமா? சிறு வயலின் என்பது, என் நல்லவரே, உழப்பட்டு, விதைக்கப்பட்டு, ஒவ்வொரு வருடமும் அறுவடை செய்யப்படுவது, இங்கிருந்து சுபோடிகாவரை, இதோ இதனுடன்!" அவனது இடுப்பில் வாள்போலத் தொங்கிக் கொண்டிருக்கும் வயலின் வில்லைச் சுட்டிக் கூறினான். அதை வெளியில் எடுத்துத் தளர்வற்ற நாண்களை, நகங்கள் விழுந்துவிடாமல் அவற்றை அதனிடத்தில் இருத்துவதுபோல், நுனியில் மோதிரம் அணிந்த விரல்களால் இழுத்தான். பிறகு உரையாடலைத் தவிர்ப்பவன்போலக் கைகளை வீசிவிட்டு அங்கிருந்து செல்வதற்காகத் திரும்பினான். "யாருக்கு வேண்டும்?" என்று போகும் வழியில் கூறினான். "அவளுக்கு வேறேதேனும் வாங்கிக் கொடுங்கள்; ஒரு ஸ்கூட்டர் அல்லது ஒரு நாய் வாங்கிக் கொடுங்கள்."

வயிற்றை நிறைக்கக்கூடிய ஆனால் ஆர்வத்தைத்தூண்டாத ஒரு உணவைப்போல, அலையாடும் மொழியில் இவ்வளவு தீர்மானமற்ற தொனியில் பேசப்படும் இத்தீர்மானமான முடிவைச் சமாளிக்கும் வழிதெரியாமல் நான் அங்கேயே நின்றுகொண்டிருந்தேன். உண்மையில் அந்த ஹங்கேரிக்காரன் என்னுடைய மொழியில் நல்ல தேர்ச்சி பெற்றிருந்தான், ஆனால் ஒவ்வொரு வாக்கியத்தின் முடிவிலும் உணவுக்குப் பின்னான இனிப்பைப் போல என்னால் புரிந்துகொள்ள முடியாத ஒரு ஹங்கேரி மொழிச்சொல்லைச் சேர்த்துக்கொண்டான். எனக்கு விடைதரும் விதமாக இப்போது அறிவுரைத்துப் பேசும்போதும் அப்படியே: "உங்கள் சின்னப்பெண்ணை மகிழ்விக்கும் விதமாக வேறு ஏதேனும் யோசியுங்கள் ஐயா. இந்த மகிழ்ச்சி அவளுக்கு மிகவும் சிரமத்தைத் தரக்கூடியது. மேலும் இது காலங்கடந்தவொரு மகிழ்ச்சி. காலங்கடந்தது," என்று மிதந்துவரும் பாப்ரிகாஷின் வாசனைக்கிடையே கூறினான். "அவளுக்கு என்ன வயது?" என்று வியாபார ரீதியிலான தொனியில் விசாரித்தான்.

அதோடு அங்கிருந்து மறைந்தான், தன்னுடைய உடைகளை மாற்றிக்கொண்டு அவன் வெளியில் செல்லத் தயாராவதை

ஒலிகளின் மூலம் தெரிந்துகொண்டேன். அவனிடம் கெல்சோம்னியா மொஹோரோவிகிச்சின் வயதைக் கூறினேன்: ஏழு. அந்த எண்ணைக் கேட்டதும் மந்திரக்கோலால் தீண்டப்பட்டவன் போலப் பின்வாங்கினான். அதை ஹங்கேரிய மொழியில் மொழிபெயர்த்துக் கொண்டான், நிச்சயமாக ஹங்கேரிய மொழியில் மட்டுமே கணக்கிடுபவனாக இருப்பான், அந்த நேரத்தில் ஒரு விநோதமான வாசனை அவ்விடத்தை நிறைத்தது, சேலாப்பழங்களின் வாசனை; அவனுடைய மனநிலைக்குத் தகுந்தவாறு அவ்வாசனை மாறுவதை நான் கவனித்தேன். இப்போது அவன் வாயில் ஒரு கண்ணாடியினாலான புகைக்கும் குழாய், அதன் வழியாக சேலா-பிராந்தி புகையிலையைப் புகைத்தான். கடையின் குறுக்காக நடந்து வந்து தவறுதலாக மிதிப்பவன் போல என் பாதத்தின்மீது வந்து நின்று, குழந்தைகளுக்கான சிறியதொரு செல்லோவை எடுத்து என்னிடம் கொடுத்தான், இவ்வளவு நேரமும் அவனுடைய கடை எவ்வளவு நெருக்கடியானது என்று உணர்த்தும் வண்ணம் என் பாதத்தின்மீது நின்றுகொண்டிருந்தான். அவனைப்போலவே நானும் அதைக் கண்டுகொள்ளாமல் இருந்தேன், வித்தியாசம் என்னவென்றால் அவன் இதையெல்லாம் என்னுடைய செலவில் செய்து கொண்டிருந்தான், நானோ என்னுடைய நட்டத்தில்.

“இதை வாங்கிக் கொள்ளுங்கள்,” என்றான். “இந்த மரம் உங்களையும் என்னையும் சேர்த்தால்கூட வயது கூடியது. அரக்குப்பூச்சும் அற்புதமானது... நீங்களே கேட்டுப்பாருங்கள்!”

தந்திகளை மீட்டினான். செல்லோ நான்கு சுரத்தந்திகளோடு அதிர்ந்தது, அந்தத் தந்திகள் உலகத்தின் அனைத்துத் தொல்லைகளிலிருந்தும் விடுதலை தரும் என்பது போல என் பாதத்தினின்று இறங்கினான்.

“கேட்டீர்களா?” என்றான். “ஒவ்வொரு தந்தியும் மற்றவற்றை உள்ளடக்கியது. ஆனால் அதை உணரவேண்டுமெனில் நீங்கள் ஒரேசமயத்தில் நான்கு வெவ்வேறு விஷயங்களைக் கேட்கவேண்டும், ஆனால் அதைப்பொறுத்தவரையில் நாம் மிகவும் சோம்பேறித்தனமாக இருக்கிறோம். உங்களுக்குக் கேட்கிறதா இல்லையா? நானூற்றி ஐம்பதினாயிரம்,” என்று அதன் விலையை ஹங்கேரிய மொழியிலிருந்து மொழிபெயர்த்துச் சொன்னான். அந்ததொகை ஒரு பாறாங்கல்லைப் போல

என்னைத் தாக்கியது. என்னுடைய சட்டைப்பையை அவன் எட்டிப்பார்த்துவிட்டுச் சொன்னது போல: மிகச்சரியாக என்னிடம் எவ்வளவு இருக்கிறது என்பது அவனுக்குத் தெரிந்திருந்தது. நான் அதை கெல்சோம்னியாவுக்காகச் சேமித்துக் கொண்டிருந்தேன். அதுவொன்றும் பெரிய தொகையல்ல, எனக்குத் தெரியும், ஆனால் இதைச் சேமிக்கவே எனக்கு மூன்று வருடங்கள் ஆனது. அதை மகிழ்வோடு வாங்கிக்கொள்கிறேன் என்றேன்.

“வாங்கிக் கொள்கிறீர்களா?” என்று மறுப்பாகத் தலையசைத்தபடி கூறினான். “ஐயா, ஒரு இசைக்கருவியை இப்படியா வாங்குவது? நீங்கள் அதை வாசித்துப் பார்க்க வேண்டாமா?”

குழப்பமுற்றவனாக, அந்தத் தொப்பியைத் தவிர வேறு உட்காருவதற்குத் தகுந்த ஒன்றைத்தேடி கடையைச் சுற்றுமுற்றும் பார்த்தேன், உண்மையிலேயே அந்த செல்லோவை வாசிக்க விரும்புபவன் போல.

“உங்களுக்கு ஒரு நாற்காலி வேண்டுமோ?” என்றான். “ஒரு வாத்து தண்ணீரிலும் அமர்ந்து கொள்கிறது, ஆனால் உங்களுக்கு நிலத்தில் கூட என்ன செய்வதென்று தெரியவில்லை? உங்களுக்குத் தெரியவில்லைதானே?” ஏளனத்துடன் அந்தச் சிறிய செல்லோவை என்னிடமிருந்து வாங்கிக்கொண்டு ஒரு வயலின்போலத் தோளில் இருத்திக் கொண்டான்.

“இதைப்போல!” என்று கூறி என்னிடம் அதை திருப்பிக் கொடுத்தான்.

அதை வாங்கிக்கொண்டு வாழ்க்கையில் முதல்முறையாக ஒரு செல்லோவை வயலின்போல வைத்து வாசித்தேன். ஐந்தாவது சுரத்திலும் தே ஃபெல்லா அவ்வளவு மோசமாக இல்லை, என் காதுக்கு அருகே அழுத்திக் கொண்டிருந்த மரப்பகுதியிலிருந்து வரும் ஒலியும் தெளிவாகவே இருந்தது. திடீரென அந்த ஹங்கேரிக்காரன் தனது வாசனையை மாற்றிக்கொண்டான். இம்முறை ஆணுக்கேயுரிய கடுமையான வியர்வை நெடி. தன்னுடைய மேலங்கியைக் கழற்றிவிட்டு உள்ளே அணிந்திருந்த சட்டையோடு நின்றான், ஒவ்வொரு அக்குளிலிருந்தும் இரண்டு சாம்பல்நிற சடைவிழுந்த தாடிகள் தொங்கிக் கொண்டிருந்தன. ஓர் இழுப்பறையை இழுத்து அதன் நுனியில் அமர்ந்துகொண்டு என்னிடமிருந்து செல்லோவை வாங்கி வாசிக்கத் தொடங்கினான்.

அவன் சேர்த்த அற்புதமான நுணுக்கங்களைக் கேட்டுத் திகைத்துப் போனேன்.

"நீங்கள் நன்றாக வாசிக்கிறீர்கள்" என்றேன்.

"நான் செல்லோ வாசிப்பதே கிடையாது. நான் ஹார்ப்சிகார்ட்[4] வாசிப்பவன், எனக்கு வயலின்தான் பிடிக்கும். ஆனால் என்னால் செல்லோ வாசிக்க முடியாது. நீங்கள் கேட்டது இசையே அல்ல, அதைக்குறித்து உங்களுக்கு எதுவுமே தெரியாது என்றாலும் சொல்கிறேன். அது இசைக்கருவியின் திறன் மற்றும் மற்ற மூலகத்துவங்களை அறிந்து கொள்வதற்காக பெரியதிலிருந்து சிறியதாக அமைக்கப்பட்ட அனைத்து ஒலிகளின் ஒழுங்கமைவு. நான் உங்களுக்கு இதைப் பொதிந்து கொடுக்கவா?"

"ஆமாம்" என்றேன் என்னுடைய பணப்பையை எடுத்தபடி.

"மொத்தம் ஐந்நூறாயிரம் ஆயிற்று" என்றான் ஹங்கேரிக்காரன்.

என் முதுகுத் தண்டு சில்லிட்டது.

"முதலில் நீங்கள் நானூற்று ஐம்பதினாயிரம்தானே சொன்னீர்கள்?"

"சொன்னேன், அது செல்லோவுக்கு. மீதம் வில்லுக்கானது. அல்லது உங்களுக்கு வில் தேவையில்லையா? வில் வேண்டியதில்லையா என்ன? ஒரு தந்திக்கருவியும் வில்லும் சேர்ந்தே இருக்கும் என்று நினைத்தேன்..."

அவன் மீண்டும் பொதியிலிருந்து வில்லை எடுத்து காட்சிச்சாளரத்தில் வைத்தான்.

நான் அங்கே வார்த்தைகளின்றி வாயடைத்து நின்றுகொண்டிருந்தேன். பிறகு இதற்கு முன் வாங்கிய அறைகள், இப்போது ஹங்கேரிக்காரன் கொடுத்தது அனைத்திலுமிருந்து, நோய்மையிலிருந்து, குடியின் பின்விளைவிலிருந்து அல்லது உணர்ச்சியின்மையிலிருந்து வெளியேறுவது போல சுதாரித்துக்கொண்டேன். என் உணர்வுகளுக்கு மீண்டும்வந்து தெளிந்து, பல்லைக் குத்திக்கொண்டிருந்த அந்த ஹங்கேரிக்காரனுடனானஇவ்விளையாட்டில் பங்கெடுப்பதை நிறுத்திக்கொண்டேன்.

---

4. பியானோ போன்ற இசைக்கருவி.

முனைவர். இசைலோ சூக்

உண்மையில் நான் வில் பற்றி மறந்தே விட்டேன். அதை வாங்குவதற்கு என்னிடம் பணமில்லை, அதையே அவனிடமும் கூறினேன்.

திடீரென அவன் தனது மேற்சட்டையை எடுத்து அணிந்துகொண்டு - அந்துருண்டையின் வாசனை கிளம்பியது - அவன் கூறினான்:

"ஐயா நல்ல மனிதரே, நீங்கள் வில்லுக்கான பணத்தை சம்பாதித்துக் கொடுக்கும் வரை காத்திருக்க என்னிடம் நேரமில்லை. அதிலும் குறிப்பாக ஐம்பது வயது வரை உங்களால் அதைச்செய்ய முடியவில்லை எனும்போது. நீங்கள் என்னைக்காட்டிலும் காத்திருப்பதே நல்லது."

என்னைத் தனியாக அந்தக் கடையில் விட்டுவிட்டு அதோடு அவன் அங்கிருந்து நகர்ந்தான். கதவுவரை சென்றுவிட்டுத் திரும்பி வந்து கூறினான்:

"இப்படிச் செய்வோமா? நீங்கள் அந்த வில்லைத் தவணை அடிப்படையில் வாங்கிச்செல்லுங்கள்."

"நீங்கள் விளையாடுகிறீர்களா?" என்று கேட்டேன், அவனுடைய விளையாட்டுகளில் இனிமேலும் பங்கெடுக்க விருப்பமில்லாமல் அங்கிருந்து செல்லவே விரும்பினேன்.

"இல்லை நான் விளையாடவில்லை. நான் ஒரு விஷயத்தை உங்கள் முன் வைக்கிறேன். நீங்கள் இதை ஏற்றுக்கொள்ள வேண்டுமென்று இல்லை, ஆனால் குறைந்தபட்சம் கேளுங்கள்."

ஹங்கேரிக்காரன் தனது புகைக்குழாயை பெருமையோடு பற்றவைத்துக்கொண்டான், அதைவைத்து பூச்சிகளை புகையிட்டு அழிப்பான் என்பது வெளிப்படையாகத் தெரிந்தது.

"சரி, அது என்னவென்றுதான் கேட்போம்" என்றேன்.

"நீங்கள் அந்த வில்லோடு முட்டையையும் வாங்கவேண்டும்."

"முட்டையா?"

"ஆமாம். அந்தப் பெட்டைக்கோழி சிறிதுநேரத்திற்கு முன் முட்டையிட்டதைப் பார்த்திருப்பீர்களே. அதே முட்டைதான்,"

என்றபடி இழுப்பறையிலிருந்து எடுத்து என் மூக்கிற்குக் கீழே நீட்டினான்.

அம்முட்டையில் கரிக்கோலால் அக்டோபர் 2, 1982 என்று எழுதப்பட்டிருந்தது.

“நீங்கள் வில்லுக்குத் தரும் அதே தொகையை முட்டைக்கும் தரவேண்டும், இரண்டு வருடத்திற்குள் திருப்பிச் செலுத்தலாம்...”

“என்ன கூறினீர்கள்?” என்று என் காதுகளை நம்பமுடியாமல் கேட்டேன். ஹங்கேரிக்காரனிடமிருந்து மீண்டும் சேலாப்பழ வாசனை உருவானது.

“உங்கள் கோழி தங்க முட்டையிடுவது என்று கூறுகிறீர்களா?”

“இல்லை, என் கோழி தங்க முட்டையிடுவதல்ல, ஆனால் அது உங்களாலும் என்னாலும் இடமுடியாத ஒன்றைக் கொண்டுள்ளது. அது நாள்கள், வாரங்கள், மற்றும் வருடங்களைக் கொண்டுள்ளது. ஒவ்வொரு நாள் காலையிலும் அது ஒரு வெள்ளிக்கிழமையையோ அல்லது செவ்வாய்க்கிழமையையோ இடும். உதாரணமாக இன்றைக்கு இட்ட முட்டை கருவுக்குப் பதிலாக ஒரு வியாழக்கிழமையைக் கொண்டுள்ளது. நாளையிடுவது புதன்கிழமையைக் கொண்டிருக்கும். கோழிக்குஞ்சுக்குப் பதிலாக ஒருநாள் வாழ்க்கையைத் தனது உரிமையாளருக்காகப் பொறிக்கும்! என்னவொரு வாழ்க்கை! இவை தங்க முட்டைகள் அல்ல, அவை காலமுட்டைகள். நான் அதை உங்களுக்கு மலிவான விலையில் கொடுக்கிறேன். ஐயா, இந்த முட்டை உங்கள் வாழ்வின் ஒருநாளைக் கொண்டுள்ளது. ஒரு கோழிக்குஞ்சைப் போல அது அங்கே மூடிவைக்கப்பட்டுள்ளது, அது பொறிந்து வருமா இல்லையா என்பது உங்களைப் பொறுத்தது.”

“உங்களின் கதையை நான் நம்புவதாகவே வைத்துக்கொண்டாலும் என்னிடம் ஏற்கெனவே உள்ள ஒரு நாளை நான் ஏன் விலைகொடுத்து வாங்கவேண்டும்?”

“மூளையை உபயோகியுங்கள் ஐயா. சிந்தியுங்கள். நீங்கள் என்ன காதுகளால் சிந்திப்பவரா? இவ்வுலகில் அனைத்துச் சிக்கல்களும் நமக்கிருக்கும் நாள்களை உபயோகித்துவிட்டோம் என்ற உண்மையிலிருந்தே கிளைக்கின்றன - உதாரணமாக

நம்முடைய மோசமான நாள்களைத் தாண்டிச்செல்ல முடியாது என்ற உண்மையிலிருந்து. அதுதான் விஷயம். என்னுடைய இந்த முட்டை உங்கள் பையில் இருக்குமானால், நீங்கள் துரதிர்ஷ்டத்திலிருந்து தப்பியவராகிறீர்கள். வருகின்ற நாள் மிகவும் நல்வாய்ப்பற்றது என்று நீங்கள் கண்டால் இந்த முட்டையை உடைத்தால் போதும், அனைத்து மகிழ்சியற்ற விஷயங்களிலிருந்தும் தப்பிவிடலாம். முடிவில், நிச்சயமாக உங்களுக்கு ஒருநாள் குறைவாக வாழக்கிடைக்கும்தான். என்றாலும் அதற்குப்பதிலாக அசிங்கமான ஒரு நாளிலிருந்து உங்களுக்கென பொரித்த முட்டையொன்றை நீங்கள் தயாரித்துக் கொள்ளமுடிகிறதே.''

''உங்களுடைய முட்டை உண்மையிலேயே அவ்வளவு மதிப்பு வாய்ந்தது என்றால் நீங்களே அதை வைத்துக்கொள்ளலாமே?'' என்றேன், கண்களை நேராகப் பார்துப் பேசியும் அதில் என்னால் எதையும் புரிந்துகொள்ள முடியவில்லை. சுத்தமான ஹங்கேரிய மொழியில் என்னை ஒரு பார்வை பார்த்தான்.

''இந்தக் கனவான் இதை விளையாட்டாகக் கூறுகிறார்தானே? இந்தப் பெட்டைக்கோழியிலிருந்து கிடைத்த முட்டைகள் என்னிடம் எத்தனை இருக்கும் என்று நினைக்கிறீர்கள்? ஒரு மனிதன் மகிழ்ச்சியாக இருக்க எத்தனை நாள்களை உடைக்க வேண்டியிருக்கும் என்று நினைக்கிறீர்கள்? ஆயிரம்? இரண்டாயிரம்? ஐயாயிரம்? என்னிடம் உங்களுக்கு எத்தனை தேவையோ அத்தனை முட்டைகள் உண்டு, அத்தனை நாள்கள்தான் என்னிடம் இல்லை. எப்படியிருப்பினும், இம்முட்டைகள் மற்ற முட்டைகளைப்போல வெகுநாள்களுக்குத் தாங்காது. குறிப்பிட்ட காலத்திற்குப் பிறகு அவை கெட்டுப்போய்விடும், பயன்படுத்த இயலாது. அதனால்தான் ஐயா, அவை தனது சக்தியை இழப்பதற்குமுன் உங்களுக்கு விற்பனை செய்கிறேன். மேலும் நீங்கள் தேர்ந்தெடுக்கும் நிலையில் இல்லை. நீங்கள் இந்தக் கடனுக்காக எனக்கொரு ரசீது தரவேண்டும்,'' என்று முடித்து, ஒரு குப்பைத்தாளில் எதையோ கிறுக்கி என்னிடம் கையெழுத்திற்காகத் திணித்தான்.

''உங்களுடைய இந்த முட்டை ஒரு பொருளுக்கான நாளையும் தரக்கூடியதா - உதாரணமாக, ஒரு புத்தகம்?

"நிச்சயமாக, நீங்கள் செய்யவேண்டியதெல்லாம் மழுங்கலான பக்கத்தில் அம்முட்டையை உடைப்பதுதான். ஆனால் அதை உங்களுக்காகப் பயன்படுத்திக்கொள்ளும் வாய்ப்பை இழக்கிறீர்கள்."

தாளை முழங்காலில் வைத்துக் கையெழுத்திட்டேன், பணம் கொடுத்தேன், ரசீது வழங்கப்பட்டது; அவன் செல்லோ, வில் மற்றும் முட்டையைக் கவனமாகப் பொதிந்தபோது மீண்டும் அடுத்த அறையில் கோழி கொக்கரிக்கும் ஓசை கேட்டது, நான் கடையை விட்டு வெளியே வந்தேன். அவனும் என்னோடு வெளியே வந்து, கைப்பிடியை இழுத்துப் பிடிக்கும்படி கூறி சாளரத்தின் கதவைப் பூட்டினான்; இதன்மூலம் மீண்டும் ஒருமுறை அவனுடைய விளையாட்டுக்குள் என்னை இழுத்துக்கொண்டான். பிறகு, ஒரு வார்த்தை கூடக் கூறாமல் அங்கிருந்து நகர்ந்தவன் தெருமுனைக்குச் சென்றதும் திரும்பி, "ஞாபகமிருக்கட்டும் - முட்டையில் எழுதப்பட்டுள்ள தேதி அது எப்போது காலாவதியாகும் என்று உங்களுக்குத் தெரிவிக்கும். அதற்குப்பிறகு அம்முட்டை நல்லநிலையில் இருக்காது...

முனைவர்.சூக் அங்கிருந்து திரும்பிச் செல்லும்போது, மீண்டும் தெருவில் தாக்குதலுக்கு உள்ளாவது குறித்து சிறிது நேரத்திற்கு கவலையாக இருந்தார், ஆனால் அனைத்தும் நல்லபடியாக நடந்தன. அவர் இதைக்குறித்துச் சிந்தித்துக்கொண்டிருக்கும்போதே அன்று காலை வயலின் வாசித்துக்கொண்டிருந்த இளைஞன் இருந்த வீட்டின் வேலிக்கு அருகே மழை பிடித்துக்கொண்டது. அவர் ஓடத்தொடங்கியதும் மீண்டும் வேலியின் கம்பிகளுக்கு இடையே உள்ள இடைவெளிகள் அவரது கண்கள் முன்னே இணைந்தன, மீண்டும் ஒருமுறை அவ்விளைஞன் சன்னலுக்கருகே வயலின் வாசித்துக் கொண்டிருப்பதைக் கண்டார். சன்னல் திறந்திருந்தாலும் இம்முறையும் அவருக்கு எந்தச் சத்தமும் கேட்கவில்லை. சில சத்தங்களைப் பொறுத்தவரை அவர் காது கேளாதவராயிருந்தார், சிலவற்றுக்கு அவ்வாறில்லை. ஓடிக்கொண்டே தனது தாயின்

வீட்டை அடைந்தார். பார்வையற்றவன் வழியை உணர்வதுபோல அவருடைய விரல்கள் சருமத்தைத் தடவின; விரல்கள் திசையை, பழகிய பாதையை உணர்ந்தன. அவரது பையில் மரணத்தை முன்கூறிய சாவியும் ஒரு கொடிய நாளிலிருந்து அவரைக் காப்பாற்றக்கூடிய முட்டையும் இருந்தனஞ் முட்டையில் ஒரு தேதி குறிக்கப்பட்டிருந்தது, சாவி சிறிய தங்கக் கைப்பிடியோடு. அவரது தாய் இன்னமும் தனியாக இருந்தாள்; பின்மதிய நேரத்தில் அவள் சிறுதுயில் கொள்வது வழக்கம், எனவே உறக்கக்கலக்கத்தோடு இருந்தாள்.

"என்னுடைய கோப்பையை எடுத்துக்கொடு," என்று தன் மகனிடம் கேட்டாள், "நான் உனக்கு அந்த கசார்களின் கல்லறை பற்றிய பகுதியை படித்துக்காட்டுகிறேன். ஷெலரேவோவில் கசார்கள் குறித்து முனைவர்.சூக் என்ன கூறுகிறார் என்று கேள்:

" 'அவர்கள் தன்யூபின் கரையில் ஒழுங்கற்றுச் சிதறிக்கிடக்கும் தங்களது கொடிவழிக் கல்லறையில் கிடக்கின்றனர், ஆனால் ஒவ்வொருவரின் தலையும் ஜெருசலேம் நோக்கித் திரும்பியுள்ளது. அவர்கள் இரட்டைக் கல்லறைகளில் தங்களது குதிரைகளுடன் கிடக்கின்றனர். அவர்களும் அவர்தம் விலங்குகளும் இவ்வுலகினை எதிரெதிர் திசையில் ஓரக்கண்ணால் பார்த்தபடியுள்ளனர்; அவர்கள் தமது வயிற்றோடு சுருண்டுள்ள மனைவியருக்குக் கீழே, ஆனால் ஒருவர் முகத்தை இன்னொருவர் பாராதவகையில், தொடைகளைப் பார்க்கும்படி கிடத்தப்பட்டுள்ளனர். சிலசமயங்களில் அவர்கள் வயதுமிக முதிர்ந்ததும் தொடர்ந்து வானத்தைப் வெறிப்பதிலிருந்து விடுவிக்கப்பட்டு, செங்குத்தான நிலையில் புதைக்கப்படுவதுண்டு; அவர்களோடு ஜெஹோவா அல்லது ஷாஹோர் - "கருப்பு" - எனும்பெயர்கள் கீறப்பட்ட செங்கற்கள் உண்டு. கல்லறையின் மூலைகளில் நெருப்பை ஏற்றுவர், காலடியில் உணவினையும் இடுப்பருகில் கத்தியையும் வைப்பர். ஒவ்வொரு கல்லறையிலும் வெவ்வேறு விலங்குகள் அவர்களுக்கருகில் படுத்திருக்கும்: ஒரு கல்லறையில் அது செம்மறியாக இருக்கும், பசுவாக, அல்லது ஆடாக எனில் இன்னொன்றில் பெட்டைக்கோழியாக, பன்றியாக, அல்லது மானாக இருக்கும், குழந்தைகளின் கல்லறையில் முட்டைகளை வைத்துப் புதைப்பர். சிலசமயம் அவர்தம் கருவிகள், அரிவாள் அல்லது கொல்லர் மற்றும் தங்கம் செய்யும் கருவிகள் அவர்களுக்கு அருகில் கிடக்கும். அவர்களுடைய கண்கள்,

காதுகள், மற்றும் வாய் ஆகியவை ஏழு-கிளைகள் உடைய யூதர்களின் மெழுகுவர்த்திப் பீடத்தின் உருவம் கொண்ட ஓடுகளால் மூடப்பட்டுள்ளன; ஓட்டின் பகுதி ரோமானியத் தோற்றுவாய் உடையது, காலம் 3 அல்லது 4ஆம் நூற்றாண்டு, அதிலுள்ள உருவங்களின் காலம் 7ஆம், 8ஆம், அல்லது 9ஆம் நூற்றாண்டைச் சேர்ந்தது. அவர்கள் இம்மெழுகுவர்த்திப் பீடம் (மெனோரா) உள்ளிட்ட யூதச் சின்னங்களை ஓட்டினில் கூர்மையான ஆயுதங்கள் மூலம் பொறித்துள்ளனர், குழப்பமாக, அவசரத்தில் இருப்பது போல, ஒருவேளை ரகசியமாக, அவற்றைச் மிகச்சிறப்பாகப் பொறிக்கும் தைரியமற்றது போல. அல்லது பொறிக்கும் அப்பொருள்கள் குறித்த துல்லியமற்ற நினைவையே அவர்கள் கொண்டிருப்பதுபோல, அவர்கள் ஒருபோதும் மெழுகுவர்த்திப் பீடத்தினை, சாம்பல் அள்ளும் வாரியை, எலுமிச்சையை, ஆட்டுக்கிடாயின் கொம்பை, அல்லது ஒரு பனையை கண்டிராதவர்கள் போல, ஆனால் அதை மற்றவர்களின் விவரிப்பின் மூலம் வரைவது போல. கண்கள், வாய், மற்றும் காதுகளில் அங்ஙனம் பொறிக்கப்பட்ட மூடிகள் இருப்பது துர்சக்திகளிடமிருந்தும் ஷெதிம்களிடமிருந்தும் அக்கல்லறையைப் பாதுகாக்கும், ஆனால் இத்தகைய ஓடுகள் இடுகாடு முழுவதும் பரவியிருக்கின்றன, ஏதோவொரு மிகப்பெரிய சக்தி, பூமியின் ஈர்ப்பு அலை அவற்றைக் காற்றால் விசிறியடித்ததுபோல ஒன்று கூட அதனிடத்தில் பாதுகாப்பதற்கு இல்லை. அடுத்துவந்த விளக்கவியலாத ஓர் அவசரத் தேவையின் பொருட்டு கண்கள், வாய் மற்றும் காதுகளில் உள்ள இங்கிருக்கும் ஓடுகள் மற்ற கல்லறைகளிலிருந்து கொண்டுவரப்பட்டிருக்கலாம், துர்சக்திகளுக்கு வழிதரும் பொருட்டுச் சிலவற்றைத் திறந்து சிலவற்றை மூடியிருக்கலாம்.'"

அப்போது அனைத்துக் கதவுகளின் மணிகளும் ஒலித்தன, விருந்தினர்கள் வீட்டிற்குள் நிறையத் தொடங்கினர். கெல்சோம்னியா மொஹோரோவிகிச் உள்ளே வந்தாள், நுனிகள் கூர்மையான மூடுகாலணிகள் அணிந்திருந்தாள், அவளது அழகான உற்றுப்பார்க்கும் கண்கள் ஒரு மோதிரத்தில் பதிக்கப்பட்டிருக்கும் கற்களைப் போல இருந்தன. எல்லோரும் பார்க்க பேராசிரியர் சூக்கின் தாய் செல்லோவை அவளுக்குப் பரிசளித்தாள், இரண்டு கண்களுக்கிடையே அவளை முத்தமிட்டு

முனைவர். இசைலோ சூக்

(தனது உதட்டுச்சாயத்தால் அங்கேயொரு மூன்றாம் கண்ணை விட்டுச்சென்றாள்) கூறினாள்:

"இந்தப் பரிசு யாரிடமிருந்து வந்திருக்கிறதென்று நினைக்கிறாய் கெல்சோம்னியா? கண்டுபிடி! அது பேராசிரியர் சூக்கிடமிருந்து வந்துள்ளது. நீ ஒரு அழகான கடிதம் எழுதி அவருக்கு நன்றி தெரிவிக்க வேண்டும். அவர் ஒரு அழகான இளம் வாலிபர். மேலும் நான் எப்போதுமே உணவுமேசையின் முக்கியமான விருந்தளிப்பவர் அமரும் இருக்கையை அவருக்காக ஒதுக்குவேன்!"

ஆழ்ந்து யோசித்தபடி, கீழே விழும் அவளுடைய நிழல் எத்தனை கனமானது என்றால் ஒரு மூடுகாலணிபோல அதை வைத்து உங்களை உதைக்க முடியும், திருமதி.சூக் தனது விருந்தினர்களை அவளுடைய மிகமுக்கியமான விருந்தினருக்காக இன்னமும் காத்திருப்பவள் போல உணவுமேசையின் தலைப்பகுதியில் உள்ள நாற்காலியை விடுத்து, இரவுணவிற்காக அமரவைத்தாள்; சிந்தனை வேறெங்கோ இருக்க அவள் அவசரமாக முனைவர்.சூக்கினை கெல்சோம்னியா மற்றும் மற்ற இளம் தம்பதியினருக்கு அருகே அமரவைத்தாள்; அவர்களுக்குப் பின்னால் இருந்த நன்கு நீரூற்றி வளர்க்கப்பட்ட ரப்பர் மரத்தின் இலைகள் வியர்த்து அழுது அதன் ஒலியை கேட்க வேண்டுமென்பதற்காக தரையில் நீர்வடித்தன.

அந்த மாலை இரவுணவின்போது கெல்சோம்னியா முனைவர்.சூக்கிடம் திரும்பி, தனது தீப்பிடித்ததுபோன்ற சூடான விரல்களால் அவரது கையைத் தொட்டுக் கூறினாள்: "வாழ்வில் ஒரு மனிதனின் செயல்களே உணவு போல, மேலும் அவனது சிந்தனைகள் மற்றும் உணர்வுகள் மேலே இடப்படும் சுவையூட்டிகள். சேலாப்பழத்தின் மீது உப்பை அல்லது இனிப்பின் மீது காடியை ஊற்றுபவன் எவனாயினும் குறைவாகவே உண்ணுவான்..."

கெல்சோம்னியா பேசிக்கொண்டிருந்தபோது முனைவர்.சூக் தனது ரொட்டியைத் துண்டுபோட்டுக் கொண்டு, எவ்வாறு அவள் அவருக்காக, மற்றவர்களுக்காக, மீதமுள்ள இவ்வுலகுக்காகவும் சில வருடங்களை அளித்திருக்கிறாளென்று சிந்தித்தபடியிருந்தார்.

விருந்திற்குப்பிறகு அவர் தனது விடுதியறைக்குத் திரும்பியவுடன் முனைவர்.சூக் தனது பையிலிருந்து சாவியை வெளியிலெடுத்து தனது உருப்பெருக்கி மூலம் அதை ஆராய்ந்தார். கைப்பிடியாக இருந்த தங்க நாணயத்தில் எபிரேய எழுத்தான "he" என்பதன் மறைகுறியீட்டைக் கண்டுகொண்டார். சிரித்தபடி சாவியைக் கீழே வைத்துவிட்டு, உறங்குமுன் தனது பெட்டியிலிருந்து 1691 ஆம் வருடத்தைய தாவுப்மன்னூஸ் பதிப்பான கசார் அகராதியை எடுத்து அதிலுள்ள முலையூட்டுந்தாதி என்ற குறிப்பைப் படித்தார். அவரிடத்தில் இருப்பது நச்சுப்பிரதியென அவர் உறுதியாக நம்பினார், அதைப் படிப்பவர்கள் ஒன்பதாம் பக்கத்தில் உயிரிழப்பர், எனவே அவர் பதுகாப்பாக இருந்துகொள்ளும் பொருட்டு ஒருமுறைக்கு நான்கு பக்கத்திற்கு மேல் படிக்கமாட்டார். "மழையைக் கொண்டுவரும் சாலையில் ஒருவன் பயணம் போகக்கூடாது" என்று தனக்குள் நினைத்துக் கொள்வார். அன்றைய மாலையில் அவர் தேர்ந்தெடுத்திருந்த குறிப்பு அத்தனை நீளமானதல்ல:

தாவுப் மன்னூஸ்சின் அகராதி குறிப்பிடுவது, "கசார்களிடமிருந்த முலையூட்டுந்தாதிகள் தங்கள் முலைப்பாலை நஞ்சாக்கக் கூடியவர்கள். அவர்கள் அதிகமாகத் தேவைப்பட்டனர். அரேபிய நாடோடிகளின் நான்காவது தெய்வமான மஹத்தை வழிபட்ட காரணத்தினால் மொஹம்மதால் மெதீனாவிலிருந்து வெளியேற்றப்பட்ட இரண்டு அரேபியப் பழங்குடியினரில் ஒன்றின் வழிவந்தவர்களென நம்பப்படுகிறது. அவர்கள் அநேகமாக கசாராய் அல்லது ஆஸ் பழங்குடியினத்தைச் சேர்ந்தவர்கள். விரும்பத்தகாத இளவரசர்கள் அல்லது மற்ற வாரிசுகளால் அகற்றப்பட விரும்பும் செல்வமிக்க வாரிசுக்கு முலையூட்டுவதற்காக வாடகைக்கு (ஒருமுறை போதுமானது) எடுக்கப்படுவர். இதன் விளைவாக 'நச்சுப்பால் சுவைப்போர்' உருவாக்கப்பட்டனர்; இவ்விளைஞர்கள் தங்களின் பொறுப்பில் உள்ள குழந்தைகளுக்கு தாதிகள் முலையூட்டுமுன் அத்தாதிகளோடு உறவுகொண்டு அவர்களது முலைகளை உறிஞ்சுவர். இக்காதலர்கள் பாதிப்பின்றித் தப்பித்தால் மட்டுமே அத்தாதிகள் முலையூட்ட அனுமதிக்கப்படுவர்..."

அன்று மாலை கெல்சோம்னியா அவரிடம் கூறியது என்னவென்று ஒருபோதும் தெரியப்போவதில்லை என்று சிந்தித்தபடி முனைவர்.சூக் விடிவதற்குச் சற்றுமுன்பாக உறக்கத்தில் ஆழ்ந்தார்.

அவளுடைய குரலைப் பொறுத்தமட்டில் அவர் செவிடாக இருந்தார்.

ஷெலரேவோ *(7 - 11ஆம் நூற்றாண்டு) - யுகோஸ்லாவியாவில் தன்யூப் அருகே உள்ள, இடைக்காலத்தைச் சேர்ந்த கல்லறையுடன் கூடிய தொல்பொருள் ஆராய்ச்சி அகழ்விடம். கல்லறையைப் பராமரித்த இனக்குழு எது என்று கண்டுபிடிக்கப்படவில்லை. அதுபோல ஷெலரேவோ கல்லறையில் புதைக்கப்பட்டிருப்பது யார் என்பதும் தெரியாது, ஆனால் அது ஆவார் இனத்தவர்களுக்குண்டான தெளிவான அடையாளங்களைக் கொண்டுள்ளது, இருப்பினும் கல்லறைக்கு உள்ளே இருந்த பொருட்களில் பாரசீகச் சாயலுள்ளது, மெனோராக்கள் (யூதர்களின் சடங்கில் பயன்படுத்தப்படும் ஏழுகிளைகள் கொண்ட மெழுகுவர்த்திப் பீடம்), மற்ற யூதச் சின்னங்கள், மற்றும் வித்தியாசமான எபிரேய எழுத்துகள் பொறிக்கப்பட்ட கல்வெட்டு ஆகியவையும் உள்ளே இருந்தன. கிரீமியாவின் கெர்ச்சில் உள்ள அகழ்விடத்தில் ஷெலரேவோவில் கிடைத்ததுபோன்ற மெனோரா உள்ள கற்பலகைகள் பாதுகாக்கப்பட்டுள்ளன. இவையனைத்தும், நோவி சாட் பகுதியில் (இங்குதான் ஷெலரேவோ அகழ்விடம் உள்ளது) கண்டுபிடிக்கப்பட்ட பொருட்கள் வழக்கமான ஆவார் இனத்துச் சிதைவெச்சங்களிலிருந்து வேறுபடுகின்றன, எனவே நமக்குத் தெரியாத மற்றுமொரு இனக்குழுவின் இருப்பையும் அவர்கள் மேய்யார்களின் வருகைக்கு முன்னால் பானோனியன் சமவெளிக்கு நகர்ந்திருக்கலாம் என்பதையும் யோசிக்கும்படி நம்மை வலியுறுத்துகின்றன எனும் முடிவுக்கு நிபுணர்களை இட்டுச்சென்றுள்ளது. இதை உறுதி செய்ய சில பாதுகாக்கப்பட்ட எழுத்துவடிவங்கள் உள்ளன. பேலாவின் அரசரிடம் இருந்த பெயரற்ற ஆவணப்பதிவர், அன்டலூசியாவின் அப்துல் ஹமித், சின்னாமஸ் ஆகியோர், தன்யூபை ஒட்டிய இப்பகுதி தங்களைக் கோரெஸமிலிருந்து குடியேறியவர்களின் வழித்தோன்றலென்று கூறப்படும் துருக்கிய வம்சாவழி வந்தவர்களால் (இஸ்மாயில்கள்)*

குடியேற்றம் பெற்றது என்று நம்புகின்றனர். இவை அனைத்துமே ஷெலரேவோவிலுள்ள தொன்மமான அக்கல்லறைப்பகுதி யூதர்களாக்கப்பட்ட கசார்களுடையது என்று காண்கிறது.

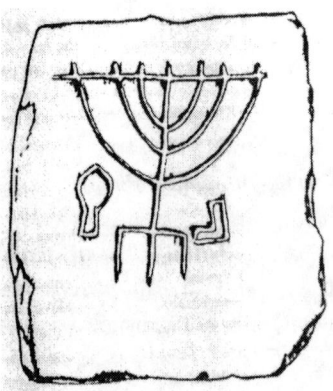

ஷெலரேவாவில் கிடைத்த மெனோரா

முனைவர். இசைலோ சூக்[†], இப்பகுதியைச் சேர்ந்த தொல்பொருள் ஆராய்ச்சியாளர், அரேபிய மொழியியலாளர், ஷெலரேவோ அகழ்வின் தொடக்ககாலங்களில் அங்கு பணிசெய்தவர், அவர் விட்டுச்சென்ற ஒருகுறிப்பு அவரது இறப்புவரை கண்டுபிடிக்கப்படவில்லை. அக்குறிப்பு ஷெலரேவோவைப் பற்றியது மட்டுமல்லாமல், அதைப்பற்றிய அவரது கருத்துகளையும் உள்ளடக்கியது. அதில் குறிப்பிட்டுள்ளது: "ஷெலரேவோவில் புதைக்கப்பட்டிருப்பது யார் என்ற விஷயத்தில், மேக்யார்கள் அது ஹங்கேரியர் அல்லது ஆவாராக, யூதர்கள் அது யூதர்களாக, மொஸ்லம்கள் அது மங்கோலாக இருக்கவேண்டுமென விரும்புகின்றனர், ஆனால் யாருமே அது கசார்களாக இருப்பதை விரும்பவில்லை. இருந்தாலும் அநேகமாக அது அவர்கள்தான்... அக்கல்லறை முழுக்க மெனோராக்களால் அலங்கரிக்கப்பட்ட உடைந்த மண்பாண்டங்கள் இருந்தன. யூதர்களைப் பொறுத்தவரை உடைந்த மண்பாண்டமென்பது மீளமைக்கப்பட்ட, வழி தொலைத்த மனிதன் என்பதன் குறியீடு, இக்கல்லறையும் மீளமைக்கப்பட்ட தொலைந்த மனிதர்களுடையதுதான், இங்கிருந்த கசார்கள் அப்படித்தான் இருந்தார்கள், அநேகமாக இப்போதும் அப்படித்தான்."

பச்சைப் புத்தகம்

கசார்
கேள்வி குறித்த
இஸ்லாமிய ஆதாரங்கள்

அதே'∇ (9ஆம் நூற்றாண்டின் தொடக்கம்) - இஸ்லாமியத் தொன்மங்களின்படி, கசார் காகனது அரசகுடும்பத்தில் தன் அழகுக்காகப் புகழ்பெற்றிருந்த உறவினர் ஒருவரும் வாழ்ந்தார். அளவில் மிகப்பெரியதும் வெள்ளிநிற முடிகளும் கொண்ட காவல்நாய்கள் அவளது அறைக்கு வெளியே வால்களால் கண்களை விசிறியபடி காவலிருக்கும். அசையாதிருக்கப் பழக்கப்படுத்தப்பட்டவை, அவ்வப்போது தம் முன்னங்கால்களால் நகராமல் சிறுநீர் கழிப்பதைக் காணமுடியும். அவை மெய்யெழுத்தொலிகளை கற்கள் போலும் தமது மார்பின் ஆழத்தின்வழி உருட்டக் கூடியவை, மேலும் உறங்கச்செல்லுமுன் தமது வாலை மரக்கலத்தின் கயிறுபோல் சுற்றிவைக்கக் கூடியவை. அதே' வெள்ளிநிறக் கண்கள் கொண்டவள்; பொத்தான்களுக்குப் பதிலாக மணிகளை அணிந்துகொள்வாள், அவற்றினுடைய ஒலியின்மூலம் தெருவிலிருக்கும் யாவரும் அரண்மனையிலிருக்கும் இளவரசி ஆடையணிகிறாளா அல்லது படுக்கைக்குச்செல்ல ஆடையவிழ்க்கிறாளா என்பதைத் தெரிந்துகொள்ள முடியும். ஆனால் அவளது மணிகள் ஒருபோதும் கேட்கப்படவில்லை. அறிவுத்திறத்தோடு மட்டுமீறிய வேகக்குறைவும் இளவரசிக்கு உடமையாக இருந்தது. மற்றவர்கள் தும்முவதைக் காட்டிலும் குறைவாகவே சுவாசித்தாள், தனது மந்தத்தன்மையால் தன்னை வேகமாகச் செயல்படத்தூண்டும் எவரையும் எதையும் வெறுத்தொதுக்கினாள், அது அவளே செய்யநினைத்த செயலாக இருப்பினும் சரி. இந்த வேகக்குறைவெனும் ஆடையினுடைய உள்வரித்துணியான மற்றொரு பக்கம் அவள் பேசும்போது வெளிப்பட்டது - அவள் எப்போதும் ஒரே விஷயத்தில் அதிகநேரம் வசிப்பதில்லை, பறவை கிளைக்குக் கிளை தாவி

அமர்வதுபோல மனிதர்களுடன் பேசும்போது அவள் வெவ்வேறு விஷயங்களுக்குத் தாவிச்செல்வாள். ஆனால் எதிர்பாராவிதமாக சிலநாள்கள் கழித்து அலைந்துதிரியும் அவள் எண்ணங்களைப் பின்பற்றி, அதே விஷயத்திற்கு எந்தப் புள்ளியில் நிறுத்தினாளோ அங்கேயே மீண்டும் தற்போக்காக வந்துசேர்ந்து முன்னம் ஆலோசிக்க மறுத்ததைத் தொடர்வாள். முக்கியத்துவமுடைய மற்றும் முக்கியத்துவமற்ற விஷயங்களுக்கு இடையேயான வேறுபாடற்றதன்மை, பேசப்படும் அனைத்துவிதமான உரையாடல்களிலும் காண்பிக்கப்படும் அலட்சியம் ஆகிய அவப்பேறுகள் கசார் விவாதம்[∇] நிகழ்ந்தபோதுதான் இளவரசியின் மீது கவிந்தது என்று நம்பப்படுகிறது. அதே' ஒரு கவிஞர், ஆனால் அவளது எழுத்துகளில் பாதுகாக்கப்பட்டுக் கிடைத்த ஒரே வரி: "இரண்டு ஆம்களுக்கிடையே உள்ள வேறுபாடு ஆமுக்கும் இல்லைக்குமிடையேயான வேறுபாட்டைவிடப் பெரியது." மற்றவை அனைத்தும் அவள் பெயரில் ஏற்றிக்கூறப்படுபவை மட்டுமே.

அவளது பல கவிதைகள் அல்லது அவளது மேற்பார்வையில் எழுதப்பட்ட எழுத்துகள் அரேபிய மொழிபெயர்ப்பில் பாதுகாக்கப்பட்டிருப்பதாக நம்பப்படுகிறது. கசார்கள் மற்றும் அவர்களது மாற்றம் குறித்த துறைவல்லுநர்கள் குறிப்பாக, கசார் விவாதத்திற்கென எழுதப்பட்ட கவிதைகளில் ஆர்வமுடையவராக இருக்கின்றனர். உண்மையில் இவை காதற்கவிதைகளே; பின்னர் வரலாற்றுப் பதிவாளர்கள் நிகழ்வுகளைப் பதிவு செய்ய அமர்ந்தபோது விவாதத்தின் வாதப்பொருளாகப் பயன்படுத்தப்பட்டன. அது அவ்வாறே இருக்கட்டும், விவாதத்தின்போது அதே' பற்றார்வமிக்க பங்களிப்பை அளித்தாள், யூத மற்றும் கிறிஸ்தவ நம்பிக்கைகளைப் பிரதிநிதித்தவர்களை வெற்றிகரமாக வாதத்தில் வென்றாள், இறுதியில் அது இஸ்லாமியப் பிரதிநிதியான ஃபராபி இப்னு கோரா[☾] வெற்றிபெற உதவியாக இருந்தது. அவளுடைய பிரபுவும் தலைவனுமாகிய கசார் காகனோடு அவள் இஸ்லாமுக்கு மாறினாள். தான் தோற்றுக் கொண்டிருக்கிறோம் என்பதை உணர்ந்த கிரேக்கர் யூதப் பிரதிநிதியோடு சேர்ந்துகொண்டார், இருவருமாகச் சேர்ந்து இளவரசி அதே'வை இரண்டு பாதாளநரகங்களின் சக்திகளுக்குச் சேரும்படி சபித்தனர் - எபிரேயத்தின் பெலியல் மற்றும் கிறிஸ்தவத்தின் சாத்தான். அப்படியான முடிவைத் தவிர்க்கும்

பொருட்டு அதே’ மூன்றாவது நரகத்திற்கு - இஸ்லாமின் இப்லீஸ்சிடம் சேர முடிவெடுத்தாள். மற்ற இரு நரகங்கள் குறித்த முடிவை முழுவதுமாக மாற்றியமைக்க முடியாது என்பதால் இப்லீஸ் அவளது பாலினத்தை அவளிலிருந்து களைந்தான், பிறகு அவளது அனைத்துக் கவிதைகளையும் குʿ என்ற சொல்லைத்தவிர மொழியையும் மறந்துபோகும்படி செய்து, உடன் அவளுக்கு மரணமற்ற வாழ்வையும் அளித்தான். அவளிடத்தில் அவன் அனுப்பிய ஹதேராஷ் இப்னுʿ எனும் கூளி ஒரு நெருப்புக்கோழியின் வடிவில் வந்து இத்தண்டனையை நிறைவேற்றியது. எனவே, இளவரசி அதே’ என்றென்றைக்குமாக வாழும்படி விடப்பட்டாள்; அவளது ஒவ்வொரு சிந்தனை குறித்தும் ஒவ்வொரு வார்த்தை குறித்தும் அவசரம் கொள்ளாமல் முடிவின்றித் திரும்ப வரலாம், ஏனெனில் அமரத்துவம் காலத்தின் முன்னேயும் பின்னேயும் வருவது குறித்த உணர்வுகளை மழுங்கடித்துவிட்டது. காதலை அவள் கனவுகளில் மட்டுமே பெற முடியும். எனவேதான் கனவுவேட்டையர் எனும் தன்னினத்திற்காக தன்னை அர்ப்பணித்துக் கொண்டாள், அவர்கள் புனிதப் புத்தகத்தில் குறிப்பிடப்படுகின்ற பரலோகப் பதிவேட்டின் நிலவுலகப் பிரதியை உருவாக்க முயற்சி செய்த கசார் பூசாரிகள். அவளது திறனும் அவர்களுடைய திறனும் இணைந்ததால் செய்திகளை, அவளுடைய அல்லது மற்றவர்களுடைய சிந்தனைகளை, ஏன் பொருள்களைக்கூட மனிதர்களின் கனவுக்குள் செலுத்த அவளால் இயன்றது. இளவரசி அதே’வினால் ஆயிரம் வருடங்கள் இளமையான ஒருவரின் கனவைக்கூட அடையமுடியும், தன்னைப்பற்றிக் கனவு காணும் ஒருவரது கனவுக்குள் பொருள்களை, ஒயின் கொடுத்து வளர்க்கப்பட்ட குதிரையில் செல்லும் தூதனைப்போல பாதுகாப்பாகச் செலுத்த முடியும், ஒப்பீட்டளவில் மிகவேகமாக... அப்படியான நிகழ்வொன்றின் விவரிப்பு இருக்கிறது. இளவரசி அதே’ ஒருமுறை தன்னுடைய படுக்கையறையின் சாவியை தனது வாயில் வைத்துக்கொண்டு, ஓர் இசையொலித்து இளம்கன்னி ஒருத்தியின் மெல்லிய குரல் பின்வரும் வார்த்தைகளைக் கூறும்வரை காத்திருந்தாள்:

“வாழ்வில் ஒரு மனிதனின் செயல்களே உணவுபோல, மேலும் அவனது சிந்தனைகள் மற்றும் உணர்வுகள் மேலே இடப்படும் சுவையூட்டிகள். சேலாப்பழத்தின் மீது உப்பை

அல்லது இனிப்பின் மீது காடியை ஊற்றுபவன் எவனாயினும் குறைவாகவே உண்ணுவான்..."

இவ்வார்த்தைகள் உச்சரிக்கப்பட்டதும் இளவரசியின் வாயிலிருந்த சாவி மறைந்தது, அனைவரும் கூறுகிறபடி, பதிலீடு என்பது நிறைவேற்றப்பட்டுவிட்டது என்பதை அவள் அறிவாள். அவ்வார்த்தைகள் யாருக்காகக் கூறப்பட்டதோ அம்மனிதனிடம் அந்தச் சாவி சென்றுவிட்டது, சாவிக்கு மாற்றாக அவ்வார்த்தைகள் அதே'வை வந்தடைந்தன...

இளவரசி அதே' தனது காலத்திலும் உயிருடன் இருந்ததாகவும் மேலும் 17ஆம் நூற்றாண்டைச்சேர்ந்த லூட் இசைஞரும் அனடோலியாவைச் சேர்ந்த துருக்கியருமான மசூதி[C] எனும் பெயருடையவர் அவளைச் சந்தித்துப் பேசியிருக்கிறார் என்றும் தாவுப்மன்னூஸ்[✡] கூறுகிறார். இவர் கனவு வேட்டையரின் கலையை தனக்குப் பயிற்றுவித்துக் கொண்டிருந்தார், மேலும் அவரிடத்தில் கசார் கலைக்களஞ்சியம் அல்லது அகராதி ஒன்றின் அரபிப் பதிப்பு இருந்தது, ஆனால் இளவரசியைச் சந்தித்த காலத்தில் அவர் அதிலுள்ள அனைத்துக் குறிப்புகளோடும் அறிமுகமாகியிருக்கவில்லை என்பதால் அவள் கு என்ற சொல்லை உச்சரித்தபோது அவரால் அதை அடையாளம் காணமுடியவில்லை. இந்தச்சொல் கசார் அகராதியில் உள்ளது, ஒருவகைப் பழத்தைக் குறிப்பது; ஒருவேளை, மசூதி அதை அறிந்திருப்பின் தனக்குமுன் நிற்பது யாரென்று புரிந்திருப்பார், அடுத்து தனக்கு நிகழவிருக்கும் துயரங்களிலிருந்து தன்னை விடுவித்துக் கொண்டிருந்திருப்பார்; இந்த அவப்பட்ட இளவரசியிடமிருந்து கனவுவேட்டை குறித்து எந்த அகராதியிலிருப்பதைக் காட்டிலும் அதிகமாகக் கற்றுக் கொண்டிருப்பார். ஆனால் அவர், அவளை அடையாளம் கண்டுகொள்ளாது பயனற்றதென நம்பி தனது நல்வாய்ப்பைத் தவறவிட்டார், ஒரு பழங்கதைப்படி, அதனால்தான் மசூதியின் சொந்த ஒட்டகம் அவரது கண்ணில் துப்பியது.

அல்-பக்ரி, ஸ்பானியர் *(11ஆம் நூற்றாண்டு)* - கசார் விவாதம்[▽] பற்றிய அரேபிய வரலாற்று எழுத்தர்களில் முக்கியமானவர். இவரது எழுத்துகள் மிகச் சமீபமாகவே பதிப்பிக்கப்பட்டுள்ளன (குனிக் மற்றும் ரோஸென், 44),

அரேபிய மொழியிலிருந்து மொழிபெயர்த்தவர் மார்க்வார்த் *(கிழக்கு ஐரோப்பிய மற்றும் கிழக்காசியத் தாக்குதல்கள், லீஃப்சிக், 1903, 7-8)*. அல்-பக்ரியுனுடைய குறிப்புகளோடு கசார் விவாதம் (அதாவது மாற்றம்) குறித்த மேலும் இரு குறிப்புகள் பாதுகாக்கப்பட்டுள்ளன, ஆனால் அவை முழுமையானவை அன்று, தவிரவும் கசார்களின் மாற்றம் நிகழ்ந்தது யூதத்திற்கா, கிறிஸ்தவத்திற்கா அல்லது இஸ்லாமுக்கா என்பதில் அவை தெளிவான குறிப்புகளைக் கொண்டிருக்கவில்லை. பகுதியளவு தொலைந்துபோன அல்-இஸ்தாக்ரியின் குறிப்புகளோடு சேர்த்து மூத்தவரும் தங்கப் புல்வெளியின் ஆசிரியருமான மசூதியின் குறிப்புகளும் உள்ளன, அவர் ஹாரூன் அல்-ரஷீத் (786-809) என்பவரின் ஆட்சிக்காலத்திலேயே கசார்கள் தங்களது நம்பிக்கையைக் கைவிட்டனர் என்று நம்புகிறார், அது யூதர்கள் பைசாந்தியம் மற்றும் கலிஃபாவிலிருந்து வெளியேற்றப்பட்டு கசாரியாவிற்குச் சென்ற காலம், அங்கு அவர்கள் எவ்விதத் தடையுமின்றி ஏற்றுக்கொள்ளப்பட்டனர். கசார் விவாதம்குறித்த மற்றொரு வரலாற்றாசிரியர் இப்னு அல்-அதிர், ஆனால் இவரது சான்று அதன் உண்மையான வடிவில் பாதுகாக்கப்படவில்லை - அது நமக்கு டிமாஸ்சியின் வழியாகக் கிடைக்கிறது. இறுதியாக, மிகவும் நம்பகமான, முழுமையான குறிப்புக்கு அல்-பக்ரிதான் இருக்கிறார், அவரது குறிப்பின்படி, 731ஆம் வருடம் மற்றும் காலிஃபுகளுடனான போருக்குப்பின் கசார்கள் அரேபியர்களிடமிருந்து அமைதியையும் இஸ்லாமையும் ஏற்றுக்கொண்டனர். உண்மையில், அரேபிய வரலாற்றாசிரியர்களான இப்னு ருஸ்தாஹ் மற்றும் இப்னு ஃபத்லான் கசார்களின் பேரரசிலுள்ள பல்வேறு இஸ்லாமிய வழிபாட்டுத்தலங்களைக் குறிப்பிடுகின்றனர். அவர்கள் “இருமடியான பேரரசு” குறித்தும் பேசுகின்றனர், ஒருகட்டத்தில் கசார்களின் நிலத்தில் இஸ்லாம் மற்றொரு சமமான நம்பிக்கையோடு காலூன்றியிருந்தது என்று கொள்ளலாம், காகன் மனமார மொஹம்மதின் சமயத்தை ஏற்றுக்கொள்ள, அதேசமயம் கசார் அரசர் யூதத்தை ஆதரித்திருக்கலாம். அல்-பக்ரியின் கருத்துப்படி கசார்கள் அதைத்தொடர்ந்து கிறிஸ்தவத்துக்கு மாறியபின் இறுதியாக, 763-இல் காகன் சப்ரியேல்-ஒபாதியாவின் கீழ் நடைபெற்ற விவாதத்திற்குப்பின் யூத மதத்தை ஏற்றனர், இதில் இஸ்லாமியத்தைப் பிரதிநிதித்தவர்

கலந்துகொள்ளவில்லை, ஏனெனில் அவர் வரும்வழியிலேயே நஞ்சூட்டப்பட்டார்.

கசார்கள் தங்களது நம்பிக்கையைக் கைவிட்டு இஸ்லாமைத் தழுவியது முக்கியமான தருணமென்று அல்-பக்ரி (தாவுப்மன்னூஸ்* கருத்துப்படி) நம்புகிறார். அப்புனிதப் புத்தகம் பல்வேறு நிலைகளைக் கொண்டுள்ளது - என்று அவர் குறிப்பிடுகிறார் - என்பதை முதலாவது இமாம் தனது கூற்றின்மூலம் உறுதிப்படுத்துகிறார்: “இப்புத்தகத்தின் ஒரு சொல் கூட சுவனத்திலிருந்து இறங்கி வரும் தேவதூதரின்றி அவனே என் எழுதுகோலுக்கு ஆணையிட்டு எழுதியது; அதில் ஒன்றுகூட நான் பலமாகத் திருப்பி உச்சரிக்காமல் எழுதப்படவில்லை, ஒவ்வொன்றையும் அவன் எனக்கு எண்முறை விளக்கினான்; அதனுடைய நேரடியான பொருள் மற்றும் ஆன்மீகப் பொருள், முந்தைய வரியால் மாற்றம் பெறும் வரி மற்றும் அடுத்த வரியை மாற்றும் வரி, மறைபொருள் மற்றும் பலபொருள், குறிப்பிட்ட மற்றும் பொதுவான பொருள். மருத்துவ அதிகாரியான ஸக்காரி ராஸி குறிக்கும் சில அறிகுறிகளைப் பின்பற்றி அல்-பக்ரி மூன்று மதங்களும் - இஸ்லாம், கிறிஸ்தவம், மற்றும் யூதமார்க்கம் - புனிதப்புத்தகத்தின் மூன்று நிலைகளாக எடுத்துக்கொள்ளப்படலாம் என்று நம்புகிறார். ஒவ்வொரு தேசமும் புனிதப்புத்தகத்திலுள்ள இந்நிலைகளைத் தங்களுக்குப் பொருந்தும்வகையில் எடுத்துக்கொள்கின்றன, அதன்மூலம் அதன் உள்ளார்ந்த இயல்பை வெளிப்படுத்துகின்றன. அவர் முதல் நிலையிலுள்ள பொருளை எடுத்துக்கொள்ளவில்லை, ஏனெனில் அது ஆவம் எனப்படும் நேரடியான நிலை, அவரவர் சார்ந்துள்ள நம்பிக்கை பற்றின பொருட்டின்றி அனைவரும் அணுகக்கூடியது. இரண்டாம் நிலை - குறிப்பீடுகள் கொண்ட நிலை, உருவகஞ் சார்ந்த பொருளுடையது, காவஸ் எனப்படுமிது உயர்நிலையில் உள்ளோருக்கானது - கிறிஸ்தவ தேவாலயங்களைப் பிரதிநிதிப்பது, தற்போதைய தருணத்தை உள்ளடக்கியது மற்றும் புத்தகத்தின் ஒலியாக (குரலாக) இருப்பது. மூன்றாம் நிலையான ஆவ்லியா என்பது மறைவியலைத் தழுவியது, புனிதப் புத்தகத்தில் யூதமார்க்கத்தைப் பிரதிநிதிப்பது, பூடகமான ஆழங்கள் மற்றும் எண்களின் நிலை, புத்தகத்தின் நெடுங்கணக்கு சார்ந்த நிலை. ஆன்பியா எனப்படும் நான்காம் நிலை, தீர்க்கதரிசனக் கதிர்கள் மற்றும் மறுநாள்களுக்கான நிலை,

அல்-பக்ரி, ஸ்பானியர்

இஸ்லாமிய போதனைகளை அதன் அடிப்படையான பொருளில் பிரதிநிதிப்பது, புத்தகத்தின் ஆன்மா அல்லது ஆழத்தின் ஏழாம் ஆழ்தடம். தொடக்கத்தில் மிகவுயர்ந்த நிலையை (ஆன்பியா) ஏற்றுக்கொண்டு, அதன்பிறகு மற்ற நிலைகளை ஏற்று, அதையும் வரிசைக்கிரமமாக இல்லாது ஏற்றதன்மூலம் கசார்கள் இஸ்லாமிய போதனைகள் தங்களுக்கு மிகவும் பொருத்தமானது என்பதைக் குறிக்கின்றனர். உண்மையில், அடுத்து கிறிஸ்தவத்திற்கும் பிறகு யூத நம்பிக்கைக்கும் மாறியபோதும் அவர்கள் ஒருபோதும் இஸ்லாமைக் கைவிடவில்லை.

இதற்கான ஆதாரம் கசார் பேரரசின் அழிவுக்குமுன் கடைசி கசார் காகன் மீண்டும் தொடக்கத்தில் ஏற்றுக்கொள்ளப்பட்ட நம்பிக்கைக்கு மாறி இஸ்லாமைத் தழுவிக்கொண்டான், இது இப்னு அல்-அதிர் குறிப்புகளின்படி.

ஸ்பானியரான அல்-பக்ரியின் குறிப்புகள் தேர்ந்தெடுக்கப்பட்ட அரேபிய வார்த்தைகளால் எழுதப்பட்டவை, தேவதூதர்கள் பேசுவதுபோல. ஆனால் அவரது வாழ்வின் இறுதிக் காலங்களில், வயதேறிய நிலையில் அல்-பக்ரியின் எழுத்துநடை மாறிவிட்டது. அவர், தனது அறுபத்து ஏழாம் வருடத்திற்குத் தீனிபோடத் தொடங்கியிருந்தார்; வழுக்கைத்தலை, கையில் இடதும் காலில் வலது பழக்கமும் கொண்டவர்; அவருக்கு இன்னமும் மகிழ்ச்சியளிக்கக்கூடிய விஷயம் அழகான இரு கண்கள் மட்டுமே, இரண்டு நீலநிறச் சிறுமீன்கள்போல. ஒருநாள் இரவு ஒரு பெண் அவரது கதவைத் தட்டுவதுபோல கனவு கண்டார். கதவில் உள்ள ஒரு திறப்பின்மூலம் படுக்கையிலிருந்தபடியே அவரால் அதைத் தெளிவாகப் பார்க்க முடிந்தது, நிலவொளியில் தெரிந்த அவளது முகம், அனைத்து கன்னிப்பெண்களைப் போலவே முகத்தில் மீன் மாவு பூசியிருந்தாள். அவளை உள்ளே அழைக்க அவர் எழுந்துசென்றபோது அவள் நின்றநிலையில் கதவைத் தட்டவில்லை என்று கண்டார், நிலத்தில் அமர்ந்திருந்தாள். அமர்ந்த நிலையிலேயே அவள் அல்-பக்ரியின் உயரம். எழுந்து நிற்கத் தொடங்கியபோது வெகுநேரமானது, அவ்வளவு உயரத்தைக் கண்டு அச்சமுற்று அல்-பக்ரி கண்விழித்தபோது, தான் அக்கனவைக் கண்டுகொண்டிருந்த படுக்கையில் இல்லை என்றுணர்ந்தார், அவர் இருந்தது நீருக்கு மேல் தொங்கவிடப்பட்டிருந்த ஒரு கூண்டுக்குள். இப்போது அவர் இருபது வயதுள்ள, இடக்கால் வழக்கமுடைய ஓர்

இளைஞன், நீண்ட சடையும் நீண்ட தாடியும் உள்ளவன், அதனோடு முற்றிலும் விவரிக்கமுடியாத விதத்தில் நினைவுகள் பின்னப்பட்டுள்ளன - அவன், தனது தாடியை ஒயினில் நனைத்து அதைக்கொண்டு ஒரு பெண்ணின் முலைகளைச் சுத்தம் செய்துகொண்டிருந்தான். அரபியில் ஒரு சொல்கூட அவனுக்குத் தெரிந்திருக்கவில்லை, தனக்கு மாவுப்பூச்சிகளின் மூலமாக ரொட்டியை தயாரித்துக் கொடுக்கும் சிறைக்காவலரிடம் அவர் புரிந்துகொள்ளக்கூடிய ஒரு மொழியில் சரளமாகப் பேசினான், ஆனால் அது அவனுக்குப் புரியவில்லை. உண்மையில், அவனுக்கு எந்த மொழியும் தெரிந்திருக்கவில்லை. அதுமட்டுமே அவனது பழைய, இறக்கும் தறுவாயிலிருந்த சுயத்தின் ஒரே சுவடு. அக்கூண்டு நீர்ப்பரப்பின்மீது தொங்கிக்கொண்டிருந்தது; நீர் உயரும்போது அவனது தலை மட்டுமே அலைக்கு வெளியே இருக்கும், அதேசமயம் குறையும்போது நண்டு அல்லது ஆமையை கைகளால் பிடிக்க முடிந்தது, ஏனெனில் அந்தச் சமயத்தில் கடல் பின்வாங்கி ஆறு உயர்ந்திருக்கும், அவன் அப்போது கடல்நீரை நன்னீரால் சுத்தம் செய்துகொள்வான். கூண்டுக்குள் இருந்தபடி நண்டு அல்லது ஆமையின் ஓடுகளில் தனது பல்லால் எழுதுவான், ஆனால் எழுதியிருப்பதை அவனால் படிக்க முடியாதென்பதால், வெளியுலகுக்கு தான் என்ன செய்தியை அனுப்புகிறோம் என்று தெரியாமல் மீண்டும் அவ்விலங்குகளைத் தண்ணீரில் விட்டுவிடுவான். அலைகுன்றிய தருணங்களில் அவற்றின் ஓடுகளில் இருந்து செய்தியைப்பெற்று அவற்றை படித்துப் பார்ப்பான், ஆனால் அவனுக்கு ஒருபோதும் தான் படிப்பதில் ஒருசொல்கூடப் புரிந்ததில்லை. எச்சிலில் நனைந்த, கரிக்கும் சுவைகொண்ட பெண் முலைகளைப் பற்றிய கனவிலும் பல் வலியிலும், அவன் தொங்கிக்கொண்டிருந்த மரத்தில் இருந்தவாறு புனிதப் புத்தகத்தின் மொழியை மீண்டும் கற்றபடி இறந்துபோனான்.

இசைக் கொற்றன் - கசார்களிடமிருந்த கொற்றர்கள் காற்றின் பாதையில் மிகப்பெரிய பாறையுப்புக் கற்களை இருத்தினர். நாற்பது கசார் காற்றுகளின் (அவற்றில் பாதி புதியவை, மீதம் இனிமையானவை) பாதையில் உப்புச்சலவைக் கற்களின் அமைப்புகள் உருவாக்கப்பட்டன, ஆண்டின் பருவகாலக் காற்று மீண்டும் உருவாகும்போது மக்கள் இவ்விடங்களில் எந்தக்

இசைக் கொற்றன்

கொற்றன் ஆகச்சிறந்த அழகான இசையை அமைத்துள்ளார் என்று அறிந்துகொள்ளக் கூடுவர். அவர்கள் அந்தப் பாறைகளை வருடி, அதன் பிளவுகளுக்குள் நுழைந்து, அதன் மேல்பகுதி மையத்தைச் சுற்றி வருவர், அந்தக் கற்களும் கொற்றனும் நிரந்தரமாகக் காணாமலாகும் வரை காற்று எப்போதுமே வெவ்வேறு வகையான இசையை உருவாக்கியது, மழையில் கரைந்து, அதைக் கடந்து செல்பவர்களின் பார்வையால் தேய்ந்து, ஆடுகள் மற்றும் காளை மாடுகளின் நாவால் தேய்பட்டு நிற்கும்.

இவ்வகையான இசைக்கொற்றர்களில் ஒருவன், அரேபியன், தன்னோடு ஒரு யூதன் மற்றும் ஒரு கசாரை அழைத்துக்கொண்டு தன்னுடைய கல் வசந்தகாலத்தில் எவ்வாறு பாடுகிறது என்று தெரிந்துகொள்ளப் புறப்பட்டான். எல்லோருக்கும் பொதுவான கனவுகள் குழுக்களாகக் கனவு காணப்படும் ஒரு கோவிலில் யூதனுக்கும் கசாருக்கும் சண்டை ஏற்பட்டு அடிகள் விழுந்து மரணம் ஏற்பட்டது. கோவிலுக்கு உள்ளே உறங்கிக் கொண்டிருந்த அரேபியன் மீது யூதனைக் கொன்ற பழிவிழுந்தது, ஏனெனில் அவன் யூதனுக்கு அண்டைவீட்டுக்காரன் என்றும் ஒருவரையொருவர் சகித்துக்கொள்ள இயலாதவர்களாக இருந்தனர் என்றும் தெரியவந்தது. அவ்வகையில் யூதர்கள் அவனது மரணத்தை விரும்பினர். அரேபியன் நினைத்துக் கொண்டான்: "மூன்று புறங்களிலிருந்தும் குற்றமிழைப்பவன் நான்காவது பக்கத்தில் தப்புவதில்லை. ஏனெனில் கசார் மாநிலத்தில் கிரேக்கர்கள் கிறிஸ்தவச் சட்டங்களால், யூதர்கள் யூதர்களினதால், மற்றும் அரேபியர்கள் இஸ்லாமியச் சட்டங்களால் பாதுகாக்கப்படுகின்றனர், சட்டங்கள் கசார் மாநிலத்தைக் காட்டிலும் வலியன…" ஆகையால் அரேபியன் தன்னைக் காப்பாற்றிக்கொள்ளும் வகையில்… (இவ்விடத்தில் பிரதி சேதமடைந்துள்ளது). எனவே மரணத் தீர்ப்பிற்கு பதிலாக, கப்பலில் துடுப்பு வலிக்கும் அடிமையாக்கப்பட்டான், பிறகு அவன் சலவைக்கற்கள் உருவாக்கும் இசையைக் கேட்கும் வகையில் நீண்டகாலம் வாழ்ந்தான், அக்கற்கள் நொறுங்கி வீழ்ந்து, முட்டினால் நெற்றி காயம்படும்படுமளவு கனமான அமைதி சூழும்வரை.

கசார் விவாதம்▽ - எந்தச் சமயத்தைக் கசார்கள் ஏற்க வேண்டும் என்ற விவாதத்தின்போது கசார் நிலத்தில் பெரும் அமைதியின்மை நிலவியதென டிமாஸ்சி குறிப்பிடுகிறார். கசார் காகனின் மதிப்புநிறைந்த சபையில் நடந்த விவாதத்தின்போது கசார் நிலம் நடக்கத் தொடங்கியிருந்தது. மொத்த நிலமும் அசைவில் இருந்தது. எவராலும் ஒருவரை ஒரேயிடத்தில் இருமுறை சந்திக்க இயலவில்லை. மக்கள் பெரிய பாறைகளைத் தூக்கிக் கொண்டு இவற்றை நாங்கள் எங்கே வைப்பது? என்று கேட்டதைப் பார்த்த சாட்சி இருக்கிறது. அவை கசார் பேரரசின் எல்லைக் கற்கள், எல்லையைக் குறிக்கும் அடையாளங்கள். ஏனெனில் இளவரசி அதே'▽ எல்லைக்கற்கள் சுமக்கப்படவேண்டுமென்றும், கசார்களின் நம்பிக்கைக்கு என்ன நடக்கப்போகிறது என்பது முடிவாகும் வரை அவை நிலத்தைத் தொடக்கூடாதென்றும் உத்தரவிட்டிருந்தாள். துல்லியமாக இது எப்போது நடந்ததென நிறுவப்படவில்லை, ஆனால் மற்ற மதங்களை ஏற்குமுன் கசார்கள் இஸ்லாமை ஏற்றனர் என்று அல்-பக்ரி☾ குறிப்பிடுகிறார், மேலும், இது நடந்தது ஈசாவுக்குப் பிறகான 737இல் என்கிறார். இஸ்லாமுக்கு மாறியது விவாதத்தை மேவியமைந்ததா என்பது வேறு கேள்வி. உண்மையில் அப்படி அமையவில்லை. எனவே விவாதம் நடந்த வருடம் நமக்குத் தெரியாத நிலையில் உள்ளது, ஆனால் அதன் சாரம் மிகத்தெளிவாக உள்ளது. மூன்று மதங்களில் - இஸ்லாம், கிறிஸ்தவம், அல்லது யூதம் - ஒன்றைத் தேரும்படியான மிகுந்த அழுத்தத்தில் - காகன் தனது சபைக்கு மூன்று அறிஞர்களை வரவழைத்திருந்தான் - கலிஃபாவிலிருந்து வெளியேற்றப்பட்ட ஒரு யூதர், கான்ஸ்டான்டிநோபிளின் பல்கலைக்கழகத்தைச் சேர்ந்த கிரேக்க இறையியல்வாதி, மற்றும் கொரானை விளக்கக்கூடிய ஓர் அரேபியர். பின்னவருக்குப் பெயர் ஃபராபி இப்னு கோரா☾, விவாதத்தில் இறுதியாகச் சேர்ந்து கொண்டவர், ஏனெனில் அவர் காகனின் சபையைச் சென்றடைவதற்குத் தடைகள் இருந்தன. எனவே முதலில் பேசத்தொடங்கியது கிறிஸ்தவ மற்றும் எபிரேயப் பிரதிநிதிகள், கிரேக்கத்திலிருந்து வந்தவர் காகனைத் தன்பக்கம் இழுப்பதில் வெற்றி பெறத் தொடங்கினார். கறிச்சாறு போன்ற கண்கள் மற்றும் மஞ்சள் பொட்டுகளுடைய தலைமுடி, அரசவையில் பேசத் துவங்கினார்:

கசார் விவாதம்

"ஒரு பீப்பாயில் அதன் துவாரமே முக்கியப்பகுதி; ஒரு குவளையில், எது குவளையல்லவோ அது; ஆன்மாவில் எது மனிதனில்லையோ அது; தலைக்கு, எது தலையில்லையோ அதுவே, இதை எச்சொல்லால் குறிப்பது... மௌனத்தில் உண்ணாதவர்களே கேளுங்கள்.

"சராசென்கள் அல்லது யூதர்களைப்போலும் உங்களுக்குச் சிலுவையைத் தரும்போது கிரேக்கர்கள் உம் வார்த்தையைப் பிணையாகக் கொள்ளோம். நீங்கள் சிலுவையோடு எமது கிரேக்க மொழியை ஏற்க வேண்டியதில்லை. மாறாக நீங்கள் உங்களது கசார் மொழியை வைத்துக் கொள்ளலாம். ஆனால் நீங்கள் யூத மார்க்கத்தையோ அல்லது மொஹம்மதின் சட்டங்களையோ ஏற்றுக்கொண்டால் இது மாறுபடும் என்பதை அறிவீர்களாக. இவ்விரண்டில் எதைத் தேர்ந்தாலும் அதன் மொழியையும் நீங்கள் ஏற்றாகவேண்டும். "

இவ்வார்த்தைகளைக் கேட்டதும் காகன் கிரேக்கர்களின் கோட்பாட்டினை ஏற்கும் முடிவிற்கு வந்தான், ஆனால் அப்போது இளவரசி அதே' பேசத் துவங்கினாள்:

புகழ்மிக்க இரு கலைஞர்கள் காஸ்பியனின் கரைகளில் இருப்பதாகப் பறவைகள் விற்குமொருவன் என்னிடம் கூறினான் - தந்தையும் மகனும். தந்தை ஓர் ஓவியன், நீங்கள் இதுவரை கண்டதிலேயே நீலமான நீலத்தைக் காணும்போது அவனது படைப்பை அடையாளம் காண்பீர்களென்றான். அவனது மகனோ ஒரு கவிஞன், அவனது கவிதைகளை நீங்கள் முன்னமே அறிந்தது போலிருக்கும் உணர்வால் அடையாளம் காண்பீர்கள், வேறு யாரிடமிருந்துமல்ல ஆனால் ஒரு தாவரத்திடமிருந்து அல்லது ஒரு விலங்கிடமிருந்து...

நான் பயணத்திற்கான என் கைவளையத்தை அணிந்து காஸ்பியன் கரைகளுக்குச் செல்லத் துவங்கினேன். அந்நகரத்தை அடைந்து விசாரணைகளுக்குப் பிறகாக அவ்விருவரைக் கண்டேன். அப்பறவை விற்பனையாளன் கூறிய அடையாளங்களினால் அவ்விருவரை உடனடியாகக் கண்டுகொண்டேன்: தந்தை போற்றத்தகுந்த ஓவியங்களைத் தீட்டியிருந்தார், மகனோ அழகான கவிதைகளை முற்றிலுமாக அறியாததொரு (எனக்கு) மொழியில் இயற்றியிருந்தான். அவ்விருவரையும் எனக்குப்

பிடித்திருந்தது ஆனால் அவ்விருவருக்குமே என்னையும் பிடித்திருந்தது, என்னிடம் கேட்டனர்: "எங்களிருவரில் நீ யாரைத் தேர்வாய்?"

"நான் மகனைத் தேர்வு செய்திருக்கிறேன்" என்று அவர்களிடம் கூறினேன், "ஏனெனில் அவனுக்குத்தான் மொழிபெயர்ப்பாளர் எவரும் தேவையில்லை."

ஆனால் கிரேக்கர் தன் காதணியைப் பிடித்திழுக்க அனுமதிப்பவராயில்லை, மனிதராகிய நாம் முழுமையாக இருப்பதன் காரணம் நாம் இரு முடவர்களால் ஆனவர் என்பதால், பெண்களால் காண முடிவது ஏனென்றால் அவர்கள் ஒற்றைக் கண்களால் ஆன இருவரால் ஆனவர்கள் என்பதாலேயே என்று எடுத்துரைத்தார். அதனை விளக்கும் பொருட்டுப் பின்வரும் கதையைக் கூறினார்:

நானோர் இளைஞனாயிருக்கையில் ஒரு பெண்மீது காதல் வயப்பட்டேன். அவள் என்னைப் பார்க்கவேயில்லை, இருப்பினும் தளராது ஒரு மாலைப்பொழுதில் சோஃபியாவைச் (அதுதான் அவள் பெயர்) சந்தித்து என் காதல் குறித்து உணர்ச்சிபூர்வமாகப் பேசியதும் அவள் என்னை அணைத்துக்கொண்டாள், அவளது கண்ணீரை என் கன்னத்திலுணர்ந்தேன். உடனேயே அவற்றின் சுவையினால் அவள் பார்வையற்றவளென்பதைக் கண்டுகொண்டேன், ஆனால் அது என்னைத் துன்புறுத்தவில்லை. நாங்கள் அணைத்துக் கொண்டிருக்கையில் திடீரென அருகிருந்த வனத்தின்வழி குளம்பொலிகள் கேட்டன.

"நம் முத்தங்களினூடே கேட்கும் குளம்பொலி வெள்ளைப் புரவியினுடையதா?" என்று கேட்டாள்.

"அது வனம் விட்டு வெளிவரும்வரை நமக்குத் தெரியாது மற்றும் தெரியவும் போவதில்லை" என்று பதிலளித்தேன்.

"நீ எதையும் புரிந்து கொள்வதில்லை" என்றாள், அக்கணத்தில் வனத்திலிருந்து வெண்ணிறப் புரவியொன்று வெளிப்பட்டது.

"ஆம், இப்போது அனைத்தும் எனக்குத் துலக்கமாகிறது" என்று கூறி என் கண்களின் நிறமென்ன என்று கேட்டேன்.

"பச்சை" என்றாள்.

"பாருங்கள், என் கண்களோ நீலநிறத்தவை..."

கிரேக்கப் பிரதிநிதியின் இக்கதையினால் காகன் ஈர்க்கப்பட்டு கிறிஸ்தவக் கடவுளை ஏற்கும் நிலையிலிருந்தான், என்ன நடக்கிறதென்பதை உணர்ந்த இளவரசி அதே' அங்கிருந்து செல்லத் தீர்மானித்தாள். செல்லுமுன் காகனிடத்தில் திரும்பி உரைத்தாள்:

இன்றுகாலை என் தலைவன் என்னிடத்தில் தான் தனது இதயத்தில் உணர்ந்ததை நானும் உணர்ந்தேனா என்று கேட்டார். நீண்ட விரல்நகங்களில் சீழ்க்கையொலி எழுப்பும் வெள்ளி விரற்பூண்கள் அணிந்த நான், ஹுக்காவினைப் பிடித்துப் பச்சை நிறப் புகைவளையங்களை ஊதிக்கொண்டிருந்தேன்.

என் தலைவனின் கேள்விக்கு நான் "இல்லை!" என்று விடையளித்தேன் - என் புகைக்குழாய் என் வாயினின்றும் கீழே விழுந்தது.

என் தலைவன் மனமுடைந்தவராய் அங்கிருந்து அகன்றார், ஏனெனில் அவர் செல்லும்போது நான் சிந்தித்துக் கொண்டிருந்ததை அவர் அறியார்: நான் ஆமென்றிருந்தாலும் இதே நிலைதான்!

இவ்வார்த்தைகளைக் கேட்டதும் காகன், கிரேக்கர் காலணிகளுக்குப் பதிலாக ஒரு தேவதையின் குரலை அணிந்திருப்பினும் உண்மை வேறு பக்கமிருப்பதை உணர்ந்து பின்வாங்கினான். இறுதியாக அவன் காலிஃபைச் சேர்ந்தவரான ஃபராபி இப்னு கோராவை நோக்கித் திரும்பி, தான் முன்னம் இரவொன்றில் கண்ட கனவின் பொருளை விளக்கும்படி கேட்டான். ஒரு தேவதூதர் அவனது கனவில் படைத்தவர் அவனது நோக்கங்களால் மகிழ்வுற்றிருப்பதாகவும் ஆனால் செயல்களால் மகிழவில்லை என்ற செய்தியோடு வந்தார். ஃபராபி இப்னு கோரா காகனிடத்தில் வினவினார்:

"உன் கனவில் வந்தது ஏற்பின் தேவதூதரா அல்லது வெளிப்பாட்டின் தேவதூதரா? அதுவோர் ஆப்பிள் மரமாகத் தன்னை வெளிப்படுத்தியதா அல்லது வேறு வடிவிலா?"

காகன் இரண்டு வடிவிலுமில்லை என்றதும் இப்னு கோரா உரைத்தார்:

"நிச்சயம் அது அவ்விரு வடிவிலும் இருந்திருக்காது, ஏனெனில் அது மூன்றாவது தேவதூதர். அம்மூன்றாம் தேவதூதருக்குப் பெயர் ஆதம் ருஹானி, நீங்களும் உங்கள் பூசாரிகளும் அவர் நிலைக்கு உயரவே முயற்சி செய்துகொண்டிருக்கிறீர்கள். அவையே உங்களது நோக்கங்கள், அது நல்லதுதான். ஆனால் ஆதமை உங்கள் கனவுகளாலும் உம் கனவு வேட்டையராலும் எழுதப்பட்ட ஒரு புத்தகமாக வடிவமைக்கும் முயற்சியின் வாயிலாக இதை அடைய முயற்சி செய்கிறீர்கள். உங்கள் செயல்களென்பது அதுவே மேலும் அது தவறானதாகும், நீங்கள் அத்தவறினை புனிதப் புத்தகத்தை விடுத்து உங்களுடைய சொந்தப் புத்தகத்தை உருவாக்குவதன் மூலம் செய்கிறீர்கள். புனிதப்புத்தகம் ஏற்கெனவே நமக்கு அருளப்பட்டுவிட்டது என்பதால், அதை எம்மிடமிருந்து ஏற்றுக்கொள்ளுங்கள், எம்மோடு பகிர்ந்து கொள்ளுங்கள், உங்களுடையதைக் கைவிடுங்கள்..."

இவ்வார்த்தைகளைக் கேட்டதும் காகன் ஃபராபி இப்னு கோராவை அணைத்துக் கொண்டான், அது அனைத்திற்கும் முடிவாக அமைந்தது. அவன் இஸ்லாமை ஏற்றுக்கொண்டான், காலணிகளைக் கழற்றிவிட்டு, அல்லாஹ்விடத்தில் பிரார்த்தனை செய்தான், அவனது பிறப்புக்கு முன்னம் கசார்களின் வழக்கப்படி அவனுக்குச் சாற்றப்பட்டிருந்த பெயரை எரித்துவிடும்படி கட்டளையிட்டான்.

கசார்கள் - அரபியில் "கஸார்," சீன மொழியில் "க்' ஓசா"; துருக்கிய வழிவந்த மக்களின் பெயர். இந்தப் பெயர் துருக்கிய மொழியிலுள்ள கஸ்மாக் (அலைதல், நகர்தல்) அல்லது கஸ் (வடக்குப்பகுதி, மலையின் நிழலான பகுதி) என்பதிலிருந்து பெறப்பட்டிருக்கலாம். அக்-கஸார் என்ற பெயரும் காணப்படுகிறது அதன் பொருள் "வெள்ளைக் கசார்", கருப்புக் கசார்களிடமிருந்து (கரா - கஸார்) வேறுபடுத்தவே இப்பெயரென்பது வெளிப்படையென அல்-இஸ்தாக்ஹின் குறிக்கிறார். 552க்குப் பிறகு கசார்கள் மேற்குத் துருக்கியப்

பேரரசின் பகுதியாக இருந்திருக்கலாம், மேலும் அநேகமாக மேற்குத் துருக்கியர்களின் முதல் காகனால், சூல் அல்லது தார்பந்திலுள்ள பாரசீகக் கோட்டைகளுக்கு எதிராக நடத்தப்பட்ட போரில் பங்கு கொண்டிருக்கலாம். 6ஆம் நூற்றாண்டில் காகசஸ்சின் வடபகுதி சாபிர்-களின் (புகழ்மிக்க இரு ஹூன் பழங்குடியினரில் ஒரு பிரிவினர்) பிடியிலிருந்தது. எனினும், 10ஆம் நூற்றாண்டில் வரலாற்றாசிரியரும் எழுத்தருமான மசூதி, துருக்கியர்கள் கசார்களை "சாபிர்கள்" என்றே குறித்தனர் என்கிறார். எந்நிகழ்வாயினும் மொஸ்லம் ஆதாரங்கள் கசார்களைக் குறிப்பிடும்போது அனைத்து இடங்களிலும் அவர்கள் ஒரே தேசத்தைத்தான் குறிப்பிடுகின்றனரா என்ற சந்தேகம் உள்ளது. ஒட்டுமொத்த தேசமும், அதன் ஆட்சியாளர் உள்பட, தனக்கொரு ஈரிணையைக் கொண்டிருப்பது போலுள்ளது. எனவே இந்த "வெள்ளை" மற்றும் "கருப்புக் கசார்கள்" என்பதை வேறுவெளிச்சத்தில் வைத்துப் பார்க்கலாம்: அரபியில் கசார் என்ற சொல்லுக்கு "வெள்ளை"ப் பறவை மற்றும் "கருப்பு"ப் பறவை என்ற இரண்டு பொருள்களும் உண்டு, வெள்ளைக் கசார்கள் பகலைப் பிரதிநிதிப்பதாகவும் கருப்புக் கசார்கள் இரவினைப் பிரதிநிதிப்பதாகவும் யூகிக்கலாம். நினைவில் வைக்கப்பட்ட அவர்களது வரலாற்றின் துவக்கத்தில் கசார்கள் வடக்கிலுள்ள வ-ன்-ந்-ர் என்றழைக்கப்பட்ட பலம்வாய்ந்த பழங்குடியினரைத் தோற்கடித்தனர், இது ஹூடூ அல் லாம் - இல் (உலகின் மண்டலங்கள்) குறிப்பிடப்பட்டுள்ளது. இப்பழங்குடியினரின் பெயர், கிரேக்கர்கள் பல்கர்களைக் குறிக்கப் பயன்படுத்திய - "ஓன்-ஓகுந்தர்" என்பதை ஒத்துள்ளது. எனவே காகசஸ் ஊடான பிரதேசங்களிடையே நடந்த முதல் கசார்களின் மோதல்கள் பல்கர்கள் மற்றும் அரேபியர்கள் உடனான மோதலாக இருந்திருக்கும். இஸ்லாமிய ஆதாரங்களின்படி, முதல் அரேபிய-கசார் போர் காகசஸ்சில் 642ஆம் வருடத்தில் உருவானது. 653இல் பலான்யா போரின்போது அரேபியப் படையின் தளபதி கொல்லப்பட்டதால் போர் முடிவுக்கு வந்தது. எழுத்தர் மசூதியின் கூற்றுப்படி தலைநகரமானது பலான்யாவிலிருந்து சமந்தாருக்கு மாற்றப்பட்டு, பிறகு இறுதியாக அத்தில் அல்லது இத்தில் என்ற இடத்திற்கு மாற்றப்பட்டது. இரண்டாவது அரேபிய-கசார் போரானது 772 அல்லது அதற்குச் சற்று முன்பாகத் தொடங்கி, 775இல் கசார்களின் தோல்வியில் நிறைவுற்றது. இது நிகழ்ந்தது முஹம்மத் மர்வனின் காலம், அதாவது காகன்

இஸ்லாமை உபதேசித்த காலம். அரேபியப் புவியியலாளரான அல்-இத்ரிஸியின் வரைபடம் கசார்களின் பேரரசு என வோல்கா மற்றும் டான் நதிகளின் கீழ்பகுதியில் சர்கேல் மற்றும் அத்தில் உள்ளிட்ட பகுதிகளைக் குறிக்கிறது. அல்-இஸ்தாஹ்க்ரி கசாரியா முதல் கோரெஸம் வரையிருந்த வண்டிப்பாதை குறித்துப் பேசுகிறார்; மேலும் கோரெஸம் முதல் வோல்கா வரையிலான "பேரரசுப் பாதை" பற்றியும் குறிப்பிடுகிறார்.

இஸ்லாமிய ஆதாரங்கள் கசார்களை, மிகச்சிறப்பாக மண்ணை உழவு செய்யக்கூடியவர்கள் மற்றும் மீன்பிடிப்பவர்கள் என்கின்றன. அவர்களது நிலத்தில் பள்ளத்தாக்கொன்று உண்டு, குளிர்காலத்தில் அங்கே ஏராளமான நீர் தேங்கி ஓர் ஏரியை உருவாக்கும். அங்கே அவர்கள் வளர்க்கும் மீன்கள் மிகவும் கொழுத்தவையாக வளரும், இதனால் அவற்றின் எண்ணையிலேயே அவற்றைப் பொரித்தெடுக்க முடியும். இளவேனிற் பருவத்தில் அந்நீர் வற்றிவிடும், அப்போது அவர்கள் மீன் - உரமிடப்பட்ட கோதுமையை பள்ளத்தாக்கில் விதைப்பர்; ஒரு வருடத்தில் ஒரே இடத்தில் மீன் அறுவடையும் கோதுமை அறுவடையும் சிறப்பாக நடக்கும். மிகவும் கூர்மதி படைத்தவர்கள் என்பதால் சிப்பிகளை மரங்களில் வளர்த்தனர். கடலுக்கு அருகில் ஒரு மரத்தைத் தேர்ந்து அதன் கிளைகளை நீருக்குள் வளைத்து ஒரு பாறையின் மூலம் அவற்றை நிலைபெறச் செய்வர்; இரண்டு வருடங்களுக்குள்ளாக கிளைகள் சிப்பிகள் மூலமாக எடையதிகரித்து மூன்றாம் வருடத்தில் மரம் சுவையான சிப்பிகளின் அற்புதமான அறுவடையோடு பாறையினின்று விடுபட்டு நீரைவிட்டு வெளிவரும். கசார் பேரரசினூடாகப் பாயும் ஆற்றுக்கு இரண்டு பெயர்கள் உண்டு, ஏனெனில் ஒரே ஆற்றுப்படுகையில் அதன் பாதி நீரோட்டம் கிழக்கிலிருந்து மேற்காகவும் மறுபாதி மேற்கிலிருந்து கிழக்காகவும் இருக்கும். ஆற்றின் பெயர்கள் இரண்டு கசார் வருடங்களின் பெயர்களாகும், ஏனெனில் கசார்கள் நான்கு பருவங்களைக் கடப்பது ஒன்றல்ல,

இரண்டு வருடங்கள் என்று நம்பினர். மேலும் அவை (கசார் ஆறுகளைப் போலவே) எதிரெதிர் திசையில் நகர்வன. சீட்டுக்கட்டினைப் போல இரண்டு வருடங்களும் நாட்களையும் பருவங்களையும் கலைத்துச் சேர்க்கின்றன, குளிர்காலநாட்களை இளவேனிலிலும் கோடைநாட்களை இலையுதிர் காலத்தோடும் கலக்கின்றன. மேலும் இரண்டு கசார் வருடங்களில் ஒன்று எதிர்காலத்திலிருந்து இறந்தகாலத்திற்கும் மற்றொன்று இறந்த காலத்திலிருந்து எதிர்காலத்திற்கும் பாய்கிறது.

கசார்கள் தங்கள் வாழ்வில் நிகழும் மிகச்சிறந்த நிகழ்வுகள் அனைத்தையும் கழியொன்றில் செதுக்கி வைத்தனர், இந்த இடுகுறிகள் நிகழ்வுகளை அல்லாது சூழ்நிலை மற்றும் மனோநிலையைப் பிரதிபலிக்கும் விலங்குகளின் வடிவில் இருந்தன. ஒருவரின் கழியில் அதிகமாக இடம்பெறும் விலங்கின் வடிவில் அவரது கல்லறை வடிவமைக்கப்பட்டது. எனவே கசார்களின் கல்லறைகள், புலிகள், பறவைகள், ஒட்டகங்கள், சிவிங்கிப்புலி, மீன், முட்டைகள் அல்லது ஆடுகள் என அவற்றின் வடிவத்தைப் பொறுத்துக் குழுக்களாகப் பிரிக்கப்பட்டுள்ளன.

காஸ்பியன் கடலின் மையிருட்டு ஆழத்தில் கண்களற்ற ஒரு மீன் உண்டு, அது ஒரு கடிகாரத்தைப்போல பிரபஞ்சத்தின் ஒரே துல்லியமான நேரத்தைக் குறிப்பது என்பது கசார்களின் நம்பிக்கை. கசார் தொன்மங்களின்படி ஆதியில் அனைத்துப் படைப்புகள், கடந்த காலம் மற்றும் எதிர்காலம், அனைத்து நிகழ்வுகள் மற்றும் பொருள்கள் என அனைத்தும் காலத்தின் தீப்போன்ற நதியில் நீந்துகையில் உருகின, முன்னாள் மற்றும் அதன் பிறகுள்ள இருப்புகள் அனைத்தும் சவர்க்காரமும் நீரும்போலக் கலந்தன. அச்சமயத்தில் அனைவருக்கும் அச்சமூட்டும் விதமாக அனைத்து உயிர்வாழிகளும் எந்த உயிர்வாழியையும் உருவாக்க முடியும்; கசார்களின் உப்புக்கான கடவுள் உயிர்வாழிகள் தங்களுடைய சொந்த உருவில் மட்டுமே பிரசவிக்க முடியும் என்ற சட்டத்தை உருவாக்கியதால்தான் அவற்றின் விருப்பங்களுக்கு ஒரு முடிவு உண்டானது. அவரே எதிர்காலத்திலிருந்தும் கடந்தகாலத்தைப் பிரித்தார், தன்னுடைய சிம்மாசனத்தை நிகழ்காலத்தில் அமைத்துக் கொண்டார்; அவர் எதிர்காலத்தில் நடந்தும் கடந்த காலத்தின்மீது பறந்த படியும் அவற்றின்மீது ஒருகண் வைக்கிறார். மொத்த உலகத்தையும் அவர் தன்னிலிருந்தே உருவாக்குகிறார், ஆனால் எதுவெல்லாம் பழமையானதோ அதை மென்று

விழுங்கி, புத்தெழுச்சி கொண்ட உலகத்தை உமிழ்கிறார். அனைத்து மனித இனங்களின் விதியும் தேசங்களின் புத்தகமென பிரபஞ்சத்தில் பொறிக்கப்படுகிறது, இதில் ஒவ்வொரு நட்சத்திரமும் ஓர் உறைவிடத்தைப் பிரதிநிதிக்கிறது, மேலும் ஏற்கெனவே உருவாகிவிட்ட மொழி அல்லது மக்களின் வாழ்வைக் குறிக்கிறது. எனவே பிரபஞ்சமென்பது கட்புலனாகும் செறிவிக்கப்பட்ட ஈறில்காலமாகும், அதில் மனித இனங்களின் விதியானது நட்சத்திரமென மின்னுகிறது.

கசார்களால் நிறங்களை இசைக்குறிப்பு போல, எழுத்துகளாக அல்லது எண்களாகப் படிக்கமுடியும். ஒரு பள்ளிவாசலுக்குள் அல்லது கிறிஸ்தவ தேவாலயத்திற்குள் அவர்கள் நுழைந்து அங்குள்ள சுவரோவியங்களைப் பார்த்தால், பழம் ஓவியர்கள் இந்த ரகசியமான மற்றும் உறுதிப்படுத்தப்படாத திறனைப் பெற்றிருந்தனர் என்பதை உறுதிப்படுத்தும் விதமாக, அவ்வோவியத்தில், உருவச்சிலையில், அல்லது மற்ற படங்களில் சித்தரிக்கப்பட்டுள்ளதை அவர்கள் உடனே உச்சரிக்க, படிக்க அல்லது பாடத் துவங்குவர். கசார் பேரரசில் யூதர்களின் செல்வாக்கு அதிகரிக்கும்போதெல்லாம் கசார்கள் இவ்வோவியங்களிலிருந்து விலகிச் சென்று தங்களுக்கிருக்கும் திறனை மறந்துவிடுவர், ஆனால் அது அதிகம் பாதிப்புக்குள்ளானது கான்ஸ்டான்டிநோபிளில் உருவச்சிலைகள் தகர்க்கப்பட்ட காலத்தின்போதுதான், அதன்பிறகு மீண்டும் அது முழுமையாக மீளவே இல்லை.

கசார்கள் எதிர்காலத்தை வெளி என்ற அடிப்படையிலேயே கற்பனை செய்தனர், ஒருபோதும் காலமாக இல்லை. அவர்களது வழிபாட்டுத் தலங்கள் விதிவிலக்கற்ற வகையில் முன் தீர்மானிக்கப்பட்ட ஒழுங்கோடு கட்டப்பட்டவை, அவை ஒன்றிணைக்கப்படுகையில் மூன்றாம் தேவதூதரான ஆதம் ருஹானியின் உருவத்தை உண்டாக்கும், இதுவே கசார் இளவரசி மற்றும் அவளது பூசாரிகள் கொண்ட குழுவின் இலச்சினையுமாகும். கசார்களுடன் குறிப்பிட்டதொரு உருவடிவம் ஒரு கனவிலிருந்து மற்றொரு கனவுக்குப் பயணிக்கும், கசார்களால் அவற்றை ஒரு ஊரிலிருந்து மற்றொரு ஊருக்குத் தொடர இயலும். இளவரசி அதே'வின் குழுவில் உள்ள சில பூசாரிகள் இவ்வுருக்களை ஒவ்வொரு கனவிலும் தொடர்ந்து அவற்றின் சுயசரிதங்களை, துறவிகள் அல்லது இறைத்தூதர்களைப்

போல அவர்களுடைய செயல்கள் மற்றும் இறப்பு குறித்த விவரிப்புகளை எழுதி வைப்பதுண்டு. கசார் காகனுக்கு கனவு வேட்டையர்[†] களைப் பிடிக்காது என்றாலும் அவனால் அவர்களை ஒன்றும் செய்யமுடியாது. கனவு வேட்டையர் எப்போதும் தங்களுடன் அவர்களால் கு[c] என்றழைக்கப்படும் ரகசியச் செடியின் இலைகளை வைத்திருப்பர். அது பாய்மரத்தின் கிழிசலில் அல்லது உடற்காயத்தில் வைக்கப்படும்போது உடனடியாக தானாகவே அதைச் சீர்செய்யும் மற்றும் காயங்களை ஆற்றும்.

கசார் நிலமானது சிக்கலான முறையில் அமைக்கப்பட்டது. அதில் வசிப்போர் காற்றின்கீழ் பிறந்தவர்கள் (கசார்கள்) மற்றும் காற்றிற்கு மேல் பிறந்தவர்கள் - அதன் பொருள் அவர்கள் வெவ்வேறு பகுதிகளிலிருந்து வந்தவர்கள், கிரேக்கர்கள், யூதர்கள், சராசெச்ன்கள், அல்லது ருஷியர்கள் - எனப் பிரிக்கப்பட்டனர். பேரரசில் கசார்கள்தான் எண்ணிக்கையில் மிகுந்தவர்கள், மற்றவர்கள் சிறு குழு அளவிலானவர்களே. ஆனால் பேரரசின் நிர்வாக அமைப்பு இதை வெளிப்படுத்தும்படி அமைக்கப்பட்டதல்ல. கசார்களின் மாநிலம் மாவட்டங்களாகப் பிரிக்கப்பட்டது. யூதர்கள், கிரேக்கர்கள், அல்லது அரேபிய மக்கள் கொண்ட பகுதி அதற்கேற்பப் பெயரிடப்பட்டது, அதேசமயம் கசார் நிலத்தின் பெரும்பகுதி, கசார்கள் மட்டுமே வாழும் பகுதி பல மாவட்டங்களாகப் பிரிக்கப்பட்டு வேறு பெயர்கள் இடப்பட்டன. ஒரேயொரு, கசார்கள் மட்டுமே அடங்கிய, கசார் பெயர் கொண்ட, கசார் மாவட்டம் இருப்பதற்காகவே இம்முறை கையாளப்பட்டது, மற்றவை தங்களுடைய பெயரைக்கொண்டு மாநிலத்தில் வேறுவிதமாக அமைந்தன. காட்டாக, வடபகுதியில் கசார்களின் பெயரைக் கைவிட்டுவிட்ட, கசார் மொழியையும்கூட மறந்துவிட்ட முற்றிலும் புதிய தேசமொன்று கண்டுபிடிக்கப்பட்டது, அம்மாவட்டத்திற்கு வேறு வகையான பெயரே இருந்தது. சூழ்நிலை கருதியும் பேரரசில்

நிலவிய கசார்களுக்குச் சாதகமற்ற நிலை காரணமாகவும் பல கசார்கள் தங்களது தோற்றுவாய் மற்றும் மொழியை, தங்களது நம்பிக்கைகள் மற்றும் சடங்குகளை மறுதலித்து கிரேக்கர்கள் அல்லது அரேபியர்கள் போல, அவ்வழி தமக்கு நன்முறையில் உதவும் என்று நம்பி, பாசாங்கு செய்வர். கசார் நிலத்தின் மேற்குப்பகுதியில் பைசாந்தியப் பேரரசிலிருந்து வந்த கிரேக்கர்கள் மற்றும் யூதர்கள் இருந்தனர். ஒரு மாவட்டத்தில் மட்டும் யூதர்கள் (கிரேக்கப் பேரரசில் துன்பத்திற்கு ஆளானவர்கள்) மற்றவர்களைக் காட்டிலும் அதிக எண்ணிக்கையில் இருந்தனர், ஆனால் அது இந்தவொரு மாவட்டத்தில் மட்டுமே. அதேவிதமாக இன்னொரு மாவட்டத்தில் கிறிஸ்தவர்கள் இருந்தனர், அங்கு கசார்களுக்கு "கிறிஸ்தவரல்லாத மக்கள்" என்று பெயர். மாநிலத்தில் உள்ள கசார்கள், கிரேக்கர்கள் மற்றும் யூதர்களை ஒப்பிடும்போது எண்ணிக்கையில் ஐந்துக்கு ஒன்று என இருந்தாலும் இவ்வுண்மை உதவவில்லை, ஏனெனில் சமமான வலிமை மற்றும் மக்கள்தொகையின் எண்ணிக்கை ஆகியவை மொத்த சூழ்நிலையையும் வைத்துக் கணக்கிடப்படுவதல்ல, ஒவ்வொரு மாவட்டமாகக் கணக்கிடப்படுவதே.

அரசவையில் இம்மாவட்டங்களின் பிரதிநிதித்துவம் மக்கள்தொகை விகிதாச்சார அடிப்படையில் அல்லாமல் மாவட்டங்களின் எண்ணிக்கை அடிப்படையில் அமைந்திருந்தது, இதன் காரணமாக மாநிலத்தில் இல்லாவிட்டாலும் அரசவையில் கசார்களைக் காட்டிலும் கசார் அல்லாதவர்களின் எண்ணிக்கை எப்போதும் அதிகமாக இருந்தது. சமமற்ற வலிமை நிலவும் இச்சூழ்நிலை காரணமாக பதவி உயர்வுகள் போன்றவை கசார் அல்லாத பிரதிநிதிகளுக்குக் குருட்டுத்தனமாகக் கீழ்படிதலில் ஊசலாடிக் கொண்டிருந்தன. சபையில் கசார் பெயரைத் தவிர்ப்பதென்பது ஒருவர் அதில் எடுத்துவைக்கும் முதலடி என்பது ஏற்கெனவே பரிந்துரையில் இருக்கும் ஒன்று. அடுத்தகட்ட நகர்வின் தேவை கசார்களைக் கடுமையாகத் தாக்குவதும் அவர்களது விருப்பங்களை கிரேக்கர்கள், யூதர்கள், துர்க்மானியர்கள், அரேபியர்கள், அல்லது கோத் என்றழைக்கப்படும் ஸ்லாவியர்களோடு ஒப்பிட்டுத் தாழ்த்துவதும் ஆகும். ஏன் இவ்வளவு கடினமாக இதைக் கூறவேண்டும். 9ஆம் நூற்றாண்டைச்சேர்ந்த அரேபிய வரலாற்றுப் பதிவாளர் கூறுகிறார்: "தற்போது என்னோடு இருக்கும் கசார் ஒருவர்

வழக்கத்திலில்லாத கூற்றொன்றை வெளிப்படுத்தினார்: எதிர்காலத்தின் ஒருபகுதி மட்டுமே கசார்களாகிய எங்களிடத்தில் வந்தடைகிறது, கடினமானதும் உள்நுழைய முடியாததுமான பகுதி, தேர்ச்சியடையக் மிகக்கடினமானது, பலமான காற்றினைப் போல், நாங்கள் அதைத்துணிவோடு எதிர்கொள்கிறோம்; அல்லது எதிர்காலத்தின் நசிந்துவிட்ட, பழங்குப்பைகள் மற்றும் தேவையற்றவை எங்கள் கால்கள்மீது கண்ணுக்குப் புலப்படாத அளவில் சிந்துகின்றன. எப்போதும் எளிதில் வசப்படாத எதிர்காலத்தின் பகுதி மட்டுமே எங்களை வந்தடையும், அல்லது ஏற்கெனவே பயன்பாட்டின்மூலம் நசுக்கி மழுங்கடிக்கப்பட்ட பகுதி மட்டும். பொதுவிநியோகத்தில் சிறந்ததும் மெல்லப்படாததுமான பகுதிகள் யாரிடம் சென்று சேர்கின்றன, எதிர்காலத்தை யார் கொள்ளையிடுகிறார்கள் என்று எங்களுக்குத் தெரியாது...''

இவ்வார்த்தைகளைப் புரிந்துகொள்ள, ஒருவர் காகன் இளம் தலைமுறையினரை அத்தலைமுறைக்கு ஐம்பத்தைந்து வயதாகும்வரை அதிகாரத்திற்கு வர அனுமதிப்பதில்லை என்பதை நினைவில் கொள்ளவேண்டும், ஆனால் இது கசார்களுக்கு மட்டுமே பொருந்தக்கூடியது. மற்றவர்கள் மிகவேகமாக முன்னேறிச்செல்வர், ஏனெனில் தானும் ஒரு கசாராக இருக்கக்கூடிய காகன் எண்ணிக்கையில் குறைவாக இருப்பதனால் அவர்களால் ஆபத்து ஏதுமில்லை என்று நம்பினான். அரசவையின் புதிய ஆணைப்படி கசார் நிர்வாகிகளின் எண்ணிக்கை குறைந்தது, காகனின் வயதைக்கொண்ட ஒரு நபர் அல்லது ஒரு வெளிநாட்டவர் பதவியை விட்டுச்செல்லும்போது அது மீண்டும் நிரப்பப்படவில்லை. சிலவருடங்கள் கழித்து, அடுத்த தலைமுறைக்கு ஐம்பத்தைந்து வயதாகித் தகுதிபெறும்போது இப்பதவிகள் மற்றவருக்கு அளிக்கப்பட்டுவிடும் அல்லது அவற்றின் முக்கியத்துவம் குறைந்து அதுகுறித்துப் பேசுமளவு மதிப்பைக்கூட இழந்துவிட்டிருக்கும்.

கசார்களின் தலைநகரான இத்திலில் ஓர் இடமுண்டு, அங்கே இருவர் (அவர்கள் ஒருவருக்கொருவர் முற்றிலும் அறிமுகமில்லாதவர்களாகக் கூட இருக்கலாம்) தத்தமது வழியில் கடக்கும்போது, ஒருவர் மற்றவரின் பெயர் மற்றும் விதியை அனுமானித்துக் கொள்வர், இருவரும் தங்களது தொப்பியை மாற்றிக்கொண்டுவிட்டது போல, மீதமுள்ள அவளுடைய

அல்லது அவனுடைய வாழ்வினை அவராக இருந்து வாழ்வர். இவ்வாறு தங்களது விதியை வேறொருவருக்கு மாற்றிவிடக் காத்திருக்கும் வரிசையில் மற்றவரைக் காட்டிலும் மிக அதிகமான எண்ணிக்கையில் இருப்பது எப்போதும் கசார்களே.

போருக்கான தலைநகரில், கசார்களின் எண்ணிக்கை அதிகமாக உள்ள ஒருபகுதி மற்றும் கசார்களின் நிலத்தில் அதிகமான மக்களடர்த்தி உள்ள பகுதியில், பரிசுகள் மற்றும் நன்மதிப்புச் சின்னங்கள் வசிப்போரிடையே சமமாகப் பகிர்ந்தளிக்கப்படும், கசார் நிலத்தில் வாழும் கிரேக்கர்கள், கோத்துகள், அரேபியர்கள், மற்றும் யூதர்களுக்கும் அதே எண்ணிக்கையிலான பட்டங்கள் அளிக்கப்படுகிறதா என்ற கவனத்தோடு. இதே கவனம் ருஷியர்கள் மற்றும் மற்ற இனத்தாருக்கும் பொருந்தும், இது மற்றவர்களோடு தங்களின் நன்மதிப்பு விருதுகளை, பணப்பரிசுகளைச் சம அளவில் மற்றவர்களோடு பகிர்ந்துகொள்ளும் கசார்களுக்கும் பொருந்தும், அவர்கள்தான் எண்ணிக்கையில் அதிகமானவர்கள் என்றிருப்பினும் கூட. ஆனால் கிரேக்கர்கள் நிரம்பியிருக்கும் தெற்குப் பிராந்தியங்களில், அல்லது யூதர்கள் வசிக்கும் மேற்குப் பகுதிகளில், அல்லது பாரசீகர்கள், சராசென்கள், மற்றும் வேறு இனத்தவர்கள் வாழும் கிழக்கில் நன்மதிப்புச் சின்னங்கள் அம்மக்களின் பிரதிநிதிக்கு வழங்கப்பட்டதே தவிர கசார்களுக்கு அல்ல, ஏனெனில், மற்றவர்கள் அளவுக்கு அங்கே கசார்களின் எண்ணிக்கை இருந்தும்கூட இம்மாகாணங்கள் அல்லது மாவட்டங்கள் கசார்களல்லாதவர்களின் பகுதியாகவே அறியப்பட்டது. எனவே தங்களுடைய சொந்த நிலத்தில் கசார்கள் வேற்றினத்தவர்களுடன் தங்களது ரொட்டியைப் பகிர்ந்துகொள்ள வேண்டியிருந்தது, அதேசமயம் மற்ற பகுதிகளில் வசிப்பவர்கள் அவர்களுக்கு துகள்களைக்கூடக் கொடுப்பதில்லை.

எண்ணிக்கையில் அதிகமானவர்கள் என்பதால் கசார்களே ராணுவத்தில் அதிகம் பங்களிப்பவர்களாக இருந்தனர், ஆனால் சமஅளவில் தளபதிகள் வேறு தேசத்திலிருந்து வந்தவர்கள். போரின்போது மட்டுமே ஒரு ஆண் நிதானமாகவும் ஒத்திசைவிலும் இருக்கிறான், மற்றவை கவனத்தில் கொள்ளுமளவு பெறுமதியானவை அல்ல என்று சிப்பாய்களுக்குக் கூறப்பட்டது. அவ்வாறாக மாநிலத்தை மற்றும் அதன் ஒற்றுமையைப் பராமரிப்பது கசார்களின் பொறுப்பானது;

கசார்கள்

அவர்கள் பேரரசினைப் பாதுகாக்க மற்றும் அதற்காகப் போரிடும் கடமைக்குக் கட்டுப்பட்டவர்களாக இருந்தனர், அதேசமயம், மற்றவர்கள் - அதாவது கசாரியாவில் வாழக்கூடிய யூதர்கள், அரேபியர்கள், கிரேக்கர்கள், கோத்துகள், மற்றும் பாரசீகர்கள் - தத்தமது சொந்த தேசங்களுக்கு விசுவாசமாக அவரவர் வழியில் இருந்தனர்.

புரிந்துகொள்ளக் கூடியதாக, போர்ச்சூழலின்போது இந்நிலை மாறியது. அப்போது கசார்களுக்கு அதிக சுதந்திரம் அளிக்கப்பட்டு அதிகச் சலுகையோடு நடத்தப்பட்டனர், மேலும் அவர்கள் சிறந்த வீரர்கள் என்பதால் அவர்களது கடந்தகால வெற்றிகள் பெருமிதப் படுத்தப்பட்டன. ஒரு வாள் அல்லது ஈட்டியைத் தங்களது கால்களால் செலுத்தியபடி, இரண்டு கைகளாலும் ஒரேசமயத்தில் கொன்றுகுவிக்க அவர்களால் இயலும், வலக்கை-இடக்கைப் பழக்கமென்றில்லை, சிறுவயதிலிருந்தே இருகைகளாலும் போர்ப்பயிற்சி பெற்றவர்களாக இருந்தனர். ஒருபோர் தொடங்கியதுமே மற்ற இனத்தவர்கள் தங்களது தாய்நாடுகளோடு இணைந்து கொண்டனர்: கிரேக்கர்கள் பைசாந்தியப் படைகளோடு இணைந்து வன்முறைச் செயல்களில் ஈடுபட்டு கிரீஸ்-சைப்ரஸ் இணைப்பிற்காகக் கிளர்ச்சிக் குரல் எழுப்புவர்; அரேபியர்கள் காலிஃப்புகளின் தரப்பிற்கு மாறி அவர்களுடைய படையணியோடு சேர்ந்து கொள்வர்; பாரசீகர்களோ விருத்தசேதனமற்றவர்களை நாடுவர். ஒவ்வொரு போருக்குப் பிறகும் இது அத்தனையும் விரைவில் மறக்கப்பட்டுவிடும்; எதிரிப்படையிலிருந்தபடி வெளிநாட்டவர்கள் பெற்ற பதவிகளையும் கசார்கள் அங்கீகரித்தனர், ஆனால் கசார்கள் மட்டும் தங்களது சாயமிடப்பட்ட ரொட்டிக்குத் திரும்பவேண்டியதாயிற்று.

சாயமிடப்பட்ட ரொட்டி என்பது கசார் மாநிலத்தில் கசார்களின் நிலையைக் குறிப்பிடுவதாகும். கசார்கள் அதை உற்பத்தி செய்தனர், ஏனெனில் தானியம் விளைவிக்கும் பகுதிகளில் அவர்கள் இருந்தனர். காகசஸ் மலைமுகட்டுத் திரளில் இருந்த மக்கள் சாயமிடப்பட்ட ரொட்டியை உண்டனர், அது ஒன்றுமற்றதற்கு அடுத்தபடியான விலையில் விற்கப்படுவது. சாயமிடப்படாத ரொட்டியும் கசார்களால் தயாரிக்கப்படுவதே, அது தங்கத்தால் விலைகொடுக்கப்படுவது. கசார்கள்

விலையுயர்ந்த சாயமிடப்படாத ரொட்டியை வாங்குவதற்கு மட்டுமே அனுமதிக்கப்பட்டிருந்தனர். யாரேனும் ஒரு கசார் இவ்விதிமுறையை மீறி தடைசெய்யப்பட்ட விலை மலிவான சாயமிடப்பட்ட ரொட்டியை வாங்குவானேயாகில் அது அவனுடைய கழிவில் காட்டிக்கொடுத்துவிடும். இதற்கென உள்ள சிறப்புப் படை அவ்வப்போது கசார்களின் கழிவறையைக் கண்காணித்து மீறுபவர்களைச் சட்டத்தின் மூலம் தண்டித்தது.

காகன் - கசார் அரசனின் சிறப்புப்பெயர், தடர மொழியிலிலுள்ள கான் என்பதிலிருந்து உருவானது, இதன் பொருள் "இளவரசர்." இப்னு ஃபத்லான் கூற்றுப்படி கசார்கள் காகன்களை நீருக்கடியில் புதைத்தனர், ஓடுகின்ற நீரில். காகன் எப்போதும் தனது அதிகாரத்தை துணை அரசன் ஒருவருடன் பகிர்ந்துகொண்டான், காலையில் அவனுக்குத்தான் முதலில் முகமன் கூறவேண்டும் என்ற அளவுக்கே துணையரசன் மூத்தவன். காகன் பழமையான அரசகுலத்தைச் சேர்ந்தவன், அநேகமாக துருக்கியக் குடும்ப வழி, ஆனால் மற்றுமொரு அரசன், அல்லது ஆட்சித்தலைவர், அவனது துணை அரசன் என்பவன் மக்களில் ஒருவன், ஒரு கசார். 9ஆம் நூற்றாண்டைச்சேர்ந்த ஆவணம் ஒன்று (யாகூபி) 6ஆம் நூற்றாண்டுகளிலிருந்தே காகன் தனது பிரதிநிதியாக இஸ்லாமிய சமயத்தலைவர் ஒருவரையும் வைத்திருந்தான் என்கிறது. கசார்களின் துணை ஆட்சியாளர் குறித்த சிறப்பான பதிவு அல்-இஸ்தாஃக்ரியினால் எழுதப்பட்டது. அரேபியக் கணக்கின்படி 320ஆம் ஆண்டில் (கி.பி. 932) எழுதப்பட்ட அக்குறிப்பு கூறுவது:

"கசார்களின் அரசியல் மற்றும் நிர்வாகத்தைப் பொறுத்தவரையில் ஆட்சியாளன் கசார்களின் காகன் என்றழைக்கப்பட்டான். கசார் அரசனைவிட (பாக் அல்லது ஆட்சித்தலைவர்) இவன் அதிகாரத்தில் உயர்ந்தவன் என்றாலும் காகனை நியமிப்பது அரசன்தான் (அவனுக்குக் "காகன்" எனும் பட்டத்தை அளிப்பவன்). ஒரு காகனை நியமிக்க அவர்கள் விரும்பும்போது, நியமிக்கப்பட இருப்பவன் அழைத்துவரப்பட்டு, கிட்டத்தட்ட மூச்சு நிற்குமளவு ஒரு பட்டுத்துணியால் அவனது கழுத்து நெரிக்கப்படும், பிறகு அவர்கள் அவனைக் கேட்பார்கள்: 'எத்தனை ஆண்டுகளுக்கு நீ ஆட்சிசெய்ய விரும்புகிறாய்?,'

அவன் பதிலளிப்பான், 'இத்தனை ஆண்டுகளுக்கு ஆட்சி செய்ய விரும்புகிறேன்.' அந்தக் காலம் முடிவடையுமுன் அவன் இறந்துவிட்டால் ஒன்றுமில்லை, எதுவும் நடக்காது. அவ்வாறில்லையெனில் முன்னம் அவன் குறிப்பிட்ட வருடங்கள் நிறைவுற்றதும் அவனைக் கொன்றுவிடுவர். முதன்மை வாய்ந்த சில குடும்பங்களுக்குள் மட்டுமே காகன் அதிகாரமுள்ளவன். அவனுக்குக் கட்டளையிடும் அதிகாரமில்லை, ஆனால் அவனுக்கு மரியாதையுண்டு அவனது இருப்பின்போது அனைவரும் அவன்முன் வீழ்ந்து வணங்கினர். காகன் முக்கியத்துவம் வாய்ந்த சில குடும்பங்களிலிருந்தே தேர்ந்தெடுக்கப்படுவான், அவர்கள் அதிகாரம் அல்லது பணபலமற்றவர்கள். ஒருவன் பதவியை மேற்கொள்ள வேண்டிய தருணத்தில் அவர்கள் அவனது செல்வவளத்தைக் கருத்தில் கொள்ளாது அவனைத் தேர்வர். ஒரு நம்பத்தகுந்த இடத்திலிருந்து பெறப்பட்ட தகவல், தெருவில் ரொட்டி விற்கும் இளைஞன் ஒருவனை அவள் பார்த்திருக்கிறாள். காகன் இறந்தபோது அந்த இளைஞன் மட்டுமே அவனது இடத்தை நிரப்புவதற்குத் தகுதியானவனாக இருந்தான், ஆனால் அவனொரு மொஸ்லம், காகன் எனும் பெயர் யூதர்களுக்கு மட்டுமே வழங்கப்படும்."

காகனின் துணையரசர்கள் பொதுவாக மிகுந்த போர்த்திறம் வாய்ந்தவர்கள். ஒருமுறை போர் வெற்றியொன்றின் பிறகு, எதிரிகளிடமிருந்து கொள்ளையிட்ட பொருள்களில் ஒரு குயிற்பறவையும் அடக்கம், அதன் கூவல் குடிநீர் உள்ள நீரூற்றுகளைத் திறக்கக்கூடியது. அப்போது அவர்களது எதிரிகளும் உடன்வாழ்வதற்கு வந்தனர். காலம் மிகமெதுவாக நகரத் தொடங்கியது. ஏழு வருடத்தில் அடையும் முதுமையை அவர்கள் ஒரு வருடத்தில் அடையத் துவங்கினர், மேலும் அவர்கள் தங்களது நாள்காட்டியை மாற்ற வேண்டியதானது, அது மூன்று மாதங்களாகப் பிரிக்கப்பட்டது - சூரியனின் மாதம், நிலவின் மாதம், மற்றும் நிலவொளியற்ற மாதம். அவை இருபது நாளுக்கொருமுறை பிறப்பவை; ஒரு கோடைகாலத்திற்குள் ஒன்பது அறுவடைகளை நடத்தினர், அது அடுத்துவரும் ஒன்பது குளிர்காலங்களுக்கு உண்ணப் போதுமானதாக இருந்தது. ஒருநாளில் ஐந்துமுறை படுக்கைக்குச் சென்றனர், பதினைந்து முறை சமைத்து உண்ணுவதற்கு அமர்ந்தனர்; நிலவற்ற இரவுகளில் மட்டுமே பால் அதன் தன்மை மாறாது

இருந்தது, அவை மிகநீண்டவை என்பதால் தங்கள் வழிகள் எங்கிருக்கின்றன என்பதை மறந்தனர், பிறகு ஒருவழியாக இரவு விடிந்ததும் அவர்களால் தங்களுக்குள் அடையாளம் காணமுடியவில்லை, ஏனெனில் சிலர் வளர்ந்திருக்க, மற்றவர்கள் முதுமையடைந்திருந்தனர். மீண்டும் இரவு கவியும்போது தாங்கள் இத்தலைமுறையைக் காண்பது இதுவே இறுதிமுறை என்று உணர்ந்தனர். கனவு வேட்டையர்களால் பொறிக்கப்பட்ட எழுத்துகள் மேலும் மேலும் பெரிதாயின; அதன் நுனிகளை நீட்டுவதே கடினமாகிப் போனது; புத்தகங்கள் போதுமான அளவு உயரம் கொண்டிருக்கவில்லை என்பதால் கனவு வேட்டையர் மலைச்சரிவில் எழுதத் தொடங்கினர்; ஆறுகள் தொடர்ந்து ஓடியோடி பிறகுதான் பெருங்கடலில் சங்கமித்தன; மேலும் ஒருநாள் இரவில், குதிரைகள் நிலவொளியில் மேய்ந்து கொண்டிருந்தபோது ஒரு தேவதூதர் காகனின் கனவில் தோன்றிக் கூறியது:

“படைத்தவர் உன் எண்ணங்களினால் மகிழ்வுற்றிருந்தாலும் உன் செயல்கள் குறித்து மகிழ்வுற்றிருக்கவில்லை.” காகன் கனவு வேட்டையரிடம் தன் கனவின் பொருள் என்னவென்று கேட்டதும் கசார்களின் அவப்பேறு துவங்கியது. கனவு வேட்டையரில் ஒருவன் மிகச்சிறந்த மனிதர் ஒருவர் வரப்போவதாகவும் அதன்படியே காலம் தன்னை நகர்த்திக் கொண்டிருக்கிறது என்றான். இதற்குக் காகன் அளித்த பதில்:

“அது உண்மையன்று; நாம் அளவில் சிறுத்துவிட்டோம், அங்கிருந்துதான் நமது சிக்கல்கள் தொடங்குகின்றன.”

பிறகு அவன் கனவு வேட்டையர்களையும் கசார் பூசாரிகளையும் அனுப்பிவிட்டு, ஒரு யூதர், ஓர் அராபியர் மற்றும் ஒரு கிரேக்கரை அவனது கனவினை விளக்கும் பொருட்டு அழைத்துவரும்படி உத்தரவிட்டான். அவனது கனவை மிகச்சரியாக விளக்குபவரின் நம்பிக்கைக்குத் தன் மக்களோடு மாறுவதென அவன் முடிவெடுத்தான். காகனின் சபையில் மூன்று நம்பிக்கைகள் குறித்த வாதம் துவங்கியபோது, அரேபியப் பங்கேற்பாளரின் வாதங்களினால் ஈர்க்கப்பட்டான், அவர் ஃபராபி இப்னு கோரா[C], அவரே மற்றவற்றோடு பின்வரும் கேள்விக்கும் திருப்திகரமான பதிலை அளித்தார்:

“மூடிய நம் கண்களுக்குப் பின்னால் முழுவதும் இருளில் நிகழும் நம் கனவுகளுக்கு ஒளியூட்டுவது எது? இனியில்லாத நினைவுகளின் ஒளியா அல்லது அது புலர்காலை அல்ல எனும்போதும் நாளையெனும் நாளிலிருந்து கடன்போல நாம் பெற்றுக்கொள்ளும் எதிர்காலத்தின் ஒளியா?”

“இரு நிகழ்வுகளிலும் அது இருப்பற்ற ஒளிதான்,” ஃபராபி இப்னு கோரா பதிலளித்தார். “எனவே, கேள்வியே இருப்பற்றதாகக் கொள்ளப்படவேண்டும் எனும்போது எந்தப் பதில் சரியானது என்பதில் எவ்விதப் பொருளும் இல்லை.”

இஸ்லாமுக்கு மாறிய காகனின் பெயர் பாதுகாக்கப்படவில்லை. அவன் எலிஃப் (பிறைவடிவிலான அரேபிய எழுத்து) இலச்சினையின் கீழ் புதைக்கப்பட்டான் என்று தெரியவருகிறது. மற்ற ஆதாரங்கள், அவன் தனது காலணிகளைக் கழற்றித் தன் கால்களைக் கழுவிவிட்டு பள்ளிவாசலுக்குள் நுழையும் முன் அவனது பெயர் காதிப் என்கின்றன. அவன் தனது தொழுகையை முடித்து சூரியவொளிக்கு வந்தபோது அவனது பழைய பெயரும் காலணிகளும் காணாமல் போயிருந்தன.

கு - *(ட்ரியோப்டீரியா ஃபிலிக்ஸ் கசாரிகா)*, காஸ்பியன் கடல் பகுதியிலுள்ள ஒருவகைப் பழம். தாவுப்மன்னூஸ்✡ இப்பழம் குறித்து இவ்வாறு குறிப்பிட்டுள்ளார்: கசார்கள்▽ உலகத்தில் வேறெங்கும் விளையாத ஒருவகைப் பழத்தைப் பயிரிட்டனர். அது மீன்களின் செதில்களை அல்லது ஊசியிலை மரங்களின் கனிகளை ஒத்த ஒன்றால் மூடப்பட்டிருக்கும்; மிக உயரமான மரங்களில் வளரக்கூடியது, சத்திரக்காரர்கள் மீனுணவு தயாராகிவிட்டதென்று தெரிவிக்கும் விதமாக மீனை அதன் துடுப்பில் தொங்கவிடுவதுபோல மரத்தில் அக்கனிகள் உயிருள்ள மீனைப்போலத் தொங்கிக் கொண்டிருக்கும். சிலநேரங்களில் இக்கனிகள் கூம்பலகுப் பறவைகள் போல் ஒலியெழுப்புவதுண்டு. மிகவும் குளிர்ச்சியான சற்றே உப்புக்கரிக்கும் சுவை கொண்டது. மிகவும் எடை குறைவானது என்பதாலும் இருதயம் போலத் துடிக்கக்கூடிய குழியை உடையது என்பதாலும் இலையுதிர்காலத்தில் கிளையிலிருந்து விழும்போது சிறிதுநேரம் காற்றில் மிதக்கும், தனது சிறகுகளைப் படபடத்தபடி காற்றின்

அலைகளில் நீந்துவதுபோல் இருக்கும். சிறுவர்கள் தங்கள் கவண்களைக் கொண்டு அதைத் தாக்குவர், பருந்துகளும் கூட அவற்றை மீனென நினைத்துத் தம் அலகுகளில் கவ்விச்சென்று ஏமாந்துபோகும். இது கசார்களின் சொலவடையொன்றை விளக்கும், "அரேபியர்கள் பருந்தைப்போல நம்மை மீனென்று நினைத்து உண்பர், ஆனால் நாங்கள் கு." இந்தக் கு என்ற சொல் மட்டுமே - பழத்தின் பெயர் - சாத்தான் கசார் இளவரசி அதே'யின் மொழியை மறக்கச் செய்தபின் அவள் நினைவில் எஞ்சி நின்றது.

சிலசமயம், இரவு நேரத்தில் உங்களால் கு-கு! எனும் ஒலியைக் கேட்க முடியும். அது இளவரசி அதே' தனக்குத் தெரிந்த ஒரே சொல்லை உச்சரிப்பதுதான், அவள் தன்னுடைய மறக்கப்பட்டுவிட்ட கவிதைகளை நினைவுக்குக் கொண்டுவரும் முயற்சியில் தேம்பியழுகிறாள்.

பஸ்ராவில் கிடைத்த பகுதி - யோன்னஸ் தாவுப்மன்னுஸ் [*] உருவாக்கிய அகராதித்தொகுப்புப் பதிப்பின் பகுதியென அனுமானிக்கப்படும் 18ஆம் நூற்றாண்டைச் சேர்ந்த அரேபிய உரையொன்றின் எழுத்துப்படி நகலின் தலைப்பு. 1691இல் ப்ருசியாவில் கசார் அகராதி என்ற பெயரில் பதிப்பிக்கப்பட்டது, இப்பதிப்புகள் உடனடியாக அழிக்கப்பட்டன, எனவே மேற்சொன்ன வலியுறுத்தலை சோதித்துப் பார்ப்பது இயலாதவொன்று; மேலும் அந்தப்பகுதி அகராதியில் எவ்விடத்தில் இருந்தது என்பதும் தெரியவில்லை. அந்தப் பகுதியில் கூறப்பட்டுள்ளதாவது:

"எவ்வாறு ஆன்மா உங்கள் உடலை குறைந்த ஆழங்களில் வைத்துள்ளதோ, அதுபோலவே ஆதம் ருஹானி இப்பிரபஞ்சத்தைத் தனது ஆன்மாவின் அடியாழத்தில் வைத்திருக்கிறார். இப்போது ஈசாவுக்குப் பிறகான 1689ஆம் வருடத்தில் ஆதம் ருஹானி தனது சுற்றுப்பாதையின் இறங்குவளைவில் இருக்கிறார், அவர் தற்போது நிலவின் சுற்றுப்பாதை சூரியனின் பாதையைக் கடக்குமிடத்தை நெருங்கிக் கொண்டிருக்கிறார், அஹ்ரிமான் நரகத்தை; எனவே எங்கள் இயல்புபோல் நாங்கள், அவருக்குப் பின்சென்று

மிழற்றுதல்

அவருடைய உடலை ஒரு புத்தகமாகத் தொகுக்க முனையும் கனவு வேட்டையர்† மற்றும் கற்பனையைப் படிப்பவர்களான உங்களைப் பின்தொடர்வதில்லை. ஆனால் ஈசாவுக்குப் பிறகு வரும் 20ஆம் நூற்றாண்டிலே அவர் தனது அலைதலின் ஏறுவளைவில் இருக்கிறார், அவரது கனவுகளின் நிலையானது படைத்தவரை நெருங்கும், அப்போது நாங்கள் ஆதமின் உடற்பாகங்களைக் கண்டுணர்ந்து அதை மனிதர்களின் கனவுகளில் சேகரித்து நிலவுலகில் அவரது உடலைப் புத்தகமாக்கும் உங்களைக் கொல்ல வேண்டியிருக்கும். ஏனெனில் அவரது உடலின் புத்தகம் நிலைப்படுவதை நாங்கள் விரும்பவில்லை. இருப்பினும், எங்களைப்போன்ற ஒருசில குறிப்பிடத்தக்கதல்லாத ஷைத்தான்கள் மற்றும் பேயுருக்கள் மட்டுமே ஆதம் ருஹானி குறித்த அக்கறையோடு இருக்கிறோம் என்று கொள்ளவேண்டாம். அதிகமாக உங்களால் அவரது விரல்நுனியையோ அல்லது இடுப்பில் உள்ள மச்சத்தினையோதான் உருவாக்க முடியும். மேலும் நாங்கள் அவ்வாறு அவரது விரல் நுனியோ அல்லது இடுப்பின் மச்சமோ உருவகப்படுவதைத் தடுக்கவே இருக்கிறோம். மற்ற பிசாசுகள் அவரது மற்ற உறுப்புகளைச் சேர்க்க விரும்புபவர்களைப் பார்த்துக்கொள்ளும். ஆனால் மயக்கத்தில் இருக்க வேண்டாம். உங்களில் யாருமே கனவின் நிலைகளில் ஒருபோதும் அவரது அளவிடமுடியாத உடலின் திரளைக்கூடத் தீண்டியதில்லை. ஆதம் ருஹானியை உச்சரிக்கும் பணியானது முடிவிலியாகத்தான் இருக்கிறது. அவரது உடலை நிலவுலகில் பிறப்பிக்கும் புத்தகம் இன்னும் மனிதர்களின் கனவில் மட்டுமே உண்டு. அதன் ஒருபகுதி இறந்துவிட்டவர்களின் கனவிலுள்ளது, அதை வெளியிலெடுப்பதென்பது காய்ந்த கிணற்றிலிருந்து நீரை எடுப்பதுபோலச் சாத்தியமற்றது."

மிழற்றுதல் - இசைத்துறையில் பயன்படுத்தப்படும் சொல், மிகவும் பொருத்தமான வரிசையில் மற்றும் ஒழுங்கில் ஒலியை எழுப்பும் பொருட்டு ஓர் இசைக்கருவியில் விரல்களைப் பயன்படுத்தும் முறை. 17ஆம் நூற்றாண்டில் ஆசியா மைனரிலுள்ள லூட் இசைப்பவர்களின் மத்தியில் யூசுஃப் மசூதியின் மிழற்றும் பாங்கு மிகவும் மதிக்கப்பட்டது. "ஷைத்தானின் மிழற்றுதல்" என்பது ஒரு குறிப்பிட்ட மிகக்கடினமான பத்தியைக் குறிக்கிறது.

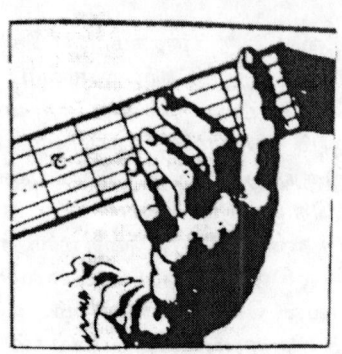

ஷைத்தானின் மிழற்றுதல்
(கித்தாருக்கேற்றபடி மாற்றப்பட்ட ஸ்பானிய வடிவம்)

மூர்கள் பயன்படுத்திய ஷைத்தானின் மிழற்றலுடைய ஸ்பானிய வடிவமொன்று உண்டு. அதனுடைய கித்தாருக்கேற்றபடி மாற்றப்பட்ட வடிவம் மட்டுமே பாதுகாக்கப்பட்டுள்ளது, அதில் பதினோராவது விரலொன்று பயன்படுத்தப்பட்டுள்ளது என்பதைக் காட்டும் வகையில்; தொன்மங்களின்படி ஷைத்தான் தனது பத்து விரல்களோடு சேர்த்துத் தனது வாலையும் வாசிக்கப் பயன்படுத்துவான். சிலர் ஷைத்தானின் மிழற்றுதல் உண்மையில் வேறு பொருள் கொண்டதென்பர் - தங்கத்தை உருவாக்கும் முறைக்கான படிநிலைகள் அல்லது இளவேனிற்காலம் முதல் இலையுதிர்காலம் வரை எப்போதும் புதிய பழங்களைப் பெறவேண்டுமெனில் தோட்டத்தில் எவ்வரிசையில் பழங்களை நடவேண்டும் எனும் குறிப்பு. அவர்கள் கூற்றுப்படி பிற்காலத்தில் அது இசையில் பயன்படுத்தப்படும்போது மிழற்றுதலாக மாறியது, அதனால் புதியதொரு ஞானம் பழைய ஞானமொன்றினை மூடி மறைத்துவிட்டது. எனவே அதன் ரகசியமானது மனிதப்புலன்களால் ஒரு மொழியிலிருந்து இன்னொன்றுக்கு அதன் திறனிழப்பு ஏதுமின்றி மாற்றப்படக்கூடியது.

முனைவர். அபு கபீர் முவேவியா *(1930-1982)* - அரேபிய எபிரேய மொழி வல்லுநர், கெய்ரோ பல்கலைக்கழகப் பேராசிரியர். மத்தியத்தரைக்கடல் நாடுகளின் மதங்களைக் குறித்தது அவரது புலம். ஜெருசலேம் பல்கலைக்கழகத்தில் பயின்றவர்,

முனைவர். அபு கபீர் முவேவியா

தனது முனைவர் பட்ட ஆய்வினை அமெரிக்காவில் "11ஆம் நூற்றாண்டு எபிரேய சிந்தனைகள் மற்றும் முதாகாலிம்மின் போதனைகள்" என்ற தலைப்பில் செய்தார். நேர்த்தியான உருவமுள்ளவர், தோள்கள் எவ்வளவு அகலம் என்றால் அவரால் தனது முழங்கைகளை ஒட்டிவைக்க முடியாது. யூதா ஹலேவி* எழுதிய பெரும்பாலான கவிதைகளை மனனம் செய்திருக்கும் அவர், 1691இல் தாவுப்மன்னூஸ்* பதிப்பித்த கசார் அகராதி எங்கோ ஒரு பழமையான அலமாரியில் இருக்கிறதென்று, அதைக் கண்டுபிடிக்க வேண்டுமென்று நம்புகிறார். இந்தக் கூற்றுக்கு உறுதிசேர்க்கும் வண்ணம் 17 ஆம் நூற்றாண்டு மற்றும் அதன்பிறகுள்ள காலகட்டத்தில் அதன் இருப்பிடத்தை மீள்கட்டமைப்பு செய்தார், பிறகு அழிக்கப்பட்ட பிரதிகள் மற்றும் புழக்கத்திலிருந்த சில பிரதிகளின் சுருக்கமான பட்டியலை உருவாக்கினார், இதன்மூலம் கடைசியாகப் பிரசுரிக்கப்பட்ட பிரதியிலிருந்து இரண்டு புத்தகங்களேனும் இருக்கவேண்டும் என்று நிறுவினார். ஆனால், ஒரு முட்டையைப் பார்வையாலேயே விழுங்கக் கூடியவராக இருந்தும்கூட அவரால் ஒருபோதும் அதைக் கண்டுபிடிக்க முடியவில்லை. படைப்பூக்கம் கொப்பளித்துக் கொண்டிருந்த காலத்தில் தனது மூவாயிரமாவது படைப்பைப் பதிப்பித்தார், 1967இல் இஸ்ரேலிய - எகிப்தியப் போர் மூண்டது. எகிப்திய ராணுவத்தில் அதிகாரியாக அவர் போர்முனைக்குச் சென்று, காயம்பட்டு எதிரிகளிடம் பிடிபட்டார். அவருடைய ராணுவக் கோப்புகள் மோசமான தலைக்காயத்தை, உடல் காயங்களை உறுதிப்படுத்துகின்றன, அவற்றுள் ஒன்று அவரை நிரந்தரமாக ஆண்மையிழக்கச் செய்தது. அவர் வீட்டுக்குத் திரும்பியபோது அவருடைய முகம் குழப்பமான புன்னகைகளால் சூழப்பட்டிருந்தது, கழுத்தில் சுற்றும் கம்பளித்துண்டைப்போல அதன் தடத்தைப் பின்னால் விட்டுவந்தார். ஒரு விடுதியின் அறைக்குள் தனது சீருடையைக் கழற்றிவிட்டு முதல்முறையாகத் தனது காயங்களைச் செப்புக் கண்ணாடியில் பார்வையிட்டார். அவை பறவை எச்சங்களது மணத்தைக் கொண்டிருந்தன. இனி வாழ்நாளில் தான் ஒரு பெண்ணுக்கருகே படுத்திருக்க முடியாது என்பதை உணர்ந்தார். மீண்டும் மெதுவாக உடையணிந்தபோது அவர் நினைத்தது: "நான் முப்பது வருடங்களுக்கும் மேலாக ஒரு சமையல்காரனாக இருந்திருக்கிறேன், இன்று நானிருக்கும் விதம் சிறிது சிறிதாக நான் தயாரித்துச் சேர்த்த உணவு: நானே என் வெதுப்பகனாக மற்றும் மாவாக இருந்திருக்கிறேன்,

எனக்குத் தேவையான ரொட்டியாக என்னை நானே பிசைந்தேன்; இப்போது திடீரென இன்னொரு சமையல்காரன் கத்தியோடு தோன்றியிருக்கிறான், கண்ணிமைப்பதற்குள்ளாகவே என்னைக் கிளறி முற்றிலும் வேறான அறிமுகமற்றதொரு பண்டமாக ஆக்கிவிட்டான். இப்போது நான் கடவுளின் சகோதரி போல - இருப்பற்றவன்!"

அதன்பிறகு அவர் கெய்ரோவிலுள்ள தனது குடும்பத்தினரிடம் திரும்பவோ அல்லது பல்கலைக்கழகத்தில் தன்னுடைய பணியைத் தொடரவோ இல்லை. அலெக்சான்ட்ரியாவில் வெறுமையாகக் கிடந்த அவரது தந்தையின் வீட்டிற்குக் குடிபெயர்ந்தார், அங்கே அவர் பரபரப்பான ஒரு வாழ்க்கையை வாழ்ந்தார், மீன்களின் செவுள்களிலிருந்து வெளியேறுவது போலத் தனது நகத்தின் இடுக்குகளிலிருந்து உலகத்திற்கு வெளியேறும் வெள்ளைநிறக் காற்றுக் குமிழிகளைப் பார்த்தபடியிருந்தார். தனது தலைமுடிகளைப் புதைத்தார், குளம்புகள் போலச் சுவடுகளை உருவாக்கும் பெடுயின்களது செருப்புகளை அணிந்தார், காளைமாட்டின் கண் அளவில் மழைத்துளிகள் விழுந்துகொண்டிருந்த ஒருநாள் இரவில், அவர் தனது கடைசிக் கனவைக் கண்டு அதைக் குறித்துவைத்துக் கொண்டார்:

இரண்டு பெண்கள் சிறிய வெள்ளைப் புள்ளிகளுடையதொரு விலங்கினைக் காண்கின்றனர், வெள்ளை பூசிய முகத்திற்கு இரு நீண்டகால்கள் முளைத்தது போல, சாலையின் மறுபுறம் நீரோடைக்கு அருகே மரத்தினடியிலிருந்த புதரிலிருந்து வேகமாக வெளிவருகிறது, அவர்கள் சத்தமிடுகின்றனர்: "அதோ, அதுவொரு (அவ்விலங்கின் பெயரைக் கூறினர்)! அவளது குடும்பத்தில் இருப்பவர்களை யாரோ கொன்றிருக்கலாம், அல்லது அவள் இருப்பிடம் அழிக்கப்பட்டிருக்கலாம். அவள் எப்போதுமே பயத்தில் உறைந்திருக்கும்போது அழகுடையவளாக, ஒளிமிக்கவளாக இருப்பாள். அவளுக்கு இப்போது சில புத்தகங்கள் மற்றும் ஒரு கரிக்கோல் அல்லது பழக்கூழ் ஏதேனும் தரவேண்டும். அவள் அதைப் படிப்பாள் அல்லது ஏதேனும் எழுதுவாள், ஆனால் தாளிலல்ல பூவில்...

இதுதான் முனைவர். அபு கபீர் முவேவியாவின் கனவு. மறுநாள் இரவும் இதே கனவைக் கண்டார், முதல்முறையைப் போலவே அவரால் அந்த விலங்கின் பெயரை நினைவில்

கொள்ள இயலவில்லை. பிறகு தன் அனைத்துக் கனவுகளையும் ஒவ்வொன்றாகக் கண்டார், ஆனால் பின்னோக்கு வரிசையில். முதலில் அதற்கு முந்தைய நாள் வந்த கடைசிக் கனவு, பிறகு அதற்கு முந்தையது, பின் அதற்கு முந்தையது, என்று தொடர்ந்து வேகமாக அதுவரை சென்ற ஒவ்வொரு வருடங்களின் கனவுகள் அனைத்தையும் ஒவ்வொரு இரவுக்குள்ளாக முடித்துவிட்டார். முப்பத்தியேழு இரவுகளுக்குப் பிறகு அவருடைய வேலை முடிந்தது, ஏனென்றால் தற்போது அவருடைய தொடக்ககால சிறுவயதுக் கனவுகள்வரை வந்திருந்தார், விழித்ததும் அவர் நினைவில் தங்காத கனவுகள், இதன்மூலம் அவர் ஒரு முடிவுக்கு வந்தார், அவரது வேலைக்காரன், தன்னுடைய தாடியினால் பாத்திரங்களைத் துடைப்பவன், நீந்தும்போது மட்டுமே மலங்கழிப்பவன், தன்னுடைய வெறுங்கால்களால் ரொட்டியைத் துண்டுபோடக் கூடியவனுமான முலாட்டோ[5] அஸ்லன் முப்பத்தியேழு வருடங்களுக்கு முன்பு தன்னைப்போல இருந்ததைக் காட்டிலும் இப்போதுதான் தன்னைப்போலவே இருக்கிறான். இந்தவகையில் அவர் தனது இறுதிக்கனவிற்கு வந்துசேர்ந்தார். அவரது இரவுகளின் காலம் கசார்களின் காலத்தைப் போலவே முடிவிலிருந்து வாழ்வின் தொடக்கம் நோக்கிப் பாய்ந்து பிறகு முடிவுறுவதாக இருக்கும். அதன்பிறகு அவர் எப்போதும் கனவு காணவில்லை. அவர் தூய்மையாக, புதியதொரு வாழ்க்கைக்குத் தயாராக இருந்தார். அதன்பிறகு ஒவ்வொரு மாலையும் விடுதிக்குச் செல்லத் துவங்கினார்.

அவ்விடுதியில் நாற்காலிக்கு மட்டுமே காசு வாங்கினர், அவர்கள் பானங்களோ அல்லது உணவோ விற்பதில்லை, மிகவும் கீழ்நிலையில் உள்ளவர்கள் தாங்கள் பெற்றதை உண்பதற்காக அல்லது ஒருமேசையில் அமர்ந்து சிறிதுநேரம் உறங்குவதற்காக அங்கே வருவதுண்டு. சிலநேரம் அவ்விடம் மக்களால் நிரம்பியிருக்கும், ஆனால் யாரும் ஒருவார்த்தைகூட உச்சரித்ததில்லை. அங்கே மதுமேசை, சமையலறை, அடுப்பு, மேசைப் பணியாள்கள் என எதுவும் கிடையாது, ஒரேயொருவன் வாசலில் இருந்தபடி நாற்காலிக்குப் பணம் பெறுவான். முவேவியா மற்ற வாடிக்கையாளர்களுக்கு நடுவேயுள்ள ஒரு நாற்காலியில் அமர்ந்து, தனது புகைக்குழாயைப் பற்றவைத்துக்

5. கருப்பர் மற்றும் வெள்ளையர் இனக்கலப்பில் பிறந்தவர்.

கொண்டு, ஒரு பயிற்சியில் ஈடுபட்டார்: எந்தச் சிந்தனையையும் அவரது புகைக்குழாயிலிருந்து புகைவெளிவரும் நேரம்தாண்டி அனுமதிப்பதில்லை. துர்நாற்றத்தை உள்ளிழுத்தபடி சுற்றியுள்ளவர்கள் "கிழிந்த கால்சராய்கள்" என்றழைக்கப்படும் பூஞ்சணம் பூத்த ரொட்டி அல்லது திராட்சையுடன் கூடிய பரங்கிப் பழக்கூழிற்குள் முகத்தை அடைத்துக் கொள்வதைப் பார்த்தார்; கசப்பான பார்வையோடு ஒவ்வொரு வாய் உணவையும் விழுங்குவதை, கைக்குட்டையால் தங்களது பற்களைத் துடைத்துக் கொள்வதைக் கவனித்தார்; உறக்கத்தில் திரும்பிப் படுக்கும்போது அவர்களது சட்டைகள் எவ்வாறு தெரித்துத் திறக்கின்றன என்று பார்த்தார்.

அவர்களைப் பார்த்துக் கொண்டிருக்கையில், தன்னுடைய மற்றும் அவர்களுடைய ஒவ்வொரு நொடியின் மூலப்பொருளும் எவ்வாறு கடந்த நூற்றாண்டுகளின் கந்தலாக்கப்பட்ட நொடியாக இருக்கிறது என்று சிந்தித்தார்; கடந்தகாலம் இந்நிகழில் கட்டமைக்கப்பட்டுள்ளது, நிகழ்காலமோ கடந்தகாலத்தால் ஆனது, ஏனெனில் அங்கே இருக்கும் ஒரே மூலப்பொருள் அதுதான். கடந்த காலத்தின் கணக்கற்ற நொடிகள் நூற்றாண்டுகளாகக் கற்களைப்போலப் பல்வேறு கட்டமைப்பில் எடுத்துச்செல்லப்படுகின்றன, இதைக் கூர்ந்து கவனிப்போமானால் அவற்றை நிகழ்நாள்களின் மணித்துளிகளில் அடையாளம் காணமுடியும், இன்று வெஸ்பாஸியன் காலத்துத் தங்க நாணயமொன்றை அடையாளங்கண்டு மதிப்பிடுவதைப் போல...

இதுபோன்ற சிந்தனைகள் அவரது எந்த வலியிலிருந்தும் விடுபட உதவவில்லை. நிம்மதியென்பது இம்மக்களிடமிருந்து கிடைப்பது, மற்றவர்களை ஏமாற்றிக்கொண்டிருக்கும் எதிர்காலத்திடமிருந்து இவர்கள் எதையும் எதிர்பார்க்கவில்லை, ஏனெனில் அது ஏற்கெனவே இவர்களை ஏமாற்றிவிட்டது. கவலையோடு மென்று கொண்டிருக்கும் இந்தக் கும்பல்தான் அவரது புதிய வாழ்க்கையில் வழிகாட்டியாக இருந்தது. இங்கிருந்து ஆசியா மைனர் வரை நாறுகின்ற இவர்களில் வெகுசிலர் அவரைக்காட்டிலும் மகிழ்ச்சியற்று இருக்கிறார்கள் என்று தெரியவரும்போது இதமாக இருக்கிறது. இந்தப் பெட்டைநாய் விடுதிதான் முவேவியாவுக்குப் பொருத்தமான இடம். அதன் கடல் உப்புக்கொண்டு பளபளப்பாக்கிய மேசைகள்,

மீன் எண்ணெயில் எரிந்துகொண்டிருக்கும் விளக்குகள். அவ்விடத்தின் வயதைக் காட்டிலும் எழுபது வருடங்கள் அதிகமாகக் காட்டும், அது முவேவியாவுக்கு நிம்மதியளிப்பதாக இருந்தது, ஏனெனில் அவருக்குத் தன்னோடு மற்றும் தன்னுடைய காலகட்டத்தோடு தொடர்புடைய எதையும் பொறுத்துக்கொள்ள முடியவில்லை. நிகழ்காலத்தைப் போலவே அவர் வெறுக்கும் அவரது தொழில் கடந்தகாலத்தில் அவருக்காகக் காத்திருக்கிறது என்பதால் அவர் ஒருவிதமான அரைக் கடந்தகாலத்திற்குள் நழுவியிருந்தார், இன்னமும் அங்கே அமுதக்கல் மற்றும் பச்சைமாணிக்கம் இரண்டும் சகோதரிகள், இன்னமும் குயில்கள் தங்கள் குரலால் ஒரு மனிதனின் மீதமிருக்கும் நாள்களைக் கூறும், அங்கே இன்னும் இரண்டு பக்கங்களும் மழுங்கிய கத்திகள் தயாரிக்கப்படும்...

மாட்டிறைச்சி மற்றும் செம்மறியாட்டின் காதுகளை உண்டபிறகு அவரது தந்தையின் வீட்டிலுள்ள வெகுநாள்களாகத் திறக்கப்படாத அறைகளுக்குச் செல்வார், அங்கே 19ஆம் நூற்றாண்டின் இறுதியில் அலெக்ஸாண்ட்ரியாவில் அச்சிடப்பட்ட ஆங்கிலம் மற்றும் ஃப்ரெஞ்சுச் செய்தித்தாள்களைப் புரட்டியபடி இருப்பார். குத்துக்காலிட்டு அமர்ந்து தன்வழி ஊடுருவிக் கடக்கும் ஊணின் ஊட்டமிக்க இருளையுணர்ந்தபடி செய்தித்தாள்களை தாகத்தோடு ஆர்வமாய் படிப்பார், காரணம் அவை அவரோடு எவ்விதத்திலும் தொடர்புடையவை அல்ல. அவ்விதத்தில் விளம்பரங்கள் மிகப் பொருத்தமானவை.

ஒவ்வொரு இரவிலும் வெகுகாலம் முன்பே இறந்துவிட்ட மனிதர்களால் கொடுக்கப்பட்ட செய்தித்தாள் விளம்பரங்களை ஆழ்ந்து படித்தார்; இப்போது பொருளற்றதான, அவரைக்காட்டிலும் வயதுகூடிய, தூசியில் மினுங்குகிற சலுகைகள். இந்த மஞ்சளேறிய பக்கங்கள் ஃப்ரெஞ்சுப் பிராந்தியைக் கீல்வாதத்திற்கென, குடிநீரை ஆண் மற்றும் பெண்களின் வாய்க்கென விளம்பரப்படுத்தின; ஆகஸ்ட் ஸீலர் எனும் ஹங்கேரியைச் சேர்ந்தவர் மருத்துவமனைகள் மற்றும் மருத்துவர்களுக்காகவென்றே அமைந்தது தன்னுடைய கடையென்று அறிவித்தார், பேறுகால மருத்துவச்சிகளிடம் வயிற்று மந்தத்திற்கான மருந்திருந்தது, சுருள்சிரை நாளங்களுக்கான காலுறைகள், மற்றும் ஊதிப்பெருக்கக்கூடிய ரப்பர் மிதிகள். 16ஆம் நூற்றாண்டு கலிஃபாவின் ஆயிரத்து ஐந்நூறு அறைகள்

கொண்ட ராஜமாளிகையை அவரது வழித்தோன்றல் விற்கிறார், துனீசியக் கடற்கரையின் மிக அழகான பகுதியிலமைந்தது, கடல்நடுவே, இருபது மீட்டர்கள் ஆழம் மட்டுமே கொண்ட இடத்தில் அமைக்கப்பட்டது. நல்ல வானிலையில் தெற்கிலிருந்து வீசும் தராம் எனப்படும் காற்றோடு அதை ரசிக்கலாம். பெயர் தெரியாத மூத்த மாது ஒருவர் ரோஜாவின் மணத்துடன் அல்லது சாணத்தின் நாற்றத்துடன் உங்களை எழுப்பிவிடும் கடிகாரத்தை விற்கிறார்; கண்ணாடிக்கூந்தல் கொண்டோருக்கான விளம்பரமொன்று அல்லது அணிந்தவுடன் கைகளை இறுகச்சூழும் கைப்பட்டைகள். புனித மும்மைத்துவ தேவாலயம் அமைத்துள்ள கிறிஸ்தவ மருந்தகம் தோற்புள்ளிகளுக்கு மருத்துவர் லெமானுடைய திரவத்தைப் பரிந்துரைக்கிறது, கேலன்டைன் பூச்சுகள் மற்றும் தோல் அழற்சிக்கும், ஒட்டகங்கள், குதிரைகள் மற்றும் செம்மறிகளுக்கு வரும் நோய்களுக்கு, சரும வியாதிகளுக்கு, மற்றும் வளர்ப்பு விலங்குகளின் நீர்தாக நோய்க்குக் கொடுக்கும் மருந்துப் பொடிகள். பெயர் தெரிவிக்க விரும்பாத ஒருவர் யூத ஆன்மா ஒன்றினைக் கடனுக்கு வாங்க விழைகிறார்; நெஃபேஷ் என்றழைக்கப்படும் ஆகக்கடைசியான வகைமையிலுள்ளது தேவை. புகழ்மிக்க கட்டிடக்கலைஞர் ஒருவர் மிகக்குறைந்த விலையில் வாடிக்கையாளர் விருப்பப்படி சுவனத்தில் ஆடம்பரமான வீடுகட்டிக் கொடுக்கிறார்; சாவி அவரது வாழ்நாளைக்குள் கொடுக்கப்பட்டுவிடும், அவர் தனது கணக்கை முடித்தவுடன் - கட்டிடக் கலைஞரோடு அல்ல, கெய்ரோவின் கீழ்மக்கள் கும்பலோடு. தேன்நிலவு நேரத்தில் வழுக்கையாகாமல் தடுக்கவொரு திரவம் பரிந்துரைக்கப்படுகிறது; பல்லியாக அல்லது சீனத்து ரோஜாவாக மாறக்கூடிய மந்திரவார்த்தை விற்பனைக்கு உள்ளது; நியாயமான விலையில் ஒருஅடி நிலம் விற்பனைக்கு, ஒவ்வொரு ரப்பி-உல்-அகெர் மாதத்தின் மூன்றாவது வெள்ளிக்கிழமை இரவிலும் அங்கிருந்து வானவில்லைப் பார்க்கலாம். பூச்சிகளின் தொல்லையிலிருந்து விடுபடுவது போல, பருக்கள், புள்ளிகள் மற்றும் மச்சங்களிலிருந்து விடுபட்டுவிட்டால் ஒவ்வொரு பெண்ணும் அழகுதான் ரோனி&சன் தயாரிப்பான இங்கிலீஷ் வெளுப்பான் பயன்படுத்தும்போது. பாரசீகக் கோழி மற்றும் குஞ்சுகள் வடிவிலான சீனக்களிமண் தேநீர் கோப்பைகள் விற்பனைக்கு, அதனுடன் மரக்கிண்ணமொன்று, அதன்கீழ்தான் ஏழாவது இமாமின் ஆன்மா சிறிது நேரம் தங்கியிருந்தது...

முனைவர். அபு கபீர் முவேவியா

தற்போது இல்லாத கணக்கற்ற நிறுவனங்களின் பெயர்கள் மற்றும் முகவரிகள், எப்போதோ மூடப்பட்டுவிட்ட விற்பனையாளர்கள் மற்றும் கடைகள் மஞ்சள்நிறத் தாளை நிறைத்தன, அவருடைய இடர்பாடுகள் மற்றும் துன்பம் குறித்து அறிய விருப்பமில்லாத கருணையற்ற ஒரு தலைமுறை போலவே முனைவர். முவேவியா கடந்துசென்றுவிட்ட அவ்வுலகிற்குள் தன்னை மூழ்கடித்துக் கொண்டார். 1971 ஆம் ஆண்டின் ஒரு மாலைநேரத்தில் அவரது வாயின் ஒவ்வொரு பல்லும் தனிப்பட்டதொரு எழுத்தாக உணர்ந்தவேளையில், முனைவர். முவேவியா 1896இல் வெளிவந்த ஒரு விளம்பரத்திற்கு பதிலளிக்கும் விதமாகக் கடிதம் எழுதினார். மிகக்கவனமாக பெயர் மற்றும் முகவரியைக் குறித்தார் - அலெக்ஸான்ட்ரியாவில் அந்தத் தெரு இன்னமும் இருக்கிறதா என்று அவருக்குத் தெரியாது - பிறகு அக்கடிதத்தைத் தபாலில் அனுப்பிவைத்தார். அப்போதிலிருந்து ஒவ்வொரு மாலையும் 19ஆம் நூற்றாண்டின் இறுதியில் வெளிவந்த ஒரு விளம்பரத்திற்கு பதில் எழுதி அனுப்பத் தொடங்கினார். கடிதக்குவியல்கள் யாருக்கென்றே தெரியாது அனுப்பப்பட்டன. பிறகு ஒருநாள் காலை முதல் மறுமொழி வந்தது. அதை எழுதியிருந்தவர், முவேவியா கடிதத்தில் குறிப்பிட்டிருந்தவாறு தற்போது ஃப்ரெஞ்சு துரோல் காப்புரிமை பெற்ற மனையியல் பொருட்களை விற்பதில்லை என்றாலும் விற்பதற்கு வேறு பொருள்கள் அவரிடம் இருப்பதாக எழுதியிருந்தார். மறுநாள் காலையில் ஒரு கிளியும் பெண்ணொருத்தியும் அந்த விளம்பரத்தோடு தொடர்புடையதாகக் கூறிக்கொண்டு வந்தனர்; இருவருமாகச் சேர்ந்து மரக்காலணி குறித்த சேர்ந்திசையொன்றைப் பாடினர். பிறகு அந்தக்கிளி தனியாக முவேவியாவுக்குத் தெரியாததொரு மொழியில் ஒரு பாடலைப் பாடியது. இரண்டில் எது விற்பனைக்கு என்று அவர் கேட்டபோது அந்தப்பெண் அவரே தேர்ந்தெடுக்கலாம் என்றாள். முனைவர். முவேவியா அப்பெண்ணைப் பார்த்தார் - அவளுக்கு அழகான கண்கள் மற்றும் உடைத்து ஊற்றி ஒருபக்கம் மட்டும் வேகவைத்த இரண்டு முட்டைகள்போல முலைகள். சோம்பலிலிருந்து தன்னை விடுவித்துக்கொண்டு மேல்மாடியிலிருக்கும் பெரிய அறையொன்றினைச் சுத்தம் செய்யும்படி அஸ்லனுக்கு கட்டளையிட்டார், பிறகு அங்கேயொரு கண்ணாடி வளையத்தை வைத்துவிட்டு, கிளியை விலைகொடுத்து வாங்கிக் கொண்டார். மெதுவாக, முன்னம் விளம்பரம் கொடுத்தவர்களின் வாரிசுகளிடமிருந்து

மறுமொழி வரத்துவங்கியபோது அவரது அறை நிரம்பிவிட்டது. அவற்றில் இப்போது எண்ணற்ற விநோதமான வடிவங்களில் வரையறுக்கவியலாத மரச்சாமான் பகுதிகள், மிகப்பெரிய ஒட்டகச் சேணம், பொத்தான்களுக்குப் பதிலாக மணிகள் வைத்துத் தைக்கப்பட்ட பெண்களுக்கான ஆடை, உள்ளே மனிதனை அடைத்து உத்தரத்திலிருந்து தொங்கவிடும்படியான இரும்புக்கூண்டு, இரண்டு கண்ணாடிகள், அவற்றிலொன்று அசைவுகளைப் பிரதிபலிக்கச் சற்று தாமதமானது மற்றொன்று உடைந்தது, அறியப்படாத மொழியொன்றில் எழுதப்பட்ட பாடலொன்றின் பழைய கையெழுத்துப் பிரதி. அந்தப்பாடல்:

Zaludu sciglieſcemi ſarchalo od ſrecche
Kadeu gniemu ti obarzani uecche
Umiſto tuoyogha, ça iſkah ya ſreto
Obras moi ſtobiegha od glietana glieto
Uarcchiamti darouoy, creni ſnami ni
Okade obarz tuoi za moiſe zamini.

ஒருவருடத்திற்குப் பிறகு மேல்மாடி அறை நிறைந்துவிட்டது, ஒருநாள் காலை அந்த அறைக்குள் நுழைந்தபோது முனைவர். முவேவியா அப்பொருள்கள் குறித்து உணர்ந்து ஆச்சரியம் அடைந்தார். அவரது சேகரிப்பிலிருந்த சில பொருள்கள் நிச்சயமாக மருத்துவமனை போன்ற இடத்தில் பயன்படுபவை. ஆனால் சமகால மருத்துவமுறைகளைப் பயன்படுத்தாத புராதனமானதொரு, வழக்கத்திலில்லாத மருத்துவமனை. முவேவியாவின் ஆரோக்கிய நிலையத்தில் நாற்காலிகள் விநோதமான பிளவுகளுடனிருந்தன, மனிதர்கள் அமரும்போது தங்களைப் பிணைத்துக் கொள்ளும் வகையில் இரும்பு வளையங்கள் கொண்ட நீளிருக்கைகள், மரத்தாலான முகமூடி இடது அல்லது வலது கண்ணிற்கு அல்லது மூன்றாம் கண்ணுக்காக நெற்றியில் மட்டும் பிளவுள்ளது. முவேவியா அவற்றை வேறொரு அறைக்கு மாற்றினார். மருத்துவக் கல்லூரியிலிருந்த ஒரு சக பணியாளரை வரவழைத்து அவற்றைக் காட்டினார். 1967 போருக்குப் பிறகு தனது பல்கலைக்கழக நண்பர்களில் ஒருவரைச் சந்திப்பது இதுவே முதல்முறை. வந்தவர் அப்பொருள்களை வெறித்துப் பார்த்துவிட்டுக் கூறினார்: "ஒரு மாலை வேளை இறந்துவிட்ட ஒருவன் தனது கல்லறையிலிருந்து குடும்பத்தோடு உணவருந்திப் போகத் திரும்பினான். அவன்

உயிரோடு இருந்தபோது போலவே முட்டாளாக இருந்தான். இறப்பு அவனை எவ்வகையிலும் அறிவாளியாக்கவில்லை... இக்கருவிகள் ஒரு கனவில் பயன்படும் காட்சியை மீட்கும் கனவு மருத்துவமனைக்கு மிகவும் பழையவை. சில நம்பிக்கைகளின்படி கனவில் நாம் பயன்படுத்தும் கண் நாம் விழித்திருக்கும்போது பயன்படுத்தும் கண்களிலிருந்து வேறுபட்டது..."

இவ்வார்த்தைகளைக் கேட்டுப் புன்னகைத்த முனைவர்.முவேவியா முதல் அறையில் கிளியுடன் வைக்கப்பட்டிருந்த பொருள்களின்மீது கவனத்தைச் செலுத்தினார். ஆனால், கனவுகளில் குருட்டுத்தன்மை ஏற்படாது பாதுகாக்கும் கருவிகளடங்கிய பொருள்களிருந்த அறையை ஒப்பிட இவ்வறையிலிருக்கும் பொருள்களுக்கிடையேயான தொடர்பைப் புரிந்துகொள்வது கடினமாக இருந்தது. இவை அனைத்திற்கும் பொதுவான ஒரு விஷயத்தைக் கண்டுபிடிக்க வெகுநேரம் முயன்றபின், நிபுணராக இருந்த தன்னுடைய முன்வாழ்க்கையில் கடைபிடித்த முறையை உபயோகிப்பது என்ற முடிவுக்கு வந்தார். ஒரு கணினியை உபயோகிப்பதென்ற முடிவுக்கு வந்து, கெய்ரோவிலிருந்த நண்பர்களில் ஒருவருக்குத் தொலைபேசியில் அழைத்தார், அவர் நிகழ்தகவுகளைக் கணக்கிடுவதில் வல்லவர், அவரிடம் தன்னுடைய கடிதத்தில் பட்டியலிடப்பட்டுள்ள அனைத்துப் பொருள்களின் பெயரையும் கணினியில் உள்ளீடு செய்யும்படி கூறினார். மூன்றுநாள் கழித்து கணினி தான் கண்டறிந்ததைத் தெரிவித்தது, முனைவர். முவேவியா கெய்ரோவிலிருந்து அவ்வறிக்கையைப் பெற்றார். கவிதையைப் பொறுத்தமட்டில், மூவிலைத் தீவனப்புற்கொடியின் கீழ் நின்றிருக்கும் மறியின் நீரெழுத்தோடு கூடிய 1660ஆம் ஆண்டுத் தாளில் ஸ்லாவிய மொழியில் எழுதப்பட்டது என்று மட்டுமே கணினியால் கூறமுடிந்தது. மற்ற பொருள்கள், அதாவது கிளி, மணிகள் கொண்ட ஒட்டகச்சேணம், மீன்வடிவிலிருக்கும் பைன் மரத்தின் கூம்புபோன்ற காய்ந்த பழம், மனிதர்களுக்கான கூண்டு போன்றவற்றிற்கு ஒரேயொரு பொதுத்தன்மை உண்டு. முனைவர். முவேவியாவின் சொந்த ஆராய்ச்சியில் கொடுக்கப்பட்ட, கணினியில் உள்ளீடு செய்யப்பட்ட குறைவான தகவல்களைக் கொண்டு வெளிப்பட்ட முடிவு என்னவென்றால் இப்பொருள்கள் அனைத்தும் இப்போது நாம் இழந்துவிட்ட கசார் அகராதியில் குறிப்பிடப்பட்டுள்ளன என்பதே.

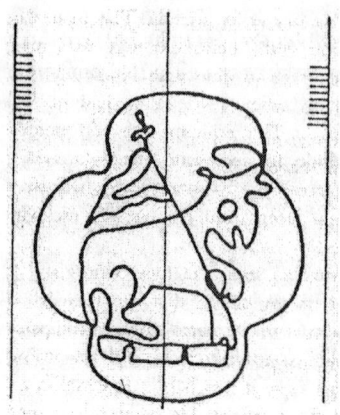

முனைவர்.அபு கபீர் முவேவியாவின்
சேகரிப்பிலிருந்த நீரெழுத்து

இவ்வகையில் முனைவர். முவேவியா போருக்கு முன்பு எங்கிருந்து தொடங்கினாரோ அதே இடத்திற்கு மீண்டும் வந்துவிட்டார். மீண்டும் ஒருமுறை பெட்டைநாய் விடுதிக்குச் சென்று, தனது புகைக்குழாயைப் பற்றவைத்துக்கொண்டு, சுற்றுமுற்றும் பார்த்திருந்து, பிறகு அதை அணைத்துவிட்டுத் தன்னுடைய பழைய கெய்ரோ பல்கலைக்கழக வேலையில் சென்று சேர்ந்தார். அவரது மேசையில் கடிதங்கள் மற்றும் பல்வேறு கருத்தரங்கிற்கான அழைப்பிதழ்களின் குவியல் அவருக்காகக் காத்திருந்தன. அவற்றில் ஒன்றைத் தேர்ந்தெடுத்து, 1982 அக்டோபரில் கான்ஸ்டான்டிநோபிளில், "இடைக்காலத்தில் கருங்கடல் கரையோரப் பண்பாடுகள்" என்ற தலைப்பில் நடக்கவிருக்கும் சந்திப்பிற்கென ஓர் ஆய்வுக்கட்டுரையைத் தயாரித்தார். கசார்களைப்பற்றிய யூதா ஹலேவியின் குறிப்பை மீண்டுமொருமுறை படித்துவிட்டு, தனது கட்டுரையை எழுதிமுடித்து, கான்ஸ்டான்டிநோபிளுக்குக் கிளம்பினார், ஒருவேளை அங்கே அவரைக்காட்டிலும் சற்று அதிகமாக யாரெனும் கசார்களின் கதையைத் தெரிந்துவைத்திருக்கக் கூடுமென்று என்று நினைத்தார். கான்ஸ்டான்டிநோபிளில் முனைவர். முவேவியாவைக் கொன்ற கொலைகாரன் அவரைநோக்கித் தனது துப்பாக்கியைக் குறிவைக்கும்போது கூறினான்:

முஸ்தா-பெக் சபியாக்

"உனது பற்கள் சேதப்படாமல் இருக்கவேண்டுமென்றால் வாயைத் திற!"

முனைவர். முவேவியா வாயைத் திறந்ததும் சுடப்பட்டு இறந்தார். கொலைகாரனின் மிகத்துல்லியமான குறியால் முனைவர். முவேவியாவின் பற்கள் சேதமுறாமல் இருந்தன.

முஸ்தா-பெக் சபியாக் (7ஆம் நூற்றாண்டு) - ட்ரெபின்யேவின் துருக்கியத் தளபதிகளுள் ஒருவன். சமகாலத்தில் வாழ்ந்தவர்கள் கூறுவது, சபியாக்கினால் உணவுத்தட்டைக் கீழே வைக்க முடியாது, காட்டுப்புறாவைப்போல ஒரேநேரத்தில் உண்ணவும் மலங்கழிக்கவும் செய்வான். அவனது ராணுவப்போர்க் காரியங்களின் போது முலையூட்டுந்தாதிகளை அவனுக்கு முலையூட்டவேண்டி உடன் அழைத்துச்செல்வான். ஆனால் அவன் பெண்களோடு கலப்பதில்லை, அல்லது பொதுவாக யாருடனும் அப்படித்தான்; அவனால் இறப்பின் வாயிலில் இருப்பவர்களோடு மட்டுமே உறவுகொள்ள முடியும், எனவே அவனது கூடாரத்திற்கு இறக்கும் தறுவாயில் உள்ள பெண்கள், ஆண்கள், மற்றும் குழந்தைகள் கொண்டுவரப்பட்டனர், அவர்கள் விலைக்கு வாங்கப்பட்டு, குளிப்பாட்டப்பட்டு, இதற்காக உடுத்தப்படுவர். உயிரோடுள்ள யாரையும் கருவுறச்செய்வதை விரும்பாதவன் போல அவர்களோடு மட்டுமே இரவினைக் கழிப்பான். தான் வேறு உலகத்தில் குழந்தைகளை உருவாக்குவதாகக் கூறுவது அவன் வழக்கம், இந்த உலகிலல்ல.

"யாருடைய சுவனத்தை, யாருடைய நரகத்தை நான் அவர்களுக்காக உருவாக்குகிறேன் என்று எனக்குத் தெரியாது," என்று புலம்புவான். "அவர்கள் யூதர்களின் தேவதைகளிடமோ அல்லது கிறிஸ்தவச் சாத்தான்களிடமோ அலையலாம், நான் சுவனம் செல்லும்போது வேறு உலகத்தில் அவர்களைப் பார்க்கப்போவதே இல்லை..."

தனது இச்சார்பை எளிமையான சொற்களில் ஒரு தர்விஷிடம் விளக்கினான்: "மரணம் மற்றும் அன்பு, இந்த மற்றும் அந்த உலகங்கள் அருகருகே வைக்கப்படும்போது இரண்டைப்பற்றியும் சில முக்கியமானவற்றை அறிய முடிகிறது. அது அடுத்த உலகிற்கு அவ்வப்போது சென்று வரும் குரங்குகள் போல;

அவை மீண்டும் இங்கு வருகையில் அவற்றின் ஒவ்வொரு கடியும் ஞானமுடைத்தது. எனில், சிலர் இக்குரங்குகளிடம் கையைக் கொடுத்து கடிக்கச்சொல்லி அவற்றின் பற்தடங்களிலிருந்து உண்மையை அறிந்துகொள்ள முயல்வதுபோல ஆச்சரியமானது என்ன உண்டு? எனக்கு அவ்வகையிலான கடிதடங்கள் தேவையில்லை..."

அவனுக்குக் குதிரைகள் மீது விருப்பமுண்டு ஆனால் சவாரி செய்ய மாட்டான், அவ்வகையில் குதிரைகளோடு சேர்த்து முஸ்தா-பெக் சபியாக் இறந்து கொண்டிருப்பவர்களையும் விலைக்கு வாங்கினான், அவர்கள் மீது அவனுக்கு விருப்பம் கிடையாது ஆனால் சவாரி செய்வான். கடலுக்கருகே சிறப்பானதொரு குதிரை இடுகாடு ஒன்றை வைத்திருந்தான், துப்ரோவ்னிக்கின் யூதரான சாமுயேல் கோஹென்✡ என்பவரால் சலவைக்கல்லில் உருவாக்கப்பட்டு பாதுகாக்கப்பட்டு வந்தது. இந்த யூதர் வாலாசியப் போர்க்களத்தில் சபியாக் பாஷாவின் முகாமில் என்ன நிகழ்ந்தது என்ற குறிப்பை விட்டுச்சென்றுள்ளார்.

பாஷாவுடைய வீரர்களில் ஒருவன் குற்றமிழைத்துவிட்டதாக சந்தேகம் கொள்ளப்பட்டான், ஆனால் அவனுக்கெதிராக உறுதியான ஆதாரம் எதுவுமில்லை. தன்யூபின் கரையில் எதிரிகளுடன் நடந்த போரில் அவனது படையணியில் உயிர்பிழைத்தவன் அவன் ஒருவனே. தளபதியைப் பொறுத்தமட்டில் அச்சிப்பாய் தனது உயிரைக் காப்பாற்றிக் கொள்வதற்காக போர்க்களத்திலிருந்து விலகியிருக்கிறான். சிப்பாயைப் பொறுத்தமட்டிலும் அவர்கள் இரவுவேளையில் தாக்குதலுக்கு உள்ளாயினர்; தாக்கியவர்கள் அனைவரும் நிர்வாணமாக இருந்தனர்; அவன் ஒருவன் மட்டுமே எதிர்த்துப் போராடிக் கொண்டிருந்தான், பயம் தன்னை வெற்றிகொள்ள அனுமதிக்காததே அவன் உயிர் பிழைத்ததன் மிகச்சரியான காரணம். அவன் குற்றவாளியா அல்லது நிரபராதியா என்று தீர்ப்பிட சபியாக்கின் முன்பு அழைத்துவரப்பட்டான். சிப்பாயின் சட்டைக்கை கிழிக்கப்பட்டிருந்தது; பாஷாவுக்கு அருகில் கொண்டுசெல்லப்பட்டான், இந்த வார்த்தைகளற்ற புலனாய்வில் மற்றவர்களைப் போலவே பாஷாவும் விசாரணை முழுக்க ஒருவார்த்தை கூட உச்சரிக்கவில்லை. பாஷா திடீரென அவ்விளைஞன்மீது ஓர் விலங்கெனப் பாய்ந்து அவனது முன்னங்கையைக் கடித்து சதையை எடுத்தான்,

பிறகு திடீரென அந்தப் பரிதாபத்துக்குரியவனிடத்திலிருந்து அலட்சியமாகத் திரும்பிக்கொண்டதும் அவன் கூடாரத்தைவிட்டு உடனடியாக வெளியே அழைத்துச் செல்லப்பட்டான். பாஷா அச்சிப்பாயைச் சரியாகப் பார்க்கக்கூட இல்லை அல்லது அவனோடு ஒரு வார்த்தைக்கூடப் பரிமாறிக் கொள்ளவில்லை, ஆனால் அமைதியாக அவனது மாமிசத்தை, வெகுகாலமாகச் சுவைத்திராத ஓர் உணவின் சுவையை நினைவுகூரும் அல்லது ஒயினின் சுவையைத் தீர்மானிக்கும் தீவிரமான முகபாவத்தோடு மென்றுகொண்டிருந்தான். பிறகு அதை வெளியே துப்பினான் - வெளியே இருப்பவனைக் கொல்லவேண்டும் என்பதற்கான சைகை, ஏனெனில் அதுவே அவனது குற்றத்திற்கான ஆதாரமாக எடுத்துக் கொள்ளப்படும்.

"பாஷாவின் சேவையில் நான் அதிககாலம் இருந்ததில்லை," குறிப்பின் முடிவில் கோஹென் எழுதுகிறார், "நான் அதிக விசாரணைகளையும் கண்டதில்லை, ஆனால் பாஷா தான் கடித்த சதைத்துண்டை விழுங்கிவிட்டாரெனில் அம்மனிதன் மீதான குற்றங்கள் விலக்கிக் கொள்ளப்பட்டு விடுதலை செய்யப்படுவான்."

சபியாக் பாஷாவிற்கு மிகப்பெரிய, ஒழுங்கற்ற உடலமைப்பு, உடைகளுக்கு மேலே ஆடைகளை அணிந்திருப்பதுபோல, தலைப்பாகை மண்டையோட்டிற்கும் தலைமுடிக்கும் இடையே இருப்பதுபோலத் தோன்றும்.

மொகத்தசா அல்-சஃபர்☆ *(9, 10, மற்றும் 11ஆம் நூற்றாண்டுகள்)* - கன்னி மடத்திலுள்ள கசார் பூசாரி. அவருடைய நீண்ட வாழ்வில் அவரும் மற்றொரு மடாலயத்தைச் சேர்ந்த துறவியும் பலகை அல்லது காய்கள் இல்லாது சதுரங்கம் விளையாடினர். காஸ்பியன் கடலிலிருந்து கருங்கடல்வரை நீண்டிருந்த விரிவான பகுதியில் வருடத்திற்கொரு காய் நகர்த்துதல் என்ற வீதத்தில் விளையாடினர், தாங்கள் காய்களாகப் பயன்படுத்திய விலங்குகளைத் தாக்க இருவரும் முறைவைத்துப் பருந்துகளை அனுப்பினர். விலங்குகள் பிடிபட்ட சதுரங்களை மட்டும் அவர்கள் கணக்கில் கொள்வதில்லை, வேட்டை நிலத்தின் கடல்மட்டத்திற்கு மேலுள்ள உயரத்தையும் சேர்த்துக் கொள்வர்.

மொகத்தசா அல்-சஃபர் கசார்களின் சிறந்த கனவு வேட்டையருள் ஒருவர். ஆதம் ருஹானியின் மயிரிழைகளில் ஒன்றைத் தனது கனவுகளின் அகராதியில் வடித்திருப்பதாக நம்பப்படுபவர் (பார்க்க "யூசுஃப் மசூதி"^{c}).

அவரது பிரார்த்தனை முறை மற்றும் அவர் சார்ந்திருந்த மத ஒழுங்கின்படி அவர் பத்தாயிரம் கன்னிச் சன்னியாசினிகளைக் கருவுறச் செய்யவேண்டியிருந்தது. அவர்களுள் இறுதியானவள் இளவரசி அதே'$^\nabla$, தொன்மக்கதைகளின்படி அவள் தன்னுடைய படுக்கையறையின் சிறிய, கைப்பிடிக்குப் பதிலாக தங்கக் காசினைக் கொண்டிருக்கும் பெண்டிருக்குரிய சாவியை அவரிடம் அனுப்பினாள். அந்தச்சாவி மொகத்தசா அல்-சஃபரின் உயிரை வாங்கியது, ஏனெனில் அது காகனின் பொறாமையைத் தூண்டிவிட்டது. நீரின் மேலமைக்கப்பட்ட கூண்டொன்றில் அவர் தன் உயிரைவிட்டார்.

யாபிர் இப்னு அக்ஷானி (17ஆம் நூற்றாண்டு) - அனடோலிய பாணர் குழுவினர் (லூட் மற்றும் தாளக்கருவி வாசிப்பவர்கள்), சாத்தான் சிலகாலத்திற்கு இப்பெயரைப் பயன்படுத்தியதாகவும் 17ஆம் நூற்றாண்டில் வாழ்ந்த மிகவும் கொண்டாடப்பட்ட ஒரு லூட் இசைக்கலைஞர்களுள் ஒருவரான யூசுஃப் மசூதி^{c} என்பாருக்கு முன் தோன்றியவரென்றும் நம்புகிறார்கள். இப்னு அக்ஷானி மிகச்சிறந்த மிழற்றுநர். குறிப்பிட்ட பாடலுக்கு அவரது விரலசைவு குறித்து எழுதிவைக்கப்பட்ட குறிப்பின்படி அவர் தனது இசைக்கருவியை மீட்ட பத்திற்கும் மேற்பட்ட விரல்களைப் பயன்படுத்தினார். பார்வைக்கு வசீகரமானவர்; அவருக்கென நிழல் இருந்ததில்லை, ஆழமற்ற அவரது கண்கள் மிதித்துக் குழப்பப்பட்ட இரண்டு சேற்றுமடுக்களை ஒத்திருக்கும். மரணம் குறித்து வெளிப்படையாகப் பேசும் நிலைக்கு அவர் இறங்கினாலும் அவற்றைத் தன் கதைகளின் மூலம் மறைபொருளாகவே குறித்தார், கனவினைப் படிக்கும்படி அல்லது மரணம் குறித்த அறிவினை கனவு வேட்டையரிடமிருந்து பெறும்படி மக்களை அறிவுறுத்துவார். இரண்டு முதுமொழிகள் அவர்பால் ஏற்றிக் கூறப்படுகின்றன: (1) "இறப்பென்பது உறக்கத்தின் குடிப்பெயர், ஆனால் அப்பெயர் நாம் அறியாததாகவே இருக்கிறது"; (2) "உறக்கமென்பது வாழ்வின்

தினசரி முடிவு, அது தன் சகோதரியான இறப்பிற்கு சிறியதொரு பயிற்சி, ஆனால் அனைத்துச் சகோதரிகளும் சகோதரர்களும் ஒரேயளவில் நெருக்கமானவர்களில்லை." ஒருமுறை இறப்பு எங்ஙனம் செயல்படுகிறதென மக்களுக்குக் காட்ட விரும்பினார், அதையொரு கிறிஸ்தவ ராணுவத்தளபதி ஒருவர்மூலம் செய்துகாட்டினார், அவரது பெயர் பாதுகாக்கப்படுகிறது: அவரை அவ்ரம் ப்ராங்கோவிச்† என்றழைத்தனர், அவர் வாலாசியாவில் போரிட்டவர், சாத்தான் கூறுகின்றபடி, அங்கே ஒவ்வொரு மனிதனும் பிறப்பிலே கவிஞனாகப் பிறந்து, கள்வனைப்போல வாழ்ந்து, காட்டேரியாக இறக்கிறான். யாபிர் இப்னு அக்ஷானி சிலகாலம் சுல்தான் முராத்தின் கல்லறைமாடத்திற்குக் காவலராக இருந்தார், அங்குதான் பெயர்தெரியாத வருகையாளர் ஒருவர் அக்ஷானி கூறியதில் சிலவற்றை எழுதிவைத்துள்ளார்:

"சாவியின் பெயரை உள்ளே விட்டுச்செல்வது போல உள்ளிருக்கும் இருட்டில் அதன் கனத்த ஒலி எதிரொலிக்குமாறு காவலர் கல்லறை மாடத்தின் கதவுகளைப் பூட்டுகிறார். என்னைப்போன்று ஊக்கம் குலைந்து எனக்கருகில் இருந்த கல்லின்மீது அமர்ந்து கண்களை மூடிக்கொள்கிறார். அவரது பகுதியிலுள்ள நிழலில் உறங்கிவிட்டார் என்று நான் நினைக்கும்போது கையை உயர்த்தி கல்லறையின் வாயிலுக்குமேல் சிறகடிக்கும் அந்துப்பூச்சியைச் சுட்டுகிறார். அது எங்கள் உடையிலிருந்து வெளிப்பட்டிருக்கலாம் அல்லது கல்லறை மாடத்தின் பாரசீகக் கம்பளிகளிலிருந்து.

" 'அதைப் பார்,' வெகு இயல்பாக என்னிடம் கூறுகிறார், 'இந்த வாயிலின் வெள்ளைச்சுவருக்கு மேலே அந்த அந்துப்பூச்சி இருக்கிறது, அது நகர்வதனால் மட்டுமே நம் கண்களுக்குப் புலனாகிறது. அச்சுவரை வானம் என்று கொண்டால், இங்கிருந்து பார்க்கும்போது வானத்தில் உயரப் பறந்து கொண்டிருக்கும் ஒரு பறவையைப்போலத் தெரியும். ஒருவேளை அந்துப்பூச்சி சுவரை அப்படித்தான் பார்க்கிறதோ என்னவோ, அது தவறென்பதை நாம் மட்டுமே அறிந்திருக்கிறோம். ஆனால், நாமதை அறிந்திருக்கிறோம் என்பதுவும் அதற்குத் தெரியாது. அதற்கு நம் இருப்பே தெரியாது. இயன்றால் நீ அதனுடன் தொடர்புகொள்ள முயற்சி செய். அது புரிந்துகொள்ளும் வகையில் அதனிடம் எதையேனும் கூற முடியுமா; உன்னை அது முழுமையாகப் புரிந்து கொண்டுவிட்டது என்று உறுதியாகக் கூற முடியுமா?'

" 'எனக்குத் தெரியவில்லை,' என்றேன். 'உங்களால் முடியுமா?'

" 'முடியும்,' அமைதியாகக் கூறிய அம்முதியவர் ஒரு கைதட்டலில் அந்துப்பூச்சியைக் கொன்று, அதன் நசுங்கிய உடலை உள்ளங்கையில் வைத்து நீட்டினார்.

" 'இப்போது நான் அதனிடத்தில் கூறியதை அது புரிந்துகொண்டிருக்காது என்று நினைக்கிறாயா?'

" 'இதையே நீங்கள் ஒரு மெழுகுவர்த்தியிடமும் செய்யலாம், உங்கள் இரு விரல்களால் அதன் சுடரை அணைத்து உங்கள் இருப்பை நிரூபிக்கலாம்,' என்றேன்.

" 'நிச்சயமாக, ஒரு மெழுகுவர்த்தி இறக்கவல்லதாக இருப்பின்... இப்போது இதைக் கற்பனைசெய்' என்று தொடர்ந்தார், 'யாரோ ஒருவர் இருக்கிறார், இவ்வந்துப்பூச்சி குறித்து நாமென்ன அறிந்துவைத்திருக்கிறோம் என்பதை அறிந்தவராயிருக்கிறார். நாம் வானம் என்றழைக்கும் இவ்வெளி, வரம்பற்றதென நாம் நினைக்கும் இவ்வெளி எவ்வாறு, எதன்மூலம், மற்றும் ஏன் வரம்புக்குட்பட்டதென அறிந்த ஒருவர் - நம்மை அணுகி தனதிருப்பை உணர்த்தவியலாதவர், அதற்கு ஒரேயொரு வழிமட்டுமே அவரிடத்தில் உண்டு - நம்மைக் கொல்வது. யாரோ ஒருவர், அவரது உடைவகைகளில்தான் நாம் செழித்துக் கொண்டிருக்கிறோம், ஒரு நாவினைப்போல நம்முடன் உரையாடும் வழியாக தன் கைகளில் நமது மரணத்தை ஏந்தியிருப்பவர். நம்மைக் கொல்வதன் வழி இவ்வறியப்படாத இருப்பு தன்னை அறிவிக்கிறது. நமது மரணத்தின் வாயிலாக நாம், அம்மரணம் கொல்பவரின் அருகில் அமர்ந்திருக்கும் ஒரு வழிப்போக்கனுக்கு வெறும் எச்சரிக்கை என்பதன்றி வேறில்லாமல் இருக்கலாம், திறந்திருக்கும் ஒரு கதவுவழி காண்பது போல, புதியவெளிகள் மற்றும் வேறுவகையான வரம்புகளை கடைசிக் கணத்திலேயே உணரமுடிகிறது என்பேன். இந்த ஆறாம் மற்றும் உயர் அளவிலான மரணபயம் (அங்கே நினைவுகள் ஏதுமில்லை) மட்டுமே நம்மை இவ்விளையாட்டின் அநாமதேய பங்களிப்பாளர்களாக மாற்றுகிறது. உண்மையில், மரணத்தின் அடுக்கதிகாரம் என்பது மட்டுமே இடையறாது எதிரொலிக்குள் உருவாகும் எதிரொலிகள் போல மரணங்கள் தம்மை மறுதோற்றம் செய்துகொள்ளும் வேறுவகையான

யாபிர் இப்னு அஷானி

பரந்தவெளியின் வெவ்வேறு படிநிலைகளிலுள்ள யதார்த்தங்களின் தொடர்பைச் சாத்தியப்படுத்துகிறது...'

"அந்தக் காவலர் பேசுகையில் நான் முடிவெடுக்கிறேன்: அவர் என்னிடம் கூறுவது வெறும் ஞானம், அனுபவம், அல்லது ஆழ்ந்த நூலறிவு எனில் அதற்கு என் கவனத்தை அளிக்கவேண்டிய தேவையில்லை. ஆனால் இம்மனிதர் இயல்பினில் நம்மெல்லோரையும் விட இக்கணத்தில் அல்லது நேற்றைக்கு அவரிடம் இருந்ததைக் காட்டிலும் சாதகமான கூறுகளைக் கொண்டிருக்கலாமோ?..."

சில காலத்திற்கு யாபிர் இப்னு அக்ஷானி ஒரு நாடோடியின் வாழ்க்கையை வாழ்ந்தார், தன்னோடு வெள்ளை ஆமையோட்டினால் செய்யப்பட்ட தன் இசைக்கருவியைச் சுமந்திருப்பார். ஆசியாமைனரின் கிராமப்புறங்களில் சுற்றித்திரிந்து, தன்னுடைய இசையை வாசித்தபடி, போகிறபோக்கில் வருங்காலத்தை முன்னுரைப்பார், இரந்து அல்லது களவுசெய்து வாரத்திற்கு இரண்டு அரிதட்டு அளவுக்கான மாவைப் பெற்றுவிடுவார். ஈசாவுக்குப் பிறகான 1699-ஆம் வருடத்தில், தனது மரணத்தை விநோதமான முறையில் சந்தித்தார். அச்சமயத்தில் அவர் வியாழக்கிழமை தலங்களைச் சுற்றிக்கொண்டிருந்தார் (வியாழக்கிழமைகளில் சந்தை நடக்கும் இடங்கள்), அமர்ந்திருக்கிறாரோ அல்லது நிற்கிறாரோ, எப்போதும் தொல்லை கொடுத்தபடியே இருப்பார். மற்றவர்களின் புகைக்குழாயில் துப்பிவைப்பார், வண்டிகளின் சக்கரங்களைக் கட்டிவிடுவார், அல்லது அவர்களுடைய தலைப்பாகைகளில் முடிச்சிட்டு ஒவ்வொருவரும் மற்றவருக்கு உதவி செய்யும்படி ஆக்குவார். வழிப்போக்கர்களை இப்படிக் கோபப்படுத்தியதும் அவர்கள் இவர் மேல் பாய்வர், அனைவரும் மொத்தமாகச்சேர்ந்து இவரைத் தாக்கும்போது பணப்பையைக் கிழித்து அவர்களது பையை வெறுமையாக்குவார். காலத்தைக் கடத்தும்பொருட்டு அவர் அவ்வாறு செய்திருக்கலாம். ஒருநாள், அது கடந்துவிட்டது என்று அவர் கருதியபோது, மஞ்சள்நிறப் பசுமாடு ஒன்றை வைத்திருந்த ஒரு விவசாயியிடம் அப்பசுவினைக் குறிப்பிட்ட நேரத்தில் குறிப்பிட்ட இடத்திற்கு அழைத்துவரச் சொல்லிப் பணம் கொடுத்தார். அவ்விடம் ஒருவருடமாக எவ்விதமான ஒலிகளையும் அறியாத இடமாக இருந்தது. விவசாயி மாட்டை அழைத்துவந்ததும் அது இப்னு அக்ஷானியை முட்டித் தள்ளி அதே

இடத்தில் கொன்றது. உறக்கத்தில் வீழ்ந்தவர் போல எளிதாக, சடுதியில் இறந்தார், அந்தக் கணத்தில் அவருக்குக்கீழே ஒரு நிழல் தோன்றியது, அநேகமாக அவரது உடலை ஏற்றுக்கொள்வதற்காக இருக்கலாம். தன்னுடைய வெள்ளைநிற ஆமையோட்டில் செய்யப்பட்ட லூட் இசைக்கருவியை விட்டுச் சென்றிருந்தார், அது அதே நாளில் மீண்டும் விலங்காகி நடக்கத் துவங்கி கருங்கடலுக்குள் நீந்தி மறைந்தது. யாபிர் இப்னு அக்ஷானி மீண்டும் இவ்வுலகிற்குத் திரும்பும்போது அவருடைய ஆமை மீண்டும் வெள்ளைநிற லூட் இசைக்கருவியாகும் மற்றும் அவரது நிழலை பின்னுற்றிடங்கொள்ளும் என்று பாணர்கள் நம்புகிறார்கள்.

த்ரனோவோவில் உள்ள நெரெத்வா ஆற்றங்கரையில் இன்னமும் சாத்தானின் கல்லறை என்றழைக்கப்படும் இடத்தில் அவர் புதைக்கப்பட்டார். ஒருவருடம் கழித்து, நெரெத்வா பகுதியைச் சேர்ந்த கிறிஸ்தவன் ஒருவன், அக்ஷானியை நன்கு அறிந்தவன், ஏதோ வேலையாக தெஸ்ஸலோனிகாவுக்குச் சென்றான். அங்கே இரண்டு விதமான இறைச்சிகளை - பன்றி மற்றும் மாட்டிறைச்சி - குத்தும் விதமாக இரட்டைக் கவர்முட்கள் கொண்ட முள்கரண்டி ஒன்றை வாங்குவதற்காக ஒரு கடைக்குள் நுழைந்தான். அவனுக்காக அக்கடையின் உரிமையாளர் வெளியே வந்தபோது அம்மனிதன் அக்ஷானியை உடனே அடையாளம் கண்டுகொண்டு, ஒரு வருடத்திற்கு முன்பே அவர் த்ரனோவாவில் புதைக்கப்பட்டிருக்க, இங்கே தெஸ்ஸலோனிகாவில் என்ன செய்துகொண்டிருக்கிறார் என்று கேட்டான்.

“அதாவது என் நண்பனே,” அக்ஷானி பதிலளித்தார், “நான் இறந்தேன், அல்லாஹ் என்னை என்றென்றைக்கும் அதனோடு சேர்த்து மற்றுமொரு நாளுக்கும் கண்டனம் செய்து விட்டார், எனவே நான் இங்கே ஒரு வியாபாரியாக இருக்கிறேன், என்னிடம் கற்பனை செய்து பார்க்க இயன்ற அனைத்தும் உண்டு. ஒரே விஷயம் என்னவென்றால் எதையும் நிறுக்கச் சொல்லிக் கேட்காதே, ஏனெனில் இனி என்னால் ஒருபோதும் எதையும் நிறுக்க முடியாது. அதனால்தான் நான் கொடுவாட்கள், கத்திகள், முள்கரண்டிகள், மற்றும் கருவிகள் விற்கிறேன், இவை எண்ணப்படுபவை, நிறுக்கப்படுபவையல்ல. நான் எப்போதும் இங்குதான் இருக்கிறேன், வருடத்தின் பதினோராவது வெள்ளிக்கிழமையைத் தவிர, அந்நாளில்

நான் என் கல்லறையில் இருந்தாக வேண்டும். கேள், நீ அத்தொகையை ஒப்புக்கொண்டபடி திருப்பிச் செலுத்துவதாக எழுதிக்கொடுப்பாயானால் என்னால் உனக்குத் தேவையான அனைத்தையும் கடனுக்குக் கொடுக்க முடியும்...''

அது புகைக்குழாய்கள் அடைத்துக்கொண்டு இழுப்புக்கு வராத ஒருநாள் என்றாலும் நெரெத்வாவைச் சேர்ந்தவன் இதற்கு ஒப்புக்கொண்டான்; அடுத்து வரும் பதினோராம் வெள்ளிக்கிழமையின் ஒரு தேதிக்குச் சீட்டெழுதிக் கொடுத்தான், அது ரபி-அல்-அவ்வல் மாதமாக அமைந்தது, தன்னிடத்திலிருந்த கருப்புப் பிரம்பை மரக்கோதுமையின் விதைபோலக் கூர்தீட்டிக்கொண்டு வீட்டிற்குக் கிளம்பினான், தேவையான வியாபாரப் பொருள்கள் அனைத்தும் இப்போது அவனிடமிருந்தன. திரும்பிச்செல்லும் வழியில் நெரெத்வா ஆற்றினருகே மிகப்பெரிய காட்டுப்பன்றி ஒன்றினால் தாக்கப்பட்டான், அவனது பிரம்பினால் அதைச்சமாளித்து விரட்ட முடிந்தது, இருப்பினும் அவ்விலங்கு அவனது நீலநிறப்பட்டு இடைவாரின் ஒரு பகுதியைக் கிழிப்பதற்கு முன்பாக அல்ல. ரபி-அல்-அவ்வல் மாதம் நெருங்கியபோது பதினோராம் வெள்ளிக்கிழமைக்குச் சற்று முன்பாக நெரெத்வாவைச் சேர்ந்த அம்மனிதன் கைத்துப்பாக்கியோடு தெஸ்ஸலோனிகாவில் வாங்கிய அம்முள்கரண்டியை எடுத்துக்கொண்டு சாத்தானின் கல்லறையைத் தோண்டியபோது அதற்குள் இருவர் படுத்திருக்கக் கண்டான். ஒருவர் குப்புறப் படுத்துக்கொண்டு நீளமான தண்டுடைய புகைக்குழாயைப் புகைத்தபடி படுத்திருந்தார், இன்னொருவர் எதுவும் பேசாமல் பக்கவாட்டில் படுத்திருந்தார். நெரெத்வா மனிதன் தன்னுடைய கைத்துப்பாக்கியை அவர்களுக்கு நேராக நீட்டியபோது புகைக்குழாய் வைத்திருந்தவர் அவனது முகத்தில் புகையை ஊதிவிட்டுக் கூறினார்:

''நான் நிகான் செவாஸ்ட்†. உன்னால் என்னைக் காயப்படுத்த முடியாது, ஏனென்றால் நான் தன்யூபுக்கு அருகில் புதைக்கப்பட்டுள்ளேன்.'' இந்த வார்த்தைகளோடு அவரது புகைக்குழாய் மட்டுமே அங்கிருக்க மறைந்தார். இப்போது பக்கவாட்டில் படுத்திருந்தவர் திரும்பினார், நெரெத்வா மனிதன் அக்ஷானியை அடையாளம் கண்டுகொண்டான், இப்போது அவர் இகழ்ச்சியோடு கூறினார்:

"ஆஹ், என் நண்பனே, உன்னைத் தெஸ்சலோனிகாவிலேயே என்னால் அழித்திருக்க முடியும், ஆனால் நான் செய்யவில்லை, உனக்கு என் உதவியைக் கொடுத்தேன். இப்போது நீ உன் நம்பிக்கையோடு என்னைக்கொல்ல வந்திருக்கிறாய்..."

இவ்வார்த்தைகளோடு அக்ஷானி புன்னகைத்ததும் நெரெத்வாவைச் சேர்ந்தவன் அவரது வாயில் தனது நீலநிறப்பட்டின் துண்டினைப் பார்த்து... துள்ளிவிலகி கைத்துப்பாக்கியை தலை கீழாகப் பிடித்து அக்ஷானியை நோக்கிச் சுட்டான். அக்ஷானியும் அவன்மீது பாய்ந்தார், ஆனால் தாமதமாகிவிட்டது: அவரால் அவனை வடுப்படுத்தத்தான் முடிந்தது, ஏனெனில் துப்பாக்கி சுடப்பட்டு குண்டு அவர்மீது பாய்ந்துவிட்டது. அக்ஷானி ஒரு எருதைப் போல உக்காரமிட்டார், ரத்தம் கல்லறையில் நிறைந்தோடியது.

நெரெத்வாவைச் சேர்ந்தவன் வீட்டுக்குத் திரும்பியதும் தன் கைத்துப்பாக்கியை வைத்துவிட்டு முள்கரண்டிக்காகக் கையைத் துழாவினான் - ஆனால் அது எங்குமே இல்லை. அவன் துப்பாக்கியைச் சுடும்போது அக்ஷானி முள்கரண்டியைத் திருடிவிட்டார்...

மற்றொரு பழங்கதையின்படி யாபிர் இப்னு அக்ஷானி இறக்கவில்லை. 1699இல் கான்ஸ்டான்டிநோபிளில் ஒரு காலைநேரத்தில் குவளை நீரில் பிரிஞ்சி இலையை இட்டுத் தனது குடுமியைக் கழுவிக்கொள்ளும் பொருட்டு அதில் தலையை மூழ்கவைத்தார். சில நொடிகளுக்கு மேல் இருக்காது, ஆனால் அவர் தன் தலையை வெளியே எடுத்துப் பெருமூச்சு விடும்போது கான்ஸ்டான்டிநோபிளும் அவர் தலைகழுவியபோது இருந்த பேரரசும் இல்லை. அவர் தற்போது இஸ்தான்புல்லில் உள்ள கிங்ஸ்டன் எனும் ஆடம்பரமான தங்கும் விடுதியில் இருந்தார், வருடம் ஈசாவுக்குப் பிறகான 1982, அவருக்கு மனைவியும் குழந்தையும் இருந்தன, பெல்ஜிய நாட்டின் கடவுச்சீட்டு, ஃப்ரெஞ்சு மொழி பேசினார், F.ப்ரிமாவசி&சன், கோரெல்லா, கார்டிஃப் தயாரிப்பான தொட்டியின் அடியில் மிதந்து கொண்டிருந்ததெல்லாம் பிரிஞ்சி இலை மட்டுமே.

யூசுஃப் மசூதி *(17 ஆம் நூற்றாண்டின் மத்தியிலிருந்து செப்டம்பர் 25, 1689 வரை)* - புகழ்மிக்க லூட் இசைஞர் மற்றும் இப்புத்தகத்தை எழுதியவர்களில் ஒருவர்.

ஆதாரங்கள்: தன்னுடைய பதிப்பில் தாவுப்மன்னூஸ்✡ 17–ஆம் நூற்றாண்டின் இசைக்குறிப்புகளின் கையெழுத்துப் பிரதிகளிலிருந்து சேகரித்த மசூதி குறித்த சில தகவல்களைச் சேர்த்தார். இந்த ஆதாரங்களின்படி மசூதி மும்முறை தன் பெயரை மறந்திருக்கிறார் மற்றும் மும்முறை தனது தொழிலை மாற்றிக்கொண்டுள்ளார், ஆனால் அவரது நினைவுகள் அவரால் கைவிடப்பட்டவர்களாலேயே பாதுகாக்கப்பட்டன – அனடோலியாவின் இசைக்கலைஞர்கள். 18ஆம் நூற்றாண்டில் இஸ்மீர் மற்றும் குலாவிலுள்ள லூட் இசைப்பள்ளிகளே மசூதி குறித்த தொன்மக்கதைகளின் விளைநிலம், இக்கதைகள் அவரது புகழ்மிக்க மிழற்றும் பாங்கோடு சேர்த்துக் கூறப்படும். மசூதி கசார்களுடைய அகராதியின் அரேபிய எழுத்துப்படியைப் பாதுகாத்து வைத்திருந்தார், அதில் அவரே கைப்பட தனது பேனாவின் முனையை எத்தியோப்பியக் காப்பியில் தொட்டு எழுதினார். பேசுவதில் அவருக்குச் சிரமங்கள் இருந்தன, அப்போதுதான் சிறுநீர் கழித்து முடித்துவிட்டு மீண்டும் முயற்சி செய்வது போல.

மசூதி ஓர் அனடோலியக் குடும்பத்திலிருந்து வந்தவர். அவருக்கு இசை கற்பித்தது ஒரு பெண்ணென்றும் இடதுகைப் பழக்கமுள்ளவர் என்பதால் தனது கருவியின் நரம்புகளைத் தலைகீழாக அமைத்துக் கொண்டாரென்றும் கூறப்படுகிறது. 17 மற்றும் 18ஆம் நூற்றாண்டில் வாழ்ந்த அனடோலிய இசைவாணர்களின் மிழற்றும் பாங்கு இவருடையது என்பதில் சந்தேகமில்லை. ஓர் இசைக்கருவியின் ஒலியைக் கேட்கும் முன்னமே அதைக் கணித்துவிடும் வரம் அவருக்கு இருந்ததெனத் தொன்மங்கள் கூறும். வீட்டிற்குள் சுருதி சேர்க்கப்படாத ஒரு லூட் இருப்பது அவரை எந்தளவுக்குச் சங்கடத்தில் ஆழ்த்தியது என்றால் அது அவருக்கு வாந்தியை உண்டாக்கிவிடும். அவர் நட்சத்திரங்களால் தனது கருவிக்கு இசைகூட்டிச் சுருதி சேர்ப்பார். காலப்போக்கில் இசைப்பவனின் இடக்கை தனது வேலையை மறந்துவிடுமென்றாலும் வலக்கை அவ்வாறு மறக்காது என்பதையும் அறிந்திருந்தார். இருப்பினும் வெகு இளம்வயதிலேயே இசையைக் கைவிட்டார், அதுகுறித்த கதையொன்று பாதுகாக்கப்பட்டுள்ளது.

தொடர்ந்து மூன்று நாட்களாக குடும்பத்தின் வெவ்வேறு நபர்கள் இறப்பதாகக் கனவு கண்டார். முதலில் அவரது தந்தை, பிறகு அவரது மனைவி, அதன்பிறகு அவரது சகோதரன். இறுதியாக நான்காம் நாளில் தனது இரண்டாவது மனைவி இறப்பதாகக் கனவு கண்டார், அவளது புள்ளிகள் கொண்ட கண்கள் ஒரு மலரைப்போலும் குளிரில் நிறம் மாறின. அவற்றை மூடும்முன் உள்ளிருக்கும் விதைகள் வெளித்தெரியும் இரு மஞ்சள்நிறத் திராட்சைகள் போல அவை இருந்தன. தொப்புளில் ஒரு மெழுகுவர்த்தி ஏற்றப்பட்ட நிலையில் படுத்திருந்தாள், புன்னகைப்பதைத் தடுக்கும் விதமாக அவளது கூந்தல் கன்னத்தைச் சுற்றிக்கட்டப்பட்டு இருந்தது. அவர் விழித்தெழுந்தார், அதன்பிறகு அவர் வாழ்நாள் முழுதும் இன்னொரு கனவினைக் காணவில்லை. அவர் மிரட்சியடைந்திருந்தார். அவருக்கு இரண்டாவது மனைவியென்பதே கிடையாது. தர்விஷிடம் சென்று இப்படியான கனவு குறித்து என்ன நினைப்பதென்று கேட்டார். தர்விஷ் புத்தகத்தைப் பிரித்துப் பின்வரும் சொற்களைப் படித்தார்:

“என் அன்புமிக்க மகனே! உன் கனவு குறித்து உன் சகோதரர்களிடம் பேசாதே! அவர்கள் உனக்கெதிராகச் சதிசெய்வர்.”

இப்பதிலால் திருப்தியடையாது மசூதி தன்னுடைய ஒரே மனைவியிடம் இக்கனவின் பொருள் என்னவாக இருக்கக்கூடுமென வினவினார், அவள் கூறியது:

“இதை யாரிடமும் கூறவேண்டாம்! இதை யாரிடம் கூறினாலும் அவர்களுக்கெதிராக இக்கனவு செயல்படும், உங்களுக்கெதிராக அல்ல.”

அதன்பிறகு மசூதி கனவு வேட்டையர்[†] ஒருவரைத் தேடுவதென முடிவெடுத்தார், இம்மாதிரியான விஷயங்களை முதலில் அறிந்துவைத்திருப்பவர்கள். கனவு வேட்டையர் முன்பைக்காட்டிலும் தற்போது அருகிவிட்டார்களென்று அவருக்குக் கூறப்பட்டது, அவர்களைத் தேடி மேற்குத்திக்கில் செல்வதைக் காட்டிலும் கிழக்கில் செல்வதே சரி, ஏனெனில் அவர்கள் அனைவரின் தொடக்கமும் திறன்களும் முன்பொரு காலத்தில் காகசஸ் மலையின் விளிம்பில்

கரும்புற்கள் விளையுமிடத்தில் வசித்து வந்த கசார்கள் எனும் பழங்குடியினரிமிருந்து வந்தவையே.

மசூதி தனது லூட் இசைக்கருவியுடன் கிழக்கு முகமாக கடற்கரையைத் தொடர்ந்தார். காலை வணக்கம் கூறுமுன்பே ஒருமனிதனைத் தந்திரம் செய்வதே நல்லதென்று நினைத்துக் கொண்டார்; அதன்பிறகு காலம் கடந்துவிடும். எனவே வேகமாக கனவுவேட்டையர் குறித்த வேட்டையைத் தொடங்கினார். ஓரிரவில் உறக்கத்திலிருந்து எழுப்பப்பட்டார். அவருக்கு முன் நின்றுகொண்டிருந்தது ஒரு முதியவர், அவருடைய தாடியின் முனைகள் முள்ளெலியின் முதுகு போல நுனியில் சாம்பல் நிறமுடையவை. அம்முதியவர் மசூதி தன் கனவில் ஏதேனுமொரு சந்தர்ப்பத்தில் புள்ளிகளுடைய, வெள்ளை ஒயினின் நிறத்தில் கண்கள் கொண்ட பெண் யாரையேனும் கண்டாரா என்று கேட்டார்.

“அவை குளிரில் பூக்களைப் போல நிறம் மாறக் கூடியவை!” அறியப்படாத அவ்வருகையாளர் விளக்கினார். ஆமாம் பார்த்திருக்கிறேன் என்றார் மசூதி.

“பிறகு என்ன ஆயிற்று?”

“அவள் இறந்துவிட்டாள்.”

“உனக்கெப்படித் தெரியும்?”

“அவள் என் கனவில் இறந்தாள், என் கண்முன்பாக, என்னுடைய இரண்டாவது மனைவியாக. தன்னுடைய தொப்புளில் ஒரு மெழுகுவர்த்தியை வைத்தபடி, அவளது முகம் அவளது கூந்தலால் கட்டப்பட்ட நிலையில் படுத்திருந்தாள்.”

இதைக்கேட்டதும் அம்முதியவர் தேம்பியபடி உடைந்த குரலில் கூறினார்: “இறந்துவிட்டாளா! பஸ்ராவிலிருந்து அவளைப் பின் தொடர்ந்து வருகிறேன். அவளது அருவம் ஒரு கனவிலிருந்து மற்றொரு கனவுக்கு நகர்ந்து கொண்டிருந்தது, யாரெல்லாம் அவளைக் கனவில் காண்கிறார்கள் என்று மூன்று வருடங்களாக அவளின் தடத்தைப் பின்தொடர்கிறேன்.”

அதன்பிறகுதான் மசூதி தனக்குமுன் நின்றுகொண்டிருப்பது தான் தேடிக்கொண்டிருந்த நபர் என்பதை உணர்ந்தார்.

"இவ்வளவு தொலைவு ஒரு பெண்ணுக்காகப் பயணம் செய்திருக்கிறீர்களே - நீங்கள் கனவு வேட்டையரா?"

"நான் கனவு வேட்டையனா?" அம்முதியவர் ஆச்சரியத்துடன் கூறினார். "என்ன வகையான கேள்வி இது? நீங்கள்தானே கனவு வேட்டையர். நான் உங்கள் கலையின் சாதாரண ஆர்வலன். கனவிலிருந்து மற்றொரு கனவுக்கு அலைந்து திரியும் பாத்திரங்கள் பிறவி கனவு வேட்டையரின் கனவில் மட்டுமே மரிக்க முடியும். கனவு வேட்டையரான நீங்கள்தான் கல்லறைகள், நாங்களல்ல. அவள் பல்லாயிரம் மைல்கள் பயணித்து வந்தது உங்கள் கனவில் இறக்கும் பொருட்டுத்தான். ஆனால் இனியெப்போதும் நீங்கள் கனவு காணமாட்டீர்கள். இனி நீங்கள் செய்ய முடிந்ததெல்லாம் உங்கள் சொந்த வேட்டையைத் தொடர்வது மட்டுமே. ஆனால் ஒயின் நிறமுடைய கண்கள் கொண்ட பெண்ணுக்காக அல்ல. இனி அவள் உங்களுக்கும் மற்றவர்களுக்கும் இறந்தவள்தான். நீங்களொரு புதிய இரையைப் பின் தொடரவேண்டும்..."

இவ்வாறாக அம்முதியவரிடமிருந்து மசூதி தனது புதிய செய்தொழிலுக்கான முதல் போதனையைப் பெற்றதுடன் கனவு வேட்டையரைக் குறித்து என்னவெல்லாம் அறிந்துகொள்ள வேண்டுமோ அறிந்துகொண்டார். "சிறப்பான, எழுதப்பட்ட மற்றும் வாய்மொழி ஆதாரங்களை அணுகினால்," அம்முதியவர் எச்சரித்தார், "ஒருவர் இக்கலையில் கைதேர்ந்தவராக முடியும். தவறிழைத்து வருந்திய சூஃபி அனைத்து விதிகளையும் பின்பற்றியபின் தனது இலக்கைத் தெரிந்துகொண்டது போல. யாரும் அந்த அளவுக்குச் செய்துவிட முடியும். ஆனால் இதற்கெனப் பிறந்த சிலராலேயே இவ்வேலையில் வெற்றிபெற முடியும், கடவுளே முன்வந்து பரலோக ஞானத்தை அடைய உதவிசெய்யக்கூடிய ஒரு நபர் - கால். கசார்களே சிறந்த கனவு வேட்டையர்களாக இருந்தனர், ஆனால் அவர்கள் எப்போதோ மறைந்து விட்டனர். அவர்களது கலை மட்டுமே பாதுகாக்கப்பட்டுள்ளது, மற்றும் பகுதியளவு அக்கலையைப் பற்றிக்கூறும் அவர்களது அகராதியும். அவர்களால் மனிதர்களின் கனவில் தோன்றும் அனைவரையும் ஒவ்வொருவரின் கனவாகப் பின்தொடர்ந்து ஒரு கொடூரமான விளையாட்டாக வேட்டையாட முடியும், விலங்குகள் அல்லது துர்சக்திகளின் கனவில்கூட..."

"அது எவ்வாறு செய்யப்படுகிறது?" மசூதி கேட்டார்.

"உறக்கத்தில் ஆழும்முன் நீங்கள் இதை நிச்சயமாகக் கவனித்திருக்கக் கூடும், நினைவிற்கும் கனவுக்குமிடையேயான இரட்டைமுனை கொண்ட உலகில் மனிதன் புவியீர்ப்புவிசைக்கும் தனக்குமான உறவைச் சரிப்படுத்திக் கொள்கிறான்? ஒப்பீட்டளவில் அவனது உடல் மீது செயல்படும் ஈர்ப்பு விசையைக் காட்டிலும் அவனது சிந்தனைகள் புவியின் ஈர்ப்பிலிருந்து விடுபட்டுவிடுகிறது. அப்போதுதான் உலகிற்கும் அவனுக்குமிடையிலான திரை நுண்ணிய துளைகள் கொண்டதாகிறது, அதன்வழி மனிதனின் சிந்தனை கட்டற்றுச் சலிக்கிறது, மூன்று வெவ்வேறு அளவுள்ள சல்லடையினால் சலிக்கப்படுவது போல. அந்தக் குறுகிய கணங்களில், குளிரானது தடையின்றி மனித உடலுக்குள் நுழையும்போது மனிதனின் சிந்தனைகள் ததும்பி நிற்கின்றன, அப்போது அவற்றை சற்றே முனைப்புற்றால் படிக்க இயலும். உறக்கத்தில் அமிழும் நபரைப்பார்க்கும் ஒருவரால், பயிற்சி இல்லாதவராக இருப்பினும் கூட, அந்தக் கணத்தில் அவர் என்ன சிந்திக்கிறார் என்றும் அது யாரைக்குறித்தது என்றும் கூறமுடியும். ஒருவேளை, கடுமையான பயிற்சியின் மூலம் மனிதரின் ஆன்மா திறக்கும் நேரத்தில் அதைக் கூர்ந்து நோக்கும் இக்கலையில் நீங்கள் கைதேர்ந்துவிட்டால், திறக்கும் அக்கணத்தை உங்களால் எவ்வளவு ஆழமாக, நீண்டதாக வேண்டுமானாலும் கனவுக்குள் தொடரமுடியும், மேலும் திறந்திருக்கும் கண்களிலுள்ள நீரில் வேட்டையாடுவது போல அதற்குள் வேட்டையாட முடியும். இப்படித்தான் கனவு வேட்டையர் உருவாக்கப்படுகிறார்கள்.

"கனவு காண்போருக்குப் பாவமன்னிப்பு வழங்குவோர் என கசார்களால் அழைக்கப்பட்ட இவர்கள் தாங்கள் கண்டறிந்ததைக் கவனமாகக் குறித்துவைத்தனர், வானியல் நடவடிக்கைகளைக் குறித்துவைக்கும் சிலரைப்போல, அல்லது சூரியனிலும் நட்சத்திரங்களிலும் விதியைப் படிப்பவர்கள் போல. இக்கலையுடன் தொடர்புள்ள அனைத்தும், முக்கியத்துவம் வாய்ந்த வேட்டையர்களின் வாழ்க்கை வரலாறு மற்றும் பிடிக்கப்பட்ட இரைகள் உட்பட அனைத்தும் கனவு வேட்டையரின் காப்பாளரான கசார் இளவரசி அதே'$^\nabla$வின் உத்தரவினால் கசார் கலைக்களஞ்சியம் அல்லது அகராதி எனும் வடிவில் தொகுக்கப்பட்டன. கனவுவேட்டையர் இந்தக் கசார் அகராதியை ஒரு தலைமுறையிலிருந்து மற்றொரு தலைமுறைக்குக் கொண்டுசென்றனர், மேலும் ஒவ்வொருவரும்

அதில் தங்களது பங்களிப்பைச் சேர்க்கவேண்டும். அது பல நூற்றாண்டுகளுக்கு முன்னம் பஸ்ராவில் ஒருபள்ளியை அமைப்பதுவரை நீண்டது, 'தூயர்களின் சகோதரத்துவம்' அல்லது 'விசுவாசமுள்ள நண்பர்கள்'; தங்களது குழுவினரின் பெயர்களை வெளியிடாத இக்குழுதான் *'தத்துவவாதிகளின் நாள்காட்டி'* மற்றும் *'கசார் கலைக்களஞ்சியம்'* ஆகியவற்றை வெளியிட்டது. ஆனால் காலிஃப் மொஸ்தான்ஜி அப்புத்தகங்கள் மற்றும் அப்பள்ளியின் இஸ்லாமியக் கிளைகள் மற்றும் அவிசென்னாவின் எழுத்துகளையும் சேர்த்து எரித்துவிட்டார். எனவே இளவரசி அதே'வினால் தொகுக்கப்பட்ட கசார் அகராதியுடைய மூலப்பிரதி பாதுகாக்கப்படவில்லை. அகராதியின் அரேபிய மொழிபெயர்ப்புப் பிரதியை மட்டுமே நான் அடைந்துள்ளேன், இதுதான் நான் உங்களுக்குத் தரக்கூடியது. நீங்கள் இதைப் பெற்றுக்கொள்ளலாம், ஆனால் இதிலுள்ள அனைத்துப் பதிவுகளையும் நீங்கள் கற்றுக்கொள்ளவேண்டும், ஏனெனில் உங்கள் கலைகுறித்த அகராதியை அறியாதிருந்தால் வேட்டையின் மிகமுக்கியமான விளையாட்டை நீங்கள் தவறவிட்டுவிடக் கூடும். ஆனால் கவனம் - கனவு வேட்டையில் கசார் அகராதி என்ற சொல் ஒரு சாதாரண வேட்டையாளன் மணலில் சிங்கத்தின் சுவடுகளைப் பார்த்ததற்கு ஒப்பானது." என்று அம்முதியவர் மசூதியிடம் கூறினார், அகராதியுடன் சேர்த்துப் பின்வரும் அறிவுரையையும் வழங்கினார்:

"இந்த லூட் இசைக்கருவியை யார் வேண்டுமானாலும் மீட்டலாம், ஆனால் சுவனத்தினால் ஆசிர்வதிக்கப்பட்ட மகிழ்ச்சியான சிலரால் மட்டுமே கனவு வேட்டையராக முடியும். உங்கள் இசைக்கருவியைக் கைவிடுங்கள்! இந்த லூட் யூதன் ஒருவனால் கண்டுபிடிக்கப்பட்டது; லாம்கோ என்பது அவன் பெயர். இதை மறந்துவிட்டு வேட்டைக்குப் புறப்படுங்கள்! என்னுடையதைப் போல, உங்களின் இரை வேறொருவரின் கனவில் இறக்கவில்லையெனில் அது உங்களின் இலக்கை நோக்கி உங்களைக் கொண்டுசெல்லும்!"

"ஆனால் கனவுகளை வேட்டையாடுவதன் நோக்கம்தான் என்ன?" வினவினார் மசூதி.

"கனவு வேட்டையரின் இலக்கென்பது ஒவ்வொரு விழிப்பும் கனவிலிருந்து விடுபடுதல்களின் ஒரு படிநிலை

என்று புரிந்துகொள்வதுதான். தன்னுடைய பகலென்பது இன்னொருவரின் இரவுதானென்பதை, தன்னுடைய இரண்டு கண்களென்பது மற்றவரின் ஒரு கண்தான் என்பதை எவனொருவன் புரிந்து கொள்கிறானோ அவன் உண்மையான பகலைத் தேடுவான், அது தன்னுடைய யதார்த்தத்திலிருந்து உருவாகும் உண்மையான விழிப்புணர்வை இயலச்செய்யும், ஒருவன் தன் கனவிலிருந்து விழித்துக்கொள்வது போல, இது ஒருவனை உணர்வு நிலையிலிருப்பதைக் காட்டிலும் அதிக விழிப்புணர்வோடு வைத்திருக்கும். பிறகு இறுதியாக அவன் இரண்டு கண்கள் இருப்பவரோடு ஒப்பிடுகையில் தனக்கு ஒற்றைக்கண் இருப்பதை, மேலும் விழித்திருப்பவர்களோடு ஒப்பிடுகையில் பார்வையற்று இருப்பதைக் காண்பான்...”

பிறகு அம்முதியவர் மசூதியிடம் பகிர்ந்து கொண்டது:

ஆதம் ருஹானியின் கதை

மனிதர்கள் அனைவரின் கனவுகளையும் ஒன்றுசேர்க்க முடிந்தால், அவை மிகப்பெரிய மனிதவுருவொன்றை உருவாக்கும், ஒரு கண்டத்தின் அளவு பெரிய மனிதன். ஏதோவொரு மனிதனாக இருக்காது, அது ஆதம் ருஹானியாக இருக்கும், சுவனத்தின் ஆதம், மனிதனின் தேவ மூதாதையர், இவரிடத்தில்தான் இமாம்கள் உரையாடுகின்றனர். ஆதியில் இந்த ஆதமுக்கு முந்தைய ஆதம்தான் உலகத்தின் மூன்றாம் மனமாக இருந்தார், ஆனால் அவர் தன்னைக்குறித்த நினைவுகளில் மெய்மறந்து உழன்றதால் வழிதவறினார்; அவர் தனது கிறக்கத்திலிருந்து வெளிவந்தபோது அநீதியில் சஞ்சரிக்கும் தன் சகபயணிகளாகிய இப்லிஸ் மற்றும் அஹ்ரிமான் ஆகியோரை நரகத்திற்குச் செல்லும்படி சபித்துவிட்டுச் சுவனத்திற்குத் திரும்பினார், இப்போது அவர் மூன்றாவது மனமாக அன்றி பத்தாவது மனமாக இருக்கிறார், ஏனெனில் அதற்குள் சுவனத்தின் ஏழு கேருபீன்கள் அவரை முந்திக்கொண்டு தேவர்களுக்கான ஏணியில் முந்திச்சென்றுவிட்டன. இவ்வாறாக முன்னோடியான ஆதம், ஏணியில் ஏழு படிகள் தான் பின்னிருக்கக் கண்டார், இது அவர் தன்னிலிருந்து எவ்வளவு பின்னாலிருக்கிறார் என்பதற்கான அளவுகோலாகியது, அப்படித்தான் காலம் என்பது உருவானது: காலம் என்பது நித்தியத்துவத்தின் தாமதமாகச் செல்லும் பகுதி. இத்தேவரான ஆதம் அல்லது மூத்த ஆதம், ஒரேசமயத்தில்

ஆணும் பெண்ணுமாக இருந்தார், மூன்றாம் தேவதையாக இருந்து பத்தாம் தேவதையாகிவிட்ட இவர் என்றென்றைக்குமாகத் தன்னை அடையும் முயற்சியிலிருக்கிறார், சில தருணங்களில் அவர் அதில் வெற்றிபெறுவதும் உண்டு, ஆனால் மீண்டும் கீழே விழுந்துவிடுவார், அவர் இன்னமும் காரணத்தின் ஏணிப்படியின் பத்தாம் மற்றும் இரண்டாம் படிகளுக்கிடையே அலைந்து கொண்டிருக்கிறார்.

மனிதரின் கனவுகளென்பது மனித இயற்கையின் பகுதி, இது தேவ மூதாதையான, இச்சுவனத்தின் தேவரான ஆதமிடத்தில் தொடர்புடையது, ஏனெனில் அவர் நாம் கனவு காண்பது போலும் சிந்திக்கக்கூடியவர். அவரளவுக்கு வேகமாக இருக்க நம்மால் கனவில் மட்டுமே இயலும்; நம் கனவுகள் அவரது தேவ வேகத்தினால் நெய்யப்பட்டவை. நாம் கனவில் உரையாடும் வண்ணமே, நிகழ்காலம் அல்லது இறந்தகால வேறுபாடுகளின்றி எதிர்காலத்தில் மட்டும் அவர் உரையாடினார். மேலும், நாம் கனவுகாணும்போது உள்ளதுபோலவே அவரால் கொல்லவும் விதை விதைக்கவும் இயலாது. எனவேதான் கனவு வேட்டையர் மற்றவர்களின் கனவுக்குள் மற்றும் உறக்கத்திற்குள் மூழ்கி அவற்றிலிருந்து முன்னோடியான ஆதமுடைய இருப்பின் சிறுதுகள்களைப் பிரித்தெடுத்து, அவற்றைச் சேகரித்து கசார் அகராதி எனும்பெயரில் முழுமைப்படுத்தினர், இத்திரட்டு பூமியில் ஆதம் ருஹானியின் மாபேரளவுடைய உடலின் வடிவமாகும் என்ற எண்ணத்திலேயே இதை உருவாக்கினர். நாம் நமது தேவ முன்னோடியை அவர் சுவனத்தின் ஏணியில் ஏறும்போது பின்தொடர்வோமாயின் நாம் இறைவனை அடையலாம், ஒருவேளை துரதிர்ஷ்டவசமாக அவர் கீழே விழும்போது பின்தொடர்ந்தால் நாம் இறையிடமிருந்து விலகிச்செல்கிறோம், ஆனால் இதையோ அதையோ நாம் அறிய முடியாது. இதில் நாம் அதிர்ஷ்டத்தை மட்டுமே நம்பியிருக்கிறோம், அவரோடான நமது தொடர்பு அவர் காரணத்தின் ஏணியில் இரண்டாவது படிக்குச் செல்லும்போதென எப்போதும் நம்புகிறோம், அப்போது அவர் நம்மையும் மேலிழுத்து உண்மைக்கு அருகில் கொண்டு செல்லக்கூடும்.

அவ்வகையில் கனவு வேட்டையராக மாறுவதற்கு அழைப்புப்பெற்ற நாம் கற்பனைக்கெட்டாத வகையில் நன்மையையோ அல்லது மிகமோசமான அவப்பேற்றினையோ பெறமுடியும். ஆனால் அது நம் கையில் இல்லை. நம் கையிலிருப்பது முயற்சி மட்டுமே. மற்றவை நுட்பத்தின்பாற்பட்டது.

இறுதியாக இன்னுமொரு எச்சரிக்கைச் சொல். மற்றவர்களின் கனவுக்குள் விரையும் பாதையானது எப்போதேனும் முன்னோடியான ஆதம் அவரது ஏறும் முயற்சியின் எழுச்சியில் அல்லது வீழ்ச்சியிலிருப்பதன் அறிகுறியை உள்ளடக்கியிருக்கும். இந்த அறிகுறிகளென்பது ஒருவரையொருவர் கனவு காணும் மனிதர்கள்தான். எனவே ஒவ்வொரு கனவு வேட்டையரின் இறுதி இலக்கு என்பது இப்படியான ஒரு இணையைக் கண்டு கூடுமானவரையில் அவர்களைப் பற்றித் தெரிந்துகொள்வதுதான், ஏனெனில் இப்படியான இணையர் எப்போதும் ஆதமின் உடலிலிருந்து வெவ்வேறு நிலையிலுள்ள சிறுபகுதிகளைக் கொண்டவர்கள் மற்றும் காரணத்தின் ஏணியில் வெவ்வேறு படிகளில் உள்ளவர்கள். நிச்சயமாக, மிக உயர்ந்ததான இரண்டாம் நிலை என்பதைத் தவிர, அங்கேதான் இறைவன் ஆதமின் வாயில் உமிழ்ந்து அவனது நாவினை நால்வகை உமிழ்நீரால் கட்டினார். எனவே நீங்கள் ஒருவரையொருவர் கனவில் காணும் இருவரைக் கண்டதும் உங்கள் இலக்கினை அடைந்துவிட்டீர்கள் என்று பொருள்! பிறகு உங்கள் அறிக்கையை கசார் அகராதியில் விட்டுச்செல்ல மறக்கவேண்டாம், வெற்றியோடு விளங்கிய அனைத்து கனவுவேட்டையரும் தங்களுடைய அறிக்கையை விட்டுச்சென்றிருக்கிறார்கள் - பஸ்ராவின் தொழுகையிடத்தில், தீர்க்கதரிசினியான ரபியாவுக்கு சமர்ப்பணம் செய்து...

இவ்வாறாக அம்முதியவர் மசூதியிடம் தெரிவித்தார். இப்படித்தான் மசூதி கனவு வேட்டையராக வேண்டித் தன் இசையைக் கைவிட்டார்.

அவர் செய்த முதல்வேலை தனக்களிக்கப்பட்ட அகராதியின் வடிவிலிருந்த கசார்களைப் பற்றிய குறிப்புகள் அனைத்தையும் அமர்ந்து படித்ததுதான். முதல் பக்கம் இவ்வாறு கூறியது:

“இதில், எல்லோருடைய வீடுகளிலும் இருப்பது போலவே, அனைவரும் வரவேற்கப்படுவதோ அல்லது பெருமைப்படுத்தப்படுவதோ இல்லை. சிலர் மேசையின் தலைப்பகுதியில் அமரவைக்கப்படுவார்கள், தேர்ந்தெடுக்கப்பட்ட காணிக்கைகள் அவர்களுக்கு முன் வைக்கப்படும், மேலும் அவர்களே மேசைக்கு வருவனவற்றை முதலில் காண்பவர்களாக இருப்பார்கள், முதலில் தேர்ந்தெடுப்பவர்களாகவும். மற்றவர்கள் முக்கியத்துவமற்ற இடத்தில் அமரவைக்கப்படுவர், அவர்கள் எடுக்கும் உணவுகளில் குறைந்தது இரண்டு சுவையும் மணமும் இருக்கும். இன்னும் சிலர் சாதாரண இருக்கைகளில் அமரவைக்கப்படுவர் அங்கே அனைத்து உணவுகளும் வாய்களும் பொதுவானவை. உண்மையில், கதவுக்குப் பின்னால் அமரவைக்கப்பட்டு வெற்றுக் கறிச்சாறு மட்டும் கொடுக்கப்படுபவர்களும் இருப்பார்கள், அவர்களுக்கு உண்பதற்காக, கதைசொல்லி தான் கூறும் கதையிலிருந்து எவ்வளவு பெறுவானோ அவ்வளவு கிடைக்கும், இதை எதுவும் கிடைக்காது எனவும் கூறலாம்.”

பிறகு, அரபி எழுத்துகளைத் தொடர்ந்து, கசார் அகராதி ஒரு சங்கிலித்தொடராக கசார்கள் மற்றும் பிற நபர்களின் வாழ்க்கை வரலாற்றை உருவாக்குகிறது, குறிப்பாக கசார் பழங்குடியினர் இஸ்லாமுக்கு மாறிய அந்நிகழ்வில் பங்கெடுத்தவர்கள். முக்கிய நபரான, தர்விஷ் துறவி, மற்றும் இவ்வுரையாடலை முன்னெடுத்துச் சென்றவரான ஃபராபி இப்னு கோரா[C], இவரைப்பற்றி அகராதி நீளமாகப் பேசுகிறது. இருப்பினும் மற்ற இடங்களில் சில இடைவெளிகள் இருந்தன. கசார் காகன் தனது சபைக்கு மூன்று துறவிகளுக்கு அழைப்பு விடுத்து - அரேபியர், யூதர், மற்றும் கிறிஸ்தவர் - தன் கனவொன்றினை விளக்கும்படி கேட்டான். ஆனால் கசார் விவாதம்[V] நடந்தபோது அதில் பங்கேற்ற இம்மூவர் பற்றியும் கசார் கேள்வி குறித்த இஸ்லாமிய ஆதாரங்களுக்கோ அல்லது கசார் அகராதியுடைய அரேபிய மொழிபெயர்ப்பாளருக்கோ ஒரேயளவான அறிமுகம் இல்லை. விவாதத்தில் பங்கெடுத்த கிறிஸ்தவ மற்றும் எபிரேயக் கனவுவேட்டையரை இஸ்லாமிய ஆதாரங்கள் பெயரால்

குறிப்பிடுவதில்லை என்பதைக் கவனிக்காமல் இருக்கமுடியாது, மேலும் இஸ்லாமுக்கு ஆதரவாக வாதிட்ட அரேபியப் பிரதிநிதி இப்னு கோராவோடு ஒப்பிடுகையில் அவர்களைப் பற்றிய விபரங்களும் குறைவாகவே கொடுக்கப்பட்டுள்ளன. கசார் அகராதியைப் படிக்கும்போது (அதற்கு அதிகநேரம் தேவைப்படவில்லை) அவர்கள் இருவரும் யாராக இருக்கக்கூடுமென மசூதி ஆச்சரியம் கொண்டார். கசார் சபையில் நடந்த நாற்பகுதிகள் கொண்ட விவாதத்தில் கிரேக்கத்தின் நம்பிக்கையைப் பிரதிநிதித்த கனவினை வாசிப்பவர் யாரென்று கிறிஸ்தவர்கள் யாருக்கேனும் தெரிந்திருக்குமா? அவருடைய பெயர் பாதுகாக்கப்பட்டுள்ளதா? யூத ரப்பிகள் எவருக்கேனும் மற்றொரு பங்களிப்பாளர் குறித்து, விவாதத்தில் தங்களைப் பிரதிநிதித்தவர் குறித்து ஏதேனும் தெரியுமா? மசூதியும் அவருக்கு முன்பிருந்தவர்களும் இஸ்லாமிய பிரதிநிதிப்பாளர் குறித்துத் தெரிந்துகொண்டது போல எந்தவொரு கிரேக்கனுக்கும் அல்லது யூதனுக்கும் விவாதத்தில் பங்கெடுத்த கிறிஸ்தவ அல்லது எபிரேயத் துறவிகள் குறித்துத் தெரிந்துகொள்ளத் தோன்றவில்லையா? நன்கு ஆராய்ந்தபின் மசூதி இவ்வாறு எழுதிக்கொண்டார், இந்த வெளிநாட்டவர்களின் விவாதங்கள் ஃபராபி இப்னு கோரா அளவிற்கு அழுத்தமாகவும் முழுமையாகவும் இருந்ததுபோல் தெரியவில்லை. அதன் காரணம் உண்மையில் மற்றவர்களைக் காட்டிலும் இப்னு கோராவின் விவாதங்கள் தன்வயப்படுத்துவதாகவும் விரிவானதாகவும் இருந்ததா, அல்லது கசார்கள் குறித்த அவர்களுடைய எபிரேய மற்றும் கிறிஸ்தவ ஆதாரங்களில், அப்படியொன்று இருப்பதாக ஊகிப்போமெனில், இவரைவிட வலுவானதாக இருக்கிறதா? ஒருவேளை நாம் அவர்களைப் புறக்கணிப்பதுபோல அவர்களும் நம்மைப் புறக்கணித்துவிட்டார்களா? ஒருவேளை கசார் கேள்வி குறித்த கசார் கலைக்களஞ்சியம் அல்லது அகராதியைத் தொகுக்கும் ஒரே வழி மூன்று கனவு வேட்டையர்களைக் குறித்த மூன்று கதைகளையும் தொகுத்து அதன்வழி ஒற்றை உண்மையை அடைவதுதானா? எனில் கசார் அகராதி கிறிஸ்தவ மற்றும் யூதப் பங்கேற்பாளர்களின் பெயர்கள் மற்றும் வாழ்க்கை வரலாற்றைக் கூறும் சில பதிவுகள் அகரவரிசைப்படுத்தலாம், மேலும் இதில் விவாதத்தைக்குறித்து எழுதிய பிற வரலாற்றுப் பதிவர்கள் குறித்த விபரங்களையும் சேர்க்கலாம், கிறிஸ்தவ மற்றும் யூதர்களின்

தரப்பிலிருந்தவர்கள். ஏனெனில் அவரது உடற்பாகங்கள் இல்லாமல் ஆதம் ருஹானியை எங்ஙனம் உருவாக்க முடியும்?

இந்தச் சாத்தியங்களை ஆழ்ந்து சிந்திக்கும்போது மசூதி நடுக்கமுற்றார். அவரது ஆடைகள் வெளியே துருத்திக்கொண்டிருக்கும் அலமாரிகள் மற்றும் மரப்பெட்டிகளுக்கு அச்சமுற்றவராகி, ஒவ்வொரு முறை அகராதியைப் படிக்க அமரும்போதும் அவற்றை மூடிவைப்பார். கசார்கள் தொடர்புடைய எபிரேய மற்றும் கிரேக்கக் கையெழுத்துப் பிரதிகளைத் தேடத் துவங்கினார்: அவரது தலைப்பாகையின் மடிப்புகளில் “புனிதப் புத்தகம்” என்ற சொற்களைக் காணமுடியும், ஆனால், அவர் நாத்திகர்கள் பின்னால் சென்று, கிரேக்கர்கள் மற்றும் யூதர்களுக்குக் கையூட்டு அளித்து, உலகின் வேறொரு பிரதிபலிப்பைக் காட்டும் கண்ணாடி போல அவர்களுடைய மொழியைக் கற்றுக்கொண்டார். இந்தப் பார்க்கும் கண்ணாடிகளின் வழி தனது உருவத்தைப் பார்க்கப் பழகினார். அவரது கசார் கோப்பு வளர்ந்துகொண்டே சென்றது, ஒருநாள் அவரது வேலை குறித்த ஓர் அறிக்கையாக, தான் வேட்டையாடிய இரைகளின் வாழ்க்கையை அவற்றோடு இணைக்கும் எண்ணம் தோன்றியது, ஆதம் ருஹானியின் பேருடலுக்கு அவரது சிறுபங்களிப்பு. ஆனால் உண்மையான ஒரு வேட்டைக்காரனாக, அது என்ன விதமான விளையாட்டாக இருக்கக்கூடுமென்று அவருக்குத் தெரியாது.

ரப்பி-உல்-அகெர் மாதம் அருகிருந்தது, மூன்றாவது ஜூம்மாவன்று முதல் முறையாக மசூதி மற்றவர்களின் கனவுக்குள் பார்த்தார். ஒரு விடுதியில் இரவைக் கழித்தபோது, அருகிலிருந்தவனின் முகத்தைப் பார்க்கமுடியாவிட்டாலும் அவன் மெல்லியகுரலில் பாடுவதைக் கேட்கமுடிந்தது. முதலில் மசூதி குழப்பமுற்றார், ஆனால் அவரது கேள்திறன் அவரது மதியைக் காட்டிலும் வேகமானது. தண்டினில் துளையிருக்கும் பெண்பாற் சாவி அவர், சாவித்துவாரத்தில் மரையாணி கொண்ட ஆண்பாற் பூட்டினைத் தேடிக் கொண்டிருந்தார். இப்போது அது கிடைத்துவிட்டது. இருளில் அவருக்கருகே கிடக்கும் அம்மனிதன் உண்மையில் பாடவேயில்லை; அவனுக்குள் இருக்கும் வேறுயாரோ பாடிக் கொண்டிருந்தனர், அடையாளம் தெரியாத அம்மனிதன் தன் கனவில் காணும் யாரோவொரு நபர்... அவ்விடுதி மிக அமைதியாக இருந்தது, கனவு காணும் அம்மனிதனின் மயிர் பிரிவது கூட

யூசுஃப் மசூதி

இருளில் எங்கோ கேட்டது. பிறகு, புலனாகா வகையில் முகம்பார்க்கும் ஆடியினூடே கடப்பதுபோல் விசாலமான கனவுக்குள் மசூதி நுழைந்தார், மணலால் தரையிடப்பட்டு, காற்றுக்கும் மழைக்கும் காப்பற்று, காட்டுநாய்களும் தாகத்தோடலையும் ஒட்டகங்களும் கொண்ட கனவு. உடனேயே தான் உருச்சிதைக்கப்படும், பின்னாலிருந்து தாக்கப்படும் ஆபத்திலிருப்பதை உணர்ந்து கொண்டார். கனவு காண்பவனது மூச்சின் லயத்துக்கேற்ப அலையென உயர்ந்து தாழும் மணலில் கால் பதித்தார். கனவின் மூலையில் அமர்ந்தபடி ஒருவன், பல வருடங்களாக வேர்கள் நதியின் தோற்றுவாய்த் திசையைப் பார்க்க நீரோட்டத்தில் மிதந்து கொண்டிருந்த மரக்கட்டையைக் கொண்டு லூட் ஒன்றைச் செதுக்கிக் கொண்டிருந்தான். அது இப்போது உலர்ந்த நிலையிலிருந்தது. மசூதி அம்மனிதன் இசைக்கருவியை உருவாக்கும் முறை முந்நூறு ஆண்டுகளுக்கு முந்தையது என்றறிந்தார், அம்முறை கைவிடப்பட்டுவிட்டது. எனவே இக்கனவு அதனைக் காண்பவனைக் காட்டிலும் மூத்தது. கனவுக்குள்ளிருக்கும் அம்மனிதன் அவ்வப்போது தனது வேலையை இடைநிறுத்தி புலாவினை கடித்துக் கொள்வான், ஒவ்வொரு கடியும் அவனை மசூதியிடமிருந்து குறைந்தது நூறடிக்கு விலக்கியது. அவன் விலகிச்செல்லும்போது கனவின் அடித்தளத்தில் ஒரு காட்சி விரிந்தது, அங்கே சிறு வெளிச்சம் தாங்கவொண்ணாத துர்நாற்றத்தை வெளியிட்டுக் கொண்டிருந்தது. அவ்வெளிச்சத்தின் பின்னே ஓர் இடுகாட்டினில் இருவர் குதிரையொன்றைப் புதைத்துக் கொண்டிருந்தனர். அவர்களில் ஒருவன் பாடிக்கொண்டிருந்தான். ஆனால் இப்போது மசூதி அப்பாடலை மட்டும் கேட்கவில்லை; திடீரெனத் தான் அவனைப் பார்த்துக் கொண்டிருப்பதைக் கண்டார். அருகில் படுத்திருந்தவனின் கனவில் இளைஞன் தோன்றினான், அவனது மீசையில் பாதி நரைத்தது. செர்பிய நாய்கள் முதலில் கடித்துவிட்டுப் பின்னர் குலைக்கும், வாலாசியன் நாய்கள் சத்தமே இல்லாமல் கடித்துவிடும், துருக்கிய நாய்கள் குலைத்தபின் கடிக்கும். கனவில் வந்தவன் இம்மூன்று இனத்திலும் சேர்த்தியில்லை. அவர் அப்பாடலை நினைவிலிருத்தினார்; நாளை இருக்கும் மிகமுக்கியமான வேலை இந்தப் பாதிநரைத்த மீசையுடைய இளைஞன் செல்லப்போகும் கனவு காண்பவனைக் கண்டுபிடிப்பதே. மசூதி உடனடியாக அது எவ்வாறென்பதையும் உணர்ந்தார். பல்வேறு லூட்

இசைப்பவர்களையும் பாடகர்களையும் ஒருங்கிணைத்து, கால்நடை மேய்ப்பவர்களின் குழுவைப்போல, அவர் கூறும்படி இசைக்கவும் பாடவும் கற்றுக்கொடுத்தார். வெவ்வேறு வண்ண மோதிரங்களை விரலில் அணிந்து கொண்டார், ஒவ்வொரு வண்ணமும் அவர் உபயோகித்த பத்து-சுரங்களின் அளவையில் ஒரு சுரத்தைக் குறிப்பது. பாடகர்களுக்கு விரல்களில் ஒன்றைக் காண்பிப்பார், அதன் மோதிரத்தின் நிறத்திற்குத் தகுந்தவாறு அவர் விரும்பிய குரலை அது வரவழைக்கும், ஒவ்வொரு விலங்கும் தனக்கேயுரிய உணவைத் தேர்வது போல; பிறகு அப்பாடலை இதற்கு முன்பு கேட்டிராவிடினும் துல்லியமாகப் பாடுவர். அவர்கள் பொது இடங்களில் அப்பாடலைப் பாடினர் - கிணறுகளுக்கருகே, சதுக்கங்களில், நீரூற்றுகளுக்கருகில் - அப்பாடல் வழிப்போக்கர்களிடத்தே தூண்டிலில் மனித இரையானது - மசூதியால் வேட்டையாடப்படும் இரையை இரவில் தமது கனவில் சுமப்பவர்கள் மூலமாக. சூரியன் நிலவொளியை அனுப்பி வைப்பதுபோல ஒரேயிடத்தில் நின்று மதிமயங்கி அப்பாடலைக் கேட்பர்.

கருங்கடலின் கரையோரமாகத் தனது இரையை ஒவ்வொரு இடமாகப் பின் தொடர்ந்து சென்ற மசூதியால் தான் தேடிவந்த கனவினைக் கண்டவர்களை அடையாளம் கண்டுகொள்ள முடிந்தது. பாதிநரைத்த மீசையுடைய இளைஞனைக் கனவில் கண்டவர்களின் எண்ணிக்கை அதிகரித்ததும் விசித்திரமான மாற்றங்கள் நிகழ்ந்தன; பேசுவதில் பெயர்ச்சொற்களைக் காட்டிலும் வினைச்சொற்கள் அதிக முக்கியத்துவம் பெற்றன, பெயர்ச்சொல்லானது சாத்தியமுள்ள இடங்களிலெல்லாம் தவிர்க்கப்பட்டது. சில சமயங்களில் மக்கள் கனவில் அவ்விளைஞனைக் குழுக்களிலிருக்கக் காண்பதுவும் உண்டு. சில ஆர்மீனிய வணிகர்கள் அவனை மாட்டுவண்டியில் அமைக்கப்பட்ட தூக்குமேடையின்கீழ் கண்டதுண்டு. கற்களால் அமைக்கப்பட்ட அழகிய நகரைக் கடந்துசெல்லும்போது தூக்கிலிடுபவன் அவ்விளைஞனின் தாடியைப் பற்றுவான். பிறகு சில சிப்பாய்கள் அவனை கடலைப் பார்த்தபடியிருக்கும் அழகான, குதிரைகளுக்கான இடுகாட்டில் குதிரையொன்றைப் புதைக்கும்போது கண்டனர்; அவனை ஒரு பெண்ணோடிருக்கக் கண்டனர், அவளது முகம் கனவில் அடையாளம் காணமுடியாத வகையில் இருந்தது, முகத்தில் வெள்ளிக்காசுகள் அளவிற்குச் சிறு

திட்டுகள் இருந்தன, பாதிநரைத்த மீசை கொண்ட இளைஞன் அவளது கன்னத்தில் முத்தத்தின் தடம் பதித்திருந்தான்... திடீரென அவர் வேட்டையாடிக் கொண்டிருந்த இரை அவர் பார்வையிலிருந்து மறைந்துவிடும், அதன் தடத்தைத் தவறவிட்டுவிடுவார். மசூதி தன்னால் இயன்ற ஒரே காரியத்தைச் செய்தார் - கடந்த முறை அவர் உற்றுநோக்கிய அனைத்தையும் கசார் அகராதியில் பதிவு செய்தார், இப்போது அவ்வெழுத்துகள், பழையனவும் புதியனவும் சேர்ந்து, அவரோடு பயணிக்கும், அகரவரிசைப்படுத்தப்பட்ட அவை பச்சைநிறத் தீவனப்பையில் வைக்கப்பட்டு நாளுக்குநாள் எடை அதிகரித்துக்கொண்டே வந்தன. இருப்பினும் அவருக்கு அருகிலேயே காணப்படுகின்ற பல கனவுகள் நழுவிச்செல்வதான உணர்வு இருந்தது, அவர் அவையனைத்தையும் கவனித்து கனவு காண்போரிடையே பிரிப்பதில்லை. கனவு காண்போரைக் காட்டிலும் காணப்படும் கனவுகளின் எண்ணிக்கை கூடுதலாக இருந்தது. இறுதியாகத்தான் மசூதியின் கவனம் அவரது ஒட்டகத்தினிடம் திரும்பியது. அவ்விலங்கின் கனவினை உற்று நோக்குகையில் நெற்றியில் காய்ப்புடன், ஓர் இன்னலைப்போல முகத்தில் ஒட்டியிருந்த இரட்டைநிறமுள்ள மீசைகொண்ட இளைஞனைக் கண்டார். மேலே ஒருபோதும் கடலில் குளிக்காத உடுமண்டலத் தொகுதி. அவன் ஒரு சன்னலுக்கருகே நின்றுகொண்டு கால்களுக்கிடையே தரையில் எறியப்பட்டஒரு புத்தகத்தைப் படித்துக் கொண்டிருந்தான். புத்தகத்தின் தலைப்பு லிபெர் கோஸ்ரி*, ஆனால் ஒட்டகத்தின் மூடிய கண்களுக்குள் கனவினைப் பார்த்துக்கொண்டிருந்த மசூதிக்கு அச்சொற்களின் பொருள் விளங்கவில்லை. இதுதான் அவரது இரை முன்னம் கசார்களின் எல்லையாக இருந்தவிடத்திற்கு அவரை அழைத்துவந்த கணம். புல்வெளிகளில் கருநிறப் புற்கள் வளர்ந்திருந்தன.

முன்னைக்காட்டிலும் இப்போது அதிகமான நபர்கள் லிபெர் கோஸ்ரியுடன் இருக்கும் அவ்விளைஞனை இரவினில் தங்கள் கனவுக்குள் அனுமதிக்கிறார்கள். சிலநேரங்களில் ஒரே கனவு அதே மனிதர்களுடன் மொத்த தலைமுறையால் அல்லது சமூகத்தின் குறிப்பிட்ட வகுப்பினரால் காணப்படுகிறது என்பதை மசூதி உணர்ந்தார், அதேசமயம் சில கனவுகள் மெதுவாகத் திரிபடைந்து மறைவதும் உண்டு என்றும் உணர்ந்துகொண்டார், அவரது காலத்தில் இருப்பதைக்காட்டிலும்

அவை இறந்தகாலத்தில் அடிக்கடி நிகழ்பவையாக இருந்தன. இந்தப் பொதுவான கனவுகள் நிச்சயமாக மூப்படைகின்றன. இருப்பினும் இந்த எல்லைப்பகுதியில் அவரது வேட்டை என்பது புதிய ஒன்றாக மாறியுள்ளது. வெகுகாலம் முன்பாகவே பாதி-நரைத்த மீசையுடைய இவ்விளைஞன் எவர் கனவில் வருகிறானோ அவருக்கு ஒரு கைப்பிடியளவு வெள்ளிக்காசுகளை கடனாகக் கொடுப்பதை கவனித்திருக்கிறார். மேலும் அதை மிகச்சாதகமான நிபந்தனைகளின் பேரில் கொடுத்தான், வருடத்திற்கு ஒரு சதவீத வட்டி. ஆசியா மைனரின் சேய்மையான இவ்விடத்தில் கடன் என்பது சிலசமயம் உறுதிப்பத்திரத்துடன் தொடர்புடையதாக இருக்கும், ஏனெனில் கனவுகாண்பவர்கள் தாங்கள் யாரைக்கனவில் காண்கிறோமோ அவர் முன்பு நேர்மையாக இருக்கவேண்டும் என்று நம்பப்படுகிறது, ஏனெனில் அவரிடத்தில் அனைத்துக் கணக்கு வழக்குகளும் கொண்ட புத்தகம் உண்டு. வேறு வார்த்தைகளில் சொல்வதானால், துல்லியமான இரட்டைக் கணக்கு அமைப்பிற்குத் தொடர்புடையதாக ஒன்று உண்டு, இப்பரிமாற்றத்தில் பங்குபெறுபவர்களின் மறைமுக ஒப்பந்தத்தின் மூலம் அது நனவு மற்றும் நனவிலியிலிருந்து முதலீட்டினைக் காக்கவும் திரட்டவும் உதவியது...

பெயர் அறிந்திராத சிறு நகரமொன்றின் வியாழக்கிழமை சந்தையொன்றில் மசூதி ஒரு பாரசீக தேசத்தவனின் கூடாரத்தினுள் நுழைந்தார். முட்டையொன்று விழுந்தால் தரைசேராத அளவுக்குக் கூட்டம், தரைவிரிப்புகளின் குவியலின் மீது மார்க்கச்சையொன்று இருக்க கூட்டம் சுற்றி வளையமாக நின்றுகொண்டிருந்தது; நிர்வாணமாக ஒரு சிறுபெண் கூட்டத்தின்முன் அழைத்து வரப்பட்டாள். மெதுவாய் ஒலியெழுப்பியபடி இருந்த இரண்டு கூம்பலகுப் பறவைகளை கைக்கொன்றாய் பிடித்திருந்தாள், பிறகு தனது இடக்கையைத் திறந்தாள் நொடியில் பறவை பறந்தது, அதே நொடியில் அவளது இடக்கை மின்னல் வேகத்தில் பறவையைப் பிடித்தது. அவள் விநோதமானதொரு நோயினால் பீடிக்கப்பட்டிருந்தாள்: அவளது இடக்கை வலக்கையைக் காட்டிலும் வேகமானது. தனது இடக்கை வெகுவேகமானது என்பதால் தனக்குமுன் அது இறந்துவிடுமென்று கூறினாள்: “நான் ஒருபோதும் என் இடக்கையுடன் புதைக்கப்படப் போவதில்லை! நானின்றி அது சிறியதொரு கல்லறையில் படுத்திருப்பதை

என்னால் காணமுடிகிறது, அடையாளம் அல்லது பெயர் ஏதுமின்றி, சுக்கானில்லாத கப்பலைப்போல...''

பிறகு அப்பாரசீக தேசத்தவன், அவள் குணப்படவேண்டி அனைவரும் அச்சிறுபெண்ணைப் பற்றி அன்று மாலையில் கனவுகாணும்படி கேட்டுக்கொண்டான், மேலும் அவர்கள் எப்படிக் கனவு காண வேண்டுமென நுணுக்கமாக விளக்கினான். கூட்டம் கலைந்தது; மசூதிதான் முதலில் கிளம்பினார், தனது எழுதுகோலை கொதிக்கும் சூட்டிலுள்ள அபிசீனியக் காஃபியில் தோய்த்து கசார் குறிப்பேட்டில் இதுகுறித்து அவரே எழுதியவாறு கூறினால், நாவில் எலும்பு முளைத்தது போல் உணர்ந்தார். அவருக்கானது எதுவும் அங்கில்லை. அந்தப் பாரசீகன் நிச்சயமாகத் தனக்கென ஒரு குறிப்பேடு வைத்திருக்கிறான். அவனும் ஒரு கனவு வேட்டைக்காரன்தான். ஆதம் ருஹானிக்குப் பலவிதங்களில் பங்களிக்கலாம். மசூதியின் வழி சரியானதுதானா?

ஜெமேஸ்-உல்-அவ்வல் மாதம் வந்தது, அதில் இரண்டாம் ஜும்மா. புதிய நகரம், உறுதியானது மற்றும் வெப்பமானது, நதியிலிருந்து எழும் மூட்டத்தால் சூழப்பட்டு மணலில் நிற்கிறது. மூட்டம் நகரத்தை நம் பார்வையிலிருந்து மறைக்கிறதென்றாலும் மூட்டத்தின் கீழே நீரோட்டத்தில் நகரத்தின் தூபிகள் கழுவேற்றமாய் நிற்பதைக் காணமுடியும். ஆழ்ந்த, மூன்றுநாள்கள் வயதேறிய அமைதி மூட்டத்தினிடையே கரையில் கவிந்திருந்தது, அந்த மௌனம், அந்நகரம் மற்றும் தாகம்கொண்ட நீர் ஆகியவை மசூதியிடம் ஓர் ஆணுக்குரிய உந்துதலை ஏற்படுத்தின. அன்று அவர் பெண்பால் ரொட்டிக்கான பசியில் இருந்தார். நகரத்திற்குள் பாடுவதற்காக அவர் அனுப்பியிருந்த ஆட்களில் ஒருவன் தான் கண்டதை அவரிடம் தெரிவித்தான். இம்முறை கனவு காண்பது ஒரு பெண்.

“முக்கியச் சாலையில் இஞ்சியின் மணத்தை நுகரும்வரை செல்லுங்கள். அவளது வீட்டை அப்படித்தான் அடையாளம் காணமுடியும்: அவள் தனது சமையலில் இஞ்சியைப் பயன்படுத்துகிறாள்.''

மசூதி வீடுகளுக்கிடையே நடந்து இஞ்சியின் மணம் வந்ததும் நின்றார். ஒரு பெண் நெருப்பருகே அமர்ந்திருந்தாள், அவளது கெண்டியிலிருந்த கஞ்சி கொப்புளங்களைப் போல சளசளத்துக்

கொண்டிருந்தது. குழந்தைகள் தங்கள் தட்டுகளுடன் வரிசையில் நின்றுகொண்டிருக்க, நாய்கள் காத்துக்கொண்டிருந்தன. அவள் அகப்பையினால் கஞ்சியை எடுத்துக் குழந்தைகளுக்கும் நாய்களுக்கும் ஊற்றினாள், அவள் கெண்டியிலிருந்து எடுத்துப் பங்கிட்டுக் கொண்டிருப்பது கனவுகளைத்தான் என மசூதி உடனே அறிந்துகொண்டார். அவளது உதடுகள் நிறம் மாறுபவை, அவளது கீழ் உதடு தலைகீழாகக் கவிழ்த்தப்பட்ட மேசையின் வடிவிலிருந்தது. பாதி உண்ட மீன்களின் எச்சங்கள் மீது படுத்துக் கொண்டிருந்தவளை மசூதி நெருங்கியதும் அவருக்கும் ஓர் அகப்பை கஞ்சியைக் கொடுத்தாள், ஆனால் அவர் புன்னகையுடன் தலையை அசைத்தார். “இனியென்னால் கனவு காண இயலாது,” என்றதும் கெண்டியைவிட்டு அகன்றாள்.

ஒரு நாரை தன்னைப் பெண்ணெனக் கனவு காண்பது போல அவளது தோற்றம். மசூதி தரையில் அவளுக்கருகே படுத்துக் கொண்டார், அவரது நகங்கள் மரத்திருந்தன, பார்வை முடங்கிச் சிதறி இருந்தது. அவர்கள் இப்போது தனிமையில் இருந்தனர்; மலைக்குளவிகள் தம் கொடுக்குகளை மரத்தின் காய்ந்த பட்டைகளில் கூர்தீட்டுவதை அவர்களால் கேட்க முடிந்தது. அவர் அப்பெண்ணை முத்தமிட விரும்பினார், திடீரென அவள் முகம் மாறிவிட்டது, வேறு ஏதோவொரு கன்னம் அவரது முத்தத்தை ஏற்பது போலிருந்தது. என்ன நடந்தது என்று அவர் கேட்க அவள் இயல்பாகக் கூறினாள்: “ஓ, அவை வெறும் நாள்கள்தான். நீங்கள் அதைப் பொருட்படுத்தவேண்டாம்; அவை உங்கள் முகத்தை அல்லது உங்கள் ஒட்டகத்தின் முகத்தைக் காட்டிலும் என் முகத்தில் பத்துமடங்கு அதிக வேகத்துடன் கடந்துசெல்லும். ஆனால் என் மேலங்கியைத் துளைக்கும் உங்களது முயற்சிகள் வீணில் முடிகின்றன. நீங்கள் தேடுவது எங்கும் ஒளிந்திருக்கவில்லை. என்னிடம் அந்தக் கருப்பு நீரெலி இல்லை. உடலின்றி ஆன்மாக்கள் உண்டு, அவை ‘திபக்குகள்’ என்று யூதர்களாலும் ‘கபாலாக்கள்’ என்று கிறிஸ்தவர்களாலும் அழைக்கப்படும், அதுபோலவே பாலற்ற உடல்களும் உண்டு. ஆன்மாக்கள் பாலற்றவைதான், ஆனால் உடல்கள் அப்படியிருப்பதில்லை. பாலற்ற உடல்கள் என்பவை துட்டசக்திகளால் பால்நீக்கம் செய்யப்பட்டவை மட்டுமே. அதுதான் எனக்கும் நிகழ்ந்தது. ஹதேராஷ் இப்னு ᶜ என்ற கூளி என் பால்தன்மையை எடுத்துக்கொண்டுவிட்டது ஆனால் என்

உயிரைக் காப்பாற்றியது. சுருக்கமாகக் கூறினால் இப்போது என் ஒரே காதலன் கோஹென்✡ தான்."

"கோஹென் என்பது யார்?" மசூதி கேட்டார்.

"என் கனவில் வரும் யூதன், நீங்கள் பின்தொடர்வதும் அவனையே. மீசையின் ஒருபாதி நரைத்த இளைஞன். மூன்று ஆன்மாக்கள் சிறைப்பட்ட உடல் கொண்டவன்; நானும் தசைகளுக்குள் சிறைப்பட்ட ஆன்மாவைக் கொண்டவள், நான் அதனை அவனைத்தவிர வேறு யாரிடமும் பகிர்ந்துகொள்ளவியலாது, அதுவும் அவன் என் கனவுக்குள் நுழையும்போது மட்டுமே. அவன் சிறந்த காதலன் - நான் குறைகூற இயலாது. எப்படியிருப்பினும் என்னை இன்னமும் நினைவில் வைத்திருப்பவன் அவன் ஒருவனே; அவனைத்தவிர வேறு எவரும் என் கனவுக்குள் வருவதில்லை..."

முதல்முறையாக தனது இரையின் பெயரை அறிந்த ஒருவரை மசூதி சந்தித்திருக்கிறார். கோஹென் என்பதுதான் அவ்விளைஞனின் பெயர்.

"உனக்கெப்படித் தெரியும்?" உறுதிப்படுத்திக் கொள்வதன் பொருட்டு மசூதி கேட்டார்.

"நான் அதை கூறக்கேட்டேன். யாரோ அவனை பெயர் கூறி அழைத்தார்கள், அவன் அப்பெயருக்குப் பதிலுரைத்தான்."

"உன்னுடைய கனவிலா?"

"என் கனவில். அந்த இரவில்தான் அவன் கான்ஸ்டான்டிநோபிளுக்குப் புறப்பட்டான். ஆனால் கவனம்: நம் சிந்தனையில் உள்ள கான்ஸ்டான்டிநோபிள், உண்மையான கான்ஸ்டான்டிநோபிளில் இருந்து எப்போதும் நூறு மிளகுவயல்கள் தூரம் மேற்கில் உள்ளது."

பிறகு அவள் தனது மார்க்கச்சைக்குள் கைவிட்டு சிறிய மீனை ஒத்திருந்த பழத்தினைப் போலொன்றை வெளியிலெடுத்து மசூதியிடம் நீட்டிக் கூறினாள்:

"இது கு^{C}; நீங்கள் இதைச் சுவைக்க விரும்புகிறீர்களா அல்லது வேறெதுவும் வேண்டுமா?"

“கோஹென் குறித்து என் முன்னே நீ கனவு காணவேண்டும்,” என்றார் மசூதி, அதற்கு அவள் ஆச்சரியத்துடன் பதிலளித்தாள்: “உங்களின் வேண்டுகோள்களை நீங்கள் பணிவுடன் முன்வைக்கிறீர்கள். சூழ்நிலைகளைக் கருத்தில் கொண்டு மிகப்பணிவாக, ஆனால் நிச்சயமாக உங்களுக்கு அதுபற்றித் தெரியவில்லை. இருப்பினும் நான் உங்கள் விருப்பத்தை நிறைவேற்றுகிறேன்: நான் இந்தக் கனவினை உங்களுக்கென்றே காண்பேன், மேலும் நீங்கள் அதிலிருக்கச் செய்வேன். ஆனால் இப்போதிருந்து மிகுந்த கவனத்தோடு இருங்கள்: நீங்கள் கனவில் காண்பவரைப் பின் தொடரும் பெண் உங்களைப் பற்றிக்கொள்வாள்.”

பிறகு அவள் தன் தலையை நாயின்மீது வைத்துப்படுத்தாள், அவளது கைகளிலும் முகத்திலும் நூற்றாண்டுகளாக அவளை உரசிச்சென்ற பார்வைகளின் சிராய்ப்புகள், அவள் தனது கனவில் அனுமதித்த கோஹென் கூறினான்:

"Intentio tua grata et accepta est Creatori, sed opera tua non sunt accepta..."

மசூதியின் பயணங்கள் நிறைவை எட்டியிருந்தன; இதுவரையில் யாரிடமிருந்தும் கிடைத்ததைவிட அதிகமாக அப்பெண்ணிடமிருந்து கிடைத்திருந்தது, புதிதாக இலைகள் துளிர்த்தது போன்று விரைந்து ஒட்டகத்தின் சேணத்திலேறி கான்ஸ்டான்டிநோபிளுக்கு விரைந்தார். அவரது இரை அங்கே தலைநகரில் அவருக்காகக் காத்திருந்தது. இவ்வேட்டையில் தான் அடைந்ததை மசூதி எண்ணிப் பார்த்துக் கொண்டிருக்கும் போதுதான் அவரது சொந்த ஒட்டகம் தலையைத் திருப்பி அவரது கண்களில் துப்பியது. ஈரமான கடிவாளத்தால் ஒட்டகத்தின் முகத்தில், அது தன் இரு திமில்களிலிருந்தும் நீரைக் கக்கும்வரை அடித்தார், ஆனால் அன்று அதன் நடத்தைக்கான காரணத்தைப் புரிந்துகொள்ளவேயில்லை.

சாலை அவரது காலணியில் ஒட்டியது, கோஹெனின் வார்த்தைகளை ஓர் இசைப்பல்லவி போல நினைத்துக் கொண்டேயிருந்தார், அச்சொற்கள் அவருக்குப் புரிபடாத நிலையில் இருந்தன, முதலில் அவர் பார்க்கும் விடுதியில் நுழைந்து எவ்வாறு கால்களைக் கழுவிக்கொள்ள வேண்டும் என்று சிந்தித்தார்: சாலைகள் பகலில் தன்னை மிதிக்கும் காலணிகளை

அவை எடுத்துக்கொண்ட மணலைத் திருப்பியளிக்கும்வரை ஈர்த்துக்கொள்ளும்.

கிரேக்கத்தைத் தவிர பிற மொழிகளறியாத ஒரு கிறிஸ்தவத் துறவி மசூதியிடம் அவர் மனனம் செய்திருக்கும் சொற்கள் லத்தீன் மொழியைச் சேர்ந்தவையென்று கூறி உள்ளூர் ரப்பியிடம் அனுப்பி வைத்தார். ரப்பி கோஹெனின் வார்த்தைகளை மசூதிக்கு மொழிபெயர்த்துக் கூறினார்:

“உன் நோக்கங்கள் நல்லவை மற்றும் படைத்தவருக்கு ஏற்புடையவை, ஆனால் உன் செயல்கள் அப்படியல்ல!”

இதன்மூலம் மசூதி தனது விருப்பம் நிறைவேறிக் கொண்டிருக்கிறது என்றும் அவரது வழியே சரியானது என்றும் புரிந்துகொண்டார். இப்போது அந்த வாக்கியத்தை அறிந்துவிட்டார். அது அவருக்கு வெகுகாலம் முன்பே அரேபிய மொழியில் தெரிந்ததுதான், பலநூறு வருடங்களுக்கு முன்பு தேவதூதர் கசார் காகனிடத்தில் கூறிய வார்த்தைகள். அவர் தேடிக் கொண்டிருக்கும் இருவரில் ஒருவர் கோஹென் என்று மசூதிக்குத் தெரியும், ஏனெனில் கோஹென் கசார்களைத் தேடுவதற்கு, மசூதி இஸ்லாமியத் தொன்மங்களைப் பயன்படுத்துவது போல எபிரேய தொன்மங்களைப் பயன்படுத்திக் கொண்டிருந்தான். தனது கசார் அகராதியில் ஆழ்ந்திருந்தபோது தீர்க்கதரிசனமாக மசூதி உரைத்தது கோஹெனைத்தான். அவ்வகராதியும் கனவுகளும் சேர்ந்து ஓர் இயல்பான முழுமையை உருவாக்கியிருந்தன.

ஆனால் இப்போது, ஒரு மிகப்பெரிய கண்டுபிடிப்பின் விளிம்பில் இருக்கும்போது, அவருடைய இரையும் கசார்களின் கதைகள் குறித்த நாட்டத்தில் கிட்டத்தட்ட அவருக்கு இரட்டைதான் நிரூபித்தபிறகு மசூதி கசார் அகராதியை முழுமையாக கைவிட்டார், மீண்டும் அதனிடத்தில் திரும்பவேயில்லை. அது இவ்வகையில்தான் நிகழ்ந்தது.

அவர்கள் தற்செயலாக ஒரு விடுதியைக் கண்டனர்; சிவப்புச் செதில்களாக இருள் கவிந்து கொண்டிருந்தது, மசூதி படுக்கையில் ஆழ்ந்து சுவாசித்தபடி படுக்கையில் படுத்திருந்தார். அவருடைய உடலே அவருக்கு அலைகளில் மிதக்குமொரு கப்பலைப் போலத் தோன்றியது. பக்கத்து அறையில் யாரோ லூட் இசைத்துக் கொண்டிருந்தார்கள். பின்னாளில் அனடோலிய லூட் இசைக்கலைஞர்கள் அந்த இரவு மற்றும் இசையைப் பற்றி தொன்மக் கதைகளைக் கூறுவர். மசூதி உடனேயே அந்த லூட் ஒரு நேர்த்தியான மாதிரி என்று கண்டுகொண்டார். அது கோடரியால் வீழ்த்தப்படாத மரத்தின் கட்டையால் உருவாக்கப்பட்டது, எனவே அம்மரக்கட்டைக்குள் இருக்கும் ஒலி கொல்லப்படவில்லை. மேலும் அது, நீரின் ஒலி காடுகளைச் சென்றடையாததொரு மேட்டுநிலத்தில் கண்டெடுக்கப்பட்டது. மேலும் இறுதியாக, அவ்விசைக்கருவியின் வயிற்றுப்பகுதி மரத்தினால் ஆனதல்ல, ஏதோவொரு விலங்கின் பொருளினாலானது. மசூதியால் அதை வேறுபடுத்த முடியும், எப்படி ஒயின் அருந்துபவர்கள் வெள்ளை மற்றும் சிவப்பு ஒயினின் போதையை வேறுபடுத்திக் கூறுவார்களோ அதுபோல. மசூதி அறிமுகமில்லாத அவ்விசைக்கலைஞன் வாசிக்கும் இசையை அடையாளம் கண்டுகொண்டார்; அது மிக அரிதான ராகம், அதிலும் இக்குறிப்பிட்ட பாடல் வழக்கத்திற்கு மாறானதொரு வகையில் இசைக்கப்பட்டது. அப்பாடலில் மிகக் கடினமான ஒரு இடம் வருகிறது, மசூதி லூட் வாசித்துக்கொண்டிருந்த காலங்களில் அதற்கென ஒரு மிழற்றும் பாணியை உருவாக்கி வைத்திருந்தார், அதுவே பரவலாக அனைத்து லூட் வாசிப்பவர்களும் பயன்படுத்துவது. இருப்பினும் இந்த அடையாளமற்ற இசைக்கலைஞன் வேறொரு பாணியை உபயோகித்தான், மிகச்சிறப்பானதொரு மிழற்றல்; மசூதியால் அது என்னவென்று கண்டுகொள்ள முடியவில்லை, அதற்கான வழியென்னவென்று புரியவில்லை. திகைத்துப்போனார். அந்தப்பகுதி மீண்டும் வருவதற்காகக் காத்திருந்து மீண்டும் வந்ததும் அவருக்குப் புரிந்துவிட்டது. பத்து விரல்களுக்குப் பதிலாக பதினோரு விரல்களை அந்தப் பகுதியில் பயன்படுத்துகிறான். அங்கு வாசித்துக் கொண்டிருப்பது ஷைத்தான்தானென்று அவருக்குப் புரிந்தது, ஏனெனில் துர்சக்திகள் மட்டுமே தன்னுடைய பத்து விரல்களோடு சேர்த்து வாலையும் இசைப்பதற்குப் பயன்படுத்தும்.

“அவன் என்னிடம் மாட்டிக்கொண்டானா அல்லது நான் அவனிடமா?” மகூதி தனக்குள் முணுமுணுத்துக் கொண்டார், பக்கத்து அறைக்கு விரைந்தார்.

அங்கே ஒரேயளவிலான, மெல்லிய விரல்களோடு ஒருவரைக் கண்டார். நழுவிச்செல்லும் சாம்பல்நிறப் பாம்புகள் அவரது தாடியில். அவர் பெயர் யாபிர் இப்னு அக்ஷானி[C], அங்கே அவருக்கு முன்னால் கிடந்தது வெள்ளை ஆமையோட்டினால் ஆன இசைக்கருவி.

“காண்பியுங்கள்!” மகூதி பிதற்றினார். “காண்பியுங்கள்! நான் கேட்டது சாத்தியமற்ற ஒன்று…”

யாபிர் அக்ஷானி கொட்டாவி விட்டார், மிக மெதுவாக வாயைத்திறந்தபடி, தனது நாக்கு மற்றும் வாயினால் உருவாக்கப்பட்ட கண்ணுக்குத் தெரியாத ஒரு குழந்தையைப் பிரசவிப்பதுபோல.

“எதைக் காண்பிக்க வேண்டும்?” அவர் வெடித்துச் சிரித்தபடி பதிலளித்தார். “வாலையா? ஆனால் உனக்குத்தான் இசையிலோ, பாட்டிலோ விருப்பம் கிடையாதே - வெகுகாலம் முன்பே அதைக் கைவிட்டுவிட்டாய். இப்போது நீ கனவினைப் படிப்பவன். உன் விருப்பமெல்லாம் என்னைப்பற்றியது. சாத்தான் உனக்கு உதவவேண்டுமென்று நீ நினைக்கிறாய். ஏனெனில், புத்தகம் கூறுவதுபோல சாத்தானால்தான் கடவுளைக் காணமுடியும், மனிதர்களால் அல்ல. சரி, என்னைப்பற்றி என்ன தெரிய வேண்டும்? நான் நெருப்புக்கோழியில் சவாரி செய்பவன், நான் நடந்து செல்லும்போது துர்சக்திகளின் படையை உடனழைத்துச் செல்வேன், சிறு சாத்தான்கள், அவற்றில் ஒன்று கவிஞன். அவன் அல்லா முதல் மனிதர்களான ஆதம் மற்றும் ஹவா-வைப் படைப்பதற்குப் பலநூற்றாண்டுகள் முன்பே கவிதைகள் எழுதியவன். அவன் வரிகள் ஷைத்தான்களாகிய எங்களைப்பற்றியும் துர்சக்தியின் விதை குறித்தும் கூறும். ஆனால் நீ அதை அவ்வளவு முக்கியமாகக் கொள்ளமாட்டாய் என்று நினைக்கிறேன், ஏனெனில் அக்கவிதையில் உள்ள சொற்கள் யாவும் உண்மையான சொற்களல்ல. உண்மையான சொல் என்பது எப்போதும் பாம்பினால் சுற்றப்பட்ட மரத்திலுள்ள ஆப்பிளைப் போன்றது, அதன் வேர்கள் நிலத்தில் என்றால் முகடோ

ஆகாயத்தில். நான் என்னைப்பற்றியும் உன்னைப்பற்றியும் வேறு சிலது கூறுகிறேன்.

“கொரானை வாசிக்கும் அனைவருக்கும் தெரிந்த சில உண்மைகளைப் பார்க்கலாம். மற்ற கூளிகளைப் போலவே நானும் நெருப்பினாலானவன், ஆனால் நீங்களோ மண்ணால் ஆனவர்கள். என்னுடைய ஆற்றலென்பது உங்களுக்குள் என்ன ஊற்றுகிறேன் மற்றும் உங்களிடமிருந்து என்ன எடுக்கிறேன் என்பதிலிருந்து வருவது, ஏனென்றால் உண்மை என்பதில் ஒருவன் எவ்வளவு இடுகிறானோ அவ்வளவுதான் காண முடியும். ஆனால் இது எவ்வகையிலும் சிறு அளவினதல்ல - உண்மைக்குள் அனைத்திற்கும் இடமுண்டு. சுவனத்தை அடைந்தால் மனிதர்களாகிய நீங்கள் விரும்பிய உருவை அடைய முடியும், ஆனால் பூமியில் நீங்கள் ஒரே மற்றும் அதே உருவுக்குள் சிறைப்பட்டிருக்கிறீர்கள், உங்களின் பிறப்பு கட்டமைத்த உரு. ஆனால் நாங்களோ பூமியில் எந்த உருவும் எடுக்கலாம், விருப்பத்தின் பேரில் அதை மாற்றிக்கொள்ளலாம், ஆனால் சுவனத்தின் கேவ்செர் ஆற்றினைக் கடந்ததும் நாங்கள் எப்போதைக்குமாக சுயவுருவிலேயே இருக்கச் சபிக்கப்பட்டிருக்கிறோம், ஷைத்தான்களாக. ஆனால் எங்கள் தொடக்கம் நெருப்பிலிருந்து என்பதால் எங்களின் நினைவுகள் மண்கலந்த உங்களைப்போல மங்கிப்போவதில்லை. அதுவே ஷைத்தானான எனக்கும் மனிதர்களான உங்களுக்கும் இருக்கும் அடிப்படை வேறுபாடு. அல்லாஹ் உன்னை இரண்டு கரங்களால் உருவாக்கினாரென்றால் என்னை ஒற்றைக்கரத்தினால், ஆனால் என் இனமான ஷைத்தான்கள் மனித இனத்திற்கு முன் வந்தவை. எனவே உனக்கும் எனக்குமான முக்கியமான வேறுபாடு காலத்தில் இருக்கிறது. எங்களுடைய அல்லல்கள் இணையாகவே செல்லும் என்றாலும் என் இனம் ஜஹன்னம் எனப்படும் நரகத்திற்கு உங்களுக்கு முன் வந்தது. மேலும் மனிதர்களாகிய உங்களுக்குப் பிறகு மூன்றாவதாக ஓர் இனம் உருவாகிவரும். எனவே உங்களுடைய வேதனை என்பது என்னைவிட எப்போதும் குறுகியதுதான், ஏனெனில் அல்லாஹ் ஏற்கெனவே அம்மூன்றாவது இனத்தின் வருகைமீது கவனம் கொண்டுவிட்டார், அவ்வினம் உங்களுக்காகவும் எங்களுக்காகவும் அவரிடத்தில் அழும்: “எங்கள் வேதனையைக் குறைக்கும் பொருட்டு முன்னோடிகளை இருமடங்கு தண்டியுங்கள்!”

வேறு வார்த்தைகளில் கூறினால் வேதனையென்பது வற்றாத ஒன்றல்ல. இதுவே மையப்பொருள், இதுதான் புத்தகங்களில் காணமுடியாதவற்றின் தொடக்கம், இங்கேதான் நான் உனக்கு உதவ முடியும். கவனமாகக் கேள். எங்களுடைய மரணம் என்பது உங்களின் மரணத்தைக் காட்டிலும் மூத்தது. என் ஷைத்தானிய இனம் இறப்பதில் மனித இனத்தைக் காட்டிலும் நீண்ட அனுபவமுடையது மற்றும் அவ்வனுபவத்தை துல்லியமாக நினைவில் வைத்துள்ளது. அதனால்தான் மரணம் குறித்து நான் அதிகம் தெரிந்து வைத்திருக்கிறேன், உன்னுடைய இனத்திலிருக்கும் எவரைக்காட்டிலும், அவன் எவ்வளவு அறிவாளியாக அனுபவசாலியாக இருந்தாலும் சரி, அதுகுறித்து அதிகமாக உனக்குக் கூறமுடியும். மரணத்தோடு நாங்கள் உங்களைக் காட்டிலும் அதிகமாக வாழ்ந்திருக்கிறோம். எனவே உனது காதில் தங்கத்தினாலான வளையம் இருக்குமானால் இவ்வாய்ப்பைத் தவறவிடாது இப்போது கேள். ஏனெனில் இன்று பேசுகிறவன் நாளையும் அதைச்செய்யலாம், ஆனால் கேட்கிறவன் அதை ஒருமுறை மட்டுமே செய்யமுடியும், அவனிடத்தில் பேசும்போது மட்டுமே.” அக்ஷானி மகூதியிடத்தில் தொடர்புபடுத்தியது:

குழந்தைகளின் மரணம் குறித்த கதை

குழந்தையின் மரணம் என்பது எப்போதும் பெற்றோரின் மரணத்திற்கான மாதிரி. ஒரு தாய் தன் குழந்தைக்கு உயிரளிக்கும் பொருட்டே பிரசவிக்கிறாள்; ஒரு குழந்தை தனது தந்தையின் மரணத்திற்கு வடிவங்கொடுக்கும் பொருட்டே இறக்கிறது. தந்தைக்குமுன் மகன் இறப்பின் தந்தையின் மரணம் விதவைக்கோலம் கொள்கிறது; அது தனக்கான முன்மாதிரியை இழந்து முடமாகிவிடும். அதனால்தான் கூளிகளான நாங்கள் அவ்வளவு எளிதாக மரணிக்கிறோம்; எங்களுக்கு வாரிசுகள் என்று யாரும் இல்லை; எங்கள் இறப்பிற்கு முன்மாதிரி எதுவும் அமைக்கப்படவில்லை. குழந்தைகள் இல்லாத மனிதர்கள் இலகுவாக இறக்கிறார்கள், ஏனெனில் அவர்களது முழுமுயற்சியும் ஈறில்காலத்தில் ஒற்றைக்கணத்தின் வெளியேற்றம்தான். சுருங்கக் கூறின் குழந்தைகளின் எதிர்கால மரணம் என்பது பெற்றோரின் மரணத்தில் பிரதிபலிக்கப்படுகிறது, இருவழிச் சட்டம்போல. மரணம் மட்டுமே காலத்தின் கருப்பையில் பின்னோக்கிக் கடத்தப்படுகிறது, இளையோரிடமிருந்து முதியோருக்கு,

மகனிடமிருந்து தந்தைக்கு - மூதாதையர்கள் தங்களது வழித்தோன்றல்களிடமிருந்து மரணத்தை குலத்தொன்மப் பதவியைப்போலப் பெறுகின்றனர். மரணத்தின் பரம்பரை மூலக்கூறு - அழிவின் மரபுச்சின்னங்கள் பொருந்திய அங்கி - காலத்தின் கதியில் இறப்போடு பிறப்பை, நித்தியத்துவத்தோடு காலத்தை, ஆதம் ருஹானியை அவரோடே பிணைக்கும் விதமாக எதிர்காலத்திலிருந்து இறந்தகாலத்திற்குப் பயணிக்கிறது. எனவே மரணம் என்பது ஒரு மரபுவழியிலான குடும்பநிகழ்வு எனும் இயல்புக்குள் வருகிறது. இது கருமைநிறங் கொண்ட இமைகளைப் பெறுவது அல்லது சின்னம்மையினால் பீடிக்கப்படுவது போன்றதொரு விஷயமல்ல. ஒரு தனிமனிதன் இறப்பை எவ்வாறு உணர்கிறான் என்ற கேள்வி குறித்தது, அவன் எதனால் இறக்கிறான் என்பதல்ல. ஒரு மனிதன் வாளினால், அல்லது நோயினால், அல்லது முதுமையினால் இறக்கலாம், ஆனால் அந்தச் செயல்முறையில் அவன் எப்போதும் முற்றிலும் வேறானதொரு அனுபவத்தை அடைகிறான். அவன் அனுபவிப்பது அனைத்துமே வேறொருவரின் எதிர்கால மரணம்தான், அவனுடையதல்ல: முன்னம் கூறியபடி அவனது குழந்தைகளின் மரணம். சொல்லப்போனால் அவன் மரணத்தை சாதாரணமான குடும்ப விவகாரமாக்குகிறான். குழந்தைகளற்றவனுக்குத் தனது மரணம் மட்டுமே உண்டு. அது ஒன்று மட்டுமே. மாறாக, குழந்தைகள் உள்ளவன் தன் மரணமல்லாது பலமுறைக்குமேல் தனது குழந்தைகளின் மரணத்தை உடையவனாகிறான். பல குழந்தைகளைக் கொண்டவர்களின் மரணம் கொடூரமானது, அது பலமடங்காகப் பெருகுகிறது, ஏனெனில் வாழ்வும் இறப்பும் ஒன்றுக்கு ஒன்று என்ற விகிதத்தில் இருப்பதில்லை. நான் உனக்கொரு உதாரணம் சொல்கிறேன். பல நூற்றாண்டுகளுக்கு முன்பு, கசார் மடாலயத்தில் மொகத்தசா அல்-சஃபர்C✡ என்றொரு துறவி இருந்தார். மடாலயத்தில் அவர் தனது நீண்ட வாழ்வில் பிரார்த்தனை செய்த விதம் என்னவெனில், அவரது மடத்தில் பத்தாயிரம் கன்னிகள் இருந்தனர், அக்கன்னிச் சன்னியாசினிகள் அனைவரையும் கர்ப்பமாக்குவதே அது. அவருக்கு அதேயளவு குழந்தைகளும் இருந்தனர். அவர் எதனால் இறந்தாரென்று தெரியுமா? அவர் ஒரு தேனீயை விழுங்கிவிட்டார். அவர் எவ்வண்ணம் இறந்தாரென்று தெரியுமா? ஒரே சமயத்தில் பத்தாயிரம் வழிகளில் இறந்தார்; பத்தாயிரம் மடங்கு இறப்பு அது.

தனது ஒவ்வொரு குழந்தைக்கும் ஒவ்வொரு முறை இறந்தார். அவர்கள் அவரைப் புதைக்கவேண்டிய தேவையிருக்கவில்லை. அவரது மரணங்கள் அவரைக் கந்தல் கந்தலாகச் சிதைத்ததில் இந்தக் கதையைத் தவிர எதுவுமே மிச்சமில்லை.

இது எல்லோரும் அறிந்த நீதிக்கதையான கழிகளின் கட்டு போன்றது, மனிதர்களாகிய நீங்கள் தவறாகப் புரிந்துகொண்டுவிட்ட ஒரு நீதிக்கதை. மரணப் படுக்கையிலிருக்கும் தந்தை தனது மகன்களை அழைத்து தனியாக இருக்கும் ஒரு கழியை உடைப்பது எவ்வளவு எளிதானது என்று காண்பிப்பார், அது உண்மையில் ஒரேயொரு மகன் மட்டுமிருக்கும் மனிதனுக்கு மரணம் எவ்வளவு சுலபமானது என்று காண்பிப்பதுதான். பிறகு அத்தந்தை தனது மகன்களுக்கு கழிகளின் கட்டினை உடைப்பது எவ்வளவு கடினம் என்று காண்பிப்பதும் தனக்கு இறப்பென்பது எவ்வளவு கடினமான செயலாக இருக்கிறது என்று கூறுவதுதான். பல குழந்தைகளை அவர்களது மரணம் பெருகிக் கொண்டிருக்கையில் விட்டுச்செல்வதென்பது எவ்வளவு வலிமிகுந்தது, ஏனெனில் ஒரு தகப்பன் என்பவன் அவர்களுடைய அனைத்துத் துன்பங்களையும் முன்பே உணர்ந்துவிடுகிறான். கட்டில் எவ்வளவு கழிகள் இருக்கின்றனவோ அந்தளவு வலிக்கு ஆளாக வேண்டியிருக்கும், வலிமையாக அல்ல. இதில் பெண்களின் மரணம் மற்றும் அவர்களது குழந்தைகளைச் சேர்க்கவேண்டியதில்லை - அது தனியொரு வகைமை, ஆண்களது மரணத்தின் வகைமையைச் சேர்ந்ததல்ல, எனவே அது வேறுவகையான விதிகளைக் கொண்டுள்ளது...

“மனிதர்களைக்காட்டிலும் இறப்பில் சற்று அதிகமான அனுபவங்களைக் கொண்ட ஷைத்தான்களின் பார்வையிலிருந்து ரகசியங்களின் ரகசியமென்பது இதுதான். சிந்தித்துப் பார், நீயொரு கனவு வேட்டைக்காரன் என்பதால், கவனமாக இருந்தால் இவையனைத்தையும் பார்க்கும் வாய்ப்பு உனக்குக் கிடைக்கும்.”

“எதனால் அது சாத்தியம் என்கிறீர்கள்?” என்று கேட்டார் மசூதி.

“உனது வேட்டையின் நோக்கம், கனவு வேட்டையராக அந்தக் குப்பைக் குவியலைச் சுத்தம் செய்து ஒருவரையொருவர் கனவு காணும் இருநபர்களைக் கண்டுபிடிக்க வேண்டும். அதில் உறங்கிக் கொண்டிருப்பவர் அடுத்தவரின் யதார்த்தத்தைக் கனவு காண்கிறார், விழித்திருப்பவரின் யதார்த்தம். சரியாகக் கூறுகிறேனா?”

“ஆமாம்.”

“இப்போது, விழித்திருப்பவன் இறந்து விட்டான் என்று கொள்வோம், ஏனெனில் இறப்பைக் காட்டிலும் கொடூரமான உண்மை ஒன்றில்லை. மற்றவனது யதார்த்தத்தைக் கனவு காண்கிறவன் உண்மையில் அவனது மரணத்தைக் கனவு காண்கிறான், காரணம் பின்னவனின் அந்தக்கண யதார்த்தம் என்பது இறப்பாக உள்ளது. எனவே நமது கனவு காண்பவன் ஒருவர் இறப்பதைத் தன் உள்ளங்கையில் நடப்பதுபோலத் தெளிவாகப் பார்க்க முடியும், ஆனால் காண்பவன் இறக்கப்போவதில்லை. இருப்பினும் அவன் மீண்டும் விழித்தெழவும் போவதில்லை, ஏனென்றால் இறந்து கொண்டிருப்பவன் இனி அவனது வாழ்க்கையைக் கனவுகாணவும் பட்டு நூலை நூற்பவன் போல அவனது வாழ்க்கையின் யதார்த்தத்தை உருவாக்கவும் அங்கே இருக்க மாட்டான். எனவே விழித்திருப்பவனின் இறப்பைக் கனவுகாணும் ஒருவனால் ஒருபோதும் விழித்துத் தன் கனவில் என்ன நிகழ்ந்ததென்று, அல்லது இறந்து கொண்டிருக்கும் ஒருவரின் பார்வையிலிருந்து இறப்பு எப்படியிருக்குமென்று நமக்குக் கூறவியலாது, அவனுக்கு அவ்வனுபவத்தின் நேரடி நுண்ணறிவு கிடைத்தும் கூட. ஒரு கனவினைப் படிப்பவனாக உனக்கு அவனது கனவினைப் படிக்கும் ஆற்றலுண்டு, மரணம் குறித்து நீ வேண்டுவனவற்றைத் தெரிந்து கொள்ளலாம், என்னுடைய மற்றும் என்னுடைய இனத்தாரின் இதுகுறித்த அனுபவங்களை ஒப்பிட்டுச் சரிபார்க்கலாம், அவ்வனுபவங்களோடு இதைச் சேர்க்கலாம். எவராலும் இசைப்பதை, அகராதி எழுதுவதைச் செய்துவிட முடியும். அதை மற்றவர்களிடம் விட்டுவிடு, ஏனென்றால் உன்னைப்போல ஒரு காட்சிக்கும் மற்றொரு காட்சிக்குமிடையே உள்ள இடைவெளியில் பார்க்கக்கூடியவர்கள், அந்த இடைவெளியில்தான் மரணம் கோலோச்சுகிறது, மிகச் சொற்பமாக ஒருவருக்கொருவர் மிக அதிகமான தூரத்தில்

இருக்கிறார்கள். கனவினைப் படிப்பவனாக உனக்குள்ள வரத்தினை மிகப்பெரிய இரையைப் பிடிக்கப் பயன்படுத்து. இங்கே கட்டளையிடுவது நீதான்; எனவே எடுக்கும் முடிவுகளில் கவனமாக இரு” என்று புனிதப் புத்தகத்தின் வரிகளோடு யாபிர் இப்னு அக்ஷானி கதையை முடித்தார்.

வெளியே இரவு ஒழுகிச்சென்று காலை புலர்ந்து கொண்டிருந்தது. சத்திரத்தின் முன்னேயிருந்த நீரூற்று களகளவென ஒலியெழுப்பியது. வெண்கலத்தில் செய்த லிங்க வடிவிலான குழாயில் இரும்புப் பிரிகளால் கட்டப்பட்ட இரு உலோக முட்டைகள், அதன் வாய்க்குள் சென்ற முனை மழுங்கலாக இருந்தது. மகூதி தனது நிரப்பத்தைக் குடித்துவிட்டு மீண்டுமொருமுறை தனது தொழிலை மாற்றிக்கொண்டார். *கசார் அகராதியை* எழுதுவதை, யூத நாடோடிகள் பற்றிய குறிப்புகள் எடுப்பதை நிறுத்தினார். மரணம் குறித்த உண்மையை மட்டும் தேடவேண்டி இருந்திராவிட்டால் காஃபியில் நனைத்து எழுதப்பட்ட தாள்கள் அடங்கிய தீவனப்பையைத் தூக்கியெறிந்திருப்பார். எனவே இப்போது அவர் தனது பழைய இரையைப் புதியதொரு நோக்கோடு வேட்டையாடத் துவங்கினார்.

அது சஃபர் மாதத்தின் முதல் ஜுும்மாவிற்கு அடுத்தநாள், மகூதியின் சிந்தனைகள் வீழ்கின்ற இலைகள் போலிருந்தன: அவை ஒவ்வொன்றாகத் தங்களது காம்பை உரித்துவிட்டு விழுந்தன; அவை அவருக்கு முன்னால் மிதக்கையில் சிறிதுநேரம் அவற்றைப் பின் தொடர்ந்தார், பிறகு அவை தங்களின் இலையுதிர்காலத்தினடியில் என்றென்றைக்குமாக மூழ்கின. இசைவாணர்கள் மற்றும் பாடகர்களுக்குக் காசு கொடுத்து அனுப்பினார், ஒரு பனைமரத்தின் தண்டில் சாய்ந்து கண்களை மூடி அமர்ந்தார், காலணிகள் பாதத்தை எரியச் செய்துகொண்டிருந்தன; அவருக்கும் காற்றுக்குமிடையே பனிக்கட்டி போன்ற கார்ப்பான வியர்வை. வேகவைத்த முட்டையொன்றை உப்புவேண்டி வியர்வைக்குள் முக்கியெடுத்தார். வருகின்ற சனிக்கிழமை

வெள்ளிக்கிழமை போலவே அவருக்கு நல்லது, என்ன செய்ய வேண்டுமென்பதையும் தெளிவாக உணர்ந்தார். கோஹென் கான்ஸ்டான்டிநோபிலுக்குச் செல்கிறான் என்று அவருக்குத்தெரியும், எனவே அவர் அதற்கு மேற்பட்டுத் தேடவேண்டியதில்லை அல்லது மற்றவர்களின் கனவுகளில், சிறுநீர் கழிக்கும், வல்லுறவு கொள்ளும், மசூதியை ஒரு கால்நடைபோலே மிதித்துத் துவைக்கும் நெடுஞ்சாலைகள் மற்றும் கிளைச்சாலைகளில் தேடித் திரியவேண்டியதில்லை. இப்போது மிகமுக்கியமான மற்றும் சிக்கலான கேள்வி கோஹெனை நகரங்களின் நகரமான கான்ஸ்டான்டிநோபிலில் எவ்வாறு கண்டுபிடிப்பது என்பதுதான். ஆனால் இறுதியில் அவர் அவனைத் தேடவேண்டியதிருக்காது: வேறு யாரேனும் அவருக்காக அதைச்செய்வார்கள். இல்லை, அவர்தான் கோஹென் கனவுகண்டு கொண்டிருக்கும் அம்மனிதனைக் கண்டுபிடிக்க வேண்டும். அந்த மனிதன் - அவர் அதுகுறித்துச் சிந்திப்பாரேயானால் - ஒரேயொருவராகத்தான் இருக்க முடியும், மசூதி ஏற்கெனவே உள்ளுணர்ந்துவிட்ட ஒரு மனிதன்.

“ரோஜாச்சூலகத் தேநீரில் எவ்வாறு எலுமிச்சைத் தேனின் மணம் தேயிலையின் மணத்தில் குறுக்கிடுகிறதோ அதுபோல,” மசூதி சிந்தித்தார், “என்னைச் சுற்றியுள்ளவர்கள் கோஹென் குறித்து எவ்வாறு கனவு காண்கிறார்கள் என்ற என் பார்வையை ஏதோவொன்று மறைக்கிறது. இன்னும் வேறு யாரோ இருக்கிறார்கள், ஓர் ஊடுருவி...”

மசூதி வெகுகாலம் முன்பே அரேபிய ஆதாரங்கள் குறித்து அறிந்த அவரைத்தவிரவும் கசார் இனம் பற்றியறிந்தவர்கள் குறைந்தபட்சமாக இன்னுமிருவர் உலகத்தில் இருப்பதான முடிவில் இருந்தார். அவர்களில் ஒருவர் கோஹென், கசார்களின் மாற்றம் குறித்த எபிரேய ஆதாரங்களை ஆய்வு செய்பவர், இதில் இன்னமும் அறிமுகமற்று இருக்கக்கூடிய அந்தநபர் நிச்சயமாக இதே விஷயத்தில் கிறிஸ்தவ ஆதாரங்களை ஆராய்பவராக இருக்கவேண்டும். இப்போது அவர் இம்மூன்றாவது நபரைத்தான் கண்டுபிடிக்க வேண்டும்: ஒரு கிரேக்கர், அல்லது ஏதோவொரு கிறிஸ்தவர், கசார் விஷயங்களில் ஆர்வம் கொண்ட கற்றவர். அவரைத்தான் கோஹெனும் கான்ஸ்டான்டிநோபிளில் தேடிக் கொண்டிருப்பான். அந்த மூன்றாவது மனிதரைத்தான் கண்டுபிடிக்க வேண்டும். மசூதிக்கு

உடனேயே அவர் அதை எப்படிச் செய்யப்போகிறார் என்று தெரிந்துவிட்டது. ஆனால் இவையெல்லாவற்றையும் சிந்தித்து கிளம்ப எத்தனிக்கும்போது மசூதி இன்னொருவரின் கனவுக்குள் எதேச்சையாக நுழைந்துவிட்டார், இது தன்னிச்சையாக நடக்கும் வேட்டை. இம்முறை அவரைச்சுற்றி மனிதர்களோ விலங்குகளோ இல்லை. வெறும் மணல், நீரற்ற விரிவு வானத்தைப்போல நீண்டு கிடந்தது, அதற்குப் பின்னால் நகரங்களின் நகரம். ஆனால் இனியதும் மரணத்தை விளைவிப்பதுமான விசையுள்ள நீரோட்டம் இதயத்தின் ஆழத்திற்கு உறுமியபடி கனவினூடே பாய்ந்தது, மசூதி அதை நினைவில் கொண்டார், ஏனெனில் அந்த ஒலி, புனிதப்புத்தகத்தின் ஐந்தாவது சூராவைக் காட்டும் வண்ணம் கட்டப்பட்ட அவரது தலைப்பாகையின் அனைத்து மடிப்புகளிலும் வழிந்தது. வெளியுலகிலும் கனவிலும் பருவகாலங்கள் வெவ்வேறாக இருப்பதைக் கண்டார். எனவே தான் சாய்ந்து கொண்டிருக்கும் பனை மரம்தான் கனவினைக் கண்டுகொண்டிருக்கிறது என்ற முடிவுக்கு வந்தார். அது நீரைப்பற்றிக் கனவு காண்கிறது. கனவில் வேறெதுவும் நடக்கவில்லை, மின்னும் வெள்ளைத் தலைப்பாகை போல் திறமையாக மடிக்கப்பட்ட ஆற்றின் சலசலப்பு மட்டும்... ஷாபான் மாதத்தின் இறுதியில் சுட்டெரிக்கும் வெப்பத்தில் இருக்கும் கான்ஸ்டான்டிநோபிளுக்குள் நுழைந்தார், கசார் அகராதியின் சுருளோலை ஒன்றை விற்கும்பொருட்டு நகரத்தின் சந்தைப்பகுதிக்குச் சென்றார். அதை வாங்கிக்கொள்ளச் சம்மதித்த ஒரேயொருவர் தெயோஸ்டிஸ் நிக்கோல்ஸ்கி[A] எனும் கிரேக்கத் துறவி, தனது முதலாளியிடம் அவரை அழைத்துச்சென்றார். பின்னவர் அதன் விலை குறித்துக் கவலைப்படாமல் வாங்கிக்கொண்டு இன்னும் வேறு இருக்கிறதா என்று கேட்டார். தான் தேடிக்கொண்டிருந்த வரலாற்றுப்பதிவரைக் கண்டுவிட்டோமென மசூதி உணர்ந்தார், கோஹெனைக் கனவில் காண்பவர், இவரைத் தூண்டிலிரையாக வைத்துதான் கோஹெனைப் பிடிக்கவேண்டும். ஏனெனில் நிச்சயமாக இவர்தான் கோஹென் கான்ஸ்டான்டிநோபிளுக்கு வரக்காரணம். மசூதியின் தீவனப்பையிலிருந்த கசார் சுருளோலையை வாங்கிய செல்வந்தர் ஒரு பிரபு, கான்ஸ்டான்டிநோபிளின் அரசசபையில் தூதுவர், அவரது பெயர் அவ்ரம் ப்ராங்கோவிச்[†]. வாலாசியாவின் எர்தேயிலிருந்து வந்த கிறிஸ்தவர், மிகவும் மதிக்கப்படுகிற மற்றும் மிகப்பகட்டான ஆடைகளணிகிற

மனிதர், ஒரு கிணற்றைப்போல பெரிய உருவம். மசூதி அவரிடம் வேலைசெய்ய விருப்பம் தெரிவித்ததும் வேலைக்காரனாகச் சேர்த்துக் கொள்ளப்பட்டார். கல்விமான் அவ்ரம் இரவுநேரத்தில் தனது நூலகத்தில் வேலைசெய்துவிட்டுப் பகலில்தான் உறங்குவார் என்பதால் முதல்நாள் காலையிலேயே ப்ராங்கோவிச்சின் கனவுக்குள் நுழையும் வாய்ப்பு மசூதிக்குக் கிடைத்தது. அவ்ரம் ப்ராங்கோவிச்சின் கனவில் கோஹென் முதலில் ஒட்டகத்திலும் பிறகு குதிரையிலும் வந்தான், ஸ்பானிய மொழியில் பேசினான், கான்ஸ்டான்டிநோபிளை நெருங்கிக் கொண்டிருந்தான். கோஹெனைப் பற்றிப் பகலில் யாரேனும் கனவு காண்பது இதுவே முதல்முறை. நிச்சயமாக ப்ராங்கோவிச்சும் கோஹெனும் முறைவைத்து ஒருவரையொருவர் கனவு கண்டனர். இவ்வகையில் வட்டம் முழுமை பெற்று முடிவெடுக்க வேண்டிய கணம் தொடங்குகிறது.

“நல்லது!” என்று நினைத்துக்கொண்டார் மசூதி. “உங்கள் ஒட்டகத்தைக் கட்டும்போது பாலை ஒட்டக் கறந்து விடுங்கள், ஏனெனில் நாளை அது யாருக்குச் சேவகம் செய்து கொண்டிருக்குமென்று தெரியாது!” தன்னுடைய முதலாளியின் குழந்தைகள் குறித்து விசாரிக்கத் துவங்கினார். கல்விமான் அவ்ரமிற்கு எர்தேயில் இரண்டு மகன்கள் இருக்கிறார்கள் என்று தெரிந்து கொண்டார், இருவரில் இளையவன் தலைமுடி தொடர்பான ஏதோவொரு நோயினால் பாதிக்கப்பட்டுள்ளான், அவனது கடைசித் தலைமுடி விழும்போது இறந்துவிடுவான். அவ்ரமின் மற்றொரு மகன் வாள்வீச்சு பயில்பவர். அவரது பெயர் க்ரகோர் ப்ராங்கோவிச்†, ஏற்கெனவே பல்வேறு போர்களில் கலந்து கொண்டவர்... அவ்வளவுதான், ஆனால் மசூதிக்கு இது போதுமானதாக இருந்தது. “மற்றவற்றிற்குத் தேவை சிறிதுகாலமும் காத்திருப்பும் மட்டுமே” என்று நினைத்தார், பிறகு தனது முதற்காதலை மறந்துவிட்டுக் காலத்தைக் கடத்தினார் - இசை. அவர் ஒவ்வொரு பாடலாக மறக்கவில்லை, பதிலாக பாடல்களை பகுதி பகுதியாக மறந்தார். முதலில் அவர் நினைவிலிருந்து மறைந்தவை ஆகக்குறைவான நாதங்கள்; மறதி எனும் அலை கடல்மட்டம் உயர்வதுபோல மிக உயர்வான நாதங்களுக்கு உயர்ந்தது; பிறகு பாடல்களின் தசைகள் கரைந்தன, மீதமிருந்தவை அவற்றின் எலும்புகளான சந்தம் மட்டுமே. இறுதியாக அவர் தனது கசார் குறிப்புகளை ஒவ்வொரு சொல்லாக

மறக்கத் துவங்கினார், ப்ராங்கோவிச்சின் பணியாள்களில் ஒருவன் அவரது அகராதியை நெருப்பில் வீசியபோதுகூட அவர் கவலைப்படவில்லை...

ஆனால் அடுத்து இதுவரையிலும் கண்டிராத ஒன்று நிகழ்ந்தது. தலையிலிருந்து வால்வரை பின்னால் பறக்கும் பச்சைநிற மரங்கொத்தி போல, ஷவ்வால் மாதத்தின் கடைசி ஜூம்மாவன்று. கல்விமான் அவ்ரம் கான்ஸ்டான்டிநோபிளிலிருந்து கிளம்பினார். தன்னுடைய தூதுவர் பதவியைத் துறந்து தனது மொத்த பரிவாரங்கள் மற்றும் பணியாள்களை இழுத்துக்கொண்டு தன்யூபில் நடக்கும் போரில் பங்கேற்கச் சென்றார். ஈசாவுக்குப் பிறகான 1689இல் க்ளாடவோவில் இளவரசர் பாதென்ஸ்கியின் முகாமில் தங்குவதற்கு இடம் அமைந்தது, ப்ராங்கோவிச் அவரது படையில் இணைந்துகொண்டார். மசூதிக்கு என்ன சிந்திப்பது அல்லது செய்வதென்றே புரியவில்லை, ஏனெனில் அவரது யூதன் க்ளாடவோவுக்குச் செல்லவில்லை கான்ஸ்டான்டிநோபிளுக்குச் சென்றிருக்கிறான், இது மசூதியின் திட்டங்களைப் பாதிக்கிறது. தனது தலைப்பாகையைச் சுழற்றியவாறு தன்யூபின் கரையில் அமர்ந்திருந்தார். பிறகு நதியின் நீர் விரையும் உறுமல் ஒலியைக் கேட்டார். நீர் அவருக்குக் கீழே பள்ளத்தில் ஓடிக்கொண்டிருந்தாலும் அவரால் அதன் வீரிடலை உணர்ந்துகொள்ள முடிந்தது; அது கொரானின் ஐந்தாவது சூராவின் ஒரு வார்த்தையை உருவாக்கியுள்ள அவரது தலைப்பாகையின் மடிப்புகளுக்குள் கச்சிதமாகப் பொருந்தும். சில மாதங்களுக்கு முன் கான்ஸ்டான்டிநோபிளின் மணலிலிருந்த அப்பனைமரம் கனவில் கண்ட அதே நீர்தான், மீண்டும் மசூதிக்கு அனைத்தும் சரியாக இருக்கிறதென்றும் அவரது பயணம் இந்த தன்யூபின் கரையில் முடியப்போகிறதென்றும் தெரிந்தது. பலநாள்களுக்கு ப்ராங்கோவிச்சின் எழுத்தர்களில் ஒருவரோடு சேர்ந்து மறைகுழிக்குள் பகடையை உருட்டி விளையாடினார். அந்த எழுத்தர் வெகுவாக இழந்து கொண்டிருந்தாலும் துருக்கியப்படை மறைகுழிக்குள் பீரங்கித் தாக்குதல் நிகழ்த்தியபோதும் ஆட்டத்தை நிறுத்தவில்லை, தான் இழந்ததைப் பெற்றுவிடுவோம் என்ற நினைப்பில்தான் வாழ்ந்து கொண்டிருந்தார். மசூதிக்கும் அங்கிருந்து அகலும் மனநிலையில்லை, ஏனென்றால் அவருக்குப் பின்னால் ப்ராங்கோவிச் மீண்டும் கோஹெனைப் பற்றிய கனவிலிருந்தார். ப்ராங்கோவிச்சின் கனவில் கோஹென் சீறுகின்ற

ஆற்றின் குறுக்காக வந்து கொண்டிருந்தான், அந்தச் சீற்றத்தினை அவர் கண்விழித்தால் அதே தன்யூபிலிருந்து கேட்கமுடியுமென மசூதி உணர்ந்தார். காற்று அவர்மீது மண்ணை வாரியிறைத்தது, அது நடக்கப்போகிறதென அவர் உணர்ந்தார். சிறுநீரின் வெடுக்கு நாற்றமடிக்கும் ஒரு துருக்கியப் படைப்பிரிவு அவர்கள் பகடையை வீசியபோது மறைகுழிக்குள் புயலாய் இறங்கியது, சுல்தானின் படைவீரர்கள் இடமும் வலமுமாய் கொன்று குவித்துக் கொண்டிருந்தபோது மசூதி அவசரமாக அம்முகங்களுக்குள் பாதிநரைத்த மீசையுடைய இளைஞனைத் தேடினார். திடீரென அவனைக் கண்டார். மற்றவர்களின் கனவுகளில் அவர் வேட்டையாடிக் கொண்டிருந்த அதே கோஹென் - சிவந்த தலைமுடி, பாதி நரைத்த மீசைக்குக்கீழே இறுக்கமான புன்னகை, சிறிய அடிகளெடுத்து முன்னேறிக் கொண்டிருந்தான், அவனது முதுகில் ஒரு தீவனப்பை தொங்கியது. அந்தக் கணத்தில் சிப்பாய்கள் எழுத்தரை துண்டாடிவிட்டு, தங்களது ஈட்டியை உறங்கிக் கொண்டிருந்த அவ்ரம் ப்ராங்கோவிச்சின் மீது செருகிவிட்டு மசூதியை நோக்கி முன்னேறினர். கோஹென் அவரைக் காத்தான். பிறகு ப்ராங்கோவிச்சைப் பார்த்த கணத்தில் மயங்கித் தரையில் விழுந்தான், அவனது தீவனப்பையிலிருந்து தாள்கள் வெளியே எங்கும் பறந்தன. மசூதிக்கு அவன் ஒருபோதும் மீளமுடியாத ஆழ்ந்த உறக்கத்தில் வீழ்ந்துவிட்டான் என்று விளங்கியது.

"மொழிபெயர்ப்பாளன் இறந்துவிட்டானா?" பாஷா எனப்படும் துருக்கியத் தளபதி படையைப் பார்த்து எக்காளம் தொனிக்கும் குரலில் கேட்டான். மசூதி அரபியில் பதிலளித்தார்:

"இல்லை அவர் உறங்குகிறார்," இது மசூதியின் வாழ்வை இன்னுமொரு நாளைக்கு நீட்டித்தது. அவரது பதில் பாஷாவை ஆச்சரியம் கொள்ளச்செய்தது, அது எப்படி மசூதிக்குத் தெரியும் என்று கேட்டான். அதற்கு மசூதி, யாபிர் இப்னு அக்ஷானி அவரிடம் விளக்கியது போல விளக்கினார். அதாவது மசூதிதான் மற்றவர்களின் கனவின் கடிவாளத்தை இறுக்குவதும் தளரச் செய்வதுமாக இருந்தார், இவ்வேட்டையில் ஒரு தூண்டிலிரையாக இருந்த தன்னுடைய ஊடகரைத் தொடர்ந்தே இவ்விடத்திற்கு வந்து சேர்ந்தார், இப்போது அவ்வூடகர் ஈட்டியின் காயத்தால் இறந்து கொண்டிருக்கிறார் என்று கூறி, தனது உயிரை மறுநாள் காலைவரை நீட்டிக்கும்படி இரந்தார், இதனால்

யூசுஃப் மசூதி

அவர் கோஹெனின் கனவைத் தொடரமுடியும், ஏனென்றால் கோஹென் தற்போது ப்ராங்கோவிச்சின் மரணத்தைக் கனவு காண்கிறான்.

“மற்றவன் விழித்தெழும்வரை இவன் உயிரோடு இருக்கட்டும்,” என்றான் பாஷா. சிப்பாய்கள் உறங்கிக் கொண்டிருக்கும் கோஹெனின் உடலை மசூதியின் முதுகில் ஏற்றினர், தனது இரையை இழுத்தபடி அவர் அவர்களோடு துருக்கியர்களின் பகுதிக்குச் சென்றார். உண்மையில் கோஹென் அவ்வாறு சுமக்கப்பட்ட நிலையிலேயே ப்ராங்கோவிச்சைக் கனவு கண்டுகொண்டிருந்தான், மசூதிக்கு ஒரு உடல் அல்லாது இரு உடலைச் சுமப்பது போலிருந்தது. மசூதியினுடைய முதுகின் குறுக்காகத் தொங்கிக் கொண்டிருந்த அவ்விளைஞன் தனது கனவில் கல்விமான் அவ்ரமை அவர் விழித்திருக்கும்போது இருப்பதுபோல் கண்டான், ஏனென்றால் கோஹெனின் கனவு இன்னமும் ப்ராங்கோவிச்சின் விழிப்புநிலையிலுள்ள யதார்த்தம். எப்போதேனும் ப்ராங்கோவிச் விழித்திருக்கக் கூடுமென்றால் அது இப்போதுதான், உடலில் ஈட்டி பாய்ந்த நிலையில்: மரணத்தில் உறக்கமென்பது இல்லை. யாபிர் இப்னு அக்ஷானி கூறிய வாய்ப்பு இதுதான். மசூதி கோஹெனின் கனவை வேட்டையாடிக் கொண்டிருந்த நிலையில் அவ்விளைஞன் அதுவரை ப்ராங்கோவிச்சின் வாழ்வைக் கண்டுகொண்டிருந்தது போல இப்போது ப்ராங்கோவிச்சின் இறப்பைக் கண்டுகொண்டிருந்தான்.

அது அப்படியாக நடந்தது. மசூதி அந்தப் பகலும் அன்றிரவும் கோஹெனின் கனவை தனது வாயின் மேற்கூரையிலிருக்கும் நட்சத்திரங்களைப்போலத் தொடர்ந்தார். அன்று அவர் ப்ராங்கோவிச்சின் இறப்பை ப்ராங்கோவிச் எப்படிக்கண்டாரோ அவ்வாறே கண்டதாகக் கூறுவர். காலையில் அவரது கண்ணிமைகள் சாம்பல் நிறமடைந்திருந்தன, அவரது செவிகள் நடுக்கம் கொண்டிருந்தன, அவரது நகங்கள் நீண்டு வளர்ந்து நாற்றமெடுத்தன. அவர் சிந்தனை வெகுவேகமாக இருந்த காரணத்தினால் அவரது இடுப்பை வாள்கொண்டு ஒரே வீச்சில் வெட்டியவனை அவர் கவனிக்கவேயில்லை, அவரது இடுப்பிலிருந்த வார்ப்பட்டை பிரியாதநிலையில் கீழே விழுந்தது. வாளானது பன்மடி வளைவுகளுடைய ஒரு வெட்டுக் காயத்தை உண்டாக்கியிருந்தது, கொடூரமானதொரு திருகலான வெட்டு அகலத் திறந்தது, புரியாத ஒருசொல்லை

உச்சரிக்க முயலும் வாய்போல, தசையின் வீரிடல். அந்தக் கோரமான வளைவுகள் கொண்ட வாள்வெட்டைப் பார்த்தவர்கள் ஒருபோதும் அதை மறக்கவில்லையென்றும், அவ்வாறு நினைவில் வைத்திருந்தவர்கள் பிறகு அவெர்கி ஸ்கீலா† என்னும் பெயருடைய ஒருவரின் *மிகநேர்த்தியான கொடுவாள் முத்திரைகள்* எனும் புத்தகத்தில் அதைக் கண்டதாகவும் கூறுவர். வாள்வீச்சின் புகழ்பெற்ற வீச்சுகளைச் சேகரித்திருந்தார். 1702இல் வெனிஸ்சில் அச்சிடப்பட்ட அப்புத்தகம் இக்குறிப்பிட்ட வீச்சுமுறைக்கு உடுமண்டலங்களில் ஒன்றான மேஷத்தினைப் பெயராகக் கொண்டுள்ளது. இவ்வளவு கோரமான மரணத்திற்கு உகந்தவரா மசூதி, இறக்கும் முன்பு அவர் பாஷாவிடம் பகிர்ந்துகொண்டது என்ன, அறிந்தவர் எவருமில்லை. நரகத்திலிருந்து சுவனத்திற்குச் செல்லும் மயிரிழையைக் காட்டிலும் நுண்ணியதும் கொடுவாளைக் காட்டிலும் கூரியதுமான சிராத் எனப்படும் பாலத்தை அவர் கடந்தாரா என்பதும் இனி பேசமுடியாதவர்களுக்கே தெரியும். ஒரு தொன்மம், மசூதியின் இசை சுவனத்திற்கும் அவர் நரகத்திற்கும் சென்றதாகக் கூறும், அப்போது அவர் கூறியதாவது: “மற்ற அனைத்தை விடவும் நான் ஒரு பாடலைக்கூடப் பாடியிருக்கக் கூடாதென்றே விரும்புகிறேன்; எனில் மற்ற கீழான பிறவிகள் மற்றும் இழிந்தவர்களைப்போல நானும் சுவனத்திற்குள் நுழைந்திருப்பேன்! இசை என்னை உண்மைக்கருகில் இருக்கும்போது வழிதவறச் செய்துவிட்டது.” தன்யூப் தனது சிற்றலையால் மசூதியின் கல்லறையைக் கடந்து செல்கிறது, அதில் பொறிக்கப்பட்டுள்ள வாசகம்:

நான் ஈட்டியது மற்றும் கற்றது அனைத்தும் பல்லின்மீது ஒரு கரண்டியால் மெல்லத் தட்டியதில் போய்விட்டது.

⁂ **பராபி இப்னு கோரா** (*8ஆம் மற்றும் 9ஆம் நூற்றாண்டு*) - கசார் விவாதத்தில் இஸ்லாமியத்தைப் பிரதிநிதித்தவர். இவரைப் பற்றிய குறிப்புகள் அரிதானவை மற்றும் முரணானவை. கசார் விவாதம்▽ குறித்த மிகமுக்கியமான இஸ்லாமிய வரலாற்றுப் பதிவாளரான அல்-பக்ரி இவரைப்பற்றிக் குறிப்பிடவில்லை. இதன் காரணம் இப்னு கோராவின் மீது அவர் கொண்டிருந்த மரியாதைதான் என்று நம்பப்படுகிறது. அதாவது, இப்னு கோராவுக்கு அவரது இருப்பின்போது பெயர்களைக்

ஃபராபி இப்னு கோரா

குறிப்பிடுவதில் விருப்பமில்லை, அது அவருடையதாகவே இருப்பினும். பெயர்களற்ற உலகம் தெளிவாக, தூய்மையாக இருந்ததாக அவர் நம்பினார். ஒரு பெயர் தன்னகத்தே அன்பை, வெறுப்பை, வாழ்வை, மரணத்தை மறைத்து வைத்துள்ளது. ஒருமுறை அவர் ஒரு மீனைப் பார்த்துக் கொண்டிருந்த தருணத்தில் ஒருபூச்சி அவரது கண்களுக்குள் விழுந்து மூழ்கியது, இதன்வழி அம்மீன் பூச்சியை உணவாக்கிக்கொண்டபோது இவ்வெளிப்பாடு அவரிடத்தில் வந்து சேர்ந்தது என்பதைக் கூறிக்கொள்வதில் விருப்பமுடையவராக இருந்தார். சில குறிப்புகளின்படி, இப்னு கோரா விவாதத்திற்கு அழைக்கப்பட்டபோதும் அவர் கசார் தலைநகரைக்கூட அடையவில்லை, புகழ்மிக்க அவ்விவாதத்தில் பங்கேற்கவும் இல்லை. விவாதத்தில் பங்கேற்ற யூதப் பிரதிநிதி ஒருவனை அனுப்பி இப்னு கோராவுக்கு நஞ்சூட்டும்படி அல்லது கொல்லும்படி உத்தரவிட்டாரென அல்-பக்ரி கூறுகிறார், ஆனால் மற்ற குறிப்புகளின்படி பார்த்தால், ஃபராபி வரும்வழியில் தடுத்து நிறுத்தப்பட்டதால் விவாதம் முடிந்தபிறகே வந்துசேர்ந்தார். எப்படியிருப்பினும், விவாதத்தின் விளைவு இஸ்லாமியப் பிரதிநிதி நிச்சயமாக கசார் காகனின் சபையில் இருந்தார் என்று உறுதிப்படுத்துகிறது. பங்குபெறுபவர்கள் இப்னு கோராவைப் பார்த்து ஆச்சரியம் கொண்டதும், அவர்களில் சிலர் அவர் இறந்துவிட்டதாகவும் அவரது மோதிரங்கள் சவ அடக்க விருந்துக்குத் தயார் செய்யப்படவேண்டுமென்றும் நம்பிக் கொண்டிருந்தனர், அவர் அமைதியாகச் சம்மணமிட்டு அமர்ந்து வெங்காயக் கறிச்சாற்றில் மிதக்கும் இரண்டு உணவு வகைகள் போன்ற கண்களால் அவர்களைப் பார்த்துக் கூறினார்:

வெகுகாலம் முன்பு, நான் குழந்தையாக இருந்தபோது இரு வண்ணத்துப்பூச்சிகள் புல்வெளியில் ஒன்றோடொன்று மோதிக்கொண்டதைக் கண்ணுற்றேன்; வண்ணப்புள்ளிகளின் துகள்கள் ஒரு சிறகிலிருந்து மற்றொன்றுக்குக் கடந்தன, பிறகவை பறந்து சென்றதும் நான் அதைப்பற்றி மறந்துவிட்டேன். நேற்றிரவு வழியினில் என்னை வேறொரு நபராகக் கருதிக்கொண்ட ஒருவன் தனது கொடுவாளினால் என்னைத் தாக்கினான். என் பயணம் மீண்டும் துவங்குவதற்கு முன்பாக என் கன்னம் குருதிக்குப் பதிலாக வண்ணத்துப்பூச்சிகளின் துகள்களைக் காட்டியது...

இஸ்லாமின் பெயரால் ஃபராபி இப்னு கோராவினால் பயன்படுத்தப்பட்டதென நம்பப்படும் முதன்மையான

வாதங்களில் ஒன்று பாதுகாக்கப்பட்டுள்ளது. கசார்களை ஆள்பவன் மூன்று மதங்களின் பிரதிநிதிகளிடமும் - யூதர், அரேபியர் மற்றும் கிரேக்கர் - ஒரு நாணயத்தைக் காண்பித்தான். முக்கோண வடிவிலானது; ஒருபக்கம் நாணயத்தின் மதிப்பைக் குறிக்கும் வகையில் ஐந்து கீறல்கள் (கசார்கள் தங்கள் பணத்தை அவ்வாறே குறித்தனர்), மறுபுறம் பாடையில் இருக்கும் மனிதன் மூன்று இளைஞர்களுக்கு மூன்று கழிகளைக் காண்பிக்கும் உருவம். தர்விஷ், ரப்பி மற்றும் துறவியிடம் அந்த நாணயத்திலிருக்கும் காட்சியைத் தனக்கு விளக்குமாறு காகன் கேட்டான். இஸ்லாமிய ஆதாரங்களின்படி, விவாதத்தில் பங்கேற்ற கிறிஸ்தவப் பிரதிநிதி அதுவொரு கிரேக்கத் தொன்மக்கதை என்றார்: மரணப்படுக்கையிலிருக்கும் தந்தை தனது மகன்களுக்கு அவர்கள் ஒற்றுமையுடன் இருந்தால்தான் வலிமையாக இருக்கமுடியும், உடைக்கவியலாத கழிகளின் கட்டைப்போல, ஆனால் அவை தனித்தனியே பிரிக்கப்பட்டால் அவற்றை ஒவ்வொன்றாக உடைப்பது எளிது. யூதர் அக்காட்சி மனித உடலின் உறுப்புகளைக் குறிக்கிறது என்றார், பொதுவான முயற்சிகள் மூலம் மட்டுமே உடலைப் பேணிக்கொண்டிருப்பவை. ஃபராபி இப்னு கோரா இவ்விரு விளக்கங்களையும் மறுத்தார். அம்முக்கோண உலோக நாணயம் நரகத்தில் வார்க்கப்பட்டது என்றார், எனவே அதில் காண்பிக்கப்பட்டுள்ள சித்திரம் அவருக்கு முன்னம் பேசியவர்கள் கூறிய விளக்கங்களின்படி ஆனதல்ல. அந்தச் சித்திரம் ஒரு கொலையாளியைக் குறிக்கிறது, அவன் தனது குற்றத்திற்கான தண்டனையாக நஞ்சருந்தும்படி சபிக்கப்பட்டுள்ளான், மேலும் அவன் தனக்காக உருவாக்கப்பட்டுள்ள பாடையில் படுத்திருக்கிறான். அவனுக்கு முன் நின்றுகொண்டிருப்பது மூன்று துர்த்தேவுகள்: எபிரேய ஜிஹென்னாவின் தேவாகிய அஸ்மோடியஸ், இஸ்லாமிய ஜெஹன்னமின் தேவாகிய அஹ்ரிமான் - ஷைத்தான் மற்றும் கிறிஸ்தவர்களின் நரகத்தைச் சேர்ந்த சாத்தான். கொலைகாரனின் கையில் மூன்று கழிகள் உள்ளன, அதன் பொருள் மூன்று தேவுகளும் கொலை செய்யப்பட்டவனைப் பாதுகாப்பின் இவன் கொல்லப்படுவான், கொலை செய்யப்பட்டவனுக்கு எதிராக இம்மூவரும் முடிவெடுத்தால் இவன் காப்பாற்றப்படுவான். எனவே இம்முக்கோண நாணயத்தின் செய்தி தெளிவாக இருக்கிறது. நரகம் அதை மனிதர்களுக்கான எச்சரிக்கையாக அனுப்பியுள்ளது. இஸ்லாம், எபிரேயம், அல்லது கிறிஸ்தவத்தின் இம்மூன்று

துர்த்தேவுகளால் பிரதிநிதிக்கப்பட்டாத பாதிக்கப்பட்டவன் பழி-தீர்க்கப்படாமலேயே இருப்பான், அவனது கொலையாளியும் மன்னிக்கப்பட்டுவிடுவான். எனவே மிகவும் ஆபத்தான விஷயம் என்னவென்றால் கசார்கள் மற்றும் காகனைப்போல இம்மூன்று உலகங்களுள் ஒன்றைச்சேராமலிருப்பதே. எனில் நீங்கள் முற்றிலுமாகப் பாதுகாப்பற்றும் எவராலும் கொல்லப்பட்டுவிடக்கூடிய நிலையிலும் இருக்கிறீர்கள், அதற்காக யாரும் தண்டனை அனுபவிக்க வேண்டியதில்லை...

ஃபராபி இப்னு கோரா காகனுக்கு, அவனும் அவனது மக்களும் அவர்களது நம்பிக்கையை விடுத்து இம்மூன்று நம்பிக்கைகளுக்குள் ஒன்றிற்கு, எதன் பிரதிநிதி உலகினைக் குறித்துச் சிறந்தமுறையில் அவனுக்கு விளக்கமளித்து அவனது கேள்விகளுக்கு உண்மையான பதில்களைக் கொடுக்கிறார் என்பதன் அடிப்படையில், மாறவேண்டியது அத்தியாவசியமானது மற்றும் கேள்விக்கிடமில்லாத வகையில் பயனுள்ளது என்று தெளிவாக எடுத்துரைக்கும் முயற்சியிலிருந்தார். அச்சித்திரம் குறித்த ஃபராபி இப்னு கோராவின் பொருள் விளக்கம் தன்வயப்படுத்துவதாக இருந்தது, எனவே காகன் அவரது வாதங்களை ஏற்று, இஸ்லாமியப் போதனைகளுக்குத் தன்னை ஒப்புவித்து தனது இடைவாரைக் கழற்றிவிட்டு அல்லாஹ்விடம் பிரார்த்தனை செய்தான்.

இப்னு கோரா விவாதத்தில் பங்கெடுக்கவில்லை, கசார் காகனின் சபையைக்கூட அடையவில்லை, ஏனெனில் வரும் வழியிலேயே அவர் நஞ்சூட்டப்பட்டார் என்று நம்பும் இஸ்லாமிய ஆதாரங்கள், அவரது சுயசரிதையாக இருக்கலாம் எனப்படும் சில பிரதிகளைச் சுட்டுகின்றன. இப்னு கோரா தனது முழுவாழ்க்கையும் வெகுகாலம் முன்பாகக் கூறப்பட்ட கதையொன்றின் வடிவில் ஏற்கெனவே ஒரு புத்தகத்தில் எழுதப்பட்டிருக்கிறது என்பதில் உறுதியோடிருந்தார். ஆயிரத்தோரு இரவுகள் மற்றும் அதைப்போன்ற ஆயிரத்து இரண்டு கதைகளையும் வாசித்தார், ஆனால் எதிலுமே அவர் வாழ்ந்த வாழ்க்கையை அவரால் கண்டடைய இயலவில்லை. அவரிடத்தில் இருந்த குதிரை எவ்வளவு வேகமானது எனில் அதன் காதுகள் பறவைகளைப் போல் பறக்கக்கூடியவை, அது ஒரேயிடத்தில் நின்றிருந்தால் கூட. பிறகு, ஒருநாள் சமாரியாவின் காலிஃப் அவரை இத்திலுக்கு அனுப்பி கசார் காகனை இஸ்லாமுக்கு வெற்றி

கொள்ளும்படி அனுப்பி வைத்தார். இப்னு கோரா தனது பணிக்கான தயாரிப்புகளில் இறங்கினார். மற்ற விஷயங்களோடு, கசார் இளவரசி அதே'ᵛவின் கவிதைகள் கிடைக்கப்பெற்றார், அவற்றிலொன்று அவர் வெகு நாள்களாகத் தேடிக் கொண்டிருந்த அவரது வாழ்க்கையின் வடிவிலிருந்த கதை. அதில் பொருந்தாத, மற்றும் இப்னு கோராவை வியப்பிலாழ்த்திய ஒரே விஷயம் அக்கதை ஒரு பெண்ணைப் பற்றியது ஆணைப்பற்றியதல்ல. மற்ற அனைத்தும் பொருந்தின; காகனின் சபைகூடப் "பள்ளி" என்றே அழைக்கப்பட்டது. உண்மை என்பது வெறும் தந்திரம்தான் என்று நினைத்தபடி இப்னு கோரா அதை அரேபிய மொழிக்கு மொழிபெயர்த்தார். அம்மொழிபெயர்ப்பில் காணப்படுவது பின்வருமாறு:

பயணி மற்றும் பள்ளியைப் பற்றிய குறிப்பு

அந்தப் பயணியிடமுள்ள கடவுச்சீட்டு மேற்கத்தியதாகக் கிழக்கிலும் கிழக்கத்தியதாக மேற்கிலும் கருதப்படுவது. எனவே அவளது கடவுச்சீட்டு கிழக்கிலும் மேற்கிலும் சந்தேகத்தை உண்டாக்கக் கூடியதாகவே இருந்தது; அதற்கு இரண்டு நிழல்கள் விழும்; வலப்புறம் ஆண்தன்மையும் இடப்புறம் பெண்தன்மையும் கொண்டது. உழுசால் போலப் பாதைகள் கொண்ட கானகத்தின் ஆழத்தில், நீண்ட பயணத்தின் முடிவில் உள்ள புகழ்பெற்றதொரு பள்ளியைத் தேடுகிறாள், அப்பள்ளியில் தனக்கிருக்கும் மிகப்பெரிய தேர்வினில் அவள் வெற்றிபெற வேண்டும். அவளது தொப்புள் சுடப்படாத ரொட்டியின் மையப்புள்ளி போல, அவளது பயணமோ வருடங்களைத் தின்னுமளவு மிகநீண்டது. இறுதியாக கானகத்தை அடைந்த அவள் இரு ஆண்களைச் சந்தித்ததும் வழிகேட்டாள். அவர்கள் அப்பள்ளி இருக்குமிடம் தங்களுக்குத் தெரியும் என்று கூறினாலும் அவளை உறுத்துப் பார்த்து, தங்களின் ஆயுதங்களின்மீது சாய்ந்தபடி அமைதியிலிருந்தனர். பிறகு அவர்களில் ஒருவன் தன் விரலை நீட்டிக் கூறினான்: "இந்த வழியே செல், முதல் சந்திப்பில் இடப்புறம் திரும்பு, பின் மீண்டும் இடப்புறம், அது உன்னை பள்ளியின் வலப்புறத்தில் கொண்டு சேர்க்கும்." பயணி அவர்களுக்கு நன்றிகூறி, அவர்கள் தனது பயண ஆவணங்களைச் சோதிக்காமல் இருந்தது நல்லதென்று எண்ணிக்கொண்டாள், ஏனெனில் அவர்கள் அவளை வெளிநாட்டவர் என்று கண்டுகொண்டு அவளது உண்மையான நோக்கம் என்னவென்று

சந்தேகிக்கக்கூடும். அவள் அந்தப்பாதையைத் தொடர்ந்தாள், முதலில் இடப்புறம் திரும்பினாள், பிறகு மீண்டும் இடப்புறத்தில்; வழியைத் தொடர்வது கடினமாக இல்லை, ஆனால் இரண்டாவது வழி அவளை பள்ளிக்கு அழைத்துச்செல்லாமல் ஒரு பெரிய சதுப்புநிலத்திற்குக் கொண்டுசென்றது. அச்சதுப்பு நிலத்தின் தொடக்கத்தில் அவளுக்கு ஏற்கெனவே அறிமுகமான இருவர் ஆயுதந்தாங்கி புன்னகையோடு நின்றுகொண்டிருந்தனர். தங்கள் புன்னகையால் அவளிடத்தில் மன்னிப்புக் கேட்டு அவர்கள் கூறியது:

"நாங்கள் உனக்குத் தவறான வழியைக் கூறினோம்: நீ முதல் சந்திப்பில் வலப்புறம் திரும்பி மீண்டும் வலப்புறம் திரும்பினால் அங்கே பள்ளி இருக்கிறது. ஆனால் உனக்கு உண்மையிலேயே வழிதெரியாதா அல்லது அங்ஙனம் பாவனை செய்கிறாயா என்பதை நாங்கள் தெரிந்துகொள்ள வேண்டும். எப்படியிருப்பினும் இது தாமதமாகிவிட்டது, இன்று நீ பள்ளியைச் சென்றடைய இயலாது. அதன் பொருள் இனியெப்போதுமே இயலாது. ஏனெனில் நாளையிலிருந்து அந்தப்பள்ளி இருக்காது. உன் முழுவாழ்க்கையின் இலக்கையும் இச்சிறிய பரிசோதனையின் மூலம் நீ தவறவிட்டுவிட்டாய், ஆனால், பள்ளியைத் தேடிவரும் பயணிகளிடமுள்ள தீய நோக்கங்களிடமிருந்து மற்றவர்களைப் பாதுகாக்கவும் எங்களைக் காத்துக்கொள்ளவும் நாங்கள் இம்முன்னெச்சரிக்கையை மேற்கொள்ளத்தான் வேண்டுமென்பதை நீ உணரவேண்டும். ஆனால் உன்னை நீயே குறைகூறிக்கொள்ளவும் வேண்டாம். இதற்கு மாறான திசையில் இடப்பக்கத்திற்கு பதிலாக வலப்புறம் திரும்பியிருந்தாலும் எதுவும் மாறியிருக்கப் போவதில்லை, ஏனெனில் அப்போது நீ எங்களை ஏமாற்றுகிறாய் என்பது எங்களுக்குத் தெரிந்திருக்கும், பள்ளிக்குச் செல்லும் வழியைத் தெரிந்திருந்தும் கேட்கிறாய் என்றால் உன்னை நாங்கள் சோதனைசெய்ய வேண்டியதாயிருக்கும்: உன்னுடைய நோக்கம் தெளிவாகவே சந்தேகத்துக்குள்ளாகியிருக்கும், ஏனெனில் எங்களிடமிருந்து அதை நீ மறைக்கிறாய். எனவே இரண்டு வழிகளிலும் நீ பள்ளியைச் சென்றடைய முடியாது. ஆனால் நீ உன் வாழ்வை வீணில் தியாகம் செய்யவில்லை: இவ்வுலகில் ஒன்றைச் சோதித்துப்பார்க்கப் பயன்பட்டிருக்கிறது, அது சிறிய விஷயமில்லை..."

ஆண்களிருவரும் பேசிக்கொண்டிருந்தபோது பயணிக்கு ஒரு ஆறுதல் இருந்தது - அவள் அவளது கடவுச்சீட்டைக் காண்பிக்கவில்லை, அந்தப் பெரும் சதுப்பு நிலத்தருகே நின்று பேசிக்கொண்டிருந்த இரு ஆடவருக்கும் அது என்ன நிறத்திலிருக்கும் என்பதுகூடத் தெரியாது. ஆனால், அதே நேரத்தில் அவள் அவர்களை ஏமாற்றி அவர்களது விசாரணையைத் தடுத்திருக்கிறாள், அதன்பொருள் அவளது வாழ்க்கை வீணில் சென்றது. சொல்லப்போனால் அவர்களது பார்வையில் ஒருவிதத்திலும் அவளது பார்வையிலிருந்து வேறொரு விதத்திலும் அது வீணானது. எனில் அவர்களது சோதனையைக் குறித்து அவள் ஏன் கவலைகொள்ள வேண்டும்?

எப்படிப் பார்த்தாலும் அனைத்தின் விளைவும் ஒன்றுதான். எனவே அவளது இருப்பிற்கான நோக்கம் இன்னமும் அவளுக்காகக் காத்திருக்கவில்லை என்பதால் இனி தவிர்க்கவியலாது காலத்தின் போக்கிற்கு எதிராகத் தன்னை மாற்றிக்கொள்ள வேண்டும்; இப்போது அவள் நோக்கமென்பது பள்ளியில் இல்லாது பள்ளிக்கு வரும்வழியில் எங்கோ இருக்கிறதென்று நினைக்கிறாள், உண்மையான தேடல் எவ்வளவு வீணானதாக இருந்ததோ அதேயளவு வீணானது இது. திடீரென அவளது இந்தத்தேடல் குறித்த நினைவுகள் இன்னுமின்னும் அழகாகின்றன; நடந்தவற்றை நினைத்துப் பார்க்கும்போது இப்பயணத்தின் பல்வேறு அழகுகள் அவளுக்குத் தெரியத்துவங்குகின்றன, முக்கியமான நிகழ்வு அந்தப்பாதையின் முடிவில், பள்ளிக்கு முன்னால் நிகழ்ந்ததல்ல எனும் முடிவுக்கு வருகிறாள், அது அதற்கெல்லாம் முன்பே வேறெங்கோ நிகழ்ந்துவிட்டது, பயணத்தின் முதற்பாதியில் இந்தப்பயணம் வீணானதில்லை என்ற எண்ணம் அவளுக்குள் இல்லாதிருந்தபோது. நினைவுகளின் மறுஒழுங்கமைவில் சந்தைத் தரகனைப்போலத் தனது அனுபவங்களைக் கையாண்டு, நினைவில் அவ்வளவாகப் பதிந்திராத புதிய விபரங்களின் மீது கவனம் செலுத்தத் துவங்குகிறாள். முக்கியமான விபரங்களைத் தேடுகிறாள், இரக்கமற்ற நீக்கம் மற்றும் அதிகரிக்கும் கவனுத்துடனான தேர்ந்தெடுத்தல்கள் மூலம் தொடர்ந்து அவற்றின் எண்ணிக்கையைக் குறைத்துக்கொண்டே வந்து அவளின் நினைவில் உள்ள ஒற்றைக் காட்சிக்கு வந்து சேர்கிறாள்.

ஒரு மேசை, அதன் மீது வேறொரு ஒயினால் நிறமூட்டப்பட்ட ஓர் ஒயின் கோப்பை. அப்போதுதான் பிடிக்கப்பட்டு ஒட்டகச்சாண

ஹதேராஷ் இப்னு (அபு)

நெருப்பில் வாட்டப்பட்ட உள்ளான் குருவி. முதல்நாள் இரவில் பறவை கண்ட கனவோடு சேர்ந்து சத்துள்ளது. உன் அப்பாவின் முகம் போலக் கருத்ததும் உன் அம்மாவின் தொப்புளை ஒத்த மையப்புள்ளி கொண்ட சூடான ரொட்டி. இளம் மற்றும் வயது முதிர்ந்த தீவுமறியின் பாலிலிருந்து தயாரிக்கப்பட்ட பாலாடைக்கட்டி. மேசையில் உணவுக்கருகே தலையில் ஒருதுளிக் கொழுந்துடன் ஒரு மெழுகுவர்த்தி; அதையடுத்து புனிதப்புத்தகம், ஜெமாஸ்-உல்-அகெர் மாதம் அதன்வழி பாய்ந்து கொண்டிருக்கிறது.

ஹதேராஷ் இப்னு (அபு) - இளவரசி அதே'$^{\triangledown}$விடமிருந்து பாலினத்தைக் களைந்த கூளி. நிலவின் சுற்றுப்பாதை சூரியனின் பாதையைக் கடக்குமிடத்தில் அமைந்த நரகத்தில் வசிப்பவன். கவிஞன், அவன் தன்னைப்பற்றி எழுதிய வரிகள் இவை:

> *அவர்களது பெண்களை நெருங்கும்போதே*
> *அபிசீனியர்கள் திகிலுற்றுக் காணப்படுவர்*
> *கிரேக்கர்கள், துருக்கியர்கள், மற்றும் ஸ்லாவியர்கள் போலே*
> *தொடக்கம் முதல் இறுதிவரையில்...*

ஹதேராஷ் இப்னுவின் கவிதைகள் அல்-மஸ்ரூபனி என்பாரால் தொகுக்கப்பட்டுள்ளது, அவர் துர்சக்திகளின் செய்யுள்களை 12ஆம் நூற்றாண்டில் சாத்தானியக் கவிதைகள் எனும் புத்தகத்தில் தொகுத்துள்ளார் (அபுல்-ஆலா அல்-மார்ரியின் அரேபியத் தொகுப்பை ஒப்புநோக்கவும், அது இவ்வுண்மையைப் பதிவு செய்துள்ளது).

ஹதேராஷ் இப்னு நீளடியிட்டு நடக்கும் குதிரையை ஓட்டுவான், அதன் குளம்புகளின் பெருநடையொலி ஒருநாளைக்கு ஒன்றென இப்போதும் கேட்கக்கூடியதே.

மஞ்சள்
புத்தகம்

கசார்
கேள்வி குறித்த
எபிரேய ஆதாரங்கள்

அதே’▽ *(8ஆம் நூற்றாண்டு)* - கசார்கள்▽ யூதமாக்கலின்போது வாழ்ந்த கசார் இளவரசியின் பெயர். தாவுப்மன்னூஸ்✡ அவளது பெயருக்கான எபிரேய வடிவத்தையும் At'h எனும் எழுத்துகளின் பொருளையும் குறிப்பிட்டுள்ளார்:

אטה

இவ்வெழுத்துகள் கசார் இளவரசி எவ்வாறிருந்தாள் என்று அனுமானிப்பதற்கும் பயன்படும்.

“அலெஃப்,” - அவளது பெயரின் முதலெழுத்து, ஒப்புயர்வற்ற அணிமுடியைக் குறிப்பது, ஞானம் - அதாவது மேலும் கீழுமாகப் பார்ப்பது, ஒரு தாய் தன் குழந்தையைப் பார்ப்பதுபோல. இதன் காரணமாக, தன் காதலனுக்குப் பிறக்கப்போவது ஆணா அல்லது பெண்ணா என்று தெரிந்துகொள்ள அதே’ அவனது வித்தினைச் சுவைக்க வேண்டியதில்லை, ஏனெனில் மேலும் கீழுமுள்ள அனைத்தும் ஞானத்தின் பகுதியே, அது கணித்தற்கரியது. “அலெஃப்” என்பதே தொடக்கம்; அது மற்ற அனைத்து எழுத்துகளையும் தழுவிக்கொள்கிறது, மேலும் அதுவே வாரத்தின் ஏழுநாள்களின் துவக்க வெளிப்பாடாகவும் இருக்கிறது.

“தேத்” என்பது யூதர்களின் வரியெழுத்துகளில் ஒன்பதாம் எழுத்து, அதன் எண்ணியல் மதிப்பென்பது “சாதாரணமான ஒன்பதுதான்”. தெமூனா என்ற புத்தகத்தில் “தேத்” என்பது (ஓய்வுநாளான) ‘சபாத்’தைக் குறிக்கும், அதாவது கோள்களில்

அது சனியின் இலச்சினை மற்றும் புனிதமான செயலின்மைக்குக் கீழுள்ளது என்பது பொருள்; அவ்வகையில் அது "மணமகள்" என்பதையும் குறிக்கும், அக்காரணத்தினால் சனிக்கிழமை என்பதும் மணப்பெண்தான், எசேக்கியேலின் வாக்கியமான 14:23இலிருந்து கிளைத்தது; அது விளக்குமாற்றால் சுத்தம் செய்வதோடும் தொடர்புடையது, அவ்வகையில் அழிவு மற்றும் கடவுள் தன்மையற்றதற்கும் பொருளாகிறது. கசார் விவாதம்[▽] நிகழ்ந்தபோது இளவரசி அதே' யூதப்பிரதிநிதிக்கு உதவினாள், இடைவாரில் தனது காதலனான மொகத்தசா அல்-சஃபர்[C,✡] மண்டையோட்டை அணிந்திருப்பாள், அதற்கு கொதிக்கும் காரத்தன்மையுடைய நிலத்தையும் கடல் நீரையும் உணவாகத் தருவாள், மறுவுலகில் அவன் நீலவண்ணங்களைக் காணும்பொருட்டு நீலநிறமுடைய கூலப்பூக்களை அதன் விழிப்பள்ளத்தில் செருகிவைப்பாள்.

"ஹே" என்பது கடவுளின் பெயரிலுள்ள நான்காம் எழுத்து. அது கை, அதிகாரம், பலமான வீச்சு, குரூரம் (இடக்கை), மற்றும் கருணை (வலக்கை), வானத்தைப் பார்க்கும்படி தொங்கவிடப்பட்ட தரையில் படர்ந்திருந்த கொடி ஆகியவற்றைக் குறிக்கும். கசார் விவாதத்தின்போது அதே' சொற்திறமிக்க வகையில் பேசினாள். அவள் கூறியது: "பனிப்பொழிவினைப்போலும் என்மீது சிந்தனைகள் வானிலிருந்து சுற்றிச்சுழன்றன. அதன்பிறகு என்னால் இவ்வுலகினுக்குத் திரும்ப அரிதாகத்தான் இயன்றது..."

இளவரசி அதே' கசார் விவாதத்தில் அரேபியப் பங்கேற்பாளரை வாதத்தில் வென்றதன் மூலம் அவ்விவாதத்தில் பங்கேற்ற எபிரேயப் பங்கேற்பாளரான ஈசாக் சங்காரி[✡] என்பவருக்கு உதவினாள், இதன் காரணமாக கசார் காகன் யூத நம்பிக்கையைத் தேர்ந்தான். சிலர் அதே' கவிதைகளை எழுதியிருக்கிறாளென்றும் அவை கசார் விவாதத்தின் யூத வரலாற்றுப் பதிவரான யூதா ஹலேவி[✡]யினால் பயன்படுத்தப்பட்ட "கசார் புத்தகங்கள்" என்பதில் பாதுகாக்கப்பட்டுள்ளது என்றும் நம்புகின்றனர். வேறுசில ஆதாரங்களின்படி, கசார்களுடைய வரலாறு, மதம், மற்றும் கனவு வேட்டையர்[†] குறித்த விரிவான தகவல்கள் கொண்ட அகராதி அல்லது கலைக்களஞ்சியத்தினை முதலில் தொகுத்தது அதே'தான். அகரவரிசையில் தொகுக்கப்பட்ட கவிதைகளின் சுழற்சி, அது கசார் அரசனின் சபையில் நடைபெற்ற விவாதத்தையும் கவிதை வடிவில் விவரிக்கும். வாதத்தில்

அதே'

வெல்லப்போவது யார் எனும் கேள்விக்கு இளவரசி அதே' கூறியது, "இரு போர்வீரர்கள் மோதிக்கொள்ளும்போது எவன் தனது காயங்களை வெகுநேரம் பேணுகிறானோ அவனே வெற்றியாளன்." கசார் அகராதி இளவரசியின் சேகரிப்பைச்சுற்றி ஒரு நுரைமமென வளர்ச்சியுற்றது, ஓர் ஆதாரத்தின்படி அது வார்த்தைகளின் பேரார்வம் குறித்து என்றறியப்பட்டது. இவை அனைத்தும் உண்மையெனில் இப்புத்தகத்தின் முதல் ஆசிரியர் இளவரசி அதே'தான், இதன் ஆதிப்படைப்பாளி, ஆனால் இந்த அசல் கசார் அகராதி தற்போதுள்ள மூன்று மொழிகளைக் கொண்டிருக்கவில்லை; அது ஒரே அகராதி மற்றும் ஒரே மொழி உடையது. அவ்வகராதியின் மீச்சிறுபகுதி மட்டுமே தற்போதுள்ளதை வந்தடைந்திருக்கிறது, ஒரு நாயின் சோகத்தை இன்னொன்றிற்குத் தெரிவிக்க முனையும் குழந்தைகளின் சிணுக்கத்தைக் காட்டிலும் அதிகமில்லை.

காகன் பிரார்த்தனைக்கான அங்கியையும் தோராவையும் ஏற்றுக்கொண்டான், இளவரசி அதே'வுக்கு நன்றி, இதனால் விவாதத்தில் பங்கேற்ற மற்ற பங்கேற்பாளர்கள் கடுஞ்சினமுற்றனர். இஸ்லாமியத்தின் சாத்தான் இளவரசி அதே' தன்னுடைய கசார் மொழி மற்றும் தனது கவிதைகளை மறந்துபோகும்படி சபித்தது. அவள் தனது காதலனின் பெயரைக்கூட மறந்தாள்; அவள் நினைவில் எஞ்சியிருந்ததெல்லாம் மீன்வடிவத்திலிருக்கும் ஒரு பழத்தின் பெயர் மட்டுமே. ஆனால் இவையனைத்தும் நடப்பதற்குமுன் ஆபத்தினை முன்னுணர்ந்த இளவரசி அதே', மனிதர்களின் பேச்சினைப் பழகக்கூடிய எண்ணிறந்த கிளிகளைத் தயார் செய்யும்படி கட்டளையிட்டாள். கசார் அகராதியிலிருக்கும் ஒரு சொல்லுக்கு ஒரு கிளி கொண்டுவரப்பட்டது, ஒவ்வொரு கிளிக்கும் ஒரு பதிவு என்றவகையில் பயிற்றுவிக்கப்பட்டன, இரவோ அல்லது பகலோ எந்நேரமும் கேட்ட மாத்திரத்தில் அச்சொல்லுக்குண்டான மனனம் செய்த வரிகளை அவை ஒப்புவிக்கும். மேலும் அவ்வரிகள் கசார் மொழியிலிருந்தன என்பதால் அம்மொழியிலேயே கிளிகள் அவற்றை ஒப்புவித்தன. கசார்களின் நம்பிக்கை கைவிடப்பட்டு கசார்களின் மொழி திடீரென மறையத் துவங்கியதும் அதே' கசார் அகராதியை மனனம் செய்த கிளிகளனைத்தையும் விடுதலை செய்தாள். அவற்றிடம் அவள் கூறியது, "செல்லுங்கள், உங்களிடத்தேயுள்ள கவிதைகளை மற்ற பறவைகளுக்கும் கற்றுக்கொடுங்கள், ஏனெனில் வெகுவிரைவில்

இங்கிதை அறிந்தவரென்று எவரும் இருக்கப்போவதில்லை...” அப்பறவைகள் கருங்கடலையொட்டிய கானகத்திற்குள் சென்று சேர்ந்தன, அங்கே மற்ற கிளிகளுக்கும் அக்கவிதைகளைக் கற்றுக் கொடுத்தன, பிறகு அவை மற்ற கிளிகளுக்குக் கற்றுத்தந்தன, இவ்விதமாக ஒருகட்டத்தில் கசார் மொழியும் அதன் கவிதைகளும் கிளிகள் மட்டுமே அறிந்தவையாயின. 17ஆம் நூற்றாண்டில் கருங்கடலின் கரையோரத்தில் பிடிக்கப்பட்ட கிளியொன்று அதனை வைத்திருப்பவர் புரிந்துகொள்ளவியலாத மொழியில் பல கவிதைகளை ஒப்புவிக்கக்கூடியதாக இருந்தது, கான்ஸ்டான்டிநோபிளைச் சேர்ந்த தூதரான ஏவ்ரம் ப்ராங்கோவிச்† என்பவர் அதுவே கசார்களின் மொழியெனக் கூறினார். இளவரசி அதே'யின் கவிதைகளான “கிளிகளின் கவிதை”களைச் சேகரிக்கும் நோக்கில் தன்னிடத்திலிருந்த எழுத்தர்களில் ஒருவரிடம் அக்கிளி ஒப்புவிக்கும் அனைத்தையும் எழுதிவைக்கும்படி உத்தரவிட்டார். இதன்மூலமாகத்தான் கிளிகளின் கவிதைகள் தாவுப்மன்னுரஸ்சின் பிரதியான கசார் அகராதியை அடைந்திருக்க வேண்டும்.

கசார் பூசாரிகளில் மிகப்பலம் வாய்ந்ததொரு பிரிவாக விளங்கிய, கனவு வாசிப்பாளர்கள் அல்லது வேட்டையர் என்றழைக்கப்பட்டவர்களின் காப்பாளராக இளவரசி அதே'வைத்தான் குறிப்பிடவேண்டும். அவள் தொகுக்க முற்பட்ட கலைக்களஞ்சியமென்பது நூற்றாண்டுகளாக கனவுவேட்டையர் தங்களது அனுபவங்களெனக் குறித்து வைத்த ஆவணங்களே. இளமையானவனும் இன்னமும் புதிய கண்களையே உடையவனுமான அவளது காதலன் இப்பிரிவினரில் மிகவும் பிரபலமான உறுப்பினர்களுள் ஒருவன். இளவரசி அதே'வின் கவிதைகளில் ஒன்று இப்பிரிவினரின் தலைமைப் பூசாரிகளுக்குச் சமர்ப்பிக்கப்பட்டுள்ளது:

> *இரவினில் உறக்கத்திற்குள் நுழையும்போது நாமனைவருமே நடிகர்களாகி ஒவ்வொருமுறையும் ஒவ்வொரு மேடையில் நமது அங்கத்தினை வகிக்கும்பொருட்டுக் கால்பதிக்கிறோம். எனில் பகல் பொழுதுகளில்? பகலினில் விழித்திருக்கும்போதோ நமது அங்கத்தினைக் கற்றுக்கொள்கிறோம். சிலநேரங்களில் அங்கத்தினைச் சரியாகக் கற்றுக்கொள்ளவில்லை என்றால் மேடையில் தோன்றும் வலுவின்றி அக்கணத்தில் தமது வசனங்களை நன்கறிந்த, நம்மைக்காட்டிலும் நன்றாக நடிக்கும் மற்ற நடிகர்கள் பின்னே மறைந்துகொள்கிறோம்.*

இப்ராசினியா லுகரேவிச் (லுக்காரி)

ஆனால் நீவிரோ, நீவிர் அரங்கிற்கு வருவது நடிக்கவன்று, எங்களது நடிப்பைக் காண்பதற்கு. நான் நன்கு ஒத்திகை செய்திருக்கும்போதே உமது கண்கள் என்னைக் காண்பதாக இருக்கட்டும், ஏனெனில் எவருமே வாரத்தின் ஏழுநாள்களும் அறிவார்ந்தோ அல்லது அழகுடனோ இருப்பதில்லை.

கசார் சபையிலிருந்த யூதப் பிரதிநிதிகள் இளவரசி அதே'வை அரேபிய மற்றும் கிரேக்க சமயப்பரப்பாளர்களின் கோபத்திலிருந்து காக்கும்விதமாக கசார் கனவு வேட்டையர் மற்றும் தலைமைப்பூசாரிகளில் ஒருவனான அவளது காதலனை அவளுக்குப் பதிலாக தண்டனையை ஏற்கச்செய்தனர் என்றொரு கதையும் உண்டு. அவள் அதற்குச் சம்மதிக்க, அவன் வெளியேற்றப்பட்டு நீருக்கு மேல் தொங்கவிடப்பட்ட கூண்டினில் அடைக்கப்பட்டான்.

எனினும் இது தண்டனையிலிருந்து இளவரசியைத் தப்புவிக்கவில்லை.

இப்ராசினியா லுகரேவிச் (லுக்காரி), *(17ஆம் நூற்றாண்டு)* - துப்ரோவினிக்கில் குடியேறிய உயர்குடிகளான கெடால்டிக் - க்ரஹோர்டிக் ஆகியோருக்குப் பிறந்தவள், லுக்காரி குடும்பத்தைச் சேர்ந்த பிரபுவை மணந்தாள். அவளுடைய பாலஸ்ஸோ எனப்படும் அரண்மனை வீட்டில் கூண்டிலடைக்கப்பட்ட பாற்குருவியை வைத்திருந்தாள், வீட்டில் அதனிருப்பு மருத்துவகுணம் வாய்ந்தது, சுவரிலிருக்கும் கிரேக்கக் கடிகாரம் விடுமுறை நாள்களில் பாசுரங்கள் மற்றும் தோத்திரங்களைப் பாடும். வாழ்க்கையின் ஒவ்வொரு புதிய கதவுகளையும் திறப்பதென்பது சீட்டுக்கட்டைப் போலவே நிச்சயமற்றது என்று கூறுவது அவள் வழக்கம், தனது செல்வச் சீமானாகிய கணவரைப்பற்றிக் கூறும்போது அமைதி மற்றும் நீரில் உணவருந்துபவர் என்றாள். தனது அடக்கமற்ற நடத்தைக்காக அறியப்படுபவள், அழகானவள்; தசையும் கௌரவமும் ஒன்றாகச்செல்ல இயலாது என்று மெல்லிய புன்னகையோடு கூறித் தன்னைத் தற்காத்துக்கொள்வாள். இரண்டு கைகளிலும் இரண்டு கட்டைவிரல்கள் உண்டு, எப்போதும் கையுறை அணிந்திருப்பாள், உணவுண்ணும்போது கூட. சிவப்பு, நீலம்,

மற்றும் மஞ்சள்நிற உணவுகளை விரும்புவாள், அதே நிறங்களில் ஆடைகளும் அணிவாள். ஓர் ஆண் மற்றும் ஒரு பெண் என இரண்டு குழந்தைகள் அவளுக்கு. ஓர் இரவில் அவளது ஏழுவயது மகள் தன்னுடைய அறையிலிருந்து தாயுடைய அறையைப் பிரிக்கும் சன்னல்வழி தன்னுடைய தாய் பிரசவிப்பதைப் பார்த்துக்கொண்டிருந்தாள். அவளது கூண்டுப்பறவையின் துணையுடன் தாய் இப்ராசினியா, வெற்றுப் பாதங்களில் குதிமுள்ளுடைய, தாடிவைத்த, சிறிய முதியவன் ஒருவனைப் பிரசவித்தாள், அவன் இவ்வுலகிற்குள் வரும்போதே, "பசித்த கிரேக்கன் சுவர்க்கத்தைக்கூட விட்டுவிடுவான்," என்று கத்தியபடி வந்து தனது தொப்புள்கொடியைக் கடித்துத் துண்டித்து, ஆடைகளைத் தவிர்த்து ஒரு தொப்பியை மட்டும் எடுத்துக்கொண்டு தனது சகோதரியின் பெயரைக்கூறி அழைத்தபடி விரைந்தான். அச்சிறுமி வாயடைத்து நகரவொட்டாமல் திகைத்துப்போனதும் மேற்கொண்டு பார்ப்பதிலிருந்து விலக்கப்பட்டு கொனாவ்லேவுக்கு அனுப்பிவைக்கப்பட்டாள். சீமாட்டி இப்ராசினியாவுக்கு இவ்வாறு நிகழக்காரணம் அவள் ரொட்டி மீது அமர்ந்து விட்டாள் என்பதும் துப்ரோவ்னிக்கின் கெட்டோவிலுள்ள சாமுயேல் கோஹென்✡ எனும் யூதனோடு ரகசியமாக உறவில் இருந்தாள் என்பதும்தான். அவளுடைய சுதந்திரமான போக்கினைப் பற்றிய குற்றச்சாட்டுகளுக்கு சீமாட்டி இப்ராசினியா தான் யாரிடமும் அறிவுரைகள் பெறும் வழக்கமில்லை என்று இறுக்கமாகப் பதிலுரைத்தாள்.

"உண்மையைக் கூறவேண்டுமெனில், நாள்கள் நழுவியோடிக் கொண்டிராத, அழகான, வலிமையான மற்றும் உயர்குடிப்பிறந்த, கருநிறப் பிடரி முடிகொண்ட பிரபுக்கள் ஒருநூறுபேரிலிருந்து தேர்ந்தெடுக்க வேண்டிவந்தால் ஒருவேளை நான் ஆசைவயப்படலாம். ஆனால் இந்த ரகூசாப் பகுதியில் அப்படியான நூறு பேரை நூறு வருடமானாலும் பார்க்கமுடியாது! காத்திருக்க யாரிடம் நூறு வருடம் இருக்கிறது?"

மற்ற குற்றச்சாட்டுகள் எதற்கும் அவள் பதிலளிக்கவில்லை. உதாரணமாக, சிறுவயதில் அவள் மோராவாக இருந்தாள், திருமணம் முடிந்ததும் சூனியக்காரியாகி விட்டாள், அவளது இறப்பிற்குப் பின் அவள் மூன்று வருடங்களுக்கு ரத்தக் காட்டேரியாக இருப்பாள் என்று கூறப்பட்டது. இதன் மூன்றாவது பகுதியை எல்லோரும் நம்பினார்கள் என்று கூற முடியாது,

ஏனெனில் காட்டேரிகள் பொதுவாக துருக்கியர்களிடமிருந்து, சில தருணங்களில் கிரேக்கர்களிடமிருந்து உருவாகக் கூடியவை, ஆனால் ஒருபோதும் யூதர்களிடமிருந்தல்ல என்ற நம்பிக்கை இருந்ததுதான் காரணம். மேலும் சீமாட்டி இப்ராசினியா ரகசியமாக மோசஸ்சின் நம்பிக்கையைச் சார்ந்திருப்பவள் என்றும் கிசுகிசுக்கப்பட்டது.

அதுபோலவே கூட இருக்கலாம், சாமுயேல் கோஹென் துப்ரோவ்னிக்கிலிருந்து வெளியேற்றப்பட்டபோது சீமாட்டி இப்ராசினியா அதை எளிதாக எடுத்துக் கொள்ளவில்லை: அவள் சோகத்தினால் இறந்துவிடுவாள் போலிருக்கிறது என்று கூறப்பட்டது, ஒவ்வொரு இரவிலும் அவள் இரண்டு கட்டைவிரல்கள் கொண்ட கை முட்டியை பாறைபோல இறுக்கி நெஞ்சில் வைத்துக்கொண்டிருப்பாள். ஆனால், இறந்து போவதற்குப் பதிலாக ஒருநாள் காலையில் துப்ரோவ்னிக்கிலிருந்து காணாமல் போனாள்; அதனையடுத்து அவள் கொனாவ்லேவில் காணப்பட்டாள், பிறகு தான்சேவில் நண்பகலில் ஒரு கல்லறைமீது அமர்ந்து தன் தலைமுடியைச் சீவிக்கொண்டிருந்தாள்; அதன்பிறகு தன் காதலனைத் தேடி வடக்குமுகமாக பெல்கிரேட் நோக்கி தன்யூபின் கரையோரமாகச் சென்றதைக் கண்டனர். க்ளாடவோவில் கோஹென் இறந்துவிட்டான் என்று கேள்விப்பட்டபிறகு அவள் வீடு திரும்பவில்லை. தனது தலைமுடியை அறுத்துப் புதைத்தாள், அதன்பிறகு அவளுக்கு என்ன ஆனதென்று யாருக்கும் தெரியாது. அவளது மரணம் அவலச்சுவை கொண்ட, நீளமான நாட்டார் பாடலொன்றில் விவரிக்கப்பட்டுள்ளதாக நம்பப்படுகிறது, 1721இல் கோதாரில் பதிவுசெய்யப்பட்ட அதனுடைய இத்தாலிய மொழிபெயர்ப்பு மட்டும் லத்தீனியக் கன்னியும் வாலாசியன் கௌன்ட் ட்ராகுலாவும் என்ற தலைப்பில் பாதுகாக்கப்பட்டுள்ளது. அம்மொழிபெயர்ப்பு சிதைந்திருப்பினும், அப்பாடலின் நாயகி சீமாட்டி இப்ராசினியாவைப் பிரதிபலிப்பதாக நம்பப்படுகிறது, மேலும் அதிலுள்ள காட்டேரி வ்லாட் மலேஸ்சு என்ற மனிதன், உண்மையில் ட்ரான்சில்வேனியாவில் 17 மற்றும் 18ஆம் நூற்றாண்டுகளில் வாழ்ந்தவன். அந்தப்பாடல் சுருக்கமாகப் பின்வரும் விபரங்களை அளிக்கிறது:

ஓர் அழகான, துக்கம் நிரம்பிய பெண் போருக்கு அனுப்பப்பட்டுவிட்ட தன் காதலனைத் தேடி தன்யூபின் வழி

சென்றபோது வெள்ளை நாணல்கள் அரும்பத் தொடங்கியிருந்தன. அவன் கொல்லப்பட்டுவிட்ட செய்தி அறிந்ததும் அவள் கௌன்ட் ட்ராகுலாவினிடத்தில் செல்கிறாள், அவன் நாளையின் கண்களால் பார்ப்பவன், துக்கத்தை குணப்படுத்தும் மிக விலையுயர்ந்த மருத்துவன். அவனது தலைமுடிக்குக் கீழே கிட்டத்தட்ட கருப்பான மண்டையோடு, முகத்தில் அமைதியின் சுருக்கம், மற்றும் மிகப்பெரியதொரு ஆண்குறி, விடுமுறை நாள்களின்போது அதை ஒரு சிட்டுக்குருவியோடு சேர்த்துக் கட்டிவிட்டு அப்பறவை நீண்டதொரு பட்டு நூலில் தனக்காக அதை முன்னே சுமந்து செல்லும்படி செய்வான். தனது இடுப்புப் பட்டையில் செருகி வைத்துள்ள சிறிய சிப்பியோட்டினால் உயிருள்ள ஒரு மனிதனை மிகக்கச்சிதமாகத் தோலுரிக்க அவனால் முடியும்; மீண்டும் அம்மனிதனை குடுமியைப் பிடித்து அதே தோலுக்குள் பொருத்தவும் முடியும். இனிமையான மரணம் தரும் மருந்தினை அவன் உருவாக்கினான், அவனுடைய முற்றம், மெழுகுவர்த்திகளை அணைத்துவிடுகின்ற, இன்னொருமுறை மரணிக்கத் தங்களை அனுமதிக்கும்படி கோரும் காட்டேரிகளால் தொடர்ந்து நிரம்பியிருக்கும். வாழ்வோடு அவற்றுக்கு எஞ்சியிருக்கும் ஒரே தொடர்பு மரணம் மட்டுமே. அவனது வாழ்விட அறைகளுக்குச் செல்லும் கதவின் குமிழிகள் அவற்றின் சொந்த விருப்பில் அசைபவை, முற்றத்தின் முன்னே சிறிய சுழற்காற்றொன்று தானடையும் தூரத்திலுள்ள அனைத்தையும் தன்னுடைய பிசைந்தெடுக்கும் சுழலுக்குள் இழுத்துக்கொள்கிறது. ஏழாயிரம் ஆண்டுகளாக இங்கே அது சுழன்றுகொண்டிருக்கிறது, அதன் நடுப்பகுதி அல்லது கண்ணை ஒளியால் ஈரப்படுத்திக் கொண்டிருந்த நிலவொளி நண்பகலைப்போல இங்கே ஏழாயிரம் ஆண்டுகளாக ஒளிர்கிறது. அவ்விளம்பெண் அங்கே வந்தபோது கௌன்ட் ட்ராகுலாவின் பணியாள்கள் சுழற்காற்றின் நிழலில் அமர்ந்து மதுவருந்திக் கொண்டிருக்கிறார்கள்; அவர்களில் ஒருவன் பெரும் மிடற்றளவு கூஜாவிலிருந்து பருகும்போது மற்றொருவன் பாடலைப்போன்ற நீண்ட ஒலிகளை எழுப்புவான், இவன் பாடி முடிக்கும்வரை முதலாமவன் பருகுவான். பிறகு அவர்கள் தங்களது பாத்திரத்தை மாற்றிக்கொள்வார்கள். வந்திருக்கும் விருந்தாளியைக் கௌரவப்படுத்தும் விதமாக மாலைவழிபாட்டுப் பாடலொன்றைப் பாடினர், பிறகு ஓர் அறுவடைப் பாடல், கடைசியாகப் பாடப்பட்ட “தலைகளை இணைத்து வை,” என்ற பாடல் இவ்வாறு இருந்தது:

"ஒவ்வொரு வசந்தகாலத்திலும், தன்யூபிலுள்ள மீன்களை பறவைகள் எண்ணும்போது, நதி கடலில் சேரும் முகத்துவாரத்தில் ஒரு வெள்ளைநிற நாணல் வளர்கிறது. அவை நன்னீரும் உப்புநீரும் ஒன்றோடொன்று கலக்குமிடத்தில் மூன்று நாள்களுக்கு மட்டுமே வளரக்கூடியன, அதன் விதைகள் வேறெதையும்விடத் துரிதமானவை, ஓர் ஆமை நகர்வதைக்காட்டிலும் அதிகமான வேகத்தில் பூக்கின்றன, அதன்மீது ஊரும் எறும்புகளை முந்தி அவை வளரக்கூடியவை. வறண்ட நிலத்தில் அதன் விதைகள் இருநூறு வருடங்கள் கூட செயலற்ற நிலையில் இருக்கும், ஆனால் ஈரத்தைச் சந்தித்ததும் அவை ஒருமணி நேரத்திற்குள்ளாக முளைக்கத் துவங்குகின்றன, மூன்றிலிருந்து நான்கு மணிநேரத்திற்குள்ளாக ஒரு மீட்டர் உயரத்திற்கு வளர்ந்து பிறகு தடிக்கும், நாளின் முடிவில் உங்கள் கைகளால் அதைச் சுற்றிப்பிடிக்க இயலாது. காலையில் அது ஒரு மனிதனின் இடுப்பளவு தடிமனோடு, ஒரு வீடளவு உயரத்தோடிருக்கும், மீனவர்கள் தங்களது வலைகளை அதில் கட்டிவைப்பதுண்டு, வளர்கையில் தானாகவே வலையை உயர்த்தும். உடலின் பாதைகளுக்குள்ளும் வளரக்கூடியதென்று பறவைகளுக்குத் தெரியுமாதலால் வெள்ளை நாணலின் விதைகளையோ தண்டையோ விழுங்கி விடக்கூடாதெனக் கவனமாக இருக்கும். இருப்பினும், சிலநேரங்களில் படகோட்டிகள் மற்றும் மேய்ப்பர்கள் பறவையொன்று வானத்தில் கிழிபடுவதைப் பார்ப்பதுண்டு, அது ஏனென்று அவர்களுக்குத் தெரியும், அப்பறவை ஏதோவொரு பித்துநிலையில் அல்லது பறவைக்கான துக்கத்தில், மனிதர்களின் பொய்யை நினைவூகூர்வது போல, வெள்ளை நாணலின் விதையைக் கொத்தித் தின்றிருக்க வேண்டும், அவ்விதை உடலுக்குள்ளே முளைவிட்டு வானிலேயே அதைத் கிழித்துத் துண்டாக்கிவிட்டது. பற்தடம் போல ஒன்று வெள்ளை நாணலின் வேருக்கருகில் எப்போதும் காணப்படும்; மேய்ப்பர்கள், இவ்வெள்ளை நாணல் மண்ணிலிருந்து முளைப்பதல்ல, நீருக்கடியில் உள்ள ஏதோவொரு துர்சக்தியின் வாயிலிருந்து முளைக்கிறது, அது இந்நாணல் வழியாக சீழ்க்கையொலி எழுப்பவும் பேசவும் செய்கிறது, பறவைகள் மற்றும் பேராசை கொண்ட உயிரினங்களைத் தன் விதையின்பால் இழுக்கிறது என்பர். இதனால்தான் இவ்வெள்ளை நாணல்கள் புல்லாங்குழல் தயாரிப்பில் பயன்படுத்தப்படுவதில்லை: ஒருவர் இன்னொருவரின் புல்லாங்குழலை ஊதுவதில்லை.

மற்ற மீனவர்கள் குறிப்பிடுவது, சிலசமயம் பறவைகள் தங்களது வித்திற்குப் பதிலாக இணையை இவ்விதைகளால் கருவுறச் செய்வதுண்டு; அப்படித்தான் மரணத்தின் முட்டைகள் இவ்வுலகில் புதுப்பிக்கப்படுகின்றன...”

பாடல் முடிந்ததும், அந்தப்பெண் தனது வேட்டை நாய்களை நரிகளின்மீது அவிழ்த்துவிட்டு கௌன்ட் ட்ராகுலாவின் கோபுரத்திற்குள் தனியே நுழைந்தாள், தன் துக்கத்தினைக் குணப்படுத்த அவனுக்கொரு பைநிறையத் தங்கத்தைக் கொடுத்தாள். அவன் அவளைத் தழுவியபடி படுக்கையறைக்கு அழைத்துச் சென்றான், வேட்டைநாய்கள் தங்களின் நரிவேட்டையிலிருந்து திரும்பும் வரை அவன் அவளை அனுப்பவில்லை. அவர்கள் பிரிந்தபோது விடிந்துவிட்டது; மாலையில் மேய்ப்பர்கள் தன்யூபின் கரையோரமாக ஓர் அழகான பெண் வெள்ளை நாணலின் விதைகளால் கருவுறச்செய்யப்பட்ட பறவையைப்போலும் கிழிபட்டுச் சிதைந்து கிடக்க, அவள்முன் வேட்டைநாய்கள் அழுது முனகிக்கொண்டிருக்கக் கண்டனர். பட்டினாலான ஆடைகள் மட்டும், ஏற்கெனவே அவளது கூந்தலினூடாகப் பரவியிருந்த வேர்கள் கொண்ட பெரிய தண்டின் மீது தொங்கிக் கொண்டிருந்தன. அவள் தனது மூர்க்கமான மகளைப் பிரசவித்திருந்தாள் - அவளது மரணம். அம்மரணத்தில் அவளது அழகு ஊறல் நீராகவும் கட்டிதட்டிய பாலாகவும் பிரிந்து போனது, மேலும் அதனடியில் ஒரு வாய் நாணலின் வேரினைத் தாங்கிக்கொண்டிருந்தது.

ஈசாக் சங்காரி *(8ஆம் நூற்றாண்டு)* - ரப்பி, கசார் விவாதம்▽ நடைபெற்றபோது எபிரேயத்தைப் பிரதிநிதித்தவர். இவர் கபாலாவில் வல்லுநர் என்றும் கசார்▽ இனத்தவரை யூதத்தை நோக்கி வழிநடத்தியவர் என்றும் 13ஆம் நூற்றாண்டு வரையிலும் குறிப்பிடப்படவில்லை. எபிரேய மொழியின் மதிப்பை வலியுறுத்தி ஒரு கருத்தினை முன்வைத்தார், அவர் வேறுபல மொழிகளும் அறிந்தவர். மொழிகளுக்கிடையேயான வேறுபாடுகள் பின்வருவனவற்றை அடிப்படையாகக் கொண்டதென அவர் நம்பினார்: கடவுளின் மொழியைத்தவிர அனைத்து மொழிகளும் துன்பத்தின் மொழிதான், வலியின் அகராதிகள். அவர் கூறியது, “என் துன்பங்கள் காலத்தில்

அல்லது என்னிலிருக்கும் முறிவு வழியாக வடிந்துவிடுவதை நான் கவனித்திருக்கிறேன், இல்லையென்றால் அவை இந்நேரம் எண்ணிக்கையில் பெருகியிருக்கும். மொழிகளுக்கும் இதே உண்மை பொருந்தும்." கசார் காகனின் சபையில் ஈசாக் சங்காரியால் அளிக்கப்பட்ட பதில்கள் கசார் மொழியிலிருந்தன என்று R.கெடாலியா (ஏறத்தாழ1857) நிறுவியிருக்கிறார். ஹலேவி✡யின் கருத்துப்படி சங்காரி, ரப்பியும் எழுத்தருமான நாஹூமின் போதனைகளைப் பயன்படுத்தினார், ஞானிகள் தீர்க்கதரிசிகளிடமிருந்து எவ்வாறு கற்றுக்கொள்கின்றனர் என்பதை பதிவுசெய்து வைத்தவரும் அவரே. "அதை நான் ரப்பி மாயாஷிடமிருந்து கேட்டேன்," என்று ரப்பி நாஹூம் எழுதியுள்ளதாக சங்காரி காகனிடம் கூறினாரென ஹலேவி குறிப்பிடுகிறார், "அதை நான் ரப்பி மாயாஷிடமிருந்து கேட்டேன், அவர் அதை 'இணையர்'களிடமிருந்து பெற்றார், அவர்கள் தீர்க்கதரிசிகளிடமிருந்து சினாய் மலையில் மோசேவுக்கு அளிக்கப்பட்ட உத்தரவாக அதைப் பெற்றனர். தனிநபர்களின் போதனைகளைக் கடத்தக் கூடாதென்பதில் கவனமாக இருந்தனர், ஒரு முதியவர் தன் மரணப்படுக்கையில் தன் மகனுக்குக் கூறியதைப்போல:

" 'மகனே, எதிர்காலத்தில் நான் உனக்குக் கற்பித்த நான்கு நியமிக்கப்பட்டவர்கள் குறித்த கருத்தினை விலக்குவாயாக'. 'ஏன்' என்று மகன் கேட்டான், 'நீங்கள் உங்களது சொந்தக் கருத்துகளை விலக்குவதில்லையா?' முதியவர் பதிலளித்தார், 'ஏனெனில் என்னுடைய கருத்துகள் பலரிடமிருந்து கற்றுக்கொண்ட பலரிடமிருந்து பெற்றவை. எனவே நான் என்னுடைய பாரம்பரியத்தினை உறுதி செய்கிறேன் என்றால் அவர்கள் அவர்களுடையதை உறுதிப்படுத்துகின்றனர். ஆனால் நீ ஒருவரிடமிருந்து மட்டுமே கற்றுக்கொண்டாய், என்னிடமிருந்து. எனவே ஒருவரின் போதனையைத் தள்ளி பலருடையதை ஏற்பதே சிறந்தது...' "

சங்காரி கசார் காகனின் சபையில் நடந்த விவாதத்தில் அரேபியப் பங்களிப்பாளர் கலந்து கொள்வதை வால்மீன்கள் அரேபியருக்குச் சாதகமாக இல்லாத, அவரது முழுநம்பிக்கையும் ஒரு கூஜாவுக்குள்ளிருக்கும் நீருக்குள் அடைபட்டுவிடக் கூடியதொரு நாளில் விவாதத்தை ஏற்பாடு செய்வதன் மூலம் தடுத்தார் என்று கூறப்படுகிறது. சங்காரியே அவ்விவாதத்தில்

கலந்துகொள்ளமுடியாத நிலையும் உண்டானது. தாவுப்மன்னூஸ்✡ பின்வரும் கதையை நினைவுகூர்கிறார்:

ஈசாக் சங்காரி கசார் தலைநகருக்கு கடல்வழி பயணப்பட்டார். ஆனால் அவரது கப்பல் சராசென்களால் தாக்குதலுக்கு உள்ளானது, அவர்கள் கண்ணில் படுகின்ற அனைத்தையும் கொல்லத் துவங்கினர். யூதர்கள் தம்மைக் காப்பாற்றிக் கொள்ளக் கப்பலிலிருந்து குதித்தனர், ஆனாலும் கடற்கொள்ளையர் அவர்களைத் துடுப்புகளைக்கொண்டு கொலை செய்தனர். ஈசாக் சங்காரி மட்டுமே அமைதியாகப் படகிலிருந்தார். ஆச்சரியத்துடன், அவர் ஏன் மற்றவர்களைப்போல அலைகளுக்குள் குதிக்கவில்லையென சராசென்கள் கேட்டனர்.

“என்னால் நீந்த முடியாது,” என்றார் சங்காரி பொய்யாக, அது அவரது உயிரைக் காப்பாற்றியது. கொல்லுவதற்குப் பதிலாகக் கடற்கொள்ளையர் அவரைக் கடலுக்குள் வீசிவிட்டுச் சென்றனர்.

“ஆன்மாவின் இதயம் என்பது போரில் அரசரைப் போல,” ஈசாக் சங்காரி குறித்துக்கொண்டார், “ஆனால் போரின்போதும் சிலநேரம் மனிதன் ஆன்மாவிலிருக்கும் இதயம் போல நடந்துகொள்ள வேண்டும்.”

இவ்வாறாக, சங்காரி கசார் சபைக்கு வந்துசேர்ந்தார், கிறிஸ்தவ மற்றும் இஸ்லாமியப் பிரதிநிதிகளுடனான விவாதத்தின்போது கசார் காகனுக்கு கனவொன்றினை விளக்கினார், அதன்மூலம் காகனை மற்ற கசார்களுடன் கடந்த காலத்தைக் காட்டிலும் எதிர்காலத்திடம் அதிகம் எதிர்பார்க்கும் நம்பிக்கையான யூத நம்பிக்கைக்கு மாறும்படி இணங்கவைத்தார். காகனிடம் கனவில் தேவதை கூறிய வார்த்தைகளை விளக்கினார், “படைத்தவர் உன் எண்ணங்களினால் மகிழ்வுற்றிருந்தாலும் உன் செயல்கள் குறித்து மகிழ்வுற்றிருக்கவில்லை,” எனும் வார்த்தைகளை ஆதமின் மகனான சேத்தின் கதையோடு ஒப்பிட்டார்.

“யெஹோவாவினால் உருவாக்கப்பட்ட ஆதம் மற்றும் ஆதமினால் உருவாக்கப்பட்ட அவரது மகனான சேத்திற்கு இடையில் மிகப்பெரிய வேறுபாடு உள்ளது,” என்று ஈசாக் சங்காரி காகனிடம் கூறினார். “சேத்தும் அவரைத் தொடர்ந்து உருவானவர்களும் கடவுளின் எண்ணத்தினால் உருவானவர்கள், ஆனால் மனிதச் செயல்கள். எனவே எண்ணம் மற்றும் செயலுக்கிடையே ஒரு

வேறுபாட்டினை உருவாக்க வேண்டியுள்ளது. மனிதனிடத்தில் எண்ணமானது தூய்மையாக, இறைத்தன்மையுடையதாக உள்ளது, வினைச்சொல்லாக அல்லது சின்னங்களாக, அது செயலிற்கு முன்பு செயல் குறித்த கருத்தாக இருக்கிறது, ஆனால் செயல் என்பது உலகியலானது; அது சேத் எனும் பெயரைத் தாங்கியிருக்கிறது. அதனுள் நல்லொழுக்கமும் தீமையும் ஒன்றனுள் ஒன்றாக இரண்டு உள்ளீடற்ற பொம்மைகளைப்போல் அமைந்துள்ளன. மனிதனைத் திறக்க இதுவொன்றே வழி, ஒன்றையடுத்து இன்னொரு வெற்றுப்பொம்மையை நீக்குதல் மூலமாக, சிறியதிலிருந்து பெரிய மணிக்கு என்பதாக. எனவே உம் கனவில் வந்த தேவதை உம்மை எச்சரிப்பதாகக் கொள்ளவேண்டியதில்லை; மாறாக எதுவுமே உண்மையிலிருந்து விலகியதில்லை. அவர் உம்முடைய உண்மையான இயல்பை நோக்கி உம் கவனத்தைத் திருப்ப விரும்புகிறார், அவ்வளவே..."

கசார் விவாதம்▽ - கசார்கள் யூதமதத்திற்கு மாறியதற்குக் காரணமான நிகழ்வாக எபிரேய ஆதாரங்கள் இதைச் சுட்டுகின்றன. இந்நிகழ்வு குறித்த பதிவுகள் மிகக்குறைவாக, முரண்பாடுகளோடு இருப்பதனால் விவாதம் நிகழ்ந்த துல்லியமான தேதி தெரியவில்லை, மேலும் யூதமாற்றத்தின் காலம், கனவினை விளக்குபவர்கள் மூவரும் கசார் தலைநகரை அடைந்த காலத்தோடு குழப்பிக் கொள்ளப்படுகிறது. இதுகுறித்துப் பாதுகாக்கப்பட்ட பதிவுகளில் முந்தையது, 10ஆம் நூற்றாண்டைச் சேர்ந்த பதிவான, கசார் காகன் ஜோசஃப் (ஏற்கெனவே யூத மதத்தைக் கடைபிடித்துக் கொண்டிருந்தவர்) மற்றும் கொர்தோபாவின் சமயத்துறை அமைச்சர் ஹஸ்தாய் இப்னு ஷப்ரூத்திற்கும் இடையே நடந்த கடிதத்தொடர்புகள். ஹஸ்தாய் ஒரு யூதர், கசார்கள் யூத நம்பிக்கைக்கு மாறிய சூழ்நிலையை விளக்கும்படி காகனிடம் கேட்டிருந்தார். இக்கடிதத் தொடர்பின்படி, இவையனைத்தும் நிகழ்ந்தது பூலான் எனும் காகனது ஆட்சிக்காலத்தில், ஒரு தேவதையின் அழைப்பிற்குப் பிறகு, அர்தெபீல் நகரத்தைக் கைப்பற்றியதை அடுத்து (731-ஐ ஒட்டி) நிகழ்ந்தது. இந்த ஆதாரங்கள் நம்பிக்கைக்கு உரியன என்றால் அப்போதுதான் மதங்கள் மீதான ஒரு வாதம் காகனின் சபையில் நிகழ்த்தப்பட்டது. கிரேக்கர் மற்றும் அரேபியப் பிரதிநிதிகளை யூதத்தூதுவர் வென்றதால் காகன் பூலானுடைய

வாரிசான ஒபாதியாவின் கீழ் கசார்கள் யூதத்தை ஏற்றனர். இரண்டாவது ஆதாரம் 1912-இல் இங்கிலாந்தின் கேம்ப்ரிட்ஜில் கண்டெடுக்கப்பட்ட யூதக்கடிதப்பகுதி. அது கெய்ரோவிலுள்ள யூததேவாலயத்திற்குச் சொந்தமான (திருத்தியவர்: ஷெஷ்டர்) ஒரு கையெழுத்துப் பிரதியிலிருந்து வந்தது. இது 950ஐ ஒட்டி கசார் மரபில் வந்த யூதர் ஒருவரால் அமைச்சர் ஷப்ரூத்திற்கு, கொர்தோபாவிலிருக்கும் காகன் பூலான் சபையிலுள்ள அதே நபருக்கு எழுதிய கடிதத்திற்குப் பிற்சேர்க்கையாக எழுதப்பட்டது. இந்த ஆதாரம் கசார்களின் யூதமாக்கல் என்பது விவாதத்திற்கு முன் நிகழ்ந்த நிகழ்வென வலியுறுத்துகிறது, மேலும் அந்நிகழ்வு பின்வருமாறு நிகழ்ந்தது. யூதநெறிகளைப் பின்பற்றாத ஒரு யூதன் போரிலிருந்து நாயகனாகத் திரும்பி கசார்களின் காகனாகிறான். அவனது மனைவி, தந்தை இருவரும் இனியேனும் அவன் தனது மூதாதையர்களின் நம்பிக்கையை ஏற்பானென்று எதிர்பார்க்கின்றனர், ஆனால் அவன் எதையும் கூறாமல் இருக்கிறான். திருப்புமுனை (தாவுப்மன்னூஸ்✡ கருத்துப்படி) ஒருநாள் மாலை காகனின் மனைவி அவனிடம் இதைக்கூறியபோது நிகழ்ந்தது:

இனிப்புச்சுவை கொண்ட பனித்துளிகள் கரிப்புச்சுவை கொண்டவற்றோடு சந்தித்துக்கொள்ளும் சுவர்க்கத்தின் நிலநடுக்கோட்டிற்குக் கீழே, பள்ளத்தாக்குகளில் மிகப்பெரிய நச்சுப்பூஞ்சையொன்று வளர்கிறது, அதன் மேலே வளரும் சுவையான சிறிய உண்ணத்தகுந்த காளான்கள் அதன் நச்சுநிறைந்த குருதியை இனிமையானதாய் மாற்றிக்கொள்ளும். தம் ஆண்மையின் வலிமைக்கு உயிர்ப்பளிக்க விரும்பும் மான்கள் இச்சிறுவகைக் காளான்களைக் கொறித்துத்தின்ன விரும்புகின்றன. ஆனால் அவை கவனமின்றி ஆழமாகக் கடித்துவிட்டால் சிறுகாளான்களோடு நச்சுப்பூஞ்சையைச் சேர்த்துத் தின்று இறந்துவிடும்.

ஒவ்வொரு மாலைநேரத்திலும் என் அன்புக்குரியவரை முத்தமிடும்போது நான் சிந்திக்கிறேன்: ஒருநாள் நானும் ஆழமாகக் கடித்துவிடுவேன் என்பது இயற்கையானதுதான்...

இவ்வார்த்தைகளைக் கேட்ட மாத்திரத்தில் காகன் யூதநெறிகளைப் பின்பற்றலானான். இந்த ஆதாரத்தின்படி, இவையத்தனையும் நடந்தது விவாதத்திற்கு முன்பு பைசாந்தியப் பேரரசரான மூன்றாம்

கசார் விவாதம்

லியோ (717-740) ஆட்சிக்காலத்தில். விவாதம் முடிந்தபிறகு காகன் சப்ரியேலின் ஆட்சிக்காலத்தில் கசார்கள் மற்றும் அண்டையரிடையே யூதம் முழுவதுமாக நிலைநிறுத்தப்பட்டது, இவரும் காகன் ஒபாதியா என்பவரும் ஒருவரே, ஏனெனில் (தாவுப்மன்னூஸ்சின் கருத்துப்படி) அவர் தனது ஆட்சிக்காலத்தில் இரட்டை வருடங்களின்போது சப்ரியேல் எனவும் ஒற்றை வருடங்களின்போது ஒபாதியா எனவும் அழைக்கப்பட்டார்.

காலத்தால் பிந்தியது எனினும் கசார் விவாதம் குறித்த மிகவிரிவான எபிரேய ஆதாரமே மிக முக்கியமானதும் ஆகும். அல் கசாரி எனப்படும் அப்புத்தகத்தை எழுதியவர் யூதா ஹலேவி*, புகழ்மிக்க கவிஞர், கசார் விவாதம் குறித்த வரலாற்றுப்பதிவர். விவாதம் மற்றும் கசார்கள் யூத நம்பிக்கைக்கு மாறியது ஆகியவை தனது புத்தகம் எழுதப்பட்டதிலிருந்து நான்கு நூற்றாண்டுகள் முன்பு நிகழ்ந்ததாகக் குறிப்பிடுகிறார், எனில் அது 740ஆம் ஆண்டென அமையும். இறுதியாக, பாக்கர் என்பவர் கசார்களின் யூதமாக்கல் மித்ராஷ் எனும் யூதமறைப்பகுதிகளுக்கு உரிய உரைவிளக்க இலக்கிய வகைமையில் பாதிப்பை ஏற்படுத்தியுள்ளது என்று கண்டறிந்துள்ளார். இந்நிகழ்வைக் குறித்த தொல்கதைகள் க்ரீமியாவிலிருந்தே செழித்தன, தமான் தீபகற்பம் மற்றும் தமாதர்காவிலிருந்து, இவை கசார் பேரரசின் யூத நகரங்கள் என்று அறியப்படுபவை.

சுருங்கக் கூறின், இந்த ஆதாரங்களின் விருப்பார்வத்திலிருக்கும் நிகழ்வு பின்வருமாறு நடந்தது. கிளைகளிலுள்ள பேரிக்காய்களுக்கு இலையுதிர் காலத்தின்போது வெள்ளையடித்து குளிர்காலத்தில் அவற்றைப் புதிதுபோல் பறிக்கும், காகனின் கருங்கடலில் அமைந்துள்ள கோடைகாலத் தலைநகரில் மூன்று இறையியல் வல்லுநர்கள் வரவழைக்கப்பட்டனர்: ஒரு யூத ரப்பி, ஒரு கிறிஸ்தவக் கிரேக்கர், மற்றும் ஒரு அரேபிய முல்லா. காகன் கண்ட கனவிற்கு இறையியலாளர்கள் மூவரில் யார் நிறைவான விளக்கத்தை அளிக்கிறார்களோ அவர்களின் மதத்திற்குத் தன் மக்களோடு சேர்ந்து மாறவிருப்பதைத் தெரிவித்தான். ஒரு தேவதை காகனின் கனவில் தோன்றி இவ்வாறு கூறியது: "படைத்தவர் உன் எண்ணங்களினால் மகிழ்வுற்றிருந்தாலும் உன் செயல்கள்குறித்து மகிழ்வுற்றிருக்கவில்லை." இவ்வார்த்தைகளைச் சுற்றியே விவாதம் நடைபெற்றது, தாவுப்மன்னூஸ்சால் மேற்கோள்

காட்டப்படும் எபிரேய ஆதாரங்கள் நிகழ்வின் போக்கை விவரிக்கின்றன.

எபிரேயப் பிரதிநிதியாளரான ரப்பி ஈசாக் சங்காரி*, தான் முதலில் எதுவும் கூறாது கிரேக்கர் மற்றும் அரேபியரைப் பேசச்செய்தார். இஸ்லாமியப் பிரதிநிதியின் வாதங்களின்பால் காகன் கவரப்படுவது போலத் தெரிந்ததும் கசார் இளவரசியான அதே'▽ அவ்விவாதத்தில் சேர்ந்துகொண்டு அரேபியரை இவ்வார்த்தைகளால் அறிவுறுத்தினாள்:

நீவிர் என்னிடத்தில் பேசும்போது மிகவும் சாதுரியமாகப் பேசுகிறீர். மிதந்து சென்று மலைக்குப்பின்னால் மறையும் மேகங்களில் விரையும் என் எண்ணங்களைக் காண்கிறேன். அவற்றிலிருந்து சிலநேரம் கண்ணீர்த்துளிகள் வடிகின்றன, ஆனால் சிறிதுநேரத்தில் மேகங்கள் விலகியதும் தெளிவான சிறுஅளவு வானத்தின் அடியில் உம் முகத்தைக் காண்கிறேன், ஏனெனில் அப்போதுதான் உம்மை உம்மாகவே நான் காண்பதற்குத் தடைகளேதும் இல்லை.

இதற்குப் பதிலளிக்கும் விதமாக முல்லா காகனிடம் கசார்களுக்கு எதிராக அவர் சூழ்ச்சியேதும் செய்யவில்லை என்றார், மாறாக அவர் கொரான் எனும் புனிதப் புத்தகமொன்றையே பரிந்துரைக்கிறார், ஏனெனில் கசார்களுக்கென புனிதப்புத்தகம் ஏதுமில்லை: இரண்டு பலவீனமான கால்களோடு படைக்கப்பட்டும் நாங்கள் அனைவரும் நடக்கக் கற்றுக்கொண்டு விட்டோம், ஆனால் நீங்களோ இன்னமும் நொண்டிக் கொண்டிருக்கிறீர்கள்.

பிறகு இளவரசி அதே' அரேபியரை நோக்கி வினவினாள்: "ஒவ்வொரு புத்தகத்திற்கும் தாயும் தந்தையும் உண்டு. ஒரு தந்தையானவர் தாயைக் கருவுறச்செய்து மரிக்கிறார் மற்றும் அக்குழந்தைக்குப் பெயரிடுகிறார். மேலும் (புத்தகங்களுக்கு) ஒரு தாயும் இருக்கிறாள், குழந்தையைப் பெறுபவள், பேணுகிறவள், இவ்வுலகத்தினுள் அவர்களை அனுப்புகிறவள். உம்முடைய புனிதப்புத்தகத்தின் தாயென்பது யார்?"

அரேபியர் இக்கேள்விக்கு விடையளிக்க இயலாது, அவர் சூழ்ச்சியெதுவும் செய்யவில்லை என்றும் புனிதப்புத்தகம் ஒன்றையே பரிந்துரைப்பதாகவும் மீண்டும் கூறினார், அதுவே

கசார் விவாதம்

கடவுளுக்கும் மனிதனுக்குமிடையிலான அன்பின் தூதுவர், இளவரசி அதே' அவருடனான விவாதத்தினைப் பின்வரும் வார்த்தைகளோடு முடித்துக் கொண்டாள்:

பாரசீகத்தின் ஷாவும் கிரேக்கப் பேரரசரும் அமைதியின் பெயரில் ஆடம்பரமான பரிசுகளைப் பரிமாறிக்கொள்வதென முடிவு செய்தனர். பரிசுகளைச் சுமந்த ஒரு தூதுக்குழு கான்ஸ்டான்டிநோபிலிலிருந்து புறப்பட்டது மற்றொன்று இஸ்ஃபஹானிலிருந்து. அவர்கள் பாக்தாதில் சந்தித்துக் கொண்டனர், அப்போதுதான் பாரசீகப் பேரரசரான நாதிர் பதவியிறக்கப்பட்டு விட்டாரென்றும் கிரேக்கப் பேரரசர் இறந்துவிட்டாரென்றும் தெரிய வந்தது. இவ்வகையில் இரண்டு தூதுக்குழுக்களும், தாங்கள் சுமந்திருந்த பரிசுப் பொருள்களை என்ன செய்வதென்று அறியாது, எடுத்துவைக்கும் ஒவ்வொரு அடிக்கும் அஞ்சியபடி, பாக்தாதில் சில நாள்கள் தங்கவேண்டிய நிலைக்காளாகின. தாம் கொண்டுவந்த செல்வம் சிறிது சிறிதாகச் செலவாவது கண்டு என்ன செய்வதென ஆலோசித்தனர். அவர்களில் ஒருவர் கூறினார்:

"நாம் எதைச்செய்யினும் அது தவறாகவே இருக்கும். எனவே ஆளுக்கொரு நாணயத்தை எடுத்துக்கொண்டு மீதமுள்ளவற்றை எறிந்துவிடுவோம்..."

அவர்கள் அதைத்தான் செய்தனர்.

ஆனால், நம் அன்பை என்ன செய்வது, தூதுவர்கள் மூலம் நாம் ஒருவருக்கொருவர் பரிமாறிக்கொள்ளும் அன்பை? ஆளுக்கொரு காசு எடுத்துக்கொண்டு மீதத்தைத் தூக்கியெறிந்த தூதுவர்களின் கையில் அதுவும் எஞ்சியிருக்குமல்லவா?

காகன் அவளது வார்த்தைகளைக் கேட்டதும் இளவரசி கூறுவது சரியென்ற முடிவுக்கு வந்தான், ஹலேவி குறிப்பிடும் இவ்வார்த்தைகளால் அரேபியரை நிராகரித்தான்:

"இப்பூமியில் தாங்கள் வசிக்கும் பகுதியைத் தங்களுக்குள் பங்கிட்டுக்கொண்டு, துறவிகள் அல்லது தனித்து வாழ்பவர்கள்போல நோன்பேற்பது மற்றும் பிரார்த்திப்பது மூலமாகத் நன்னோக்கமுள்ள தங்கள் இறைக்காக பணிசெய்யும் கிறிஸ்தவர்களும் மொஸ்லம்களும் ஏன் ஒருவரோடு ஒருவர்

போரில் ஈடுபட்டுள்ளனர்? அவர்கள் அனைத்தையும் நிறைவேற்றுவது கொல்லுதல் மூலமாக, இதுவே சிறந்த வழிபாடென்றும் இறைவனுக்கு அருகில் தங்களைச் செலுத்துமென்றும் நம்புகின்றனர். சுவர்க்கம் மற்றும் நித்தியமான மகிழ்ச்சி தமக்கான பரிசாகக் கிடைக்குமென்று நம்பிப் போரில் இறங்குகின்றனர். இருப்பினும் இருவரது திடநம்பிக்கையும் ஏற்றுக்கொள்ளத் தகுந்ததன்று."

காகன் பின்வரும் முடிவுக்கு வந்தான்:

"உங்களின் சமயத்தலைவர் பச்சைப் பாய்மரங்கள் கொண்ட கப்பற்படையையும் இரண்டு பக்கமும் மெல்லும் படைவீரர்களையும் கொண்டவராயிருக்கிறார். நாங்கள் அவரது மதத்திற்கு வந்தோமெனில் கசார்களில் எத்தனை பேர் மீதமிருப்பர்? மாறித்தான் ஆகவேண்டுமென்றால் நாங்கள் கிரேக்கர்களால் வெளியேற்றப்பட்ட, கிதாபியா நேரத்தில் அலைந்து திரிந்து கோரெஸமிலிருந்து இங்குவந்த ஏழைகளான யூதர்களோடு சேர்வதே சிறந்தது. அவர்களுடைய படையென்பது ஓர் ஆலயத்திற்குள் அல்லது ஓலைச்சுருளுக்குள் அடங்கிவிடக் கூடியது."

பிறகு காகன் எபிரேயப் பிரதிநிதியின் பக்கம் திரும்பி அவருடைய மதம் குறித்து அவர் கூறவேண்டியது என்ன உள்ளதென்றான். ரப்பியான ஈசாக் சங்காரி கசார்கள் வேறொரு புதியமதத்திற்கு மாறவேண்டியதே இல்லையென்றார்: அவர்களுடைய பழைய மதத்தையே வைத்துக்கொள்ளலாம். அது அனைவரையும் வியப்பிலாழ்த்தியதும் ரப்பி விளக்கினார்:

"நீங்கள் கசார்களல்ல. நீங்கள் யூதர்கள், உங்களது உரிமையான இடத்திற்குத் திரும்புங்கள்: வாழும் கடவுளான உங்கள் மூதாதையரிடத்தில்."

அப்போது ரப்பி தனது போதனைகளை காகனிடத்தில் விவரித்துக் கூறினார். நாள்கள் மழையைப்போல ஒழுகின, அவர் மேலும்மேலும் பேசிக்கொண்டே இருந்தார். முதலில் காகனுக்கு உலகம் படைக்கப்படுவதற்கு முன்னால் படைக்கப்பட்ட ஏழு விஷயங்கள் குறித்துக் கூறினார்: சுவர்க்கம், தோரா, நீதி, இஸரேல், மகிமையின் சிம்மாசனம், ஜெருசலேம், மற்றும் தாவீதின் மகனான மீட்பர். பிறகு அவர் உன்னதமான

விஷயங்களை விவரித்தார்: வாழும் கடவுளின் ஆன்மா, ஆன்மாவிலிருந்து வரும் காற்று, காற்றிலிருந்து வரும் நீர், நீரிலிருந்து வரும் நெருப்பு. பிறகு அவர் மூன்று தாய்களின் பட்டியலை எடுத்துரைத்தார்: பிரபஞ்சத்திற்கு - காற்று, நீர், மற்றும் நெருப்பு; ஆன்மாவில் - மார்பு, வயிறு, மற்றும் தலை; வருடத்தில் - ஈரப்பதம், உறைநிலை, மற்றும் வெப்பம். பிறகு ஏழு இரட்டை மெய்யொலிகள்: "பெத்," "கிமெல்," "தலேத்," "காஃப்," "பேஹ்," "ரேஷ்," மற்றும் "தாவ்," அவையே பிரபஞ்சத்தில் - சனி, வியாழன், செவ்வாய், சூரியன், வெள்ளி, புதன் மற்றும் சந்திரன்; ஆன்மாவினில் - ஞானம், செல்வம், சக்தி, வாழ்க்கை, இரக்கம், சந்ததி, மற்றும் சமாதானம்; வருடங்களில் - சபாத், வியாழன், செவ்வாய், ஞாயிறு, வெள்ளி, புதன், மற்றும் திங்கள்...

இறைவன் ஆதமிடம் பேசிய மொழியை காகன் புரிந்துகொள்ளத் தொடங்கியதும் கூறினான்: "இப்போது நான் சாறுபிழியும் தேறலை எனக்குப்பின் வருபவர்கள் அருந்துவார்கள்."

ரப்பி ஈசாக் உடனான காகனின் நீண்ட உரையாடல்களை யூதா ஹலேவியின் கசார்களைப்பற்றிய புத்தகத்தில் காணலாம், அதில் காகனின் உரையாடல் பின்வருமாறு விவரிக்கப்பட்டுள்ளது:

"கசார்களின் வரலாறு குறிப்பிடுவது, அதன்பிறகு கசார் காகன் தனது மந்திரிகளோடு கடலை ஒட்டித் தரிசாகக் கிடக்கும் மலைகளை நோக்கிப் புறப்பட்டான். அவர்கள் இரவு குகையொன்றில் சில யூதர்கள் பாஸ்காவினைக் கொண்டாடிக் கொண்டிருக்கக் கண்டனர். கசார்கள் தாங்கள் யாரென்று விளக்கி, அவர்களது நம்பிக்கையை ஏற்று, குகைக்குள்ளேயே விருத்தசேதனம் செய்விக்கப்பட்டு, யூதச்சட்டங்களைப் பயிலும் ஆர்வத்துடன் வீடு திரும்பினர். ஆனால் இம்மாற்றத்தை ரகசியமாக வைத்துக்கொண்டு, தகுந்த சூழ்நிலை ஏற்பட்டதும் இம்முழு விவகாரத்தையும் ஒருசில நெருங்கிய நண்பர்களிடத்து மட்டும் வெளியிட்டனர். இத்தகைய நண்பர்களின் எண்ணிக்கை அதிகரித்த பிறகு பொதுவில் வெளியிட்டு மீதமுள்ள கசார்களும் யூதத்தை ஏற்கும்படி செய்தனர். பிற தேசங்களிலிருந்து புத்தகங்கள் மற்றும் ஆசிரியர்களைப் பெற்று தோராவைப் பயிலத் தொடங்கினர்..."

உண்மையில், கசார்களின் யூதமாற்றம் இரண்டு கட்டங்களில் உருப்பெற்றது. முதலாவது, 730ஆம் வருடத்தில் காகசஸ்சின் தெற்குப்பகுதியான அர்தெபீலில் அரேபியர்களை வென்றதையடுத்து கொள்ளையுடமைகளைக் கொண்டு விவிலியத்தில் உள்ளவாறு உடனடியாக தேவாலயம் ஒன்றை எழுப்பியபோது உருவானது. 740ஐ ஒட்டி சில குறிப்பிட்ட வெளிப்பகுதிகளில் யூதம் ஏற்கப்பட்டது. காகன் பூலான் வேறு தேசங்களிலிருந்து ரப்பிகளை வரவழைத்து கசார்களிடையே யூதத்தை விதைத்தான். கசார்களின் இந்தத் தொடக்ககால யூதஏற்பில் கோரெஸம் மக்களும் இணைந்திருந்தனர் என்று தெரியவருகிறது, இவர்கள் 8ஆம் நூற்றாண்டின் அறுபதுகள் அல்லது எண்பதுகளில் ஹுர்சத் எழுச்சி நசுக்கப்பட்டபோது, ரப்பியால் வழிநடத்தப்பட்டு கசார்களின் அரசுக்கு வந்து சேர்ந்தவர்கள்.

உண்மையான இந்த யூதஏற்பின் மறுசீரமைப்பு 800ஆம் வருடத்தை ஒட்டி காகன் ஒபாதியாவினால் முன்னெடுக்கப்பட்டது, யூதத்தேவாலயங்கள் மற்றும் பள்ளிகள் எழுப்பப்பட்டன, அங்கே கசார்கள் தோரா, மிஷ்னா, தல்மூத் மற்றும் யூத வழிபாட்டுமுறைகளைப் பயின்றனர்; வேறு வார்த்தைகளில் கூறினால் ரப்பிகள் சார்ந்த யூதஏற்பு அறிமுகப்படுத்தப்பட்டது.

ஒருவகையில் இம்மொத்தச் செயல்பாட்டிலும் அரேபியர்கள் தீர்மானகரமான பங்கை வகித்துள்ளனர். முக்கியமான நபர்கள் யூதத்தை ஏற்றது இஸ்லாமியர்களின் செல்வாக்குச் சரிந்திருந்த காலத்தில்தான், அதன் காரணம் அரேபிய இஸ்லாமியப் பேரரசில் இரண்டு அரசகுலத்தவரிடையே - ஒமாயாத் மற்றும் அபாசித் - உண்டான அதிகாரப் போட்டி. அதன் விளைவாக, கலிஃபா ஹாரூன் அல்-ரஷீத் (786-809) சிக்காலத்தில் கசார்களின் அரசர் யூதத்தை ஏற்றார், இது கசார் காகன் ஒபாதியா யூதத்தை மறுசீரமைப்புச் செய்த காலத்தோடு ஒத்துப்போகிறது.

கசார் ஜாடி - மடாலயமொன்றில் இன்னமும் மாணவனாக இருந்த கனவு வாசிப்பாளன் ஒருவனுக்கு ஜாடியொன்று பரிசாக அளிக்கப்பட்டது, அதைத் தன்னறையில் வைத்துக்கொண்டான். அன்று மாலை தன்னுடைய மோதிரத்தை அதனுள் இட்டான்,

கசார் ஜாடி

ஆனால் காலையில் பார்க்கும்போது அது அதற்குள் இல்லை. கையை உள்ளே நுழைத்தபோது அவனால் ஜாடியின் அடிப்புறத்தைத் தொடமுடியவில்லை. ஜாடியின் ஆழத்தைக் காட்டிலும் அவனது கை நீளமானது என்பதால் இது அவனுக்கு ஆச்சரியத்தை உண்டாக்கியது. ஜாடியை எடுத்துப் பார்த்தான்; அதற்குக் கீழே இருந்த தரை சமதளமாக இருந்தது, திறப்புகள் ஏதுமில்லை, ஜாடியின் அடிப்பகுதியும் மற்ற ஜாடிகளைப் போலவே மூடப்பட்டதாகத்தான் இருந்தது. ஒரு கழியைக்கொண்டு அதன் அடித்தளத்தைத் தொட முயற்சிசெய்து பார்த்தான்; பலனளிக்கவில்லை; அடித்தளம் அவனிடமிருந்து நழுவிக்கொண்டிருப்பதாகத் தோன்றியது. "என்னுடைய எல்லையென்பது இதுதான்," என்று நினைத்துக்கொண்டு தன் ஆசிரியரிடம் - மொகத்தசா அல் சூஃபர்✡C - சென்று ஜாடியின் பொருளை விளக்கும்படி கேட்டான். ஆசிரியர் ஒரு கூழாங்கல்லை எடுத்து அதனுள் இட்டு பிறகு எண்ணத் தொடங்கினார். அவர் எழுபதைத் தொட்டதும் ஜாடியின் அடியிலிருந்து ஏதோவொன்று நீர்ப்பரப்பைத் தொட்டது போல ஒரு சிதறலோசை கேட்டது, ஆசிரியர் கூறினார்:

"ஜாடியின் பொருளென்ன என்று நான் உனக்குக் கூறமுடியும், ஆனால் அது அவ்வளவு பெறுமதியானதா என்று தீர எண்ணிப்பார். நான் அதைச்சொன்ன மறுகணமே தவிர்க்கவியலாத வகையில் உனக்கும் மற்றவர்களுக்கும் ஜாடியின் மீதுள்ள மதிப்பு குறைந்து விடும். அது எவ்வளவு மதிப்புடையதாக இருந்தாலும் மற்ற அனைத்தையும் விட மதிப்புக்கூடியதாக இருக்க வாய்ப்பில்லை; இருப்பினும் அது என்னவென்று நான் கூறிவிட்டால், அது எதுவெல்லாம் இல்லையோ மற்றும் இப்போது அது என்னவாக இருக்கிறதோ அதுவாக இருக்கப்போவதில்லை."

மாணவன் அதை ஏற்றுக்கொண்டதுமே ஆசிரியர் கழியை எடுத்து ஜாடியை நொறுக்கினார். திடுக்கிட்ட மாணவன் ஏன் அதைச் சேதப்படுத்தினார் என்று அவரிடம் கேட்டான், அதற்கு ஆசிரியர் கூறியது:

"ஒருவேளை இந்த ஜாடி எதற்காக என்று கூறிவிட்டு அதற்குப்பிறகு நான் இதை நொறுக்கியிருந்தால்தான் சேதம் என்பது உண்டாகியிருக்கும். அவ்வகையில் இதன் பயன்பாடு உனக்குத் தெரியாது என்பதால் எந்தச் சேதமும்

விளைவிக்கப்படவில்லை; அது ஒருபோதும் உடைக்கப்படாதது போலவே உனக்குப் பயன்படுவதைத் தொடரும்..."

உண்மைதான், வெகுகாலம் முன்பே தன் இருப்பைத் தொலைத்துவிட்டாலும் கசார் ஜாடி இன்று வரையிலும் பயன்பட்டுக்கொண்டுதான் இருக்கிறது.

கசார்கள்▽ - 7ஆம் நூற்றாண்டிலிருந்து 10ஆம் நூற்றாண்டு வரை காகசஸ் பகுதியில் குடியேறிய போர்மரபினர், வலிமையான அரசை நிறுவியவர்கள், எவ்வளவு மீன்கள் உள்ளனவோ அத்தனை காற்றுகளும் கொண்ட காஸ்பியன் மற்றும் கருங்கடல் எனும் இரண்டு கடல்களிலும் கப்பலைச் செலுத்தியவர்கள், மூன்று தலைநகரங்கள் (கோடைகாலம், குளிர்காலம் மற்றும் போர்க்காலம்), தேவதாரு மரங்களைப் போல கோபுரமாய் உயரும் வருடங்கள். இன்று நமக்குத் தெரியாததொரு நம்பிக்கையில் பிரார்த்தித்தவர்கள், உப்பை வணங்கியவர்கள், தங்களது கோவில்களை நிலத்தினடியிலுள்ள உப்புப்பாறைகள் அல்லது உப்பு மலைகளில் குடைந்தனர். ஹலேவி✡யின் கூற்றுப்படி கசார்கள் 740ஆம் ஆண்டில் யூத மதத்தை ஏற்றனர், கடைசிக் காகனான ஜோசஃப் ஸ்பானிய யூதர்களையும் சந்தித்திருக்கிறான், ஏனெனில் நிலமானது மனிதனைச் சபிக்கின்ற, அதன் சாபமானது கரையைவிட்டு நாவாய்களைத் துரத்துகின்ற ஏழாம் நாளில் கடலில் பயணித்தான். ஆனால் இப்பிணைப்புகள் 970ஆம் வருடத்தில் ருஷியர்கள் கசார்களின் தலைநகரைக் கைப்பற்றி கசார் நிலத்தை அழித்தபோது மறைந்தன. அதன் தொடர்ச்சியாக சில கசார்கள் கிழக்கு ஐரோப்பிய யூதர்களுடன் கலந்தனர், மற்றவர்கள் அரேபியர்கள், துருக்கியர்கள், மற்றும் கிரேக்கர்களுடன், எனவே இன்று நாம், தங்களுக்கென்று இருந்த மதமோ அல்லது மொழியோ இன்றி கிழக்கு மற்றும் மத்திய ஐரோப்பாவின் தன்னாட்சி பெற்ற மாகாணத்தின் பகுதிகளில் இரண்டாம் உலகப்போர் (1939) உருவாகும் வரையிலும் வாழ்ந்து பிறகு முற்றிலுமாக மறைந்த கசார்களின் அச்சிறு பாலைவனச்சோலை குறித்து மட்டுமே அறிவோம். அவர்களது பெயரின் யூத வடிவம் குஸாரி (பன்மை குஸாரிம்) என்பதாகும். கசார்களில் உயர்குடிப் பிறந்தோர் மட்டுமே யூதத்தை ஏற்றதாகக் கூறப்படுவதுண்டு; இருப்பினும்

7 மற்றும் 10ஆம் நூற்றாண்டுகளுக்கிடையே பன்னோனியச் சமவெளியில் யூதமத மாற்றத்திற்கான மையமொன்று இருந்தது, சிலநேரங்களில் இதைக் கசார் மாற்றத்திற்கான காரணமாகக் காட்டுவதுண்டு (ஷெலராவோ†). 800ஆம் வருட வாக்கில் வெஸ்பாலியாவில் அக்வித்தேனின் ட்ரூத்மர், "தங்களைக் கசாரிகள் என்றழைத்துக் கொண்ட ஹன் இனத்தவர்," என்று குறிப்பிட்டு, அவர்கள் விருத்தசேதனம் செய்துகொண்டவர்கள் என்பதை வலியுறுத்துகிறார், மோசஸ்சின் நம்பிக்கையைச் சேர்ந்தவர்கள் மற்றும் வலிமை மிக்கவர்கள் என்கிறார். 12ஆம் நூற்றாண்டில் சின்னமஸ் கசார்கள் மோசஸ்சின் சட்டங்களின்படி வாழ்ந்ததாகக் கூறுகிறார், இருப்பினும் மரபு வழுவாது அல்ல. அரேபிய ஆதாரங்களில் 10ஆம் நூற்றாண்டு வரையிலும் யூதக் காகன்களைப் பற்றிய குறிப்பிடல்கள் உள்ளன. (இப்னு ருஸ்தா, அல்-இஸ்தாக்ரி, இப்னு ஹாக்கல்).

"கசார் கடிதத் தொடர்புகள்" என்ற பெயரிலுள்ள ஒரு புத்தகம் கசார்களைப்பற்றிய சுவாரசியமான தகவல்களை அளிக்கிறது. இந்தப்புத்தகம் குறைந்தது இரண்டு பதிப்புருக்களில் பாதுகாக்கப்பட்டுள்ளது, அவற்றுள் ஒன்று மற்றதைக் காட்டிலும் விரிவானது; இன்னமும் அறிஞர்களால் முழுமையாகத் தெளிவுபடுத்தப்பட வேண்டியது. எபிரேய மொழியில் எழுதப்பட்டு ஆக்ஸ்ஃபோர்டில் பாதுகாக்கப்பட்டுள்ள இப்புத்தகம் கசார் அரசன் ஜோசஃப் மற்றும் ஸ்பெயின், மூரிஷைச் சேர்ந்த ஹஸ்தாய் இப்னு ஷப்ரூத் ஆகிய இருவருக்குமிடையேயான கடிதத்தொடர்புகள் அடங்கியது, பின்வரும் கேள்விகளுக்கு பதிலளிக்கும்படி கேட்டு 10ஆம் நூற்றாண்டின் இடைக்காலத்தில் கசார் அரசருக்கு இக்கடிதங்களை எழுதியுள்ளார்:

1. உலகத்தில் எங்கேனும் யூதர்களுக்கான நிலம் உள்ளதா?
2. கஸானாவுக்கு யூதர்கள் எவ்வாறு வந்தனர்?
3. கசார்கள் யூத நம்பிக்கைக்கு மாறிய நிகழ்வு எவ்வாறு நடந்தது?
4. கசார்களின் அரசர் எங்கே வசிக்கிறார்?
5. அவர் எந்த இனக்குழுவைச் சார்ந்தவர்?
6. போர்களின்போது அவரது பங்கு என்ன?

7. சபாத்தின்போது போரைத் தள்ளிவைக்கிறாரா?

8. கசார் அரசரிடம் இவ்வுலகம் எவ்வாறு முடிவுறப்போகிறது என்பது குறித்து ஏதேனும் தகவல்கள் உண்டா?

இதற்கான பதில் கசார்கள் யூதநம்பிக்கைக்கு மாறுவதற்கு முன்நிகழ்ந்த கசார் விவாதம்▽ குறித்து விளக்குகிறது.

இவ்விவாதத்தோடு தொடர்புடைய மற்றொரு ஆதாரமும் இருக்கிறது, ஆனால் அது பாதுகாக்கப்படவில்லை. கசார்களைப் பற்றிய தனது பதிவில் தாவுப்மன்னூஸ்✡ கசார் விவகாரங்கள் குறித்து (அநேகமாக லத்தீன் பதிப்புரு) என்ற கையெழுத்துப் பிரதியை மேற்கோள் காட்டுகிறார். இப்பிரதியின் முடிவுரையிலுள்ள ஓர் அறிக்கையோடு தொடர்புடைய பழமைவாய்ந்த பகுதிகள் அநேகமாக எபிரேயப் பிரதிநிதியான ரப்பி ஈசாக் சங்காரிக்கு, புகழ்மிக்க அவ்விவாதத்தில் பங்கேற்கும் கசார் திட்டப்பணிக்குச் செல்வதற்கு முன்பாக விளக்கும் பொருட்டுப் பயன்பட்டிருக்கலாம். பாதுகாக்கப்பட்ட ஒரு பகுதியில் உள்ளவை:

கசார்கள் எனும் பெயர் குறித்து: கசார் அரசு "காகனின் பேரரசு," அல்லது "காகனகம்" என்றழைக்கப்பட்டது, முன்பு வாளின் முனையில் அமைக்கப்பட்ட உண்மையான கசார் பேரரசின் அந்தப் பெயர் மறைந்து காகனகம் என்றானது. கசார்கள் இந்தப்பெயரால் அவர்களது நிலத்திலேயே விருப்பமின்றிதான் அழைக்கப்பட்டனர். கசார் என்ற பெயரை எப்போதும் தவிர்த்து வேறு பெயர்களைப் பயன்படுத்துவர். கிரேக்கர்கள் அதிகம் வசிக்கும் க்ரீமியாவை அடுத்துள்ள பகுதிகளில் கசார்கள், "கிரேக்கர் அல்லாதவர்கள்," அல்லது "கிறிஸ்தவத்தில் இணையாத கிரேக்கர்கள்," என்றே அறியப்பட்டனர்; யூதர்களும் வசிக்கக்கூடிய தெற்குப்பகுதியில் கசார்களை "யூதர் அல்லாதவர்கள்," என்பர்; மக்கள்தொகையில் ஒருபகுதியாக அரேபியர்கள் வசிக்கும் கிழக்கில் கசார்கள், "இஸ்லாமியப்படுத்தப்படாத மக்கள்," எனப்பட்டனர். வெளிநாட்டின் நம்பிக்கைகளுள் ஒன்றை (யூதம், கிரேக்கம், அல்லது அரேபியம்) ஏற்றுக்கொண்ட கசார்கள் அதன்பிறகு கசார்கள் என்று அழைக்கப்படவில்லை, அவர்களும் யூதர்களாக, கிரேக்கர்களாக அல்லது அரேபியர்களாகக் கொள்ளப்பட்டனர். விபத்துபோல கசார் நம்பிக்கைக்கு மாறிய

ஒருசிலரும் கசார் வட்டத்திற்குள் மாற்றத்துக்கு முந்தைய பெயர்களாலேயே அழைக்கப்பட்டனர்; வேறு வார்த்தைகளில் கூறுவதானால், இப்போது அவர்கள் கசார் நம்பிக்கையைச் சேர்ந்தவர்கள் என்றபோதும் கிரேக்கர்கள், யூதர்கள், அல்லது அரேபியர்கள் என்றே கொள்ளப்பட்டனர். உதாரணமாக, சமீபத்தில் ஒரு கிரேக்கர் இவ்வாறு குறிப்பிட்டார், சிலர் கசார்களாக இருக்கின்றனர் என்று கூறுவதற்குப் பதிலாக, "காகனகத்தில் கிரேக்க நம்பிக்கைக்கு மாறாது கசார் மொழிபேசுபவர்கள் எதிர்கால யூதர்கள் எனப்பட்டனர்." கசார் மாநிலத்தில் நன்கு கற்றறிந்த யூதர்கள், கிரேக்கர்கள் அல்லது அரேபியர்கள் உண்டு, அவர்கள் கசார்களின் கடந்த காலம், புத்தகங்கள், மற்றும் நினைவுச்சின்னங்கள் குறித்து நன்கறிந்தவர்கள், கசார்களைப் பற்றி நீண்ட புகழுரைகளைப் பேசுபவர்கள்; அவர்களில் சிலர் கசார்களின் வரலாற்றை எழுதியதுண்டு; ஆனால் கசார்கள் தங்களுடைய கடந்தகாலத்தைப் பற்றிப் பேசுவதோ அதைப் புத்தக வடிவில் எழுதி வைப்பதோ தடைசெய்யப்பட்டதாகும்.

கசார் மொழி இசைத்தன்மை வாய்ந்தது, அம்மொழியில் ஒப்புவிக்கப்பட்ட கவிதைகளை நான் கேட்டிருக்கிறேன், அவ்வளவு இனிமையாக இருக்கும், ஆனால் அது என் நினைவில் தங்கவில்லை; அவை கசார் இளவரசியினால் இயற்றப்பட்டவை என்று கூறப்படுகிறது. அம்மொழிக்கு ஏழு பால்நிலைகள் உண்டு; ஆண்பால், பெண்பால், மற்றும் பால் வேறுபாடற்ற நிலை, திருநங்கைகள், பாலற்ற பெண்கள் (அரேபிய சைத்தானால் பீடிக்கப்பட்டு கொள்ளையிடப்பட்டவர்கள்), பாலினத்தை மாற்றிக்கொள்பவர்கள் - ஆணிலிருந்து பெண்ணாக மாறுபவர்கள் அல்லது பெண்ணிலிருந்து ஆணானவர்கள், மற்றும் தொழுநோயாளிகள் - நோயின்போது தங்களின் பிணியை வெளிப்படுத்த புதியதொரு மொழி வடிவினை கைக்கொள்ள வேண்டும். பெண்பிள்ளைகள் ஆண்பிள்ளைகளிலிருந்து வேறுபட்ட உச்சரிப்பைக் கொண்டிருந்தனர், ஆண்கள் பெண்களிடமிருந்து: ஆண் பிள்ளைகள் அரேபியம், எபிரேயம் அல்லது கிரேக்க மொழியை அவர்கள் வசிக்குமிடத்திற்கு ஏற்ப - கிரேக்கர்கள் வசிக்கும் பகுதி, கசார்களோடு யூதர்கள் கலந்து வசிக்கும் பகுதி, அல்லது சராசென்கள் மற்றும் பாரசீகர்களின் பகுதி - கற்றுக்கொண்டனர். விளைவாக,

யூதர்களின் "காமேஷ்," "ஹோலெம்," மற்றும் "ஷுரெக்," பெரிய, இடைப்பட்ட, மற்றும் சிறிய "u", இடைப்பட்ட "a" ஆகியவை ஆண்பிள்ளைகள் கசார் மொழியைப் பேசும்போது வரும். ஆனால் பெண்பிள்ளைகள் அரேபியம், எபிரேயம் அல்லது கிரேக்க மொழியைக் கற்றுக்கொள்வதில்லை, எனவே அவர்களுடைய உச்சரிப்பு வேறுபட்டதாக, கலப்பற்றதாக இருக்கும். எனக்குத் தெரிந்தவரை ஒரு இனக்குழு மறைந்து போகும்போது முதலில் காணாமல் போகிறவர்கள் உயர்குடிகளே, அவர்களோடு இலக்கியமும் காணாமலாகிறது; பிறகு மீதமிருப்பவை சட்டப் புத்தகங்கள்தான், அவை மக்களுக்கு மனப்பாடமாகத் தெரியும். கசார்களுக்கும் இதைப் பொருத்த முடியும். அவர்களது தலைநகரத்தில் கசார் மொழியில் நிகழ்த்தப்படும் பிரசங்கங்கள் விலைமதிப்பு அதிகமுடையவை, அதேசமயம் எபிரேய, அரேபிய, அல்லது கிரேக்க மொழியில் நிகழ்த்தப்படும் பிரசங்கங்கள் மிகக்குறைவான விலை கொண்டவை அல்லது இலவசமானவை. வியப்பான முறையில், கசார்கள் தங்கள் நிலத்தைவிட்டு வெளியே இருக்கும்போது தங்களுடைய கசார் குடிபிறப்பை வெளிப்படுத்தத் தயங்குவர், ஒருவரையொருவர் தவிர்ப்பதன் மூலம் தாங்கள் கசார் மொழியை அறிந்தவர்கள், அதைப் புரிந்து கொள்ளக் கூடியவர்கள் என்ற உண்மையை மறைப்பர், வேறு நாட்டவரிடம் இவ்வகையில் நடப்பதைக் காட்டிலும் அதிகமாகத் தம்முடைய குடிகளிகளிடமே இவ்வாறு நடந்துகொண்டனர். நாட்டிற்குள்ளும் அரசாங்க மொழியான கசார் மொழியில் தேர்ச்சியற்றவர்களே சமூக மற்றும் நிர்வாக சேவைகளில் அதிகமாகப் பயன்படுத்தப்பட்டனர். விளைவாக கசார் மொழியில் தேர்ச்சி பெற்றவர்களும் கூட பேசும்போது அவ்வப்போது வெளிநாட்டவரின் உச்சரிப்பில் வேண்டுமென்றே தவறு செய்வதுண்டு, இதன்மூலம் அவர்கள் வெளிப்படையான நன்மைகளை அடைந்தனர். மொழிபெயர்ப்பாளர்களில் கூட - உதாரணமாக கசாரிலிருந்து எபிரேயத்திற்கு அல்லது கிரேக்கத்திலிருந்து கசார்மொழிக்கு - கசார் மொழியில் தவறு செய்பவர்கள் அல்லது அதுபோல நடிப்பவர்களே தேர்வு செய்யப்பட்டனர்.

சட்டங்கள்: கசார் சட்டத்தின்படி ஒரே குற்றத்திற்கு, மாநிலத்தில் யூதர்கள் அதிகம் வாழும் பகுதியில் ஒன்றிலிருந்து இரண்டுவருடங்கள் சுரங்கம் தோண்டும் அடிமையாகவும்

கசார்கள்

அரேபியர்கள் வசிக்கும் பேரரசின் பகுதியில் அரை வருடமாகவும் கிரேக்கர்கள் வசிக்கும் பகுதியில் தண்டனை இல்லாமலும், "கசார் மாவட்டம்" (கசார்களே அனைத்துப் பகுதிகளிலும் அதிகமான அளவினர் என்றாலும்) என்றழைக்கப்பட்ட மாநிலத்தின் மத்தியப் பகுதியில் தலைவெட்டப்படும் என்றும் அமைந்திருந்தது.

உப்பு மற்றும் உறக்கம்: கசார் நெடுங்கணக்கின் எழுத்துகள் அவற்றின் பெயரை உப்பிட்ட உணவுகளிலிருந்து பெறுகின்றன என்றால் எண்கள் உப்பின் வகைகளிலிருந்து; கசார்கள் ஏழு வகையான உப்பை அறிந்து வைத்திருந்தனர். கடவுளின் உப்புடைய பார்வை மட்டுமே மூப்பைத் தராது; மூப்படைதல் என்பது ஒருவர் தன் உடலை அல்லது மற்றவர் உடலைப் பார்ப்பதனால் வருகிறது என்று கசார்கள் நம்பினர், ஏனெனில் பார்வை என்பது மிகவும் பல்வேறுபட்ட மற்றும் உயிர்பறிக்கும் கருவிகளால் உடலை உழுது கிழித்துத் துளைத்துவிடுகிறது, அவர்களது விருப்பங்கள், வெறுப்புகள், திட்டங்கள், மற்றும் பெருவிருப்பம் ஆகியவற்றை உண்டாக்குவதன் மூலமாக. கசார்கள் அழுவதன் மூலம் பிரார்த்தித்தனர், சிப்பிகள் முத்தைக் கொண்டிருப்பதுபோல எப்போதும் அடியில் சிறிது உப்பை வைத்திருக்கும் நற்கூறினால் கண்ணீர் கடவுளின் பகுதியாகிறது. சிலசமயம் பெண்கள் ஒரு கைக்குட்டையை மடிக்கத் துவங்குவர், இதற்கு மேல் அதை மடிக்க முடியாது என்ற நிலை வரை; அதுவொரு பிரார்த்தனை. கசார்கள் உறக்கம் என்ற வழிபாட்டு மரபையும் பின்பற்றினர். உப்பை இழந்தவர்களால் உறங்க முடியாது என்பது அவர்கள் நம்பிக்கை, எனவேதான் உறக்கத்திற்கு இவ்வளவு முக்கியத்துவம். ஆனால் இதோடு முடியவில்லை; வண்டியின் சத்தத்தினால் கேட்கவியலாத சாலையைப்போல, என்னால் முழுவதுமாக விளங்கிக்கொள்ள முடியாத ஒன்றும் உண்டு. நினைவுகளில் அடிமைப்படுத்தப்பட்டு, சபிக்கப்பட்டது போல ஒவ்வொரு மனிதனுடைய கடந்தகாலத்தின் பொய்களில் உறைபவர்கள்; அவர்களால் அதுவரை எடுத்துவைத்த அடியைக் கடந்து மற்றொரு அடியெடுத்து வைக்க இயலாது, அவர்கள் முன்பு சந்தித்த மனிதர்களைத் தாண்டி வேறொருவரைச் சந்திக்கவியலாது, மேலும் அவர்களால் மூப்படையவும் முடியாது. நினைவில் தங்கியிருக்கும் அனைத்து கடந்து சென்றுவிட்ட நிலங்களின் தந்தையரும் தாயுமான முன்னோர்களுக்கு அனுமதிக்கப்பட்ட ஒரே சுதந்திரம், கனவுகளில் எப்போதாவது கொள்ளக்கூடிய

ஓய்வு மட்டுமே. அங்கே கனவுகளில் நம் நினைவுகளிலிருக்கும் இவ்வுருக்கள் ஓரளவு சுதந்திரத்தை அடையும்; அவை சற்று அங்கிங்கென நகரும், புதிய முகமொன்றைச் சந்திக்கும், விருப்பு வெறுப்புகளால் தங்களது இணையை மாற்றும், வாழ்க்கையெனும் சிறிய மாயையை ஏற்றுக்கொள்ளும். எனவே உறக்கமென்பது கசார் நம்பிக்கைகளில் ஓர் முக்கியமான இடத்தினைப் பெறுகிறது, ஏனெனில் கனவிற்குள் எப்போதைக்குமாக தனக்குள் சிறைப்பட்டிருக்கும் கடந்தகாலம் சுதந்திரத்தையும் புதியதொரு நம்பிக்கையையும் பெறுகிறது.

இடப்பெயர்வு: பழமையான கசார் இனத்தவர் பத்து தலைமுறைகளுக்கு ஒருமுறை மறுகுடியமர்வு செய்திருக்கிறார்கள், மேலும் ஒவ்வொரு குடியேற்றமும் அவர்களை போர் மரபினர் என்பதைக்காட்டிலும் அதிகமாக வணிகர்களாக்கிக் கொண்டே வந்தது. திடீரென, வாள் மற்றும் ஈட்டியில் வேகமுடையவர்களாக இருப்பதற்குப் பதிலாக நாவாயின், ஒரு வீட்டின், அல்லது புல்வெளியின் விலையை கலகலவென ஒலிக்கும் தங்கம் அல்லது சிந்தும் வெள்ளிக்காசுகளில் கணக்கிட அவர்களால் இயன்றது. இதுகுறித்துப் பல்வேறு விளக்கங்கள் அளிக்கப்பட்டிருப்பினும் எனக்கு ஒப்புதலாகத் தோன்றியதன்படி, அவர்கள் இந்தச் சுழற்சியில் மலட்டுத்தன்மை அடைந்துவிட்டனர், தங்களது இனத்தைக் காக்கவும் தங்களது இனவிருத்தித் தன்மையை திரும்பப்பெறும் பொருட்டும் அவர்கள் இடம்பெயர வேண்டியிருந்தது. அவர்களது இனவிருத்தித் தன்மை புத்துயிர் பெற்றபின் மீண்டும் தங்கள் தாய் நிலத்திற்குத் திரும்பி ஈட்டியைக் கையிலெடுப்பர்.

மதச்சடங்குகள்: நிர்வாகம் மற்றும் ராணுவ அலுவல்களில் மதம் தலையிட கசார் காகன் அனுமதிப்பதில்லை. காகன் கூறுவது, "கொடுவாளுக்கு இரண்டு முனைகள் இருக்குமானால் அது குத்துக்கோடரி என்றுதான் அழைக்கப்படும்." அது, கசார், யூதர், கிரேக்க, அல்லது அரேபிய நம்பிக்கை என எந்த நம்பிக்கை குறித்த கேள்வியாக இருப்பினும் இம்மனநிலை ஒன்றேதான். சிலருக்கு இது பொருத்தமான காலணிதான் ஆனால் வேறு சிலருக்குக் கடிக்கும். நம்முடைய மதம், கிரேக்கம் மற்றும் அரேபிய நம்பிக்கைகள் மற்ற மாநிலங்களிலும் தமது வேரைச் செலுத்தியிருக்கின்றன, மேலும் சக இனக்குழுக்கள் மற்றும் பிற நாடுகளிடமிருந்து பாதுகாப்பையும் பெறுகின்றன, கசார்

நம்பிக்கைக்கு அப்படியான பாதுகாப்புகள் கிடையாது, எனவே அழுத்தங்கள் எப்போதும் வலிகூடியவைதான்; வேறு வார்த்தைகளில் கூறுவதானால், முன்னவை மூன்றும் இதன் இழப்பில் வாழ்கின்றன. இதற்கு உதாரணமாக, நாட்டில் மடாலயங்களின் நிலவுடமையை, மதங்களின் ஆலயங்களைப் பத்தில் ஒன்றாகக் குறைக்கும் காகனது சமீபத்திய முயற்சியைக் குறிப்பிடலாம். முதலில் யூத, அரேபிய, அல்லது கிரேக்க ஆலயங்களைக் காட்டிலும் கசார்களின் தேவாலயங்கள் எண்ணிக்கையில் குறைவானவை என்பதால் அவை கடுமையாகப் பாதிப்பைச் சந்தித்தன. இதை ஒவ்வொரு விஷயத்திலும் காணமுடியும். உதாரணமாகக் கசார்களின் கல்லறைத்தோட்டங்கள் மடிந்து வருகின்றன. மாநிலத்தின் கிரேக்கர்கள் வாழும் பகுதியில் (கிரீமியா போன்ற பகுதிகள்), யூதர்கள் வாழும் பகுதி (தமாதர்கா போல), அல்லது அரேபியர்கள் மற்றும் பாரசீகர்கள் வசிக்கும் பகுதி (பாரசீக எல்லைப்புறம்), ஆகிய பகுதிகளில் கசார்களின் இடுகாடுகள் பூட்டப்படுவதும் அவர்களது அடக்கம் செய்யும் சடங்குகள் மறுக்கப்படுவதும் நடக்கின்றது, சாலைகளில் இன்னமும் கசார்களின் இடுகாடுகள் செயல்பட்டுக் கொண்டிருக்கும் தலைநகரான இத்திலைச் சுற்றியுள்ள பகுதிகளை நோக்கிச் செல்லும் இறந்து கொண்டிருக்கும் கசார்கள் பெருகுகிறார்கள். அச்சாலையில் பயணிக்கும்போது அவர்களது ஆன்மாக்கள் தொண்டையில் துடிக்கின்றன. “நமக்குப்பின்னே கடந்தகாலம் ஆழமாக இல்லை,” என்று நடப்பதைப் பார்க்கும் கசார் பூசாரிகள் புலம்புகிறார்கள். “நம் மக்கள் முதிர்வதற்காகக் காத்திருக்க வேண்டியுள்ளது, அப்போதுதான் கடந்த காலம் தன் போதுமான அளவு சேகரமாகும், அதன் பிறகே எதிர்காலத்திற்கான வலுவான, பரந்த அடித்தளத்தைக் கட்டமைக்க இயலும்.”

சுவாரசியமான விஷயம் என்னவென்றால் கசார் பேரரசில் உள்ள கிரேக்கர்களும் ஆர்மீனியர்களும் ஒரே கிறிஸ்தவ நம்பிக்கையைச் சேர்ந்தவர்கள்தான் என்றாலும் எப்போதும் ஒருவர் கழுத்தை மற்றவர் பிடித்துக் கொண்டிருப்பர். இருப்பினும் இவர்களது விவாதங்களின் முடிவு எப்போதும் ஒன்றுதான், மேலும் அவை அவர்களின் ஞானத்தைக் காட்டும்: ஒவ்வொரு முரண்பாட்டிற்குப் பிறகும் கிரேக்கர்களும் ஆர்மீனியர்களும் தனித்தனி தேவாலயங்களைக் கோருவர். கசார் பேரரசு இவ்விரிவாக்கத்தை அனுமதிக்கிறது என்பதால் இரண்டு தரப்பும் ஒவ்வொரு முரண்பாட்டினையும் வலுப்படுத்தி அதன்விளைவாக இரண்டு

மடங்கு என்ணிக்கையில் தங்களது தேவாலயங்களைப் பெறும், அது எப்போதும் போல கசார்களுக்கும் அவர்தம் நம்பிக்கைக்கும் சீரழிவைக் கொண்டுவரும்.

கசார் அகராதி கனவு வேட்டையர் என்ற கசார் மதத்திற்குள் மிகப்பலம் வாய்ந்த ஒருபிரிவினரின் புத்தகங்களைத் தழுவியது. இந்த அகராதி ஒருவகையான புனிதப்புத்தகம், கசார்களுக்கு ஒரு பைபிளைப் போல. முழுவதுமாக ஆண் மற்றும் பெண் ஆளுமைகளின் வரலாறு அடங்கியது, கசார் அகராதி என்பதே ஒற்றைப் பாத்திரமான ஆதம் சத்மோன் என்பவரின் பலதுண்டுகளை இணைத்த உருவப்படம்தான். அகராதியிருந்து இரண்டு பகுதிகள்:

“உண்மை எப்போதும் ஒளியூடுருவக்கூடியது மற்றும் கவனிக்கப்படாதது, ஆனால் பொய் என்பது ஒளிபுகாத் தன்மையுடையது, அது ஒளியை அல்லது பார்வையைத் தனக்குள் அனுமதிப்பதில்லை. மூன்றாம் நிலையொன்றும் உள்ளது, அதில் இவ்விரண்டும் இணையும், அதுவே அதிகமும் வழக்கமான ஒன்று. ஒரு கண்ணால் நாம் உண்மையின் ஊடாகக் காண்கிறோம், அந்தப்பார்வை முடிவிலியில் எப்போதைக்குமாகத் தொலைகிறது; மறுகண்ணால் பொய்மையின் உள்ளே ஓர் அங்குலத்துக்குக்கூட நம்மால் காணமுடிவதில்லை, அப்பார்வை அதற்குமேல் துளைத்துச்செல்வதில்லை, ஆனால் இங்கேயே நம்முடையதாகத் தங்கிவிடுகிறது; இவ்வகையில் வாழ்க்கையை மேலும் குழப்பத்திற்குள் தள்ளுகிறோம். எனவே உண்மை என்பது பொய்யைப்போல அதனளவில் அறிந்துகொள்ளப்பட இயலாதது, ஆனால் பொய்யோடு ஒப்பிட்டுப் பார்த்து மட்டுமே அறியத்தக்கதாய் உள்ளது, நம் புத்தகத்தின் எழுத்துகளை அதற்கு இடையே உள்ள வெள்ளை வெளியை ஒப்பிட்டு அறிவதுபோல், ஏனெனில் கசார் அகராதியில் இருக்கும் அவ்வெள்ளை வெளிகள் புனிதமான உண்மை மற்றும் பெயரின் (ஆதம் சத்மோன்) ஒளியூடுவக்கூடிய இடங்களைக் குறிக்கிறது, மேலும் வெள்ளை வெளிகளுக்கு இடையேயுள்ள கருப்பு எழுத்துகளின் மேற்பரப்பைத் தாண்டி நம் பார்வை துளைக்க முடியாது.”

“எழுத்துகளை ஆடைகளோடும் ஒப்பிடலாம். குளிர்காலத்தில் நீங்கள் கம்பளி அல்லது விலங்கின் மென்மயிர், கழுத்துத்துண்டு, அடித்துணி வெளிப்புறம் வரும்படி திருப்பப்பட்ட

குளிர்காலத்திற்கான தொப்பி ஆகியவற்றை அணிவீர்கள், மேலும் பொத்தான்களைப் போட்டுக்கொள்வீர்கள்; கோடைகாலத்தில் நீங்கள் பருத்தி ஆடை அணிந்திருப்பீர்கள், கனமான ஆடைகளை ஒதுக்கிவிடுவீர்கள்; கோடைக்கும் குளிர்காலத்திற்கும் இடையே உங்கள் ஆடைகளில் இன்னும் சேர்க்க வேண்டியிருக்கும் அல்லது நீக்க வேண்டியிருக்கும். வாசிப்பிலும் அதுபோலத்தான். வருடத்தின் பல்வேறு பருவங்களின்போதும் உங்களது புத்தகத்தின் உள்ளடக்கமும் வேறுபடும், ஏனெனில் நீங்கள் ஆடைகளைப் பல்வேறு வகைகளில் சேர்ப்பீர்கள். தற்போதைக்கு கசார் அகராதி என்பது இன்னமும் தொடர்பற்ற எழுத்துகள், பெயர்கள் மற்றும் (ஆதம் சத்மோனுடைய) புனைபெயர்களின் குவியல்தான். ஆனால் காலப்போக்கில் நீங்கள் இன்னும் அதிகமாக உடுத்தவும் பெறவும் போகிறீர்கள்... கனவுகள் என்பவை யதார்த்தத்தில் சனிக்கிழமையென்று அழைக்கப்படும் வெள்ளிக்கிழமைகள்தான். அவை அதற்கு வழிநடத்திச் செல்கின்றன மேலும் அவை அந்த நாளோடு ஒன்றானவை, எனவே அது ஒவ்வொரு நாளோடும் இருக்கவேண்டும் (வியாழனிலிருந்து ஞாயிறு, திங்களிலிருந்து புதன், இவ்வாறு). அதை வாசிக்க முடிந்தவன் அவற்றை அடைகிறான் மேலும் தனக்குள் (ஆதம் சத்மோனின்) உடல் பாகத்தைக் கொண்டவனாகிறான்..."

என்னுடைய வார்த்தைகள் ரப்பி ஈசாக் அவர்களுக்கு உதவியிருக்கும் என்று நம்புகிறேன், இவ்வளவுதான் என்னால் கூறமுடியும், நான் யாபெல் என வெள்ளிக்கிழமைகளிலும், துபல்கெய்ன் என ஞாயிறிலும் யுபால் என சபாத் நாட்களிலும் அழைக்கப்படுபவன். இம்முயற்சியை மேற்கொண்டுவிட்டதால், நான் இனி ஓய்வெடுப்பேன், ஏனெனில் நினைவுகூர்தலென்பது நிரந்தரமான விருத்தசேதனம்...

காகன் - கசார் ஆட்சியாளனின் சிறப்புப்பெயர்; யூத வார்த்தையான கோஹென் என்பதிலிருந்து உருவானது, அதன் பொருள் "பூசாரி." கசார் பேரரசு யூதத்தை ஏற்றபின் வந்த முதல் காகன் சப்ரியேல், அவனது மனைவி செரா. கசார் விவாதம்[V]

என்பதை நிகழ்த்திய, தனது கனவினை விளக்கும் பொருட்டு சபைக்கு யூத, கிரேக்க, அரேபியரை வரவழைத்த காகனின் பெயர் தெரியவில்லை. தாவுப்மன்னுஸ்சால் மேற்கோள் காட்டப்படும் எபிரேய ஆதாரங்களின்படி, யூத மதத்திற்கு மாறுவதற்கு முன் தான்கண்ட கனவொன்றினை தனது மகள் அல்லது சகோதரியான இளவரசி அதே'▽யிடம் இவ்வார்த்தைகளால் நினைவுகூர்ந்தான்:

"இடுப்பளவு உயரமுள்ள நீரில் ஒரு புத்தகத்தை வாசித்தவாறு முன்னேறிக் கொண்டிருக்கிறேன். அந்த நீர் குரா ஆற்றின் நீர், கலங்கலாக, முழுவதும் களைச்செடிகளால் நிறைந்தது, நமது கேசத்தின் அல்லது தாடியின் மூலம் அருந்துவோமே அப்படியான நீர். பெரிய அலை வரும்போதெல்லாம் நனைந்துவிடக்கூடாதென புத்தகத்தை உயர்த்திப் பிடிக்கிறேன், பிறகு வாசிப்பதைத் தொடர்கிறேன். ஆழம் அருகிலேயே இருக்கிறது, அதைச் சேர்வதற்கு முன் நான் வாசித்து முடித்துவிடவேண்டும். அப்போது கையில் பறவை அமர்ந்திருக்க ஒரு தேவதை தோன்றுகிறது, அது என்னிடம் கூறுகிறது, 'படைத்தவர் உன் எண்ணங்களினால் மகிழ்வுற்றிருந்தாலும் உன் செயல்கள் குறித்து மகிழ்வுற்றிருக்கவில்லை.' பிறகு நான் விழித்து என் கண்களைத் திறக்கிறேன். விழித்தாலும் நான் இடுப்பளவு நீரில்தான் நிற்கிறேன், அதே கலங்கலான களைச்செடிகள் நிறைந்த குரா ஆற்றின் நீர், அதே புத்தகத்தைக் கையில் வைத்திருக்கிறேன், கனவில் வந்த தேவதை என் முன்னே நிற்கிறது. அதே தேவதை, பறவையோடு. உடனே என் கண்களை மூடிக்கொள்கிறேன், ஆனாலும் ஆறு, தேவதை, பறவை என அனைத்தும் இன்னமும் அங்கே இருக்கின்றன. கண்களைத் திறக்கிறேன் - மீண்டும் அதே விஷயங்கள். பயங்கரம். என் கையிலுள்ள புத்தகத்திலிருந்து வாசிக்கிறேன் - 'காலணிகளை அணிந்திருப்பவன் வீண்பெருமை கொள்ளாதிருக்கட்டும்' - அந்த இடத்தில் கண்களை மூடிக்கொள்கிறேன், ஆனாலும் வாக்கியத்தின் முடிவினைக் காண்கிறேன்: '...அவற்றைக் கழற்றிவிட்டவன் போலே.' அந்தக்கணத்தில் தேவதையின் கையிலிருந்த பறவை பறந்து சென்றது நான் கண்களைத் திறந்தேன். பறவை உயர்ந்து செல்வதைக் காணமுடிகிறது. அப்போதுதான் உண்மையிடம் கண்ணை மூடிக்கொள்ளவியலாது என்றுணர்ந்தேன், கண்ணைக் கட்டிக்கொண்டு இருப்பதில் ரட்சிப்பென்பது இல்லை, கனவென்றும் உண்மையென்றும் இல்லை, விழிப்போ அல்லது

உறக்கமோ இல்லை. அனைத்தும் ஒன்றுதான், நிரந்தரமான நாளில், உலகத்தில் அவை தொடர்ந்து கொண்டிருக்கின்றன, ஓர் அரவத்தைபோல உன்னைச் சுற்றிக்கொண்டு. அப்போதுதான் பரந்த, தனித்த மகிழ்ச்சியை சிறியதாக அணுக்கமாக உணர்ந்தேன்; பெரும் காரணியைச் சூன்யமென, என் அன்பினளவு சிறியதாக... நான் என்ன செய்தேனோ அதைச் செய்தேன்."

சாமுயேல் கோஹென் *(1660 - செப்டம்பர் 24, 1689)* - துப்ரோவ்னிக்கைச் சேர்ந்த யூதர், இப்புத்தகத்தின் ஆசிரியர்களுள் ஒருவர். *1689*இல் கான்ஸ்டான்டிநோபிலுக்குச் செல்லும் வழியிலேயே நகரத்தைவிட்டு விலக்கி வைக்கப்பட்டு ஆழ்நிலை மயக்கத்திலிருந்து மீளாமலேயே இறந்துபோனார்.

ஆதாரங்கள்: துப்ரோவ்னிக்கின் யூதக்குடியிருப்பில் வாழ்ந்த கோஹெனின் சித்திரத்தினை துப்ரோவ்னிக்கின் காவலர் அறிக்கைகளிலிருந்து சேகரிக்கலாம், முற்றிலும் இத்தாலியப் பாணியில் தாய்மொழியற்ற மக்களால் எழுதப்பட்டது; நீதிமன்ற ஆவணங்களிலிருந்தும் நிகோலா ரிஜி மற்றும் அந்துன் க்ரிவோனோசோவிச் ஆகியோரின் வாக்குமூலங்களிலிருந்தும் அறியமுடியும்; மேலும் துப்ரோவ்னிக்கின் யூத சமூகத்தினருக்காக உருவாக்கப்பட்ட, கோஹென் இல்லாத சமயத்தில் அவரது வீட்டிலிருந்த பொருள்களின் பட்டியல், இதன் எழுத்துப்படி துப்ரோவ்னிக்கின் காப்பகத்தில் அரசியல் மற்றும் குற்றவியல் செயல்முறைகள் 1680–1689 என்ற கோப்பினில் கண்டெடுக்கப்பட்டது. பெல்கிரேடின் செபார்திகளிடமிருந்து துப்ரோவ்னிக்கிற்கு அனுப்பப்பட்ட செய்திகளை வைத்து கோஹெனின் இறுதிநாட்களைத் தெரிந்துகொள்ள இயலும். கோஹென் தனது இறப்பு வருடமான 1689ஐப் பொறித்திருந்த ஒரு மோதிரமும் 1688இல் அதனோடு சென்றது. இச்சித்திரத்தை முழுமைப்படுத்த இவ்வுண்மைகளை வியன்னாவின் புனித. பாசில் குடியரசின் அரசதூதுவரான மாதியா மரின் ப்யூனிச், 1689இல் க்ளாடவோவில் நடைபெற்ற ஆஸ்திரிய–துருக்கியப் போரினைக் குறித்து அறிவதற்காக அனுப்பிய துப்ரோவ்னிக்கின் ஒற்றர்களது அறிக்கைளோடு ஒப்பிடவேண்டியுள்ளது. அவர்கள் இரண்டு அல்லது மூன்று வரிகள்தான் கோஹெனைப் பற்றி எழுதியிருக்கிறார்கள், "குதிரைகளைக் காட்டிலும் அதிகமான வைக்கோல்" என்று குறிப்பிட்டுள்ளனர்.

சாமுயேல் கோஹெனின் சமகாலத்தில் வாழ்ந்தவர்கள் அவரை உயரமான நபரென்று வர்ணிக்கிறார்கள், சிவப்புநிறக் கண்கள், இளம் வயது என்றாலும் பாதி நரைத்த மீசை. "அவனை நான் அறிந்த காலத்திலிருந்து எப்போதும் குளிரை உணர்ந்தபடி

இருந்தான். கடந்த இரு வருடங்களாகத்தான் சற்று கதகதப்பாக உணர்ந்தான்," அவரது தாய் க்ளாரா ஒருமுறை அவரைப்பற்றிக் கூறியது. இரவுவேளையில் கனவில் வெகுதூரங்களுக்குப் பயணிக்கும் அவர் சிலசமயங்களில் களைப்படைந்து புழுதியோடு கண்விழிப்பார் அல்லது கனவிலிருந்து விலகும்வரை விந்திவிந்தி நடப்பதுண்டு என்றும் அவரது தாய் கூறுவார். கோஹென் உறங்கும்போதெல்லாம் தான் விநோதமானதொரு அசௌகரியத்தை அடைந்ததாகக் கூறுவார், ஏனென்றால் கனவில் அவர் ஒரு யூதனைபோல் அல்லாது அவரது உறக்கத்தினுள் சபாத் வேளையிலும் பயணிக்கும் நாத்திகன் போல நடந்துகொண்டார், சிலநேரங்களில் எட்டாவது சங்கீதத்தைப் பாடுவார், எதையேனும் தொலைத்துவிட்டால் அதை அடையும் பொருட்டுப் பாடப்படுவது அது, ஆனால் அதைக் கிறிஸ்தவர்களின் பாணியில் பாடுவார். எபிரேயத்தைத் தவிரவும் இத்தாலி, லத்தீன், மற்றும் செர்பிய மொழிகளைப் பேசுவார், ஆனால் உறங்குகையில் விழித்திருக்கும்போது பேசமுடியாதவொரு மொழியில் முணுமுணுப்பார், அது வாலாசிய மொழியெனப் பிறகு தெரியவந்தது. அவர் புதைக்கப்படும்போது இடது முன்னங்கையில் கடிதடம் போன்ற பயங்கரமான வடு வெளித்தெரிந்தது. ஜெருசலேமிற்குச் செல்லவேண்டுமென்ற ஏக்கம் அவருக்கு இருந்தது, அவரது கனவுகளில் காலத்தின் கரைதனில் உள்ள ஒரு நகரத்தைப் பார்த்ததுண்டு, ஒலிகளை மட்டுப்படுத்தும் அதன் வைக்கோல் பாவப்பட்ட தெருக்களில் நடந்திருக்கிறார், சிறிய தேவாலயம் அளவிலான நிலைப்பேழைகள் நிறைந்த கோபுரமொன்றில் வசித்து, நீரூற்றுகளின் பொழிவினைச் செவிமடுத்தபடி இருந்திருக்கிறார். ஆனால் வெகுவிரைவிலேயே தான் கனவில் காணுகின்ற அந்நகரம் மற்றும் புனிதமான நகரம் என்பது ஜெருசலேம் அல்ல, கான்ஸ்டான்டிநோபிளே என்று உணர்ந்தார்; இது அவர்வசமிருந்த சொர்க்கம் மற்றும் பூமி, நகரங்கள் மாற்றும் நட்சத்திரங்கள் குறித்த பழைய வரைபடங்களின் சேகரிப்பில் கான்ஸ்டான்டிநோபிளின் வடிவம் பொறிக்கப்பட்ட வரைபடத்திலிருந்து தெளிவாகத் தெரிந்துகொள்ளவியலும், இதிலிருந்தே அவர் தன் கனவில் வரும் தெருக்கள், சதுக்கங்கள், மற்றும் கோபுரங்களை அடையாளம் கண்டார். கோஹெனிடம் ஐயத்திற்கிடமற்ற வகையிலான நல்லொழுக்கங்கள் உண்டு, ஆனால் திருமதி க்ளாராவைப் பொறுத்தமட்டில் அவை நடைமுறையின்

பக்கம் சாராதவை. மேகங்களின் நிழலைக் கொண்டு காற்றின் வேகத்தைக் கணக்கிடுவார், உறவுகள், செயல்கள், மற்றும் எண்கள் விஷயத்தில் சிறப்பாகச் செயல்படுபவர், ஆனால் முகங்கள், பெயர்கள் மற்றும் பொருள்களை எளிதில் மறந்துவிடக் கூடியவர். துப்ரோவ்னிக்கின் மக்கள் அவரை, கெட்டோ எனப்படும் யூதர்களின் வசிப்பிடத்திலுள்ள அவரது சிறிய அறையின் சன்னலில் பார்வையைத் தாழ்த்தியபடி ஒரேயிடத்தில் நின்றுகொண்டிருப்பவராக நினைவில் வைத்திருக்கின்றனர். உண்மையில் அவர் புத்தகங்களைத் தரையில் வைத்து நின்றபடி படிக்கும் வழக்கமுடையவர், பக்கங்களைத் தனது வெற்றுப்பாதங்களால் திருப்புவார். ட்ரெபின்யேவின் சபியாக் பாஷா[C] துப்ரோவ்னிக்கில் யூதனொருவன் குதிரைகளுக்கான பொய்முடிகளைத் தயாரிப்பதில் தேர்ந்தவன் என்று கேள்விப்பட்டார், அப்படித்தான் கோஹென் பாஷாவின் சேவையில் தன்னை இணைத்துக்கொண்டார், இருந்தவரை தனது நற்பெயரைக் காப்பாற்றியும் வந்தார். கடல்பகுதிக்கு மேல் அமைந்த பாஷாவின் குதிரைகளுக்கான கல்லறையை நன்முறையில் பராமரித்துக் கொண்டு, விடுமுறை நாள் மற்றும் ராணுவப் பயண நேரங்களில் பாஷாவின் கருங்குதிரைகள் அணியக்கூடிய பொய்முடிகளைப் பின்னுவார். கோஹென் தன்னுடைய வேலையில் மனநிறைவோடு இருந்தார். அவ்வப்போது பாஷாவைச் சந்திப்பாரென்றாலும் பாஷாவின் ஆட்களோடு அதிகத் தொடர்பு உண்டு, அவர்கள் அனைவரும் தங்கள் வாள்வீச்சில் வேகத்தோடும் சேணத்தில் சீராகவும் இருப்பவர்கள். தன்னை அவர்களோடு ஒப்பிட்டு, ஏதோவொரு விதத்தில் தான் விழிப்பில் இருப்பதைக்காட்டிலும் கனவில் வேகமாக இருப்பதைக் கண்டறிந்தார். இவ்வெண்ணத்தைத் தனிப்பட்டமுறையில் உன்னிப்பானதொரு வழிமுறையில் சோதித்தார். கனவில் தான் ஓர் ஆப்பிள் மரத்தினடியில் தனியாக நின்றிருக்கக் கண்டார், அவரது வாள் உறைக்குள்ளிருந்தது. கனவினில் அதுவோர் இலையுதிர்காலம், கையில் வாளோடு காற்று வீசுவதற்காகக் காத்திருந்தார். காற்று வீசியபோது ஆப்பிள்கள் குதிரையின் குளம்பொலிகள் போல ஓசையுடன் கீழே விழுந்தன. முதல் பழம் கீழே விழும்போது அதன்வழியிலேயே தனது வாளினால் துண்டாடினார். அவர் கண்விழித்தபோது கனவில் கண்ட அதே இலையுதிர் காலம்தான், ஒரு வாளைக் கடன்வாங்கிக் கொண்டு பாலக்காலின் வழியாக அதனடியில்

சென்றார். அங்கே ஓர் ஆப்பிள் மரம் உண்டு, அவர் காற்றுவீசக் காத்திருந்தார். வீசியபோது ஆப்பிள்கள் விழத் தொடங்கின, அவற்றில் எதையுமே தனது வாளால் வெட்ட முடியாது என்று அவருக்குத் தெரியும். அவர் நினைத்ததுதான் சரி, விழிப்புநிலையைக் காட்டிலும் கனவில்தான் தன்னுடைய வாளோடு துடிப்பாக, விரைவாகச் செயல்படுகிறார் என்பது உறுதிசெய்யப்பட்டுவிட்டது. ஒருவேளை அவர் கனவுகளில் பயிற்சி செய்வது காரணமாக இருக்கலாம். எப்போதும் அவர் இருளில் நின்றிருப்பதாகக் கனவு காண்பதுண்டு, வலக்கையில் ஒரு வாள் இருக்கும் இடக்கையில் சுற்றப்பட்டுள்ள ஒட்டகக் கடிவாளம், அதன் மறுமுனை இருளிலிருக்கும் எவராலோ இழுக்கப்பட்டுக் கொண்டிருக்கும். காதுகள் அடர்த்தியான இருளால் நிரம்பியிருக்க அதன்வழி கருமைக்குள் யாரோ தன் வாளினை உறையிலிருந்து எடுத்து அவரது முகத்துக்கு நேரே நகர்த்துவது தெரியும்; அது முன்னேறித் தன் ஆயுதத்தின் முனையைத் தொடுவதைத் துல்லியமாக உணர்வார், இருளிலிருந்து திடீரென வெளிப்படும் கண்ணுக்குத் தெரியாத சீழ்க்கையொலியுருவாக்கும் வாள் அவரது கொடுவாளோடு மோதி கணீரென்ற ஒலியெழுப்பும்.

சாமுயேல் கோஹென் குறித்த சந்தேகங்கள் மற்றும் அவற்றைத் தொடர்ந்த தண்டனைகள் பல்வேறு குடியிருப்புகளிலிருந்து பல்வேறு காரணங்களுக்காகத் தோன்றின. துப்ரோவ்னிக்கின் இயேசு அவையினரோடு மதரீதியிலான விவாதமொன்றில் இசைவளிக்கத்தகாத வகையில் ஈடுபட்டதாக அவர்மீது குற்றம் சாட்டப்பட்டது, ஒரு கிறிஸ்தவச் சீமாட்டியுடனான தொடர்பு மற்றும் தப்பிதமான நோக்குடைய எஸ்ஸீன்களின் போதனைகளைப் பரப்பியது, மேலும் ஸ்ட்ராடன் மையவீதி மொத்தமும் பார்த்துக் கொண்டிருக்க கோஹென் உயரப்பறக்குமொரு பறவையைத் தன் இடக்கண்ணால் விழுங்கியதாகக் கூறும் துறவியின் சாட்சியத்தைத் தனியாகக் குறிப்பிடவேண்டியதில்லை.

இவையனைத்தும் துவங்கியது 1689, ஏப்ரல் 23இல் வழக்கத்திற்கு மிகவிரோதமான முறையில் துப்ரோவ்னிக்கின் இயேசு அவையினரின் மடாலயத்திற்கு சாமுயேல் கோஹென் சென்றபோதுதான், அது சிறைவாசத்தில் முடிந்தது. அன்று காலை கோஹென் வேகமாக இயேசு சபையினரின்

சாமுயேல் கோஹென்

படிகளில் ஏறிக்கொண்டிருந்ததைப் பார்த்துள்ளனர், வாயில் புன்னகையோடு பற்களில் கவ்வியிருந்த புகைக்குழாய், ஏனெனில் தான் கனவில் புகைக்குழாயைப் புகைப்பதைப் பார்த்துள்ளதால், விழித்திருக்கும்போதும் புகைக்கத் துவங்கினார். மடாலயத்தின் அழைப்புமணியை ஒலிக்கச்செய்து, கதவு திறந்தவுடனேயே அங்கிருந்த துறவிகளிடம், அவரைக்காட்டிலும் ஏறத்தாழ எண்ணூறு வருடங்கள் மூத்தவரான, ஒரு சமயப்பரப்பாளர் மற்றும் துறவியைக் குறித்துக் கேட்கத் துவங்கினார், அவரது பெயர் என்னவென்று கோஹெனுக்குத் தெரியவிட்டாலும் அவரது வாழ்க்கை வரலாற்றினை மனனம் செய்துள்ளார்; அம்மனிதர் தெஸ்ஸலோனிகா மற்றும் கான்ஸ்டான்டிநோபிலில் படித்தவர் என்பதும் உருவச்சிலைகளை வெறுத்தவரென்பதும் தெரியும், க்ரீமியாவில் எங்கோ எபிரேய மொழியைக் கற்றிருக்கிறார், கசார் பேரரசிலிருந்த வழிதவறியவர்களை கிறிஸ்தவத்திற்கு மதம்மாற்றினார், தன்னுடைய சகோதரரைத் தனக்கு உதவியாக அழைத்துச் சென்றிருந்தார். 869ஆம் வருடத்தில் ரோமில் இறந்தார் என்றார் கோஹென். அத்துறவிகளிடம் அவரது பெயர் என்னவென்று தெரியுமா, அவரது வாழ்க்கை வரலாற்றினை அறியத் தன்னை வழிநடத்த இயலுமாவென்று கோஹென் கேட்டார். ஆனால் இயேசு சபையினர் கோஹெனை வாசலைத்தாண்டி உள்ளே நுழைய அனுமதிக்கவில்லை. தொடர்ந்து அவரது வாய்க்கருகே சிலுவைக்குறியிட்டபடி அவர் கூறவேண்டியதைச் செவிமடுத்தனர், பிறகு அவரைப் பாதாளச்சிறையில் தள்ளுவதற்கெனக் காவலர்களிடம் அனுப்பினர். 1606இலிருந்து அன்னை மரியாள் திருச்சபையைச் சேர்ந்த சமயக்குருமார்களின் குழு யூதர்களுக்கெதிரான முடிவை எடுத்ததிலிருந்து, துப்ரோவ்னிக்கின் கெட்டோவில் வசிப்பவர்கள் கிறிஸ்தவ நம்பிக்கை குறித்து எவ்வகையிலான உரையாடலில் இறங்குவதும் தடைசெய்யப்பட்டுள்ளது, இக்குற்றத்திற்கான தண்டனையாக முப்பதுநாள் சிறைவாசம் அளிக்கப்படும். கோஹென் தனது காதால் கரடுமுரடான நீளிருக்கையை வழவழப்பாக்கியபடி முப்பது நாள்களைச் சிறையில் கழித்தபோது இரண்டு கவனிக்கத்தக்க சம்பவங்கள் நிகழ்ந்தன. யூத நகராட்சியைச் சேர்ந்தவர்கள் கோஹென் குறித்த ஆவணங்களின் விவரப்பட்டியல் ஒன்றைத் தயாரிப்பதென முடிவு செய்தனர், மற்றும் கோஹெனின் விதியில் விருப்பம் கொண்ட ஒருபெண் தோன்றினாள்.

ஒவ்வொருநாள் மாலை ஐந்துமணிக்கும் மின்செடாவின் சிறுதூபியின் நிழல் பதணத்தின் மறுபக்கம் விழும்போது, லூச்ஹாரிட்சே தெருவைச்சேர்ந்த மிகவும் மதிக்கப்படுகிற உயர்குடிப்பெண்ணான சீமாட்டி இஃப்ராசினியா லுகரேவிச்✡ தனது பீங்கான் புகைக்குழாயை எடுத்து, குளிர்காலம் முழுவதும் திராட்சைவற்றலோடு வைக்கப்பட்ட அதிமஞ்சள் நிறமான புகையிலையை அதில் நிரப்பி, வெள்ளைப்போளக் கட்டியினால் அல்லது லாஸ்தோவோ தீவின் பைன்மரத்துச் சிராயினால் பற்றவைத்து, ஸ்ட்ராடனைச் சேர்ந்த ஒரு சிறுவனிடம் வெள்ளிக்காசொன்றைக் கொடுத்து, பற்றவைக்கப்பட்ட புகைக்குழாயை சிறையிலிருக்கும் சாமுயேல் கோஹெனிடம் தரச்சொல்வாள். சிறுவன் அதை கோஹெனிடம் கொடுத்ததும் அவர் புகைத்து முடித்துவிட்டு மீண்டும் சீமாட்டி இஃப்ராசினியாவிடம் அனுப்புவார்.

இந்தச் சீமாட்டி இஃப்ராசினியா ஓர் உயர்குடி கெடால்டிக்-ருஹோராடிச் குடும்பத்தில் பிறந்தவர், துப்ரோவ்னிக்கின் உயர்வகுப்பு லுக்காரி குடும்பத்தில் திருமணம் செய்துகொண்டவர், அவளது கைகளை யாரும் பார்த்ததில்லை எனும் உண்மையைபோலவே ஈர்க்கின்ற அழகுக்கும் புகழ்பெற்றவள். அவளுடைய ஒவ்வொரு கையிலும் இரண்டு கட்டைவிரல்கள் இருக்கும் என்ற வதந்தி உண்டு, அதாவது சுண்டுவிரல் இருக்கவேண்டிய இடத்தில் மற்றுமொரு கட்டைவிரல், எனவே அவளது வலக்கரம் எது இடக்கரம் எது என்று கூறுவதற்கு வழியேயில்லை. இதனை அவள் ஒரு புத்தகத்தைத் தன் இரண்டு கட்டைவிரல்கள் கொண்ட கைகளால் மார்போடு சேர்த்து அணைத்தபடியிருப்பது போன்ற அவளுக்குத் தெரியாமல் வரையப்பட்ட சித்திரத்தின் மூலம் அறிந்துகொள்ள முடியும் என்பர். இக்கதை இவ்வாறு இருந்தபோதிலும் சீமாட்டி இஃப்ராசினியா தனது வகுப்பினரிலுள்ள மற்றவர்கள் போலவே வாழ்ந்தவள்; எல்லோரும் கூறுகிறபடி அவளது ஒரு காது மற்றொன்றைவிடப் பலமானது என்றில்லை. ஆனால், அவ்வப்போது ஆட்கொள்ளப்பட்டவள் போல கெட்டோவுக்குச் சென்று யூதர்களின் முகமூடியணிந்தபடி நடிக்கும் நாடகங்களைப் பார்ப்பாள். அக்காலகட்டங்களில் துப்ரோவ்னிக்கின் அதிகாரிகள் இந்த யூதநாடகங்களைத் தடைசெய்திருக்கவில்லை, ஒருமுறை சீமாட்டி இஃப்ராசினியா தனது ஆடையொன்றை கெட்டோவின்

களிநடிகர்கள் மற்றும் கோமாளிகளுக்கு இரவலாகத் தந்ததுண்டு, "நீலத்தோடு சேர்ந்த மஞ்சள் மற்றும் சிவப்பு நாடாக்கள்," கொண்டது, முக்கியமான பெண் கதாபாத்திரத்திற்கு, அதில் நடித்தவர் ஒரு ஆண். 1687 பிப்ரவரியில் "மேய்ப்பர்களின் நாடகம்" என்பதிலுள்ள அப்பெண் கதாபாத்திரம் சாமுயேல் கோஹெனுக்கு வந்தது, அதில் சீமாட்டி லுக்காரியின் நீலநிற ஆடையை அணிந்து ஆய்ச்சியாக நடித்தார். ஒற்றர்கள் துப்ரோவ்னிக்கின் அதிகாரிகளுக்கு அளித்த அறிக்கையில் அவர்கள் கவனித்தது என்னவென்றால், "ஜூதேயோ கோஹென்" விநோதமாக நடந்துகொண்டார், "நகைச்சுவைக்கு ஏற்றதல்லாத முறையில்". ஓர் ஆய்மகளாக உடையுடுத்தி, "நீலம் மற்றும் சிவப்பு நாடாக்கள் மற்றும் இழைகளால் ஆன உடையணிந்து தன்னுடைய முகத்தைப் பிறர் அடையாளம் காணாதவாறு இருந்தார்," கோஹென் மேய்ப்பனின் மீது தனக்குள்ள காதலை அறிவிக்கும் பொருட்டு "வசனத்தில் கூறப்பட்ட" ஒரு பகுதியை ஒப்புவிக்க வேண்டும். ஆனால் நாடகத்தின் நடுவில் அவர் சீமாட்டி இஃப்ராசினியாவின் பக்கம் திரும்பி (அவளுடைய ஆடையைத்தான் அணிந்திருக்கிறார்) எல்லோரும் ஆச்சரியம் கொள்ளும் வண்ணம் அவளுக்கு ஒரு ஆடியைப் பரிசளித்து பின்வரும் "காதல் வரி"களைக் கூறினார்:

இவ்வழகான கண்ணாடியை எனக்கு வீணிலேயா அனுப்பினாய்
அதில் காணும் பிம்பம் உன்னுடையதல்ல எனும்போது;
நான் தேடும் உன்னுடைய உருவம் அதிலில்லை
வருடங்களில் தப்பிச்செல்லும் என்னுரு மாத்திரம்.
உன் பரிசைத் திருப்பியளிக்கிறேன், உறக்கம் என்னிலில்லை
காண்பது என்னுருவம் உன்னுருவல்ல என்பதால்.

வியப்பூட்டும் விதமாகச் சீமாட்டி இஃப்ராசினியா இச்செய்கையை அமைதியாக ஏற்றுக்கொண்டு நடிகர்களுக்கு உயர்தரமான பரிசுகளாக ஆரஞ்சுப்பழங்களை வழங்கினாள். இளவேனிற்காலத்தோடு உறுதிபூசுதல் நேரம் வந்தபோது சீமாட்டி லுக்காரி தனது மகளை அழைத்துக்கொண்டு தேவாலயத்திற்கு வந்தாள், அவள் கையில் உலகமே பார்க்கும் வண்ணம் நீல ஆடையில் மஞ்சள் மற்றும் சிவப்பு நாடாக்கள் கொண்ட உடையணிந்த பொம்மை, அன்று "கெட்டோவில் ஜூதேயோ கோஹென் ஒப்புவித்த

முகமூடி நாடகத்தின்போது" அணிந்த அதேயுடை. அப்போது கோஹென் அந்தப் பொம்மையைச் சுட்டிக்காட்டித் தனது மகள் பிரார்த்தனையில் கலந்துகொள்கிறாளென்றும் கிறிஸ்தவர்களாக இருப்பினும் அவரது அன்புக்குரிய குழந்தை ஆலயத்திற்குள் அழைத்துச் செல்லப்படுகிறதென்றும் சத்தமிட்டார். அதேநாள் மாலைவேளை, சீமாட்டி இஃப்ராசினியா சாமுயேல் கோஹெனை கெட்டோ மூடப்படும் நேரத்தில் அன்னை மரியாள் தேவாலயத்தின் முன்பாகச் சந்தித்தாள்; தனது இடைவாரின் நுனியை முத்தமிடத் தந்து அவ்விடைவாரையே கடிவாளம் போலாக்கி அவரை அங்கிருந்து அழைத்துச்சென்றாள், அவர்கள் முதல் நிழலை அடைந்ததும் அவரிடத்தில் ஓர் சாவியைக் கொடுத்து, வீடொன்றைச் சுட்டி அடுத்தநாள் மாலை அங்கு காத்திருப்பதாகக் கூறினாள்.

குறித்த நேரத்தில் கோஹென் சென்று சேர்ந்தார், அங்கே ஒரு கதவில் கைப்பிடிக்கு மேலே சாவித்துளை இருந்தது, அதைத்திறக்கும் வழி ஒன்றுதான், சாவியின் வெட்டுத்தடம் மேல்புறமிருக்க உள்ளே நுழைத்து கைப்பிடியை மேலே அழுத்த வேண்டும். தானொரு குறுகிய நடைபாதையிலிருப்பதை உணர்ந்தார், அதன் வலப்பக்கம் வழக்கமான சுவர், இடப்புறம் உள்ள சுவர் சிறிய சதுரவடிவிலான தூண்களால் உருவாக்கப்பட்டது, நீண்டு சென்று திடீரெனத் திரும்பி இடப்புறத்திலுள்ள அருவிகளில் முடிந்தது. இச்சிறிய தூண்களைத் தொடர்ந்து தொலைவில் ஒரு திறந்தவெளியிருப்பதை கோஹென் கவனித்தார்; கீழே எங்கோ தொலைதூரத்தில் நிலவொளியில் கடலின் ஓசை. ஆனால் அக்கடல் கிடைமட்டமாக இல்லை; ஒரு திரைச்சீலையைப்போல நேராகத் தொங்கியபடி, அதன் அடிப்பகுதி மடிந்து அலைகளுடன் நுரைகளால் கரையிடப்பட்டுக் காணப்பட்டது. சரியான கோணத்தில் இரும்புவேலி போல ஏதோவொன்று தூண்களோடு இணைந்திருந்தது, யாரும் மிகஅருகில் நெருங்கிச் செல்லமுடியாத விதத்தில். நடைபாதையின் இடப்புறச்சுவர் என்பது தட்டையான பகுதி தரையில் பொருத்தப்பட்டுள்ள படிக்கட்டுகள்தான் என்று கோஹென் கண்டுணர்ந்தார், அதன்வழி அது பயன்படுத்த இயலாததாக மாற்றப்பட்டுள்ளது, ஏனெனில் அப்படிகள் இடதுகாலுக்கருகில் செங்குத்தான நிலையில் அமைக்கப்பட்டிருந்தன, காலுக்கடியில் அல்ல. அப்படிக்கட்டுச் சுவரினைத் தொடர்ந்தார், அது அவரை வலப்பக்கமிருந்த

நடைபாதையிலிருந்து இன்னுமின்னும் தொலைவாக அழைத்துச்சென்றது, பிறகு நடுவில் எங்கோ திடீரென அவர் தனது காலுக்குக் கீழிருந்த நிலத்தினைத் தொலைத்தார். படிக்கட்டுத் தூண்களில் ஒன்றில் விழுந்திருந்தார், எழ முயற்சி செய்தபோது தரையில் கால் பாவவில்லை என்று தெரிந்தது, ஏனெனில் எந்த மாற்றமும் இல்லை என்றாலும் அது இப்போது சுவராகியிருந்தது. இதற்கிடையே முன்பு போலவே இருந்த படிக்கட்டுச் சுவர் இப்போது பயன்படுத்தத்தக்க வகையில் படிகளாக மாறியிருந்தன, முன்பு நடைபாதையின் பின்னால் ஒளிர்ந்துகொண்டிருந்த விளக்கு இப்போது கோஹெனின் தலைக்கு மேல் பிரகாசித்தது. அந்த விளக்கு மற்றும் மேல்மாடியிலிருந்த அறையை நோக்கி ஏறிச்செல்வதில் கோஹெனுக்கு எவ்விதச் சிரமமும் இருக்கவில்லை. உள்ளே நுழையுமுன் கைப்பிடியைத் தாண்டி அவர் முன்னம் அறிந்த கடலைப் பார்த்தார், அவரது காலுக்குக் கீழ் உறுமலுடன் ஆழத்திற்குள் வடிந்து கொண்டிருந்தது. அவர் அறைக்குள் நுழைந்தபோது சீமாட்டி இப்ராசினியா வெறுங்கால்களுடன் அமர்ந்து தனது தலைமுடிக்குள் கண்ணீர் வடித்துக் கொண்டிருந்தாள். அவளுக்கு முன் ஒரு முக்காலியின்மீது விவசாயிகள் அணிந்துகொள்ளும் ஓபனாக் காலணிகள் வைக்கப்பட்டிருந்தன, அதில் சிறிய துண்டு ரொட்டி, அதன் முனையில் எரியும் மெழுகுவர்த்தி. சீமாட்டி இப்ராசினியாவின் ஆடையற்ற முலைகள் அவளது நீண்ட கூந்தலின்வழி வெளித்தெரிந்தன; அவற்றுக்கு கண்களைப்போல இமைகள், புருவங்கள் உண்டு, மிரட்டும் பார்வையைப்போல கருப்புநிறப் பாலைக் கசிந்தன. அவள் ரொட்டியின் பொருக்குகளைத் தனது இரண்டு கட்டைவிரல்கள் கொண்ட கைகளால் உடைத்துத் தனது மடியில் இட்டாள். அவை அவளது கண்ணீர் மற்றும் முலைப்பாலினால் நனைந்து ஈரமானதும் அவற்றைத்தன் பாதங்களுக்கு முன் எறிந்தாள், பாதங்கள் நகங்களுக்குப் பதிலாகப் பற்கள் கொண்டவை. தன்னுடைய அடிப்பாதங்களை மடித்து பெருவேட்கையுடன் அப்பொருக்குகளை அவள் மென்றாள், ஆனால் அதை விழுங்க வழியில்லை என்பதால் சிதைக்கப்பட்ட உணவுத் துணிக்கைகள் தரையின் புழுதியில் உருண்டன...

அவள் கோஹெனைக் கண்டதும் தன்னோடு சேர்த்தணைத்து படுக்கையறைக்கு அழைத்துச்சென்றாள். அன்றிரவு அவரைத்

தன் காதலனாக ஏற்றாள், அவருக்குத் தன் கருப்புப் பாலை ஊட்டியபடி கூறினாள்:

"வேகமாக உறிஞ்சினால் வயோதிகத்தை அடைவாய், ஏனெனில் என்னிலிருந்து சுரப்பது காலமே. ஒரு புள்ளி வரையிலும் அது உனக்கு வலிமையைத் தரும், அதன்பிறகு உன்னை வலுவிழக்கச் செய்யும்..."

அவளோடு இரவைக் கழித்ததும் கோஹென் கிறிஸ்தவ நம்பிக்கைக்கு மாறுவதெனத் தீர்மானித்தார். அதை வெளிப்படையாக பெருமகிழ்ச்சியுடன் கூறத்துவங்கினார், கதை வேகமாகப் பரவியது, ஆனால் அப்படியெதுவும் நடக்கவில்லை. அவர் சீமாட்டி இப்ராசினியாவிடம் தனது எண்ணத்தைப் பகிர்ந்துகொண்டதும் அவள் கூறியது:

"தயவுசெய்து அப்படிச் செய்துவிடாதே, ஏனென்றால், உனக்கு இது தெரிந்திருக்க வேண்டும், நானே கிறிஸ்தவ நம்பிக்கையைச் சேர்ந்தவள் அல்ல; அதாவது நான் தற்போது என் திருமணத்தின் காரணமாக கிறிஸ்தவளாக இருக்கிறேன். உண்மையில், நான் உனது யூதவுலகைச் சேர்ந்தவள்தான், மிகச்சிக்கலானதொரு விதத்தில். நீ ஸ்ட்ராடனில் நன்கறிந்த வகையிலான மேலங்கிகளை முற்றிலும் அறிமுகமில்லாத நபர்கள் அணிந்திருப்பதைச் சிலசமயம் கண்டிருப்பாய். நாங்கள் அனைவரும் அவ்வகையான அங்கிகளை அணிபவர்கள், என்னையும் சேர்த்து. நான்தான் சைத்தான்; 'உறக்கம்' என்பது என்னுடைய பெயர். நான் எபிரேயத்தின் நரகத்திலிருந்து வருகிறேன், நான் ஜிஹென்னாவைச் சேர்ந்தவள்; துர்சக்திகளுக்கிடையே ஆலயத்தின் இடப்பக்கம் வசிப்பவள்; 'அது இங்கே நரகத்தில் உருவாக்கப்பட்டது' என்று குறிப்பிடப்படும் கெபுராவின் விதை நானே. நான்தான் ஆதி ஏவாள்; என்னை லிலித் என்றழைத்தனர்; எனக்கு யெஹோவா என்பவரைத் தெரியும் அவரோடு சண்டையிட்டிருக்கிறேன். அதன்பிறகு அவரது நிழலில் தோராவின் ஏழு அர்த்தங்களோடு மிதந்து கொண்டிருந்தேன். நான் என்னுடைய இப்போதைய வடிவிலேயே படைக்கப்பட்டேன், நீ காண்பதும் என்னில் விரும்புவதுமான உண்மை மற்றும் பூமியைக் கலந்து படைக்கப்பட்ட வடிவம்; எனக்கு மூன்று தந்தைகளுண்டு ஆனால் தாயென்று எவருமில்லை. மேலும் நான்

பின்புறமாக நடக்கக்கூடாது. என் புருவத்தில் முத்தமிட்டால் நான் இறந்துபோவேன். நீ கிறிஸ்தவத்திற்கு மாறுவாயானால் எனக்காக உயிரைத் துறக்கவேண்டியிருக்கும். பிறகு ஹேடஸ்சின் சாத்தான்கள் உன்னை ஏற்றுக்கொள்ளும்; அதன்பின் அவைதான் உன்னைக் கவனித்துக் கொள்ளும், நானல்ல. நீ எப்போதைக்குமாக என்னிடமிருந்து தொலைந்து நான் தீண்டவியலாத வகைக்குச் சென்றுவிடுவாய். இப்பிறவியில் மட்டுமல்ல, அடுத்த மற்றும் அதற்கடுத்த பிறவிகளிலும்தான்...''

எனவே துப்ரோவ்னிக்கின் செபார்தி[6]யான சாமுயேல் கோஹென் என்னவாக இருந்தாரோ அப்படியே தொடர்ந்தார். ஆனால் அவர் நின்றாலும் வதந்திகள் நிற்கிறபடியில்லை. அவரைக்காட்டிலும் அவரது பெயர் வேகமாகப் பயணித்தது, விஷயங்கள் கோஹெனுக்கு நடப்பதற்கு முன்னமேயே அவரது பெயருக்கு நடந்துகொண்டிருந்தன. 1689 இல் புனித அப்போஸ்தலர்களின் ஞாயிறு அன்று நடந்த திருவிழாவில்தான் இந்நிலை உருவானது. விழா முடிந்தவுடனேயே துப்ரோவ்னிக்கைச் சேர்ந்த நடிகர் நிகோலா ரிஜி, அவரது குழு திருவிழாவின்போது நிகழ்த்திய குற்றங்களுக்காக விசாரணைக்கு உட்படுத்தப்பட்டான். துப்ரோவ்னிக்கின் புகழ்பெற்ற யூதரான மூத்தவர் - சாமுயேல் மற்றும் பிற யூதர்களை நாடகக் காட்சியில் கேலிப்பொருளாக்கியது, மற்றும் சாமுயேல் கோஹெனை மொத்த நகரத்தின் முன்பும் தவறாகக் காட்சிப்படுத்தியது ஆகியவை அவன்மீது சுமத்தப்பட்ட குற்றங்கள். ஆனால் அந்நடிகன் தன்னைத் தற்காத்துக்கொள்ளும் விதமாக முகமூடிக்குப் பின்னாலிருந்தது கோஹென் என்பது தனக்குத் தெரியாதென வாதிட்டான். மற்ற இளையோரைப் போலவே ஒவ்வொரு வருடமும் காற்று தன் சாயலை மாற்றிக்கொள்ளும்போது ரிஜியும் மற்றொரு நடிகனான க்ரிவோனோசோவிச்சும் ''யூடியேட்டா'' எனப்படும் ஒரு யூதனைப்பற்றிய விழாக்கால நாடகத்தை ஏற்பாடுசெய்வர். ஆனால் அவ்வருடம் போஷோ பப்போவ்-சராக்கா மற்றும் பிற உயர்குடி நிலவுடமையாளர்கள் விலகிக் கொண்டதால், சாதாரணக் குடிகள் தாங்கள் நடத்துவதெனத் தீர்மானித்தனர்.

6. ஸ்பானிய, போர்த்துக்கீசிய அல்லது வடக்கு ஆப்பிரிக்காவைச்சேர்ந்த யூதர்.

அவர்கள் ஒரு மாட்டுவண்டியை வாடகைக்குப் பெற்று அதிலோர் ஆடரங்க மேடையை அமைத்தனர்; முன்னமே யூதனாக நடித்துள்ள அனுபவமுடைய க்ரிவோனோசோவிச் தனக்கு பாய்மரத்துணியினால் ஒரு சட்டை மற்றும் வலையினால் ஒரு தொப்பியைத் தயார் செய்து கொண்டான், சணலினால் சிவப்புநிறத் தாடியைத் தயாரித்துக் கொண்டு, “யூடியேட்டா”வில் யூதன் இறப்பதற்கு முன்னால் பேசக்கூடிய மரணசாசனத்தையும் எழுதினான். அவர்கள் முன்னமே குறிப்பிட்டுக்கொண்ட நேரத்தில் முழு வேடதாரிகளாக (முகமூடியுடன்) சந்தித்துக் கொண்டனர், முந்தைய விழாக்காலங்களைப் போலவே மாட்டுவண்டியில் ஏறி, அடித்தல், காறி உமிழ்தல் மற்றும் நாடகத்தில் திட்டமிடப்பட்ட பிற அவமானங்களுக்குத் தன்னை ஒப்புவித்துக் கொண்டது யூதனாக வேடம் தரித்திருந்த க்ரிவோனோசோவிச் என்றே தான் நினைத்ததாக ரிஜி நீதிமன்றத்தில் சத்தியம் செய்தான். தூக்கிலிடுபவன் மற்றும் யூதன் உள்ளிட்ட அனைத்து நடிகர்களும் அவ்வண்டியில் குழுமி, கருப்புத் துறவிகளிலிருந்து வெள்ளைத் துறவிகள் இருக்குமிடம் வரை நகரத்தைச் சுற்றியபடி நாடகத்தை நடித்தனர். அவர்கள் ஸ்ட்ராடன் வழிசென்று ‘அன்னை மரியாள்’ மற்றும் லுகரிட்சே தெருவை நோக்கிச்சென்றனர். பெரிய நீரூற்றுக்கு வந்ததும் தூக்கிலிடுபவனாக நடித்த ரிஜி, யூதனானவனின் முகமூடியுடைய மூக்கினை உடைத்தான் (முகமூடிக்குப் பின்னாலிருந்தது க்ரிவோனோசோவிச் என்ற நம்பிக்கையில்); தபோர் வந்ததும் தாடியைக் கருக்கினான்; சிறிய நீரூற்றுக்கு வந்ததும் கூட்டத்தினரை அவன்மீது காறி உமிழும்படி அறிவுறுத்தினான்; அரண்மனையின் முன்னுள்ள பகுதிக்கு வந்ததும் (அரண்மனை முற்றம்) கையைப் பிய்த்தெடுத்தபோது (வைக்கோல் அடைக்கப்பட்ட சாக்கினால் தயாரிக்கப்பட்டது) கூட வண்டியின் ஆட்டத்தினால் யூதனின் வாயிலிருந்து வெடிப்பாகக் கிளம்பிய சீழ்க்கையொலிகளைத் தவிர வித்தியாசமாக எதையும் பார்க்கவில்லை. லுகரிட்சே தெருவிலுள்ள லுகரேவிச்சின் இல்லத்திற்கு முன்பு “யூடியோ” தூக்கிலிடப்படும் காட்சி; ரிஜி சுருக்கினைக் கழுத்தில் மாட்டினான், இப்போதும் முகமூடிக்குப் பின்னாலிருப்பது க்ரிவானோசோவிச் என்ற நம்பிக்கையில். ஆனால் மரண சாசனத்திற்குப் பதிலாக முகமூடிக்குப் பின்னாலிருந்தவன் பாடல் அல்லது ஏதோவொன்றை வாசித்தான் - அது என்னவென்று கடவுளுக்குத்தான் தெரியும் - மேலும் சுருக்குக் கயிறு கழுத்திலிருக்க, தனது அரண்மனையின்

சாமுயேல் கோஹென்

மாடத்தில் மரங்கொத்தியின் முட்டையினால் கழுவப்பட்ட கூந்தலுடன் நின்றுகொண்டிருந்த சீமாட்டி இப்ராசினியா லுகரேவிச்சுக்கு அதை அர்ப்பணித்தான். அவன் வாசித்தது "யூடியேட்டா"விலுள்ள யூதனின் மரணசாசனத்திற்குச் சற்றும் தொடர்பில்லாதது; முரணாக அது இவ்வாறு அமைந்திருந்தது:

இலையுதிர்காலம் உன் அணியாகும், உன் முலைக்கு மாலையாக;
குளிர்காலம் உன் தோல் அழுந்தும் இடைவார் ஆகும்;
வசந்த காலம் நீ அணியும் ஆடைகளிலிருந்து வேறுபட்டதல்ல;
வசந்தகால அக்கறைக்குப் பிறகான கோடை உன் காலணி.
காலம் சேகரமாகிறது, மேலும் உன்னிடம் இன்னுமின்னும் ஆடைகள்;
ஆடைகளைத் துற, வருடத்தின் அனைத்துப் பருவங்களையும்;
என் ஆனந்தத்தின் தீ அவற்றை எரித்துக் காணாமலாக்குமுன்.

அப்போதுதான் - ஏனெனில் இவ்வார்த்தைகள் "யூடியேட்டா"வைக் காட்டிலும் மாஸ்கரேட்டா நாடகத்திற்குப் பொருத்தமானது (அதன் காதலை அறிவிக்கும் தன்மையினால்), மேலும் அது யூதனின் மரணசாசனம் போல நிச்சயமாக இல்லை - மற்ற நடிகர்களும் பார்வையாளர்களும் ஏதோ தவறென்று உணர்ந்தனர்; அதன்பிறகே ரிஜிக்கு அதை வாசித்தவனின் முகமூடியை நீக்கிப் பார்க்கவேண்டுமென்று தோன்றியது. அனைவரும் ஆச்சரியம் கொள்ளும் விதமாக முகமூடியை நீக்கியதும் உள்ளே இருந்தது க்ரிவானோசோவிச் அல்ல, கெட்டோவைச் சேர்ந்த உண்மையான யூதரான சாமுயேல் கோஹென். இந்த யூதர் தன் விருப்பத்தோடே அனைவரின் அடிகளை, உமிழ்தலை, மற்றும் அவமானங்களை க்ரிவானோசோவிச்சுக்குப் பதிலாக ஏற்றுக்கொண்டுள்ளார், எனவே நிகோலா ரிஜி இதற்கு எவ்வகையிலும் பொறுப்பில்லை, ஏனெனில் முகமூடி அணிந்திருப்பது கோஹென் என்பதே அவனுக்குத் தெரியாது, அவர்தான் க்ரிவானோசோவிச்சிற்கு கையூட்டுக் கொடுத்து அவனிடத்தில் தானிருக்கச் சம்மதிக்க வைத்திருக்கிறார். இவ்வாறாக அனைவரும் ஆச்சரியம் கொள்ளும் விதத்தில் சாமுயேல் கோஹென் தவறான முறையில் பயன்படுத்தப்பட்டதற்கு அல்லது அவருக்கு நிகழ்ந்த அவமரியாதைகளுக்கு ரிஜி காரணமல்ல என்பது தெளிவாக நிறுவப்பட்டது, ஆனால் அதற்கு மாறாக யூதர்கள் கிறிஸ்தவர்களோடு விழா அணிவகுப்பில் கலக்கக்கூடாது என்ற சட்டத்தினை கோஹென் மீறியிருப்பது தெளிவானது.

வெகுசமீபத்தில் சபையினரைச் சந்திக்கச் சென்றதற்கான தண்டனையில் சிறுபகுதியை மட்டுமே கோஹென் முடித்திருந்ததால் இம்முறை தீர்ப்பு தராசைச் சரிக்கும் விரல்போல, மயிர்க்கற்றைகள் அடர்ந்து தொங்கிக் கொண்டிருந்த, ஹெர்ஸகோவினாவில் எங்கோ துருக்கியர்களுக்காக குதிரைக்கல்லறையைப் பராமரிக்கும் அந்த யூதனை நகரத்திலிருந்து வெளியேற்றியது. இதில் தெளிவுபடாத ஒரு விஷயம் என்னவென்றால் இதைத் தள்ளிப்போடவோ அல்லது மொத்த விஷயத்தை மாற்றவோ யூதச் சமூகம் கோஹெனுக்குப் பின்னால் நின்று அவரைப் பாதுகாக்குமா என்பதே. எனவே கோஹென் மீண்டும் சிறைக்கு அனுப்பப்பட அனைவரும் கெட்டோவின் வார்த்தைக்காகக் காத்திருந்தனர்.

கெட்டோவில், குளிர்காலத்தின்போது நெருப்புக்காகக் காத்திருப்பதைப் போலக் காத்திருக்க வேண்டியதில்லை என முடிவானது. அவ்வருடத்தின் லியார் மாதத்தின் இரண்டாம் பிறையன்று ரப்பி ஆப்ரஹாம் பாப்போ மற்றும் ஈசாக் நெஹாமா ஆகியோர் கோஹெனின் அறையைச் சோதனையிட்டு அங்கிருந்த ஆவணங்களை, புத்தகங்களைப் பட்டியலிடச் சென்றனர்; அவர் துறவிகளைச் சந்திக்கச்சென்றது இயேசுசபையினருக்கு மட்டுமின்றி கெட்டோவுக்கும் தொந்திரவு தருவதாக இருந்தது.

அவர்கள் வந்தபோது அங்கு யாருமில்லை. அழைப்புமணியின் ஓசையால் சாவி அதற்குள் இருப்பதை அறிந்தனர். அது மணியின் நாவோடு இணைந்திருந்தது. கோஹெனின் தாய் வெளியே சென்றிருந்தாலும் வீட்டிற்குள் கோஹெனின் அறையில் ஒரு மெழுகுவர்த்தி எரிந்துகொண்டிருந்தது. இலவங்கப்பட்டையை இடிப்பதற்கான ஒரு உரல், உறங்குவதற்கான வலையொன்று உத்திரத்திற்கு மிக அருகே, ஒரு புத்தகத்தை படிப்பதற்காக அதை ஆதாரமாகக்கொண்டு நிறுத்தலாம் என்ற அளவில் அமைக்கப்பட்டிருந்தது, சுகந்திப்பூக்களின் வாசனையுடைய மணல் அடைக்கப்பட்ட ஒரு மணற்கடிகாரம், மூன்று கவர்முட்கள் கொண்ட எண்ணெய் விளக்கு, அதன் ஒவ்வொரு கவர்முள்ளிலும் மனிதனின் மூன்று ஆன்மாக்களின் பெயர்கள்: நெஃபேஷ், ரூவா மற்றும் நிஷாமா. சாளரத்தின் அடிமணையில் தொட்டியில் வைக்கப்பட்ட செடிவகைகளைப் பார்த்த வருகையாளர்கள் அவை கடக ராசிமண்டலத்தின் நட்சத்திரங்களால் பாதுகாக்கப்படுபவை என்று அறிந்தனர். அலமாரியில் ஒரு லூட், கொடுவாள்,

மற்றும் சிவப்பு, நீலம், கருப்பு, மற்றும் வெள்ளைநிறத்திலான 132 சணல்பைகள் அவற்றில் கோஹெனின் கையெழுத்துப் பிரதிகள் அல்லது படியெடுக்கப்பட்ட மற்ற எழுத்துகள். தகடொன்றில் எழுதுகோலின் முனையை அரக்கில் தோய்த்து எழுதப்பட்ட எளிதாக மற்றும் விரைவாக விழித்தலுக்கான அறிவுறுத்தல்: “முழுமையான விழிப்புநிலையை அடைய எந்தவொரு சொல்லையும் எழுதுவதே போதுமானதாயிருத்தல் வேண்டும், ஏனெனில் எழுதுதல் என்பது தன்னளவில் இயற்கையைத் தாண்டியதும் இறைத்தன்மை உடையதுமாகும், மனிதச்செயல் அன்று”. உறங்குவதற்கான வலைக்கு மேலே உத்திரத்தில் விழிப்புநிலைக்கான பயிற்சியில் உச்சரிக்கப்பட்ட எழுத்துகளும் சொற்களும் குறிக்கப்பட்டிருந்தன. புத்தகங்களில் வந்திருந்தவர்களின் கவனத்தை ஈர்த்தது வழக்கமாக கோஹென் படிக்கும் சாளரத்தினருகே தரையில் கிடந்த மூன்று புத்தகங்கள், நிச்சயமாக ஒரேநேரத்தில் பல புத்தகங்களைப் படிக்கும் வழக்கம்கொண்டு, கோஹென் அவற்றின் பக்கங்களை ஒவ்வொன்றாகப் புரட்டியிருக்க வேண்டும். தரையில் கிடந்தது, துப்ரோவ்னிக்கின் கவிஞர், தீதாக் பிர் என்று அறியப்பட்ட மரு. தீதாக் இசாயா கோஹென், (1599-இல் இறந்தார்) எழுதிய கிராகோவ்வின் பதிப்பான உயர்குடிக் குடும்பங்கள் (1585); அதற்கு அடுத்து ஆரோன் கோஹெனின் புத்தகமான ஸெகஆன் ஆரோன் (ஆரோனின் தாடி) 1637இல் வெனிஸ்சில் பதிப்பிக்கப்பட்டது, (துப்ரோவ்னிக்கின் பாதாளச் சிறைகளில் இறந்த) ஈசாக் யூஷுருன் குறித்து ஆரோன் எழுதிய துதிப்பாடலின் கையெழுத்துப் பிரதியோடு பதிப்பிக்கப்பட்டது; அதனருகே ஆரோன் சீஹெனின் பாட்டனாராகிய ஷாலமன் ஏஃப் எழுதிய நல்ல எண்ணெய் (சீமன் அடோவ்). அப்புத்தகங்கள் குடும்பத்தினரது என்ற காரணத்தால் தெரிவு செய்யப்பட்டுள்ளன என்பது வெளிப்படை, ஆனால் அதற்கும் மேலாக அவை எதையும் தெரிவிக்கவில்லை. ரப்பி ஆப்ரஹாம் பாப்போ சாளரத்தின் கதவைத் திறந்தார், மென்மையான தெற்கத்திக் காற்று அறைக்குள் நுழைந்தது. ரப்பி புத்தகங்களுள் ஒன்றைத் திறந்து, காற்றில் சலசலக்கும் தாள்களின் ஓசையைச் செவிமடுத்துவிட்டு, ஈசாக் நெஹாமாவிடம் கூறினார், “இதைக்கேள்! இந்தப்பக்கங்கள் நெஃபேஷ், நெஃபேஷ், நெஃபேஷ் என்று முணுமுணுப்பதைப்போலக் கேட்கிறதல்லவா?”

ரப்பி அடுத்த புத்தகம் பேசுவதைக் கேட்டார், அதான் சரசரக்கும் பக்கங்கள் உரத்துத் தெளிவாகக் கூறிய வார்த்தை ரூவா, ரூவா, ரூவா.

"மூன்றாவது புத்தகம் நிஷாமா என்ற சொல்லை உச்சரிக்குமேயானால்," பாப்போ கூறினார், "இந்தப் புத்தகங்கள் கோஹெனின் ஆன்மாவை அழைக்கின்றன என்று தெரிந்து கொள்ளலாம்."

ஆப்ரஹாம் பாப்போ மூன்றாம் புத்தகத்தைத் திறந்தவுடனேயே இருவரும் அது நிஷாமா, நிஷாமா, நிஷாமா என்று உச்சரிப்பதைக் கேட்டனர்.

"இந்த அறையிலுள்ள புத்தகங்கள் எதுகுறித்தோ விவாதித்துக் கொண்டிருக்கின்றன," என்று ரப்பி பாப்போ அறிவித்தார். "இங்கே ஒன்று மற்றதை அழிக்க விரும்புகிறது."

அவர்கள் தரையிலமர்ந்து அந்த அறையை வெறித்துப் பார்க்கத் துவங்கினர். திடீரென சலசலக்கும் புத்தகத்தின் பக்கங்களால் அழைப்பு விடுக்கப்பட்டது போல் எண்ணெய் விளக்கின் நெருப்பிலிருந்து சுடர்கள் உயரே எழும்பின. ஒரு சுடர் விளக்கின் நெருப்பிலிருந்து பிரிந்து இரண்டு குரல்களில் அழுதது, ரப்பி பாப்போ கூறினார்:

"இது கோஹெனின் முதல் மற்றும் இளம் ஆன்மா, தன் உடலுக்காக அழுகிறது, அவன் உடலும் ஆன்மாவுக்காக அழுகிறது."

இந்த ஆன்மா பிறகு அலமாரியிலிருந்த லூட்டின் தந்திகளை மீட்டத் துவங்கி, அதனுடைய அழுகைக்குத் துணையாக மெல்லிசை ஒன்றை இசைத்தது. "முன்மாலைப் பொழுதுகளில் சிலநேரம்," கோஹெனின் ஆன்மா தேம்பியது, "சூரியனின் மங்கிய ஒளிக்கதிர்கள் உன் கண்களைத் தீண்டினால், கடந்து செல்லும் வண்ணத்தி தொலைதூரப் பறவையாகக் காட்சியளிக்கலாம், அல்லது நழுவிக்கொண்டிருக்கும் மகிழ்ச்சி உயரும் துயரமாக..."

பிறகு இரண்டாவது சுடர் மனித உருவாக நீண்டு கண்ணாடி முன்நின்று உடுத்தவும் முகப்பூச்சினை தேய்த்துக்கொள்ளவும்

தொடங்கியது. பொன்மெழுகு, சப்பங்கி, மணமூட்டப்பட்ட களிம்புகள் ஆகியவற்றை எடுத்து கண்ணாடிதான் அதன் நிறத்தைக்கூற முடியும் என்பதுபோல அதற்குமுன் நீட்டியது, ஆனால் முகப்பூச்சினைப் பூசிக்கொள்ளும்போது காயத்திற்கு அஞ்சுவது போலும் கண்ணாடியினின்றும் முகத்தைத் திருப்பிக்கொண்டது. பூசி முடித்ததும் அவ்வுருவம் இப்போது முழுவதுமாக கோஹெனாக உருமாறியிருந்தது, அவருடைய சிவப்புநிறக் கண்கள், பாதி நரைத்த மீசையோடு. பிறகு அலமாரியிருந்த கொடுவாளினை எடுத்துக்கொண்டு முதல் ஆன்மாவுடன் சேர்ந்துகொண்டது. ஆனால் கோஹெனின் பழமையான மூன்றாவது ஆன்மா ஒரு மின்மினிப்பூச்சி அல்லது சிறு தீக்கொழுந்தினைப் போல உத்தரத்தில் மின்னிக் கொண்டிருந்தது. மற்ற இரண்டு ஆன்மாக்களும் கையெழுத்துப் பிரதிகளோடு அலமாரியில் சாய்ந்து நின்றிருந்தபோதும் மூன்றாவது ஆன்மா விரோதத்துடன் அறையின் உத்தரமூலையில் உறங்கும் வலைக்கு மேலாகச் செதுக்கப்பட்டிருந்த எழுத்துகளை சுரண்டிக்கொண்டிருந்தது, அங்கே எழுதப்பட்டிருந்த எழுத்துகள்:

יא	כד	ז	כ	ג
ד	יב	כה	ח	טז
יז	ה	יג	כא	ט
י	יח	א	יד	כב
כג	ו	יט	ב	טו

ரப்பி பாப்போ மற்றும் ஈசாக் நிஹாமா இருவரும் கோஹெனின் ஆன்மாக்கள் எழுத்துப்பிரதிகள் அடங்கிய அந்தப்பை குறித்தே சண்டையிடுகின்றன எனும் முடிவிற்கு வந்தனர், ஆனால் அவை எண்ணிக்கையில் அதிக அளவில் இருப்பதனால் அனைத்தையும் அவர்களால் சோதிக்க முடியவில்லை. ரப்பி ஆப்ரஹாம் கூறினார்:

"இந்தப் பைகளின் நிறம் குறித்து நான் சிந்திப்பதைத்தான் நீயும் சிந்திக்கிறாயா?"

"அவை தீச்சுடரின் நிறங்களோ?" என்றார் நிஹாமா சிந்தனையோடு. "அவற்றை ஒரு விளக்கோடு ஒப்பிட்டுப் பார்க்கலாம். அதில் பல சுடர்கள் உண்டு - நீலம், சிவப்பு, கருப்பு

என. இம்மூன்று நிறச் சுடர் எரியும்போது எப்போதும் எரியும் திரி மற்றும் எண்ணெயின் தொடர்பில் இருக்கிறது. அது மற்றொரு வெள்ளைநிறச் சுடரினைக் கொண்டது அது எரியாவிட்டாலும் ஒளிதரக்கூடியது, மூன்று நிறச் சுடரினால் தாங்கப்படுவது; வேறு வார்த்தைகளில் சொல்வதானால் நெருப்பை வளர்க்கும் நெருப்பு. மோசஸ் மலைமீது நின்றது இவ்வெள்ளைச் சுடரில்தான் அது ஒளிருமே தவிர எரிக்கக் கூடியதல்ல, ஆனால் நாமோ மலையடிவாரத்தில் முந்நிறச்சுடரில் நிற்கிறோம், அது அழிக்கவல்லது மற்றும் மிகவுயர்ந்ததும் மறைபொருளானதுமான ஞானத்தின் அடையாளமாக இருக்கக்கூடிய வெள்ளைச் சுடரினைத் தவிர அனைத்தையும் எரிக்கவல்லது. எனவே நாம் வெள்ளைப்பைக்குள் பார்ப்போம்!"

அதற்குள் அதிகமில்லை, ஒரு தீவனப்பையளவே இருந்தது. 1660இல் பாஸல் நகரத்தில் பதிப்பிக்கப்பட்ட யூதா ஹலேவி✡யின் பதிப்பு, ரப்பி யூதா பென் திப்பான்✡ அரபியிலிருந்து எபிரேயத்திற்கு மொழிபெயர்த்தது மற்றும் அச்சிட்டவரின் லத்தீன் வடிவம் . மற்ற பைகளில் கோஹெனின் கையெழுத்துப் பிரதிகள் இருந்தன. வருகையாளர்களின் கவனத்தை முதலில் ஈர்த்தது:

ஆதம் சத்மோனைப் பற்றிய குறிப்பு

கசார்கள் மனிதர்களின் கனவுகளில் எழுத்துகளைக் கண்டனர், அவற்றில் ஆதி மனிதனான ஆதம் சத்மோனைத் தேடினர், அவன் ஆணும் பெண்ணும் இணைந்தவன் மற்றும் பேரூழிக்காலத்திற்கு முன்பே பிறந்தவன். ஒவ்வொரு மனிதனும் நெடுங்கணக்கின் ஓர் எழுத்திற்கு உரிமையானவன் எனவும் அந்த ஒவ்வொரு எழுத்தும் ஆதம் சத்மோனின் உடற்பாகங்களை பூமியில் அமைக்கிறதென்றும் நம்பினர், இவ்வெழுத்துகள் மனிதர்களின் கனவுகளில் குவியப்பெற்று ஆதமின் உடலில் உயிர்ப்படைகின்றன. ஆனால் இந்த எழுத்துகளும் அவை குறிக்கும் மொழியும் நமக்குத் தெரியாத மற்றும் பயன்பாட்டில் இல்லாத ஒன்று. இரண்டு மொழிகள் மற்றும் எழுத்துகளுக்கான எல்லைக்கோட்டினைத் தாங்கள் அறிந்திருப்பதாகக் கசார்கள் நம்பினர், கடவுளின் சொல்லான தாவார் மற்றும் மனிதர்களாகிய நம்முடைய சொல். அவர்களது கூற்றுப்படி அந்த எல்லைக்கோடு வினைச்சொற்களுக்கும் பெயர்ச்சொற்களுக்கும் இடையில்

செல்கிறது! நான்கெழுத்துச் சொல் - அலெக்ஸாண்ட்ரியாவின் லத்தீனிய ஏழடிப்பாவில் கைரியோஸ் எனும் களங்கமற்ற சொல்லுக்குப் பின்னால் மறைத்து வைக்கப்பட்டுள்ள கடவுளின் மறைபெயர், அது பெயர்ச்சொல் அன்றி ஒரு வினைச்சொல்லாகும். ஆப்ரஹாம் இவ்வுலகினைப் படைத்தபோது இறைவனால் பயன்படுத்தப்பட்ட வினைச்சொற்களையே கணக்கில் எடுத்துக்கொண்டார், பெயர்ச்சொற்களை அல்ல என்பதை நினைவில் கொள்ள வேண்டும். நாம் பயன்படுத்தும் மொழியென்பது சமமற்ற ஆற்றல்களால் உருவானது, முற்றிலும் வெவ்வேறான தோற்றுவாய்கள், ஏனெனில் வினைச்சொல், இலச்சினைகள், சட்டம், ஒழுகலாறு மற்றும் முறையான, சரியான நடத்தை குறித்த கருத்து ஆகியவை உலகம் படைக்கப்படுவதற்கு முந்தையது என்பதால் அனைத்தும் இதற்குள்ளேயே செயல்படுகின்றன, தொடர்புறுகின்றன. பெயர்ச்சொற்கள் இவ்வுலகில் உயிரிகள் உருவாக்கப்பட்டபின் அவற்றுக்குப் பெயரளிக்கவென்று தோன்றியவை. எனவே பெயர்கள் என்பவை தொப்பியிலுள்ள மணிபோல; அவை ஆதமுக்குப் பின்னால் வந்தவை, அவர் தனது 139ஆவது சங்கீதத்தில் கூறுவது, “என் நாவில் சொல் பிறவாததற்கு முன்னே, இதோ, கர்த்தாவே, அதையெல்லாம் நீர் அறிந்திருக்கிறீர்.” பெயர்ச்சொற்கள் இயற்கையிலேயே மனிதனின் பெயர் வழியே பொய்யுரைப்பவை என்பது அவை இறைவனின் பெயரை உருவாக்கும் சொற்களைச் சேர்ந்தவையல்ல என்பதற்கு மற்றுமோர் ஆதாரம். ஏனெனில் இறைவனின் பெயர் (தோரா) என்பது ஓர் வினைச்சொல், பெயர்ச்சொல் அல்ல, அந்த வினைச்சொல் (முதல் எழுத்தான) “அலெஃப்”பிலிருந்து துவங்குகிறது. இறைவன் உலகினை உருவாக்கும்போது தோராவினைப் பார்த்துக் கொண்டார், எனவே எச்சொல்லோடு உலகம் துவங்கியதோ அச்சொல் வினைச்சொல். அதன் காரணமாக நம்மொழிக்கு இரண்டு தளங்கள் உண்டு - ஒன்று தெய்வீகமான தளம், மற்றொன்று சந்தேகம் கொள்ளுதற்குரிய தோற்றுவாய் கொண்டது, அநேகமாக ஜிஹென்னுவோடு தொடர்புடையது, இறைவனின் வடக்குப் பெரும்பரப்போடு. எனவே மொழி மற்றும் மொழியின் எழுத்துகள் நரகம் மற்றும் சுவர்க்கம், இறந்த மற்றும் எதிர்காலத்தை தன்னகத்தே கொண்டவை.

மஞ்சள் புத்தகம்

மொழியின் எழுத்துகள்! இங்குதான் நாம் நிழலின் அடிப்பகுதிக்கு வருகிறோம். பூமியின் அகரவரிசை சுவர்க்கத்தினுடையதின் பிரதிபலிப்பு மற்றும் மொழியின் விதியைப் பகிர்ந்துகொள்வது. நாம் பெயர்ச்சொற்கள் மற்றும் வினைச்சொற்கள் இரண்டையும் பயன்படுத்தினாலும் பெயர்ச்சொற்களை விட வினைச்சொற்கள் எண்ணிலா மடங்கு உயர்ந்தவை - இவையிரண்டும் வயது அல்லது தோற்றுவாயிலும் ஒன்றானதல்ல, ஏனென்றால் வினைச்சொல் படைப்புக்கு முந்தியும் பெயர்ச்சொற்கள் பிந்தியும் உருவானவை - இவையனைத்தும் அகரவரிசைக்கும் பொருந்தும். அவ்வகையில் பெயர்ச்சொற்களை எழுதப் பயன்படும் எழுத்துகளும் வினைச்சொற்களைக் குறிக்கப் பயன்படும் எழுத்துகளும் ஒரேயினத்தைச் சேர்ந்தவையல்ல, மேலும் நினைவுக்கெட்டாத தொல்பழமையான காலம் என்பது இரண்டு இடுகுறி வரிசைமுறைகளின் கீழ் ஒழுங்குபடுத்தப்பட்டுள்ளன, ஆனால் இன்றைய நம் கண்கள்தான் அவற்றைக் குழப்பிக் கொள்கிறது, ஏனெனில் மறதி இருப்பது கண்களில்தான். எவ்வாறு பூமியின் அகரவரிசையில் ஒவ்வொரு எழுத்தும் மனித உடலின் பாகங்களுக்கு ஒப்புமை கொண்டிருக்கிறதோ அதுபோல சுவர்க்கத்தின் அகரவரிசையும் ஆதம் சத்மோனின் உடற்பாகங்களைக் குறிக்கும், மேலும் இரண்டு எழுத்துகளுக்கு இடையேயுள்ள வெள்ளைப்பகுதி உடலியக்கத்தின் ஒத்திசைவைக் குறிக்கிறது. இருப்பினும் தெய்வீக மற்றும் மனித அகரவரிசைகளுக்கு இடையேயான இயைபுநிலை அனுமதிக்கப்படாதது என்பதால் ஒன்று மற்றொன்றுக்கான வெளியைத் தரவேண்டி நகர்ந்துகொள்கிறது, முன்னது விரிவடைவதற்காகப் பின்னது பின்னோக்கி இழுபடுவது போல. இது விவிலியத்திலுள்ள எழுத்துகளுக்கும் பொருந்தும் - விவிலியம் எப்போதும் சுவாசித்துக் கொண்டேயிருக்கிறது. தருணங்களில் ஒளிர்வது வினைச்சொற்கள் மட்டுமே, பிறகு அவற்றின் ஒளிகுறைந்த உடனேயே பெயர்ச்சொற்களின் கருப்பெழுத்துகள் முன்தோன்றிவிடுகின்றன, நம்மால்தான் அதைக் காணமுடிவதில்லை, எப்படி நம்மால் கருப்புச் சுடர் வெள்ளைச்சுடரின் மீது என்ன எழுதுகிறது என்று காணமுடியவில்லையோ அதுபோல. சுவர்க்கத்தின் அகரவரிசை எழுச்சியில் இருக்கிறதா அல்லது தாழ்ச்சியில் இருக்கிறதா என்பதன் அடிப்படையில் நமது இருப்பை நிறைப்பதும் பின்வாங்கும் அலைபோல அதை விட்டு விலகுவதுமான

நிலைகளுக்கு இடையே மாறும், ஆதம் சத்மோனின் உடலுக்கும் அதேதான். நம் அகரவரிசையின் எழுத்துகள் விழிப்புநிலையில் தோன்றுகின்றன என்றால் சுவர்க்கத்தின் எழுத்துகள் நம் கனவுகளில், அக்கணத்தில் பூமியின் நீர்ப்பரப்பில் ஒளியும் மணலும் விரவியிருப்பதுபோல சுவர்க்கத்தின் எழுத்துகள் எழுச்சியுற்று மனித எழுத்துகளை நமது உறங்கும் கண்களில் பின்னால் தள்ளுகின்றன. கனவுகளில் ஒருவன் தனது கண்கள் மற்றும் காதுகளால் சிந்திக்கிறான்; உரையாடல்களில் வெறும் வினைச்சொற்களே உண்டு, பெயர்ச்சொற்கள் இருப்பதில்லை; கனவில் மட்டுமே ஒவ்வொரு மனிதனும் ஸாடிக் (புனிதர்) ஆக இருக்கிறான், ஒருபோதும் கொலைகாரனாக அல்ல... இவ்வரிகளின் ஆசிரியரான நான், சாமுயேல் கோஹென், கசார்களின் கனவு வேட்டையரைப் போலவே உலகின் இருண்ட பகுதிகளில் அமைந்துள்ள கோளங்களில் மூழ்கி புதையுண்டுள்ள தெய்வீகமான சுடர்ப்பொறிகளைப் பிரித்தெடுக்க முயல்கிறேன். ஆனால் அங்கே எனது ஆன்மாவும் சிறைப்பட்டுவிடச் சாத்தியமுண்டு. அங்கே நான் தொகுக்கின்ற எழுத்துகள் மற்றும் எனக்கு முன்னாலிருந்தவர்கள் தொகுத்தவற்றை ஒரு புத்தகமாக்குகிறேன், கசார் கனவு வேட்டையர் கூறியது போலே அவை ஆதம் சத்மோனின் உடலை இப்பூமியில் உருவாக்கும்...

அரையிருளில் ஒருவரையொருவர் திகைத்துப் பார்த்தபடி அவ்விருவரும் மீதமிருந்த வெள்ளைப்பைகளை வெறுமையாக்கினர், ஆனால் அவற்றில் பல பன்னிரண்டின் தொகுதிகளில், கோஹென் கசார் அகராதி (கோஸ்ரி அகராதி) என்றழைத்த அகரவரிசைப்படுத்தப்பட்ட வார்த்தைகள் மட்டுமே இருந்தன, கசார்கள் குறித்த தகவல்கள், அவர்களது மதம், அவர்களது மரபுகள், மற்றும் அவர்களோடு தொடர்புடையவர்கள், அவர்கள் வரலாறு, மற்றும் அவர்களது யூத மதமாற்றம் ஆகியவற்றை அகரவரிசைப்படுத்தியிருந்த தொகுப்பு அது என்று அவர்கள் புரிந்து கொண்டனர். பல நூற்றாண்டுகளுக்கு முன்னர் யூதா ஹலேவி தன்னுடைய

கசார்கள் குறித்த புத்தகத்தில் தொகுத்திருந்ததை அக்குறிப்புகள் ஒத்திருந்தன, ஆனால் கோஹென் ஒரு படி முன்னேறி கசார் விவாதம்▽ நடைபெற்றபோது அதில் பங்கேற்ற, ஹலேவியால் பெயர் குறிப்பிடப்படாத கிறிஸ்தவ மற்றும் இஸ்லாமியப் பிரதிநிதிகளைப் பற்றி அதிகம் தெரிந்து கொள்ள முயற்சி எடுத்திருந்தார். அவர்களது பெயர்கள், அவர்களது விவாதங்களைத் தெரிந்துகொள்ள, தனது அகராதிக்காக அவர்களது வாழ்க்கைக் குறிப்புகளைத் தொகுக்கவும் முயன்றிருந்தார், கசார் கேள்வி குறித்த யூத ஆதாரங்கள் விலக்கிவிட்ட பதிவுகளை அது உள்ளடக்கியதாக இருக்க வேண்டுமென்று அவர் நம்பினார். அவ்வகையில் கிறிஸ்தவப் பிரசங்கி மற்றும் சமயப்பரப்பாளரின் வாழ்க்கை குறித்த செப்பமற்ற, சுருக்கமான குறிப்பொன்று இருந்தது, மிகநிச்சயமாக இயேசு சபையினரிடம் கோஹென் விசாரித்த அதே நபர், ஆனால் கோஹெனால் அவரது பெயரைக் கண்டுபிடிக்க இயலவில்லை என்பதால் அது அகராதியில் சேர்க்கப்படவில்லை. நிறைவுபெறாத இவ்வாழ்க்கை வரலாற்றின் குறிப்புரையில் கோஹென் "யூதா ஹலேவி, அவரது பதிப்பாளர், பிற எபிரேய உரையாசிரியர்கள் மற்றும் ஆதாரங்கள் கசார் காகனின் சபையில் நடந்த மத அடிப்படையிலான இவ்விவாதத்தில் ஈடுபட்ட மூன்று பங்கேற்பாளர்களில் ஒருவர் பெயரை மட்டுமே குறிப்பிடுகின்றன - யூதப் பிரதிநிதியான ஈசாக் சங்காரி✡, கசார் ஆட்சியாளனின் கனவில் வந்த தேவதை குறித்த விளக்கத்தை அளித்தவர். எபிரேய ஆதாரங்கள் விவாதத்தில் கலந்துகொண்ட கிறிஸ்தவ மற்றும் இஸ்லாமியப் பிரதிநிதிகளின் பெயர்களைக் குறிப்பிடுவதில்லை; அவை ஒருவரைத் தத்துவவாதி என்றும் மற்றவரைப் பொறுத்தவரை அரேபியர் என்று மட்டும் குறிக்கின்றன, அவர் கொல்லப்பட்டது விவாதத்திற்கு முன்பா அல்லது பிறகா என்னும் குறிப்புகூட இல்லை. ஒருவேளை, இவ்வுலகத்தில் யாரேனும் கசார்களைப் பற்றிய ஆவணங்கள் மற்றும் தகவல்களைச் சேகரித்துக் கொண்டு இருக்கலாம், யூதா ஹலேவியைப் போல, ஆதாரங்களை அல்லது அகராதியைத் தொகுத்துக் கொண்டிருக்கலாம், என்னைப்போல. ஒருவேளை அவர் நம்முடைய நம்பிக்கையைச் சார்ந்திராமல் கிறிஸ்தவராக அல்லது இஸ்லாமியச் சட்டத்தைப் பின்பற்றுபவராக இருக்கலாம். அநேகமாக இவ்வுலகில் எங்கேயோ இருவர் நான் அவர்களைத் தேடுவது போலவே என்னைத் தேடிக்கொண்டிருக்கலாம். ஒருவேளை அவர்கள் என்னைப்பற்றிக் கனவு காணலாம் நான்

அவர்களைப் பற்றிக் காண்பது போலவே, எனக்கு என்ன தெரியும் என்று ஏங்கிக் கொண்டிருக்கலாம், ஏனெனில் என்னுடைய உண்மை என்பது அவர்களுக்கு ரகசியம்தான், அவர்களுடையது என்னுடைய கேள்விகளுக்கு மறைந்திருக்கும் பதிலாக இருப்பது போலவே. ஒவ்வொரு கனவும் உண்மையின் அறுபதாவது பங்கென்று மக்கள் சொல்வது வீணானதில்லை. ஒருவேளை நான் கான்ஸ்டான்டிநோபிளைக் கனவு காண்பதும் அங்கே என்னை முற்றிலும் வேறான ஒன்றாக என் சுயத்தின் வேறொரு பதிப்பாகக் காண்பதும் வீணில்லை போலும் - சேணத்தில் சீராக மற்றும் வாளோடு விரைவாக, சற்றே முடமான, மற்றும் நான் இப்போது உள்ளதைவிட வேறொரு வழியில் சமய ஆர்வமுள்ளவனாக. தல்மூத் கூறுகிறது: 'தனது கனவினை மூவருக்கு முன் விளக்கும் பொருட்டு அவனை வெளியே செல்ல அனுமதியுங்கள்!' என் மூவர் யார்? என்னைத் தவிர அந்த இரண்டாவது நபர் கசார்களைத் தேடிக்கொண்டிருக்கும் கிறிஸ்தவரா, பிறகு மூன்றாவது நபர், முஸ்லீமா? என் ஆன்மாக்களில் ஒன்றில்லாமல் மூன்று மதங்கள் இருக்கின்றனவா? அதில் இரண்டு நரகத்திற்குச் செல்ல ஒன்று மட்டும் சுவர்க்கத்திற்குச் செல்லுமா? அல்லது எப்போதும்போல இவ்வுலகின் படைத்தல் குறித்து வாசிக்கும்போது மூன்று என்பது அத்தியாவசியமானது, ஒன்றென்பது போதாது என்பது போல அவை மூன்றாவதற்கு ஏங்குவது போலும் மற்ற இரண்டிற்காக சரியாகத்தான் ஏங்குகிறேனா. எனக்குத் தெரியாது, ஆனால் சந்தேகமற்ற முறையில் எனக்குள் மூன்று ஆன்மாக்களும் சண்டையில் ஈடுபட்டுள்ளதை அனுபவித்திருக்கிறேன், அவற்றிலொன்று வாளை ஏந்தியுள்ளது மற்றும் ஏற்கெனவே கான்ஸ்டான்டிநோபிளை அடைந்துவிட்டது; இரண்டாவது தயங்குகிறது, விசும்புகிறது, லூட்டை இசைத்தபடி பாடுகிறது; மூன்றாவது எனக்கெதிராக உள்ளது. மூன்றாம் ஆன்மா தோன்றுவதில்லை, அல்லது இன்னும் என்னை அடையவில்லை. எனவே நான் முதல் ஆன்மாவினை மட்டுமே கனவுகாண்கிறேன், வாளோடு இருப்பது; லூட்டுடன் இருக்கும் இரண்டாவதைப் பற்றியும் கனவு காண்பதில்லை. ஏனெனில் ராவ் ஹிஸ்தா கூறுகிறார், 'விளக்கப்படாத ஒரு கனவென்பது படிக்கப்படாத கடிதத்தைப் போல,' ஆனால் நான் அதைத் தலைகீழாகக் கூறுவேன், 'படிக்கப்படாத கடிதமென்பது காணப்படாத கனவு போல.' எத்தனை கனவுகள் எனக்கு அனுப்பப்பட்டு ஒருபோதும் நான் அதைப் பெறாமல், அதைக் காணாமல் இருந்திருக்கிறேனோ?

எனக்குத் தெரியாது, ஆனால் என் ஆன்மாக்களில் ஒன்று மற்றொன்றின் தோற்றுவாயை உறங்கிக் கொண்டிருக்கும் ஒரு மனிதனின் புருவத்தைப் பார்த்தே கண்டுகொள்ளும் என்பதை அறிவேன். மற்ற மனிதர்களுக்கிடையே என் ஆன்மாக்களின் பகுதிகள் சந்தித்துக் கொள்ள இயலும் என்று உணர்ந்திருக்கிறேன், ஒட்டகங்களுக்கிடையே, பாறைகள் மற்றும் தாவரங்களுக்கிடையே; வேறெவரோ ஒருவரின் கனவு என் ஆன்மாவின் உடலிலிருந்து பொருளை எடுத்து எங்கோ வெகுதொலைவில் தனது வீட்டைக் கட்டுகிறது. ஏனெனில் எனது ஆன்மாக்களின் சுயமுன்னேற்றத்திற்கு வேறு ஆன்மாக்களின் ஒத்துழைப்பு தேவையாயிருக்கிறது. என்னுடைய கசார் அகராதி பத்து எண்களையும் எபிரேய அகரவரிசையின் இருபத்தியிரண்டு எழுத்துகளையும் உள்ளடக்கியதென அறிவேன்; அவற்றின் மூலமாக உலகைப்படைக்க முடியும் ஆனால், அந்தோ, என்னால் முடியவில்லை. சில பெயர்கள் என்னிடமில்லை, அதன் காரணமாக சில எழுத்துகள் நிறைவு செய்யப்படாமல் உள்ளன. என் அகராதியின் பதிவுகளில் பெயர்ச்சொற்களை விடுத்து வினைச்சொற்களை மட்டுமே பயன்படுத்த எவ்வளவு விரும்புகிறேன்! ஆனால் ஒரு மனிதனுக்கு அது சாத்தியமில்லை, ஏனென்றால் வினைச்சொற்களை அமைக்கும் எழுத்துகள் தேவனாகிய எலோஹிமிடமிருந்து வருபவை, அவை நமக்குப் பரிச்சயமில்லாதவை, புனிதமானவை, மனிதத்தன்மை கொண்டவையல்ல; ஜிஹென்னுவின் சாத்தானிடமிருந்து வருபவையான, பெயர்ச்சொற்களை மற்றும் பெயர்களைக் குறிக்கும் எழுத்துகள் மட்டுமே என் அகராதியைக் கட்டமைத்துள்ளன, அவைமட்டுமே எனக்கு அணுகத்தக்கதாய் இருந்தன. எனவே நான் பெயர்களுக்கும் சாத்தானுக்கும் உரியவனாகிறேன்..."

"கனவில் மிதப்பவன்!" ரப்பி பாப்போ கோஹெனின் தாளிலிருந்து நிமிர்ந்து கூவினார். "இவனுக்கென்ன பிரமை பிடித்துள்ளதா?"

"நான் வேறொன்றை நினைக்கிறேன்," மெழுகுவர்த்தியை அணைத்துவிட்டு நிஹாமா பதிலளித்தார்.

"என்ன நினைக்கிறாய்?" என்றார் ரப்பி பாப்போ, மூன்று கிளைகள் கொண்ட விளக்கை அணைத்ததும் மூன்று ஆன்மாக்களும் மறையும் முன் தங்கள் பெயரை முணுமுணுத்தன.

"நான் யோசிப்பது," நிஹாமா அந்த மையிருட்டில் பதிலுரைத்தார், அறையின் இருட்டு இருண்ட வாய் போலும் ஒரு மயக்கத்தை அவருக்கு உண்டாக்கியது, "நான் யோசிப்பது, ஸெம்லின், கவாலா, அல்லது தெஸ்ஸலோனிகா, எது இவனுக்குப் பொருத்தமானது?

"யூதர்களின் தாயெனப்படும் தெஸ்ஸலோனிகாவிற்கா?" ரப்பி பாப்போ ஆச்சரியத்துடன் வினவினார்.

"நிச்சயம் கூடாது. இவனையெல்லாம் சிதெரோகப்சிக்கு அகழிதோண்ட அனுப்பவேண்டும்!"

"அவன் மணவொப்பந்தம் புரிந்துள்ள தெஸ்ஸலோனிகாவிற்கே அனுப்பலாம்," சிந்தனைக்குப்பிறகு முதியவர் முடிவெடுத்தார், அவர்கள் விளக்கை ஏற்றாமல் வெளியேறினர்.

வெளியே தெற்கு நோக்கி வீசும் காற்று அவர்களுடைய கண்களைக் கரிப்பாக்கியபடி வாழ்த்தியது.

இவ்வாறாக சாமுயேல் கோஹெனின் விதி நிர்ணயிக்கப்பட்டது. அவர் துப்ரோவ்னிக்கிலிருந்து வெளியேற்றப்பட்டார், காவல்துறையின் அறிக்கைப்படி, "1689இல் விலங்குகளின் வாலை உருகவைக்கும் மற்றும் ஸ்டாராடனை பறவைகளின் சிறகுகளால் நிறைக்கும் வெப்பமான புனிதத் தோமையார் அப்போஸ்தலரின் நாளன்று" தனது தொடர்பில் இருந்தவர்களிடம் இருந்து விடைபெற்றார். அன்று மாலையில் சீமாட்டி இஃப்ராசினியா பரத்தையர் செய்வது போல ஆண் வேடமிட்டு வெளியே வந்தாள். கோஹென் கடைசி முறையாக மருந்தகத்திலிருந்து ஸ்பான்சா அரண்மனை நோக்கி நடந்து கொண்டிருந்தார், அப்போது கரிஷ்தே வளைவின் நிழல்களில் இருந்து அவள் அவரை நோக்கி ஒரு வெள்ளிக்காசைச் சுண்டியெறிந்தாள். அவர் அதை எடுத்துக்கொண்டு அவளை நோக்கி இருளுக்கு நகர்ந்தார். முதலில் அவளை ஆணென்று நினைத்துத் துணுக்குற்றாலும்

அவளது விரல்கள் அவரைத் தொட்டதும் அடையாளம் கண்டுகொண்டார்.

"போகாதே" என்றாள். "நீதிபதிகளைச் சமாளித்துக் கொள்ளலாம். நீ சரியென்றால் போதும். சில நாள்கள் கடற்புறச் சிறையில் இருப்பதால் மாற்றமுடியாத நாடுகடத்தலே கிடையாது. சரியான ஆளின் தாடியில் சில தங்கத் துண்டுகளைக் கட்டிவிடுவேன், நாம் பிரிய வேண்டியதில்லை."

"நாடுகடத்தப்பட்டேன் என்பதற்காக நான் போகவேண்டியதில்லை" என்றார் கோஹென். "அவர்களுடைய உத்திரவெல்லாம் பறக்கின்ற பறவையின் பாட்டிற்குச் சமம். நான் போகவேண்டியது ஏனென்றால் இதுதான் சரியான நேரம். சிறுவயதிலிருந்தே இருட்டில் நொண்டியபடி வாளோடு சண்டையிடுவது போலக் கனவு கண்டிருக்கிறேன். விழித்தபின் புரிந்துகொள்ள முடியாத ஒரு மொழியில் கனவு காண்கிறேன். தற்போது இருபத்தியிரண்டு வருடங்களாயிற்று, என் கனவுகள் உண்மைப்படவும் அவற்றுக்கான விளக்கம் பெறுவதற்குமான நேரம் வந்துவிட்டது. இப்போது இல்லையென்றால் இனியெப்போதும் இல்லை. எந்த இடத்தைக் கனவில் கண்டேனோ அங்கேதான் அக்கனவு சாத்தியமாகும் - கான்ஸ்டான்டிநோபிலில். காற்றைத் தடுப்பதற்காக வளைத்துக் கட்டப்பட்டுள்ள அவ்வீதிகள், அந்தக் கோபுரங்கள் அவற்றின் கீழுள்ள நீர்ப்பரப்பு ஆகியவற்றை நான் காண்பது எதேச்சையானது அல்ல..."

"ஒருவேளை நாம் இந்தப்பிறவியில் மீண்டும் சந்திக்க இயலாது போனால்," சீமாட்டி இஃப்ராசினியா பதிலளித்தாள், "இனிவரும் பிறவியில் ஒருவரையொருவர் சந்தித்துக் கொள்வோம். அநேகமாக என்றோ ஒருநாள் நம்மிலிருந்து முளைக்கப்போகும் ஆன்மாக்களின் வேர்கள்தாம் நாம். உன் ஆன்மா கருவுற்றிருக்கிறது, அது என் ஆன்மாவைப் பிரசவிக்கும். ஆனால் முதலில் அவை தமக்கென விதிக்கப்பட்ட பாதையில் பயணிக்க வேண்டும்..."

"அது அப்படியே நடந்தாலும் கூட, எதிர்கால உலகில் நாம் ஒருவரையொருவர் அடையாளம் கண்டுகொள்ள இயலாது. அடுத்து வரும் தலைமுறைகள் அனைத்திற்குமாக

தடைசெய்யப்பட்டதும் எங்களில் ஒவ்வொருவரோடும் மீண்டும் மீண்டும் இறக்குமாறு சபிக்கப்பட்டதுமான ஆதமின் ஆன்மாவல்ல உன்னுடையது.”

“எனில் நாம் வேறெதாவது வகையில் சந்திப்போம். என்னை எவ்வாறு அடையாளம் காண்பது என்று கூறுகிறேன். அப்பிறவியில் நான் ஆணாக இருப்பேன், ஆனால் இப்போது இருப்பது போன்ற கைகளையே அப்போதும் கொண்டிருப்பேன் - ஒவ்வொன்றிலும் இரு கட்டைவிரல்கள், எனவே அவையிரண்டுமே எனது வலது மற்றும் இடது கையாக இருக்கும்...”

இவ்வார்த்தைகளோடு சீமாட்டி இஃப்ராசினியா கோஹெனின் மோதிரத்தை முத்தமிட்டாள், அவர்கள் என்றென்றைக்குமாகப் பிரிந்தனர். அதனையடுத்து குறுகிய காலத்தில் நிகழ்ந்த அவளது மரணம் எந்தளவு மிகவும் கோரமானது என்றால் அதுகுறித்துக் கவிதைகள் புனையப்பட்டன. இருப்பினும் அதில் கோஹென் மீது சந்தேகம் வரவில்லை ஏனென்றால் அவர் ஏற்கெனவே ஆழ்மயக்கத்தில் விழுந்திருந்தார், திரும்ப முடியாத மற்றும் விழித்தெழ முடியாத கனவு.

துப்ரோவ்னிக்கின் யூதச் சமூகம் அறிவுறுத்தியபடி கோஹென் தெஸ்ஸலோனிகாவில் தனக்கு நிச்சயிக்கப்பட்ட பெண்ணான லிடீசியாவிடம் செல்வார் என்றுதான் முதலில் எதிர்பார்க்கப்பட்டது. ஆனால் அவர் அப்படிச் செய்யவில்லை. அன்று மாலை தனது புகைக்குழாயை நிரப்பிக்கொண்டவர் காலையில் வாலாசியாவுக்குச் படைநடத்திச் செல்லத் தயாராகிக் கொண்டிருந்த சபியாக் பாஷாவின் ட்ரெபின்யே முகாமில் அதைப் புகைத்தார். அவ்வகையில் எது நடந்த போதிலும் கோஹென் கான்ஸ்டான்டிநோபிளை நோக்கிச் சென்று கொண்டிருந்தார். ஆனால் அவர் ஒருபோதும் அங்கு சென்று சேரவில்லை. பாஷாவின் பரிவாரத்திலிருந்த, கோஹெனின் முடிவைப்பற்றிக் கூறுவதற்காக துப்ரோவ்னிக்கின் யூதர்களிடமிருந்து தங்களின் கம்பளிக்குத் தேவையான தாவரச்சாயத்தைக் கையூட்டாகப் பெற்ற கண்ணால் கண்ட சாட்சியங்கள் பின்வருமாறு கூறினர்.

அவ்வருடம் பாஷா தனது பரிவாரங்களுடன் வடக்குநோக்கிச் சென்று கொண்டிருந்தார், ஆனால் அவர்களுடைய நினைவுகளை எடுத்துச் செல்வதுபோல மேகங்கள் தெற்கு நோக்கி விலகிக் கொண்டிருந்தன. முதலில் அதுவே நல்நிமித்தமன்று. போஸ்னியக் காடுகளின் மணத்தினூடே வருடத்தின் பருவங்களுக்கு ஊடாகச்செல்வதுபோல அவர்களது வேட்டை நாய்கள் விரைந்து செல்வதைப் பார்த்திருந்து கிரகணத்தின் இரவில் சபாக்கிலுள்ள விடுதியை வந்தடைந்தனர். பாஷாவின் போர்க்குதிரைகளில் ஒன்று தனது காலை முறித்துக்கொண்டது, பாஷா தனது குதிரைக் கல்லறைகளைப் பராமரிப்பவனை அழைத்தார். கோஹென் ஆழ்ந்து உறங்கிக் கொண்டிருந்ததால் அவரது அழைப்புகளைக் கேட்கவில்லை, எனவே பாஷா தனது சவுக்கினால் கண்களுக்கு மத்தியில் பலங்கொண்ட மட்டிலும் அடித்தார், அந்த வேகத்தில் பாஷாவின் கையிலிருந்த காப்பு தெறித்தது. கோஹென் உடனடியாக விழித்து தன்னுடைய வேலைக்கு விரைந்தார். இந்த இடத்தில் கோஹெனைப்பற்றிய தடங்கள் தற்காலிகமாக விடுபடுகின்றன, ஏனெனில் பாஷாவின் முகாமிலிருந்து அவர் பெல்கிரேடுக்குச் சென்றுள்ளார், அது ஆஸ்திருயத் துருப்புகளின் பிடியில் உள்ளது. அங்கே அவர் துருக்கியச் செபார்திமின் இரண்டடுக்கு வீட்டிற்குச் சென்றதாகத் தெரிகிறது, காற்று ஊளையிடும் தாழ்வாரங்கள் - நூற்றுக்கும் அதிகமான அறைகள், ஐம்பது சமையலறைகள் மற்றும் முப்பது நிலவறைகள் உடைய யூதர்களின் வீடான அபேஹம். இரண்டு ஆறுகளுக்கு இடையே அமைக்கப்பட்ட நகரத்தின் தெருக்களில் பணத்திற்காகச் சிறுவர்கள் சேவல்களைப் போல ஒருவரையொருவர் தாக்கி ரத்தத்தை வரவழைத்துக்கொள்ள சுற்றிலுமிருந்த பார்வையாளர்கள் பந்தயம் கட்டிக்கொண்டிருந்தனர். அவர் நாற்பத்தியேழு அறைகள் கொண்ட பழைய விடுதியொன்றின் அறையில் தங்கியிருந்தார், அஷ்கெனாசிகளான உள்ளூர் ஜெர்மானிய யூதர்களுக்குச் சொந்தமானது, அங்குதான் அவர் லதீனோ மொழியில் எழுதப்பட்ட கனவுகளை விளக்குவது பற்றிய புத்தகத்தைக் கண்டடைந்தார். மாலை மங்கும் வேளையில்

பெல்கிரேடின் மேலுள்ள மேகங்களை மணிக்கூண்டுகள் உழுது கொண்டிருக்கக் கண்டார்.

“அவை வானத்தின் எல்லையை அடைந்ததும் மீண்டும் புதிய மேகங்களாகித் திரும்புன்றன...” என்று குறித்துக் கொண்டார்.

சபியாக் பாஷாவின் துருப்புகள் சுவர்க்கத்தின் நான்கு நதிகளில் ஒன்றான தன்யூபின் - பைபிளில் உருவகநிலையில் உள்ளவற்றை அடையாளப்படுத்துதல் - கரையை அடைந்தபோது கோஹென் அவர்களோடு மீண்டும் இணைந்துகொண்டார். பாஷாவுக்குப் பெரியதொரு உதவியைச்செய்யும் வாய்ப்பு கோஹெனுக்கு வாய்த்தது. தன்னுடைய பயணத்தின்போது பாஷா அதிகமான சம்பளம் கொடுத்து ஒரு கிரேக்கனையும் அழைத்து வந்திருந்தார், பீரங்கி வார்ப்பவன். தன்னுடைய வார்ப்புருக்கள் மற்றும் கருவிகளோடு துருப்புகளிடமிருந்து ஒருநாள் நடை தொலைவில் தங்கியிருந்தான், செர்பியர்கள் மற்றும் ஆஸ்திரியர்களுடன் முதல் மோதலின் ஓசையைக் கேட்டதுமே, பீரங்கியொன்றைத் தியர்தாவிலிருந்தபடியே உருவாக்குமாறு உத்தரவிட்டார்; மூவாயிரம் முழமளவு தூரம் சென்று தாக்கவல்லதாகவும் பீரங்கிக்குண்டின் அளவு இரண்டு எகிப்திய அளவையிலும் இருக்க வேண்டும். “ஏனென்றால்” பாஷா கூறினார், “அப்போதுதான் பீரங்கியின் கர்ஜனையைக் கேட்டதும் முட்டையில் இருக்கும் கோழிக்குஞ்சுகள் மரிக்கும், நரிகள் கர்ப்பச் சிதைவுறும், தேன்கூட்டிலுள்ள தேன் புளித்துப்போகும்.” கிரேக்கனை அழைத்து வரும்படி கோஹெனுக்கு ஆணையிட்டார். ஆனால் அன்று சபாத் எனப்படும் ஓய்வுநாளாதலால் கிளம்புவதற்கு பதிலாக கோஹென் படுக்கைக்குச் சென்றார்...

அடுத்தநாள் காலை கோஹென் ஒரு ஒட்டகத்தைத் தேர்ந்தெடுத்தார், இரட்டைத் திமில் கொண்ட ஆண் மற்றும் ஒற்றைத் திமில் கொண்ட பெண் ஒட்டகங்களுக்குப் பிறந்தது, கரி எண்ணெய் போன்ற கோடைகாலத்தைக் கழித்த அது தற்போது பயணத்திற்குத் தயாராக இருந்தது. அவர் தன்னுடன் “களியாட்ட” குதிரை ஒன்றையும் அழைத்துக்கொண்டார், இவ்வகைக் குதிரைகள் முன்தூண்டலுக்காக பெண் குதிரைகளோடு இணைக்கப்படும், அவை ஆண்குதிரைகள் மீது உணர்வுத் தூண்டல் பெறும்பொருட்டு. ஒட்டகம் மற்றும் குதிரையில் முறைவைத்து மாறிமாறிப் பயணித்ததால் கோஹென் இரண்டு

நாள் பயணத்தை ஒரேநாளில் முடித்துவிட்டு உத்தரவிட்டபடி வந்துவிட்டார். ஆச்சரியம் அடைந்த பாஷா, சவாரி செய்ய அவர் எங்கே கற்றுக்கொண்டார், யார் கற்றுத் தந்தது என்று கேட்டதும் கோஹென் தான் கனவில் பயிற்சி எடுப்பதாகக் கூறினார். இந்தப் பதிலால் பரவசமடைந்த பாஷா கோஹெனுக்கு ஒரு பரிசினைத் தந்தார் - ஒரு மூக்கு வளையம். பீரங்கி வார்ப்பு முடிந்ததும் அது ஆஸ்திரியப் படையைத் தாக்கி நொறுக்கியது. சபியாக் தாக்கும்படி தன்னுடைய படையினருக்கு ஆணையிட்டதும் அவர்கள் செர்பியப் படைமீது கவிந்தனர், அவர்களோடு கோஹெனும் வாளுக்குப் பதிலாக தீவனப்பையைச் சுமந்தபடி சென்றார், அதில் விலைமதிப்புள்ள பொருள் எதுவுமில்லை, அதே பழைய, திருத்தமாக எழுதப்பட்டு வெள்ளைப்பைகளில் வைக்கப்பட்ட தாள்கள் மட்டும்.

"கஞ்சியைப்போல் அடர்த்தியான வானத்தின் கீழ்," கண்ணால் கண்ட சாட்சி ஒருவர் தொடர்புபடுத்தினார், "ஓர் அகழிக்குள் புயலென நுழைந்தபோது அங்கே மூன்றுபேர் மட்டும் இருக்க மற்றவர்கள் தப்பிவிட்டனர். இரண்டு சிப்பாய்கள் மட்டும் எங்கள் வருகையை மறந்த நிலையில் பகடையை உருட்டிக் கொண்டிருந்தனர். அவர்களை அடுத்திருந்த கூடாரத்தின் முன்னே அழகாக உடையணிந்த குதிரைவீரனொருவன் உறக்க மயக்கத்தில் இருப்பவன் போலிருந்தான், அவனது நாய்கள் மட்டுமே எங்களைத் தாக்கின. கண்ணிமைக்கும் பொழுதில் எங்களது ஆட்கள் பகடையாடியவர்களில் ஒருவரைத் துண்டாடி உறங்கிக்கொண்டிருந்த குதிரைவீரனின் உடலில் ஈட்டியைச் செருகினர். ஈட்டி உடலில் ஊடுருவியிருக்க தனது முழங்கையால் அவன் உடலை உயர்த்தி கோஹெனைப் பார்த்தான். அந்தப்பார்வை ஒரு தோட்டாவென கோஹெனை வீழ்த்தியது; அவரது தீவனப்பையிலிருந்து தாள்கள் சிதறின. பாஷா கோஹென் கொல்லப்பட்டாரா என்று கேட்டார், அதற்கு மற்றொரு பகடைக்காரன் அரபியில் பதிலளித்தான்:

" 'ஒருவேளை இவன் பெயர் கோஹென் என்றால் அவன் தோட்டாவால் தாக்கப்படவில்லை; அவனைக் கீழே தள்ளியது உறக்கம்தான்...'"

அது உண்மையென்று கண்டறியப்பட்டபின் இவ்விநோதமான வார்த்தைகள் பகடையாடியவனின் வாழ்வை அன்று

மட்டும் நீட்டித்தன. ஏனெனில் மனிதனின் வார்த்தைகள் பசியைப் போன்றவை - அது எப்போதும் ஒரே ஆற்றலோடு இருப்பதில்லை...

துப்ரோவ்னிக்கின் கெட்டோவைச் சேர்ந்த யூதரான சாமுயேல் கோஹெனைப் பற்றிய விபரங்கள் அவரது கடைசிக் கனவு குறித்த அறிக்கையோடு முடிவுறுகின்றன, மீளமுடியாத அடர்த்தியான கடலில் மூழ்குவதுபோல அவர் அமிழ்ந்த கனமான, ஆழ்ந்த மயக்கம் பற்றியது. சாமுயேல் கோஹென் குறித்த கடைசி அறிக்கை சபியாக் பாஷாவுக்கு பகடை விளையாட்டுக்காரன் அளித்தது, அவனது உயிர் அப்போர்க்களத்தில் தப்பித்தது. அவன் பாஷாவிடம் என்ன சொன்னான் என்பது என்றென்றைக்குமாக தன்யூபின் கரையில் அமைக்கப்பட்டிருந்த பட்டுக்கூடாரத்திலேயே தைக்கப்பட்டுவிட்டது, பச்சைநிற மழையூடுருவாத அப்பொருளைத் தாண்டி அவ்வுரையாடலின் பகுதிகள் மட்டுமே நம்மை வந்தடைந்துள்ளன. பகடையாட்டக்காரனின் பெயர் யூசுஃப் மசூதி^c, அவன் கனவினை வாசிப்பவன். அவனால் மற்றவர்களின் கனவிலிருந்து ஒரு முயலைப் பிடிக்க முடியும், மனிதர்களையும் அப்படியே, ஈட்டியினால் உறக்கத்திலிருந்து எழுப்பப்பட்ட குதிரைவீரனிடம் பணியாளாக இருக்கிறான். இந்தக் குதிரைவீரன் முக்கியத்துவம் வாய்ந்த செல்வச்செழிப்புள்ள நபர், பெயர் அவ்ரம் ப்ராங்கோவிச்;[†] அவனுடைய வேட்டைநாய்கள் மட்டுமே ஒரு கப்பல்நிறைய வெடிமருந்தின் மதிப்புக்கு இணையாகும். மசூதி இம்மனிதனைப்பற்றிய நம்பமுடியாத கூற்றொன்றினை முன்வைத்தான். கோஹென் தனது ஆழ்ந்த உறக்கத்தில் இதே அவ்ரம் ப்ராங்கோவிச்சைத்தான் கனவு கண்டுகொண்டிருக்கிறான் என்று சபியாக் பாஷாவிடம் உறுதிபடக்கூறினான்.

"நீயொரு கனவு வாசிப்பாளன் என்று கூறுகிறாயா? அப்படியென்றால் உன்னால் கோஹெனின் கனவைப் படிக்க முடியுமா?" என்று பாஷா கேட்டார்.

"நிச்சயமாக என்னால் முடியும். நான் ஏற்கெனவே அவர் எதைக் கனவு காண்கிறார் என்று பார்த்துவிட்டேன்: ப்ராங்கோவிச் இறந்து கொண்டிருக்கிறார் என்பதால் அவர் ப்ராங்கோவிச்சின் இறப்பைத்தான் கண்டுகொண்டிருக்கிறார்."

இவ்வார்த்தைகள் பாஷாவைப் பரவசப்படுத்தியது போல் தெரிந்தது.

"அப்படியென்றால்," பாஷா வேகமாக முடிவுக்கு வந்தார், "இறப்பைச் சந்திக்கும் எவரும் அனுபவிக்க முடியாததை கோஹென் இப்போது அறியமுடியும்: ப்ராங்கோவிச்சின் இறப்பைக் கனவு காண்பதன் மூலம் அவனால் உயிரோடு இருந்துகொண்டே இறப்பை அறியமுடியும் இல்லையா?"

"மிகச்சரி," என்றான் மசூதி, "ஆனால் அவரால் தான் கனவில் கண்டதை விழித்தெழுந்து நம்மிடம் கூற முடியாது."

"ஆனால் உன்னால் அவன் இறப்பைக் கனவு காண்பதைக் காணமுடியும்..."

"ஆமாம், என்னால் முடியும், இறப்பென்பது எப்படியிருக்கும், அப்போது ஒரு மனிதன் என்ன உணர்வான் என்று நாளை உங்களுக்கு அறிவிப்பேன்..."

பகடை விளையாட்டுக்காரன் தனது வாழ்வை ஒருநாள் நீட்டித்துக்கொள்ள அவ்வாறு கூறினானா அல்லது அவனால் உண்மையிலேயே கோஹெனின் கனவில் ப்ராங்கோவிச்சின் மரணத்தைப் பார்க்க முடியுமா என்பதை சபியாக் பாஷா ஒருபோதும் தெரிந்து கொள்ளவில்லை, நம்மாலும் தெரிந்துகொள்ள முடியாது. ஆனால் அதை முயற்சி செய்து பார்ப்பதில் தவறில்லை என்று பாஷாவுக்குத் தோன்றியது. அவர் கூறுவது, நாளை எனும் ஒவ்வொரு நாளும் பயன்படுத்தப்படாத குதிரைலாடத்தைப் போன்று மதிப்புள்ளது, ஒவ்வொரு நேற்றைய நாளும் பயன்படுத்தப்பட்ட ஒட்டக லாடம் போல, எனவேதான் அவர் மசூதியை ஒருநாள் வாழ அனுமதித்தார்.

கோஹென் அவ்விரவை கடைசி முறையாக உறங்கியபடி கழித்தார்; அளவில் பெரியதான அவரது நாசி ஒரு பறவையின்

உடலைப்போல அவரது உறக்கத்தின் புன்னகை வழி எட்டிப்பார்த்தது, அப்புன்னகை வெகு காலத்துக்கு முன்னர் உண்ட இரவுணவின் மிச்சம் போல இருந்தது. மசூதி தான் அமர்ந்திருந்த தலையணையை விட்டு மறுநாள் காலைவரை அகலவேயில்லை, விடிந்ததும் அந்த அனடோலியன் தனது விழிப்புத்தன்மையால் மாறுதல் அடைந்திருந்தான், அவன் வாசித்துக்கொண்டிருந்த கனவில் கசையடி பட்டது போல. அவன் கனவில் வாசித்தது இதுதான்.

ப்ராங்கோவிச் தனது ஈட்டியினால் உண்டான காயத்தால் இறப்பது போலவே இல்லை. சொல்லப்போனால் அவர் அதை உணரவேயில்லை. ஒன்றுக்கு மேற்பட்ட காயங்களை உணர்ந்தார், எண்ணிக்கையில் அது அதிகரித்துக்கொண்டே சென்றது. உயரமான கற்தூண் ஒன்றின்மேல் நின்றபடி எண்ணிக் கொண்டிருப்பதுபோல் உணர்ந்தார். அதுவொரு வசந்தகாலம், வில்லோ மரங்களின் கிளைகளைப் பின்னலிடும் காற்றைக் கொண்டுவந்தது, முரேசுல் ஆற்றிலிருந்து திஸா மற்றும் தன்யூப் வரையிருக்கும் வில்லோ மரங்கள் குஞ்சங்களை அணிந்திருந்தன. அம்புகள் அவரது உடலைத் துளைப்பது போலிருந்தது, ஆனால் இவையனைத்தும் பின்னோக்கி நிகழ்ந்தன: ஒவ்வொரு அம்புக்கும் அவர் முதலில் காயத்தின் வலியை உணர்ந்தார், பிறகு உடல் துளைக்கப்படும் வலியை; பிறகு அந்த வலி நின்றுவிடும், காற்றில் ஏதோ சீழ்க்கையொலி எழுப்பும், கடைசியாக வில்லின் நாண் அம்பைச் செலுத்தியதும் அதிரும். இறந்தபடி அவர் ஒன்றிலிருந்து பதினேழு அம்புகள் வரை எண்ணினார், பிறகு தூணிலிருந்து கீழே விழுந்து எண்ணுவதை நிறுத்தினார். அவர் விழுந்தது கடினமான, நகராத, மிகப்பரந்த ஒன்றின்மீது. ஆனால் அது பூமியல்ல: மரணம். அந்த மோதல் அவரது காயங்களை நாற்புறமும் பறக்க வைத்தது, எனவே ஒன்று மற்றொன்றை உணரமுடியாது, அதன்பிறகுதான் அவர் தரையில் மோதினார், ஏற்கெனவே இறந்து.

அதன் பிறகு மிகச்சிறிய வலிக்குக்கூட அங்கே இடமில்லை என்று தெரிந்தாலும் அதே இறப்பினில் அவர் இரண்டாம் முறை இறந்தார். இரண்டு அம்புகள் துளைக்கும் இடைவெளியில் அவர் ஒருமுறை இறந்தார், ஆனால் முற்றிலும் வேறு

விதமாக; இப்போது அவர் சிறுவனின் முதிராத இறப்பை இறந்துகொண்டிருந்தார், அவருக்கிருந்த ஒரே அச்சம் அவ்வளவு பெரிய வேலையைச் செய்துமுடிக்குமளவு (ஏனெனில் இறப்பென்பது கடினமான வேலை) தான் வேகமாக இல்லை, தூணிலிருந்து விழும் வேளை வருவதற்குள் இந்த இரண்டாம் இறப்பை முடித்துவிடவேண்டும் என்பதுதான். எனவே அவர் அவசரம் கொண்டார். அந்த அசைவற்ற அவசரத்தில் சிறிய பொம்மைத் தேவாலயம் போன்ற வடிவில் சிவப்பும் தங்கநிறமும் கொண்ட புகைபோக்கிகளோடு கூடிய வண்ணம் பூசப்பட்ட கணப்படுப்பின் பின்னால் கிடந்தார். வருடங்கள் அவரது உடலிலிருந்து விடுபடுவதற்காகச் சண்டையிட்டுக்கொண்டு வேகமாக அடுத்தடுத்து முயற்சி செய்வதுபோல் சுட்டெரிக்கின்ற மற்றும் சில்லிடுகின்ற வலிகள் அவரிடமிருந்து வெளிப்பட்டு அறையெங்கும் பரவின. ஈரத்தைப்போல இருள் எங்கும் பரவியது, வீட்டின் அறைகள் ஒவ்வொன்றும் வெவ்வேறு அளவில் இருளடைந்தன; சாளரங்கள் மட்டுமே நாளின் கடைசி வெளிச்சத்தைத் தாங்கியபடி இருந்தன, அறையின் இருளிலிருந்து அதனை அரிதாகவே வேறுபடுத்திப் பார்க்க இயலும். யாரோ ஒருவன் மெழுகுவர்த்தியோடு கண்ணுக்குத் தெரியாத முன்கூடத்திலிருந்து வருகிறான், தான் வந்த வெளிச்சத்தை மாற்றிவைத்து விட்டு, புத்தகத்தின் பக்கங்களைப்போல நிலையில் அத்தனை கருங்கதவுகள் இருப்பதாக அவன் அதை லேசாகப் புரட்டிப் பார்க்கிறான். பிறகு அவனிலிருந்து ஏதோ ஒழுகத் துவங்குகிறது, அவன் தனது மொத்தக் கடந்த காலத்தையும் தான் வெறுமையாகும்வரை வெளியேற்றுகிறான். உயர்கின்ற நீர்மட்டம் போல இரவு நிலத்திலிருந்து வானத்திற்கு ஊர்கிறது, திடீரென உரோமத்தொப்பி ஒன்று தலையிலிருந்து சரிந்து விழுவதைப்போல அவனது தலைமுடிகள் அத்தனையும் உதிர்கின்றன, அவை ஏற்கெனவே இறந்துவிட்டவை.

இப்போது ப்ராங்கோவிச்சின் மூன்றாவது மரணம் கோஹெனின் கனவில் தோன்றியது. அரிதாகவே கவனிக்கத்தக்கது என்ற அளவில் அது இருந்தது, அதனைச் சுற்றியிருந்தது காலத்தின் திட்டாக இருந்திருக்கக்கூடும்: ப்ராங்கோவிச்சின் முதல் இரண்டு மரணங்களுக்கும் மூன்றாவதற்கும் இடையே பல நூற்றாண்டுகள் நின்றது போலிருந்தது, மசூதி நின்று

கொண்டிருந்த இடத்திலிருந்து அது மிகக்குறைவாகவே புலப்பட்டது. ப்ராங்கோவிச் தனது வளர்ப்பு மகனான பெத்குதினின் இறப்பைத்தான் இறந்து கொண்டிருக்கிறார் என்று மசூதி முதலில் நினைத்தார், பெத்குதினின் முடிவு எவ்வாறானாது என்று அவருக்குத் தெரியுமாகையால் இது பெத்குதினின் இறப்பல்ல என்று விரைவிலேயே உணர்ந்தார். மூன்றாவது இறப்பு விரைவான, குறுகிய இறப்பாக இருந்தது. வழக்கமல்லாத ஒரு படுக்கையில் ப்ராங்கோவிச் படுத்திருக்க ஒருவன் தலையணையால் அவரது மூச்சைத் திணறடிக்கிறான். ஆனால் ப்ராங்கோவிச்சால் ஒரேயொரு விஷயத்தைத்தான் சிந்திக்க முடிகிறது: படுக்கைக்கு அருகிலுள்ள சிறிய மேசையில் வைக்கப்பட்டிருக்கும் முட்டையை எடுத்து உடைக்க வேண்டும். அதை ஏன் செய்தாக வேண்டுமென்று ப்ராங்கோவிச்சுக்குத் தெரியவில்லை, ஆனால் அம்மனிதன் தலையணையால் அவரது மூச்சைத் திணறடித்துக் கொண்டிருக்கும்போது அது மட்டுமே முக்கியமானதென்று அவருக்குத் தெரிந்திருந்தது. மேலும் மனிதகுலம் தனது நேற்றையும் நாளையும் மிகத் தாமதமாகவே அறிந்திருக்கிறது என்பதையும் உணர்ந்தார், அது தோன்றி பத்துலட்சம் வருடங்களுக்குப் பிறகு - முதலில் நாளையை அதன்பிறகு நேற்றை. வெகுகாலம் முன்பு நிகழ்வேளையென்பது இருளில் அழியத் துவங்கியபோது, கடந்தகாலத்திற்கும் எதிர்காலத்திற்குமிடையில் சிக்கித்திணறி அன்றைய மாலைவேளையில் அவை பருக்கத்துவங்கி ஏறக்குறைய ஒன்றோடொன்று இணைந்துவிட்ட சூழலில் மனிதகுலம் அதையறிந்து கொண்டது. இப்போதும் அது அவ்வாறுதான் இருந்தது. நிகழ் என்பது மங்கிக்கொண்டிருக்க, ஒரு புள்ளியை நோக்கிக் குவிந்துகொண்டிருக்கும் இரு நிலைத்தன்மைகளால் திணறடிக்கப்பட்டது - கடந்த மற்றும் எதிர்காலம் - இவ்விதமாக ப்ராங்கோவிச் மூன்றாம் முறையாக இறந்தார், துல்லியமாக கடந்த காலமும் எதிர்காலமும் அவருக்குள் மோதிக்கொண்டபோது, அவர் அந்த முட்டையை எப்படி நொறுக்கியிருப்பாரோ அதேபோல அவரை நொறுக்கி...

திடீரென கோஹெனின் கனவு நீரற்ற ஆற்றுப்படுகைபோல வறண்டுபோனது. அது கண்விழிக்கும் நேரம், ஆனால் ப்ராங்கோவிச்சின் வாழ்நாளின்போது அவர் செய்ததுபோல்

இப்போது கோஹெனின் யதார்த்தத்தைக் கனவுகாண யாருமில்லை. எனவே கோஹெனுக்கு நிகழ்ந்தது நிகழவேண்டிய ஒன்றுதான். மரண ஆரவாரமாக மாறிவிட்ட கோஹெனின் கனவுக்குள் எவ்வாறு அவரைச்சுற்றியுள்ள அனைத்தின் பெயர்களும் தொப்பியைப் போலக் கீழே விழுந்தன என்று மசூதி பார்த்தான், உலகம் மீண்டும் அது துவங்கியதன் முதல்நாள் போலவே தூய்மையான கன்னித்தன்மையோடு எஞ்சியது. கோஹெனின் தலைக்குமேல் சுழன்று கொண்டிருந்த விஷயங்களுக்கு மேல் முதல் பத்து எண்கள் மற்றும் வினைகளைக் குறிக்கும் அகரவரிசையின் எழுத்துகள் மட்டும் தங்கக் கண்ணீர்த்துளிகள் போலக் காட்சியளித்தன. அப்போதுதான் பத்துக் கட்டளைகளில் இருக்கும் எண்கள் கூட வினைகள் என்பதை மசூதி உணர்ந்தான், ஒருவன் மொழியை மறந்து, நினைவிலிருந்து பத்துக்கட்டளைகளும் மறைந்துபோய் வெறும் எதிரொலியாக எஞ்சும்போது கடைசியாக மறக்க வேண்டியது அது.

அந்தக் கணத்தில் கோஹென் மரணத்திலிருந்து விழித்தார், மசூதியின் முன்னுள்ள பாதை மறைந்துபோனது, ஏனெனில் வான் விளிம்பில் ஒரு திரை இறங்கியது, யாபோ ஆற்றின் நீரைக் கொண்டு அதில் பின்வரும் வார்த்தைகள் எழுதப்பட்டிருந்தன:

"உன் கனவுகளே இரவின் பகல்களாகின்றன."

தேர்ந்தெடுக்கப்பட்ட நூற்பட்டியல்: பெயரிலி, கோஸ்ரி அகராதி, *continens colloquium seu disputationem de religione, Regiemonti Borussiae excudebat typographus Ioannes Daubmannus, Anno 1691, passim;* கோஹெனின் மூதாதையர்களைப் பற்றித் தெரியக் காண்க: M. Pantic, "Sin vjerenik jedne matere...," *Anali Historijskog institute Jugoslavenske akademije znanosti i umetnosti in Dubrovnik*, 1953, vol. II. pp. 209-216.

சாமுயேல் கோஹென் மற்றும் லீடிசியா சரோக்கின் மணவுறுதி ஒப்பந்தம் (17ஆம் நூற்றாண்டு) - இம்மணவுறுதி ஒப்பந்தம் துப்ரோவ்னிக் காப்பகத்தில், உள்ளூர் செபார்தியான சாமுயேல் கோஹெனுக்கான கோப்பினில் வைக்கப்பட்டுள்ளது. அதில் காணப்படுவது:

மணவுறுதி ஒப்பந்தம்

“நற்சகுனமுடைய ஆசிர்வதிக்கப்பட்ட இவ்வேளையில், தெஸ்ஸலோனிகா நகரினைச்சேர்ந்த மதிப்பிற்குரிய முதியவர், திருவாளர் ஷெலோம் சரோக், சுவர்க்கத்தில் ஆசுவாசமாயிருப்பாராக, அவர்களுடைய மகளாகிய திருவாட்டி லீடிசியா, சாமுயேல் கோஹெனுக்குக் கீழ்கண்ட நியதிகளின் பேரில் மணவுறுதி செய்யப்படுகிறார். முதலாவது: பெண்ணின் தாயாகிய பெருமாட்டி சிட்டி, பெண்களுள் ஆசிர்வதிக்கப்பட்டவராக இருக்கட்டும், தனது சூழ்நிலை மற்றும் கௌரவத்திற்கு ஏற்புடைத்தாக முன்குறிப்பிட்ட தனது மகளுக்குச் சீதனமாக ஒரு ஸ்பானிய மெத்தை மற்றும் கன்னிக்கான ஆடைகளைக் கொடுக்கிறார். இரண்டாவது: இத்திருமணமானது இன்றிலிருந்து இரண்டரை வருட கால அளவுக்குள் நடைபெற வேண்டும். ஏதேனுமொரு காரணத்தினால் இளையவர் சாமுயேல் கோஹென் இக்குறிப்பிட்ட காலத்திற்குள் திருவாட்டி லீடிசியாவினை மணமுடிக்க வரவில்லையெனில், அது அவரது காரணமாகவோ அல்லது அவரது சக்திக்கு அப்பாற்பட்ட விஷயங்களின் காரணமாகவோ, அவர் இம்மணவுறுதின்பால் சாற்றியிருக்கும் பொருள்கள் மற்றும் ஆபரணங்கள் அனைத்தும் சட்டம் மற்றும் நீதியின் கண்களில் பெண்ணுடையதாகக் கொள்ளப்படும், மேலும் இது குறித்து மேல்முறையீடு அல்லது புகாரளிக்க அவருக்கு உரிமையில்லை. அப்பொருள்கள் பின்வருமாறு குறிப்பிடப்படுகின்றன: அவள் கைகளில் உள்ள காப்புகள், கழுத்து மாலைகள், மோதிரங்கள், தொப்பி, காலுறைகள், பாதவுறைகள் ஆகியவற்றோடு சேர்த்து மொத்தம் இருபத்து-நான்கு பொருள்கள். அவற்றின் மதிப்பு மொத்தமாக இரண்டாயிரத்து இருநூறு அக்சேக்கள், இவையனைத்தும் குறிப்பிட்ட காலவரையறைக்குள் அவளை மணமுடிக்க அவர் தவறுவாரேயானால் பெண்ணுக்கான இறுதிப்பரிசாகக் கொள்ளப்படும். இதுதவிரவும் முன்னம் குறிப்பிடப்பட்ட திருவாளர் சாமுயேல் கோஹெனாகப்பட்டவர் கடுமையான சத்தியத்தினால் பிணைக்கப்பட்டிருக்கிறார், சமூகநீக்கம் என்பதன் கீழ் சத்தியம் செய்தவர்கள் போலவே, அவரோடு மணவுறுதியில் இணைந்துள்ள லீடிசியாவைத் தவிர உலகிலுள்ள வேறு எந்தப் பெண்ணையும் தழுவவோ அல்லது மணவுறவுக்குள் நுழையவோ கூடாது.

“சட்டத்தின் கீழ் வரையறுக்கப்பட்டு உறுதி செய்யப்பட்டது, திருவாளர். சாமுயேல் கோஹென் இவ்வுறுதிமொழியை திங்கள்கிழமை, ஷேவாத் மாதத்தின் முதல் வாரத்தில் 5442ஆம் வருடத்தில் எடுத்துக்கொண்டுள்ளார், இதன்படி அனைத்தும் என்றென்றைக்குமாக மற்றும் நம்பிக்கையோடு உறுதியளிக்கப்படுகிறது.

“நீதிபதிகள் அவ்ரம் ஹஹீதா, ஷெலோமோ அத்ரோகே மற்றும் ஜோசெஃப் பஹார் இஸ்ரேல் அலேவி.”

இந்த ஆவணத்தின் பின்பகுதியில் துப்ரோவ்னிக்கின் தகவலாள் கோஹென் குறித்த குறிப்புகளை எழுதியுள்ளார். அவற்றிலொன்று மார்ச் 2, 1680இல் ஸ்ட்ராடனில் நடந்த உரையாடலைப் பதிவு செய்கிறது, அப்போது கோஹென் கூறியதாவது;

“கசார்கள் அவர்களது கப்பற்படையிலிருந்த சில படகுகளில் மீன்பிடி வலையை பாய்மரமாகப் பயன்படுத்துவதுண்டு, இவையும் மற்ற படகுகள் போலவே இயங்கின. கிரேக்கர், கசார் பூசாரியிடம் அவர்கள் இதை எவ்வாறு நிறைவேற்றினர் என்று கேட்டபோது அருகிலிருந்த யூதன் அவருக்குப் பதிலாக பதிலளித்தான்: ‘அது எளிமையானது. அவர்கள் அந்த வலைகளில் காற்றைத் தவிர வேறு ஏதோவொன்றைப் பிடிக்கிறார்கள்.’”

துப்ரோவ்னிக்கின் தகவலாள் எழுதிவைத்துள்ள மற்றொரு குறிப்பு சீமாட்டி இஃப்ராசினியா லுகரேவிச்✡ பற்றியது.

அதே வருடத்தின் மே மாதத்தில் சாமுயேல் கோஹென் சீமாட்டி இஃப்ராசினியா அவர்களை லூகரிட்சே தெருவில் சந்தித்துப் பின்வரும் கேள்வியைக் கேட்டார்:

“நீ எப்போதும் அழகாகத்தான் இருப்பாயா, அல்லது ஆன்மாக்கள் பரிமாற்றங்கொள்ளும் வெள்ளிக்கிழமைகளின் மாலைவேளைகளில் மட்டும் அப்படியில்லையா, ஏனெனில் அப்போது உன்னைப் பார்ப்பதை நீ அனுமதிப்பதில்லை?”

அதற்குப் பதிலளிக்கும் விதமாக சீமாட்டி இஃப்ராசினியா லுகரேவிச் சிறியதொரு மெழுகுவர்த்தியைத் தனது ஒட்டியாணத்தின் கீழிருந்து எடுத்து தனது கண்களுக்கு நேராகப் பிடித்தாள், ஒரு கண்ணைச் சுருக்கி மற்றொரு கண்ணால் திரியைப்

பார்த்தாள். அந்தப் பார்வை கோஹெனின் பெயரை காற்றில் உச்சரித்ததோடு, திரியைப் பற்றவைத்து அவள் வீட்டுக்குச் செல்லும் வழியையும் வெளிச்சமூட்டியது.

முனைவர். டோரத்தியா ஷுல்ட்ஸ் *(க்ராகோ, 1944 -)* - ஸ்லாவியர், ஜெருசலேம் பல்கலைக்கழகப் பேராசிரியர், திருமணத்திற்கு முந்தைய பெயர் க்வாஸ்னியேவ்ஸ்கா. அவர் பட்டம் பயின்ற போலந்தின் ஜாகெலோனியன் பல்கலைக்கழகம் மற்றும் அவர் முனைவர் பட்டம் பெற்ற ஐக்கிய அமெரிக்காவின் யேல் பல்கலையில் உள்ள ஆவணங்களில் அவரது பூர்வீகம் குறித்த தகவல்கள் ஏதுமில்லை. யூதத் தாய்க்கும் போலந்துத் தந்தைக்கும் பிறந்த மகள், க்வாஸ்னியேவ்ஸ்கா க்ராகோ நகரத்தில் அசாதாரணமானதொரு சூழ்நிலையில் பிறந்தவர். அவரது தாய் அவருக்கு எழுதிய குறிப்பொன்று டோரத்தியாவின் தந்தையிடம் இருந்தது: “என் இருதயமே என் மகள்தான்; என்னை நட்சத்திரங்களின் வாயிலாகவும், என் இருதயத்தை நிலவின் மூலமாகவும் நோக்குகிறேன் மற்றும் அனைத்து வேகங்களின் முடிவில் இருக்கும் வேதனையின் வாயிலாகவும்...” க்வாஸ்னியேவ்ஸ்காவுக்கு இவ்வார்த்தைகளை எழுதியது யாரென்று கடைசிவரை தெரியவேயில்லை. அவரது தாயின் சகோதரரான அஷ்கெனாஸ் ஷோலெம் 1943இல் போலந்தை ஜெர்மனி ஆக்கிரமித்து நிகழ்த்திய யூத இனப்படுகொலையின்போது காணாமல் போனார், ஆனால் அதற்குமுன் அவரால் தனது சகோதரியைக் காப்பாற்ற முடிந்தது. அவரே முடிவெடுத்து போலந்துப் பெண்ணின் பெயரில் போலியான ஆவணங்களைத் தயார் செய்தபின் அவளைத் திருமணம் செய்து கொண்டார். திருமணம் வார்சாவில் உள்ள புனிதத் தோமையார் தேவாலயத்தில் நடைபெற்றது, அத்திருமணம் யூதத்திற்கு மாறிய ஒருவருக்கும் போலந்துப்பெண் ஒருவருக்குமான திருமணமாகவே கருதப்பட்டது. புகையிலைக்குப் பதிலாக புதினா கலந்த தேயிலையை அவர் புகைத்துக் கொண்டிருந்தபோது அழைத்துச் செல்லப்பட்டார், அவரது சகோதரி மற்றும் மனைவி, போலந்துப் பெண்ணாகவே கருதப்பட்ட அனா ஸ்கீவிக்ஸ் எனும் கன்னிப்பெயருடைய அனா ஷோலெம், உடனடியாக தனது கணவரை (மற்றும்

சகோதரரை, இது அவருக்கு மட்டுமே தெரிந்த உண்மை) விவாகரத்து செய்ததன் மூலம் தன்னுயிரைக் காப்பாற்றிக் கொண்டார். உடனடியாக மறுமணமும் செய்துகொண்டார். அவரது இரண்டாவது கணவர் க்வாஸ்னியேவ்ஸ்கி எனும் விதுரன், அவருக்குப் புள்ளிகள் கொண்ட முட்டையோடு போன்ற கண்கள், பலவீனமான நாக்கு, ஆனால் உறுதியான சிந்தனை. அவர்களுக்கு ஒரேயொரு குழந்தை - டோரத்தியா க்வாஸ்னியேவ்ஸ்கா. ஸ்லாவிய ஆய்வுகளில் பட்டம் பெற்றபின், டோரத்தியா அமெரிக்க ஐக்கிய மாகாணங்களுக்குச் சென்றார், பின்பு அங்கே ஸ்லாவியத் தொன்ம இலக்கியங்களில் தனது முனைவர் பட்டத்தினைப் பெற்றார். ஆனால் அவர் மாணவியாக இருந்த காலத்திலிருந்தே அவருக்கு அறிமுகமாகியிருந்த ஈசாக் ஷூல்ட்ஸ் இஸ்ரேலுக்குக் குடிபெயர்ந்தபோது அவருடன் சேர்ந்து கொள்ளும் பொருட்டு அங்கே சென்றார். 1967இல் நிகழ்ந்த இஸ்ரேல் - எகிப்து போரில் ஈசாக் காயமுற்றார், அதற்கு அடுத்த வருடமே டோரத்தியா அவரைத் திருமணம் செய்து கொண்டு, டெல் அவிவ் மற்றும் ஜெருசலத்தில் வாழ்ந்தார், ஸ்லாவியர்களிடையே தொடக்ககாலக் கிறிஸ்தவம் குறித்த வரலாற்றினைச் சார்ந்த வகுப்புகள் எடுத்தார், ஆனால் தொடர்ந்து தன் பெயருக்குக் கடிதங்கள் எழுதி போலந்துக்கு அனுப்பினார். க்ராகோவில் தான் முன்பு வசித்துக்கொண்டிருந்த தெருவின் முகவரிக்கே அக்கடிதங்களை அனுப்புவார், க்வாஸ்னியேவ்ஸ்கா எனும் தற்போதைய திருமதி ஷூல்ட்ஸ் தனக்கெழுதிய அக்கடிதங்களை போலந்தில் க்ராகோவில் அவரது முன்னாள் வீட்டு உரிமையாளரான பெண்மணி, என்றேனும் ஒருநாள் டோரத்தியாவிடம் அவற்றை ஒப்படைக்க முடியும் என்ற நம்பிக்கையில் திறக்காமல் வைத்திருந்தார். ஒன்றிரண்டைத் தவிர அவரது கடிதங்கள் அனைத்துமே சுருக்கமானவை மற்றும் முனைவர்.டோரத்தியா ஷூல்ட்ஸ்சினால் 1968 முதல் 1982 வரையிலும் எழுதப்பட்ட டைரிக்குறிப்புகளைப் போன்றவை. அவை கசார்களோடு தொடர்புடையவை, இஸ்தான்புல்லில் தடுப்புக்காவலில் இருந்தபடி எழுதிய கடைசிக் கடிதம் போல கசார் விவாதம்▽ என்ற விஷயத்தைத் தொடுபவை. அக்கடிதங்கள் காலக்கிரமமாக இங்கே தரப்பட்டுள்ளன:

முனைவர். டோரத்தியா ஷஹ்ல்ட்ஸ்

[1]

டெல் அவிவ், ஆகஸ்ட் 21, 1967

அன்புள்ள டோத்தி,

இங்கே நான் மற்றவர்கள் செலவில் அளவுக்கு மீறி உண்பதாக, என்னுடைய செலவில் உண்ணாதிருப்பதாகவும் உணர்கிறேன். அங்கே உன்னுடைய க்ராகோவில், ஆப்பிள்களைப்போல லவங்கப்பட்டைகளோடு நம்மையும் சேர்த்து அடைத்து வைக்கும், எப்போதும் வெள்ளிக்கிழமையாக இருக்கும் அந்த நம்முடைய அறையில் நீ என்னைவிட இளையவளாக வளர்ந்திருப்பாய் என்பதை அறிந்தே இதை எழுதுகிறேன். எப்போதேனும் இக்கடிதம் உனக்குக் கிடைக்குமேயானால், நீ இதைப்படிக்கும்போது என்னைவிட முதியவளாகியிருப்பாய்.

ஈசாக் நன்றாக இருக்கிறார்; போர்முனையில் ஏதோவொரு மருத்துவமனையில் படுத்திருக்கிறார், என்றாலும் அவர் வேகமாகக் குணமடைந்து வருகிறார், அவரது கையெழுத்து அதைச் சொல்கிறது. அவர் "மூன்று நாள்கள் நீளும், இரண்டு மடங்கு சூடேற்றப்பட்ட, அடியில் சற்றே கருகிய க்ராகோவின் அமைதி" குறித்துக் கனவு கண்டுவருவதாக எழுதுகிறார். நாங்கள் விரைவிலேயே சந்தித்துக் கொள்வோம், நான் அந்தச் சந்திப்பு குறித்து அச்சத்தோடிருக்கிறேன், அவரது காயங்களினால் மட்டுமல்ல, அது பற்றி எனக்கொன்றும் தெரியாது, ஆனால் நாம் அனைவரும் நமது நிழலிலேயே நடப்பட்ட மரங்களாக இருக்கிறோம் என்பதனாலும்தான்.

ஈசாக்கை நேசிக்காத நீ அங்கேயே எங்களிடமிருந்து வெகுதூரத்தில் இருந்துவிட்டாய் என்பதில் மகிழ்ச்சி. இப்போது உனக்கும் எனக்கும் ஒருவரையொருவர் நேசிப்பது சுலபமாகி விட்டது.

[2]

ஜெருசலேம், செப்டம்பர் 1968

டோத்தி,

ஒருசில வரிகள் மட்டும். எப்போதும் நினைவில் வைத்துக்கொள் – எப்படி வாழ்வது என்று தெரியாததாலேயே நீ வேலை

செய்கிறாய். எப்படி வாழ்வதென்று தெரிந்து விட்டால் நீ வேலை செய்யமாட்டாய், உன்னைப்பொறுத்தவரை அறிவியல் என்பது இருக்காது. ஆனால் எல்லோரும் நமக்கு எப்படி வேலை செய்வது என்றுதான் கற்றுக் கொடுத்திருக்கிறார்கள், எப்படி வாழ்வது என்றில்லை. எனக்கும் எப்படி வாழ்வதென்று தெரியாது. வனத்தினுள் பழக்கமற்ற பாதையில் நாய்களை அழைத்துக்கொண்டு சென்றேன். தலைக்குமேலே தொட்டபடி கிளைகள். தங்களது உணவுக்கான முயற்சியில் – ஒளிக்காக, மரங்கள் அழகை உருவாக்கியுள்ளன. என்னுடைய உணவிலிருந்து என்னால் கட்டமைக்க முடிந்ததெல்லாம் நினைவுகள்தான். நான் என்னுடைய பசியினால் இப்படி அழகாக மாட்டேன். எப்படிச் செய்வதென்று எனக்குத் தெரியாதவொன்று அவற்றுக்குத் தெரிந்திருக்கிறது என்பதுதான் இம்மரங்களோடு என்னைப் பிணைக்கிறது. இம்மரங்களோடு என்னைப் பிணைப்பது என் நாய்களும்தான், மற்ற இரவுகளைக் காட்டிலும் இந்த இரவில் என்னை அதிகமாக நேசிக்கின்றன. என்னைக் குறித்துப் பசியாக இருப்பதைக்காட்டிலும் அவை மரத்தைக் குறித்துப் பசியாக இருக்கும்போது அவற்றின் பசியும் அழகானதுதான். உன்னுடைய அறிவியல் அனைத்தும் இதில் எங்கு பொருந்தும்? உனக்குத் தெரிய வேண்டியதெல்லாம் அறிவியலில் முன்னேறுவது என்பது மட்டுமே, அதுதான் உன் துறையில் கடைசி வார்த்தை. ஆனால் அழகென்பதில் அப்படியல்ல.

ஈசாக் திரும்பி விட்டார். ஆடையணிந்திருக்கும்போது அவருடைய காயங்கள் வெளித் தெரிவதில்லை; முன்பு எப்படி அழகாக இருந்தாரோ அதேபோலிருக்கிறார். க்ராகோவின் பாடலைப் பாடக்கற்றுக் கொண்டுவிட்ட நாயை ஒத்திருக்கிறார். என் இடதுபுற முலையைக்காட்டிலும் வலப்புறமுலையை விரும்புகிறார், மேலும் நாங்கள் கண்ணியமற்ற முறையில்தான் உறங்குகிறோம். வாவெல்லின் படிகளைத் தாண்டிய, அமரும்போது ஒன்றோடொன்று பிணைத்துக்கொள்கிற அதே நீண்ட கால்கள் இன்னமும் அவரிடம் இருக்கின்றன. என் பெயரை முதன்முதலில் அது எவ்வாறு பயன்படுத்தப்பட்டதோ அப்படியே உச்சரிக்கிறார், அனைத்துவித மற்ற பயன்பாடுகளுக்கு முன்பாகவும், ஒவ்வொரு வாயாக அது புழங்கித் தேய்வதற்கு முன்பிருந்தது போலவும்... ஒரு ஒப்பந்தம் செய்துகொள்ளலாம்: நாம் நமது கதாபாத்திரங்களைப் பிரித்துக் கொள்வோம். நீ அங்கே க்ராகோவில் அறிஞராகத் தொடர்ந்திரு, நான் வாழ்வது எப்படியென்று இங்கிருந்தவாறு கற்றுக்கொள்கிறேன்.

[3]

ஹைஃபா, மார்ச் 1971

எனதன்பு, மறக்கவியலாத டோரத்தியா,

உன்னைப் பார்த்து வெகுகாலமாகிவிட்டது, உன்னை இப்போது எனக்குத் தெரியுமா என்பது யாருக்குத் தெரியும். அநேகமாக உனக்கும் என்னைத் தெரியாமல் போயிருக்கலாம், சட்டையின் கைப்பகுதி மாட்டிக்கொண்டு இழுபடும் அக்கதவுகள் கொண்ட அறைகளில் நீ என்னைப்பற்றி நினைக்காமல் கூட இருக்கலாம். போலந்துக் காடுகளை நினைவில் வைத்திருக்கிறேன், மேலும், கிளைகளுக்கு மேலே அதிகமாகவும் கிளைகளுக்குக் கீழே குறைவாகவும் ஒலிக்கும் நேற்றைய மழையினூடே நீ ஓடுவதாகக் கற்பனை செய்கிறேன். சிறுமியாக இருந்த உன்னை நினைவில் வைத்திருக்கிறேன், நீ எவ்வளவு வேகமாக வளர்ந்தாய் என்று பார்த்திருக்கிறேன், உன்னுடைய நகங்களையும் கூந்தலையும் விட வேகமாக வளர்ந்தாய்; உன்னோடு சேர்ந்து, ஆனால் உன்னைவிட வேகமாக உன்னுள் வளர்ந்தது நம் தாயின் மீதான வெறுப்பு. நாம் அவளை அவ்வளவு வெறுக்கத்தான் வேண்டுமா? இங்கிருக்கும் மணல் என் வேட்கையைத் தூண்டுகிறது, ஆனால் சிலகாலமாக ஈசாக்கை வித்தியாசமாக உணர்கிறேன். இந்த உணர்வுக்கும் ஈசாக்கிற்கும் அல்லது எங்கள் காதலுக்கும் தொடர்பில்லை. இது வேறு ஏதோவொன்றினால். அவரது காயங்களினால். அவர் படுக்கையில் படிப்பார்; கூடாரத்தினுள் நான் அவரருகே படுத்துக்கொண்டு அவர்மீதான வேட்கை மிகும்போது விளக்கை அணைப்பேன். இருட்டில் புத்தகத்தைப் பார்த்தபடி சிலகணங்களுக்கு அசையாமல் இருப்பார், கண்ணுக்குத் தெரியாத வரிகளில் அவரது சிந்தனை தவ்விக்குதித்து ஓடிக்கொண்டிருப்பதை என்னால் உணரமுடியும். பிறகு என்னை நோக்கித் திரும்புவார். ஆனால் நாங்கள் தொட்டுக்கொள்ளத் துவங்கியதுமே அவரது காயத்தின் பயங்கரமான தழும்பை உணர்வேன். எங்கள் காதல் நடந்து முடிந்தபின் அவரவர் தனிப்பட்ட இருளை வெறித்தபடி அங்கே படுத்திருப்போம். ஒரு நாள் மாலைப்பொழுதில் நான் அவரிடம் கேட்டேன்:

“அது இரவில் நடந்ததா?”

“எது?” நான் கேட்பது எதை என்று தெரிந்தும் கேட்கிறார்.

"நீங்கள் காயம்பட்டது."

"அது இரவில்தான் நடந்தது."

"அது என்னவென்று உங்களுக்குத் தெரியவில்லைதானே?"

"இல்லை, ஆனால் அது துப்பாக்கிச் சுரிகையென்று நினைத்தேன்."

அநேகமாக இது எதுவுமே உனக்குப் புரியாமல் இருக்கலாம் டோத்தி, நீ இளையவள், அனுபவமற்றவள். சேற்று வயல்களிலும் சதுப்பு நிலங்களிலும் இரைதேடும் பறவை நகரவில்லை என்றால் சடுதியில் மூழ்கிவிடும். இரை கிடைத்தாலும் கிடைக்காவிட்டாலும் அது தன் கால்களை வெளியே இழுத்தபடி நகர்ந்துகொண்டேதான் இருக்கவேண்டும். அது எங்கள் காதலுக்கும் எங்களுக்கும் கூடப் பொருந்தும். நாங்கள் நகர்ந்தாக வேண்டும், நாங்கள் இருக்குமிடத்திலேயே இருக்கமுடியாது, ஏனென்றால் மூழ்கிவிடுவோம்.

[4]

ஜெருசலேம், அக்டோபர் 1974

அன்புள்ள டோத்தி,

ஸ்லாவியர்கள் எவ்வாறு மூடுகாலணியணிந்து தங்கள் ஈட்டிகளுடன் கடலுக்குள் இறங்கினார்கள் என்பது குறித்துப் படித்துக்கொண்டிருந்தேன். மேலும் க்ராகோ எவ்வாறெல்லாம் மாறிவருகிறது என்பது குறித்தும் சிந்தித்துக்கொண்டிருந்தேன், புதிய எழுத்துக்கூட்டு முறை மற்றும் மொழியியல் சார்ந்து வேகமாக நிகழும் தவறுகள் என்பவை சொற்களது மேம்பாட்டின் சகோதரிகள். மாறாமல் எவ்வாறு இருப்பது என்பது குறித்தும் ஈசாக்கும் நானும் எவ்வாறு ஒருவரையொருவர் இன்னுமின்னும் இழந்து வருகிறோம் என்பது பற்றியும் சிந்தித்தேன். அவரிடம் கூறுவதற்குத் துணிவில்லை. ஒவ்வொருமுறை காதல் செய்யும்போதும் அது எவ்வளவு சிறப்பானதாக அமைந்தாலும் அல்லது நாங்கள் என்ன செய்தாலும் என் முலைகளில், வயிற்றில் அந்தச் சுரிகையின் தழும்பை உணர்கிறேன். அதை முன்னதாகவே உணர்ந்துவிடுகிறேன்; அது படுக்கையில் எனக்கும் ஈசாக்குக்கும் இடையே வந்துவிட்டது.

முனைவர். டோரத்தியா ஷஃல்ட்ஸ்

சில நொடிகளுக்குள்ளாக ஒரு மனிதன் இன்னொரு மனித உடலில் தன்னுடைய கையெழுத்தை ஒரு சுரிகையாலிட்டு காலத்திற்கும் தனது உருவத்தை அத்தடத்தின் வழி மற்றவனின் தசைகளில் பதிப்பதென்பது சாத்தியமா? என்னுடைய சிந்தனைகளுக்காகத் தொடர்ந்து வேட்டையாடவேண்டும். அவை பிறக்கும்போது என்னுடையவை அல்ல, நான் அவற்றைப் பிடிக்கும்போதுதான் அவை என்னுடையவை, அவை என்னிடமிருந்து தப்புவதற்கு முன் என்னால் பிடிக்க முடிந்தால். அந்தக்காயம் வாயை ஒத்தது, நானும் ஈசாக்கும் காதல் செய்யும்போதெல்லாம் – சொல்லப்போனால் தொட்டுக்கொண்ட உடனேயே – என் முலையின் நுனி சரியாக அத்தழும்பின் மீது படும், பற்களற்ற வாயின்மீது படுவது போல. நான் இருளில் உறங்கும் ஈசாக்கினருகில் படுத்துக்கொண்டு அந்த இடத்தைப் பார்த்தபடியிருப்பேன். தீவனப்புல்லின் வாசனை களஞ்சியத்தின் வாசனையை மறைக்கிறது. அவர் அசையக் காத்திருக்கிறேன்; அப்போதுதான் கனவுகள் மெலியும், பிறகு நான் அவரை எழுப்பலாம், ஏனெனில் அப்போது அவர் அதற்காக வருத்தம் கொள்ள மாட்டார். சில கனவுகள் விலையுயர்ந்தவை மற்றும் சில குப்பை போன்றவை. நான் அவர் உறக்கம் கலைத்துக் கேட்கிறேன்:

"அவன் இடக்கை வழக்கமுள்ளவனா?"

"அப்படித்தான் நினைக்கிறேன்," என்று உறக்கமயக்கத்தில் ஆனால் உடனடியாகக் கூறுகிறார். "அவர்கள் அவனைப் பிடித்துவிட்டனர், காலையில் என்னுடைய கூடாரத்திற்கு அவனை நான் பார்ப்பதற்காக அழைத்து வந்தனர். தாடி வைத்திருந்தான், பச்சை நிறக் கண்கள், தலையில் காயம் இருந்தது. அந்தக் காயத்தைத்தான் உண்மையில் அவர்கள் என்னிடம் காண்பிக்க விரும்பினர். நான் தான் அதை உண்டாக்கினேன். என் துப்பாக்கியின் அடிக்கட்டையால்."

[5]

மீண்டும் ஹைஃபா, செப்டம்பர் 1975

டோத்தி,

நீ அங்கே வாவெல்லில் இருப்பது மற்றும் எனக்கு நடந்துகொண்டிருக்கும் இந்தப் பேரச்சத்திலிருந்து நீ தப்பிவிட்டது

குறித்து நான் எவ்வளவு மகிழ்ச்சியோடிருக்கிறேன் என்று உனக்குத் தெரியாது. சற்று சிந்தித்துப்பார், உன் கணவரோடு படுக்கையில் இருக்கிறாய், நீ நேசிக்கும் மனிதரோடு காதல் செய்துகொண்டிருக்கிறாய், அதேசமயம் வேறு யாரோ ஒருவரால் சுவைக்கப்பட்டு, முத்தமிடப்பட்டுக் கொண்டிருக்கிறாய். யோசித்துப்பார், உன்னுடைய ஆணோடு காதல் செய்யும் அனைத்து நேரங்களிலும் உன் வயிற்றில் காயத்தின் தழும்பை உணர்ந்துகொண்டே இருக்கிறாய், உனக்கும் உன் காதலுக்கும் இடையே வந்த வேற்று உறுப்புபோல. அது எனக்கும் என் ஈசாக்கிற்கும் இடையே பச்சைநிறக் கண்கள் கொண்ட தாடியுடன் இருக்கும் சராசென்னைப் போலக்கிடக்கிறது, இனியெப்போதும் கிடக்கும்! அவன் என்னுடைய ஒவ்வொரு அசைவுக்கும் ஈசாக்கிற்கு முன்னதாகவே பதிலளிப்பான், ஏனென்றால் அவன் ஈசாக்கைவிடவும் என் உடலுக்கு நெருக்கமாக இருக்கிறான். கவனம், இந்த சராசென் என்பது புனைவல்ல! அந்த மிருகம் இடக்கை வழக்கமுள்ளது, எனவே என் வலப்பக்கத்திற்கு இடப்பகுதியில் இருக்கும் முலையை விரும்புகிறது. இது அச்சம் தருவது டோத்தி! நீ ஈசாக்கை நான் விரும்புவது போல விரும்புவதில்லை, எனவே இவையனைத்தையும் எப்படி அவரிடம் விளக்குவது என்று உன்னால் கூற முடியலாம். நான் ஈசாக்கிற்காக உன்னையும் போலந்தையும் விட்டு இங்கே வந்தது, பச்சைநிறக் கண்கள் கொண்ட, இரவின்போது விழித்துக்கொள்ளும், தன்னுடைய பற்களற்ற வாயால் கடிக்கும் மிருகம் அவரது கையில் உள்ளது என்பதை அறியத்தான், அதுவும் ஈசாக் இல்லாதபோது இன்னும் கடினமாகிறது. ஈசாக் சிலசமயம் இந்த அரேபியனோடு சேர்ந்துதான் என்னை உச்சநிலை அடையச் செய்கிறார்! எப்போதேனும் அவனுடைய தேவை இருந்து அழைத்தால் போதும்! அவன் வந்துவிடுவான், எப்போதும் அவனால் வரமுடியும்...

டோத்தி, எங்களுடைய சுவர்க்கடிகாரம் இந்த இலையுதிர்காலத்தில் வேகமாக இருக்கிறது, வசந்தத்தின்போது அது மெதுவாக இயங்கும்...

[6]

அக்டோபர் '78

டோரத்தியா,

காலையில் வானிலை நன்றாக இருக்கும்போது ஈசாக் கவனமாக காற்றின் தரத்தை மதிப்பிடுவார். அதன் ஈரப்பதத்தைச் சோதிப்பார், காற்றை முகர்வார், அது நண்பகலிலும் குளுமையாக இருக்கிறதா என்று கவனிப்பார். சரியான தருணத்தை அவர் உணர்ந்தால் தேர்ந்தெடுக்கப்பட்ட, சிறப்பான காற்றினால் தன் நுரையீரலை நிறைத்துக்கொண்டு, மாலையில் அதையொரு பாடலின் மூலம் வெளிவிடுவார். ஒருவரால் எப்போதும் சிறப்பாகப் பாடவியலாது என்பது அவர் கருத்து; பாடல்களும் பருவகாலங்கள் போலத்தான். அவற்றின் முறை வரும்போதுதான் வரும்… எனதன்பு டோரத்தி, ஈசாக்கினால் ஒருபோதும் தவறிவிழ முடியாது. அவர் ஒரு சிலந்தியைப்போல. ஒரு வலை அவருக்கு மட்டுமே பரிச்சயமான இடத்தில் அவரை இருத்தி வைத்திருக்கிறது. ஆனால் நான் அதிகமாக, அவ்வப்போது விழுகிறேன். அந்த அரேபியன் என் கணவரின் கரங்களுக்கிடையில் என்னை வல்லுறவு கொள்கிறான், இப்போதெல்லாம் என் மகிழ்ச்சி எங்கிருந்து வருகிறது என்றே எனக்குத் தெரிவதில்லை. இந்தச் சராசென்னுக்குப் பின்னாலிருக்கும் கணவர் இப்போது வித்தியாசமாகத் தெரிகிறார்; சகித்துக்கொள்ளவியலாத புதியதொரு வகையில் அவரைப் பார்க்க, புரிந்துகொள்ளத் துவங்கியுள்ளேன். கடந்தகாலம் திடீரென மாறிவிட்டது; எதிர்காலம் எத்தனை வல்லாந்தங்களை உருவாக்கிக் கொள்கிறதோ அந்தளவுக்குக் கடந்தகாலம் மாறுகிறது – ஆபத்துகள் நிறைந்ததாக, எதிர்காலத்தைக் காட்டிலும் யூகிக்க முடியாததாக மாறுகிறது, வெகுகாலமாகப் பூட்டிய அறைகள் நிறைந்து அதனின்றும் உயிருள்ள மிருகங்கள் பெருகிய வண்ணம் உள்ளதாக. ஒவ்வொரு விலங்கிற்கும் அதற்கென பெயர் உண்டு. ஈசாக்கையும் என்னையும் கிழித்துப்போடக்கூடிய விலங்கிற்கும் அதற்கென ஒரு பெயர் உண்டு. சிந்தித்துப்பார் டோத்தி, நான் ஈசாக்கைக் கேட்டதும் கூறினார். அவர் அதை முன்னமே அறிந்திருக்கிறார். அந்த அரேபியனின் பெயர் அபு கபீர் முவேவியா[C]. அவன் ஏற்கெனவே தனது வேலையை, எங்கேயோ இரவுநேரத்தில் நீர்த்துவாரத்திற்கு அருகேயுள்ள மணலில் துவங்கிவிட்டான். மற்ற அனைத்து விலங்குகள் போலவே.

[7]

டெல் அவிவ், நவம்பர் 1, 1978

எனதன்பு, மறக்கப்பட்டுவிட்ட டோத்தி,

என் வாழ்வில் நீ அதிர்ச்சி தரத்தக்க வகையில் மீண்டும் வந்திருக்கிறாய். அங்கே, பனிமூட்டங்கள் கனத்து நீருக்குள் அமிழும் உன்னுடைய போலந்தில் நான் உனக்கு என்ன செய்யவிருக்கிறேன் என்று உன்னால் கற்பனை செய்யக்கூட முடியாது. மிகவும் தன்னலம் வாய்ந்த விஷயங்களுக்காக நான் உனக்கு எழுதுகிறேன். எப்போதும் இருளில் கண்விழித்திருப்பதாக நினைத்துக்கொள்கிறேன், ஆனால் அறையில் விளக்கு எரிகிறது, ஈசாக் வாசித்துக் கொண்டிருக்கிறார், என் கண்கள் மூடியிருக்கின்றன. இன்னமும் எங்கள் இருவருக்கிடையே படுக்கையில் மூன்றாவதாக அந்த மிருகம் படுத்திருக்கிறது, நான் என் கைகளைத் தந்திரமாகப் பயன்படுத்துகிறேன். ஆனால் அது கடினமானது, ஏனெனில் போர்க்களத்தின் அளவு வரையறுக்கப்பட்டது – அங்கே ஈசாக்கின் உடல் உள்ளது. அந்த அரேபியனின் வாயைத்தவிர்த்து அங்குலங்களாக மாதக்கணக்கில் என் கணவரின் உடலில் வலப்பக்கமிருந்து இடப்பக்கம் நகர்ந்தேன். அப்பொறியிலிருந்து தப்பிவிட்டேன் என்று நான் நம்பிக்கொண்டிருக்கும்போது, ஈசாக் உடலின் மறுபக்கத்திலிருந்து பதுங்கியிருந்து தாக்குதல் தொடுக்கப்பட்டது. அங்கே எனக்காகக் காத்திருந்தது அரேபியனின் இரண்டாவது வாய். ஈசாக்கின் காதுக்குப் பின்னாலிருக்கும் முடிக்குள் இன்னொரு தழும்பைக் கண்டேன், அபு கபீர் முவேவியா என் பற்களுக்கிடையே தனது நாவைச் செலுத்தியது போலுணர்ந்தேன். கொடூரம்! இப்போது வசமாக, மிகநன்றாக மாட்டிக் கொண்டேன்! ஒரு வாயிலிருந்து நான் தப்பித்துவிட்டாலும் மற்றொன்று ஈசாக் உடலின் மறுபுறத்தில் எப்போதும் எனக்காகக் காத்திருக்கிறது. ஈசாக்கைப் பற்றி இனி எவ்வாறு நினைக்க முடியும்? என் உதடுகள் அந்த சராசென்னைத் தீண்டக்கூடுமென்ற பயத்தினால் இனி என்னால் ஈசாக்கைத் தழுவ முடியாது. அவன் எங்கள் வாழ்வில் ஒரு குறியினை இட்டுள்ளான். இப்படியான சூழ்நிலையில் குழந்தை பெற்றுக்கொள்வது குறித்து உன்னால் யோசிக்க முடியுமா? கடைசிக்கு முந்தைய இரவு இருப்பதிலேயே மோசமானது. அந்த சராசென்னின் முத்தங்களில் ஒன்று நம் தாயின் முத்தத்தை நினைவுபடுத்தியது. இத்தனை வருடங்களாக

முனைவர். டோரத்தியா ஷூல்ட்ஸ்

நான் அவளை நினைக்கவே இல்லை, இப்போது திடீரெனத் தன்னை நினைவுபடுத்த வந்துவிட்டாள். அதே பழிவாங்கும் எண்ணத்துடன்! காலணிகளை அணிந்து கொண்டிருப்பவன் அதைக் கழற்றிவிட்டவன் போலப் பெருமை பேசக்கூடாது, ஆனால் அதை எப்படித்தான் பொறுத்துக் கொள்வது?

ஈசாக்கிடம் வெளிப்படையாக அந்த எகிப்தியன் உயிரோடிருக்கிறானா என்று கேட்டேன். அவர் என்ன பதிலளித்தார் என்று நினைக்கிறாய்? அவன் நிச்சயமாக உயிரோடிருக்கிறான், கெய்ரோவில் வேலை செய்து கொண்டிருக்கிறான். அவன் எங்கு சென்றாலும் தனது தடத்தை விட்டுச்செல்கிறான், இக்காயத்தைப்போல. நான் உன்னை மன்றாடுகிறேன், ஏதாவது செய்! நீ என்னைக் காப்பாற்றும் பொருட்டு, இந்த அத்துமீறி நுழைந்தவனின் காமத்தை என்னிலிருந்து அப்புறப்படுத்தி உன்பக்கம் இழுத்துக்கொள், இதனால் நானும் ஈசாக்கும் காப்பாற்றப்படுவோம். சபிக்கப்பட்ட அந்தப்பெயரை மறந்து விடாதே – அபு கபீர் முவேவியா – இருவரும் இதைப் பிரித்துக்கொள்வோம்: நீ உன்னுடைய இடக்கை வழக்கமுள்ள அரேபியனை க்ராகோவிலுள்ள உன் அறையின் படுக்கைக்கு அழைத்துச்செல், நான் ஈசாக்கைப் பற்றியிருக்க முயல்கிறேன்...

[8]

ஸ்லாவிய ஆய்வுத் துறை
யேல் பல்கலை, ஐ.அ.மா
அக்டோபர் 1980

அன்புமிக்க செல்வி க்வாஸ்னியேவ்ஸ்காவுக்கு,

இது உன்னுடைய முனைவர் ஷூல்ட்ஸ் பல்கலையிலிருந்து வகுப்புகளுக்கு இடையே எழுதுவது. என் காதுகள் இன்னும்கூட அவனது சருகாகிவிட்ட முத்தங்களால் நிறைந்திருக்கின்றன. நாங்கள் இருவரும் சற்றே அமைதியடைந்திருக்கிறோம், எங்களது படுக்கைகள் வெவ்வேறு கண்டத்திலிருக்கின்றன. நான் கடுமையாக வேலை செய்துகொண்டிருக்கிறேன். கருத்தரங்குகளுக்கான அழைப்புகளை ஏற்றுக்கொள்ளத் துவங்கியுள்ளேன், ஏறக்குறைய பத்தாண்டுகளாகச் செய்யாத ஒரு செயல் இது. இப்போதுகூட

இன்னொரு பயணத்திற்குத் தயாராகிக் கொண்டிருக்கிறேன், இது என்னை உனக்கருகில் கொண்டுவரும். இன்னும் இரண்டு வருடங்களில் கருங்கடல் கரைகளின் பண்பாடுகள் குறித்த கருத்தரங்கு ஒன்று இஸ்தான்புல்லில் நடக்கவிருக்கிறது. நான் அதற்கான கட்டுரையைத் தயாரித்துக் கொண்டிருக்கிறேன். உனக்குப் பேராசியர் வைகாவை, உன்னுடைய உயர்வகுப்பு ஆய்வுக்கட்டுரையான "ஸ்லாவிய ஞானியர் சிரில் மற்றும் மெதோடியஸ்சின் வாழ்க்கை" என்பதை நினைவிருக்கிறதா? அச்சமயம் நாம் பயன்படுத்திய த்வோர்னிக்கின் ஆய்வுகளை நினைவிருக்கிறதா? அவர் புதிய திருத்தப்பட்ட பதிப்பு (1969) ஒன்றை வெளியிட்டிருக்கிறார், தற்போது அளவிறந்த விருப்பத்துடன் அதைத்தான் வாசித்துக்கொண்டிருக்கிறேன். என்னுடைய கட்டுரை சிரில்† மற்றும் மெதோடியஸ்† இருவரது கசார் திட்டப்பணி குறித்தது, இதன்போதுதான் மிக முக்கியமான ஆவணங்கள் – சிரில் எழுதியது உள்பட – காணாமல் போய்விட்டன. சிரில்லின் வாழ்க்கை வரலாற்றைத் தொகுத்த பெயர் அறியப்படாதவர், காகனின் சபையில் நடந்த கசார் விவாதத்தின் போது தன்னுடைய வாதங்களை சிரில் "கசார் பேருரைகள்" எனும் தனிப்பட்ட புத்தகங்களாகப் பதிவு செய்தார் என்று குறிப்பிடுகிறார். "யாரேனும் அதை வாசிக்க ஆர்வம் கொண்டால், அவற்றை சிரில்லின் புத்தகங்களில் காணலாம், எமது ஆசிரியர் மற்றும் பேராயர், தத்துவவாதி கான்ஸ்டன்டைனின் சகோதரர் மெதோடியஸ் அவற்றை மொழிபெயர்த்து எட்டு பேருரைகளாகப் பகுத்துள்ளார்," என்கிறார். நம்பமுடியாத விதத்தில், கிறிஸ்தவத் துறவி மற்றும் ஸ்லாவிய எழுத்துகளின் தந்தையான சிரில் (தெஸ்ஸலோனிகாவின் கான்ஸ்டன்டைன்) கிரேக்க மொழியில் எழுதி பின்பு ஸ்லாவிய மொழியில் மொழிபெயர்க்கப்பட்ட அப்புத்தகம் தடயமின்றி மறைந்து போய்விட்டது! சமயபேதக் கூறுகளை அதிகமாகக் கொண்டிருந்தது என்பது அதற்கு ஒரு காரணமாக இருக்குமா? ஒருவேளை அவை உருவவழிபாட்டு எதிர்ப்பின் தாக்கங்களைக் கொண்டிருந்து – விவாதத்தின்போது உதவியிருக்கும் என்றாலும் விரோதமானதுதானே – அதன் காரணமாக கசார் திட்டப்பணி முடிந்ததும் பயன்பாட்டிலிருந்து நீக்கப்பட்டிருக்குமா? நான் இலியின்ஸ்கியை மறுபடி புரட்டினேன், நன்கறியப்பட்ட அவரது 1934 வரையிலான முறைப்படுத்தப்பட்ட சிரில்–மெதோடியஸ் நூற்பட்டியல் ஆய்வு, அதன்பிறகு அவரது வழித்தோன்றல்களை (பாப்ருஷென்கோ, ரோமன்ஸ்கி, இவாங்கா பெட்கோவிச்

முனைவர். டோரத்தியா ஷூல்ஸ்

முதலியோர்). மோஷினை மறுவாசிப்பு செய்தேன். கசார் கேள்வி குறித்து அவர்கள் பட்டியலிடும் அனைத்துப் புத்தகங்களையும் வாசித்தேன். ஆனால் எங்குமே சிரில்லின் "கசார் பேருரைகள்" எவருடைய கவனத்தையும் ஈர்த்ததாகக் குறிப்பிடப்படவில்லை. எப்படி அது எந்தத் தடயமுமே இல்லாமல் மறைந்துபோக முடியும்? இக்கேள்வி குறித்து எல்லோருக்கும் முன்தீர்மானிக்கப்பட்ட யோசனைகள் இருக்கின்றன. ஆனால் கிரேக்க மூலப்பிரதியோடு ஸ்லாவிய மொழிபெயர்ப்பும் உள்ளது என்பதன் மூலம் ஒரு குறிப்பிட்டகாலத்தில் இது பரவலான பயன்பாட்டில் இருந்திருக்கிறது என்றே ஒருவரால் யூகிக்க முடியும். கசார் திட்டப்பணியின்போது மட்டுமல்ல, அதற்குப் பிறகான காலங்களிலும்; அதன் விவாதக்குறிப்புகள் தெஸ்ஸலோனிகா சகோதரர்களின் ஸ்லாவியத் திட்டப்பணியிலும், "மும்மொழியியலாளர்கள்" உடனான விவாதத்திலும் பயன்படுத்தப்பட்டிருக்க வேண்டும். இல்லையெனில் "கசார் பேருரைகள்" எதற்காக ஸ்லவோனிய மொழியில் மொழிபெயர்க்கப்பட்டிருக்கும்? இந்த மொத்த விஷயத்தையும் ஒப்பீட்டு நோக்கில் அணுகினால் சிரில்லின் "கசார் பேருரைகள்" புத்தகத்தினை தேடிக் கண்டடைய முடியும் என்று நினைக்கிறேன். ஒரு முறைப்படுத்தப்பட்ட தேடல் கசார் விவாதத்தின் இஸ்லாமிய மற்றும் எபிரேய ஆதாரங்களிடையே நிகழ்த்தப்பட்டால் சிரில்லின் "கசார் பேருரைகள்" பற்றிய குறிப்பிடல் நிச்சயம் வெளிப்படும். ஆனால் அது நானோ அல்லது ஒரு ஸ்லாவிய நிபுணரோ தனியாக நிகழ்த்தக்கூடிய விஷயமல்ல; ஒரு எபிரேய நிபுணர் மற்றும் கீழைத்தேய மொழி நிபுணர் ஒருவரும் உடனிருக்க வேண்டும். நான் டன்லப் (யூதக் கசார்களின் வரலாறு, 1954) முழுக்க வாசித்துப்பார்த்தேன் ஆனால் தத்துவவாதி கான்ஸ்டன்டைனின் "கசார் பேருரைகள்" புத்தகத்தைத்தேட எனக்கு உதவக்கூடிய எதுவும் அதிலில்லை.

எனவே, அங்கே ஜாகெலோனியப் பல்கலைக் கழகத்தில் இருக்கும் நீங்கள் மட்டும்தான் ஆராய்ச்சியில் ஈடுபட்டிருக்கிறீர்கள் என்றில்லை. அதே விஷயத்தை நான் இங்கே செய்து கொண்டிருக்கிறேன். கடைசியில் நானும் என்னுடைய தொழில் மற்றும் இளமைக்குத் திரும்பிவிட்டேன், அதன் சுவை கடல்வழி அனுப்பப்பட்ட பழம் போல உள்ளது. கூடை வடிவுடைய வைநாரினாலான தொப்பியொன்றை அணிகிறேன், அதைக் கழற்றாமலேயே சந்தையில் வாங்கும் சேலாப்பழங்களை அதில் சுமந்துவர முடியும். க்ராகோவின்

ரோமனெஸ்க் மணிக்கோபுரம் நள்ளிரவில் ஒலிக்கும்போது எனக்கு வயது கூடுகிறது, வாவெல்லை ஒவ்வொருமுறை விடியல் தொடும்போதும் கண்விழிக்கிறேன். உன் நித்தியத்துவமான இளமையின் மீது நான் பொறாமை கொள்கிறேன். உன் அபு கபீர் முவேவியா எப்படி இருக்கிறான்? புகையிட்டு உலர்த்தியது போன்ற காதுகள் மற்றும் நன்கு சுத்தம் செய்யப்பட்ட மூக்குடன் என் கனவில் வருவது போல இருக்கிறானா? அவனை அழைத்துக்கொண்டதற்கு நன்றி. இந்நேரம் அநேகமாக உனக்கு அவனைப்பற்றி அனைத்தும் தெரிந்திருக்கும். யோசித்துப்பார், அவன் உன்னுடைய மற்றும் என்னுடைய வேலைக்கு மிக நெருக்கமான ஒன்றைத்தான் செய்துகொண்டிருக்கிறான்! அவன் ஒரு உடன் பணிசெய்பவன் போல. கெய்ரோவின் பல்கலைக்கழகத்தில் மத்தியக் கிழக்கு மதங்களின் ஒப்பீட்டினைப் போதிக்கிறான் மற்றும் ஹூப்ரு வரலாற்றில் ஆர்வமுள்ளவன். அவனோடு எனக்கு உருவான அதே சிக்கல்கள் உனக்கும் உள்ளனவா?

அன்புடன் உன்

முனைவர் ஷூல்ட்ஸ்

[9]

ஜெருசலேம், ஜனவரி 1981

டோத்தி,

நம்பவியலாத ஒன்று நடந்துவிட்டது. நான் அமெரிக்காவிலிருந்து திரும்பியதும் என்னுடைய திறக்கப்படாத கடிதங்களில் இருந்து நான் முன்பு உன்னிடம் கூறிய கருங்கடல் கரை பண்பாடுகள் குறித்த கருத்தரங்கில் கலந்து கொள்வோரின் பட்டியலைக் கண்டேன். பட்டியலில் யார் இருக்கிறார்கள் தெரியுமா! அல்லது உனக்கு ஏற்கெனவே தெரியுமா, சிறிய தீர்க்கதரிசி ஆன்மாவை உடையவளே, கூந்தலைச் சுருட்ட சிகையலங்காரம் செய்பவன் தேவையில்லாதவள் நீ? அந்த அரேபியன், என்னை என் கணவரின் படுக்கையிலிருந்து துரத்திய பச்சைக்கண்கள் கொண்டவன், ரத்தமும் சதையுமாக. அவன் இஸ்தான்புல்லில் நடக்கும் சந்திப்பிற்கு வருகிறான். ஆனால் நான் பொய்யுரைக்க மாட்டேன். அவன் என்னைப் பார்ப்பதற்காக வரவில்லை. கடைசியில் நான் அவனைப்

முனைவர். டோரத்தியா ஷ*ல்ட்ஸ்

பார்க்கப் போகிறேன். நான் வெகுகாலமாக எங்களது வேலை ஒன்றையொன்று ஊடறுக்கின்றது என்பதைக் கணக்கிட்டிருந்தேன், மேலும் இவ்வகையான கருத்தரங்குகளுக்கு நான் சென்றால்தான் எங்களது பாதைகள் குறுக்கிட்டுக்கொள்ள முடியும். என் பயணப் பொதியில், சிரில் மற்றும் மெதோடியஸ்சின் கசார் திட்டப்பணி குறித்த எனது கட்டுரையை வைத்துள்ளேன், அதற்குக் கீழே .38 கேலிபர் வகை 36 ஸ்மித் & வெஸன் உள்ளது. முனைவர். அபு கபீர் முவேவியாவை உன்னுடன் வைத்துக்கொள்ள நீ செய்த பயனற்ற முயற்சிகளுக்கு நன்றி. இனி நான் அவனை என்னுடைய பொறுப்பில் எடுத்துக் கொள்கிறேன். நீ ஈசாக்கை நேசிக்காத விதத்தில் என்னை நேசி. அதுதான் முன்னெப்போதையும்விட இப்போது எனக்குத் தேவை. நமக்குப் பொதுவாக இருக்கும் தந்தை எனக்கு உதவுவார்...

[10]

இஸ்தான்புல், கிங்ஸ்டன் விடுதி,

அக்டோபர்1, 1982

அன்பு டோரத்தியா,

சென்ற கடிதத்தில் நமக்குப் பொதுவாக இருக்கும் தந்தை எனக்கு உதவுவார் என்று எழுதியிருந்தேன். என் பரிதாபத்திற்குரிய சிறிய முட்டாளே. நம் பொதுவான தந்தையைக் குறித்து உனக்கு என்ன தெரியும்? நான் உன் வயதில் இருந்தபோது எனக்கும்கூட ஒன்றும் தெரியாதுதான். ஆனால் என் புதிய வருடங்கள் எனக்குச் சிந்திப்பதற்கான நேரத்தைக் கொடுத்தன. என் அன்பே, உன்னுடைய உண்மையான தந்தை யாரென்று உனக்குத் தெரியுமா? உனக்கு க்வாஸ்னியேவ்ஸ்கா என்ற பெயரை அளித்து, தைரியமாக உன் தாயான அனா ஷோலெமை மணந்த, புற்களைப் போலத் தாடிகொண்ட அந்தப் போலந்துக்காரரா? நான் அப்படி நினைக்கவில்லை. நாம் நினைவில் வைத்திராத அம்மனிதனை உனக்கு ஞாபகமிருக்கிறதா? சவாரிக்கண்ணாடியை மூக்கில் அணிந்து, இடுப்பில் ஒரு கண்ணாடியைச் செருகியபடி படத்திலிருக்கும் இளைஞரான அஷ்கெனாஸ் ஷோலெம் என்பவரை நினைவிருக்கிறதா? புகையிலைக்குப் பதிலாகத்

தேயிலையைப் புகைத்தவர், புகைப்படத்தில் அவரது அழகான தலைமுடி காதுகளைக் கடிப்பதுபோல் மூடியிருக்கும். “நம்மால் தவறாக பலிகொடுக்கப்பட்டவரால் நாம் காப்பாற்றப்படுவோம்,” என்று அவர் கூறுவது வழக்கமென நமக்குக் கூறப்பட்டது. அனா ஷோலெம், நே ஸகீவிக்ஸ் என்றறியப்பட்டு, திருமணத்தினால் ஷோலெம் ஆகி, மறுதிருமணத்தின் மூலம் க்வாஸ்னியேஸ்கா ஆன நம் தாயின் சகோதரர் மற்றும் முதல் கணவரை நினைவிருக்கிறதா? அவளது மகள்களின் உண்மையான தந்தை யாரென்று உனக்குத் தெரியுமா, உன்னுடைய மற்றும் என்னுடைய தந்தை? கடைசியில் உனக்கு நினைவு வந்துவிட்டது, இத்தனை வருடங்களுக்குப் பிறகு! உன்னுடைய மாமா மற்றும் உன் அம்மாவின் சகோதரர் நம் தந்தையாக இருப்பதற்கு சாத்தியங்கள் அதிகம் இருக்கிறது இல்லையா? அவர் ஏன் நமது தாயின் கணவராக இருக்கமுடியவில்லை? இப்போது அந்தச்சிறு சரியொப்புநிலை குறித்து என்ன நினைக்கிறாய் என் அழகே? ஒருவேளை திருமதி ஷோலெம் திருமணத்திற்கு முன்பு எந்த ஆணோடும் சேராமல் இருந்திருக்கலாம், ஆனால் மறுமணம் செய்யும்போது கன்னித்தன்மையோடு இருந்திருக்க முடியுமா, இருந்திருப்பாரா? அதன் காரணமாகத்தான் அவர் அவ்வாறு விநோதமாக, அவரது நினைவுகளோடு அச்சத்தையும் கொண்டுவருமளவு இருந்திருக்கக்கூடும். இருப்பினும் அவரது முதுமைக்காலம் வீணாக இருக்கவில்லை, நான் யோசிப்பது, ஒருவேளை என் தாய் செய்தது அதுதான் என்றால் அது ஆயிரம் மடங்கு சரியானதே, மேலும் என்னால் என் தந்தையைத் தேர்ந்தெடுக்க முடியுமென்றால், வேறு எவரைக் காட்டிலும் அது என் தாயின் சகோதரராக இருப்பதையே விரும்புவேன். துரதிர்ஷடம், எனதன்பு டோரத்தியா, துரதிர்ஷடம் நம் வாழ்வை பின்னிருந்து முன்னாகப் படிக்கக் கற்றுத்தருகிறது...

இங்கே இஸ்தான்புல்லில் ஏற்கெனவே சிலரைச் சந்தித்துவிட்டேன். எந்த வகையிலும் அந்நியமாகத் தெரிவதை விரும்பவில்லையாதலால் எல்லோரிடமும் பேசுகிறேன், வாயிலிருந்து மழை பொழிவதுபோல. இந்தக் கருத்தரங்கில் சக பங்கேற்பாளர் ஒருவர் இருக்கிறார், முனைவர். இசைலோ சூக்[†] என்பது அவர் பெயர். இடைக்கால வரலாற்று அகழ்வாராய்ச்சியாளர், அரேபிய மொழி நன்கறிந்தவர்; நாங்கள் ஆங்கிலத்தில் பேசி, போலந்து மொழியில் நகைச்சுவை பரிமாறிக்கொள்கிறோம், ஏனெனில் அவர் செர்பிய மொழி பேசுபவர், தன்னுடைய உடைகளுக்குத் தானே ஒரு விட்டில்பூச்சி

முனைவர். டோரத்தியா ஷூல்ட்ஸ்

என்கிறார். அவரது குடும்பம் ஒரே செங்கல் அடுப்பை ஒரு வீட்டிலிருந்து மற்றொரு வீட்டிற்கு நூறு வருடங்களாக நகர்த்திக் கொண்டிருக்கிறது, 21 ஆம் நூற்றாண்டு நம்முடையதிலிருந்து வேறுபட்டிருக்கும், அதில் மக்கள் தங்களை அசுத்தமான நீரைப்போல மூழ்கடித்துக் கொண்டிருக்கும் சலிப்புகளுக்கு எதிராக ஒன்றுபட்டு எழுவார்கள் என்றும் நம்புகிறார். சிசிபஸ்சைப்போல நாம் சலிப்பின் பாறையை நம் முதுகில் சுமந்து மலையேறுகிறோம் என்றார் முனைவர்.சூக். எதிர்கால மக்கள் இந்நோய்க்கு எதிராக நிற்பார்கள் என்று நம்பலாம், சலிப்பூட்டும் பள்ளிகளுக்கு எதிராக, சலிப்பூட்டும் புத்தகங்கள், சலிப்பூட்டும் இசைக்கு எதிராக, சலிப்பான அறிவியல், சலிப்புத்தரும் சந்திப்புகள், இந்தச்சலிப்பு அவர்களது வாழ்விலிருந்து, வேலையிலிருந்து வெளியேற வேண்டும், நமது உண்மைத் தந்தையான ஆதம் கோரியபடி. அவர் அப்படித்தான் உரையாடுகிறார், பகுதியளவு நகைச்சுவையாக, ஒயின் அருந்தும்போது தன் கோப்பை காலியாகாமல் அதை நிரப்ப அவர் அனுமதிப்பதில்லை, தனது கோப்பை ஒன்றும் விளக்கினால் உண்டாக்கப்படும் விளம்பரச் சின்னமல்ல, காலியாகும் முன்னமே நிரப்பப்படுவதற்கு என்பார். அவருடைய பாடப்புத்தகங்கள் உலகம் முழுதும் பயன்படுத்தப்படுகின்றன, ஆனால் அவர் அதைப் பயன்படுத்தும் நிலையில் இல்லை. அவர் பல்கலையில் வேறு எதையோ கற்பிக்க வேண்டியுள்ளது. அவருடைய மிகச்சிறந்த தொழில்முறைப் புலமை, நிபுணராக அவர் அடைந்துள்ள மதிப்போடு ஒப்பிடுகையில் தொடர்பில்லாதது. நான் அவரிடம் இதைக்கூறியபோது அவர் சிரித்துவிட்டு விளக்கினார்:

"விஷயம் என்னவென்றால், உங்களால் ஒன்று பெரிய விஞ்ஞானியாக இருக்க முடியும் அல்லது பெரிய வயலின் கலைஞனாக இருக்க முடியும் (உங்களுக்குத் தெரியுமா, அனைத்து மிகச்சிறந்த வயலின் கலைஞர்களும், எப்போதுமே யூதர்களாகத்தான் இருந்திருக்கிறார்கள்? பாகானீனி மட்டுமே விதிவிலக்கு,) இருப்பினும் உங்களுக்கு மற்றும் உங்கள் சாதனைகளுக்கு இன்றைய அனைத்துலக சக்திகளில் ஒன்றின் துணையும் ஆதரவும் இருந்தால் மட்டுமே முடியும். எபிரேயம், இஸ்லாம், அல்லது சர்வதேசக் கத்தோலிக்கம். நீங்கள் இம்மூன்றில் ஒன்றைச்சேர்ந்தவர். ஆனால் நான் அப்படியில்லை, அதன் பொருள் நான் எங்கேயும் இல்லை. அனைத்து மீன்களும் எப்போதோ என் விரலிடுக்கு வழியே நழுவிச்சென்றுவிட்டன."

“என்ன சொல்கிறீர்கள்?” என்று மனக்குழப்பத்தோடு அவரிடம் கேட்டேன்.

“அது ஆயிரம் ஆண்டுகளுக்கும் மேலான கசார் நூலின் பொழிப்புரை. நீங்கள் எங்களுக்கு வாசிக்கப்போகும் கட்டுரையை வைத்துக் கணிப்போமானால், நீங்கள் நிச்சயம் கசார்கள் குறித்துக் கேள்விப்பட்டிருக்கிறீர்கள். எனவே ஏன் ஆச்சரியமடைகிறீர்கள்? நீங்கள் தாவுப்மன்னூஸ்சின் பதிப்பைப்பற்றிக் கேள்விப்பட்டதில்லையா?”

அவர் என்னைக் குழப்பத்தில் ஆழ்த்தி விட்டார் என்பதை ஒப்புக்கொள்ள வேண்டும். குறிப்பாக தாவுப்மன்னூஸ்சின் பதிப்பான கசார் அகராதி பற்றிய கதையினால். அப்படியான ஒரு அகராதி எப்போதேனும் இருந்ததென்றால் ஒரேயொரு பிரதி கூட எனக்குத் தெரிந்தவரையில் பாதுகாக்கப்படவில்லை.

அன்புள்ள டோத்தி, நான் போலந்தின் பனிப்பொழிவைப் பார்க்கிறேன், அப்பனித்திவலைகள் உன் கண்களில் கண்ணீர்த் துளிகளாக மாறுவதையும் பார்க்கிறேன். மெல்லிய கம்பிகளில் வெங்காய வளையங்கள் கொண்ட ரொட்டிகளைப் பார்க்கிறேன், வீடுகளின் மேலே வெளிப்படும் புகையில் கதகதப்பைத் தேடிவரும் பறவைகளைப் பார்க்கிறேன். கிழக்கினின்றும் வருகிற காலம் தன்யூபை திராயான் பாலத்தில் கடக்கிறது என்கிறார் முனைவர்.சூக். இங்கே பனிப்பொழிவு இல்லை, மீன்களை உமிழும் சிறைப்படுத்தப்பட்ட அலைகள் போல மேகங்கள் இருக்கின்றன. முனைவர்.சூக் இன்னொரு விஷயத்தின் பக்கமும் என் கவனத்தைத் திருப்பினார். எங்களுடைய விடுதியில் செழிப்பான தோற்றம் கொண்ட ஒரு பெல்ஜியக் குடும்பமும் தங்கியிருக்கிறது, வான் டெர் ஸ்பொவாக்குகள். அதுபோல ஒரு குடும்பம் நமக்குக் கிடைத்ததில்லை, எனக்கு ஒருபோதும் கிடைக்கப் போவதுமில்லை. அப்பா, அம்மா மற்றும் அவர்களது மகன். முனைவர்.சூக் அவர்களை “புனிதக் குடும்பம்” என்றழைக்கிறார். தினமும் காலையுணவின்போது அவர்கள் உண்பதைப் பார்க்கிறேன்: நன்கு ஊட்டமாக உண்பவர்கள், கொழுத்த பூனையிடம் ஈக்கள் அண்டுவதில்லை என்ற திரு.ஸ்பொவாக்கின் நகைச்சுவைக் கேள்வியுற்றேன். அவர் வெள்ளை ஆமையோட்டினாலான ஓர் இசைக்கருவியை மேதமையுடன் வாசிக்கிறார், அவரது மனைவியின் முன்னீடுபாடு ஓவியங்கள். தனது இடக்கையினால்

அவர் வரைகிறார், நன்றாகவே வரைகிறார், கண்ணில்படும் பொருள்களின் மீதெல்லாம் – துண்டுகள், கண்ணாடிகள், கத்திகள், மற்றும் அவர் மகனது கையுறைகள் என. அச்சிறுவனுக்கு நான்கு வயதுதான். ஒட்டக் கத்தரித்த தலைமுடி, அவன் பெயர் மனுயேல், இப்போதுதான் வாக்கியங்களை உருவாக்கத் தொடங்கியிருக்கிறான். தன்னுடைய ரொட்டியை உண்டு முடித்ததுமே என்னுடைய மேசைக்கு வந்து நின்று முன்பு என்னை நேசித்தவன் போல உற்றுப்பார்த்துக் கொண்டிருப்பான். அவனது கண்கள் பலநிறம் கொண்ட கூழாங்கற்கள், என் பாதையைப்போலவே, என்னிடம் தொடர்ந்து, “என்னை அடையாளம் தெரிகிறதா?” என்று கேட்டுக்கொண்டே இருப்பான், ஒரு பறவையைப்போல அவன் தலைமுடியைத் தடவிக்கொடுப்பேன், என் விரல்களை முத்தமிடுவான். ஸாடிக்[7] போலும் உருவமைப்புக் கொண்ட தன்னுடைய தந்தையின் புகைக்கும் குழாயை என்னிடம் எடுத்துவந்து புகைக்கத் தருவான். சிவப்பு, நீலம், மற்றும் மஞ் சள் நிறங்கொண்ட அனைத்துப் பொருள்களையும் அவனுக்குப் பிடித்திருக்கிறது. அதே நிறங்கொண்ட உணவுகளையும் விரும்புகிறான். அவனது உருத்திரிபைக் கண்டு திடுக்கிட்டுப் போனேன்: இரண்டு கைகளிலும் இரண்டு கட்டை விரல்கள். எது அவனுடைய வலக்கை எது இடக்கை என்று என்னால் கூறமுடியவில்லை. ஆனால் அவன் தன்னுடைய தோற்றம் குறித்த கவனமின்றியே இருக்கிறான், தன் கைகளை என்னிடமிருந்து மறைப்பதில்லை, அவனது பெற்றோர் கையுறைகளை அணியும்படி செய்தாலும் கூட. நம்பினால் நம்பு, சில தருணங்களில் அவை இயல்பானவையாக எனக்குத் தோன்றுகிறது, அவை என்னைத் தொந்தரவு செய்வதில்லை.

மேலும், என்னை ஏன் எதுவும் தொந்தரவு செய்யப்போகிறது, இன்று காலை உணவெடுத்துக் கொண்டிருந்தபோது முனைவர். அபு கபீர் முவேவியா கருத்தரங்கிற்கு வந்துவிட்டதைக் கேள்விப்பட்டோம். “பரஸ்திரீயின் உதடுகள் தேன்கூடு போல் ஒழுகும், அவள் வாய் எண்ணெயிலும் மிருதுவாயிருக்கும். அவளது முடிவோ எட்டியைப் போலக் கசப்பும் இருபுறமுங் கருக்குள்ள பட்டயம் போல் கூர்மையுமாயிருக்கும். அவள் காலடிகள் மரணத்துக்கு இறங்கும்; அவள் நடைகள் நரகத்தைப் பற்றும்...” என்கிறது விவிலியம்.

---

7. பக்தியூதப் பிரிவின் ஆன்மீகத் தலைவர் அல்லது வழிகாட்டி.

[11]

இஸ்தான்புல், அக்டோபர் 8, 1982

செல்வி டோரத்தியா க்வாஸ்னியேவ்ஸ்கா – க்ராகோ

நான் உனது சுயநலம் மற்றும் குரூரமான முடிவினைக்கண்டு அதிர்ச்சியடைந்துள்ளேன். நீ ஈசாக் மற்றும் என்னுடைய வாழ்க்கையை அழித்துவிட்டாய். உன்னுடைய அறிவியலைக்கண்டு நான் எப்போதும் அச்சம் கொண்டிருக்கிறேன், மேலும் அது எனக்குத் தீங்கிழைக்கக் கூடியது என்று உணர்ந்திருக்கிறேன். என்ன நடந்தது என்றும் நீ என்ன செய்தாய் என்பது குறித்தும் உனக்குத்தெரியுமென நம்புகிறேன். அன்று காலையுணவுக்காகக் கீழே செல்லும்போது நாங்கள் உணவுண்ணும் தோட்டத்திற்கு முவேவியா வந்ததும் அவரைச் சுடும் மனத்துணிவுடன் சென்றேன். எதிர்பார்ப்புடன் அமர்ந்தபடி காத்திருந்தேன். தலைக்கு மேலுள்ள பறவைகளின் நிழல்கள் தோட்டச்சுவர்களில் விழுவதைப் பார்த்துக் கொண்டிருந்தேன். அதன்பின்னர் நடந்தவை அனைத்தும் முன்கணிக்கவியலாத நிகழ்வுகள். அம்மனிதர் அங்கே தோன்றினார், உடனேயே அது யாரென்று எனக்குத் தெரிந்துவிட்டது. ரொட்டியைப் போன்று கருத்த முகத்தினை அணிந்திருந்தார். நரைத்துக்கொண்டிருக்கும் முடிகள் கொண்ட தலை, மீசையில் மீன்முற்கள் கொண்டதுபோலக் காட்சியளித்தார். ஆனால் அவர் நெற்றிமேட்டில் இருந்த தழும்பிலிருந்து வளர்ந்து கொண்டிருந்த முடிக்கற்றைகளால் நரைக்க முடியவில்லை. முனைவர். முவேவியா நேராக என்னுடைய மேசைக்கு நடந்துவந்து தான் அங்கே அமரலாமா என்று கேட்டார். கவனிக்கத்தக்க விதத்தில் நொண்டியபடி நடந்தார், கண்களில் ஒன்று சிறிய சுருக்குப்பையின் வாய்போல மூடியிருந்தது. நான் அச்சத்தில் செயலிழந்திருந்தேன். பையிலுள்ள துப்பாக்கியின் பாதுகாப்பு விசையை நீக்கிவிட்டு என்னைக் காத்துக்கொள்ளத் தயாராக இருந்தேன். நான்கு வயது மனுயேல் மட்டும் தோட்டத்தில் எங்களோடு இருந்தான்; அருகிலிருந்த மேசைக்குக் கீழே விளையாடிக் கொண்டிருந்தான்.

"நிச்சயமாக," என்றேன், அம்மனிதர் மேசையின்மீது ஏதோவொன்றை வைத்தார், அதுதான் என் வாழ்க்கையை எப்போதைக்குமாக மாற்றிவிட்டது. அதுவொரு சாதாரண தாள்களின் கட்டு.

முனைவர். டோரத்தியா ஷூல்ட்ஸ்

என் கட்டுரையின் கருப்பொருள் என்னவென்று அவருக்குத் தெரியும் – அமர்ந்தவாறு கூறினார் – என்னுடைய வேலைத்துறை தொடர்பாக சிலவற்றை அவர் கேட்க விரும்புகிறார். நாங்கள் ஆங்கிலத்தில் பேசிக்கொண்டோம். அவர் நடுங்கிக் கொண்டிருந்தார்; என்னைக்காட்டிலும் அதிகமாகக் குளிரை உணர்ந்தார் போல, பற்கள் நடுங்கிக் கொண்டிருந்தன, ஆனால் அதை மறைக்கவோ அல்லது நிறுத்தவோ முயற்சி செய்யவில்லை. தன்னுடைய புகைக்குழாயில் விரல்களைச் சூடேற்றிக்கொண்டு, தனது சட்டைக்கைக்குள் புகையை ஊதிவிட்டு, விஷயம் என்ன என்பதை விரைவாக விளக்கினார். அது சிரில்லின் "கசார் பேருரைகள்" தொடர்பானது.

"நான் 'கசார் பேருரைகள்' தொடர்பான அனைத்தையும் வாசித்திருக்கிறேன்," என்றார். "இந்த நூல் இன்னமும் புழக்கத்திலிருப்பதாக எங்குமே குறிப்புகள் இல்லை. சிரில்லின் 'கசார் பேருரைகள்' நூலின் சில பகுதிகள் பாதுகாக்கப்பட்டதும் சில நூற்றாண்டுகளுக்கு முன்பு அச்சிடப்பட்டதும் கூட யாருக்கும் தெரியாமல் போய்விடச் சாத்தியமுண்டா என்ன?"

நான் திடுக்கிட்டுப் போனேன். இம்மனிதர் கூறுவது என்னுடைய ஸ்லாவிய அறிவுத்துறையில் அதுவோர் துறையாக ஏற்றுக்கொள்ளப்பட்ட காலத்திலிருந்து நிகழ்த்தப்பட்ட மிகப்பெரிய கண்டுபிடிப்பு. அது உண்மையாக இருந்தால்.

"இப்படியான சிந்தனை உங்களுக்கு எங்கிருந்து தோன்றியது?" என்றேன் வியப்புடன், நிச்சயமற்ற உணர்வுடன் என்னுடைய விளக்கத்தை அளித்தேன்.

"சிரில்லின் 'கசார் பேருரைகள்' பற்றி அறிவியலுக்குத் தெரியவந்ததே அது சிரில்லின் வாழ்க்கை வரலாற்றில் குறிப்பிடப்பட்டதால்தான், அப்படியான ஒன்று இருந்தது என்பதே அவ்வகையில்தான் நமக்குத் தெரியும். சில பகுதிகள் பாதுகாக்கப்பட்டது அல்லது இவ்வுரைகள் பதிப்பிக்கப்பட்டன என்பது பற்றியெல்லாம் கேள்வியே எழ வாய்ப்பில்லை."

"அதைத்தான் நானும் தெரிந்துகொள்ள விரும்பினேன்," என்றார் முனைவர் முவேவியா. "இப்போது துல்லியமாக அதற்கு எதிரானதுதான் உண்மை எனத் தெரியவரும்…"

பிறகு அவர் தனக்கு முன்னிருந்த சில பிரதியெடுக்கப்பட்ட தாள்களை என்னிடம் அளித்தார். அப்போதே அங்கேயே என்னால் துப்பாக்கி விசையை அழுத்தியிருக்க முடியும். அதைவிட வேறு தகுந்த தருணம் இருந்திருக்காது. தோட்டத்தில் ஒரேயொரு சாட்சிதான் இருந்தது – அதுவும் ஒரு குழந்தை. ஆனால் நிகழ்ந்தது அதுவன்று. நான் என் கையைநீட்டி அப்பரவசமூட்டக்கூடிய தாள்களை எடுத்துக்கொண்டேன், அவற்றை இக்கடிதத்தோடு இணைத்துள்ளேன். என் துப்பாக்கியின் விசையை அழுத்துவதை விட்டுவிட்டு அவற்றை எடுத்துக்கொண்டபோது அந்தச் சராசென்னின் வாதுமைக்கொட்டைகள் போன்ற நகங்கொண்ட விரல்களைப் பார்த்தவுடன் கசார்களைப் பற்றிய புத்தகத்தில் ஹலேவி குறிப்பிட்ட அந்த மரம் நினைவுக்கு வந்தது. நாம் ஒவ்வொருவரும் எப்படி அம்மரம்போல இருக்கிறோம் என்று நினைத்துக்கொண்டேன்: எந்தளவுக்கு விண்ணை நோக்கி காற்றிற்கும் மழைக்குமிடையே கடவுளை நோக்கி உயர்கிறோமோ அந்தளவுக்கு நமது வேர்களை மண்ணுக்கும் நிலத்தடி நீருக்குமிடையே நரகத்தை நோக்கிச் செலுத்த வேண்டும். இந்தச் சிந்தனைகளோடு, பச்சைக்கண் கொண்ட அந்தச் சராசென் கொடுத்த காகிதங்களைப் படித்தேன். அவை என்னை நிலைகுலையச் செய்தன, நம்பவே முடியாமல் அவை எங்கே கிடைத்ததென முனைவர்.முவேவியாவிடம் கேட்டேன்.

"எனக்கு எங்கே கிடைத்ததென்று கேட்காதீர்கள். அவை 12ஆம் நூற்றாண்டில் உங்கள் இனத்தவரான கவிஞர் யூதா ஹலேவியினால் கண்டெடுக்கப்பட்டவை, அவர் அதைத்தன் கசார்களைப்பற்றிய புத்தகத்தில் இணைத்துள்ளார். புகழ்பெற்ற அவ்விவாதம் குறித்து விவரிக்கையில், அதில் வாதிட்ட கிறிஸ்தவப் பிரதிநிதியின் வார்த்தைகளை அவர் மேற்கோள் காட்டி, அவரை தத்துவவாதி என்று அழைத்துள்ளார், இவ்விவாதத்தோடு தொடர்புபடுத்தி சிரில்லின் வாழ்க்கையை எழுதியவரும் இவரை அவ்வாறே அழைக்கிறார். அரேபியப் பிரதிநிதி போன்றே சிரில்லின் பெயரும் இந்த யூத ஆதாரங்களில் தவிர்க்கப்பட்டு, கிறிஸ்தவப் பிரதிநிதியின் பல்கலைக்கழக அடைமொழி மட்டுமே கொடுக்கப்பட்டுள்ளது, எனவேதான் யாரும் யூதா ஹலேவியின் கசார் வரலாற்றில் சிரில்லின் எழுத்துகளைத் தேடவில்லை."

நான் முனைவர்.முவேவியாவை, சில நிமிடங்களுக்கு முன் என் மேசைக்கு வந்தமர்ந்த, அக்காயம்பட்ட பச்சைக்கண்கள்

முனைவர். டோரத்தியா ஷுல்ட்ஸ்

கொண்ட மனிதனோடு தொடர்பே இல்லாத வேறொருவர் என்பது போலப்பார்த்தேன். அது அத்தனையும் ஏற்றுக்கொள்ளக் கூடியதாக, எளிமையானதாக, கேள்வி குறித்து அறிவியல் இதுவரை அறிந்திருக்கும் அனைத்திற்கும் பொருந்துவதாக இருந்தது, எனும்போது இவ்வகையில் அப்பிரதியைத் தேடவேண்டும் என்று யாருக்கும் எப்போதும் தோன்றாமல் போனது ஆச்சரியம்தான்.

"இதில் ஒரு சின்ன சிக்கல் இருக்கிறது," என்றேன் முனைவர்.முவேவியாவிடம். "ஹலேவியின் புத்தகம் 8ஆம் நூற்றாண்டைக் குறித்தது, ஆனால் சிரில்லின் கசார் திட்டப்பணி 9ஆம் நூற்றாண்டு வரை நிகழவில்லை, அதாவது 861ஆம் வருடம் வரை."

"சரியான வழியை அறிந்தவன் குறுக்கு வழியையும் கைக்கொள்ள முடியுமே!" என்றார் முனைவர். முவேவியா. "நமது ஆர்வம் தேதிகளில் இல்லை ஆனால் சிரில்லுக்குப் பிறகு வாழ்ந்த ஹலேவிக்கு, கசார்களைப் பற்றிய புத்தகத்தினை எழுதும்போது சிரில் எழுதிய "கசார் பேருரைகள்" புத்தகத்திற்கான அணுகல் இருந்ததா. மேலும் அவற்றைத் தன் புத்தகத்தில், கசார் விவாதத்தில் பங்குபெற்ற கிறிஸ்தவப் பிரதிநிதியின் வார்த்தைகளைக் குறிக்கும்போது பயன்படுத்தினாரா. நேரடியாகச் சொல்லிவிடுகிறேன், ஹலேவியின் புத்தகத்திலுள்ள கிறிஸ்தவத் துறவியின் உரைக்கும் சிரில் வாதத்தின் பாதுகாக்கப்பட்ட பகுதிகளுக்குமிடையே கேள்வியில்லாத வகையில் ஒற்றுமைகள் உள்ளன. சிரில்லின் வாழ்க்கையை ஆங்கிலத்தில் மொழிபெயர்த்தவர் நீங்கள் என்று எனக்குத் தெரியும், எனவே நீங்கள் இப்பகுதிகளை எளிதாக அடையாளம் காண்பீர்கள். உதாரணமாக, இது யாருடைய எழுத்து? மனிதன், விலங்கிற்கும் தேவதைகளுக்கும் இடையிலிருப்பதை அது பேசுகிறது..."

இயல்பாக, நான் அதை உடனே அடையாளம் கண்டு மனதிலிருந்து ஒப்புவித்தேன்:

" 'அனைத்தையும் படைத்தவரான இறைவன் மனிதனை தேவதைகளுக்கும் விலங்குகளுக்குமிடையே படைத்தபோது – பேச்சு மற்றும் காரணத்தால் அவனை விலங்கினின்றும் வேறுபடுத்தினார், கோபம் மற்றும் காமத்தினால் தேவதைகளினின்றும் வேறுபடுத்தினார், இதில் எப்பகுதியை அவன் நெருங்கினாலும் அவன் தனக்கு மேலே அல்லது கீழே இருப்பவற்றுக்கு அணுக்கமாகிறான்...', இது சிரில்லின்

வாழ்க்கையிலிருப்பது, அகாரென் திட்டப்பணி எனும் பகுதியில் உள்ளது," என்றேன்.

"சரிதான், ஆனால் அது ஹலேவியின் புத்தகத்தில் ஐந்தாவது பகுதியிலும் வருகிறது, தத்துவவாதியுடனான விவாதத்தில். இதுபோன்ற வேறு ஒற்றுமைகளும் உண்டு. அவற்றுள் மிக முக்கியமானதே அந்த உரைதான், கசார் விவாதத்தின்போது கிறிஸ்தவப் பிரதிநிதியால் நிகழ்த்தப்பட்ட உரையாக ஹலேவி குறிப்பிடுவது, அவரது வாழ்க்கை வரலாற்றின்படி அந்த விவாதத்தின்போது சிரில் எழுப்பிய கேள்விகள். இரண்டுமே பரிசுத்த மும்மை குறித்து, மோசஸ்சுக்கு முன்பிருந்த சட்டங்கள் குறித்துப் பேசுகின்றன, தடைசெய்யப்பட்ட இறைச்சியை உண்பது பற்றி மற்றும் இறுதியாக, எப்படிக் குணப்படுத்த வேண்டுமோ அதற்கு மாறாகக் குணப்படுத்தும் மருத்துவர்கள் குறித்துப் பேசுகின்றன. அவை ஒரே வாதத்தைத்தான் முன்வைக்கின்றன, ஆன்மா தன் மிகப்பலமான நிலையை அடைவது உடல் மிகப்பலவீனமான நிலையில் இருக்கும்போது, (ஐம்பது வயதுக்கருகே) இன்னபிற. இறுதியாக, கசார் காகன் விவாதத்தில் பங்கேற்ற அரேபிய மற்றும் எபிரேய பங்கேற்பாளர்களை நிந்திக்கிறான் – மீண்டும் ஹலேவியின் கூற்றுப்படி – ஏனென்றால் அவர்களது திருவெளிப்பாட்டுப் புத்தகங்கள் (கொரான் மற்றும் தோரா) எழுதப்பட்டுள்ள மொழி கசார்களுக்கு, ஹிந்துக்களுக்கு, அல்லது அதைப் புரிந்துகொள்ள முடியாத மற்றவர்களுக்கு எவ்விதப்பொருளும் அற்றது. இது சிரில்லின் வாழ்க்கையில் அவர் மும்மொழியாளர்களுக்கு (கிரேக்கம், எபிரேயம் மற்றும் லத்தீனை மட்டும் வழிபாட்டு மொழியாக ஏற்பவர்கள்) எதிராக வைத்த அடிப்படையான வாதங்களுள் ஒன்று, இங்கு காகன் விவாதத்தில் பங்குபெற்ற கிறிஸ்தவப் பிரதிநிதியின் பாதிப்பிலுள்ளான், அவன் முன்வைக்கும் குற்றச்சாட்டுகள் உண்மையில் சிரில்லுடையன என்பது நாம் அறிந்ததே. ஹலேவி அதைத் தெரிவிக்கிறார், அவ்வளவுதான்.

"இறுதியாக இரண்டு விஷயங்களைக் குறிப்பிட வேண்டியுள்ளது. முதலாவது, தொலைந்துவிட்ட தெஸ்ஸலோனிகாவின் கான்ஸ்தந்தினது (சிரில்) 'கசார் பேருரைகளில்' கூறப்பட்டுள்ள அனைத்தும் நமக்குத் தெரியாது, மேலும் ஹலேவியின் புத்தகம் அதிலிருந்து எதை எடுத்துக்கொண்டுள்ளது என்பதும் தெரியாது. வேறு வார்த்தைகளில் கூறினால், நான் இங்கு குறிப்பிட்டுள்ளவற்றைக் காட்டிலும் அதிகமாக இருக்கும் என்று கருதுவது நியாயமானது.

இரண்டாவது, விவாதத்தில் பங்குகொண்ட கிறிஸ்தவப் பிரதிநிதி குறித்த பகுதிகள் ஹலேவியின் புத்தகத்தில் சேதமடைந்துள்ளன. அது அரேபிய மூலத்தில் பாதுகாக்கப்படவில்லை, பின்னாளைய எபிரேய மொழிபெயர்ப்பில்தான் உள்ளது, எல்லோரும் அறிந்தபடி, ஹலேவியின் புத்தகத்தினுடைய அச்சிடப்பட்ட பிரதி, குறிப்பாக 16ஆம் நூற்றாண்டைச் சேர்ந்த புத்தகங்கள் கிறிஸ்தவத் தணிக்கைக்கு உட்படுத்தப்பட்டவை.

"சுருக்கமாக, எந்த அளவு என்று தெரியாவிட்டாலும், ஹலேவியின் கசார்கள் குறித்த புத்தகம் சிரில்லின் 'கசார் பேருரைகள்' புத்தகத்தை பகுதியளவு பாதுகாத்துள்ளது. இங்கே இஸ்தான்புல்லில் நடக்கும் நமது கருத்தரங்கிற்கு," உரையாடலை முடித்துக்கொள்ளும் விதமாக முனைவர். முவேவியா கூறினார், "முனைவர். இசைலோ சூக் வருகிறார், அரேபிய மொழியிலும் கசார் விவாதம் குறித்த இஸ்லாமிய ஆதாரங்களிலும் கைதேர்ந்தவர். அவர் தன்னிடம் 17ஆம் நூற்றாண்டைச் சேர்ந்த கசார் அகராதி உள்ளதென்றும், தாவுப்மன்னுஸ் எனும் பெயர் கொண்டவரால் பதிப்பிக்கப்பட்டது, அது ஹலேவி சிரில்லின் 'கசார் பேருரைகளை' பயன்படுத்தினார் என்பதை உறுதிப்படுத்துகிறது என்றும் கூறினார். நீங்கள் முனைவர்.சூக்கிடம் பேசுவீர்களா என்று கேட்கத்தான் வந்தேன். அவர் என்னிடம் பேசமாட்டார். ஆயிரம் அல்லது அதற்கு மேற்பட்டுள்ள ஆண்டுகள் பற்றிய அறிவுகொண்ட அரேபியர்களிடம் மட்டுமே தனக்கு விருப்பம் என்றார். மற்றவர்களுக்கு அவரிடம் நேரமில்லை. முனைவர்.சூக்கிடம் தொடர்புகொண்டு இந்த விஷயத்தை முடிக்க எனக்கு உதவுவீர்களா?..."

முனைவர். அபு கபீர் முவேவியா தனது உரையாடலை முடித்துக்கொண்டார், திடீரென என் மனதில் மின்னலடித்தது போலப் பல்வேறு வாக்கியங்களில் சிந்தனை உருவானது. காலம் செல்லும் திசையை நீ மறந்துவிட்டால் அங்கே காதல் எப்போதும் திசைமானியாக இருக்கிறது. காலம் எப்போதும் அதைக் கைவிட்டுவிடுகிறது. இத்தனை வருடங்கள் கழித்து நான் மீண்டும் உன்னுடைய சபிக்கப்பட்ட அறிவியல் தாகத்தினால் பீடிக்கப்பட்டு

நான் ஈசாக்கிற்குத் துரோகம் இழைத்தேன். துப்பாக்கியை இயக்குவதற்குப் பதிலாக என்னுடைய தாள்கள் மற்றும் அதனடியில் இருந்த துப்பாக்கியை விட்டுவிட்டு முனைவர்.சூக்கினை அழைக்க விரைந்தேன். முன் கூடத்தில் ஒருவரும் இல்லை; சமையலறையில் யாரோ ரொட்டித்துண்டினை நெருப்பில் வாட்டி உண்டுகொண்டிருந்தனர். வான் டெர் ஸ்பொவாக் அறைகள் ஒன்றிலிருந்து வெளிவருவதைப் பார்த்து அதுதான் முனைவர்.சூக்கின் அறை என்று உணர்ந்தேன். கதவைத் தட்டியும் யாரும் பதிலளிக்கவில்லை. எனக்குப் பின்னால் எங்கேயோ வேகமான காலடிகளின் ஓசை, அவற்றினிடையே பெண் தசையின் சூட்டினை உணரமுடிந்தது. மீண்டும் கதவைத் தட்டினேன், கதவு சிறிதளவு திறந்து கொண்டது. முதலில் நான் பார்த்ததெல்லாம் சிறியதொரு மேசை, அதன்மீது தட்டில் வைக்கப்பட்டிருந்த ஒருவகை முட்டை மற்றும் சாவி. இன்னும் சற்று கதவைத் தள்ளிவிட்டு அலறினேன். முனைவர்.சூக் தலையணையால் மூச்சுத் திணற அழுத்தப்பட்டுக் கிடந்தார். தனது மீசையைக் கடித்தபடி காற்றை எதிர்த்துப் போட்டியிடுவது போலப் படுத்திருந்தார். நான் அலறியபடி வெளியே ஓடியபோது தோட்டத்திலிருந்து வெடிச்சத்தம் கேட்டது. அது ஒரேயொரு வெடிச்சத்தம்தான், ஆனால் அதை இரண்டு காதுகளிலும் தனித்தனியே கேட்டேன். உடனே என்னுடைய துப்பாக்கியின் ஓசை அடையாளம் தெரிந்துவிட்டது. தோட்டத்திற்குப் பறந்தோடினேன், முனைவர் முவேவியா தலை சிதறி சரளைக்கல் தரையில் விழுந்து கிடந்தார்... அருகிலிருந்த மேசையில் கையுறை அணிந்த சிறுவன் எதுவுமே நடவாதது போலத் தன்னுடைய சாக்லெட் பாலை உறிஞ்சிக் கொண்டிருந்தான்... தோட்டத்தில் வேறு யாரும் இல்லை.

நான் உடனடியாகக் காவலில் வைக்கப்பட்டேன், ஸ்மித் & வெஸ்ஸனில் கிடைத்த என்னுடைய கைரேகை தடயமாக எடுத்துக்கொள்ளப்பட்டது, நான் முனைவர்.அபு கபீர் முவேவியாவை திட்டமிட்டுக் கொலை செய்ததாகக் குற்றம் சாட்டப்பட்டேன். இக்கடிதத்தை நான் தடுப்புக்காவலில் வைக்கப்பட்டிருக்கின்ற சிறையிலிருந்து எழுதிக் கொண்டிருக்கிறேன், இன்னமும் எனக்கு என்ன நடந்தது என்றே புரியவில்லை. என் வாயில் நன்னீர் ஊற்றும் இருபுறம் கூர்மையுள்ள வாளும் இருக்கின்றன... முனைவர் முவேவியாவைக் கொன்றது யார்? குற்றச்சாட்டு எப்படியிருக்கும் என்று யோசித்துப்பார்: "அரேபியரைக் கொன்று பழிதீர்த்த யூதப்பெண்!" மொத்த சர்வதேச இஸ்லாமியச் சமூகம், மொத்த

எகிப்திய மற்றும் துருக்கிய மக்கள் அனைவரும் எனக்கெதிராக எழுவார்கள். "இறையானவர் உன் எதிரிகளிடத்தில் உன்னை அடிப்பதற்கு ஒப்படைப்பார்; நீ அவர்களை ஒரு பாதையில் சந்தித்து ஏழு பாதைகளில் தப்பியோடுவாய்..." நீ உண்மையில் செய்ய நினைத்ததைச் செய்யவில்லை என்று எவ்வாறு நிரூபிப்பாய்? உண்மையை நிரூபிக்க இடியோசை போன்ற ஒரு பொய் தேவை, மழையின் தந்தையைப்போல அத்தனை அச்சங்கொள்ள வைப்பதாக அத்தனை வலுவானதாக. அப்படியான பொய்யை யார் உருவாக்க வேண்டுமென்றாலும் கண்களினிடத்தில் கொம்புகள் தேவை. அதைக் கண்டுவிட்டால் நான் வாழ்வேன்,

9 מאמר ראשון

היהודים די לי במה שהוא נראה משפלותם ומיעוטם ושהכל מואסים אותם וקרא לחכם מחכמי אדום ושאל אותו על חכמתו ומעשהו ואמר לו אני מאמין בחדוש הנבראות ובקדמו' הבורא ית' ושהוא ברא העולם כלו בשש' ימים ושכל המדברים צאצאי אדם ואליו הם מתיחסים כלם ושיש לבורא השגחה על הברואים והדבקות במדברים וקצף ורחמים ודבור והראות והגלות לנביאיו וחסידיו והוא שוכן בתוך רצויו מהמוני בני אדם וכללו של דבר אני מאמין בכל מה שבא בתורה ובספרי בני ישראל אשר אין ספק ב באמתתם בעבור פרסומם והתמדתם והגלותם בהמונים גדולים] ובאחריתם ו ובעקבותם נגשמה האלהות והיה עובר ברחם בתולה מנשיאות בני ישראל וילדה אותו אנושי הנראה אלקי הנסתר נביא שלוח בנראה אלוה שלוח בנסתר והוא המשיח הנקרא בן אלקים והוא האב והבן והוא רוח הקדש ואנחנו מיחדים א אמתתו ואם נראה על לשוננו השלוש נאמין בו האחדו

COSRI PARS I.

Ad Judæos quod attinet, ſatis mihi eſt cognita illorum humilitas, vilitas, paucitas; & quòd illos ab omnibus reprobari & contemni videmus (*ut non opus ſit, illos audire*).

Accerſivit itaq; Sapientem ex Edomæis, (*h. e. è* [1.] *Chriſtianis*) & quæſivit ex eo de Sapientiâ & Operibus ſeu Actionibus ipſius. Qui ei dixit; Ego credo Innovationem Creaturarum (*i. e. omnia eſſe creata, non ab æterno*), & Æternitatem Creatoris Benedicti; quòd ſc. ille Mundum totum creaverit ſpatio ſex dierum; quòd omnes homines rationales ſint progenies Adami, ab illo familiam ſuam ducentes; quòd ſit Providentia Dei ſuper res creatas, quòd item adhæreat rationalibus (*h. e. ſe communicet cum hominibus*): credo etiam Dei iram, amorem, miſericordiam, ſermonem, viſionem, revelationem Prophetis & viris ſanctis factam; denique, quòd Deus habitet inter eos qui accepti ipſi ſunt ex humano genere. Summa: Credo omnia quæ ſcripta ſunt in Lege & libris Iſraëlitarum, de quorum veritate nullus eſt dubitandi locus, eò quòd illa publicata, vel, publicè geſta, continuè conſervata & propagata, revelataque ſint in maxima hominum turba & frequentia. [Et [2.] in extremo ac fine illorum (*Reipublicæ & Eccleſiæ Judæorum*) incorporata (*incarnata*) eſt Deitas, tranſiens in uterum virginis cujuſdam è primariis inter Iſraëlitas, quæ genuit eum Hominem viſibiliter, Deum latenter, Prophetam miſſum viſibiliter, Deum miſſum occultè. Hicque fuit Meſſias, dictus Filius Dei, qui eſt Pater, Filius, & Spiritus Sanctus, cujus Eſſentiam unicam eſſe credimus & fatemur. Licet enim ex verbis noſtris videatur, nos Trinitatem vel Tres Deos credere, credimus tamen unitatem. Habitatio au-

ומשמו B

> பிறகு க்ராகோவிலிருந்து உன்னை இஸ்ரேலுக்கு என்னிடத்தில் அழைத்துக்கொள்வேன், பிறகு நம் இளமையின் அறிவியலுக்குத் திரும்பலாம். "நம்மால் தவறாக பலிகொடுக்கப்பட்டவரால் நாம் காப்பாற்றப்படுவோம்," நம் இரண்டு அப்பாக்களில் ஒருவர் கூறியது... அவருடைய கோபத்தை விடவும் கருணையைத் தாங்கிக் கொள்வதுதான் கடினமாக இருக்கிறது.

பி.கு. இத்துடன் தத்துவவாதி கான்ஸ்தந்தின், புனித சிரில்லின் மறைந்துவிட்ட "கசார் பேருரைகள்" புத்தகத்தின் பகுதிகள் என முனைவர். முவேவியா குறிப்பிட்ட ஹலேவியின் கசார்களைப் பற்றிய புத்தகத்திலிருந்து (லிபெர் கோஸ்ரி) தத்துவவாதியின் மறுப்புகளை இணைத்துள்ளேன்:

COSRI PARS I.

tem ejus fuit inter filios Israël, summo ipsorum cum honore, quandiu Res Divina ipsis adhæsit (*durante Templo*), donec illi rebellarunt contra Messiam istum, eumque crucifixerunt. Tum conversa fuit Ira Divina continua super eos, gratia verò & Benevolentia super paucos (*è Judæis*) qui sequuti sunt Messiam, & postea etiam super alios populos, qui hos paucos sunt sequuti & imitati, è quibus nos sumus. Et quamvis non simus Israëlitæ, longè potiori tamen jure nobis nomen Israëlitarum debetur, quia nos ambulamus secundum verba Messiæ, & Duodecim Sociorum (*h.e. Discipulorum vel Apostolorum*) ejus è filiis Israël, loco Duodecim tribuum, prout etiam populus magnus è filiis Israëlis sunt sequuti illos Duodecim, qui fuerunt quasi Pasta populi Christiani. Unde nos digni facti sumus Dignitate Israëlitarum, & penes nos nunc est potentia & robur in terris, omnesque populi vocantur ad fidem hanc, & jubentur adhærére ei, atque magnificare & exaltare Messiam, ejusque Lignum (*h.e. Crucem*) venerari, in quo crucifixus fuit, & similia: Judiciaque & Statuta nostra sunt partim Præcepta Simeonis socii (*h.e. Petri Apostoli*), & partim Statuta Legis, quam nos discimus, & de cujus veritate nullo modo dubitari potest, quin à Deo sit profecta. Nam in ipso Evangelio in verbis Messiæ habetur; *Non veni ut destruam præceptum aliquod ex præceptis filiorum Israël, & Mosis, Prophetæ ipsorum, sed veni, ut illa impleam & confirmem, Matth. 5.*]

מאמר ראשון 10

ומשכנו בתוך בני ישראל ל לכבוד להם כאשר היה הענין האלקי נדבק בהם עד ת יו המוניהם במשיח הזה ותלוהו ושב הקצף מתמיד עליהם ועל המונם והרצון ליחידים ההולכים אחרי המשיח ואחרי כן לאומות ההולכים אחרי היחידים האלה ואנחנו מהם ואם לא נהיה מבני ישראל אנחנו יותר ראויי שנקרא בני ישראל מפני שאנחנו הולכים אחרי דברי המשיח וחביריו מבני ישראל שנים עשר במקום השבטים ואחר כן הלכו עם רב מבני ישראל אחרי השנים עשר ההם והיו כמחמצת לאומת הנוצרים והיינו אנו ראויים למעלת בני ישראל והיתה לנו הגבורה והעצמה בארצות וכל האומות נקראים אל האמונה הזאת ומצוים להדבק בה ולגדל ולרומם למשיח ולגדל את עצו אשר נתלה עליו והדומה לזה ודינינו וחקינו ממצות שמעון החבר וחוקים מן התורה אשר אנו לומדים אותה ואין ספק באמתתה שהיא מאת האלקים ׃ וכבר בא באון גליון בדברי המשיח לא באתי לסתור מצוה ממצות בני ישראל ומשה נביאם אבל באתי לחזקם ולאמצם ׃]

N O T Æ.

[1.] *Ubi prima editio habet* אדוים, h.e. Christianum; *pro eo in secundâ substit*...

மொகத்தசா அல்-சஃபர்[C] *(8 மற்றும் 9ஆம் நூற்றாண்டு) - கனவை வாசிப்பவர்கள் மற்றும் கனவு வேட்டையர்*[†] *இடையே ஆகச்சிறந்தவர். தொன்மங்களின்படி இவரே கசார் கலைக் களஞ்சியத்தின் ஆண் பகுதிகளைத் தொகுத்தவர், பெண் பகுதிகள் இளவரசி அதே'வினால் தொகுக்கப்பட்டன. அல்-சஃபர் தன் பங்கிற்கு எழுதிய அக்கலைக்களஞ்சியத்தை (அல்லது கசார் அகராதி) தன்னுடைய சமகாலத்தில் வாழ்பவர்களுக்காக அல்லது வழித்தோன்றல்களுக்காக எழுத விரும்பவில்லை, எனவே அதைப் புராதனமான, 5ஆம் நூற்றாண்டைச்சேர்ந்த கசார்களின் மொழியில் தொகுத்தார், அதை அவரது சமகாலத்தில் வாழ்ந்த எவராலும் புரிந்துகொள்ள இயலாது; அதை, ஆதம் சத்மோனது உடலின் பாகங்கள் குறித்துத் தங்களது பங்கிற்குக் கனவுகண்ட - அப்பகுதிகள் ஒருபோதும் மீண்டும் கனவு காணப்படப் போவதில்லை - தனது முன்னோர்களுக்காக மட்டுமே எழுதினார். கசார் இளவரசியான அதே' இவரது தலைவி, இவர் எவ்வாறு தனது தாடியை ஒயினில் நனைத்து அவளது முலைகளைக் கழுவுவார் என்பது குறித்துப் பழங்கதை ஒன்று உண்டு. அல்-சஃபர் சிறைப்படுத்தப்பட்டார், ஓர் ஆதாரத்தின்படி கசார் காகனுக்கும் இளவரசி அதே'வுக்கும் இடையே உண்டான தவறான புரிதல்தான் அதற்கான காரணம். இம்மன வேறுபாடு நிகழ்ந்தது இளவரசி அதே' எழுதிய ஆனால் அனுப்பப்படாத ஒரு கடிதம் கசார் காகனின் கைக்குச் சென்று சேர்ந்ததால். அது அல்-சஃபருக்கு எழுதப்பட்டது என்பதால் காகனின் பொறாமை மற்றும் கோபத்தைத் தூண்டிவிட்டது. அதில் கூறப்பட்டுள்ளது:*

உன் காலணிகளில் ரோஜாக்களை நட்டுவைத்தேன்; உன் தொப்பியிலிருந்து கடுகுப்பூக்கள் வளர்ந்து கொண்டிருக்கின்றன. என் தனிமை கொண்ட நித்தியத்துவமான இரவுகளில் உனக்காகக் காத்திருக்கும்போது, பகல்கள் என்மீது கிழிபட்ட மடல்களின் துணுக்குகளாய்ப் பொழிகின்றன. அவற்றை ஒன்றுசேர்த்து உன் காதலான வார்த்தைகளை ஒவ்வொரு எழுத்தாக வாசிக்கிறேன். ஆனால் என்னால் இயன்றவரை சிறிதளவே வாசிக்கிறேன், ஏனெனில் முன்னறிந்திராத கையெழுத்தொன்று அவ்வப்போது இடைப்படுகிறது, மேலும் வேறு சில எழுத்துகளின் துணுக்குகள் உன்னுடையதோடு கலந்து விடுகின்றன: வேறொருவரின் பகலும் எழுத்தும் என் இரவுகளில் குறுக்கிடுகின்றன. இவ்வெழுத்துகளும்

பகலும் தேவைப்படாத உன் திரும்புதலுக்காகக் காத்திருக்கிறேன். இதையும் சிந்திக்கிறேன்: இன்னமும் அந்த இன்னொருவர் எனக்கு எழுதுவாரா, அல்லது இன்னமும் இரவாகவே நீடிக்குமா?

வேறு ஆதாரங்களின்படி (இதை தாவுப்மன்னூஸ்✡ கெய்ரோ யூத தேவாலய கைப்பிரதியுடன் தொடர்புபடுத்துகிறார்), இக்கடிதம் அல்லது கவிதையில் குறிக்கப்படுவது காகனே அல்ல, அது அல்-சஃபருக்கானது, அவரை மற்றும் ஆதம் சத்மோனைக் குறிப்பிடுகிறது. எப்படியிருப்பினும் அக்கடிதம் கசார் காகனின் பொறாமையை அல்லது அரசியல் ரீதியான சந்தேகத்தைக் கிளப்பிவிட்டது (ஏனெனில் இளவரசி அதே'வின் கனவு வேட்டையர்தான் மிகப்பலம் வாய்ந்த எதிர் அணியினர், இது காகனைத் தடுக்கவல்லது). அல்-சஃபர் தண்டனையாக ஓர் இரும்புக்கூண்டுக்குள் அடைக்கப்பட்டு மரத்திலிருந்து தொங்கவிடப்பட்டார். ஒவ்வொரு வருடமும் தன் கனவின் வழியாக இளவரசி அதே' தனது படுக்கையறையின் சாவியை அவருக்கு அனுப்பிவந்தாள், ஆனால் அவரது அவலநிலையைச் சற்று எளிதாக்க அவளால் இயன்றதெல்லாம் துர்சக்திகளுக்குக் கையூட்டுக் கொடுத்து சிறிது காலத்திற்கு அல்-சஃபரின் இடத்தில் வேறு யாரையேனும் கூண்டுக்குள் வைப்பது மட்டுமே. அவ்வகையில் அல்-சஃபரின் வாழ்க்கை பகுதியளவு மற்ற மனிதர்களின் வாழ்க்கையினாலானது, அவர்கள் தங்களது சில வாரங்களை அவருக்கு அளித்திருக்கிறார்கள். இதற்கிடையே, காதலர்கள் தங்களுக்குள் அவர்களுக்கே உரித்தான முறையில் செய்திகளைப் பரிமாறிக்கொண்டனர்: தனது கூண்டிற்குக் கீழேயுள்ள ஆற்றிலிருந்து பிடிக்கப்பட்ட ஆமை அல்லது நண்டின் முதுகில் அவர் தனது பல்லினால் ஒரு செய்தியை எழுதி மீண்டும் நீருக்குள் அனுப்புவார், அவளும் அதே விதத்தில் பதில் அனுப்புவாள், தனது காதல் செய்திகளை உயிருடனுள்ள ஆமையின் முதுகில் எழுதி அவரது கூண்டிற்குக் கீழே கடலோடு கலக்கும் ஆற்றில் அனுப்பிவைப்பாள். இளவரசி அதே'வின் ஞாபகங்களை சாத்தான் அகற்றி அவள் கசார் மொழியை மறக்கும்படி செய்தபோது அவள் எழுதுவதை நிறுத்திவிட்டாள், ஆனாலும் அல்-சஃபர் செய்திகள் அனுப்புவதைத் தொடர்ந்தார், அவளது பெயரை மற்றும் அவளது கவிதைகளின் சொற்களை மீண்டும் நினைவூட்ட முயற்சி செய்வார்.

யூதா பென் திப்பான்

இது நிகழ்ந்து பல நூறு வருடங்களுக்குப் பிறகு, தங்கள்மீது செய்திகள் பொறிக்கப்பட்ட நிலையில் இரண்டு ஆமைகள் கருங்கடலின் கரைகளில் பிடிபட்டன, ஒருவரையொருவர் நேசித்த ஓர் ஆண் மற்றும் ஒரு பெண்ணின் செய்திகள். அந்த ஆமைகள் இன்னமும் சேர்ந்தே இருக்கின்றன, அன்பான அவ்விணையரின் செய்திகளை இப்போதும் அவற்றின் முதுகில் வாசிக்க முடியும். ஆணுடைய செய்தி இவ்வாறு உள்ளது:

எப்போதும் தாமதித்தே விழிக்கும் பெண்ணைப் போல நீ; அவள் திருமணம் முடிந்து அருகிலிருக்கும் கிராமத்திற்குச் சென்றதும் முதன்முறையாக அதிகாலையில் கண்விழித்தாள், புல்வெளிகளில் படிந்திருக்கும் பனித்துளிகளைக் கண்டதும் தன் மாமியாரிடம் கூறினாள், "எங்கள் கிராமத்தில் இது கிடையாது!" அவளைப்போல, உலகத்தில் காதலே இல்லை என்று நீ நினைக்கிறாய், ஏனெனில் அதைச் சந்திக்குமளவு விரைவாக நீ விழிக்கவேயில்லை, அது ஒவ்வொரு நாள் காலையிலும் நேரத்தே அங்கிருந்தாலும் கூட...

பெண்ணின் செய்தி சுருக்கமாகச் சில சொற்களுக்குள் இருந்தது:

என் தாய்நிலம் என்பது அமைதி, என் உணவு - பேச்சின்மை. ஒரு படகுக்காரன் படகில் அமர்ந்திருப்பது போலும் நான் எனது பெயரில் அமர்ந்திருக்கிறேன். உன்னை மிகவும் வெறுக்கிறேன், என்னால் உறங்க முடியவில்லை.

மொகத்தசா ஆட்டின் வடிவிலமைக்கப்பட்ட கல்லறையில் புதைக்கப்பட்டார்.

யூதா பென் திப்பான் (12-ஆம் நூற்றாண்டு) - யூதா ஹலேவியின் கசார்கள் குறித்த புத்தகத்தை அரேபிய மொழியிலிருந்து எபிரேயத்திற்கு மொழிபெயர்த்தவர். மொழிபெயர்ப்பு 1167-இல் உருவானது, அதன் ஒழுங்கின்மைக்கு இரண்டு விளக்கங்கள் உள்ளன: அதாவது அச்சிடப்பட்ட பிரதிகள் அனைத்தும் கிறிஸ்தவ நீதி விசாரணையின் கைகளால் நசுக்கப்பட்டன, மற்றும் மொத்த விஷயமும் திப்பானைச் சார்ந்து இல்லை, ஆனால் சூழ்நிலையைச் சார்ந்திருந்தது.

பென் திப்பான் தனக்கு நிச்சயிக்கப்பட்ட பெண்ணோடு காதலில் இருந்தபோது மொழிபெயர்ப்பு நம்பிக்கைக்குரியதாக இருந்தது, அவர் கோபத்திலிருக்கும்போது நன்றாக, காற்று வீசும்போது சொற்கள் நிறைந்ததாக, குளிர்காலத்தில் ஆழமாக, மழைப்பொழிவின்போது விளக்கமாக மற்றும் பொழிப்புரைத் தன்மையுடையதாக, மேலும் அவர் மகிழ்ச்சியாக இருந்தால் தவறாகவும் இருந்தது.

ஒரு அத்தியாயத்தை முடித்தபின் திப்பான் பண்டைய அலெக்சாண்ட்ரிய விவிலிய மொழிபெயர்ப்பாளர்கள் செய்ததைப்போலச் செய்வார் - யாரையேனும் அம்மொழிபெயர்ப்பை அவரிடமிருந்து விலகி நடந்தவாறு வாசிக்கும்படி கூறிவிட்டு, திப்பான் ஒரேயிடத்தில் நின்றபடி அதைக் கேட்பார். தூரம் அதிகரிக்கையில், பிரதியின் பகுதிகள் காற்றில் மற்றும் மூலைகளில் இழக்கப்படும், மீதமுள்ளவை புதர்கள் மற்றும் மரங்களினால் எதிரொலிக்கப்படும்; கதவுகள் மற்றும் கைப்பிடிகளால் திரையிடப்பட்டு பெயர்ச்சொற்கள் மற்றும் உயிரொலிகளை உதிர்க்கும், படிகளில் தடுமாறி, இறுதியாக ஆணின் குரலில் தொடங்கிய அது, தொலைதூரத்தில் வினைச்சொற்கள் மற்றும் எண்கள் மட்டுமே கேட்கும் வகையில், பெண் குரலாகத் தனது பயணத்தை முடித்துக்கொள்ளும். பிறகு, வாசிப்பாளன் திரும்பி வந்ததும் இம்மொத்தச் செய்கையும் தலைகீழாக்கப்படும், இந்த வாசிப்பு நடையின் மூலமாகப் பெற்ற கருத்துகளின் அடிப்படையில் மொழிபெயர்ப்பில் திருத்தங்களை திப்பான் மேற்கொள்வார்.

யூதா ஹலேவி (அரபுமொழி - அபுல்ஹஸ்ஸன் அல் லாவி, "சிறிய ஹலேவி") (1075-1141) - கசார் விவாதம்▽ குறித்த முதன்மையான எபிரேய வரலாற்றுப் பதிவாளர், ஸ்பெயினின் முன்னணி எபிரேய கவிஞர்கள் மூவருள் ஒருவர். துதெலாவின் தெற்குக் கஸ்தீலேவில் பிறந்தவர், சாமுயேல் ஹலேவியாகிய தன் தந்தையின் விருப்பங்களைப் பின்பற்றுபவர், யூதா ஸ்பெயினின் மூரிஷில் விரிவான கல்வியைப் பெற்றவர். "ஒரே ஞானம்தான் உள்ளது," ஹலேவி பின்னாளில் இவ்வாறு எழுதுவார்; "பிரபஞ்சமெனும் கோளத்தில் விரவியிருக்கும் ஞானம் என்பது மீச்சிறு விலங்குகள் கொண்டிருக்கும் ஞானத்தினின்றும் பெரிதல்ல.

யூதா ஹலேவி

முன்னது - முழுவதும் சுத்தப் பருப்பொருளினால் ஆனது, அது நிரந்தரமானது எனவே வகைமையில் வேறுபட்டது - அதைப் படைத்தவனால் மட்டுமே அழிக்கப்படக் கூடியது, ஆனால் விலங்குகள் பல்வேறு செயல்விளைவுகளுக்கு ஆட்படக்கூடிய பொருளினால் ஆனவை, எனவே அவற்றின் ஞானம் என்பதும் வெப்பம், குளிர் மற்றும் அவற்றின் இயல்பைப் பாதிக்கும் அனைத்திற்கும் உட்பட்டது.'' ஹலேவி, லூசேனாவிலுள்ள ஈசாக் அல்ஃபசியின் தல்மூதியப் பள்ளியில் மருத்துவம் பயின்றவர், கஸ்தீலிய மற்றும் அரேபிய மொழிகளைப் பேசக்கூடியவர். அரேபிய மொழியில் தத்துவம் பயின்றார், அது புராதனக் கிரேக்கர்களின் தாக்கத்தில் இருந்தது, அதைக்குறித்து அவர் எழுதியது, ''அதில் வண்ணங்கள் இருந்தாலும் கனிகள் இல்லை, அது மனதிற்கு உணவளித்தாலும் உணர்வுகளுக்கு ஒன்றும் தருவதில்லை.'' எனவே தத்துவவாதிகள் ஒருபோதும் கடவுளின் தூதுவராக முடியாது என்று ஹலேவி நம்பினார். மருத்துவம் அவரது தொழிலாக இருந்தாலும், இலக்கியம் மற்றும் எபிரேய பாரம்பரிய மாயாஜால வித்தைகளிலும் கணிசமான அளவில் கவனம் செலுத்தினார், சமகாலக் கவிஞர்கள், ரப்பிகள் மற்றும் அறிஞர்களோடு தனது வாழ்க்கையை ஸ்பெயினின் பல்வேறு பகுதிகளில் கழித்தார். தலைகீழாகப் புரட்டப்பட்ட ஆணின் உறுப்புகளே பெண்களின் உறுப்புகள் என வாதிடுவார், புத்தகமும் அதைத்தான் கூறுகிறது ஆனால் வேறுவகையில்: ''ஆண் என்பவன் அலெஃப், மேம், ஷின்; பெண் என்பவள் அலெஃப், ஷின், மேம். இந்தச் சக்கரம் முன்னும் பின்னுமாகச் சுழலக்கூடியது; மேலே மகிழ்ச்சியைக் காட்டிலும் சிறந்த ஒன்றில்லை, கீழே அநீதியைக் காட்டிலும் மோசமான ஒன்றில்லை...'' தல்மூத்தில் நிபுணர் என்பதால் ஹலேவி கடவுளின் பெயரில் காணப்படும் மோனையின் பிறப்பை ஆராய்ந்ததன் மூலம், ''*I*'' மற்றும் ''*E*'' என்ற எழுத்துகளுக்கான தோற்றுவாயை அறியமுயலும் நவீன விவிலிய விளக்கவுரைக்கான வரையறைகளுக்குப் பங்களித்துள்ளார். இது அவருடைய கூற்று: ''மெய்யெழுத்துகள் எனும் உடலில் இருக்கும் ஆன்மாவே உயிரெழுத்துகள்.'' காலத்தில் முடிச்சுகள் உண்டு என்று எச்சரித்தார், ''வருடங்களின் இதயங்கள்,'' காலம், வெளி மற்றும் மனிதர்கள் என்பதன் லயத்தில் துடிக்கின்றன, மேலும் காலத்தோடு ஒத்திசைந்த செயல்கள் மற்றும் படைப்புகள் இம்முடிச்சுகளோடு தொடர்புடையவை. பருப்பொருள்களுக்கிடையே உள்ள

வேறுபாடென்பது அவற்றின் சாரத்திலிருந்து கிளைப்பது என்று நம்பினார். ஒருவர் இவ்வாறு கேட்கக்கூடும்: "அவன் ஏன் என்னை ஒரு தேவதையாகப் படைக்கவில்லை?" எனில் அதே உரிமையோடு ஒரு புழுவும் கேட்கக்கூடும்: "ஏன் அவன் என்னை மனிதனாகப் படைக்கவில்லை?" இறந்தகாலமென்பது கப்பலின் பின்புறத்திலும் எதிர்காலமென்பது முன்புறத்தில் இருக்கிறதென்றும் நதியைக் காட்டிலும் கப்பல் வேகமானது, இருதயம் கப்பலைக் காட்டிலும் வேகமானது என்றாலும் அவை ஒரேதிசையில் நகர்வதில்லை என்பதையும் தனக்குப் பதின்மூன்று வயதானதிலிருந்தே ஹலேவி அறிந்திருந்தார். தன் நண்பர்களுக்கு எழுதிய சில கடிதங்களோடு, அவருடையது என்று நம்பப்படும் ஓராயிரம் கவிதைகள் வரை பாதுகாக்கப்பட்டுள்ளன, அவர் நண்பருக்குச் சொன்னது, "எவனொருவன் தன் வாயினால் கடித்துக் கொண்டிருக்கிறானோ அவனால் அவனது பெயரை உச்சரிக்க முடியாது; எவனொருவன் பெயரைச் சொல்கிறானோ அவனது கடிப்பு வாயில் கசந்துபோகிறது." கஸ்தீலேவிலிருந்து ஹலேவி அந்நேரம் அரேபியர்களின் ஆளுகையில் இருந்த கொர்தோபாவுக்கு இடம்பெயர்ந்தார், அங்கு பலநூற்றாண்டுகளாக கசார்கள் குறித்த ஆர்வம் நிலவிவந்தது. மருத்துவராகப் பணிபுரிந்தபடி தனது தொடக்ககாலக் கவிதைகளில் பலவற்றை எழுதினார். அரேபியச் செய்யுளாக்கத்தின் கரந்துறைப் பாட்டு வகைமையில் தனது பெயரைப் பொறித்தார். "மூர்க்கமான அலைகளைக் கொண்ட கடல் நான்," என்று தன்னைப்பற்றி எழுதியுள்ளார். அவருடைய கவிதைகளின் "தொகுப்பு" டூனிஸ்சில் கையெழுத்துப்பிரதியாகக் கிடைத்தது, அவை பிறகு மற்ற ஆதாரங்களைக் கொண்டு முழுமைப்படுத்தப்பட்டன. 18ஆம் நூற்றாண்டில் ஹெர்தெர் மற்றும் மென்டெல்சோன் ஆகியோரால் அவர் ஜெர்மன் மொழியில் மொழிபெயர்க்கப்பட்டார். 1141இல் ஹலேவி தன்னுடைய கசார்கள் *(கிதாப் அல் கசாரி)* பற்றிய புகழ்பெற்ற புத்தகத்தினை எழுதினார். அப்புத்தகத்தின் துவக்கத்திலுள்ள பக்கங்கள் கசார் காகன்[v] சபையில் இஸ்லாமிய அறிஞர், கிறிஸ்தவத் தத்துவவாதி மற்றும் யூத ரப்பிக்கிடையே ஒரு கனவின் பொருள் குறித்து நிகழ்ந்த விவாதத்தை விவரிக்கின்றன. அடுத்து வரும் பகுதிகள் விவாதத்தில் இரண்டு பங்கேற்பாளர்களின் உரையாடலை மட்டுமே விவரிக்கின்றன - ரப்பி மற்றும் கசார் காகன் - அப்புத்தகம் அதன் துணைத்தலைப்பு கூறுகிறபடி மாறுகிறது: யூத நம்பிக்கைக்கு ஆதரவான வாதங்கள் மற்றும்

ஆதாரங்கள் கொண்ட புத்தகம். இப்புத்தகத்தை எழுதும்போது புத்தகத்தின் கதைசொல்லி செய்வதையே அவரும் செய்தார் - ஸ்பெயினை விட்டு கிழக்கிற்குச் செல்லத் தீர்மானித்தார், ஜெருசலேமைப் பார்க்க வேண்டுமென்பது அவரது விருப்பம். "என் இதயம் கிழக்கிற்காக ஏங்குகிறது," என்று அச்சமயத்தில் எழுதியுள்ளார், "ஆனால் நானோ தொலைதூர மேற்கில் பிணைக்கப்பட்டிருக்கிறேன்... பூமியின் ஒப்பனையே, உலகத்தின் மகிழ்ச்சிகளே, ஓ... உங்களால் எவ்வளவு ஈர்க்கப்படுகிறேன்... உமது பேரரசு இப்போது இல்லையென்றாலும், குணப்படுத்தும் உன் பொன்மெழுகின் இடத்தில் தற்போது தேள்களும் பாம்புகளும் ஊர்ந்து கொண்டிருந்தாலும்." க்ரனாடா, அலெக்ஸான்ட்ரியா, தைர், மற்றும் டமாஸ்கஸ் வழியாக அவர் பயணம் செய்தார், அவரது வழியில் பாம்புகள் மணலில் தங்களின் கையெழுத்தை விட்டுச் சென்றிருக்கும் என்று தொன்மங்கள் கூறும். இந்தப் பயணத்தின்போதுதான் தனது முதிர்ச்சியான கவிதைகள் பெரும்பாலானவற்றை எழுதினார், அவற்றுள் ஒன்றுதான் *சீயோனின் பாடல்*, புனிதரின் நாளில் யூததேவாலயங்களில் பாடப்பெறுவது. தனது உண்மையான தாய்நிலத்தின் புனிதமான கடற்கரைகளில் இறங்கியவர் தன் சேரிடத்திற்கு அருகிலேயே இறந்துபோனார். ஒரு குறிப்பின்படி அவர் ஜெருசலேமைக் கண்ணால் கண்டவுடனேயே சராசென் குதிரைகளால் மிதித்துக் கொல்லப்பட்டார். கிறிஸ்தவம் மற்றும் இஸ்லாமுக்கு இடையே உள்ள மோதல் குறித்து எழுதும்போது அவர் குறிப்பிடுவது: "கிழக்கிலும் மேற்கிலும் அமைதியைக் கண்டடையக் கூடிய ஒரு தலமேனும் இல்லை... இஸ்மாயில்கள் வென்றாலும் சரி அல்லது எதோமியர்கள்" - கிறிஸ்தவர்கள் - "மேலோங்கினாலும் சரி, என் விதி ஒன்றே - துன்பப்படுவது." ஹலேவியின் கல்லறையில் பின்வரும் வாசகம் பொறிக்கப்பட்டுள்ளதாக ஒரு தொல்கதை உண்டு: "நீ எங்கே பறந்து சென்றுவிட்டாய், ஓ நம்பிக்கையே, ஓ மேதகைமையே, பணிவே, ஞானமே? நாங்கள் இந்தக் கல்லின் கீழே இருக்கிறோம்; கல்லறையிலும் கூட நாங்கள் யூதாவிடவிருந்து பிரிக்க முடியாதவர்கள்." அவ்வகையில் ஒரு சொலவடையை ஹலேவி நிரூபிக்கிறார் "அனைத்துச் சாலைகளும் பாலஸ்தீனத்துக்குச் செல்லும், எதுவும் அங்கிருந்து துவங்குவதில்லை."

ஹலேவி கசார்கள் குறித்த தனது புகழ்பெற்ற புத்தகத்தை அரேபிய மொழியில் எழுதினார், அது 1506 வரையிலும் எபிரேய மொழியில் பதிப்பிக்கப்படவில்லை. அரேபிய மூலமொழியிலும் பென் திப்பான்✡ (1167) மற்றும் யூதா பென் ஈசாக் எனும் போப்பாண்டவர் மன்ற உறுப்பினர் ஆகியோரால் எபிரேய மொழியில் மொழிபெயர்க்கப்பட்ட பிரதியும் பல மறுபதிப்புகள் கண்டன. 1547 மற்றும் 1594இல் வெனிஸ்சில் பதிப்பிக்கப்பட்ட எபிரேய மொழிபெயர்ப்புகள் தணிக்கையினால் பலவீனமாக்கப்பட்டன (குறிப்பாக இவற்றில் இரண்டாவதாகப் பதிப்பிக்கப்பட்டது), ஆனால் அது யூதா மஸ்காட்டோவின் விளக்கவுரையை உள்ளடக்கியதாக இருப்பதால் முக்கியமான பதிப்பாகக் கருதப்படுகிறது. 17ஆம் நூற்றாண்டில் ஜான் பக்ஸ்டார்ஃப் ஹலேவியின் புத்தகத்தை லத்தீனில் மொழிபெயர்த்தார். தணிக்கை செய்யப்பட்ட இப்படைப்பு லத்தீன் மொழிபெயர்ப்பின் வழி பரவலாக ஐரோப்பிய மக்களைச் சென்றடைந்தது. இப்பிரதி கசார் விவாதத்தில் பங்குபெற்ற எபிரேய பங்கேற்பாளர் ஈசாக் சங்காரி✡யின் வாதங்களை மெய்யெனக் கொள்கிறது, இன்னாரென்று குறிப்பிடப்படாத இஸ்லாமிய மற்றும் கிறிஸ்தவ பங்கேற்பாளர்களுக்கு எதிரான வாதம். இருப்பினும் தணிக்கை செய்யப்பட்ட இப்பிரதியின் முன்னுரை ஹலேவி குறிப்பிட்டதாக முன்வைப்பது: “நம்முடைய கருத்துகளிலிருந்து வேறுபடும் தத்துவவாதிகளிடம் என்ன வாதத்தை மற்றும் விடைகளை நான் முன்வைக்கக்கூடும் என்ற கேள்வி அவ்வப்போது என்னிடம் கேட்கப்படுகிறது, அதாவது வேறு நம்பிக்கைகளைச் சார்ந்தவர்கள் (கிறிஸ்தவர்களைத் தவிர்த்து) மற்றும் நம்மிடையே பொதுவாக ஏற்றுக்கொள்ளப்பட்டுள்ள யூத நம்பிக்கையினின்றும் வழுவிச்செல்கிற சமய பேதமுள்ளவர்கள் ஆகியோருக்கு, அத்தருணங்களில் நான் கேள்வியுற்ற நூறாண்டுகளுக்கு முன்னமே யூத நம்பிக்கையை ஏற்றுக்கொண்டுவிட்ட கசார் அரசனின் சபையில் குறிப்பிட்டதோர் அறிஞர் வெளிப்படுத்திய கருத்துகள் மற்றும் ஆதாரங்களை நினைத்துக் கொள்வேன்.” நிச்சயமாக அடைப்புக்குறிக்குள் உள்ள “கிறிஸ்தவர்களைத் தவிர்த்து” என்ற வார்த்தைகள் பின்னாள்களில் தணிக்கையின் காரணமாகச் சேர்க்கப்பட்டவை, ஏனென்றால் அந்தக் கருத்துக்கு மாறாக ஹலேவி தன் புத்தகத்தில் கிறிஸ்தவ நம்பிக்கை குறித்தும் பேசுகிறார். அதாவது அவர் மூன்று நம்பிக்கைகள் பற்றியும் பேசியிருக்கிறார் - கிறிஸ்தவம், இஸ்லாம், மற்றும் யூதம் - ஒருமரத்தின் படத்தைக்கொண்டு அவற்றை உருவகப்படுத்தியிருக்கிறார்.

அதில் இலைகள், பூக்கள் கொண்ட கிளைகள் கிறிஸ்தவம் மற்றும் இஸ்லாம் எனவும் அதன் வேராக யூதம் இருக்கிறது என்றும் கூறுகிறார். மேலும், விவாதத்தில் பங்குபெற்ற கிறிஸ்தவப் பிரதிநிதியின் பெயர் தவிர்க்கப்பட்டுள்ளது என்ற உண்மையைத் தவிரவும் அவரது சிறப்புப்பெயர் மட்டுமே - தத்துவவாதி என்று குறிப்பிடப்பட்டுள்ளது. எபிரேய மற்றும் கிறிஸ்தவ (கிரேக்க) ஆதாரங்கள் கிறிஸ்தவப் பிரதிநிதியைக் குறிக்கப் பயன்படுத்தும் இந்தத் தத்துவவாதி எனும் சொல் உண்மையில் பைசாந்தியப் பல்கலைக் கழகத்தில் கொடுக்கப்படும் மதிப்புப் பெயரடை மட்டுமே, எனவே இதை வழக்கமான பொருளில் கொள்ள வேண்டியதில்லை.

என்றாலும் பாஸல் நகரத்தில் வெளியிடப்பட்ட ஹலேவியின் புத்தகத்தினுடைய ஜான் பக்ஸ்டார்ஃபின் லத்தீன் மொழிபெயர்ப்புப் பிரதி மிகுந்த புகழை எட்டியது, பதிப்பாளருக்கு அப்பதிப்பு தொடர்பான கடிதங்கள் வந்தன. அச்சமயம் ஹலேவியின் புத்தகம் குறித்துக் கருத்துத் தெரிவித்து வந்த கடிதங்களில் துப்ரோவ்னிக்கைச் சேர்ந்த யூதரான சாமுயேல் கோஹென்✡ என்பவரும் உள்ளதாகத் தனது 1691ஆம் வருடத்தைய *கசார் அகராதி* பதிப்பில் தாவுப்மன்னூரஸ் குறிப்பிட்டுள்ளார். ஹலேவியின் லத்தீன் மொழிபெயர்ப்பைத் தொடர்ந்து ஸ்பானிஷ், ஜெர்மன் மற்றும் ஆங்கிலம் ஆகிய மொழிகளின் மொழிபெயர்ப்புகள் வெளிவந்தன. திறனாய்வு அடிப்படையில் அரேபிய மூலம் மற்றும் எபிரேய மொழிபெயர்ப்பு குறித்த ஒப்பீட்டுப் பிரதி 1887இல் லீப்ஸிக்கில் வெளியிடப்பட்டது. ஆன்மாவின் தன்மை குறித்துப் பேசும்போது ஹலேவி பயன்படுத்திய ஆதாரங்களில் இப்னு சினாவின் (அவிசென்னா) உரைமூலமும் ஒன்றென ஹர்ஷ்ஃபீல்ட் குறிப்பிடுகிறார்.

வெகுவிரைவிலேயே ஹலேவி புகழடைந்தார், எந்தளவுக்கு என்றால் அவரைக்குறித்த தொல்கதைகள் உருவாயின. அவருக்கு மகன்கள் யாரும் இல்லை என்று நம்பப்படுகிறது, ஒரேயொரு மகள் மட்டுமே, அவளுடைய சொந்த மகன் தன் பாட்டனாரின் பெயரைத் தாங்கியிருந்தான். ருஷ்ய யூதக் கலைக்களஞ்சியத்தின் படியான இத்தகவல் ஹலேவியின் மகள் பிரபலமான விஞ்ஞானி ஆப்ரஹாம் பென் எஸ்ராவை மணந்தார் என்ற கதை தவறென நிரூபிக்கிறது, ஏனெனில் எஸ்ராவின் மகன் யூதா என்றழைக்கப்படவில்லை. இந்தக்கதையை யிடிஷ்

மொழியிலமைந்த சைமன் அகிபா பென் ஜோசஃபின் புத்தகமான மாசே ஹா ஷெம்-மில் காணலாம், அதன்படி தோலெதோவின் புகழ்மிக்க இலக்கணப்புலவரும் கவிஞருமான ஆப்ரஹாம் பென் எஸ்ரா (இறப்பு - 1167) கசாரியாவில் ஹலேவியின் மகளை மணந்தார். அந்தத் திருமணம் குறித்த பின்வரும் தொல்கதையை தாவுப்மன்னுஸ் குறிப்பிடுகிறார்:

ஆப்ரஹாம் பென் எஸ்ரா கடலருகே அமைந்த சிறியதொரு வீட்டில் வசித்தார். அதனைச்சுற்றி எப்போதும் நறுமணம் பரப்பும் தாவரங்கள் வளரும், மேலும் காற்று அந்நறுமணத்தைக் கலைக்கவியலாமல் அதனையொரு கம்பளம் போல ஒவ்வொரு இடத்திற்கும் சுமந்து செல்லும். ஒருநாள் அந்நறுமணங்கள் மாறிவிட்டதை ஆப்ராஹாம் பென் எஸ்ரா கவனித்தார். ஏனெனில் அவர் அச்சத்தை உணர்ந்தார். முதலில் அவருள்ளிருந்த அச்சம் இளமையான ஆன்மாவிருக்கும் ஆழத்தில் இருந்தது; பிறகு அது இன்னும் இறங்கி எஸ்ராவின் நடுத்தர வயதுடையதற்கு வந்தது, பிறகு மூன்றாவதாக மிகமுதிர்ந்த ஆன்மாவுக்கு. இறுதியாக, அவ்வச்சம் ஆன்மாக்களையும் தாண்டி பென் எஸ்ராவுக்குள் இறங்கியது, அவரால் அந்த வீட்டிற்குள் இருக்க இயலவில்லை. அவர் அங்கிருந்து வெளியேற விரும்பினார், ஆனால் கதவைத் திறந்தவுடன் வாசலில் இரவுநேரத்தில் சிலந்தி வலையொன்று பின்னப்பட்டிருப்பதைக் கண்டார். மற்ற சிலந்தி வலைகளைப் போலவே இருந்தாலும் இது சிவப்புநிறத்தில் இருந்தது மட்டுமே வேறுபாடு. அதை அப்புறப்படுத்த முயற்சி செய்யும்போது அழகாகப் பின்னப்பட்டிந்த அவ்வலை தலைமுடியினால் ஆனது என்பதைக் கவனித்தார். அதன் சொந்தக்காரியைத் தேடத் துவங்கினார். தடயமேதும் கிடைக்கவில்லை என்றாலும், நகரத்தில் ஒரு வெளிதேசத்துப்பெண் தன் தந்தையுடன் இருப்பதைப் பார்த்தார். அவளுக்கு நீண்ட சிவப்புநிறக் கூந்தல், ஆனால் அவள் பென் எஸ்ராவைத் திரும்பிக்கூடப் பார்க்கவில்லை. அடுத்தநாள் காலை எஸ்ரா மீண்டும் அச்சத்தை உணர்ந்தார், மீண்டும் அதேபோல அவரது வாசலின் குறுக்கே சிவப்புநிறச் சிலந்திவலையைக் கண்டார். அன்று அவளை அவர் சந்தித்தபோது மிருதுச் செடியினாலான இரு பூங்கொத்துகளைப் பரிசளித்தார்.

அவள் புன்னகைத்துக் கேட்டாள்:

“என்னை எப்படிக் கண்டுகொண்டீர்கள்?”

"நான் உடனேயே கவனித்துவிட்டேன்," என்றார், "எனக்குள்ளே ஒன்றல்ல, மூன்று அச்சங்கள் இருந்தன."

நூற்பட்டியல்: ஜான் பக்ஸ்டார்ப், ஹலேவியினுடைய லத்தீன் மொழி புத்தகத்தின் பாஸல் பதிப்பிற்கான "முன்னுரை" (Liber Cosri, Basilae, 1660); கோஸ்ரி அகராதி, continens colloquium seu disputationem de religione, Regiemonti Borussiae excudebat typographic Ioannes Daubmannus, Anno 1691 (அழிக்கப்பட்ட பதிப்பு); Evreiskaya enciklopedia, St. Petersburg, 1906-1913, vol. I, pp. 1-16, ஹலேவி குறித்த விரிவான கட்டுரையும் நூற்பட்டியலையும் உள்ளடக்கியது; தேர்ந்தெடுக்கப்பட்ட நூற்பட்டியலுடன் உள்ள ஜே. ஹலேவியின் பதிப்பு, The Kuzari (Kitab at Khazari), New York, 1968, pp. 311-313; கவிதைகளின் இருமொழிப் பதிப்பினைச் சமீபமாக வெளியிட்டது - ஆர்னோ ப்ரெஸ், நியூயார்க் 1973; யூதக் கலைக்களஞ்சியம், ஜெருசலேம், 1971.

யோன்னஸ் தாவுப்மன்னூஸ் *(17ஆம் நூற்றாண்டு) - "அச்சாளர் இயோன்னஸ் தாவுப்மன்னூஸ்" எனப்படும் போலந்துப் பதிப்பாளர். இவர் 17ஆம் நூற்றாண்டின் முற்பாதியில் ப்ருஷியாவில் போலந்து - லத்தீன் அகராதியைப் பதிப்பித்தார், ஆனால் அதே பெயர் மற்றொரு அகராதியின் முகப்புப் பக்கத்திலும் இருக்கிறது, 1691இல் Lexicon Cosri - continens colloquium seu disputationem de religione (கோஸ்ரி அகராதி - மதம் குறித்த ஓர் உரையாடல் அல்லது விவாதத்தை உள்ளடக்கியது) என்ற தலைப்பில் பதிப்பிக்கப்பட்ட அகராதியில்... அவ்வகையில் தாவுப்மன்னூஸ் இப்போது வாசகனின் கையிலுள்ள இரண்டாம் பதிப்பாகிய இப்புத்தகத்தின் முதல் பதிப்பாளர் என்றும் ஆகிறார். அதையடுத்து வந்த வருடமான 1692இல் விசாரணையின்போது தாவுப்மன்னூஸ்சின் பதிப்பாகிய கசார் அகராதி அழிக்கப்பட வேண்டுமென உத்தரவாகியது, ஆனால் இரண்டு பிரதிகள் தம் விதியிலிருந்து தப்பித்து பயன்பாட்டில் இருந்தன. அநேகமாக, தாவுப்மன்னூஸ் தனது கசார் கேள்வி குறித்த மூன்று அகராதிகளின் அகராதிக்கான மூலப்பொருள்களை கீழைத்தேய கிறிஸ்தவநெறியைச் சேர்ந்தவொரு துறவியிடம் பெற்றிருக்கக்கூடும், ஆனால் அவரே அவற்றில் சிலவற்றைச் சேர்த்திருக்கிறார் என்பதனால் கசார் அகராதியுடைய*

பதிப்பாளராக மட்டுமன்றி அதன் தொகுப்பாளரும் ஆகிறார். இதனை அப்பதிப்பில் பயன்படுத்தப்பட்ட மொழியின்மூலம் காணலாம். உடன் காணப்படும் லத்தீன் மொழியில் எழுதப்பட்ட குறிப்புகள் அநேகமாக தாவுப்மன்னூஸ் எழுதியது, ஏனெனில் அத்துறவி லத்தீன் அறிந்திருப்பார் என்பதற்குச் சாத்தியமில்லை. அவ்வகராதியே அரபி, எபிரேய மற்றும் கிரேக்க மொழிகள் இவற்றோடு சேர்த்து செர்பிய மொழியும் கலந்து பதிப்பிக்கப்பட்டது, பிரதி எவ்வாறு பதிப்பாளருக்குக் கொடுக்கப்பட்டதோ அவ்வாறு.

ஆனால் ஒரு ஜெர்மானிய ஆதாரம் 17ஆம் நூற்றாண்டின் முற்பாதியில் போலிஷ் மொழியகராதியைப் பதிப்பித்த தாவுப்மன்னூஸ் 1691இல் *கசார் அகராதி*-யைப் பதிப்பித்த அதே தாவுப்மன்னூஸ் அல்ல என்கிறது. இந்தப் ப்ருஷிய ஆதாரத்தின்படி இவ்விளைய தாவுப்மன்னூஸ் சிறுவயதில் ஒரு நோயினால் முடமாக்கப்பட்டவன். அக்காலத்தில் அவன் யோன்னஸ் தாவுப்மன்னூஸ் என்றழைக்கப்படவில்லை ஜேக்கப் தாம் டேவிட் பென் யாஹ்யா என்பதுதான் அவனது உண்மையான பெயர். வண்ணங்கள் மற்றும் சாயங்கள் விற்றுவந்த ஒரு பெண் அவன் மீது "இரவும் பகலும் அவன் சாபத்தினிலிருக்கட்டும்" என்ற சொற்களை எறிந்தாள் என்று கூறப்படுகிறது. ஏன் அந்தச்சாபம் கொடுக்கப்பட்டது என்ற குறிப்புகள் இல்லை, ஆனால் அது பலித்தது. அது அதாரின் முதல் மாதம், அச்சிறுவன் பனிப்பொழிவில் வீடு திரும்பியபோது கொடுவாளினைப் போல வளைந்திருந்தான். அப்போதிருந்து ஒரு கையை தரையோடு இழுத்துக்கொண்டு மற்றொரு கையினால் தன் தலையை முடியைக்கொண்டு தாங்கியபடியும் இருப்பான், ஏனெனில் அதுவாகவே நேராக நிற்காது. அவன் பதிப்புத் துறைக்குச் சென்றதே அதனால்தான்: அந்த வேலையில்தான் தனக்குத் தொந்தரவு தராமல் தலையைத் தோளில் சாய்த்து வைத்துக்கொள்ள முடியும்; சொல்லப்போனால் அந்தநிலை பயனுள்ளதாகவும் இருந்தது. அவன் புன்னகைத்தபடி "இருளென்பது ஒளியைப்போன்றதே," என்பான், பிறகு உண்மையான தாவூப்மன்னூஸ்சாகிய மூத்தவர் யோன்னஸால் வேலைக்குச் சேர்த்துக் கொள்ளப்பட்டான். அவன் அதற்காக வருந்தியதில்லை. ஆதம் வாரநாட்களுக்குப் பெயரிட்டது போல புத்தகக் கட்டுமானத்தின் ஏழு கலைகளுக்கும் பெயரிட்டான்,

மரப்பெட்டிகளிலிருந்து எழுத்துகளை எடுக்கும்போது பாடுவான், ஒவ்வொரு எழுத்துக்கும் வெவ்வேறு பாடல்கள். அவனைப் பார்த்தால் யாருக்கும் அவன் தனது பெருந்துன்பத்தோடு போராடிக் கொண்டிருக்கிறான் என்று தோன்றாது. அந்த சமயத்தில்தான் புகழ்மிக்கதொரு சுகப்படுத்துபவர் ப்ரூஷியா வழியாகச் சென்றார், எலோஹிம் எவ்வாறு ஆதமை அவன் ஆன்மாவோடு பிணைத்திருக்கிறார் என்பதை அறிந்த அரிய மனிதர்களுள் ஒருவர். எனவே மூத்த தாவுப்மன்னூஸ் தனது ஜேக்கப் தாம் டேவிட் பென் யாஹ்யாவை சரிப்படுத்த அச்சுகப்படுத்துபவரிடம் அனுப்பி வைத்தார். ஜேக்கப் இப்போது இளைஞன். அவனிடத்தில் அகலமான, எல்லோரும் கூறுகின்றபடி "மனங்கவர்" புன்னகை முகத்திலுண்டு, இரண்டு கால்களிலும் வெவ்வேறு நிறத்தில் காலுறைகள், எலூல் மாதத்தின்போது அவன், கோடைகாலத்தில் முட்டைகள் அடுக்கி வைக்கப்படும் கணப்படுப்பிலிருந்து கோழிகள் இடுவதைக்காட்டிலும் வேகமாகப் பொரித்த முட்டைகளை எடுத்துத் தின்பான். சுகப்படுத்துபவரிடம் செல்லப்போவதைக் கேட்டவுடன் ரொட்டியை நறுக்கிக் கொண்டிருந்த கத்தியில் அவனது கண்கள் பளபளத்தன; தனது மீசையை முடிச்சிட்டுக் கொண்டு தனது தலையைக் கையில் சுமந்தபடி விரைந்து புறப்பட்டான். வெளிநாட்டில் எவ்வளவு நாட்கள் தங்கியிருந்தான் என்பது தெரியவில்லை, ஆனால் ஒரு வெளிச்சம் மிகுந்த நாளில் ஜேக்கப் தாம் டேவிட் பென் யாஹ்யா ஜெர்மனியிலிருந்து வலிவோடும் பொலிவோடும் திரும்பி வந்தான், நேராக மற்றும் உயரமாக, ஆனால் புதுப் பெயரோடு. அவன் தனக்கு நன்மை செய்த மூத்தவர் தாவுப்மன்னூஸ்சின் பெயரையே ஏற்றுக்கொண்டான், அவர்தான் அவனைக் கூனனாக அனுப்பி வைத்து இப்போது மகிழ்ச்சியான இவ்வார்த்தைகளோடு வரவேற்றார்: "பாதி ஆன்மாவைக் குறித்து ஒருவர் பேசமுடியாது. அப்படியென்றால் ஒரு பாதியை சுவர்க்கத்திலும் மறுபாதியை நரகத்திலும் வைக்க முடியும். நீயே அதன் வாழும் சாட்சி."

நிச்சயமாக, தனது புதிய பெயரோடு புதிய வாழ்க்கையைத்தான் தாவுப்மன்னூஸ் துவக்கினான். ஆனால் எர்தேயின் இரட்டை அடிப்பகுதி கொண்ட தட்டினைப்போல அவனது வாழ்க்கை இரட்டை - முகம் கொண்டதாக இருந்தது. இளம் தாவுப்மன்னூஸ் ஆடம்பரமாக உடையுடுத்துவதைத் தொடர்ந்தான், இரண்டு

தொப்பிகளை எடுத்துக்கொண்டு திருவிழாக்களுக்குச் செல்வான், ஒன்று இடுப்புவார்ப்பட்டையில் மற்றொன்று தலையில், அவ்வப்போது அதை மாற்றிக்கொண்டு அழகாகத் தோற்றமளிப்பான். உண்மையில் அவன் அழகான வாலிபன்; இயார் மாதத்தில் வளர்ந்த பழுப்புநிறத் தலைமுடி, சிவான் மாதத்தின் வேறுபட்ட முப்பது நாள்களைப் போலவே பல்வேறு ஈர்ப்பான முகம் கொண்டவன். அனைவரும் அவன் திருமணம் செய்துகொள்ள வேண்டிய நேரம் வந்துவிட்டது என்று கருதினர். ஆனால் அவன் தனது ஆரோக்கியத்தை மீண்டும் அடைந்ததிலிருந்து எல்லோரும் அறிந்த அவனது புன்னகை அவனிடத்தில் இல்லை. அந்தப் புன்னகை, அவன் அச்சு அலுவலகத்திற்குள் நுழையும்போது வீசுவது, வழமையாக மாலைநேரத்தில் அவன் புறப்படும்போது கடைவாசலில் அவனுக்காக நாய்போலக் காத்திருப்பது, போகிறபோக்கில் அவன் தனது மேலுதடுகளால் பிடித்துக் கொள்கிற, பொய்மீசையை அதனிடத்தில் அணிந்திருப்பதுபோல இருக்கும் புன்னகை. உண்மையிலேயே அப்படித்தான் தனது புன்னகையை அணிந்திருப்பான். தனது கூன்முதுகை விட்டுவிட்டு அச்சிடுபவன் நிமிர்ந்தபோது பயத்திற்கு இரையாகிவிட்டான் என்றொரு வதந்தியும் உண்டு. அவன் பயம் கொள்வது - இது கிசுகிசுக்கப்பட்டது - தற்போது அவன் உலகத்தைப் பார்க்கும் உயரத்தினால், அவனால் அடையாளம் காணமுடியாத காட்சிகளால், மேலும் குறிப்பாக மற்ற மனிதர்களோடு அவன் சம உயரத்தில் இருப்பதால், இப்போது அவன் உயரத்தில் இருந்து பார்ப்பவர்களை முன்பு கீழிலும் கீழாக தெருவோடு இருந்து பார்த்ததால் என்பர்.

இந்தத் தெரு வதந்திகள் மற்ற வதந்திகளுக்கு வழிவகுத்தன, இன்னமும் கீழானவை, மெல்லிய குரலில் கிசுகிசுக்கப்பட்டன, அவை ஆற்றின் அடியிலுள்ள வண்டல்போலக் கனமானவை. இந்தப் பயங்கரமான கதைகளில் ஒன்றின்படி, அவ்வளவு வேதனைகளையும் தாண்டிய தாவுப்மன்னூஸ்சின் முன்னாள் மகிழ்ச்சிக்கு, இளமைக்கு, ஊக்கத்திற்குக் காரணம் அவன் கூன் முதுகோடு வளைந்திருந்தான் என்பதே, அவனால் கீழே குனிந்து தன்னைத்தானே சப்பிக்கொள்ள முடியும் என்பதுதான், அவ்வகையில் ஆணின் வித்து பெண்ணுடைய முலைப்பாலின் சுவை கொண்டது என்பதை அறிந்திருந்தான். இவ்வாறாகத்

தன்னைப் புதுப்பித்துக் கொள்வான். ஆனால் நீண்டு உயர்ந்து நின்றதும் இது இயலாமல் போனது... இவ்வகையான கதைகள் ஒரு மனிதனின் எதிர்காலத்தைப்போலவே கடந்த காலத்தையும் தெளிவில்லாமல் ஆக்குபவை, ஆனால் எல்லோருக்கும் தெரிந்த ஒன்று, இளைய தாவுப்மன்னூஸ் அச்சகத்தில் வேலைசெய்யும் சிறுவர்கள் முன்னே ஒரு விநோதமான நகைச்சுவையைச் செய்வான். தனது வேலையைச் சிலநிமிடங்கள் நிறுத்திவிட்டு, ஒருகையால் தரையைத் தொட்டு, மறுகையால் தன் தலைமுடியைப் பிடித்து விட்டு நேராக நிற்பான். அப்போதுதான் அந்தப் பழைய “மனங்கவர்” புன்னகை அவன் முகத்தில் விரியும், பலகாலமாகப் பாடாமல் இருந்த முன்னாள் பென் யாஹ்யா அப்போது பாடுவான். என்ன நடந்திருக்கும் என்பதை யூகிப்பது கடினமல்ல: சுகப்படுத்தப்படும் பொருட்டு அச்சிடுபவன் அதன் மதிப்பைக்காட்டிலும் அதிகமான ஒன்றை விலையாகக் கொடுத்திருக்க வேண்டும், “ஜெர்மனி என் உறக்கத்தில் செரிக்காத மதிய உணவைப்போலத் திரும்ப வருகிறது,” என்று அவன் கூறுவதும் வீணில் அல்ல. இதையெல்லாம் விட மோசமாக இப்போது அவன் அச்சகத்தில் வேலை செய்வதை விரும்புவதில்லை. அச்சுக்கோர்க்கும் எழுத்துகளைத் துப்பாக்கியில் நிறைத்துக்கொண்டு வேட்டைக்குச் செல்வான். ஆனால் மீண்டுமொரு தீர்மானகரமான சூழல், ஒற்றை ஓடையின் போக்கினைப் பிரித்து இரண்டு கடல்களாக்கும் கல்லைப்போல, அவனுக்கு ஒரு பெண்ணைச் சந்தித்ததும் ஏற்பட்டது. அவள் வெகுதொலைவிலிருந்து வந்தவள், துருக்கிய ஆளுகையில் உள்ள கிரீஸ்சில் இருக்கும் யூதப் பெண்களைப் போல ஊதா நிறத்தில் ஆடையணிவாள், ஒருகாலத்தில் கவலாவுக்கு அருகில் கஷ்கவல் வெண்ணைக்கட்டிகளைத் தயாரித்துக்கொண்டிருந்த ரோமானியர் ஒருவரின் விதவை. தாவுப்மன்னூஸ் அவளைத் தெருவில் வைத்துப் பார்த்தான். அவர்களுடைய இதயங்கள் கண்கள் வழி சந்தித்தன, ஆனால் அவளை நோக்கி இரண்டுவிரல்களை அவன் நீட்டியதும் அவள் கூறினாள், “யூதமரபுணவில் ஒப்புக்கொள்ளப்படாத பறவைகளை அவை தமது கூரிய நகங்களை இரட்டையாக அன்றி மூன்று மற்றும் ஒன்று எனப் பிரித்துக்கொண்டு கிளையில் அமரும் முறையை வைத்து அறியலாம்...” அதோடு அவள் அவனை மறுத்துவிட்டாள். இதுதான் அச்சை முறிக்கும் கடைசி வைக்கோல். இளைய தாவுப்மன்னூஸ் தனது நிதானத்தை முழுவதுமாக இழந்தான். ஏற்கெனவே மூத்தவர் தாவுப்மன்னூஸ்சின் திடீர்

மரணத்திற்குப் பிறகு அனைத்தையும் கைவிட்டு நகரத்தை நீங்கிச்செல்லும் முடிவில் இருந்தான். அவருக்குப்பிறகு இளைய தாவுப்மன்னூஸ்சால் எடுத்து நடத்தப்படும் அச்சகத்திற்கு ஒரு மாலைவேளையில் கிறிஸ்தவத் துறவியொருவர் வந்தார், இருப்பு முள்ளில் மூன்று கோசுக்கீரைகள், பையில் சமைத்த பன்றி இறைச்சி ஆகியவற்றைச் சுமந்திருந்தார். கெண்டியில் நீர் கொதித்துக்கொண்டிருக்கும் கணப்படுப்பின் அருகே அமர்ந்து அதற்குள் சிறிது உப்பையும் இறைச்சியையும் இட்டார், பிறகு கோசுக்கீரையைச் சீவிவிட்டுக் கூறினார், "என் செவிகள் இறைவனின் வார்த்தைகளாலும் என் வாய் கோசுக்கீரையினாலும் நிறைந்திருக்கிறது."

அவரது பெயர் நிக்கோல்ஸ்கி[A], வெகுகாலத்திற்குமுன் மேனாது ஓர்ஃபியஸ்சைக் கிழித்தெறிந்த மொராவா ஆற்றங்கரையினில் அமைந்த புனித நிக்கோலஸ் மடாலயத்தில் முன்பு எழுத்தராகப் பணிபுரிந்தவர். அவர் தாவுப்மன்னூஸ்சிடம் விநோதமான உள்ளடக்கங்களைக் கொண்ட ஒரு புத்தகத்தைப் பதிப்பிக்க விருப்பமா என்று கேட்டார், எந்த அளவுக்கு என்றால் அதைப் பதிப்பிக்கும் துணிவு யாரிடமும் இல்லாமலிருக்கலாம். மூத்தவர் தாவுப்மன்னூஸ் அல்லது பென் யாஹ்யாவாக இருந்தால் இப்படியொரு வாய்ப்பை இரண்டாவது முறைகூடச் சிந்திக்காமல் வேண்டாமெனத் தள்ளிவிடுவார்கள், ஆனால் இளைய தாவுப்மன்னூஸ் ஏற்கெனவே குழப்பத்தில் இருந்ததால், இது தனக்கான வாய்ப்பாக இருக்கலாம் என்று உணர்ந்தான். அவன் சம்மதிக்கவே, நிக்கோல்ஸ்கி தன் நினைவிலிருந்து அகராதியை கூறத்துவங்கினார், ஏழாம் நாள் முடிவில் புத்தகம் முழுவதையும் ஒப்புவித்து முடித்தார், தனது வெட்டுப்பற்களால் கோசுக்கீரையைக் கொறித்தபடி, அவை எவ்வளவு நீளமென்றால் மூக்கிலிருந்து முளைத்தவை போலத் தோற்றமளிக்கும். தாவுப்மன்னூஸ்சுக்கு கையெழுத்துப்பிரதி கிடைத்ததும் அதைப்படிக்காமலேயே அச்சுக்கோர்ப்பவரிடம் அனுப்பிவிட்டுக் கூறினான், "அறிவென்பது அழியக்கூடிய பண்டம்; நொடியில் புளித்துப்போகக் கூடியது. எதிர்காலத்தைப் போலவே." அகராதி அச்சுக்கோர்த்து முடிக்கப்பட்டவுடன் தாவுப்மன்னூஸ் ஒரு பிரதியை நச்சுகலந்த அச்சக மையினால் அச்சிடச் செய்து உடனேயே அதைப் படிப்பதற்கு அமர்ந்தான். எவ்வளவு படிக்கிறானோ அவ்வளவு நச்சின் விளைவு,

லிபெர் கோஸ்ரி

தாவுப் மன்னூஸ்சின் உடல் மென்மேலும் வளையத் துவங்கியது. புத்தகத்திலிருந்த ஒவ்வொரு மெய்யெழுத்தும் அவனது உடலின் ஒவ்வொரு பாகத்தைப் பாதிப்பது போல் தோன்றியது. கூன்முதுகு மீண்டும் திரும்பியது; குடல்பகுதியைச் சுற்றியுள்ள எலும்புகள் ஒருகாலத்தில் எவ்வாறு வளர்ந்து அமைந்திருந்தனவோ அதே நிலைக்கு மீண்டும் திரும்பின; அவன் படிக்கப் படிக்க குடல்பகுதிகள் சிறுவயதிலிருந்து பழக்கமான அமைவினை மீட்டுக்கொண்டன. அவனது ஆரோக்கியத்திற்கென அளிக்கப்பட்ட நோவுகள் இப்போது தணிந்துவிட்டன; தலை மீண்டும் இடது உள்ளங்கையில் விழுந்த அதேசமயம் வலதுகை தரையில் வீழ்ந்தது, அது தரையைத் தொட்டவுடன் தாவுப்மஅன்னூஸ்சின் முகம் சிறுவயது போலவே ஒளிபெற்று, அவனது வருடங்களைச் மொத்தமாகச் சேமித்து வைத்திருந்த, மறந்துபோன பேரின்பப் புன்னகையால் சுடர்விட்டது. அதன்பிறகு அவன் இறந்தான். பெருமகிழ்ச்சியின் விளைவான இப்புன்னகையின் ஊடே அவன் கடைசியாக வாசித்த சொற்கள் வாயிலிருந்து வெளிப்பட்டன: *Verbum caro factum est,* "சொல்லே தசையானது."

லிபெர் கோஸ்ரி - யூதா ஹலேவியின் கசார்கள் குறித்த புத்தகத்தினுடைய லத்தீன் மொழிபெயர்ப்பின் தலைப்பு, 1660இல் வெளிவந்தது. மொழிபெயர்ப்பாளரான ஜான் பக்ஸ்டார்ஃப் (1599 - 1664) தன்னுடைய லத்தீன் மொழிபெயர்ப்போடு ஒப்பீடு சார்ந்து எபிரேயப் பிரதி ஒன்றையும் அளித்தார். பக்ஸ்டார்ஃப் அதே பெயர் மற்றும் குடும்பப் பெயர் கொண்ட தந்தைக்குப் பிறந்தவர், விவிலியம், யூதச்சட்டம், மற்றும் இடைக்கால எபிரேய மொழியை இளம் வயதிலேயே பயின்றவர். மைமோனிடஸ்ஸையும் லத்தீனில் மொழிபெயர்த்துள்ளார் (பாஸல், 1629) மேலும் லூயிஸ் காபெல்லாவுடனான, விவிலிய எழுத்துகளின் ஒலிவேறுபாட்டுக் குறிகள் மற்றும் உயிரொலிகளைக் குறிக்கும் எழுத்துகள் தொடர்பான நீண்ட விவாதத்தில் பங்கேற்றார். ஹலேவியின் புத்தகத்தினுடைய மொழிபெயர்ப்பை 1660இல் பாஸல் நகரத்தில் வெளியிட்டார், வெனீஷியப் பதிப்பாகிய பென் திப்பான்✡ செய்த எபிரேய மொழிபெயர்ப்பின் அடிப்படையில் அதனை வெளியிட்டார் என்று இதனுடைய முன்னுரை குறிக்கிறது. ஹலேவியைப்

போன்று இவரும் உயிரொலிகள் எழுத்துகளின் ஆன்மா, இருபத்தியிரண்டு மெய்யொலிகள் ஒவ்வொன்றிற்கும் மூன்று உயிரொலிகள் உண்டு என்று நம்பினார். வாசித்தல் என்பது உண்மையில் உயரே எறிந்த கல்லொன்றை மற்றொன்றால் தாக்குவது; மெய்யொலிகள்தான் அக்கற்கள், உயிரொலிகள் அதன் வேகம். அவரது கருத்துப்படி, வெள்ளத்தின்போது நோவாவின் கப்பலுக்குள் ஏழு எண்கள் கொண்டுவரப்பட்டன, அவை புறாவின் வடிவில் அமைக்கப்பட்டவை ஏனெனில் அவற்றால் ஏழுவரை என்ண முடியும். ஆனால், இவ்வெண்கள் உயிரொலிகளின் அடையாளத்தைக் கொண்டிருந்தன, மெய்யொலிகளின் அடையாளத்தை அல்ல.

1577லிருந்து அறியப்பட்டிருந்தாலும் "கசார் கடிதத்தொடர்புகள்" பக்ஸ்டார்ஃப் 1660 இல் ஹலேவியை மொழிபெயர்க்கும்வரை பரவலாக மக்களிடையே சென்று சேரவில்லை, இதன் பின்னிணைப்பாக ஹஸ்தாய் இப்னு ஷப்ரூத்தின் கடிதத்தையும் கசார் அரசர் ஜோசஃபின் பதிலையும் இணைத்தார்.

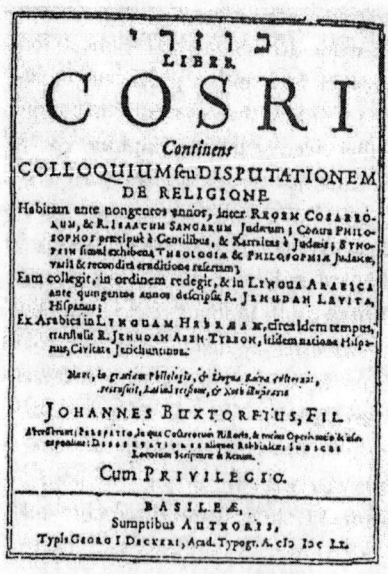

כוזרי
LIBER
COSRI
Continens
COLLOQUIUM seu DISPUTATIONEM
DE RELIGIONE
Habitam ante nongentos annos, inter Regem Cosareorum, & R. Isaacum Sangarum Judaeum; Contra Philosophos praecipue à Gentilibus, & Karraitas à Judaeis; Synopsin simul exhibens Theologiae & Philosophiae Judaicae, varia & recondita eruditione refertam;
Eam collegit, in ordinem redegit, & in Linguâ Arabicâ ante quingentos annos descripsit R. Jehudah Levita, Hispanus;
Ex Arabicâ in Linguam Hebraeam, circa idem tempus, transtulit R. Jehudah Aben-Tybbon, itidem natione Hispanus, Civitate Jerichuntinus.

JOHANNES BUXTORFIUS, FIL.

Cum PRIVILEGIO.

BASILEÆ,
Sumptibus Authoris,
Typis Georgi Deckeri, Acad. Typogr. A. cIↃ IↃc LX.

ஹலேவியின் கசார்கள் குறித்த புத்தகத்தினுடைய முகப்பு

பின்னிணைப்பு I

கசார் அகராதியினுடைய முதல் பதிப்பின் தொகுப்பாளராக பாதிரியார் தெயோஸ்டிஸ் நிகோல்ஸ்கி

பாதிரியார் தெயோஸ்டிஸ் நிக்கோல்ஸ்கி தனது இறுதி வாக்குமூலத்தை மையிருட்டில் பெக் அமைப்பின் பேராயர் மூன்றாம் ஆர்சன் சார்னோயேவிச்சுக்கு, போலந்தின் ஏதோவொரு இடத்திலிருந்து, வெடிமருந்து மற்றும் எச்சிலோடு துரிதமான சிரில்லிக் கரங்களும் சேர்ந்த கலவையால், விடுதி உரிமையாளரின் மனைவி தாழிட்ட கதவுக்குப் பின்னாலிருந்து திட்டியும் சபித்தும் கொண்டிருக்க எழுதினார்.

“புனிதமானவரே, நீங்களே அறிவீர்கள்,” தெயோஸ்டிஸ் பேராயருக்கு எழுதினார், “நான் கூரிய நினைவாற்றலுக்காகக் கண்டிக்கப்பட்டிருக்கிறேன், அதை என் எதிர்காலம் தொடர்ந்து நிரப்புகிறது என் இறந்தகாலமோ ஒருபோதும் அதை வெறுமையாக்குவதில்லை. நான் 1641இல் புனித யோவான் மடாலயத்தின் நாட்டுப்புறப் பகுதியில், புனித பாட்டரின் காப்பாளரான புனித ஸ்பிரிதோனின் நாளில், உணவு மேசையில் எப்போதும் இரட்டைக் கைப்பிடியுள்ள இரண்டு சருவச்சட்டிகளில் ஒன்றில் ஆன்மாவுக்கான உணவும் மற்றொன்றில் இருதயத்திற்கான உணவும் வைத்திருக்கும் குடும்பமொன்றில் பிறந்தேன். என் சகோதரன் உறக்கத்திலும் மரக்கரண்டியைப் பிடித்தபடி

பின்னிணைப்பு I

உறங்குவது போலும் இவ்விருப்பிற்கு வந்தது முதல் என்னைப் பார்த்த அனைத்துக் கண்களையும் என் நினைவில் வைத்துள்ளேன். ஓவ்கர் மலைமீதுள்ள மேகங்கள் ஐந்து வருடத்திற்கொருமுறை ஒரேநிலையில் மீள்வதை, ஐந்து இலையுதிர்காலங்களுக்கு முன் பார்த்த மேகங்கள் மீண்டும் ஆகாயத்திற்குத் திரும்புவதைக் கவனித்த கணத்தில் அச்சத்தால் பீடிக்கப்பட்டு என் பெருந்துன்பத்தை மறைத்துக் கொள்ளலானேன், என்னில் இருப்பது போன்ற இப்படியான நினைவென்பது ஒரு தண்டனை. இதற்கிடையே, கான்ஸ்டான்டிநோபிளின் நாணயங்களிலிருந்து துருக்கிய மொழியை, துப்ரோவ்னிக்கின் வணிகரிடமிருந்து எபிரேயத்தை, மேலும் எவ்வாறு வாசிப்பதென்பதை உருவச்சிலைகளிடமிருந்தும் கற்றேன். நினைவுகளைச் சேகரித்து வைத்துக்கொள்வதை ஒரு தாகமாக உணர்ந்தேன் - நீருக்கான தாகமல்ல, ஏனெனில் நீர் அதைத் தணிக்கவல்லதன்று, ஆனால் இது வேறொன்றான, கடந்து செல்லும் வகையினதாக, பசியினால் மாத்திரம் தணிக்கவல்லது. இருப்பினும் அது உணவுக்கான பசியன்று, வேறுவகைப் பசி, உப்புச்சுவரினைத் தேடியலையும் மறிபோல வீணில் என் தாகத்தைத் தணிக்கவல்ல பசி எது என்றறியத் தேடினேன். ஏனெனில் என் நினைவுகள் குறித்து அச்சம் கொண்டிருந்தேன்; நம்முடைய நினைவுகள் மற்றும் முன்நினைவுத் தொடர்புகள் ஒரு பனிப்பாறையைப் போல என்று எனக்குத் தெரியும். கடந்து செல்கையில் அதன் நுனியை மட்டுமே பார்க்கிறோம், ஆனால் அதன் நீருக்கடியிலான பரப்பு பார்வையிலிருந்து தப்பி, அணுக முடியாததாக இருக்கிறது. அவற்றின் அளவிடவியலாத எடையை நாம் உணர்வதில்லை, ஏனெனில் அவை நீரைப்போலக் காலத்தில் மூழ்கியுள்ளன. ஆனால் நாம் கவனக்குறைவாக அவற்றின் பாதையில் எதிர்ப்படுவோமெனில் நம்முடைய கடந்த காலத்தோடு மோதித் தரைதட்டிவிடுவோம். எனவேதான் மொராவா ஆற்றில் விழும் பனிபோல என்னில் விழுந்த இவ்வபரிமிதங்கள் எவற்றையும் நான் தீண்டியது கூட இல்லை. அதன்பிறகு, நானே வியக்கும் வண்ணம் என் நினைவு எனக்குத் துரோகம் செய்தது, என்றாலும் அது ஒரேயொரு நொடிக்குத்தான். முதலில் நான் பரவசமடைந்தேன், பிறகு அது எங்கே அழைத்துச்செல்கிறது என்று அறிந்தபின் கசப்போடு அதற்கு வருந்தினேன். அது இவ்வாறு நிகழ்ந்தது.

பாதிரியார் தெயோஸ்டிஸ் நிகோல்ஸ்கி

"என்னுடைய பதினெட்டாம் வருடத்தில் என் தந்தை புனித யோவான் மடாலயத்திற்கு என்னை அனுப்பும்போது கூறியது: 'நோன்பிருக்கையில், உன் வாய்க்குள் ஒரு வார்த்தையைக்கூட அனுமதிக்காதே, காதுகள் அன்றி, உன் வாயேனும் வார்த்தைகளிலிருந்து தூய்மையாக இருக்கட்டும். ஏனெனில் இவ்வார்த்தைகளானவை தலையிலிருந்தோ அல்லது ஆன்மாவிலிருந்தோ வராமல் உலகத்திலிருந்து வருபவை, பிசுபிசுப்பான நாவிலிருந்தும் துர்நாற்றம் மிகுந்த தாடைகளிலிருந்தும் புறப்படுபவை; அவை பன்னெடுங்காலமாக வறண்ட நிலையில் பொறுக்கியெடுக்கப்பட்டதிலிருந்து, உமிழப்பட்டு, தொடர்ந்து மெல்லப்படுவதால் கூழாகி விட்டன. வெகு காலமாக அவை முழுமையான நிலையிலில்லாது பல்வேறு வாய்களால் சுமக்கப்பட்டு பற்களிலிருந்து பற்களுக்குச் செல்கின்றன...' புனித யோவான் மடாலயத் துறவிகள் என்னை அழைத்துக்கொண்டனர், ஆன்மாவினை நெருக்குமளவு இறுக்கமாக அதிகமான எலும்புகளை நான் கொண்டிருக்கிறேன் என்று கூறி, புத்தகங்களைப் படியெடுக்கும் வேலையில் என்னை அமர்த்தினர். இறப்பதற்கு முன்பு துறவிகள் வாசித்த பக்கங்கள் கருப்புநிற நாடாக்களால் அடையாளமிடப்பட்ட புத்தகங்களால் நிறைந்த அறைக்குள் நான் அமர்ந்திருந்தேன், அங்குதான் பணிபுரிந்தேன். அருகிலிருக்கும் நிக்கோலஸ் மடாலயத்தில் ஒரு புதிய சித்திர எழுத்தர் வந்திருப்பதான செய்தி எங்களை வந்தடைந்தது.

"நிக்கோலஸ்சுக்குச் செல்லும் பாதை மொராவா ஆற்றின் போக்கில் செல்வது, செங்குத்துச் சரிவான கரைக்கும் நீருக்குமிடையே. மடாலயத்திற்குச் செல்லும் ஒரே வழி அதுதான் என்பதால் குறைந்தபட்சம் ஒரு காலணி அல்லது ஒரு ஜோடிக் குளம்புகளேனும் நிச்சயம் சேறாகும். இந்த சேறான காலணிகளின் மூலம்தான் மடாலயத் துறவிகள் வருகையாளர்கள் எங்கிருந்து வருகின்றனர் என்பதைக் கணிப்பர்: கடல்புறத்திலிருந்தா அல்லது ருத்னிக் மலைப்பகுதியிலிருந்தா, மேற்கு நோக்கிய நீரோட்டத்திசையின் போக்கில் எனில் தங்கள் வலதுகாலினால் அல்லது கிழக்கு நோக்கி எதிர்த்திசையில் எனில் தங்களது இடது காலினால் நீரைச் சிதறடித்தபடி வருகின்றனரா என. 1661ஆம் வருடம் புனிதத் தோமையாரின் ஞாயிறில் நிக்கோலஸ் மடாலயத்திற்கு இடதுகால் நனைந்து சேறுடன் இருக்கும் ஒருவர்

வந்திருப்பதாகக் கேள்வியுற்றோம்; வலுவான மற்றும் மிடுக்கான தோற்றம், முட்டை வடிவத்தில் கண்கள், ஒரு மாலை முழுவதும் எரியக்கூடிய அளவு நீண்டு வளர்ந்த தாடி, கந்தலான மென்மயிர்த் தொப்பி போன்று கண்களுக்கு முன் இழுத்துவிடப்பட்ட தலைமுடி. அம்மனிதர் நிகான் செவாஸ்ட் என்றழைக்கப்பட்டார், விரைவிலேயே அவர் நிக்கோலஸ்சின் தலைமை எழுத்தரானார், ஏற்கெனவே அவர் வேறெங்கோ அக்கலையில் மிகுந்த தேர்ச்சி பெற்றவராயிருந்தார். ஆயுதக் குழாமைச் சேர்ந்தவர், இருப்பினும் அவரது வேலை அபாயமற்றது: அவர் கொடிகள், வில்வித்தைக்கான இலக்குகள், மற்றும் கவசங்களில் வரைந்தார், தோட்டாக்களால், அம்புகளால், அல்லது வாள்களினால் சிதைக்கப்படும் விதிகொண்ட ஓவியங்களை வரைந்தார். தான் நிக்கோலஸ்சில் இருப்பது தற்காலிகமானது என்றும் கான்ஸ்டான்டிநோபிளை நோக்கிச் சென்று கொண்டிருப்பதாகவும் கூறினார்.

"புனித சிரிகஸ் துறவியின் நாளில் மூன்று புனித மைக்கேலின் காற்றுகள் வீசும், ஒவ்வொன்றும் அதற்கேயான பறவைகளால் செறிவுற்றிருக்கும் - ஒன்று நாகணவாய்களால், மற்றொன்று தகைவிலான் குருவிகளால், மூன்றாவது சிறுவல்லூறுகளினால். குளிரின் மணங்கள் வெதுவெதுப்பின் மணங்களோடு பிணைந்தன, நிக்கோலஸ் மடாலயத்தின் புதிய சித்திர எழுத்தர் ஒரு தெய்வ வடிவை வரைந்திருக்கிறார், பள்ளத்தாக்கிலிருக்கும் அனைவரும் அதைப்பார்க்க விரைகிறார்கள் என்ற செய்தி புனித ஜானை வந்தடைந்தது. பிரபஞ்சத்தின் இறை குழந்தை யேசுவைத் தன் மடியிலிருத்தியிருக்கும் மடாலயத்தின் சுவரிலுள்ள ஓவியம் எவ்வாறுள்ளதெனக் காணும்பொருட்டு நானும் புறப்பட்டேன். மற்றவர்களோடு சேர்ந்து சென்று வரையப்பட்டுள்ளதை நன்கு பார்த்துக்கொண்டேன். அதன்பிறகு, அன்றிரவு உணவின்போது முதன்முறையாக நிகான் செவாஸ்ட்டைக் கண்டேன், அவரது அழகிய முகம் நான் முன்னம் நன்கறிந்த எவரையோ நினைவூட்டியது, ஆனால் என்னைச்சுற்றியிருந்த முகங்களிடையே அதைக் கண்டுபிடிக்க இயலவில்லை. திடீரென என் முன்னே பரப்பி வைக்கப்பட்ட திறந்த சீட்டுக்கட்டுகளைப் போல அவை இருந்தாலும் அப்படியான ஒரு முகம் என் நினைவில் இல்லை, அல்லது மூடிவைக்கப்பட்ட சீட்டுகளாக, நான் விரும்பும்

பாதிரியார் தெயோஸ்டிஸ் நிகோல்ஸ்கி

சீட்டினைத் திருப்பிப் பார்க்கவியலும் என் கனவிலும் கூட இல்லை. அப்படியொரு முகம் வேறெங்கும் இல்லை.

"புங்க மரமொன்றின் மீது பட்டுத்தெறிக்கும் கோடரியின் ஓசை மலைப்பகுதிகளில் எங்கோ எதிரொலித்தது; கோடரி புங்கமரத்தில் பட்டுத் தெறிப்பது ஒருவிதமாகவும் இலம் மரத்தின்மீது பட்டுத் தெறிப்பது வேறுவிதமாகவும் இருக்கும், அது புங்கம் மற்றும் இலம் மரங்களை வெட்டுவதற்கான பருவம். பத்து வருடங்களுக்கு முன்பாக ஒரு பனிப்புயலின்போது அவ்வோசைகளை முதன்முதலில் கேட்ட மாலைநேரத்திலிருந்து அவற்றை மிகத்துல்லியமாக நினைவில் வைத்துள்ளேன்; அப்பனிப்புயலினூடே பறந்து, ஈரமான பனியினுள்ளே பெரிதாக எச்சமிட்ட, எப்போதோ இறந்துவிட்ட பறவைகளை நினைவுவைத்துள்ளேன்; ஆனால் என்னுடைய வாழ்க்கைக்காக சில நிமிடங்களுக்கு முன்பாகப் பார்த்த அம்முகத்தில் எதைப்பார்த்தேன் என்று நினைவுகூர முடியவில்லை. நிகானின் முகத்தினுடைய ஒற்றை அம்சத்தைக்கூட என்னால் நினைவில் வைக்க முடியவில்லை, ஒரு நிறத்தைக்கூட, அவருக்குத் தாடி இருந்ததா என்பதுகூட நினைவில் இல்லை. என் நினைவாற்றல் என்னைக் கைவிட்ட முதலும் கடைசியுமான தருணம் அதுதான். இவையனைத்தும் அசாதாரணமாக மற்றும் நம்பமுடியாத வகையில் இருந்த காரணத்தினால் வெகுசீக்கிரமே அதற்கான காரணத்தையும் எளிதாக நான் கண்டறிந்தேன். அது ஒன்றே ஒன்றாகத்தான் இருக்க முடியும்: இவ்வுலகத்தைச் சேராத எதையும் நினைவில் கொள்ளவியலாது; வாத்தினால் விழுங்கப்படும் அயிரையின் அளவே அது நினைவில் தங்குகிறது. புறப்படுமுன் நான் மீண்டும் முகங்களைப் பார்த்தபடி நிகானின் வாயை நேரடியாகப் பார்த்தேன், அச்சத்தினால் பீடிக்கப்பட்டவனானேன், என்னுடைய ஒவ்வொரு பார்வையும் கடிக்கப்பட்டு விடும்போல. உண்மையில் அவர் அதைத்தான் செய்துகொண்டிருந்தார், கடிக்கும்போது தன் உதடுகளை லேசாக அசைத்து ஒலியெழுப்பிக் கொண்டிருந்தார். அவ்வகையில் முறிந்த பார்வையோடுதான் புனித ஜானுக்குத் திரும்பினேன்.

"புத்தகங்களை எழுத்து வடிவமாக்குதலைத் தொடர்ந்தேன், ஆயினும் ஒரு கணத்தில் அப்புத்தகத்தை எழுதியவரைக் காட்டிலும் என் உமிழ்நீரில் அதிக வார்த்தைகள் இருப்பதுபோலத் தோன்றியது. படியெடுக்கப்படும் கையெழுத்துப்பிரதியில்

பின்னிணைப்பு 1

அங்கொன்று, இங்கே இரண்டு என ஒவ்வொரு வாக்கியத்திலும் சொற்களைச் சேர்க்கத் துவங்கினேன். அன்று செவ்வாய்க்கிழமை, அம்முதல் மாலையில் என் சொற்கள் புளிப்புச்சுவை கொண்டதாக, என் பற்களுக்கிடையே நொறுங்கக் கூடியதாக இருந்தன, ஆனால் அடுத்துவந்த மாலைகளில், இலையுதிர்காலம் காலம் செல்லச்செல்ல என் சொற்கள் நாளுக்கு நாள் கனிந்தன, ஒரு பழத்தைப்போல, ஒவ்வொருமுறையும் சாறுள்ள, நிறைவுள்ள மற்றும் இனிப்புள்ளதாக, மகிழ்ச்சியூட்டுகிற மற்றும் உற்சாகம் தருகிற நடுப்பகுதி கொண்டதாக மாறின. ஏழாம் நாள் மாலையில் என்னுடைய பழம் அதிகம் பழுத்துவிடக் கூடாதென்று, தாழ்ந்துவிட அல்லது விழுந்துவிடக் கூடாதென அவசரம் கொள்பவனைப்போல் இருந்தேன்; புனித பெட்கா பரஸ்கேவாவின் வாழ்க்கையில் ஒரு புதிய பக்கத்தைச் சேர்த்தேன், நான் படியெடுத்துக் கொண்டிருக்கும் நூல்பகுதிகள் எதிலுமே இல்லாத ஒன்று. எனது குற்றச்செயலை கண்டுபிடித்து விசாரணை செய்யாது இடைச்செருகல்கள் கொண்ட என் புத்தகத்தை விரும்பி மடாலயத் துறவிகள் மேலும் மேலும் மற்ற படியெடுப்பவர்களின் புத்தகங்களையும் படியெடுத்துத் தரும்படி கேட்டனர், ஓவ்கர் பள்ளத்தாக்கில் அவர்களுடைய புத்தகங்கள் பெரும் எண்ணிக்கையில் இருந்தன. நான் தைரியம்கொண்டு இதன் இறுதிவரை சென்று பார்ப்பது என்ற முடிவுக்கு வந்தேன். வாழ்க்கை வரலாற்றில் கதைகளைச் சேர்ப்பதோடு நில்லாது, புதிய துறவிகளை கண்டுபிடிக்கத் துவங்கினேன், புதிய அற்புதங்களை இணைத்தேன், என் படியெடுத்தல்கள் அவை எதிலிருந்து பிரதியெடுக்கப்பட்டனவோ அப்புத்தகங்களைக் காட்டிலும் அதிக விலைக்கு விற்கத் துவங்கின. சிறிது சிறிதாக மைப்புட்டியிலிருந்த என் பேராற்றலை நான் உணரத்துவங்கியிருந்தேன், மேலும் அதன்போக்கில் அதை அனுமதித்தேன். பிறகு நானொரு முடிவுக்கு வந்தேன்: ஒவ்வொரு எழுத்தாளனும் எந்தச் சிக்கலுமின்றித் தன் நாயகனை இரண்டு வரிகளில் கொன்றுவிடலாம். ரத்தமும் சதையுமாக இருக்கும் வாசகன் ஒருவனைக் கொல்லவேண்டுமெனில், ஒரு கணத்திற்கு அவனைப் புத்தகத்தின் நாயகனாக, சுயசரிதையின் கதைநாயகனாக மாற்றிவிடுவதே போதுமானது. அடுத்துள்ள விஷயங்கள் எளிமையானவை...

“அக்காலகட்டத்தில் திருவருகை மடாலயத்தில் ஓர் இளந்துறவி லாங்கின் என்ற பெயரில் இருந்தார். கடுந்துறவிக்குரிய வாழ்க்கையை வாழ்ந்த அவர், நீரைக்கடந்து அக்கரைக்குச் செல்லத் தன் சிறகுகளை விரித்தவாறு காற்று வீசக் காத்திருக்கும் அன்னத்தினைப்போன்று உணர்ந்தார். நாள்களுக்குப் பெயரளித்த ஆதமுக்குக் கூட அத்தனை திருத்தமான காதுகள் இருந்திருக்காது. அவரது கண்கள் புனிதமான நெருப்பைக் கடத்தும் குளவிகளைப் போன்றது: ஒரு கண் ஆண் தன்மையுடையது எனில் மற்றொன்று பெண் தன்மையுடையது, ஒவ்வொன்றும் ஒரு கொடுக்குடன் இருக்கும். பருந்து கோழிக்குஞ்சிற்கு வைப்பது போல் நன்மைக்குக் குறிவைத்திருந்தார். அவர் விருப்பத்துடன் கூறுவது: ‘நாமனைவருமே நம்மைக்காட்டிலும் சிறந்த ஒருவரை உதாரணமாகத் தேர்ந்தெடுத்துக் கொள்ளவியலும்; இப்பூமியிருந்து சொர்க்கத்திற்குச் செல்லும் ஜேக்கப்பின் படிமரம் மெய்ப்பொருளினால் மட்டுமே உருவாக வல்லது; அப்போது அனைத்தும் ஒன்றோடொன்று இயல்பாகவும் மகிழ்வோடும் தொடர்புடையதாயிருக்கும், ஏனெனில் மனிதனுக்குத் தன்னைக்காட்டிலும் உயர்ந்தவருக்குப் பணிதலென்பது செய்வதற்கரியதன்று. அத்தனை நலக்குறைகளும் வந்து சேர்வது, இவ்வுலகில் நாம் நம்மைக்காட்டிலும் இழிந்தவர்களையே உதாரணமாகத் தேரவும் அவர்களிடத்தே பணியவும் நிரந்தரமாகத் தூண்டப்படுகிறோம் எனும் உண்மையிலிருந்துதான்...’ ஐந்துநாள் உண்ணாநோன்பின் பின்னே மூவாத ஒளியைத் தரிசித்த கொரீஷியாவுடைய புனித பேதுருவுடைய வாழ்க்கை வரலாற்றினைப் படியெடுக்க அவர் என்னை அழைத்தபோது, அந்திசாய்ந்து பறவைகள் புதர்களிலிருக்கும் தங்கள் கூடுகளுக்குள் கருத்த மின்னல் போலே இறங்கிக் கொண்டிருந்தன. என் சிந்தனையும் அதேவேகத்தில் அதிகரித்திருந்தது, என்னுள் அரும்பிக்கொண்டிருக்கும் அதிகாரத்தின் உணர்வோடு போரிடும் சக்தி எனக்கில்லையென்பதை உணர்ந்தேன். கொரீஷியாவைச்சேர்ந்த புனிதர் பேதுருவின் வாழ்வினைப் படியெடுக்க அமர்ந்தேன், நோன்பு நாள்கள் குறித்த பகுதியை அடைந்ததும் 5 என்பதற்கு மாறாக 50 என்றெழுதி அவ்விளந்துறவியிடம் படியெடுத்ததைக் கொடுத்தேன். பாடலொன்றைப் பாடியபடி பெற்றுக்கொண்டவர் அன்று மாலையே அதைப் படித்தார்; அடுத்தநாள் பள்ளத்தாக்கு

முழுவதும் துறவி லாங்கின் மிகப்பெரும் நோன்பொன்றை மேற்கொள்ளத் தலைப்பட்டுள்ளதாகச் செய்தி பரவியது...

“ஐம்பத்து ஓராம் நாள், திருப்பிறப்பு உணர்த்திய நாளன்று அவர்கள் மலையடிவாரத்தில் லாங்கின் உடலைப் புதைத்தபோது, மீண்டும் எழுதுகோலைக் கையில் எடுப்பதில்லை என்று முடிவெடுத்தேன். மைக்குடுவையைப் பீதியுடன் பார்த்தபடி நினைத்துக் கொண்டேன்: ஓர் ஆன்மாவுக்குள் மிக இறுக்கமாக அளவிறந்த எலும்புகள். என் பாவத்திற்காக வருந்துவதென்று முடிவெடுத்து, காலையில் மடாலய முதல்வரிடம் சென்று, நிக்கோலஸ் மடாலய நகலெடுக்குமிடத்தில் தலைமைப் படியாளரான நிகான் செவாஸ்ட்டினிடத்தில் உதவியாளராக மாற்றும்படி கேட்டுக் கொண்டேன். அவர் அவ்வாறே செய்தார், பரங்கியின் விதைகள் மற்றும் பிரார்த்திக்க அறிந்தவையென துறவிகள் நம்புகின்ற பூக்கள் மணக்கும் எழுத்தறைக்கு நிகான் என்னை அழைத்துச்சென்றார். வேறு மடாலயங்களிலிருந்து அல்லது உக்ரைனிலிருந்து பயணிக்கும் வணிகர்களிடமிருந்து நிக்கோலஸ்சில் இல்லாத புத்தகங்களை மடாலயத் துறவிகள் நான்கு அல்லது ஐந்து நாட்களுக்கு இரவல் பெற்று விரைவாக மனனம் செய்துகொள்ளும்படி என்னிடம் தருவர். பிறகு அதன் உரிமையாளரிடத்தில் புத்தகத்தினை திருப்பித் தந்துவிடுவர், பிறகு மாதங்களாக, ஒவ்வொரு நாளும் மனனம் செய்த புத்தகத்தை தலைமை எழுத்தரான நிகான் எழுத ஒப்புவிப்பேன். அவர் தனது எழுதுகோல்களைத் தீட்டிக்கொண்டு, பச்சை நிறம் மட்டுமே தாவரங்களிலிருந்து பெறப்படவில்லை - அதுமட்டுமே இரும்பிலிருந்து பெறப்படுவது - மற்ற அனைத்து நிறங்களையும் தாவரங்களிலிருந்து பெற்றதாகக் கூறுவார், நாங்கள் எழுதிய புத்தகங்களைப் பல்வேறு சித்திர எழுத்துகளால் அலங்கரிப்போம். அவ்வாறாக, வாரத்தின் ஆண்பாலுக்குரிய நாட்களைப்போல என் தோழமை துவங்கியது. அவர் அனைத்தையும் தன் வலக்கரத்திடமிருந்து மறைத்தபடி இடக்கரத்தினால் செய்வார். பகலில் எழுதுவோம். வேலையற்ற நாள்களில் அவர் மடாலயத்தின் சுவர்களில் வரைவார், ஆனால் சீக்கிரமே உருவங்களை வரைவதைக் கைவிட்டு புத்தகங்களை எழுதுவதற்கு மட்டும் தன்னை அர்ப்பணித்துக் கொண்டார்.

இப்படியாக நாங்கள் இரவுக்குப்பின் இரவாக, பல வருடங்கள் எங்கள் வாழ்வினுக்குள் மெதுவாக இறங்கினோம்.

"*1683*-இல் செர்பியாவில் புனித யூஸ்தேஸ்சினுடைய நாளில் உறைபனி தன் தானியங்களை விதைக்க வந்தது, நாய்கள் படுக்கையில் அனுமதிக்கப்பட்டன, காலணிகளும் சிரிக்கும் பற்களும் குளிரில் கீறலுற்றன. பச்சைநிற வானத்தில் பறந்துகொண்டிருந்த சாம்பற் காகங்கள் உறைந்து கற்களைப்போலும் கீழே விழுந்தன, அவற்றின் கரைதலொலி மட்டும் காற்றிலிருந்தது. நாவுகள் சில்லிட்ட உதடுகளை உணர்ந்தன, ஆனால் அவற்றால் நாவினை உணரமுடியவில்லை. பனியில் உறைந்திருந்த மொராவா ஆற்றின் மறுபக்கத்திலிருந்து காற்றுகள் ஊளையிட்டுக் கொண்டிருந்தன, கரைகளில் செதுக்கப்படாத பனி கிடந்தது, உறைநீர்மணிகள் கொண்ட கொறுக்கைகள், தவழும் கொடிகள், கோரைப்புற்கள் பனிக்கு வெள்ளித் தாடி முளைத்தது போன்ற தோற்றத்தை அளித்தன. தாழும் வில்லோ மரத்தின் கிளைகள் உறையும் நதியில் சிக்கி மரங்களைச் சிறைப்படுத்தின. பனிமூட்டத்திலிருந்து வெளிப்பட்ட தனிக்காகங்கள் வேதனையோடு தங்கள் இறக்கைகளை ஈரமான உப்பைப்போன்ற வெள்ளைச் சிடுக்கிலிருந்தும் விடுவித்துக்கொண்டன. உறைபனி பிரிக்கின்ற மலைகளுக்கு மேலும் தொடுவானம் தாண்டியும் நிலக்காட்சிகளுக்குப் பிரியாவிடையளித்துச் செல்லும் நிகான் மற்றும் என்னுடைய சிந்தனைகள் நிலையற்று விரையும் கோடைகாலத்தின் மேகங்கள் போலே விரைய, அவற்றில் எங்கள் நினைவுகள் குளிர்காலத்தின் நோய் போல மெதுவாகக் கடந்து சென்றன. பிறகு மார்ச் மாதத்தில், நோன்புக் காலத்தின் முதல் ஞாயிறில் கொதிக்கும் மொச்சையில் ஒரு கெண்டி பிராந்தியைச் சூடேற்றினோம்; குடித்து, உண்டு, பின் நிக்கோலஸ்சை விட்டு நிரந்தரமாக நீங்கினோம். அவ்வருடத்தின் முதலாவதும் இறுதியானதுமான பனிப்பொழிவில் பெல்கிரேடை அடைந்து, பெல்கிரேடின் முதல் தியாகிகளுக்கான - ஸ்ட்ராடோனிக், டோனாட் மற்றும் ஹெர்மில் - பிரார்த்தனைக் கூட்டத்தில் நின்றுவிட்டு, புதியதொரு வாழ்க்கையைத் துவங்கினோம்.

"பயணிக்கும் எழுத்தர்களானதும், எங்கள் எழுதுகோல்கள் மற்றும் மைப்புட்டிகள் பேரரசுகளின் நீர்நிலைகள் மற்றும் எல்லைகளைத் தாண்டி நகர்ந்தன. பல்வேறு மொழிகளில்

உள்ள புத்தகங்களைப் படியெடுக்க வேண்டியிருந்ததால் தேவாலயத்திற்குப் பணிசெய்வதைக் குறைத்துக்கொண்டே வந்தோம். ஆண்களுக்கான புத்தகங்கள் மட்டுமின்றிப் பெண்களுக்கானவற்றையும் படியெடுத்தோம், ஏனெனில் ஆண்தன்மை கொண்ட கதைகளுக்கும் பெண்தன்மை கொண்ட கதைகளுக்கும் ஒரே முடிவு சாத்தியமில்லை. ஆறுகள் மற்றும் சமவெளிகளை விட்டு (அவற்றின் பெயர்களை மட்டும் சுமந்தபடி), வீழ்ச்சியுறும் பார்வைகள், சாவியுடைய இரும்பு வளையங்களைக் கொண்ட காதுகள், பறவைகளின் அலகினால் பின்னப்பட்ட வைக்கோல் பரவியிருக்கும் பாதைகள், புகையும் மரக்கரண்டிகள், கரண்டியினால் உருவாக்கப்பட்ட முள்கரண்டிகள் ஆகியவற்றை விட்டு, 1684ஆம் ஆண்டின் ஒரு செவ்வாய்க்கிழமை, அனைத்துத் துறவிகளின் நாளில் பேரரசின் நகரமான வியன்னாவுக்கு வந்துசேர்ந்தோம். புனித ஸ்தேவான் தலைமைத் தேவாலயத்தின் பெரிய மணிக்கூண்டு மணியைத் தெரிவிக்க அடிக்கத் தொடங்கியது - சிறியவை வேகமாக மணிக்கூண்டிலிருந்து கத்திகளை விழச்செய்வது போல, பெரியவை பயபக்தியுடன், இரவுநேரத்தில் தேவாலயத்தைச் சுற்றிலும் முட்டையிடுவது போல ஒலித்தன. நாங்கள் அரையிருளில் அக்கோபுரத்தினடியில் சென்றோம், தரையில் பாவியிருக்கும் எதிரொலிக்கும் கற்களுக்கு மேலே ஒளியூட்டப்பட்ட சிலந்திகள் போல நீண்ட கயிறுகளில் தொங்கவிடப்பட்டுள்ள சரவிளக்குகள், அவற்றைச் சுற்றிலும் எழும் மெழுகின் மணம் ஆடையை உடல் நிறைப்பதுபோல தேவாலயத்தை கற்சுவர்கள் வரையில் நிறைத்திருந்தது. பார்வைக்கு எதுவும் தெரியவில்லை, ஆனால் ஒருவர் தன் பார்வையை கோபுரத்தின் மீது மேல்நோக்கிச் செலுத்தினால், இருள் மேலும் மேலும் அடர்த்தியாகும், அந்த அடர் இருளில் உயரே தேவாலயத்தினடியில் ஒளியை விழச்செய்யும் ஒற்றை விளக்கினைத் தாங்கிக் கொண்டிருக்கும் கயிறு எந்த நிமிடத்திலும் அறுந்து விழுமென எதிர்பார்க்கலாம்... இங்கே எங்களுக்குப் புதிய வேலை கிடைத்தது, மேலும் தன் எழுதுகோலால் வழிநடத்துபவரும் தன் வாளால் தேவாலயங்களை எழுப்பியவரும் எம் பிரபுவுமாகிய ப்ராங்கோவிச்சின் அவ்ரமை† சந்தித்தோம். அவரைக்குறித்து ஓரிரு வார்த்தைகள் சொல்கிறேன், ஏனெனில் அவர் நேசிக்கப்பட்ட அளவு அச்சம் கொள்ளப்பட்டவரும் ஆவார்.

பாதிரியார் தெயோஸ்டிஸ் நிகோல்ஸ்கி

"மக்கள் சொல்வதுண்டு: 'ப்ராங்கோவிச் தனி நபரல்ல.' அவரது இளமையில் நாற்பது நாள்கள் தன்னைக் கழுவிக்கொள்ளாமல் இருந்தாரென்றும், சாத்தானின் தட்டில் கால் வைத்து மந்திரவாதியாகி விட்டாரென்றும் நம்புகின்றனர். அவரது ஒவ்வொரு தோளிலும் ஒரு கற்றை முடிகள் வளர்ந்தன; கட்புலனாகாதவற்றைக் காணுந்திறன் பெற்றார், மார்ச் மாதத்தில் உறக்கம் பிடித்தவராகவும், அதிர்ஷ்டமுடையவராகவும் மாறினார்; வெகுதொலைவிற்குத் தன் உடலோடும் அதைத்தாண்டிய தூரங்களுக்குத் தன் ஆன்மா மூலமும் அவரால் குதிக்க முடியும், உடல் தூங்கிக் கொண்டிருக்கையில் ஆன்மாவானது புறாக்களின் கூட்டம் போலப் பறந்து செல்லும், காற்றினை வழிநடத்தும், மேகங்களைத் துரத்தும், ஆலங்கட்டிகளை கொண்டுவரும் - கொண்டு செல்லும், பயிர்கள் மற்றும் தானியங்களை, பால் மாற்றும் கோதுமைகளை கடல் கடந்துள்ள மந்திரவாதிகளிடமிருந்து பாதுகாத்து அவர்கள் அவற்றை அவரது எல்லையிலிருந்து பறித்துச் சென்றுவிடாதவண்ணம் காக்கும். எனவே மக்கள் ப்ராங்கோவிச் தேவதூதர்களைச் சந்தித்திருப்பதாக நம்பினர், மேலும் அவர் குறித்து, 'எங்கே மந்திரவாதிகள் பரவியுள்ளனரோ அங்கே உணவுண்டு' என்பர். அவர்களது கூற்றின்படி அவர், ஸ்கதாரின் மந்திரிகள், ப்ளாவ் மற்றும் கஸின்யேவின் ஆட்சித் தலைவர்கள் ஆகியோருள்ள மந்திரவாதிகளின் இரண்டாவது முகாமைச்சேர்ந்தவர், ட்ரெபின்யேவின் மந்திரக்காரர்களுடன் உண்டான மோதலில் அவர் மூன்றாவது முகாமைச்சேர்ந்த முஸ்தாஜ்-பெக் சபியாக் பாஷா^c வைத் தோல்வியுறச் செய்தார். மணல், இறகுகள் மற்றும் ஒரு வாளி ஆகியவற்றைத் தனது ஆயுதமாக அவர் பயன்படுத்திய அம்மோதலில், ப்ராங்கோவிச் தனது காலில் காயம்பட்டார்; அதன்பிறகு அவர் ஒரு கருங்குதிரையைத் தேர்ந்தார், அனைத்துக் குதிரைகளின் சுல்தான், தன் உறக்கத்தில் கனைக்கும் அதுவும் ஒரு மந்திரவாதியாகவே இருந்தது. முடமான ப்ராங்கோவிச் சொர்க்கத்தின் போர்களுக்குத் தன் குதிரையின் ஆன்மா மீது உலர்புல்லின் வடிவில் செல்வார். மேலும் கான்ஸ்டான்டிநோபிளில் தான் மந்திரக்காரனாக இருப்பதை ஒப்புக்கொண்டு வாக்குமூலம் அளித்தார் என்றும் கூறுவர், அதன்பிறகு அவர் மந்திரவாதியாக இல்லை, ட்ரான்சில்வேனியாவின் கால்நடைகளும் அவர் தொழுவத்தைக் கடக்கையில் பின்புறமாக நகர்வதில்லை...

"இம்மனிதர், மிக ஆழ்ந்து உறங்குவார் என்பதால் அவரைக் கவனித்துக்கொண்டனர், உறக்கத்தில் யாரும் அவரைத் திருப்பி காலிருக்குமிடத்தில் தலையை மாற்றிப் படுக்கவைக்காமல் பார்த்துக்கொண்டனர் (அப்படிச்செய்தால் அவர் ஒருபோதும் எழமாட்டார்), தன் வயிற்றுப்பக்கமாகக் குப்புறப் புதைக்கப்பட்டவர் தன் இறப்புக்குப் பிறகும் அனைவராலும் நேசிக்கப்பட்ட இம்மனிதர், எங்களை எழுத்தர்களாகச் சேர்த்துக்கொண்டு தனதும் தன் மாமா கௌன்ட் ஜார்ஜ ப்ராங்கோவிச்சினுடையதுமான நூலகத்திற்கு அழைத்துச்சென்றார். அங்கிருந்த புத்தகங்களுக்கு நடுவே இருள் சூழ்ந்த தெருக்கள் மற்றும் திருகலான படிகளில் தொலைந்து போவதுபோல் ஆனோம். வியன்னாவின் சந்தைகளில், நிலவறைகளில் கைர் அவ்ரமுக்காக அரேபிய, எபிரேய, மற்றும் கிரேக்க மொழி கையெழுத்துப் பிரதிகளை வாங்கத் தேடியலைந்தோம், வியன்னாவின் வீடுகளைப் பார்க்கையில் அவை ஒன்றுக்கருகில் ஒன்றாக ப்ராங்கோவிச் நூலகத்தின் அலமாரியில் அடுக்கப்பட்ட புத்தகங்களைப் போலவே இருப்பதைக் கண்டேன். வீடுகள் எவ்வாறு புத்தகத்தினை ஒத்திருக்கின்றன என்று நினைத்துக் கொண்டேன்: உங்களைச்சுற்றி ஏராளமான எண்ணிக்கையில் அவை இருக்கின்றன, இருப்பினும் அவற்றில் வெகுசிலவற்றை மட்டுமே நீங்கள் கவனிக்கிறீர்கள், அதிலும் குறைவானவற்றை மட்டுமே உள்நுழைந்து பார்க்கிறீர்கள் அல்லது வசிக்கிறீர்கள். பொதுவாக நீங்கள் ஒரு விடுதிக்கு, தங்குமிடங்களுக்கு, ஓர் இரவுக்கு வாடகைக்கு எடுக்கப்பட்ட கூடாரங்களுக்கு அல்லது நிலவறைக்கு அனுப்பப்படுகிறீர்கள். சாத்தியமெனில் சிலசமயம் புயலொன்று ஒருகாலத்தில் நீங்கள் ஏற்கெனவே வசித்த வீட்டிற்கு உங்களை அனுப்புகிறது, அவ்வீட்டில் இரவினைக் கழிக்கும்போது ஒருகாலத்தில் எங்கே உறங்கினீர்கள் என்பதை நீங்கள் நினைக்கலாம், எவ்வாறு அனைத்தும், அனைத்தும் அதேதான் என்றாலும், அப்போது வேறுபட்டு இருந்தது என்பதை, எவ்வாறு இளவேனிற்காலம் அச்சன்னல் வழி உதித்தது மற்றும் இலையுதிர்காலம் எவ்வாறு அவ்வாயிற்வழி கடந்து சென்றது என்பதையும்...

"1685ஆம் வருடம் புனித பேதுரு மற்றும் பவுலின் நாளுக்கு முதல்நாள், அனைத்து ஆன்மாக்களின் நாளுக்கு அடுத்த நான்காம் ஞாயிறன்று எம் பிரபுவாகிய ப்ராங்கோவிச்சின் அவ்ரம்

ஆங்கிலேயத் தூதருக்கு உதவியாக துருக்கியில் நியமிக்கப்பட்டார், நாங்கள் கான்ஸ்டான்டிநோபிளுக்கு இடம்பெயர்ந்தோம். பாஸ்போரஸ்சின் மீது அமைந்துள்ள கோபுரத்தில் நாங்கள் வரவேற்கப்பட்டோம், அங்கே எங்களின் எஜமானர் ஏற்கெனவே தன்னுடைய கொடுவாள்கள், ஒட்டகச்சேணம், தரைவிரிப்புகள், மற்றும் தேவாலயம் அளவுக்கு உயர்ந்த அலமாரிகள் ஆகியவற்றுடன், ஈரமணல் நிறங்கொண்ட தன் நோன்பிருக்கும் கண்களோடு குடியேறியிருந்தார். இறைவழிபாட்டின்போது அக்கோபுரத்தில் அவர் தனக்கும் தனது மாமாவான கௌன்ட் ஜார்ஜுக்கும் மூதம்மையான வல்லாட்சியாளர் புனித ஏஞ்சலினாவுக்கு ஒரு கோயிலை எழுப்பியிருந்தார், பணிகளைச் செய்வதற்காக ஓர் அனடோலியனை அழைத்து வந்திருந்தார், அவன் தனது நீண்ட சடையை சாட்டை போலப் பயன்படுத்துவான், மேலும் பின்னலின் நுனியில் ரவைத்தோட்டாக்களை வைத்திருப்பான். இப்புதிய பணியாள், அவன் பெயர் யூசுஃப் மசூதி[c], எங்கள் எஜமானர் அவ்ரமுக்கு அரேபிய மொழியைக் கற்றுக்கொடுத்து அவரது கனவினைக் கண்காணித்துக்கொண்டான். தன்னோடு ஒருவகைத் தீவனப்பை நிறைய எழுதப்பட்ட துண்டுத்தாள்களைக் கொண்டு வந்திருந்தான், அவன் கனவினை வாசிப்பவன் அல்லது நிழல் வேட்டையாடுபவன் என்றொரு வதந்தி இருந்தது, மனிதர்களின் கனவுகளைக்கொண்டு ஒருவர் மற்றவரை அடித்துக்கொள்வதை சிலர் இப்படித்தான் அழைக்கின்றனர். நிகானும் நானும் முதல் வருடம் முழுவதையும் எஜமானரின் அலமாரிகளில், அவற்றை வியன்னாவிலிருந்து கொண்டுவந்த ஒட்டகம் மற்றும் குதிரையின் நெடியை இன்னமும் வைத்திருக்கும் புத்தகங்களை, கையெழுத்துப் பிரதிகளை அடுக்குவதில் செலவிட்டோம். ஒருமுறை, பணியாள் மசூதி கைர் அவ்ரமின் படுக்கையறைக்குக் காவலிருந்தபோது அவனது தீவனப்பையைக் கைப்பற்றி அதிலிருந்த கையெழுத்துப்பிரதிகள் முழுவதையும் படித்து ஒவ்வொரு எழுத்துவரையிலும், ஒரு சொல்லின் பொருளைக்கூட அறியாமலேயே மனனம் செய்தேன், ஏனெனில் அது அரேபிய மொழியில் இருந்தது. அது அரேபிய நெடுங்கணக்கின் அடிப்படையில் உருவாக்கப்பட்ட ஓர் அகராதி அல்லது சொல்விளக்கத் திரட்டு போல, நண்டைப்போல நெளிவரி வடிவிலும் பின்னால் பறக்கும் பாற்குருவிபோல படிக்கும் வகையில் இருந்தது என்பது மட்டும் தெரியும்...

"உண்மையான அந்நகரமோ அதன் நீருக்கு மேலுள்ள பாலங்களோ என்னை வியப்படையச் செய்யவில்லை. நாங்கள் கான்ஸ்டான்டிநோபிளுக்கு வந்தவுடனேயே, தெருக்களில் முகங்கள், வெறுப்பு, பெண்கள் மற்றும் மேகங்கள், விலங்குகள், அன்பு என வெகு காலத்திற்கு முன்பு நான் தப்பிவந்தவற்றை அடையாளம் காணத்துவங்கினேன், நான் ஒருமுறை சந்தித்து என்றென்றைக்குமாக நினைவில் வைத்துள்ள கண்கள். காலத்தின் போக்கினால் எதுவும் நிகழ்வதில்லை என்ற முடிவுக்கு வந்தேன், உலகம் வருடங்களினூடாக மாறுதலடைவதில்லை ஆனால் அதனுள்ளாக மற்றும் வெளியின் வழியாக ஒரேசமயத்தில் - எண்ணிறந்த உருக்களுக்கு மாறுகிறது, சீட்டுக்கட்டினைப் போலக் கலைத்து சிலரின் கடந்த காலத்தை பாடமாக வேறு சிலரது எதிர் அல்லது நிகழ்காலத்திற்கு மாற்றித்தருகிறது. இங்கு அனைத்து மனிதர்களின் நினைவு கூர்தலும் நினைவாற்றலும் மற்றும் ஒட்டுமொத்த நிகழ்காலமும் பல்வேறு இடங்களில் பல்வேறு மனிதர்களில் ஒரேநேரத்தில் வாழப்படுகின்றன. நம்மைச்சுற்றியுள்ள அனைத்து இரவுகளையும் ஒருவர் கருத்தில் கொள்ள வேண்டியதில்லை, அவை ஒன்றான மற்றும் ஒரே இரவாக இருக்கின்ற காரணத்தால் என்று நினைத்தேன், அது பறவைகள், நாட்காட்டிகள், அல்லது கடிகாரம்போல ஒன்றன்பின் ஒன்றாக காலத்தில் பயணிப்பதற்குப் பதிலாக ஒரேசமயத்தில் வளர்ச்சியுறுகின்றன. உங்கள் இரவும் அடுத்துள்ள என் இரவும் நாட்காட்டியின்படிக் கூட ஒன்றல்ல. ரோமில் இருக்கும் பாப்பிஸ்ட்டுகளுக்கும் மற்றும் இங்கிருப்பவர்களுக்கும் இன்று அனுமானத்தின் நாள், ஆனால் கிழக்கத்தியச் சடங்குக் கிறிஸ்தவர்களுக்கு, கிரேக்கர்களுக்கு, மற்றும் தனிப்பட்ட நம்பிக்கை கொண்டவர்களுக்கு இன்று உதவித் தலைமை குரு புனித ஸ்தேவான் தாடியற்றவரது புராணங்களின் மொழிபெயர்ப்பு நாள்; சிலருக்கு இந்த 1688 பதினைந்து நாள்கள் முன்னமே முடிந்து விடுகிறது; கெட்டோவிலிருக்கும் யூதர்களுக்கு ஏற்கெனவே இது 5447ஆம் வருடம், ஆனால் அரேபியர்களுக்கோ இது 905தான். கைர் அவ்ரமின் ஏழு பணியாட்களாகிய நாங்கள் ஒரு முழுவாரத்தின் இரவுகளைச் சேகரித்து விடியலில் பயன்படுத்துவோம். முழு செப்டம்பர் மாத இரவுகளை இங்கிருந்து தோப்சு அரண்மனைக்குச் செல்கையில் நாங்கள் சேகரிக்கக்கூடும், ஆனால் அயா-சோஃபியாவிலிருந்து வ்லாஹெர்னாவுக்கான அக்டோபர் மாதம் ஏற்கெனவே

செலவழிக்கப்பட்டு விட்டது. எங்கள் கைர் அவ்ரமின் கனவுகள் வாழ்க்கையாக மாறுகின்றன, எனில் வேறெங்கோ யாரோ கைர் அவ்ரமின் யதார்த்தத்தைக் கனவு கண்டு கொண்டிருக்கின்றனர், மேலும் யாருக்குத் தெரியும், எமது கைர் ப்ராங்கோவிச் இங்கே கான்ஸ்டான்டிநோபிளுக்கு அரசசபையில் ஆங்கிலத்தூதருக்கு மொழிபெயர்ப்பாளராக வேலைசெய்ய வராமல், யாருடைய உண்மை வாழ்க்கையை அவர் கனவு காண்கிறாரோ அவனைக்காண வந்திருக்கலாம், அவன் தனது கனவில் கைர் அவ்ரமின் வாழ்க்கையை வாழ்பவன். நம்மைச்சுற்றியுள்ள எம்மனிதனின் யதார்த்தமும் இவ்விரவில் மனிதப்பெருங்கடலில் எங்கோ, யாரோ கனவு காணாததில்லை, எவரின் கனவும் இன்னொருவரின் யதார்த்தமாக இல்லாமல் போவதுமில்லை. ஒருவர் இங்கிருந்து பாஸ்போரஸ்சுக்குச் செல்லவேண்டுமெனில் ஒவ்வொரு வீதியாக வருடத்தின் அனைத்துப் பருவங்களையும் தேதி வாரியாக எண்ணமுடியும், ஏனெனில் இலையுதிர் மற்றும் வசந்த காலங்கள் மற்றும் மனித வாழ்வின் அனைத்துப் பருவங்களும் அனைவருக்கும் ஒன்றானதல்ல, ஏனெனில் யாரும் ஒவ்வொரு நாளும் முதுமை அல்லது இளமை அடைவதில்லை, மேலும் ஒட்டுமொத்த வாழ்வும் மெழுகுவர்த்தியின் சுடர் நெருப்பு போலச் சேகரிக்கக் கூடியது, நீங்கள் அதை ஊதியணைத்தால் பிறப்பு மற்றும் இறப்பிற்கு இடையில் ஒரு மூச்சு கூட மீதமிருக்காது. மிகச்சரியாக எங்கு செல்லவேண்டும் என்பது மட்டும் தெரிந்தால், இன்றைய இரவிலேயே உங்களின் விழிப்பிலுள்ள பகல்கள் மற்றும் இரவுகளை அனுபவித்துக் கொண்டிருப்பவனைக் கண்டுகொள்ள முடியும், உங்களின் மறுநாள் மதிய உணவை உண்டுகொண்டிருப்பவனை, எட்டாண்டுகளுக்கு முந்தைய உங்களின் இழப்புகளுக்கு வருந்தும் மற்றொருவனை அல்லது உங்கள் வருங்கால மனைவியை முத்தமிட்டுக் கொண்டிருப்பவனை, மேலும் மிகச்சரியாக உங்கள் இறப்பைப்போலவே இறந்து கொண்டிருக்கும் நான்காமவனைக் காணமுடியும். நீங்கள் வேகமாக நகர்ந்து, ஆழமாக, அகலமாக ஆழ்ந்தறிந்தால் அனைத்து முடிவற்ற இரவுகளும் இம்மகத்தான மாலையின் பெரும்பரப்பிலிருந்து வளர்ச்சியுறுவதைக் காண்பீர்கள். ஒரு நகரத்தில் முடிவுற்ற காலம் இன்னொன்றில் இப்போதுதான் துவங்குகிறது, ஒருவரால் இவ்விரு நகரங்களுக்கிடையே முன்னும் பின்னுமாகக் காலத்தில் பயணிக்க முடியும். பெண்களின் நகரத்தில் ஏற்கெனவே இறந்த

ஒரு பெண்ணை ஆண்களின் நகரத்தில் நீங்கள் உயிருடன் சந்திக்க இயலும், அல்லது மறுதலையாகவும். தனிப்பட்ட வாழ்வுகள் அல்ல, ஆனால் அனைத்து எதிர் மற்றும் கடந்த காலங்களும் நித்தியத்துவத்தின் அனைத்துக் கிளைகளும் சிறு துணுக்குகளாக உடைக்கப்பட்டு மனிதர்கள் மற்றும் அவர்களது கனவுகளிடையே இங்கு ஏற்கெனவே உள்ளன. உண்மையான மனிதனான ஆதமின் அளக்கமுடியாத உடல் அதன் உறக்கத்திலும் மூச்சிலும் அசைவுகொள்கிறது. மனிதகுலம் நாளைக்குக் காத்திராமல் ஒரேநேரத்தில் காலத்தை மெல்கிறது. எனில் காலம் இங்கிருக்கும் ஒன்றல்ல. அது எங்கிருந்தோ இன்னொரு பக்கத்திலிருந்து வந்து இவ்வுலகின்மீது படர்கிறது...

" 'எங்கிருந்து?' என் சிந்தனைகளை அறிந்தவராக நிகான் உடனே என்னிடம் கேட்டார், ஆனால் நான் அமைதியாக இருந்தேன். நான் அமைதியாக இருந்ததன் காரணம் அது எங்கிருந்து என்று எனக்குத்தெரியும். காலம் நிலத்திலிருந்து வருவதல்ல அது பாதாளத்திலிருந்து வருகிறது. காலம் சாத்தானுக்குரியது; கூலி தன் பையில் நூற்கண்டினை வைத்திருப்பதுபோல அவன் அதைச் சுமந்திருக்கிறான், அவனது மறைவடக்கமான நிர்வகிப்பு தூண்டும்போது அதை அவிழ்க்கிறான், அது அவனிடமிருந்து வலிந்து பறிக்கப்பட வேண்டும். ஒருவனால் கடவுளிடமிருந்து நித்தியத்துவத்தைக் கேட்டுப்பெற முடியுமென்றால், நித்தியத்துவத்திற்கு எதிரானதை - காலத்தை - சாத்தானிடமிருந்து மட்டுமே பெறமுடியும்...

"இறையின் சகோதரரான அப்போஸ்தலர் யூதாவின் நாளில், கைர் அவ்ரம் எங்களைக் கூட்டி கான்ஸ்டான்டிநோபிளை விட்டுச் செல்லப்போவதைக் கூறினார். அனைத்தும் கூறப்பட்டுவிட்டது, பயண உத்தரவுகள் வழங்கப்பட்டுவிட்டன, அப்போது சிறிய அளவிலான ஆனால் மூர்க்கமான வாக்குவாதம் நிகானுக்கும் அனடோலியன் மசூதிக்குமிடையே வெடித்தது, நிகான் தனது கீழுதட்டைப் பறவையின் சிறகுபோலே மேல்நோக்கி அசைக்கத் துவங்கினார். மிகுந்த கோபத்திலிருந்ததால், பயணத்திற்காகத்

தயார் செய்து வைக்கப்பட்டிருந்த மசூதியின் தீவனப்பையை (அரேபிய அருஞ்சொல் விளக்கத் தொகுதி அடங்கியது, நான் ஏற்கெனவே மனனம் செய்திருந்தது) அப்பாலே நெருப்பினுள் வீசினார். மசூதி அதுகுறித்து அதிகம் கவலைப்படவில்லை; நிதானமாக கைர் அவ்ரமிடம் திரும்பிக் கூறினான்:

" 'அவனைப்பாருங்கள் பிரபுவே; அவன் தன் வாலினால் புணருபவன், தன்னுடலைத் திருப்பிக்கொண்டு பின்புறத்திலிருந்து அதைச்செய்பவன், எனவே தான் கருவுறச்செய்யும் நபரை அவன் பார்ப்பதில்லை. மேலும் அவனது நாசித்துளைகள் பிரிக்கப்படாது இருக்கும்.'

"அக்கணத்தில் அனைத்துக் கண்களும் நிகானை நோக்கித் திரும்பின. கைர் அவ்ரம் சுவரிலிருந்த கண்ணாடியை எடுத்து நிகானது மூக்கின் கீழே ஒரு பிணத்தில் செருகுவதுபோலச் செருகினார். நாங்கள் அனைவரும் அருகே குனிந்தோம், உண்மைதான், கண்ணாடி நிகானின் நாசித்துளையைப் பிரிக்கும் சுவர்கள் இல்லை என்று காட்டியது. எனக்கு வெகுகாலமாகத் தெரிந்தது இப்போது மற்றவர்களுக்கும் தெரிந்துவிட்டது - என் உடன் பணிசெய்பவரும் தலைமை எழுத்தருமான நிகான் செவாஸ்ட்டும் சாத்தானும் ஒன்றே. உண்மையில் அவருமே அதை இப்போது மறுக்கவில்லை. ஆனால் மற்றவர்களைப் போல நான் அவரது நாசியைக் கவனிக்கவில்லை. நான் கண்ணாடியைப் பார்த்ததும் என்னைச் சுற்றியிருப்பவர்கள் வெகுகாலத்திற்கு முன்பே அறிந்து கொண்டிருக்கக் கூடியதை அப்போது அறிந்து கொண்டேன். நிகான் செவாஸ்ட்டின் முகம், நான் ஏற்கெனவே சந்தித்த ஒரு முகத்தை நினைவுபடுத்திய முகம், உண்மையில் என் முகத்தைப் போலிருந்தது. நாங்கள் இரட்டையர்கள் போலே இவ்வுலகைச் சுற்றி வந்திருக்கிறோம், கடவுளின் ரொட்டியை சாத்தானின் கண்ணீர் கொண்டு சமைத்தபடி.

"அந்த மாலையில் நினைத்துக்கொண்டேன், இதுவே தருணம்! ஒருவன் தூங்கிக்கொண்டே தன் வாழ்நாளைக் கழிக்கிறான் எனில் அருகிலிருப்பவர்கள் ஒருநாள் இவன் விழிக்கக்கூடும் என்று நினைப்பதேயில்லை. அதுதான் நிகானிடமும் நடந்தது. உறக்கத்தின்போது கைகள் நழுவி நிலத்தில் விழும்போது அச்சத்தில் விழித்தெழுபவர்கள் போல அல்ல நான், ஆனால் செவாஸ்ட்டிடம் அச்சம் கொண்டிருந்தேன். அவரது பற்கள்

என் எலும்புகளின் மிகச்சரியான உருமாதிரியாக இருந்தன. இருப்பினும், நான் சென்றேன். சாத்தான் எப்போதும் மனிதனுக்கு ஒரு அடி பின்னால் நடக்குமென்று எனக்குத் தெரியும், எனவே நான் அவரது ஒவ்வொரு அடிச்சுவட்டிலும் கால்வைத்து நடந்து கொண்டிருந்தேன் அதனால் அவர் என்னைக் கவனிக்கவில்லை. வெகுகாலம் முன்பே குறித்து வைத்திருந்தேன், கை அவ்ரமின் மகத்தான நூலகத்திலுள்ள அனைத்துத் தாள்களைக் காட்டிலும் அவர் குறிப்பாக கசார் சொல்விளக்க அகராதியின்மீது கவனம் செலுத்தினார், மறைந்துவிட்ட ஒரு தேசத்தின் தோற்றம் மற்றும் வீழ்ச்சி, சடங்குகள் மற்றும் போர்கள் ஆகியவை குறித்த அகரவரிசைப்படுத்தப்பட்ட புத்தகம், அதை வரிசைப்படுத்தும்படி எழுத்தர்களாகிய எங்களுக்கு அறிவுறுத்தப்பட்டிருந்தது. அவ்ரம் ப்ராங்கோவிச் இத்தேசத்தின் மீது தனிவிருப்பம் கொண்டவராக இருந்தார்; பழைய ஆவணங்களை அவற்றின் விலைகுறித்த சிந்தனையின்றி வாங்குவார் மேலும் கசார்கள் குறித்து ஏதேனும் அறிந்துவைத்திருப்பவர்களின் ‘நாவைப்’ பிடிக்கவென்றுப் பலருக்கும் கையூட்டளிப்பார், அல்லது பண்டைய கசார் மந்திரக்காரரர்களிடமிருந்து வந்ததாகக் கூறப்படும் கனவு வேட்டையர்களைத் தேடிப்பிடிக்கச் சிலரை அனுப்புவார். இச்சொற்திரட்டு என் கவனத்தை ஈர்த்ததன் காரணம், ப்ராங்கோவிச்சின் நூலகத்திலுள்ள ஆயிரக்கணக்கான புத்தகங்களில் நிகானின் விருப்பமான புத்தகம் இதுவே. ப்ராங்கோவிச்சின் கசார் அகராதியை மனனம் செய்துகொண்டு அதை நிகான் என்ன செய்கிறார் என்று கவனித்தேன். அந்த மாலைநேரம் வரை நிகான் வழக்கத்திற்கு மாறான எதையும் செய்யவில்லை. ஆனால் இப்போது இந்தக் கண்ணாடிச் சம்பவம் நடைபெற்ற பிறகு தனியாக கோபுரத்தின் மேல்தளத்திற்குச் சென்று கிளியை எடுத்து ஒரு விளக்கின்மீது அமரச்செய்து அது கூறுவதைக் கேட்பதற்காக அமர்ந்து கொண்டார். கைர் அவ்ரமின் கிளி எப்போதும் ஒப்பிக்கும் கவிதைகள் கசார் இளவரசி அதே’வினுடையது என்று எங்கள் எஜமானர் நம்புகிறார், எனவே எழுத்தர்களாகிய எங்களுக்கு அது கூறும் அனைத்தையும் கைர் அவ்ரமின் கசார் அருஞ்சொல் விளக்கத்திற்காக எழுதி வைக்கும்படி உத்தரவாகியிருந்தது. இருப்பினும் அன்று மாலை செவாஸ்ட் அதை எழுதவில்லை. அப்பறவை கூறுவதைக் கேட்கமட்டுமே செய்தார்:

பாதிரியார் தெயோஸ்டிஸ் நிகோல்ஸ்கி

நாம் கடந்துவிட்ட வசந்தங்கள் சிலநேரம் மீண்டும் நமக்குள் மலர்கின்றன. அவற்றை நம் மார்பினால் பாதுகாத்தபடி குளிர்காலத்தினூடாகச் சுமந்து செல்கிறோம். பிறகு ஒருநாள் நாம் யன்னலின் அடுத்த பக்கத்திலிருப்பதை உணர்கையில், அக்கடந்துவிட்ட வசந்தங்கள் நம் மார்பை உறைபனியிலிருந்து பாதுகாக்கத் துவங்குகின்றன, அங்கே குளிர்காலம் என்பது ஒரு சித்திரம் மட்டுமல்ல. அப்படியாக வசந்தத்தை எனக்குள் சுமந்த ஒன்பதாம் குளிர்காலமிது, இன்னமும் இது என்னைக் கதகதப்பாக வைத்திருக்கிறது. கற்பனை செய்துபார், இக்குளிர்காலத்தில் இவ்வாறான இரு வசந்தங்கள் ஒன்றையொன்று புல்வெளிகளின் நறுமணமெனத் தொட்டுக்கொள்கின்றன. மேலாடைகளைக் காட்டிலும் நமக்குத் தேவையானது அதுதானே...

"பறவை ஒப்பிப்பதை நிறுத்தியதும், மறைந்திருந்த நிலையிலேயே அச்சந்தரும் வகையில் என் ஆன்மாவில் வசந்தமின்றி தனிமையை உணர்ந்தேன், நிகான் செவாஸ்ட்டுடன் பகிரப்பட்ட இளமையின் நினைவுகள் மட்டும் ஒளியைப்போல என் ஞாபகங்களில் இருந்தன. அழகானதோர் ஒளி என்று நினைத்துக்கொண்டபோது நிகான் பறவையைப் பிடித்து கத்தியால் அதன் நாவைத் துண்டித்தார். பிறகு அவ்ரம் ப்ராங்கோவிச்சின் கசார் அகராதியை எடுத்து ஒவ்வொரு பக்கமாக நெருப்பினில் எரிக்கத் தொடங்கினார். கடைசிப் பக்கம் உள்பட, அதில் கைர் அவ்ரமின் கையெழுத்தில் எழுதப்படிருந்தது:

கிறிஸ்துவின் சகோதரரான ஆதமைப்பற்றிய குறிப்புகள்

கிறிஸ்துவின் மூத்த சகோதரனும் சாத்தானின் இளைய சகோதரனும் முதல் மற்றும் கடைசி மனிதனுமான ஆதம் ஏழுபகுதிகளால் உருவாக்கப்பட்டவன் என்று கசார்கள் நம்புகின்றனர். சாத்தான் அவனை உருவாக்கினான்: அவனது தசையைப் பூமியிலிருந்து, எலும்புகளைக் கல்லிலிருந்து, தீயவற்றுக்கு விரையும் கண்களை நீரிலிருந்து, அவனது ரத்தத்தை பனித்துளியிலிருந்து, மூச்சினைக் காற்றுகளிலிருந்து, எண்ணங்களை மேகத்திலிருந்து, மற்றும் அவனது மனத்தினை தேவதைகளின் வேகத்திலிருந்து உருவாக்கினான். ஆனால் அவனுடைய உண்மையான மற்றும் இரண்டாம் தந்தையான கடவுள் ஓர் ஆன்மாவினை அவனுக்குள் ஊதும் வரையிலும் அவனால் உயிர்கொள்ள முடியவில்லை. ஆன்மா அவனுக்குள் நுழைந்தபோது ஆண்மை பெண்மையைத்

தொடும் விதமாக அவனது இடது கட்டைவிரல் வலதைத் தொட்டது, அவன் உயிர்த்தெழுந்தான். இரண்டு உலகங்களிலும் - கடவுள் உருவாக்கிய கண்ணுக்குத் தெரியாத, ஆன்மீக உலகம் மற்றும் சாத்தானின் அநீதியான கூறுகளைக்கொண்டு அமைக்கப்பட்ட ஸ்தூலமான உலகம் - ஆதம் மட்டுமே இரண்டு படைப்பவர்களின் குழந்தையாக மற்றும் இரண்டு உலகங்களின் படைப்பாக இருக்கிறான். சாத்தான் அதன்பிறகு விலக்கம் செய்யப்பட்ட இரு தேவதைகளை அவனது உடலோடு இணைத்தான், அவர்களுக்குள் வளரும் இச்சை அப்படித்தான் இருந்தது, இவ்வுலகம் முடியும் மட்டும் அவர்களால் இதைத் தணிக்கவோ, நிறைவடையச் செய்யவோ முடியாது. முதல் தேவதையின் பெயர் ஆதம், இரண்டாவதன் பெயர் ஏவாள். ஏவாளுக்குக் கண்களுக்குப் பதிலாக வலைகளும் நாவினிடத்தில் கயிறும் இருக்கும். பின்னது பெரிய சுருக்கின் வடிவில் அல்லது சங்கிலிபோன்று அமைந்திருக்கும். ஆதம் உடனடியாக வயதேறத் துவங்கினான், ஏனெனில் அவனது ஆன்மா ஒரு வலசைப் பறவை, தன்னைத்தானே பகுத்துக்கொண்டு வெவ்வேறு காலங்களுக்கு வலசை போகும். முதலில் ஆதம் இரண்டு காலங்களினால் மட்டுமே உருவாக்கப்பட்டிருந்தான் - அவனில் இருந்த ஆண் தன்மை மற்றும் பெண் தன்மைதான் அது. அதன்பிறகு நான்கினால் (ஏவாள் மற்றும் அவனது மகன்களுடையது, காயீன், ஆபேல் மற்றும் சேத்). ஆனால் பின்னர் மனிதவடிவில் அடைக்கப்பட்டிருந்த காலத்தின் துகள்கள் சீராகப் பெருக்கமடைந்தன, மேலும் ஆதமின் உடலும் இயற்கையைப்போல மகத்தான நிலையெய்தும் வரை பெருக்கமடைந்தது. ஆக்கமைவில் மட்டுமே வேறுபட்டவை. அவன் வாழ்க்கை முழுவதும், மாளுந்தன்மையுடைய இறுதி மனிதன் வரையிலும் ஆதமின் தலைக்குள் வெளியேறும் வழியைத் தேடிக்கொண்டேயிருப்பான், ஆனால் கிடைக்கப்பெற மாட்டான், ஏனெனில் ஆதமின் உடலுக்குள் நுழைந்து வெளியேறும் வழியை கிறிஸ்து மட்டுமே கண்டுகொண்டார். ஆதமின் மிகப்பரந்த உடலென்பது வெளியிலன்றி காலத்தில் கிடப்பது. காலணிக்குள் காலை நுழைப்பது போலே அற்புதங்களுக்குள் நுழைந்துவிட முடியாது அல்லது வார்த்தைகளினாலே மண்வாரியை உருவாக்கிட முடியாது. எனவே ஆதமின் ஆன்மா மட்டும் பின்வந்த தலைமுறைகளுக்கு இடம்பெயர்வதில்லை (ஆன்மாவின் இடப்பெயர்ச்சியென்பது ஒரேயொரு ஒற்றை ஆன்மா மட்டுமே,

ஆதமினுடையது), ஆதமின் வழித்தோன்றல்களது இறப்பும் கூட இடம்பெயர்ந்து மீண்டும் ஆதமின் இறப்புக்குத் திரும்பும், ஆதமின் உடல் மற்றும் வாழ்வின் அளவினை ஒப்புமளவுள்ள துகள்கள் மிகப்பெரிய இறப்பை உருவாக்குவது போல. வெள்ளைப் பறவைகள் வலசை போவதாகவும் கருப்புப் பறவைகள் வலசையிலிருந்து திரும்புவதாகவும் கற்பனை செய்து கொள்ளுங்கள். அவனது கடைசி வழித்தோன்றல் இறக்கும்போது, ஆதமும் இறப்பான், ஏனெனில் அவனது குமாரர்கள் அனைவரது இறப்பும் அவனுக்குள் நிகழ்த்தப்பட்டுக் கொண்டேயிருக்கின்றன. அதன்பிறகு காகம் மற்றும் இறகின் கதையில் வருவது போல, பூமி, கல், நீர், பனி, காற்று, மேகம் மற்றும் தேவதை ஆகியவை வரும், ஆதமின் உடலில் தங்களுடையது என்னவோ அதை எடுத்துக்கொண்டு ஆதமை வெறுமையாக்கும். பிறகு, மனிதனின் முதல் தந்தையாகிய ஆதமின் உடலைக் கைவிட்டவர்களை எண்ணித் துயருறும், ஏனெனில் அவை அவனோடு அல்லது அவனைப்போல மரணிக்க முடியாது. அவை மக்களாகவன்றி வேறொன்றாகத்தான் மாறமுடியும்.

எனவேதான், கசார் கனவு வேட்டையர் மூலமனிதனான ஆதமைத் தேடி, தங்களது அகராதிகள், சொல்விளக்கத் தொகுதிகள் அல்லது மனிதர்களின் வரலாற்றைத் தொகுக்கிறார்கள். இருப்பினும், கசார்கள் கனவென்றழைப்பது நாம் கனவென்று குறிப்பிடுவதிலிருந்தும் வேறுபட்டது என்பதை ஒருவர் புரிந்துகொள்ள வேண்டும். நம் கனவானது ஒருவர் சாளரத்தைப் பார்க்கும் வரைதான்; அதைப்பார்த்த மாத்திரத்திலேயே அவை கலைந்து என்றென்றைக்குமாகத் தொலைகின்றன. ஆனால் கசார்கள் விஷயத்தில் அது அப்படியல்ல.

மனிதனின் வாழ்வில் முடிச்சுப்புள்ளிகள் இருப்பதாக அவர்கள் நம்பினர், திறவுகோலைப் போன்ற காலத்தின் மிகச்சிறிய பகுதிகள். எனவே ஒவ்வொரு கசாரும் தனக்கென ஒரு கழியை வைத்துக்கொண்டு தன் வாழ்வின் முக்கியமான தருணங்களில் அதில் ஓர் வெட்டுப் பிளவினை உண்டாக்குவர், தெளிவான உணர்வுநிலைகளை அல்லது வாழ்வின் உயர்வான நிறைவுத் தருணங்களை அதில் செதுக்கி வைப்பர். இந்த ஒவ்வொரு அடையாளங்களுக்கும் ஒரு விலங்கின் அல்லது அரிதான கற்களின் பெயரையிட்டனர். மேலும் அது “கனவு” என்றே அழைக்கப்பட்டது. எனவே, கசார்களைப் பொறுத்தமட்டில்

பின்னிணைப்பு I

கனவென்பது நம் இரவுகளில் வரும் பகல் மட்டுமில்லை; அது பகலில் தோன்றும் விண்மீன்கள் நிறைந்த புதிரான இரவுகளாகவும் இருக்கலாம். கனவு வேட்டையர் அல்லது கனவினை வாசிப்பவர்கள் எனப்பட்ட பூசாரிகள் இவ்வடையாளங்களை விளக்கக் கூடியவர்களாக இருந்தனர், மேலும் அவற்றை அகராதிகள் மற்றும் தன்வரலாறுகளை உருவாக்கப் பயன்படுத்தினர், ஆனால் வார்த்தைகளின் புராதனமான பொருளில் அல்ல, புளூடாக் அல்லது கார்னேலியஸ் நேபோஸ் போல அல்ல. இவை பெயரற்ற சுயசரிதைகளின் தொகுப்புகள், மனிதனானவன் ஆதமின் உடற்பாகமாக மாறும் ஞானத்தின் கணங்களிலிருந்து தொகுக்கப்பட்டவை. வாழ்வின் ஒரு கணத்திற்கேயாயினும் ஒவ்வொரு மனிதனும் ஆதமின் பகுதியாகிறான், இவ்வாறான கணங்கள் தொகுக்கப்படும்போது ஒருவனுக்கு பூமியில் ஆதமின் உடல் கிடைக்கிறது, வடிவத்திலன்றி காலத்தில், ஏனெனில் காலத்தின் ஒரு பகுதி மட்டுமே ஒளியூட்டப்பட்டது, அணுகக்கூடியது, மற்றும் பயன்படுத்தத்தக்கது. ஆதமின் காலத்துணுக்கு. மீதமுள்ளவை நம்மைப் பொறுத்தவரை இருட்டில் இருந்து வேறு யாருக்கோ பயன்படுகிறது. நமது எதிர்காலம் என்பது நத்தையின் உணர்கொம்புகள் போல: கடினமான ஒன்றைத் தொட்டதும் பின்வாங்குகிறது, அதிலிருந்து முற்றிலுமாக விலகி வந்தபின்னர் மட்டுமே அதைக்காண்கிறது. ஆதம் எப்போதும் அப்படித்தான் காண்கிறான், ஏனெனில் உலகம் முடியும் வரையில் அனைத்து மனிதர்களின் அனைத்து இறப்புகளையும் முன்பே அறிந்திருக்கும் அவன் உலகின் எதிர்காலத்தையும் அறிவான். எனவே, ஆதமின் உடலைக் கோர்ப்பதினால் மட்டுமே நாம் அனைத்தும் அறிந்தவர்களாக, நம் எதிர்காலத்தின் கூட்டு உரிமையாளர்களாக முடியும். அதில்தான் சாத்தானுக்கும் ஆதமுக்குமான அடிப்படை வேறுபாடு அடங்கியுள்ளது: சாத்தானால் எதிர்காலத்தை அறிய முடிவதில்லை. அதனால்தான் கசார்கள் ஆதமின் உடலைத் தேடினர், அதனால்தான் கசார் கனவு வேட்டையரின் புத்தகங்களான ஆண் மற்றும் பெண் பிரதி சற்று ஆதமின் உருவங்களை ஒத்திருக்கிறது, அதில் பெண்பிரதி அவனது உடலைக்குறிப்பது எனில் ஆண் பிரதி அவனது ரத்தத்தினைக் குறிக்கும். இருப்பினும், தங்களது மந்திரக்காரர்களால் உடல் முழுவதையும் சூழமுடியாதென்பதை அல்லது அதை அகராதியின் உருவில் விரித்துரைக்க முடியாதென்பதை அவர்கள் அறிந்தே இருந்தனர்.

உள்ளபடியே, அவர்கள் எப்போதும் முகமற்ற இரு உருவங்களை வரைவதுண்டு, ஆனால் அவை இரண்டு கட்டைவிரல்கள் கொண்டவை - இடது மற்றும் வலது, ஆதமின் பெண் மற்றும் ஆண் கட்டைவிரல். ஆண்தன்மையும் பெண்தன்மையும் கொண்ட இவ்விரு விரல்களும் தொட்டுக்கொண்ட பின்னரே அகராதிகளில் அடைபட்ட ஒவ்வொரு பகுதியும் உயிர் பெற்று இயங்கத் தொடங்கும். எனவே கசார்கள் மற்ற அகராதிகளில் ஆதமின் இவ்விரு பகுதிகளிலும் நிபுணத்துவம் பெறுவதில் குறிப்பாக கவனம் செலுத்தினர், அவர்கள் அதில் வெற்றி பெற்றதாகவே நம்பப்படுகிறது, ஆனால் மற்ற பகுதிகளுக்குப் போதுமான காலம் கிடைக்கவில்லை. எனினும் ஆதம் காத்திருக்கிறான். இதுபோலவே, அவனது ஆன்மாக்கள் அவனது குழந்தைகளிடம் இடம்பெயர்ந்து அக்குழந்தைகள் இறந்ததும் மீண்டும் அவனிடத்தில் திரும்புகின்றன, எனவே அவனது அளவிறந்த உடலின்-இருப்பின் பகுதி எந்தக் கணத்திலும் மற்றும் நம் ஒவ்வொருவரிலும் மீண்டும் கொல்லப்படுகிறது அல்லது உயிர்க்கிறது. ஆதமின் உடலை இவ்விரல்களுக்குப் பின்னே நாம் கட்டமைத்திருக்கிறோம் எனும்பட்சத்தில் இந்த ஆண்தன்மை மற்றும் பெண்தன்மை கொண்ட விரல்களின் தீர்க்கதரிசனத் தொடுதல் மட்டுமே தேவை. நாம் அதன் பகுதியாக மாறிவிட்டோம்...

“அவ்ரம் ப்ராங்கோவிச்சின் வார்த்தைகள் பயணம் முழுக்க என் காதில் ஒலித்துக்கொண்டே இருந்தன, அப்பயணத்தை நாங்கள் வறட்சிக் காலத்தில் மேற்கொண்டிருந்தோம், கருங்கடலின் முகத்துவாரத்திலிருந்த தன்யூப் ரீஜென்ஸ்பர்க்கிலுள்ள தன்யூபைப் போல ரீஜென்ஸ்பர்க்கில் அதன் தோற்றுவாயான ஸ்வார்ட்ஸ்வால்டில் உள்ள தன்யூபைப் போல இருந்தது. போர்க்களத்தை அடைந்தபோதும் அவரது வார்த்தைகள் ஒலித்தபடி இருந்தன, காற்று எவ்வாறு பீரங்கியின் புகையை வேகமாகவும் பனியை மெதுவாகவும் தன்யூபின் குறுக்காக ஓட்டிக்கொண்டிருந்தது என்பதைப் பார்த்தேன். 1689இல் அனைத்து ஆன்மாக்களின் நாளுக்குப் பிறகான பதிமூன்றாவது ஞாயிறில் வறட்சி நின்றது, எங்கள் வாழ்வின் மிகப்பெரும்

மழையைப் பார்த்தோம். தன்யூப் மீண்டும் அதன் மேலிருந்த வானத்தைபோலும் ஆழமாகப் பாய்ந்தது, ஆற்றின்மீது மழை உயரமான வேலியின் தூண்கள் போல செங்குத்தாக நின்று துருக்கியர்களிடமிருந்து எங்கள் முகாமைப் பிரித்தது. இங்கே, போர்க்களத்தின் முகாமிற்கு வந்தபின் எனக்கு, ஒவ்வொருவரும் தன்யூபிற்கு வெவ்வேறு காரணங்களுக்காக வந்திருக்கிறோம், மேலும் ஒவ்வொருவரும் எதற்காகக் காத்திருக்கிறோம் என்று என்னால் கூறமுடியும் என்று உதித்தது. மசூதி மற்றும் ப்ராங்கோவிச்சின் அகராதிகளை எரித்ததிலிருந்து நிகான் வேறொரு மனிதராக இருந்தார். எதுவும் அவருக்கு விருப்பமானதாக இல்லை; 'ஐந்தாம் எம் தந்தை'யை அவருக்காகப் படிக்க வைத்தார், அது தற்கொலைகளுக்காக ஓதப்படுவது, மேலும் தன்னுடைய எழுதுகருவிகள் ஒவ்வொன்றாக நீருக்குள் எறிந்தார். அவரும் மசூதியும் சதுரக்கட்டங்களிடப்பட்ட ஓர் துண்டில் தாயத்தை உருட்டிக் கொண்டிருந்தனர், வாழ்வின் பொருட்படுத்துதல்கள் அத்தனையையும் விட்டுவிட்ட ஒருவர்போல நிகான் பெரும்பணத்தை இழந்து கொண்டிருந்தார். அவர் தன் வாழ்வுக்கு விடையளிக்கிறார், வேறெந்த இடத்தையும் விட மரணம் இங்கு எளிதில் வந்தெய்துமென நம்புகிறார் என்பதை நான் உணர்ந்தேன். போர்க்கலையில் முன்னாள் நிபுணராக இருந்து பல போர்களில் ஈடுபட்டிருந்தாலும் கைர் அவ்ரம் ப்ராங்கோவிச் தன்யூபிற்குச் சண்டையிடுவதற்காக வரவில்லை. இங்கே தன்யூபில் அவர் யாரையோ சந்திக்க வேண்டியிருந்தது. மசூதி அமர்ந்தபடி தாயக்கட்டைகளை உருட்டிக் கொண்டிருந்தார், ஆனால் உண்மையில், ரத்தமும் மழையும் நீடித்திருக்கும் இங்கே, தியர்தாவில், இறப்பைத் தரக்கூடிய புனிதச்சிலுவை நிறுவும் நாளில், துருக்கியர்களின் பீரங்கிகள் தங்களின் முழக்கத்தை அதிகரித்திருக்கும் நேரத்தில் கைர் அவ்ரம் யாரைச் சந்திக்கப்போகிறார் என்பதைக் காணவே காத்திருந்தார். கைர் அவ்ரமின் கொடுவாள் பயிற்சியாளன், அவெர்கீ ஸ்கீலா† எனும் கோப்து, துருக்கியர்களின் வெடிமுழக்கத்தின் கீழ் தன்யூபுக்கு அருகிலேயே இருந்து கொண்டான், ஏனெனில் தண்டனை பயமின்றி, எதிரிப்படை வீரர்களிடமோ அல்லது நம்முடைய வீரர்களிடமோ (அவனைப் பொறுத்தவரை அனைத்தும் ஒன்றுதான்) தான் வெகுநாள்களாகப் பயின்று வரக்கூடிய ஆனால் இன்னமும் தசை மற்றும் எலும்பில் சோதித்துப் பார்க்க முடியாமலிருக்கும் புதிய வாள்வீச்சினை

முயன்று பார்க்கும் வாய்ப்பு கிடைக்கும். நான் அங்கே கசார் அகராதியின் மூன்றாம் பாகம் கிடைக்கும் என்று அவர்களுடன் அமர்ந்திருந்தேன். முதல் இரு பகுதிகளை நான் ஏற்கெனவே மனனம் செய்திருந்தேன் - மசூதியின் இஸ்லாமிய மற்றும் கைர் அவ்ரமின் கிரேக்கப் பகுதி - இப்போது வேறு யாரேனும் மூன்றாம் பகுதி, அதாவது அகராதியின் எபிரேயப் பகுதியோடு அங்கு தோன்றுவார்கள் என்று காத்திருந்தேன், ஏனெனில் முதல் இரு பகுதிகளிலிருந்து அவற்றைத் தொடர்ந்து மூன்றாம் பகுதி இருக்கும் என்பதைத் தெளிவாக அறியமுடிந்தது. நிகான் முதல் இருபகுதிகளை எரித்துவிட்டதால் மூன்றாவது பகுதி அவற்றோடு சேர்ந்து விடும் என்ற கவலையின்றி இருந்தார், எனவே அவரது வேலை முடிந்தது. ஆனால் முதல் இரு பகுதிகளை மனனம் செய்திருந்ததால் நான் மூன்றாம் பகுதியைப் பார்க்க விரும்பினேன், அது எவ்வாறிருக்கும் என்று எனக்குத் தெரியாது. நான் கைர் அவ்ரமின் மீது நம்பிக்கை வைத்திருந்தேன், என்னைப் பொறுத்தவரை அவரும் அதற்காகத்தான் காத்திருக்கிறார். ஆனால் அதைக்காண அவர் உயிருடன் இருக்கவில்லை. விரைவிலேயே துருக்கியர்கள் போரில் ப்ராங்கோவிச் மற்றும் நிகானைக் கொன்று மசூதியைச் சிறைபிடித்தனர். போர்க்களத்தில் துருக்கியர்களோடு சிவப்புநிறக் கண்களுடைய, இறக்கைகள் போல் வளைந்த புருவங்களைக் கொண்ட இளைஞனொருவன் தோன்றினான். அவனது மீசையின் ஒருபாதி வெளுத்தது, மறுபாதி சிவப்பு நிறம் கொண்டது. புருவங்களில் புழுதியுடன், தாடியில் தொடர்ந்து வழியும் மூக்குச்சளி ஒட்டியிருக்க ஓடிக்கொண்டிருந்தான். அவனைப் பார்த்தபடி நான் அதிசயித்திருந்தேன், அவனது காலமும் கவனிக்கப்படும் என்று யார்தான் நினைத்திருக்கக் கூடும்! ஆனால் அவன்தான் நான் தேடுபவன் என்று எனக்குத் தெரிந்தது. திடீரென வீழ்த்தப்பட்டது போலச் சரிந்தான், அவன் வைத்திருந்த பையிலிருந்து கையெழுத்துப் பிரதியின் தாள்கள் சிதறின. போர் முடிந்து, அனைவரும் அங்கிருந்து நகர்ந்ததும் நான் பாதுகாப்பான இடத்திலிருந்து வெளிவந்து சிதறிக்கிடந்த தாள்களைச் சேகரித்துக் கொண்டேன். தன்யூபைக் கடந்து வாலாசியாவின் தெல்ஸ்கி மடாலயத்தில், அந்தப்பையிலிருந்த எபிரேயப் பக்கங்களை, புரிந்துகொள்ள அல்லது அதில் எழுதப்பட்டுள்ளவற்றை விளக்கப்படுத்திக் கொள்ளாமல் இருக்க முயன்றபடி வாசித்தேன். பிறகு நிகான் செவாஸ்ட் எதைத் தடுக்க மிகமுயன்றாரோ அதைச்செய்ய போலந்திற்குச் சென்றேன். ஒரு பதிப்பாளரைத்

தேடிக்கண்டுபிடித்து அவரிடம் மூன்று அகராதிகளையும் விற்பனை செய்தேன்: போர்க்களத்தில் கிடைத்த எபிரேயம்; அவ்ரம் ப்ராங்கோவிச்சின் உத்தரவின் பேரில் தொகுக்கப்பட்ட கிரேக்கம்; மற்றும் கனவினை வாசிக்கும் மசூதியால் கொண்டு வரப்பட்ட அரேபியம். பதிப்பாளரின் பெயர் தாவுப்மன்னூஸ்✡; அவர் நீடித்துத் தொடரும் சீட்டுக்கட்டு விளையாட்டைப்போல ஐந்தாம் தலைமுறை வரை வளராத மற்றும் மரணத்தைக் கொண்டுவராத ஒரு நோயினால் பீடிக்கப்பட்டிருந்தார். இரண்டு மாதங்களுக்கான வாடகை, உணவு, மற்றும் என் சட்டைக்கான பித்தான்கள் ஆகியவற்றைச் சம்பளமாகக் கொடுக்க, நான் மனனம் செய்திருந்த அத்தனையும் எழுதிக் கொடுத்தேன். இப்போது நான் மீண்டும் எடுத்துரைக்கும் வேலை மற்றும் பலவருடங்களுக்குப் பிறகு முதன்முதலாக, நெடுங்காலமாக நிகான் செவாஸ்ட்டினால் கைவிடப்பட்ட மற்றொரு வேலையான எழுத்தர் வேலை ஆகியவற்றைச் செய்துகொண்டிருந்தேன். 1690ஆம் வருடம் பரிசுத்த தீங்கற்றவர்களின் நாளில், நகங்கள் உரியக்கூடிய அளவிலான பனிப்பொழிவு மற்றும் உறைபனிக்கிடையே என் வேலையை முடித்தேன். ப்ராங்கோவிச்சின் சுயசரிதை வரிசைகள், மசூதியின் சொல்விளக்கக்கோவை, மற்றும் சிவப்புக்கண் கொண்ட இளைஞனின் பையிலிருந்த யூதக் கலைக்களஞ் சியம் ஆகியவற்றைக்கொண்டு கசார் அகராதி போன்ற ஒன்றை உருவாக்கி பதிப்பாளரிடம் அளித்தேன். தாவுமன்னூஸ் மூன்று புத்தகங்களையும் - சிவப்பு, பச்சை, மற்றும் மஞ்சள் - பெற்றுக்கொண்டு அவற்றைப் பதிப்பிப்பதாகக் கூறினார்.

“அவர் அதைச் செய்தாரா இல்லையா என்பது எனக்குத் தெரியாது, அல்லது என் புனிதரே, நான் செய்ததைச் செய்ய எனக்கு அதிகாரமுண்டா என்பதும் எனக்குத் தெரியாது. ஆனால் இப்போது எனக்குள் இன்னமும் எழுதுவதற்கான பசி இருக்கிறது என்றும் இந்தப் பசியினால் நினைவுகொள்ளுவதற்கான தாகம் கடந்துவிட்டதென்றும் தெரிந்துகொண்டேன். நானே எழுத்தர் நிகான் செவாஸ்ட்டாக மாறிக்கொண்டிருப்பது போல...”

பின்னிணைப்பு II

முனைவர். அபு கபீர் முவேவியா கொலைவழக்கில் சாட்சிகளுடைய வாக்குமூலங்களுடன் நீதிமன்ற நடவடிக்கைக் குறிப்புகளிலிருந்து எடுக்கப்பட்ட பகுதி

இஸ்தான்புல்
அக்டோபர் 18, 1982

விர்ஜீனியா அதே', கிங்ஸ்டன் விடுதியின் பணிப்பெண், முனைவர். டோரத்தியா ஷுல்ட்ஸ்சின் வழக்கில் சாட்சி, நீதிமன்றத்தை அணுகி பின்வரும் சாட்சியத்தை அளித்துள்ளார்:

"அக்குறிப்பிட்ட நாள் (அக்டோபர் 2, 1982) வெயில் நிறைந்த நாளாக இருந்தது, நான் மிகவும் மன அமைதியின்றி இருந்தேன். பாஸ்போரஸ்சிலிருந்து உப்புக்காற்றின் நரம்புகள் உள்ளே வந்து கொண்டிருந்தன, அவற்றோடு மெதுவான எண்ணங்களை நகர்த்தி விரைவான எண்ணங்கள் இடம்பிடித்தன. நல்ல பருவநிலையின்போது காலையுணவு பரிமாறப்படும் கிங்ஸ்டன் விடுதியின் தோட்டப்பகுதி நாற்கர வடிவம் கொண்டது. ஒருமூலையில் சூரிய வெளிச்சம் என்றால் மறு மூலையில் மலர்கள் பயிரிடப்பட்ட படுக்கை, மூன்றாவது காற்றோட்டமானது, நான்காவது மூலையில் ஒரு கற்கிணறும் அதன்பின்னே ஒரு தூணும் உண்டு. நான் வழக்கமாக தூணுக்குப்

பின்னால்தான் நின்றிருப்பேன், ஏனென்றால் விருந்தினர்களுக்கு தாங்கள் உண்ணும்போது கவனிக்கப்படுவது பிடிக்காது என்பது எனக்குத் தெரியும். அதில் ஆச்சரியம் ஏதுமில்லை. உதாரணமாக நான், காலையுணவு அருந்திக் கொண்டிருக்கும் ஒரு விருந்தினரைப் பார்க்கும்போது உடனடியாக அறிந்து கொள்வேன், மென்மையான வேகவைத்த முட்டை அவருக்கு மதியத்திற்கு முன்பு குளிக்கும்படியாகத் தாங்கும், மீன் என்றால் இரவு கவியுமுன் தோப்சு அரண்மனைக்குச் செல்ல, ஒரு கோப்பை ஒயின் படுக்கைக்குச் செல்லுமுன் புன்னகைக்க, விடுதியின் கிட்டப்பார்வை கொண்ட நிலைக்கண்ணாடியை ஒருபோதும் அடையாத புன்னகை. கிணற்றுக்கு அருகேயுள்ள இவ்விடத்திலிருந்து தோட்டத்திற்குச் செல்லும் படிகளை உங்களால் பார்க்கமுடியும், எப்போதும் யார் வருகிறார்கள் செல்கிறார்கள் என்று கவனம் வைக்கலாம். அதில் மற்றொரு அனுகூலமும் உண்டு. எவ்வாறு அதைச்சுற்றியுள்ள வடிகுழாய்களின் நீர் கிணற்றுக்குள் வந்து சேர்கிறதோ அதுபோல தோட்டத்தின் அனைத்துக் குரல்களும் அங்கே வந்து சேரும், கிணற்றுவாயின் அருகே சற்று காதைச்சாய்த்தால் போதும், தோட்டத்தில் பேசப்படும் அத்தனை சொற்களையும் தெளிவாகக் கேட்கவியலும். ஒரு பறவை ஈயைப் பிடிப்பதைக் கேட்கலாம், அல்லது வேகவைத்த முட்டையின் ஓடு உடைவதை; முட்கரண்டிகள் ஒன்றையொன்று எப்போதும் ஒரே குரலில் மற்றும் கண்ணாடிக்கோப்பைகள் வெவ்வேறு விதமாகவும் அழைத்துக்கொள்வதைக் கேட்கலாம். என்னை அழைக்கும்முன் விருந்தினர்கள் அதற்கான காரணத்தை தங்கள் உரையாடலில் குறிப்பிடுவர் என்பதால், அவர்கள் என்னிடம் அதைக்கூறும் முன்னமே அவர்களைத் திருப்திப்படுத்த என்னால் இயலும், ஏனெனில் அவர்களை ஏற்கெனவே கிணற்றுக்கு அருகிருந்து நான் கேட்டுவிட்டேன். எதையும் மற்றவர்களுக்கு சில வினாடிகள் முன்பே நாம் அறிந்துவிடுவது மிகப்பெரிய அனுகூலம் உடையது மற்றும் எப்போதும் ஆதாயகரமானது. அன்று காலையில் தோட்டத்திற்கு வந்த முதல் விருந்தினர் அறை எண் 18ஐச் சேர்ந்தவர்கள், வான் டெர் ஸ்பொவாக் குடும்பத்தினர், பெல்ஜியக் கடவுச்சீட்டு கொண்டவர்கள், தந்தை, தாய், மற்றும் மகன். தந்தை வயதில் மூத்தவர்; வெள்ளை ஆமையோட்டினாலான இசைக்கருவியை அற்புதமாக வாசிப்பார், மாலை நேரத்தில் அதன் இசையை

நீதிமன்ற நடவடிக்கைக் குறிப்புகள்

நீங்கள் கேட்க முடியும். அவர் சற்று விநோதமானவர், எப்போதும் தன்னுடைய இரட்டைக் கவர்முட்களுடைய முள்கரண்டியினால் மட்டுமே உணவு உண்பார், அதை அவர் தன் சட்டைப்பையில் வைத்திருப்பார். தாய் அழகான இளம்பெண், அதனால்தான் அவரைக் கூர்ந்து கவனித்தேன். அதனால்தான் அவரிடமுள்ள சிறிய குறைபாட்டினைக் கவனிக்க நேர்ந்தது - அவரது நாசியில் பிரிக்கும் சுவர்கள் இல்லை. தினமும் அவர் புனித சோஃபியாவினிடத்திற்குச் சென்று சுவரோவியங்களின் அழகான பிரதிகளை உருவாக்குவார். இந்த ஓவியங்கள் அவரது கணவருக்கு இசைக்குறிப்புகளாக உதவுகின்றனவா என்று கேட்டேன், ஆனால் அது அவருக்குப் புரியவில்லை. அவரது நான்கு வயதுக்கு அருகேயுள்ள மகனும் தன்னளவில் அநேகமாக ஒரு குறையைக் கொண்டிருக்கலாம். அவன் எப்போதும் கையுறைகள் அணிந்திருப்பான், உணவின்போது கூட. ஆனால் என்னை மனக்கலக்கம் கொள்ளச் செய்தது வேறொன்று. அந்த வெளிச்சம் மிகுந்த காலையில் முன்புகூறிய படிகளின் வழியே அந்தப் பெல்ஜியக் குடும்பம் காலையுணவுக்காக இறங்கி வருவதைப் பார்த்தேன். அப்போதுதான் நான் பின்வரும் ஒன்றைக் கவனித்தேன்: அந்த முதிய கனவானின் முகம் மற்ற முகங்களைப் போல் இல்லை."

நீதிபதி: எந்த விதத்தில் அதைக் கூறுகிறீர்கள்?

சாட்சி: ஒரே முகத்தின் இரண்டு இடப்பக்கங்களை புகைப்படத்தில் இணைத்துப் பாருங்கள், அழகான ஆண் உருவத்திலிருந்து ஒரு பேயுரு கிடைக்கும். ஓர் ஆன்மாவின் ஒரே பகுதிகளை இணைத்தால் பூரணமான ஆன்மா கிடைப்பதில்லை, பதிலாக ஆன்மாவின் இரண்டு பயங்கரமான பாதிகள் கிடைக்கும். முகத்தைப் போலவே ஆன்மாவுக்கும் இடம், வலம் உண்டு. இரு இடக்கால்களை வைத்துக்கொண்டு உங்களால் இரண்டு கால்கள் கொண்ட ஒரு மனிதனை உருவாக்க முடியாது. அம்முதிய கனவானின் முகம் இரண்டு இடப்பக்கங்களைக் கொண்டிருந்தது.

நீதிபதி: அன்று காலையில் நீங்கள் மனக்கலக்கத்துடன் இருந்ததற்கு அதுதான் காரணமா?

சாட்சி: ஆமாம்.

நீதிபதி: சாட்சி தனது வாக்குமூலத்தை உண்மையின் எல்லைக்குட்பட்டதாக வைத்துக்கொள்ள வேண்டும் என இந்நீதிமன்றம் எச்சரிக்கிறது. அடுத்து என்ன நடந்தது?

சாட்சி: மிளகையும் உப்பையும் ஒரே கையினால் எடுக்க வேண்டாமெனக் கேட்டுக்கொண்டு, வான் டெர் ஸ்பொவாக் குடும்பத்தினருக்குப் பரிமாறினேன், உண்டு முடித்தபின் அவர்கள் அங்கிருந்து சென்றனர், அச்சிறுவனைத் தவிர, விளையாடுவதற்காகவும் தன்னுடைய சாக்லேட் பாலை அருந்துவதற்காகவும் அவன் அங்கே இருந்தான். பிறகு, இங்கே உள்ள, முனைவர். டோரத்தியா ஷுல்ட்ஸ் தோட்டத்திற்குள் நுழைந்து தனது மேசையில் அமர்ந்து கொண்டாள். நான் அவளுக்குப் பணிசெய்யச் செல்லுமுன், இப்போது இறந்துவிட்ட முனைவர். முவேவியா அவரது மேசைக்கருகே சென்று அமர்ந்து கொண்டார். அவளது காலம் மழையைப்போலத் துளித்துளியாகவும் அவரது காலம் பனியைப்போலக் கனத்துப் பொழிவதையும் நீங்கள் பார்க்க முடியும். அவரது ஆடை கழுத்துவரை மூடியிருந்தது. அவர் கழுத்துப்பட்டை அணிந்திருக்கவில்லை என்பதையும், அவள் ரகசியமாகத் தனது கைப்பைக்குள் இருந்த துப்பாக்கியை வெளியிலெடுக்கப் பார்க்கிறாள் என்பதையும் கவனித்தேன், ஆனால் முனைவர்.முவேவியாவுடன் சில வார்த்தைகளைப் பரிமாறிக்கொண்டதும் அவள் கையை விலக்கிக்கொண்டாள், அவர் ஒரு கத்தைத் தாளினை இவளிடத்தில் அளித்தார். பிறகு அவள் அந்தத் தாள்களுக்கு அடியே ஆயுதத்தை விட்டுவிட்டு படிகளில் விரைந்து அறைகள் இருக்குமிடத்திற்கு ஓடினாள். இவை என்னை மேலும் மனக்கலக்கம் அடையச் செய்தன. முனைவர்.முவேவியாவின் குழந்தைத்தனமான புன்னகை அவரது தாடிக்குள் சிக்கிகொண்டிருந்தது நிமிளையில் மாட்டிக்கொண்ட பூச்சியை ஒத்திருந்தது, மேலும் அவரது துக்கம் கலந்த பச்சைநிறக் கண்களால் வெம்பியிருந்தது. அந்தப் புன்னகையால் ஈர்க்கப்பட்டவன் போல, பெல்ஜியக் குடும்பத்தைச் சேர்ந்த அச்சிறுவன் முனைவர். முவேவியாவின் மேசைக்குச் சென்றான். அக்குழந்தைக்கு இன்னும் நான்கு வயதுகூட ஆகவில்லை என்பதை நீதிமன்றத்திற்கு நினைவுபடுத்துகிறேன். தோட்டத்தில் வேறு யாருமில்லை.

நீதிமன்ற நடவடிக்கைக் குறிப்புகள்

அச்சிறுவன் வழக்கம்போல் கையுறைகளை அணிந்திருந்தான், முனைவர்.முவேவியா ஏன் அவன் அதைக் கழற்றவில்லை என்று கேட்டார்.

"ஏனென்றால் இந்த இடம் என்னைக் குமட்டல் கொள்ளவைக்கிறது," என்று சிறுவன் பதிலளித்தான்.

"குமட்டலா?" என்று கேட்டார் முனைவர். முவேவியா. "எதுகுறித்துக் குமட்டலாகிறாய்?"

"உங்கள் மக்களாட்சி குறித்து!" என்றான் சிறுவன் - வார்த்தைக்கு வார்த்தை அப்படியே.

பிறகு நான் இன்னும் கிணற்றுக்கு அருகே சென்று அவர்களுடைய உரையாடலைக் கேட்டேன், அது தொடர்ந்து என் வியப்பை அதிகரித்தது.

"என்ன வகையான மக்களாட்சி?"

"நீயும் உன்னை ஒத்தவர்களும் பாதுகாப்பது. உன்னுடைய இந்த மக்களாட்சியின் விளைவுகளைப்பார். முன்பு, பெரிய தேசங்கள் சிறியவற்றை அடக்குவது வழக்கம். ஆனால் இப்போது தலைகீழாக இருக்கிறது. இப்போது மக்களாட்சியின் பெயரில் சிறிய தேசங்கள் பெரியவற்றை பீதிக்குள்ளாக்குகின்றன. சற்றே நம்மைச் சுற்றியுள்ள உலகத்தைப் பார். வெள்ளை அமெரிக்கா கருப்பர்களுக்கு அஞ்சுகிறது, கருப்பர்கள் புவெர்ட்டோ ரிக்கர்களுக்கு அஞ்சுகின்றனர், யூதர்கள் பாலஸ்தீனியர்களுக்கு, அரேபியர்கள் யூதார்களுக்கு, செர்பியர்கள் அல்பேனியர்களுக்கு, சீனர்கள் வியட்நாமியர்களுக்கு, ஆங்கிலேயர்கள் அயர்லாந்துக்கு. சிறுமீன்கள் பெரிய மீனின் காதுகளைக் கொறிக்கின்றன. சிறுபான்மையினர் அச்சம் கொள்வதற்குப் பதிலாக, மக்களாட்சி புதியதொரு பாணியை அறிமுகம் செய்திருக்கிறது: இப்போது இக்கிரகத்தின் பெரும்பான்மை மக்கள்தொகை சுமையேற்றப்படுகிறது... உன் மக்களாட்சி கேவலமாக இருக்கிறது..."

நீதிபதி: நம்பத்தகாத கூற்றுகளை தவிர்க்கும்படி சாட்சியை இந்நீதிமன்றம் எச்சரிக்கிறது. மேலும் சாட்சிக்கு

பின்னிணைப்பு II

அபராதம் விதிக்கிறது. நீங்கள் இங்கே ஏற்றுக்கொண்ட உறுதிமொழியின்பால், இவையனைத்தும் நான்கு வயது கூட நிரம்பாத குழந்தை கூறியது என்கிறீர்களா?

சாட்சி: ஆமாம், அப்படித்தான் கூறுகிறேன், ஏனெனில் இவற்றை நானே என் காதுகளால் கேட்டேன். பிறகு நான் என்ன கேட்டேனோ அதைக் காணவும் விரும்பினேன், எனவே தோட்டத்திலிருந்த தூணிற்குப் பின்னாலிருந்து பார்க்கக் கூடிய இடத்திற்கு நகர்ந்தேன். அந்தக் குழந்தை முனைவர்.ஷூல்ட்ஸ்சின் கைத்துப்பாக்கியை மேசையிலிருந்து எடுத்து, கால்களை அகல விரித்துக்கொண்டு, குனிந்து கொண்டான், துப்பாக்கியை இரண்டு கைகளாலும் தேர்ந்த அனுபவமுள்ளவனைப் போலப் பிடித்து, முனைவர். முவேவியாவைக் குறிபார்த்தபடி கத்தினான்:

"உனது பற்கள் சேதப்படாமல் இருக்க வேண்டுமென்றால் வாயைத் திற!"

அதிர்ச்சியுற்று, முனைவர்.முவேவியா தனது வாயைத் திறந்தார், அந்தக் குழந்தை சுட்டான். அது பொம்மைத் துப்பாக்கி என்றே நினைத்தேன், ஆனால் முனைவர். முவேவியா தனது நாற்காலியில் சரிந்து விழுந்தார். ரத்தம் வழிந்தோடியது, அப்போதுதான் முனைவர். முவேவியாவின் கால்சராயின் ஒருகால் அழுக்காக இருப்பதைக் கவனித்தேன் - அவரது ஒருகால் கல்லறையில் இருந்திருக்கிறது. அக்குழந்தை துப்பாக்கியை வீசிவிட்டுத் தனது மேசைக்குச் சென்று தனது சாக்லேட் பாலை அருந்தத் தொடங்கினான். முனைவர். முவேவியா அசையவில்லை, வழியும் ரத்தம் அவரது தாடைக்குக்கீழ் தன்னைத்தானே முடிச்சிட்டுக் கொண்டது. நான் அப்போது நினைத்துக் கொண்டேன், "இதோ, இப்போது அவரிடம் கழுத்துப்பட்டை உள்ளது..." அதற்குச் சற்று முன்புதான் முனைவர். ஷூல்ட்ஸ்சின் அலறல் சத்தம் கேட்டது. அடுத்து நடந்தவற்றை அனைவரும் அறிவர். முனைவர்.முவேவியா இறந்ததாக அறிவிக்கப்பட்டு அவரது உடல் அகற்றப்பட்டது, முனைவர்.ஷூல்ட்ஸ் எங்கள் விடுதியில் தங்கியிருந்த மற்றொரு விருந்தினரின் இறப்பு குறித்துத் தகவலளித்தார், அது முனைவர். இசைலோ சூக்...

நீதிமன்ற நடவடிக்கைக் குறிப்புகள்

அரசு வழக்கறிஞர்: "நான் அப்போது நினைத்துக் கொண்டேன், 'இதோ, இப்போது அவரிடம் கழுத்துப்பட்டை உள்ளது...' "சாட்சி தன்னை வெளிப்படுத்திக்கொள்ளும் விதம் குறித்து என்னுடைய கடுஞ்சீற்றத்தினை நீதிமன்றத்திற்குத் தெரிவிக்க விரும்புவேன். நீங்கள் எந்த தேசத்தைச் சேர்ந்தவர், செல்வி - அல்லது திருமதியா? - அதே'?

சாட்சி: அதை விளக்குவது கடினம்.

அரசு வழக்கறிஞர்: முயற்சி செய்யுங்கள்.

சாட்சி: நானொரு கசார்.

அரசு வழக்கறிஞர்: என்ன கூறினீர்கள்? அப்படியொரு தேசத்தை நான் கேள்விப்பட்டதில்லை. எந்தக் கடவுச்சீட்டு வைத்திருக்கிறீர்கள்? கசாரா?

சாட்சி: இல்லை, இஸ்ரேல் நாட்டினது.

அரசு வழக்கறிஞர்: அதுதான். அதுதான் நான் கேட்க விரும்பியது. அதெப்படி நீங்கள் கசாராக இருந்துகொண்டு இஸ்ரேலின் கடவுச்சீட்டை வைத்திருக்க முடியும்? உங்கள் இனத்திற்குத் துரோகம் செய்துவிட்டீர்களோ?

சாட்சி (சிரிக்கிறார்): இல்லை, அதற்கு நேர்மாறாக வேண்டுமானால் கூறலாம். கசார்கள் யூதர்களோடு கலந்துவிட்டனர், மற்றவர்களோடு சேர்ந்து நானும் யூதத்தையும் இஸ்ரேலிய கடவுச்சீட்டையும் ஏற்றுக்கொண்டேன். உலகத்தில் தனியாக இருந்து கொண்டிருப்பதன் பொருள்தான் என்ன? அனைத்து அரேபியர்களும் யூதர்களாகிவிட்டால் நீங்கள் மட்டும் அரேபியராக இருப்பீர்களா என்ன?

அரசு வழக்கறிஞர்: எதையும் விமர்சிக்க வேண்டிய அவசியமில்லை, மேலும் இங்கே கேள்விகள் கேட்பது நான் மட்டுமே. உங்கள் வாக்குமூலம் குற்றம் சாட்டப்பட்டவருக்குச் சாதகமாக இருப்பதாகக் கருதப்படுகிறது, அவரும் நீங்கள் வைத்திருக்கும் கடவுச்சீட்டையே கொண்டவர். எனக்கு வேறு கேள்விகள் ஏதுமில்லை. அநேகமாக அறங்கூறாயத்திற்கும் இருக்காது என நம்புகிறேன்...

அடுத்து சாட்சியத்திற்கு வந்தது பெல்ஜியத்தைச் சேர்ந்த வான் டெர் ஸ்பொவாக்கின் குடும்பம். அவர்கள் மூன்று கருத்துகளில் உடன்பட்டனர். முதலாவதாக, மூன்று வயதுடைய குழந்தை ஒன்று கொலையொன்றைச் செய்ததாகக் கூறும் கதையை நம்புவது கேலிக்குரியது. இரண்டாவதாக, முனைவர். முவேவியாவின் கொலை முனைவர். ஷுல்ட்ஸ்சின் கைரேகை மட்டுமே கொண்ட ஆயுதத்தால் நிகழ்ந்துள்ளது என்பது விசாரணையின் மூலம் தெளிவாக நிரூபிக்கப்பட்டுள்ளது, மேலும் முனைவர். முவேவியாவைக் கொல்லப் பயன்படுத்தப்பட்ட அவ்வாயுதம் (.38-கேலிபர் வகை 36, ஸ்மித்&வெஸன்) முனைவர். ஷுல்ட்ஸுடையதுதான் என்பதும் விசாரணையில் நிரூபிக்கப்பட்டுள்ளது. மூன்றாவதாக, அரசு தரப்பின் முக்கிய சாட்சியாக திருமதி ஸ்பொவாக், முனைவர். முவேவியாவைக் கொல்வதற்கான எண்ணத்தை முனைவர். ஷுல்ட்ஸ் கொண்டிருந்தார் என்கிறார், அவரைக் கொல்வதற்காகவே இஸ்தான்புல் வந்திருக்கிறார், அதைச் செய்து முடித்துவிட்டார். அதாவது, விசாரணையில் எகிப்திய - இஸ்ரேலியப் போரின்போது முனைவர். முவேவியா, முனைவர். டோரத்தியா ஷுல்ட்ஸ்சின் கணவரை பலமாகக் காயப்படுத்தியிருக்கிறார். நோக்கம் தெளிவாகத் தெரிகிறது: பழிவாங்கும் பொருட்டு நிகழ்த்தப்பட்ட கொலை. கிங்ஸ்டன் விடுதியின் பணிப்பெண்ணுடைய சாட்சியம் நம்பத்தகுந்ததன்று. அவ்வளவுதான்.

அரசு தரப்பு வழக்கறிஞர் ஆதாரங்களின் அடிப்படையில் முனைவர். டோரத்தியா ஷுல்ட்ஸ்சை திட்டமிட்டு நிகழ்த்தப்பட்ட கொலையில் குற்றவாளியென அறிவிக்கும்படி கோரினார், இதையொட்டி அரசியல் நோக்கங்களும் உண்டென்றார். பிறகு குற்றம் சாட்டப்பட்டவர் நீதிமன்றத்திற்கு அழைத்துவரப்பட்டார். முனைவர். ஷுல்ட்ஸ் மிகச்சுருக்கமான வாக்குமூலத்தை அளித்தார். அவர் முனைவர்.முவேவியாவின் மரணத்திற்குக் காரணமல்ல, அதை அவரால் நிரூபிக்க முடியும். தான் வேறிடத்தில் இருந்ததற்கு ஆதாரமுண்டு என்றார். என்னவிதமான ஆதாரமென நீதிபதி கேட்டதும் அவர் பதிலளித்தார்: “முனைவர். முவேவியாவின் கொலை நடந்த அச்சமயத்தில் நான் வேறொருவரைக் கொலை செய்து கொண்டிருந்தேன் - முனைவர். இசைலோ சூக்கினை. அவரது

படுக்கையறையில் தலையணையால் மூச்சுத்திணற வைத்து அவரைக் கொன்றேன்.''

தொடர்ந்த விசாரணையில் அன்று காலை திரு. வான் டெர் ஸ்பொவாக்கும் மரணம் நிகழ்ந்த நேரத்தில் முனைவர். சூக்கின் அறையில் காணப்பட்டது தெரியவந்தது, ஆனால் முனைவர். ஷுல்ட்ஸ்சின் வாக்குமூலம் பெல்ஜியத்தைச் சேர்ந்தவரை அனைத்துவிதக் குற்றச்சாட்டிலிருந்தும் விடுவிக்கிறது.

வழக்கு முடிந்து தீர்ப்பு அறிவிக்கப்பட்டது. முனைவர். டோரத்தியா ஷுல்ட்ஸ் திட்டமிட்டு பழிவாங்கும் நோக்குடன் முனைவர். அபு கபீர் முவேவியாவைக் கொன்ற குற்றத்திலிருந்து விடுவிக்கப்பட்டு, முனைவர். இசைலோ சூக்கின் கொலையில் குற்றம் சாட்டப்பட்டார். முனைவர். முவேவியாவின் கொலை தீர்க்கப்படாத நிலையில், வான் டெர் ஸ்பொவாக்கின் குடும்பத்தினர் விடுவிக்கப்பட்டனர். கிங்ஸ்டன் விடுதிப் பணிப்பெண்ணான விர்ஜீனியா அதே'வுக்கு, நீதிமன்றத்தை ஏமாற்றி விசாரணையை தவறாக வழிநடத்த முயற்சி செய்ததற்காக அபராதம் விதிக்கப்பட்டது.

முனைவர். டோரத்தியா ஷுல்ட்ஸ்சுக்கு இஸ்தான்புல்லின் காப்பரணுக்குள் ஆறுவருட சிறைத்தண்டனை விதிக்கப்பட்டது. அவர் தன்னுடைய பெயருக்கே க்ராகோவிற்குக் கடிதங்கள் எழுதுகிறார். அனைத்துக் கடிதங்களும் சோதிக்கப்படுகின்றன, அவை எப்போதும் புரிந்துகொள்ள முடியாத ஒரே வாக்கியத்திலேயே முடிவடைந்தன: "நம்மால் தவறாக பலிகொடுக்கப்பட்டவர் நம்மை மரணத்திலிருந்து காப்பாற்றியிருக்கிறார்.''

முனைவர்.சூக்கின் அறையில் நடத்தப்பட்ட சோதனையில் புத்தகங்களோ அல்லது தாள்களோ கிடைக்கவில்லை. கிடைத்ததெல்லாம் ஒருமுனையில் உடைக்கப்பட்ட முட்டை மட்டுமே. இறந்தவரின் கைவிரல்களில் முட்டைக்கரு

பின்னிணைப்பு II

காய்ந்திருந்தது, இது அவர் தன் வாழ்வில் கடைசியாகச் செய்த செயல் முட்டையை உடைத்ததுதான் என்பதைக் குறிக்கிறது. மேலும் வழக்கத்தில் இல்லாதபடி தங்கக் கைப்பிடி கொண்ட சாவியும் கிடைத்தது, விநோதமான வகையில் அது கிங்ஸ்டன் விடுதியின் பணியாளர் ஒருவரின் அறைக்கதவுக்குப் பொருந்துகிறது. அது பணிப்பெண்ணான விர்ஜீனியா அதே'வின் அறை.

வான் டெர் ஸ்பொவாக் குடும்பத்தினரின் மேசையில் கிடைத்து, ஆதாரமாக இணைக்கப்பட்ட விடுதியின் காகிதத்தின் பின்புறத்தில் எழுதப்பட்ட ஒரு ரசீது. அதில் எழுதப்பட்டிருந்தது:

$$\begin{array}{r} 1689 \\ +293 \\ \hline =1982 \end{array}$$

முடிவுரை

அகராதியின் பயன்கள் குறித்து

ஒரு புத்தகம் மழைநீர் வார்க்கப்பட்ட திராட்சைத் தோட்டமாகவோ அல்லது ஒயின் ஊற்றி வளர்க்கப்பட்ட திராட்சைத் தோட்டமாகவோ இருக்கலாம். இது, மற்ற அனைத்து அகராதிகளையும் போலவே, பின்னுள்ள வகைமையைச் சார்ந்தது. ஓர் அகராதி என்பது, தினமும் சிறிதுநேரம் என்ற வகையில், கணிசமானதொரு நேரத்தை வருடங்களில் பெறக்கூடியது. இந்த இழப்பு குறைத்து மதிப்பிடப்படக்கூடாதது. குறிப்பாக, வாசிப்பு என்பது பொதுவாகப் பேசும்போது, ஐயுறவுக்குரிய கூற்று என்று ஒருவர் கருதுவாரேயானால். பயன்பாட்டின்போது ஒரு புத்தகம் வாசிப்பில் குணமாக்கவோ அல்லது கொல்லவோ படலாம். அது மாறுதலடைய, பெருக்க, அல்லது வல்லுறவு செய்யப்படவும் கூடும். அதன் போக்கு மறுவழிப்படுத்தப்படலாம்; அது தொடர்ந்து எதையேனும் இழந்து கொண்டிருக்கிறது; வரிகளின்வழி நீங்கள் எழுத்துகளைத் தவறவிடுகிறீர்கள், உங்கள் விரல்களின்வழி பக்கங்களை, புதியவையோ ஒரு பூக்கோசைப்போல உங்கள் கண்முன்னால் வளர்ந்து கொண்டேயிருக்கின்றன. நாளை நீங்கள் அதைக் கீழேவைத்தால், ஒருவேளை குளிர்ந்துவிட்ட அடுப்பு போல அவற்றை நீங்கள் காணக்கூடும், உங்களுக்கான சூடான இரவுணவு அதில் இனி காத்திருக்கப் போவதில்லை. மேலும் இன்றைய தேதியில் மனிதர்களுக்கு, பாதிப்புகளின்றி புத்தகம் வாசிப்பதற்குப் போதுமான தனிமை கிடைப்பதில்லை,

அகராதியைப் படிக்கவும் கூட. ஆனால் இதற்கும்கூட ஒரு முடிவு உள்ளது. ஒரு புத்தகமென்பது தராசைப்போல - அது எப்போதைக்குமாக இடப்பக்கம் சாய்வதற்குமுன் முதலில் வலப்பக்கம் சாய்கிறது. அதன் எடை அவ்வாறாக வலக்கரத்தினின்றும் இடக்கரத்திற்கு மாறுகிறது, ஒருவகையில் இதைப்போன்ற ஒன்றேதான் தலைக்குள்ளும் நடக்கிறது - நம்பிக்கையின் உலகிலிருந்து சிந்தனைகள் நினைவின் உலகிற்கு நகர்கின்றன, பிறகு எல்லாம் முடிந்து விடுகிறது. வாசிப்பவனின் காதுகள் சிலசமயம் எழுத்தாளனின் வாயிலிருந்து எச்சிலை, அடியில் ஒரு மணற்துகளைக் கொண்ட காற்றில் பரவும் சொற்களைத் தக்கவைத்திருக்கலாம். காலப்போக்கில், சிப்பியைப் போன்று குரல்கள் துகளைச்சுற்றிப் படிகின்றன, ஒருநாள் அது முத்தாக, கருப்பு ஆட்டின் வெண்ணெயாக, அல்லது செவிகள் சிப்பிகளைப்போல மூடிக்கொள்ளும்போது ஒரு வெற்றிடமாக மாறும். இதில் மணலின் பங்கு மீச்சிறு அளவே.

எந்த ஒரு சூழலிலும், இப்படியான கனத்த புத்தகத்தை வாசிக்க வேண்டும் என்பது அதிக நேரத்தைத் தனியாகச் செலவிடுவது, உங்களுக்குத் தேவையான நபர்களின் அருகாமையின்றி அதிக நேரம் இருப்பது, ஏனெனில் இன்னமும் நான்கு-கைகள் கொண்ட வாசிப்பென்பது வழக்கத்திலில்லை. இது எழுத்தாளனுக்கு ஒரு குற்ற உணர்வைக் கொடுக்கிறது எனவே அதற்குப் பரிகாரம் தேட முனைகிறான். இந்த அகராதியை வாசிக்கும்போது அறையின் குறுக்காக ஓடுவதுபோல பயத்தின் குறுக்கே கடக்கும், தனிமையை உணர்ந்து கொண்டிருக்கும் அந்தத் துரிதமான கண்களும் தளர்வான கூந்தலும் கொண்ட அழகான பெண், பின்வருவதைச் செய்யட்டும். மாதத்தின் முதல் புதன் கிழமையன்று அகராதி கைகளுக்கு அடியிலிருக்க, நகரத்தின் மையச்சதுக்கத்திலிருக்கும் காஃபி விடுதிக்குச் செல்லட்டும். அவளுக்காக அங்கொரு இளைஞன் காத்திருப்பான், அவளைப்போலவே அவனும் அதே புத்தகத்தைப் படித்து காலத்தை வீணடித்துவிட்டு இப்போது தனிமை உணர்வைக் கொண்டிருப்பான். அவர்கள் இருவரும் ஒரு காஃபியோடு ஒன்றாக அமர்ந்துகொண்டு தங்கள் புத்தகத்தின் ஆண் பிரதி மற்றும் பெண்பிரதிகளை ஒப்பிட்டுப் பார்த்துக் கொள்ளலாம். அவை வேறுபட்டவை. முனைவர். டோரத்தியா ஷுல்ட்ஸ்சின் கடைசிக் கடிதம் ஒன்றில் மற்றும் இன்னொன்றில் சாய்வெழுத்தில் அச்சிடப்பட்டுள்ளதை அவர்கள்

முடிவுரை

ஒப்பிட்டுப் பார்க்கும்போது, அப்புத்தகம் முழுமையாகப் பொருந்தும், டாமினோ விளையாட்டினைப்போல, அதன்பிறகு அவர்களுக்கு அது தேவைப்படாது. பிறகு அவர்கள் அகராதியை உருவாக்கியவனை நன்றாகத் தூற்றட்டும், ஆனால் அதை அவர்கள் அடுத்து வரப்போகும் ஒன்றிற்காக சீக்கிரம் முடித்துக்கொள்ளட்டும் ஏனென்றால் அடுத்து வரப்போவது அவர்களது உறவு மட்டுமே, அது எந்த வாசிப்பை விடவும் மேலானது.

அவர்கள் எவ்வாறு வீதியின் அஞ்சல் பெட்டி மீது தங்களது இரவுணவை வைத்திருக்கிறார்கள், எவ்வாறு தங்களது மிதிவண்டியில் அமர்ந்தபடி அணைத்துக்கொண்டு அதை உண்கிறார்கள் என்பதை என்னால் காண முடிகிறது.

பெல்கிரேட், ரீகன்ஸ்பேர்க், பெல்கிரேட்
1978 -1983

பதிவுகளின் பட்டியல்

சிவப்புப் புத்தகம்

    அதே' (39)
        விரைவான மற்றும் மந்தமான கண்ணாடி (42)
    அவெர்கி ஸ்கீலா (43)
    அவ்ரம் ப்ராங்கோவிச் (48)
        பெத்குதின் மற்றும் கலினாவின் கதை (58)
    கசார் விவாதம் (88)
    கசார்கள் (95)
    கந்து முனி (க்ரகோர் ப்ராங்கோவிச்) (102)
    கனவு வேட்டையர் (103)
    காகன் (106)
    க்ரகோர் ப்ராங்கோவிச் (பார்க்க "கந்துமுனி") (109)
    சிரில் (தெஸ்ஸலோனிகாவின் கான்ஸ்தந்தின்) (109)
    தெஸ்ஸலோனிகாவின் மெதோடியஸ் (117)
    நிகான் செவாஸ்ட் (125)
    முனைவர். இசைலோ சூக் (134)
        முட்டை மற்றும் வயலின் வில்லின் கதை (145)
    ஷெலரேவோ (159)

பச்சைப் புத்தகம்

    அதே' (163)
    அல்-பக்ரி, ஸ்பானியர் (166)
    இசைக் கொற்றன் (170)
    கசார் விவாதம் (172)
    கசார்கள் (176)
    காகன் (186)
    கு (189)
    பஸ்ராவில் கிடைத்த பகுதி (190)
    மிழற்றுதல் (191)
    முனைவர். அபு கபீர் முவேவியா (192)

பதிவுகளின் பட்டியல்

முஸ்தா–பெக் சபியாக் (203)
மொகத்தசா அல்–சஃபர் (205)
யாபிர் இப்னு அக்ஷானி (206)
யூசுஃப் மசூதி (213)
ஆதம் ருஹானியின் கதை (219)
குழந்தைகளின் மரணம் குறித்த கதை (237)
ஃபராபி இப்னு கோரா (248)
பயணி மற்றும் பள்ளியைப் பற்றிய குறிப்பு (252)
ஹதேராஷ் இப்னு (அபு) (255)

மஞ்சள் புத்தகம்

அதே' (259)
இப்ராசினியா லுகரேவிச் (லுக்காரி) (263)
ஈசாக் சங்காரி (268)
கசார் விவாதம் (271)
கசார் ஜாடி (278)
கசார்கள் (280)
காகன் (289)
சாமுயேல் கோஹென் (291)
ஆதம் சத்மோனைப் பற்றிய குறிப்பு (308)
சாமுயேல் கோஹென் மற்றும் லீடிசியா சரோக்கின்
மணவுறுதி ஒப்பந்தம் (326)
முனைவர். டோரத்தியா ஷூல்ட்ஸ் (329)
பி.கு (ஹலேவியால் தத்துவவாதி கான்ஸ்தந்தினின் "கசார் பேருரைகள்" புத்தகத்திலிருந்து எடுக்கப்பட்டபகுதி) (356)
மொகத்தசா அல்–சஃபர் (357)
யூதா பென் திப்பான் (359)
யூதா ஹலேவி (360)
யோன்னஸ் தாவுப்மன்னூஸ் (367)
லிபெர் கோஸ்ரி (373)

● ● ●

ஸ்ரீதர் ரங்கராஜ்

மதுரையைச் சேர்ந்தவர். கல்லூரியில் விரிவுரையாளராகப் பணிசெய்தவர். தற்போது வசிப்பது மலேசியாவில். 2006 முதல் மொழிபெயர்ப்புத் துறையில் இயங்கி வருகிறார். சிறுகதைகள், கட்டுரைகள், நேர்காணல்கள், கவிதைகள் ஆகியவற்றை மொழிபெயர்த்துள்ளார். அவை பல்வேறு சிறுபத்திரிகைகளில் வெளியிடப்பட்டுள்ளன. இவரது மொழிபெயர்ப்பில் ஹருகி முரகாமியின் சிறுகதைகள் அடங்கிய 'நீர்க்கோழி' என்ற தொகுப்பு வெளிவந்துள்ளது. 'பயணம்' என்கின்ற சிரியப் போர் குறித்த மொழிபெயர்ப்பு நூலையும் ஹருகி முரகாமியின் சிறுகதைகளின் தொகுப்பான 'கினோ' மற்றும் கார்லோஸ் ஃபுயந்தஸின் 'ஆர்தேமியோ க்ரூஸின் மரணம்' ஆகியவற்றை 'எதிர் வெளியீடு' வெளியிட்டுள்ளது.